CĂN BẢN THUYẾT NHẤT THIẾT HỮU BỘ
TÌ-NẠI-DA DƯỢC SỰ

GIÁO HỘI PHẬT GIÁO VIỆT NAM THỐNG NHẤT
ỦY BAN PHIÊN DỊCH TRUNG ƯƠNG

ĐẠI TẠNG KINH VIỆT NAM

THANH VĂN TẠNG

Tập 30

LUẬT BỘ IX

**CĂN BẢN THUYẾT NHẤT THIẾT HỮU BỘ
TÌ-NẠI-DA DƯỢC SỰ**

Mūlasarvāstivādavinayavastu Bhaiṣajyavastu

འདུལ་བ་གཞི་ལས། སྨན་གྱི་གཞི།

根本說一切有部毘奈耶藥事

大唐三藏義淨奉　制譯

Hán dịch: **Đại Đường Tam tạng Pháp sư Nghĩa Tịnh**
Việt dịch: **Tỳ-kheo Thích Nguyên An, Tỳ-kheo Thích Tâm Nhãn,
Tỳ-kheo Thích Nguyên Thịnh**
Hiệu chú: **Tỳ-kheo Thích Tuệ Sỹ**

HỘI ĐỒNG HOẰNG PHÁP
PL. 2568 - DL. 2024

ĐẠI TẠNG KINH VIỆT NAM

THANH VĂN TẠNG - Tập 30 – LUẬT BỘ IX

CĂN BẢN THUYẾT NHẤT THIẾT HỮU BỘ TÌ-NẠI-DA DƯỢC SỰ

Việt dịch: Tỳ-kheo Thích Nguyên An, Tỳ-kheo Thích Tâm Nhãn,
Tỳ-kheo Thích Nguyên Thịnh

Hiệu chú: Tỳ-kheo Thích Tuệ Sỹ

Ban Báo Chí & Xuất Bản Hội Đồng Hoằng Pháp

Ấn hành lần thứ nhất, IV/2024

Trách nhiệm xuất bản: Thích Nguyên Siêu

Chuyết văn, sửa bản in: Thích Nguyên An, Thích Nguyên Thịnh,
TN. Khánh Năng, Tâm Huy

Trình bày: Quảng Hạnh Tuệ, TN. Thông Nghĩa

Thiết kế bìa: Quảng Pháp, Nhuận Pháp

https://hoangphap.org

Copyright © 2024. All rights reserved - Bản quyền thuộc về
Hội Ấn Hành Đại Tạng Kinh Việt Nam | Vietnamese Tripitaka Foundation

MỤC LỤC PHÂN TÍCH

Giới thiệu công trình phiên dịch Đại Tạng Kinh Việt Nam	xiii
Duyên khởi	xxvii
Phàm lệ	xxxiii
Bảng viết tắt	38
Lời Dẫn	41
TỤNG TỔNG NHIẾP	**43**
CHƯƠNG I. THUỐC VÀ BỆNH	**45**
Nhiếp tụng	45
I. THUỐC CHO PHÉP	45
1. Các loại thuốc	45
2. Pháp thức thọ trì	53
II. CÁC LOẠI BỆNH	54
1. Bệnh phong và thuốc mỡ	54
2. Ghẻ ngứa và thuốc sáp	56
3. Đau mắt – An-thiện-na	59
4. Phong cuồng – ăn thịt sống	61
5. Tất-lăng-già-bà-tha	63
6. Kiết Li-phạt-đa	65
7. Xá-lợi Tử	67
CHƯƠNG II. ĐẠI TƯỚNG	**69**
Nhiếp tụng	69
I. CÁC LOẠI THỊT	69
1. Thịt người	69
2. Thịt voi	75
3. Thịt rồng	76
II. BỆNH TRĨ (Y sỹ A-đế-da – Thực phẩm tự nấu)	78
1. Y sỹ A-đế-da	78
2. Nội túc nội trữ	86

3. Thực phẩm sống	89
III. NHÂN DUYÊN VIÊN MÃN (PHÚ-LÂU-NA)	91
1. Nhân duyên tại gia	91
2. Kinh doanh sự nghiệp	97
3. Nhân duyên xuất gia	110
4. Tu tập đắc quả	114
5. Thuyết pháp đệ nhất	117
6. Tinh xá chiên đàn	118
7. Bồn Chậm Viên Mãn	123
8. Thần biến thị hiện	126
9. Năm trăm quả phụ	128
10. Phật độ Tiên nhân	130
11. Độ Bạc-câu-la	132
12. Hai Long vương	133
13. Mục-kiền-liên tìm mẹ	136
14. Tiền thân Viên Mãn	139
IV. HỎA TỨ BÀ-LA-MÔN	141
1. Diệu-Sơn Long vương	141
2. Hỏa Tứ bà-la-môn	147
CHƯƠNG III. VƯƠNG XÁ	155
Nhiếp tụng	155
I. TRÚC LÂM	155
1. A-xà-thế cải hối	155
2. Bệnh dịch ở thành Quảng Nghiêm	161
II. BA-TRA-LI	166
1. Ác giới – Thiện giới	166
2. Đại thần Hành Vũ – Bến Sông Hằng	168
3. Cúng dường lọng	171
4. Đại Thiện Hiện Vương	172
III. NHÂN DUYÊN DI-LẶC ĐƯƠNG LAI	176
1. Qua sông Hằng	176
2. Nhân duyên Đại Khiếu Thanh	177
3. Phướn báu xuất hiện	178
4. Nhân duyên Bạt-đà-lị	179
5. Đương lai Từ Thị	184
6. Di Lặc và Luân vương cùng thời	186
7. Pháp thoại tụ lạc Câu-chi	191

IV. PHẬT THUYẾT KINH PHÁP KÍNH	192
V. AM-BA-BÀ-LỊ	195
1. Chim anh vũ	195
2. Kỹ nữ Vườn Xoài	202
3. Nhân duyên những người *Licchavī*	207

CHƯƠNG IV. TRÚC LÂM — 211

I. TRÚC LÂM	211
II. MI-THI-LA, ĐẠI THIÊN NẠI LÂM	216
III. PHẬT TÍCH	216
1. Giếng A-nậu	216
2. Dấu tích Bồ-tát	218
3. Lực vô thường	219

CHƯƠNG V. LẬU DIỆT TẬN — 227

Nhiếp tụng	227
I. THÍ DỤ BÚA	227
1. Dụ gà mái	229
2. Dụ búa rìu	229
3. Dụ thuyền biển	230
II. THIÊN TÝ	230
III. CÂU-NA-HÀM-MÂU-NI	231

CHƯƠNG VI. NHẤT-XA-NĂNG-GIÀ-LA — 235

Nhiếp tụng	235
I. SỔ TỨC NIỆM	235
II. AM-MA-TRÚ	237
III. NHẤT THIẾT TRÍ	247
IV. XÁ-VỆ THÀNH	248
1. Tạo nghiệp với tâm ác	248
2. Thiện nghiệp thiện báo	250
V. TỨ PHẬT TÒA	251
VI. NI-CÂU-LOẠI	253

CHƯƠNG VII. KIM-TÌ-LA — 259

Nhiếp tụng	259
I. RỒNG CẦM LỌNG	259
II. THỊ TRẤN ĐẠI TƯỢNG	264
III. THÀNH TÔ-LỖ-YẾT-LA-QUẦN	266

  IV. TỤ LẠC BÀ-LA-MÔN 268
  V. CÁC DƯỢC XOA 272
   1. THÔN TÍCH TẬP 276
   2. NÊ-ĐỨC-CA 277
   3. SÔNG TÍN-ĐỘ 277
   4. DƯỢC-XOA LỘC-ĐIỆP 277
   5. TRƯỢNG QUÁN 278
   6. HÀNG PHỤC LONG VƯƠNG A-BÁT-LA 278
   7. CHÚNG RỒNG QUY Y TAM BẢO 280
   8. HÀNG PHỤC HỖ-RÔ-TRÀ 280

CHƯƠNG VIII. BẢN SƠ VƯƠNG 289
  I. BẢN SƠ VƯƠNG CHÚNG HỨA 289
   1. Ưu-ba-cúc-đa 289
   2. Nhân duyên quá khứ 291
  II. NHÂN DUYÊN NỄ-LA-BỘ-ĐỀ 293
  III. TỤ LẠC Ô-ĐẠT 299
  IV. CHIẾN-CA-LA 301
   1. Bí-sô-ni Chiến-ca-la 301
   2. Nhân duyên quá khứ 303
  V. TỤ LẠC PHỆ-LAM-BÀ 305
   1. Bà-la-môn làm vườn 305
   2. Quốc vương Hỏa Thọ 306
   3. Thọ dụng lúa mạch 308
   4. Nhân duyên quá khứ 322
  VI. VÔ NĂNG THẮNG 324
   1. Mộc tích dụ 324
   2. Chăn bò và con ếch 326
   3. Nhân duyên quá khứ 329
  VII. BỜ SÔNG HẰNG 331
   1. Ngỗng-Cá-Rùa 331
   2. Ngạ quỷ 333

CHƯƠNG IX. ĐỒNG TRƯỞNG 339
  Nhiếp tụng 339
  I. CÁC DI TÍCH THƯỢNG CỔ 339
   1. Thành Đồng trưởng và Tượng thanh 339
   2. Tứ Phật và Bồ-tát hành thí 340

3. Đảnh Sanh vương	340
II. THẤT-LA-PHIỆT	342
1. Nhân duyên cháo và lúa vàng	342
2. Nhân duyên nông phu và bò	344
3. Nhân duyên nữ bệnh	350
4. Nhân duyên vua Thắng Quang	354
5. Nhân duyên nữ ăn mày cúng đèn	359
III. BỒ-TÁT TU PHƯỚC NGHIỆP	362
1. Nhân duyên Đảnh Sanh vương	362
2. Nhân duyên Đại Hỷ Kiến	368
3. Thời Chí (Tì-la-ma)	369
4. Mao Thảo (Câu-xá)	370
5. Tam Loa-Ma-đăng-ca	374
6. Đại Thiên	376
7. Nê-di-đa	377
8. Kính Diện vương	379
IV. NHÂN DUYÊN BỒ TÁT HIỀN KIẾP	382
1. Tiểu long Diệu Sanh	382
2. Vương tử Thiện Tài	387
3. Khẩn-na-la nữ Duyệt Ý	390
4. Cuộc phiêu lưu của thái tử	401
V. NHÂN DUYÊN VĨ-THÍ-PHƯỢC-ĐA (Thái tử Tu-đại-noa)	412
VI. TRƯỞNG GIẢ TÁN ĐÀN	428
CHƯƠNG X. VÂN MÃ VƯƠNG	433
Nhiếp tụng	433
1. Vân mã vương	433
2. Tiên nhân làm chứng	433
3. Rắn, sư tử, voi	435
4. Chim cộng mạng	436
5. Chim chúa đàn cò nước	437
6. Chim anh vũ	438
7. Vua Vĩ-đề-ha	439
8. Rùa chúa	440
9. Tô-tư-na	441
10. Hai thương chủ	442
CHƯƠNG XI. LỤC NHA BẠCH TƯỢNG	443

Nhiếp tụng	443
I. VOI CHÚA SÁU NGÀ	443
II. LƯỢC TRUYỆN BẢN SANH	450
III. BỒ TÁT PHÁT TÂM	452
1. Tối sơ phát tâm	452
2. Tối sơ cúng dường	455
3. Cúng dường Chư Phật	456
4. Nhân duyên phát tâm	458
III. NỮ NGOẠI ĐẠO VU KHỐNG	475
CHƯƠNG XII. XÁ-LỢI-PHẤT - MỤC-KIỀN-LIÊN BẢN SỰ	**481**
1. Thi triển thần thông	481
2. Nhân duyên quá khứ	485
CHƯƠNG XIII. TRƯỞNG LÃO KỆ (I)	**493**
1. Ma-ha Ca-diếp	493
2. Xá-lợi-phất	496
3. Đại Mục-kiền-liên	498
4. Thiện Diệu	501
5. Diệu Ý	503
6. Câu-chi	505
7. Diệu Âm	508
8. Tân-đầu-lô	509
9. Thiện Lai	511
10. Hữu Hỷ	515
CHƯƠNG XIV. TRƯỞNG LÃO KỆ (II)	**519**
11. Danh Xưng	519
12. Tài Ích	522
13. Bạc-câu-la	525
14. Bí-sô Tôn Giả	528
15. Ưu-lâu-tần-loa Ca-diếp	529
16. Da-xá	531
17. Hỏa Sanh	533
18. Lại-tra-hòa-la	538
19. Sa-đế	539
20. Ca-diếp Tất	542
CHƯƠNG XV. TRƯỞNG LÃO KỆ (III)	**545**

21. Châu-lợi-bàn-đà-già	545
22. Xà Bộc	546
23. A-na-luật	551
24. Ca-la	555
25. La-hỗ-la	557
26. Nan-đà	559
27. Thật Lực Tử	561
28. Cận Tướng	566
29. Hiền Tử	570
30. Hiền Diêm	573

CHƯƠNG XVI. TRƯỞNG LÃO KỆ (IV) 577

31. Mật Tánh	577
32. Nhân Duyên	580
33. Kiều-trần-như	584
34. Ô-ba-li	587
35. Vi Quang	593
36. Khuê Tú	596

CHƯƠNG XVII. PHẬT TỰ THUYẾT TÚC NGHIỆP 601

1. Ngón chân bị đá lăn	601
2. Tử đàn đâm chân	602
3. Sa-la tụ lạc	604
4. Mỹ nữ vu khống	605
5. Chủy Đoan	606
6. Hiền Thủ	608
7. Ăn lúa ngựa	610
8. Sáu năm khổ hạnh	611
9. Thân hiện bệnh tật	612
10. Tàn sát họ Thích	613
11. Phong bệnh đau lưng	613

CHƯƠNG XVIII. ĐÀN-NI-CA 615

CHƯƠNG XIX. BÍ-SÔ BỆNH 633

CHƯƠNG XX. TIÊN NHÂN KẾ-NỊ-DA 655

CHƯƠNG XXI. TAM BẢO PHƯỚC ĐIỀN 685

SÁCH DẪN 695

GIỚI THIỆU CÔNG TRÌNH PHIÊN DỊCH ĐẠI TẠNG KINH VIỆT NAM

*Yo vo, ānanda,
mayā dhammo ca vinayo ca desito paññatto,
so vo mamaccayena satthā.**

I. SƠ LƯỢC QUÁ TRÌNH PHIÊN DỊCH

Trước khi nhập Niết-bàn, đức Phật có di giáo tối hậu cho các chúng đệ tử: "Pháp và Luật mà Ta đã thuyết và quy định, là Đạo Sư của các ngươi sau khi Ta diệt độ." Phụng hành di giáo của đức Thế Tôn, các vị Trưởng lão A-la-hán đã thực hiện cuộc kiết tập lần thứ nhất tại thành Vương Xá, cùng hòa hiệp phúng tụng tất cả những điều đã được Phật giảng dạy trong suốt bốn mươi lăm năm giáo hóa; nền tảng của văn hiến Phật giáo mà về sau được gọi là Tam tạng được thành lập từ đó.

Kể từ đó, giáo pháp của đức Thích Tôn theo bước chân du hóa của các Thánh đệ tử lan tỏa khắp bốn phương. Nơi nào Giáo pháp được truyền đến, nơi đó bốn chúng đệ tử học tập và hành trì theo phương ngôn của bản địa, như điều đã được đức Phật chỉ giáo: *anujānāmi, bhikkhave, sakāya niruttiyā buddhavacanaṃpariyāpuṇitun"ti.* "Này các tỳ-kheo, Ta cho phép các ngươi học Phật ngôn bằng chính phương ngữ của mình." Y cứ theo lời dạy này, ngay từ khởi thủy Phật ngôn đã được chuyển thể qua nhiều phương ngữ khác nhau. Khi các bộ phái Phật giáo phát triển, mỗi bộ phái cố gắng thành lập Tam tạng Thánh điển theo phương ngữ của địa phương được xem là căn cứ địa. Khi

---

* Này *Ānanda*! Pháp và Luật mà Ta đã thuyết và qui định, là Đạo Sư của các ngươi sau khi Ta diệt độ.

mà hệ thống văn tự tại cổ Ấn Độ chưa phổ biến, sự lưu truyền Thánh điển bằng khẩu truyền là phương tiện chính. Do khẩu truyền, những biến âm do khẩu âm của từng địa phương khác nhau thỉnh thoảng cũng ảnh hưởng đến một vài thay đổi nhỏ trong các văn bản. Những biến thiên âm vận ấy trong nhiều trường hợp dẫn đến những giải thích khác nhau về một điểm giáo nghĩa giữa các bộ phái. Tuy nhiên, nhìn từ đại thể, các giáo nghĩa trọng yếu vẫn được hiểu và hành trì như nhau giữa tất các các truyền thống, nam phương cũng như bắc phương. Điều có thể được khẳng định qua các công trình nghiên cứu tỉ giáo về văn bản trong hai nguồn văn hệ Phật giáo hiện tại: Pali và Hán tạng. Các bản Hán dịch xuất xứ từ A-hàm, và các bản văn Pali hiện đọc được, đại bộ phận đều tương ưng với nhau. Do đó, những điều được cho là dị biệt giữa hai truyền thống nam và bắc phương, mà thường hiểu lệch lạc là Tiểu thừa và Đại thừa, chỉ là sự khác biệt bởi môi trường lịch sử văn minh theo các địa phương và dân tộc. Đó là sự khác biệt giữa nguyên thủy và phát triển. Phật pháp truyền sang phương nam, đến các nước Nam Á, nơi đó sự phát triển văn minh và các định chế xã hội chưa đến mức phức tạp, nên giáo pháp của Phật được hiểu và hành gần với nguyên thủy. Về phương bắc, tại các vùng đông bắc Ấn, và tây bắc Trung Quốc, nhiều chủng tộc dị biệt, nhiều nền văn hóa khác nhau, và do đó cũng xuất hiện nhiều định chế xã hội khác nhau. Phật pháp được truyền vào đó, một thời đã trở thành quốc giáo của nhiều nước. Thích ứng theo sự phát triển của đất nước ấy, từ ngôn ngữ, phong tục, định chế xã hội, giáo pháp của đức Phật cũng dần dần được bản địa hóa.

Thánh điển Tam tạng là nguồn suối cho tất cả nhận thức về Phật pháp, để học tập và hành trì, cũng như để nghiên cứu. Kinh tạng và Luật tạng là tập đại thành Pháp và Luật do chính đức Phật giảng dạy và quy định, là sở y cho tri thức và hành trì của Thánh đệ tử để tiến tới thành tựu cứu cánh Minh và Hành. Kinh và Luật cũng bao gồm những diễn giải của các Thánh đệ tử được thân truyền từ kim khẩu của đức Phật. Luận tạng, theo truyền thống Thượng tọa bộ nam phương, và cũng theo truyền thống Hữu bộ, do chính đức Phật thuyết. Nhưng các đại luận sư như Thế Thân (*Vasubandhu*), cũng như hầu hết các nhà nghiên cứu Phật học trên thế giới hiện đại, đều không công nhận truyền thuyết này, mà cho rằng đó là tập đại thành các công trình phân tích, quảng diễn, và hệ thống hóa những điều đã được Phật thuyết trong Pháp và Luật. Kinh và Luật tạng được thành lập trong một khoảng thời gian nhất định, trực tiếp hoặc gián tiếp từ kim khẩu của Phật, và là sở y chung cho tất cả các bộ phái Phật giáo, bao gồm cả Phật giáo Đại thừa, mặc dù có những sai biệt do vấn đề truyền khẩu với các khẩu âm và phương ngữ khác nhau, theo thời gian và địa vức.

Luận tạng là bộ phận Thánh điển phản ánh lịch sử phát triển của Phật giáo, bao gồm các phương diện tín ngưỡng tôn giáo, tư duy triết học, nghiên cứu khoa học, định chế và tổ chức xã hội chính trị. Tổng quát mà nói, đó không chỉ là phản ánh lịch sử phát triển của nội bộ Phật giáo, mà trong đó cũng phản ánh toàn bộ văn minh tại những nơi mà giáo lý của đức Phật được truyền đến. Điều này cũng được chứng minh cụ thể bởi lịch sử Việt Nam.

Mỗi bộ phái Phật giáo tự xây dựng cho mình một nền văn hiến Luận tạng riêng biệt, tập hợp các luận giải giáo nghĩa, bảo vệ kiến giải Phật pháp của mình, bài trừ các quan điểm dị học. Đây là nền văn hiến đồ sộ, liên tục phát triển trên nhiều khu vực địa lý khác nhau. Cho đến khi Hồi giáo bành trướng tại Ấn Độ, Phật giáo bị đào thải. Một bộ phận văn hiến Phật giáo được chuyển sang Tây Tạng, qua các bản dịch Phạn Tạng, và một số lớn nguyên bản Phạn văn được bảo trì. Một bộ phận khác, lớn nhất, gần như hoàn chỉnh nhất, văn hiến Phật giáo được chuyển dịch sang Hán tạng, bao gồm hầu hết mọi xu hướng tư tưởng dị biệt của Phật giáo phát triển trong lịch sử Ấn Độ, từ Nguyên thủy, Bộ phái, Đại thừa, cho đến Mật giáo.

Truyền thuyết ghi rằng Phật giáo được truyền vào Trung Hoa dưới đời Hán Minh Đế, niên hiệu Vĩnh bình thứ 10 (Tl. 65), và bản kinh Phật đầu tiên được dịch sang Hán văn là Kinh Tứ thập nhị chương, do Ca-diếp Ma-đằng và Trúc Pháp Lan. Nhưng truyền thuyết này không được nhất trí hoàn toàn giữa các nhà nghiên cứu lịch sử Phật giáo Trung Quốc. Điều chắc chắn là Khương Tăng Hội, quê quán Việt Nam, xuất phát từ Giao Chỉ (Việt Nam), đã đưa Phật giáo vào Giang Tả, miền Nam Trung Hoa. Các công trình phiên dịch và chú giải của

Khương Tăng Hội đã chứng tỏ rằng trước đó, tức từ năm thứ 247 kỷ nguyên Tây lịch, thời gian được nói là Tăng Hội vào đất Kiến nghiệp, quy y cho Tôn Quyền, Phật giáo đã phát triển đến một hình thái nhất định tại Việt Nam, cùng một số kinh Phật được phiên dịch. Điều này cũng được củng cố thêm bởi những điều được ghi chép trong Mâu Tử Lý Hoặc Luận. Có lẽ do hậu quả của thời kỳ Bắc thuộc, hầu hết những điều được tìm thấy trong hành trạng của Khương Tăng Hội và trong ghi chép của Mâu Tử đều bị xóa sạch. Chỉ tồn tại những gì được ghi nhận là truyền từ Trung Quốc.

Dịch giả Phạn Hán đầu tiên tại Trung Quốc được khẳng định là An Thế Cao (đến Trung Quốc trong khoảng Tl. 147 – 167). Tất nhiên trước đó hẳn cũng có các dịch giả khác mà tên tuổi không được ghi nhận. Lương Tăng Hựu căn cứ trên bản Kinh lục xưa nhất của Đạo An (Tl. 312 – 385) ghi nhận có chừng 134 kinh không rõ dịch giả; và do đó cũng không xác định trước hay sau An Thế Cao.

Sự nghiệp phiên dịch Phật kinh Phạn Hán liên tục từ An Thế Cao, cho đến các đời Minh, Thanh được tập thành trong 32 tập của Đại Chánh, bao gồm Thánh điển Nguyên thủy, Bộ phái, Đại thừa, Mật giáo, 1692 bộ. Những trước tác của Trung Hoa, từ sớ giải, luận giải, cho đến sử truyện, du ký, v.v., tập thành từ tập 33 đến 55 trong Đại Chánh, gồm 1492 tác phẩm. Số tác phẩm được ấn hành trong Tục tạng chữ Vạn còn nhiều hơn thế nữa. Đây là hai bản Hán tạng tương đối đầy đủ nhất, trong đó tạng Đại Chánh được sử dụng rộng rãi trên quy mô thế giới.

Sự nghiệp phiên dịch Kinh điển ở nước ta được bắt đầu rất sớm, có thể trước cả thời Khương Tăng Hội, mà dấu vết có thể tìm thấy trong *Lục độ tập kinh*. Ngôn ngữ phiên dịch của Khương Tăng Hội là Hán văn. Hiện chưa có phát hiện nào về các bản dịch Kinh Phật bằng tiếng quốc âm. Suốt trong thời kỳ Bắc thuộc, do nhu cầu tinh thông Hán văn như là sách lược cấp thời để đối phó sự đồng hóa của phương bắc, Hán văn trở thành ngôn ngữ thống trị. Vì vậy công trình phiên dịch Kinh điển thành quốc âm không thể thực hiện. Bởi vì, công trình phiên dịch Tam tạng tại Trung Hoa thành tựu đồ sộ được thấy ngay, chủ yếu do sự bảo trợ của triều đình. Quốc âm chỉ được dùng như là phương tiện hoằng pháp trong nhân gian.

Cho đến thời Pháp thuộc, trước tình trạng vong quốc và sự đe dọa bởi văn hóa xâm lược, văn hóa dân tộc có nguy cơ mất gốc, cho nên sơn môn phát động phong trào chấn hưng Phật giáo, phổ biến kinh điển bằng tiếng quốc ngữ qua ký tự La-tinh. Từ đó, lần lượt các Kinh điển quan trọng từ Hán tạng được phiên dịch theo nhu cầu học và tu của Tăng già và Phật tử tại gia. Phần lớn các Kinh điển này đều thuộc Đại thừa, chỉ một số rất ít được trích dịch từ các A-hàm. Dù Đại thừa hay A-hàm, các Kinh Luận được phiên dịch đều không theo một hệ thống nào cả. Do đó sự nghiên cứu Phật học Việt Nam vẫn chưa có cơ sở chắc chắn. Mặt khác, do ảnh hưởng ngữ pháp Phạn, các bản dịch Hán hàm chứa một số vấn đề ngữ pháp Phạn Hán khiến cho ngay cả các nhà chú giải Kinh điển lớn như Cát Tạng, Trí Khải cũng phạm phải rất nhiều sai lầm. Chính Ngạn Tông, người tổ chức dịch trường theo lệnh của Tùy Dạng đế đã nêu lên một số sai lầm này. Cho đến Huyền Trang, vì phát hiện nhiều sai lầm trong các bản Hán dịch nên quyết tâm nhập Trúc cầu pháp, bất chấp lệnh cấm của triều đình và các nguy hiểm trên lộ trình.

Ngày nay, do sự phát hiện nhiều bản Kinh Luận quan trọng bằng tiếng Sanskrit, cũng như sự phổ biến ngôn ngữ Tây Tạng, mà phần lớn Kinh điển Sanskrit được phiên dịch, nên nhiều công trình chỉnh lý được thực hiện cho các bản dịch Phạn Hán. Thêm vào đó, do sự phổ biến ngôn ngữ Pali, vốn được xem là ngôn ngữ Thánh điển gần với nguyên thuyết nhất, một số sai lầm trong các bản dịch A-hàm cũng được chỉnh lý, và tỉ giáo, khiến cho lời dạy của Đức Thích Tôn được thọ trì một cách trong sáng hơn.

Trên đây là những nhận thức cơ bản để Ban phiên dịch Đại Tạng Kinh Việt Nam y theo đó mà thực hiện các bản dịch. Trước hết, là bản dịch các kinh A-hàm đang được giới thiệu ở đây. Các kinh thuộc bộ A-hàm được dịch sang Hán rất sớm, kể từ thời Hậu Hán với An Thế Cao. Nhưng phần lớn các truyền bản này đều phát xuất từ Tây vực, từ các nước Phật giáo thịnh hành thời đó như Quy-tư, Vu-điền. Do khẩu âm và phương ngữ nên trong các truyền bản được nói là Phạn văn đã hàm chứa khá nhiều sai lạc. Điều này có thể thấy rõ qua sự so sánh các đoạn tương đương Pali, hay các dẫn chứng trong Đại Tì-bà-sa, Du-già sư địa. Thêm vào đó, các dịch giả hầu hết đều học Phật và học tiếng Sanskrit tại các nước Tây Vực chứ không trực tiếp tại Ấn Độ như La-thập và Huyền Trang, nên trình độ ngôn ngữ Phạn có hạn chế. Các vị ấy khi vừa đặt chân lên Trung Hoa, do khát vọng thâm thiết của các Phật tử Trung Hoa, muốn có thêm kinh Phật để học và tu, cho nên trong khi chưa tinh thông tiếng Hán, mà công trình phiên dịch lại được thôi thúc cần thực hiện. Vì không tinh thông Hán ngữ nên công tác phiên dịch luôn luôn qua trung gian một người chuyển ngữ. Quá trình phiên dịch đi qua nhiều giai đoạn mà chính người chủ dịch không thể quán triệt, cho nên trong các bản dịch hàm chứa những đoạn văn rất tối nghĩa, và nhiều khi nhầm lẫn. Trong tình hình như vậy, một bản dịch Việt từ Hán đòi hỏi rất nhiều tham khảo để hy vọng tiếp cận với nguyên bản Sanskrit đã thất lạc, và cũng từ đó mà hy vọng có thể tiếp cận với lời Phật dạy hơn, điều mà các bản Hán dịch do trở ngại ngôn ngữ đã không thể thực hiện được.

Đại Tạng Kinh Việt Nam chủ yếu căn cứ trên Đại Chánh Đại Tạng Kinh, Nhật Bản, gồm 100 tập, được biên tập khởi đầu từ niên hiệu Đại Chánh (Taisho) thứ 11, Tl. 1922, cho đến niên hiệu Chiêu Hòa (Showa) thứ 9, Tl. 1934, tập hợp trên 100 nhà nghiên cứu Phật học hàng đầu của Nhật Bản, dưới sự chủ trì của Cao Nam Thuận Thứ Lang (Takakusu Junjiro) và Độ Biên Hải Húc (Watanabe Kaigyoku). Để bản sử dụng là bản in của chùa Hải Ấn, Triều Tiên, được gọi là bản Cao-lệ. Công trình chỉnh lý văn bản căn cứ các khắc bản Tống, Nguyên, Minh, cùng một số khắc bản và thủ bản tại Hoa và Nhật khác như tả bản Thiên Bình, bản Liêu của Cung nội sảnh, bản chùa Đại Đức, bản chùa Vạn Đức, v.v. Một số bản văn được phát hiện tại các vùng trong Tây Vực như Vu Điền, Đôn Hoàng, Quy Tư, Cao Xương, cũng được dùng làm tham khảo. Nhiều đoạn văn từ Pali và Sanskrit cũng được dẫn dưới cước chú để đối chiếu đoạn Hán dịch mà người biên tập nghi ngờ là không chính xác hoặc thuộc về dị bản nào đó.

Nội dung Đại tạng Đại Chánh được phân làm ba phần chính: phần thứ nhất, gồm 32 tập, là các bản dịch Phạn Hán bao gồm Kinh, Luật, Luận, được thuyết bởi chính kim khẩu của Phật, hay được kiết tập bởi các Thánh đệ tử, hoặc được trước tác bởi các Luận sư. Phần thứ hai, từ Đại Chánh tập 33 đến tập 55, trước tác của Trung Hoa, bao gồm các sớ giải Kinh, Luật, Luận, và luận thuyết riêng biệt của các tông phái Phật giáo Trung Hoa, các sử truyện, truyện ký, du ký, truyền kỳ; các bản Hán dịch thuộc ngoại giáo như Thắng luận, Số luận, Ba tư giáo, Thiên chúa giáo, các tập ngữ vựng Phạn Hán, giáo khoa Phạn Hán, các Kinh lục. Phần thứ ba, từ tập 56 đến 85, tập hợp các trước tác của Nhật Bản, gồm các sớ giải Kinh, Luật, Luận, phần lớn căn cứ trên các bản sớ giải Trung Hoa mà giải nghĩa rộng thêm, và các luận thuyết của các tông phái tại Nhật Bản. Còn lại 12 tập sưu tập các đồ tượng, tranh ảnh, phần lớn là các đồ hình mạn-đà-la của Mật tông. 3 tập cuối, tổng mục lục, liệt kê nội dung các bản Đại tạng lưu hành.

Ban phiên dịch Đại Tạng Kinh Việt Nam chọn Đại Chánh tạng làm để bản, phiên dịch tất cả tác phẩm được ấn hành trong đó. Phàm lệ để thực hiện bản dịch tạm thời được quy định như sau:

1. Đại Tạng Kinh Việt Nam bao gồm tất cả các bản dịch tiếng Việt của Tam Tạng Kinh Điển Phật giáo đã xuất hiện ở nước ta từ trước đến nay, qua các thời kỳ với nhiều dịch giả khác nhau, để cho thấy quá trình hình thành Đại Tạng Kinh Việt Nam qua lịch sử.

2. Về bản đáy, bản dịch Việt căn cứ trên ấn bản Đại Chánh Tân Tu Đại Tạng Kinh 100 tập, mỗi tập trên dưới 1000 trang chữ Hán cỡ 10pt và sẽ được đánh số theo thứ tự của số ghi trong bản in Đại Chánh. Mỗi trang của bản in Đại chính được chia làm ba cột: a, b, c. Số trang và cột này đều được ghi trong bản dịch để tiện tham khảo.

3. Vì thế, một bản kinh chữ Hán có thể có nhiều bản dịch tiếng Việt, nên sau số thứ tự của Đại Chánh, sẽ đánh thêm các mẫu tự A, B, C... để phân biệt các bản dịch tiếng Việt khác nhau của cùng một bản kinh chữ Hán đó.

4. Về xử lý văn bản trong khi phiên dịch, phần lớn căn cứ công trình hiệu đính và đối chiếu của bản Đại Chánh. Ngoài ra, tham khảo thêm các công trình hiệu đính và đối chiếu khác.

5. Giữa các ấn bản có những điểm khác nhau, bản Việt sẽ lựa chọn hoặc hiệu đính theo nhận thức của người dịch.

6. Trong bản Hán, nếu chỗ nào xét thấy văn dịch hay từ ngữ không phù hợp với giáo nghĩa truyền thống phổ biến, người dịch sẽ tham khảo các Kinh, Luật, Luận cần thiết để hiệu chính. Những hiệu chính

này được giải thích ở phần cước chú.

7. Bản Hán dịch thực hiện căn cứ phần lớn trên sự truyền khẩu. Do đó những từ phát âm tương tự dễ đưa đến ngộ nhận, như *sam* Pāli hay *sama* và *samyak*; *cala* và *jala*; *muti* và *muṭṭhi*, v.v… Trong những trường hợp này, người dịch sẽ tham chiếu các kinh tương đương, các bản Hán biệt dịch, suy đoán tự dạng nguyên thủy có thể có trong Phạn bản để hiệu chính. Những hiệu chính này đều được ghi ở phần cước chú.

8. Do các truyền bản khác nhau giữa các bộ phái, để có nhận thức về giáo nghĩa nguyên thủy, chung cho tất cả, cần có những nghiên cứu đối chiếu sâu rộng. Công việc này ngoài khả năng hiện tại của các dịch giả. Tuy nhiên, trong trường hợp có thể, những điểm dị biệt giữa các truyền bản sẽ được ghi nhận và đối chiếu. Những ghi nhận này được nêu ở phần cước chú.

9. Bản Hán dịch được phân thành số quyển. Bản dịch Việt không chia số quyển như vậy, nhưng sẽ ghi ở phần cước chú mỗi khi bắt đầu một quyển khác.

10. Các từ Phật học trong một số bản Hán dịch nếu không phổ biến, do đó có thể gây khó khăn cho việc đọc và nghiên cứu, trong các trường hợp như vậy, tuy vẫn giữ nguyên dịch ngữ của bản Hán, nhưng dịch ngữ tương đương thông dụng hơn sẽ được ghi trong phần cước chú. Trong trường hợp có thể, sẽ ghi luôn dịch giả của những dịch ngữ này và xuất xứ của chúng từ bản dịch nào để tiện việc tham khảo.

11. Các kinh sách tham khảo trong cước chú đều được viết tắt theo quy định phổ thông của giới nghiên cứu quốc tế; xem quy định về viết tắt ở cuối mỗi tập của Đại tạng kinh Việt Nam.

II. PHƯƠNG ÁN THỰC HIỆN

Dự án thực hiện bao gồm các công trình phiên dịch, biên tập, và ấn hành, một Hội Đồng phiên dịch Đại Tạng Kinh Việt Nam được thành lập, được điều phối bởi Tổng biên tập, với các nhiệm vụ được phân phối như sau:

1. Ủy ban Phiên dịch. Để hoàn tất một bản dịch, các công tác sau đây cần được thực hiện:

a. Phiên dịch trực tiếp: Các văn bản lần lượt được phân phối đến các vị có trình độ Hán văn tương đối, kiến thức Phật học cơ bản, và khả năng ngôn ngữ cần thiết, phiên dịch trực tiếp từ Hán sang Việt.

b. Hiệu đính và chú thích: nhiệm vụ chủ yếu của phần hiệu chính là đọc lại bản dịch thô và bổ túc những sai lầm có thể có trong bản dịch. Trong thực tế, người hiệu đính còn phải làm nhiều hơn thế nữa.

Trước hết là phần chỉnh lý văn bản. Phần này đáng lý phải thực hiện trước khi phiên dịch. Việc chỉnh lý văn bản thoạt tiên có vẻ đơn giản, vì người dịch chỉ lưu ý một số nhầm lẫn trong việc khắc bản của để bản. Những điểm khác nhau giữa các bản khắc hầu hết được ghi ở cước chú trong ấn bản Đại Chánh, người dịch chỉ cần hiểu rõ nội dung đoạn dịch thì có thể lựa chọn những từ thích hợp trong cước chú. Tuy nhiên, do hạn chế về trình độ Phật pháp và khả năng tham khảo nên đa số người dịch không chọn được từ chính xác. Mặt khác, ngay cả các từ trong cước chú không phải hoàn toàn chính xác. Ngay cả Đại sư Ấn Thuận cũng phạm phải một số sai lầm khi chọn từ, vì không tìm ra các đoạn Pali hoặc Sanskrit tương đương nên phải dựa trên ức đoán. Những ức đoán phần nhiều là sai. Mặt khác, nhiều sai lầm không phải do tả bản hay khắc bản, mà do chính từ truyền bản. Bởi vì, kinh điển từ Ấn Độ truyền sang hầu hết đều do khẩu truyền. Những biến đổi trong khẩu âm, phát âm, khiến nhầm lẫn từ này với từ khác, làm cho ý nghĩa nguyên thủy của giáo lý sai lạc. Người dịch từ Hán văn mà không có trình độ Phạn văn nhất định thì không thể phát hiện những sai lầm này. Điều đáng lưu ý những sai lầm này xuất hiện rất nhiều và rất thường xuyên trong nhiều bản dịch Phạn Hán.

Phần hiệu đính tập trung trên cú pháp Phạn mà ảnh hưởng của nó trong các bản dịch khiến cho nhiều khi ngay cả những vị tinh thông Hán, ngay cả các nhà chú giải kinh điển nổi tiếng cũng phải nhầm lẫn. Để hiểu rõ nội dung bản dịch Hán, cần thiết phải tìm lại nguyên bản Phạn để đối chiếu. Đại sư Cát Tạng đã vấp phải sai lầm khi không có cơ sở để phân tích mệnh đề Hán dịch là năng động hay thụ động, do đó đã nhầm lẫn người giết với kẻ bị giết. Đó là một đoạn văn trong *Thắng man* mà nguyên bản Phạn của kinh này đã thất lạc, nhưng đoạn văn tương đương lại được tìm thấy trong trích dẫn của *Sikṣasamuccaya* của *Sāntideva*. Nếu không tìm thấy đoạn Sanskrit được trích dẫn này thì không ai có thể biết rằng Cát Tạng đã nhầm lẫn.

Rất nhiều kinh điển trong nguyên bản Phạn đã bị thất lạc. Ngay cả những tác phẩm quan trọng như Đại Tì-bà-sa chỉ tồn tại trong bản dịch của Huyền Trang. Nhiều đoạn được trích dẫn trong bản dịch *Câu-xá*, mà Phạn văn đã được phát hiện, cũng giúp người đọc Đại Tì-bà-sa có manh mối để đi sâu vào nội dung. Đọc một bản văn mà không nắm vững nội dung của nó, nghĩa là chính dịch giả cũng không hiểu, hoặc hiểu sai, sao có thể hy vọng người đọc hiểu được đoạn văn phiên dịch? Do đó, công tác hiệu đính không đơn giản chỉ bổ túc những khuyết điểm trong bản dịch về lối hành văn, mà đòi hỏi công phu tham khảo rất nhiều để nắm vững nội dung nguyên tác trong một giới hạn khả dĩ.

Đại Tạng Kinh Việt Nam là bản dịch Việt từ Hán tạng, do đó không thể tự tiện thay đổi nội dung dù phát hiện những sai lầm trong bản Hán. Những sai lầm mang tính lịch sử, do đó không được phép loại bỏ tùy tiện. Tuy vậy, bản dịch Việt cũng không thể bỏ qua những nhầm lẫn được phát hiện. Những phát hiện sai lầm cần được nêu lên, và những hiệu đính cũng cần được đề nghị. Những điểm này được ghi ở phần cước chú để cho bản Việt vẫn còn gần với bản Hán dịch.

Trên đây là một số điều kiện tất yếu để thực hiện một bản dịch tương đối khả dĩ chấp nhận. Trong tình hình hiện tại, chúng ta chỉ có rất ít vị có thể hội đủ điều kiện yêu cầu như trên. Do đó, dự án thực hiện hướng đến chương trình đào tạo, không đơn giản chỉ là đào tạo chuyên gia dịch thuật, mà là bồi dưỡng những vị có trình độ Phật học cao với khả năng đọc và hiểu các ngôn ngữ chuyển tải Thánh điển, chủ yếu các thứ tiếng Pali, Sanskrit, Tây Tạng và Hán. Trong tình hình nghiên cứu Phật học hiện tại trên thế giới, người muốn nghiên cứu Phật học mà không biết đến các ngôn ngữ này thì khó có thể nắm vững giáo nghĩa căn bản. Và đây cũng là điều mà Ngạn Tông đã nêu rõ trong các điều kiện tham gia dịch thuật trong viện phiên dịch bảo trợ bởi Tùy Dạng Đế, mặc dù Ngạn Tông chỉ yêu cầu hiểu biết Phạn văn nhưng đồng thời cũng yêu cầu kiến thức uyên bác, không chỉ tinh thông Phật điển mà còn cả thư tịch ngoại giáo.

Chi tiết chương trình đào tạo cần được trình bày trong một dịp khác.

2. Ủy ban Ấn hành. Công tác ấn hành gồm các phần:

a. Sửa lỗi chính tả của các bản dịch. Hiện tại lỗi chính tả trong các bản dịch do các Thầy, Cô, và Phật tử tự nguyện chỉnh sửa. Nhưng chỉ là công tác nghiệp dư, do không chuyên trách, và do đó cũng thiếu kinh nghiệm trong việc phát hiện lỗi, nên các bản in phổ biến tồn tại khá nhiều lỗi chính tả.

b. Trình bày bản in. Công tác này tùy thuộc điều kiện kỹ thuật vi tính. Sơ khởi, ban ấn hành chưa đủ điều kiện để có những vị thành thạo sử dụng kỹ thuật vi tính trong việc trình bày văn bản. Công việc này hiện tại do các Thầy, Cô phụ trách, với trình độ kỹ thuật do tự học, và tự phát. Vì vậy, trong nhiều trường hợp không khắc phục được lỗi kỹ thuật nên hình thức trình bày của bản văn chưa được hoàn hảo như mong đợi.

Sự nghiệp phiên dịch được định khoảng 15 năm, hoặc có thể lâu hơn nữa. Hình thức Đại Tạng Kinh do đó không thể được thiết kế một lần hoàn hảo. Trong diễn tiến như vậy, tất nhiên trình độ kỹ thuật được cải tiến theo thời gian, khiến cho hình thức trình bày cũng cần thay đổi cho phù hợp với thời đại. Hậu quả sẽ khó tránh khỏi là sự không đồng bộ giữa các tập Đại Tạng Kinh ấn hành trước và sau.

c. Ấn loát. Sau khi hình thức trình bày được chấp nhận, bản dịch được đưa đi nhà in. Trách nhiệm ấn loát được giao cho nhà in với các khoản được ghi thành hợp đồng. Vấn đề ấn loát như vậy tương đối ổn định. Tuy nhiên, cũng cần có người chuyên trách để theo dõi quá trình ấn loát, hầu tránh những sai sót kỹ thuật có thể có do nhà in.

d. Phát hành, phổ biến và vận động. Một nhiệm vụ không kém quan trọng là phát hành và phổ biến Đại Tạng Kinh. Công việc này đáng lý do một ban phát hành chuyên trách. Nhưng trong điều kiện nhân sự hiện tại, một Ban như vậy chưa thể thành lập, do đó ban ấn hành kiêm nhiệm. Thêm nữa, công trình phiên dịch là sự nghiệp chung của toàn thể Phật tử Việt Nam, không phân biệt Giáo hội, hệ phái, do đó cần có sự tham gia và cống hiến của chư Tăng Ni, Phật tử, bằng hằng sản và hằng tâm, bằng tâm nguyện cá nhân hay tập thể dưới các hình thức hỗ trợ và bảo trợ bằng vật chất hoặc tinh thần, cống hiến bằng tất cả khả năng vật chất và trí tuệ. Công việc vận động này để cho được hữu hiệu với sự tham gia tích cực của nhiều chúng đệ tử cũng cần được chuyên trách bởi một ban vận động. Trong điều kiện nhân sự hiện tại, ban ấn hành kiêm nhiệm.

HẬU TỪ

Trải qua trên dưới 2 nghìn năm du nhập, những giáo nghĩa căn bản mà đức Phật đã giảng được học và hành tại Việt Nam, đã đem lại nhiều an lạc cho nhiều cá nhân và xã hội, đã góp phần xây dựng tình cảm và tư duy của các cộng đồng cư dân trên đất nước Việt. Thế nhưng, sự nghiệp phiên dịch cũng như ấn hành để phổ biến Thánh điển, làm nền tảng sở y cho sự học và hành, chưa được thực hiện trên quy mô rộng lớn toàn quốc.

Sự nghiệp phiên dịch tại Trung Quốc trải qua gần hai nghìn năm, với thành tựu vĩ đại, tập đại thành và bảo tồn kho tàng Thánh điển thoát qua nhiều trận hủy diệt do những đức tin mù quáng, quàng tín. Sự nghiệp ấy đại bộ phận do các quốc vương Phật tử tích cực bảo trợ, đã là sự nghiệp chung của toàn thể nhân dân theo từng giai đoạn đặc biệt của lịch sử. Việt Nam tuy cũng có các minh quân Phật tử, nhưng do tác động bởi các yếu tố chính trị xã hội nên chưa từng được tổ chức quy mô dưới sự bảo trợ của triều đình. Chỉ do yêu cầu thực tế học và hành mà một số kinh điển được phiên dịch, nhưng chưa đủ để lập thành nền tảng tương đối hoàn bị cho sự nghiên cứu sâu giáo nghĩa.

Gần đây, vào năm 1973, một Hội đồng phiên dịch Tam tạng lần đầu tiên trong lịch sử được thành lập. Chủ tịch: Thượng tọa Thích Trí Tịnh, Tổng thư ký: Thượng tọa Thích Quảng Độ, với các thành viên quy tụ tất cả các Thượng tọa và Đại đức đã có công trình phiên dịch và có uy tín trên phương diện nghiên cứu Phật học, dưới sự chỉ đạo của Viện Tăng Thống, Giáo hội Phật giáo Việt Nam Thống nhất. Chương trình phiên dịch được soạn thảo trên quy mô rộng lớn, nhưng do bởi hoàn cảnh chiến tranh cho nên chỉ mới thực hiện được một phần nhỏ. Một phần của thành quả này về sau được ấn hành năm 1993 bởi Viện Nghiên cứu Phật học Việt Nam, trực thuộc Giáo hội Phật giáo Việt Nam, dưới danh hiệu "Đại Tạng Kinh Việt Nam." Thành quả này là các Kinh thuộc bộ A-hàm được phân công bởi Hội đồng Phiên dịch Tam tạng, trong đó, *Trường A-hàm* và *Tạp A-hàm* do TT Thiện Siêu, TT Trí Thành và ĐĐ Tuệ Sỹ thuộc Viện Cao đẳng Phật học Hải đức Nha Trang; *Trung A-hàm* và *Tăng nhất A-hàm* do TT Thanh Từ, TT Bửu Huệ, TT Thiền Tâm thuộc Viện Cao đẳng Phật học Huệ Nghiêm Saigon.

Ngoài ra, một phần phân công khác cũng đã được hoàn thành như:

TT Trí Nghiêm: Đại Bát Nhã (Huyền Trang dịch, 600 cuốn) thuộc bộ Bát-nhã. TT Trí Tịnh: Kinh *Ma-ha Bát-nhã-ba-la-mật* (Đại phẩm) thuộc bộ Bát-nhã; Kinh *Diệu pháp Liên hoa* (La-thập dịch), thuộc bộ Pháp hoa; Kinh Đại phương Quảng Phật Hoa nghiêm (bản Bát thập) thuộc bộ Hoa nghiêm, và toàn bộ Đại bảo tích.

Các bản dịch này cũng đã được ấn hành nhưng do bởi đệ tử của các Ngài chứ chưa đưa vào Đại Tạng Kinh Việt Nam.

Những vị được phân công khác chưa thấy có thành quả được công bố.

Mặc dù với nỗ lực to lớn, nhưng do hoàn cảnh nhiễu nhương của đất nước nên thành tựu rất khiêm nhượng. Thêm nữa, các thành tựu này cũng chưa hội đủ điều kiện và thời gian thuận tiện được hiệu đính và biên tập theo tiêu chuẩn nghiên cứu và phiên dịch Phật điển trong trình độ nghiên cứu Phật giáo hiện đại của thế giới, do đó cũng chưa thể được dự phần trong sự nghiệp phiên dịch và nghiên cứu Phật học trên quy mô quốc tế, như cống hiến của Phật giáo Việt Nam cho cộng đồng nhân loại trong sự nghiệp hoằng dương Chánh pháp chung của toàn thể Phật tử thế giới vì lợi ích và an lạc của hết thảy mọi loài chúng sanh.

Sự nghiệp như vậy không thể là cống hiến cá biệt của một cá nhân hay tập thể, của một Giáo hội hay hệ phái, mà là sự nghiệp chung của toàn thể Tăng tín đồ Phật giáo Việt Nam, không chỉ một thế hệ, mà liên tục trong nhiều thế hệ, cùng tồn tại và tiến bộ theo đà thăng tiến của xã hội và nhân loại. Trên hết là báo đáp ân đức của Phật Tổ, đã vì an lạc của chúng sanh mà trải qua vô vàn khổ hành, qua vô số a-tăng-kỳ kiếp. Thứ đến, kế thừa sự nghiệp hoằng pháp lợi sanh của Thầy Tổ để cho ngọn đèn Chánh pháp luôn luôn được thắp sáng trong thế gian.

Vì vậy, chúng tôi khẩn thiết, trên nương nhờ uy thần nhiếp thọ của Chư Phật và Thánh Tăng, cùng với sự tán trợ của chư vị Trưởng lão hiện tiền trong hàng Tăng bảo, kêu gọi sự hỗ trợ cống hiến bằng tất cả tâm nguyện và trí lực, bằng tất cả hằng sản và hằng tâm, của bốn chúng đệ tử Phật, cho sự nghiệp hoằng pháp đệ nhất tối thắng này được tiến hành vững chắc và liên tục từ thế hệ này cho đến nhiều thế hệ tiếp theo, duy trì ngọn đèn Chánh pháp tồn tại lâu dài trong thế gian vì lợi ích và an lạc của hết thảy chúng sanh.

Mùa Phật đản Pl. 2552 – Mậu Tý 2008
Trí Siêu – Tuệ Sỹ
cẩn bạch

GIÁO HỘI PHẬT GIÁO VIỆT NAM THỐNG NHẤT
HỘI ĐỒNG PHIÊN DỊCH TAM TẠNG LÂM THỜI

DUYÊN KHỞI

Kể từ phong trào chấn hưng Phật giáo vào thập niên 1930, chư vị dịch giả đã cố gắng phiên âm và phiên dịch Kinh điển từ Hán văn hay chữ Nôm sang chữ quốc ngữ để sử dụng trong sinh hoạt thiền môn Việt Nam cũng như để đem giáo lý Phật đi vào quần chúng. Những nỗ lực như vậy rất đáng trân trọng, nhưng vẫn còn là những đóng góp từ cá nhân, mang tính cấp thời, chưa có sự phối hợp đồng bộ, và chưa đủ tầm mức học thuật để giới thiệu Thánh điển Phật giáo tiếng Việt đến với cộng đồng dân tộc.

Vài thập niên sau đó thì chữ quốc ngữ qua ký tự La-tinh mới được phổ cập trong thiền môn, và kinh sách Phật giáo bằng tiếng Việt, phiên dịch cũng như trước tác, mới được bùng khai, không những tạo nên các phong trào tu học của quần chúng khắp nước, mà còn là sự dẫn đạo tư tưởng của Phật giáo Việt Nam đối với các thế hệ trưởng thành trong chiến tranh qua sự thành lập Giáo Hội Phật Giáo Việt Nam Thống Nhất (GHPGVNTN), đồng thời kiến lập Đại Học Vạn Hạnh, một viện đại học tư thục Phật giáo đầu tiên tại Nam Việt Nam vào năm 1964.

Từ nguồn nhân lực dồi dào với nhiều vị pháp sư, học giả được đào tạo trong và ngoài nước, cũng như các cơ sở giáo dục Phật giáo được trải rộng khắp miền Trung và Nam Việt, Viện Tăng Thống GHPGVNTN đã có nền tảng vững chắc về học thuật để quyết định thành lập Hội Đồng Phiên Dịch Tam Tạng; và qua Hội nghị Toàn thể Hội đồng Phiên dịch Tam Tạng tổ chức tại Viện Đại Học Vạn Hạnh vào các ngày 20, 21,

22 tháng 10 năm 1973, hội nghị đã đưa ra dự án phiên dịch với mục lục tổng quát các Kinh điển truyền bản Hán tạng cần phiên dịch, phân chia công việc, cũng như giới thiệu thành viên của Hội đồng Phiên dịch Tam Tạng gồm 18 vị Pháp sư như sau:

HỘI ĐỒNG PHIÊN DỊCH TAM TẠNG 1973

A. *Ủy Ban Phiên Dịch:*

1. Hòa thượng Trưởng lão Thích Trí Tịnh (1917 – 2014)
Trưởng Ban
2. Hòa thượng Trưởng lão Thích Minh Châu (1918 – 2012)
Phó Trưởng Ban
3. Hòa thượng Trưởng lão Thích Quảng Độ (1928 – 2020)
Tổng Thư Ký
4. Hòa thượng Trưởng lão Thích Trí Quang (1923 – 2019)
5. Hòa thượng Trưởng lão Thích Đức Nhuận (1924 – 2002)
6. Hòa thượng Trưởng lão Thích Bửu Huệ (1914 – 1991)
7. Hòa thượng Trưởng lão Thích Trí Thành (1921 – 1999)
8. Hòa thượng Trưởng lão Thích Nhật Liên (1923 – 2010)
9. Hòa thượng Trưởng lão Thích Thiện Siêu (1921 – 2001)
10. Hòa thượng Trưởng lão Thích Huyền Vi (1926 – 2005)

B. *Thành Viên Bổ Sung:*

1. Hòa thượng Trưởng lão Thích Đức Tâm (1928 – 1988)
2. Hòa thượng Trưởng lão Thích Huệ Hưng (1917 – 1990)
3. Hòa thượng Trưởng lão Thích Thuyền Ấn (1927 – 2010)
4. Hòa thượng Trưởng lão Thích Trí Nghiêm (1911 – 2003)
5. Hòa thượng Trưởng lão Thích Trung Quán (1918 – 2003)
6. Hòa thượng Trưởng lão Thích Thiền Tâm (1925 – 1992)
7. Hòa thượng Trưởng lão Thích Thanh Từ (1924 –)
8. Hòa thượng Thích Tuệ Sỹ (1943 – 2023)

Sau gần 50 năm kể từ khi Hội đồng Phiên dịch Tam Tạng được thành lập, nhiều Kinh điển đã được phiên dịch, góp phần đáng kể vào kho tàng Thánh điển Phật giáo Việt Nam, nhưng có thể nói rằng dự án phiên dịch đưa ra thời ấy, vẫn chưa hoàn tất. Lý do thứ nhất, do hoàn cảnh chiến tranh và bất toàn xã hội, các Kinh điển được dịch rồi vẫn không có đủ thời gian thuận tiện để được hiệu đính và nhuận sắc lại theo đúng tiêu chuẩn Phật điển hàn lâm. Thứ nữa, với nguồn tài liệu cổ ngữ, sinh ngữ dồi dào hiện nay cùng với phương tiện kỹ thuật vi tính, thông tin liên mạng, chư vị dịch giả có rất nhiều cơ hội để truy cập, tham khảo, đối chiếu các truyền bản khác nhau để có được định bản tiếng Việt đáng tin cậy, theo chuẩn mực quốc tế. Ngoài ra, chư vị thành viên Hội đồng Phiên dịch đã theo thời gian, tuần tự viên tịch khi công trình phiên dịch còn dang dở. Nay chỉ còn 2 trong số 18 vị dịch giả còn đương tiền, nhưng một vị đang trong tình trạng bất hoạt; vị duy nhất còn lại có thể tiếp tục đảm đương trọng nhiệm là Hòa thượng Thích Tuệ Sỹ. Xét thấy, đây cũng là phước duyên hy hữu cho Phật giáo Việt Nam cũng như cho công trình phiên dịch Tam Tạng do Viện Tăng Thống đề ra nửa thế kỷ trước:

a) Về phương diện học thuật, Hòa thượng Tuệ Sỹ là một trong số ít học giả uy tín trong việc nghiên tầm, phiên dịch, chú giải và giảng thuật về Tam Tạng Kinh điển từ nhiều thập niên qua; đã và đang đào tạo, nâng đỡ nhiều thế hệ Tăng Ni và Cư sĩ có trình độ Phật học và cổ ngữ có thể phụ trợ công trình phiên dịch;

b) Về phương diện điều hành, Hòa thượng Tuệ Sỹ chính thức tiếp nhận ấn tín Viện Tăng Thống từ Đức Đệ ngũ Tăng Thống, hàm nghĩa kế thừa sự nghiệp hoằng pháp của GHPGVNTN, đồng thời kế thừa công trình phiên dịch của Hội đồng Phiên dịch Tam Tạng được Hội đồng Giáo phẩm Trung ương Viện Tăng Thống thành lập năm 1973.

Từ những nhân duyên và điều kiện kể trên, công trình phiên dịch dang dở của chư vị tiền hiền tất yếu phải được Hòa thượng Tuệ Sỹ đưa vai gánh vác, không thể để cho gián đoạn. Đó là lý do, từ danh nghĩa Viện Tăng Thống GHPGVNTN, Hội Đồng Phiên Dịch Tam Tạng Lâm Thời (HĐPDTTLT) đã được thành lập vào ngày 03 tháng 12 năm 2021, theo Thông Bạch số 11/VTT/VP, nhằm kế thừa sự nghiệp phiên dịch Tam Tạng của chư vị Trưởng lão Hội Đồng Phiên Dịch Tam Tạng Viện Tăng Thống, với thành phần nhân sự như sau:

HỘI ĐỒNG PHIÊN DỊCH TAM TẠNG LÂM THỜI 2021[*]

Cố Vấn:	Giáo sư Trí Siêu Lê Mạnh Thát (Việt Nam)
Chủ Tịch:	Hòa thượng Thích Tuệ Sỹ (Việt Nam)
Chánh Thư Ký:	Hòa thượng Thích Như Điển (Đức quốc)
Phó Thư Ký Quốc Nội:	Hòa thượng Thích Thái Hòa (Việt Nam)
Phó Thư Ký Hải Ngoại:	Hòa thượng Thích Nguyên Siêu (Hoa Kỳ)

Ủy Ban Duyệt Sách:

Hòa thượng Thích Tuệ Sỹ; Giáo sư Trí Siêu Lê Mạnh Thát.

Ủy Ban Phiên Dịch:

Hòa thượng Thích Đức Thắng (Việt Nam); Hòa thượng Thích Thái Hòa (Việt Nam); Thượng tọa Thích Nguyên Hiền (Việt Nam); Thượng tọa Thích Nhuận Châu (Việt Nam); Đại đức Thích Nhuận Thịnh (Việt Nam); Cư sĩ Đạo Sinh Phan Minh Trị (Việt Nam); Cư sĩ Trí Việt Đỗ Quốc Bảo (Đức quốc).

Ủy Ban Chứng Nghĩa Chuyết Văn:

Hòa thượng Thích Thiện Quang (Canada); Thượng tọa Thích Nguyên Tạng (Úc); Đại đức Thích Nhuận Thịnh (Việt Nam); Cư sĩ Tâm Huy Huỳnh Kim Quang (Hoa Kỳ); Cư sĩ Tâm Quang Vĩnh Hảo (Hoa Kỳ).

Những thành viên khác tùy theo nhu cầu sẽ được thỉnh cử sau.

Xét thấy công hạnh tu trì cũng như kiến văn của thành viên chưa thể sánh ngang với chư Tôn túc Trưởng lão Hội đồng Phiên dịch Tam Tạng 1973, do đó chỉ có thể thành lập Hội đồng Lâm thời để kế thừa việc phiên dịch Kinh-Luật-Luận theo khả năng. Trong điều kiện như thế, HĐPDTTLT sẽ không phiên dịch theo thứ tự lịch sử hình thành Thánh điển như Đại Chánh, mà theo phương pháp các Kinh Lục cổ điển, phân Thánh giáo thành Ba thừa: Thanh Văn Tạng, Bồ-tát Tạng và Mật Tạng. Cho đến khi nào sở học và đạo hạnh được nâng cao, đủ để xác định tín tâm trong hàng bốn chúng đệ tử, bấy giờ Hội đồng Phiên dịch Tam Tạng Lâm thời sẽ chuyển thành chính thức, và sẽ tuần tự thực hiện chương trình phiên dịch đúng theo đề xuất của Hội đồng Phiên dịch Tam Tạng 1973.

---

[*] Xem thêm chú thích cuối bài.

Sự nghiệp phiên dịch Đại Tạng Kinh là sự nghiệp chung, hệ trọng và trường kỳ, của Tăng tín đồ Phật giáo Việt Nam trong và ngoài nước. Hình thành Đại Tạng Kinh tiếng Việt không những tạo điều kiện thuận lợi cho việc nghiên cứu và thực hành Phật Pháp đúng đắn cho tứ chúng đệ tử, khẳng định vị thế của Phật giáo Việt Nam đối với nhân loại và cộng đồng Phật giáo quốc tế, mà còn là sự phục hưng những giá trị văn hóa dân tộc nhằm góp phần vào việc xây dựng và phát triển đất nước. Nhận thức được tầm quan trọng này, chư vị lãnh đạo các Giáo hội Phật giáo Việt Nam Thống Nhất tại hải ngoại đã vận động thành lập Hội Đồng Hoằng Pháp vào ngày 08 tháng 5 năm 2021, với sự tán trợ của Viện Tăng Thống, nhằm mở rộng con đường hoằng pháp ngoài nước theo tiêu hướng của GHPGVNTN, cũng như để vận động yểm trợ và thúc đẩy công trình phiên dịch và ấn hành Đại Tạng Kinh Việt Nam tiến đến thành tựu viên mãn.

Để tri niệm ân sâu của chư lịch đại Tổ sư và chư vị Tôn túc trong Hội Đồng Phiên Dịch Tam Tạng 1973 trong sự nghiệp hoằng truyền chánh đạo, Hội Đồng Hoằng Pháp nguyện góp phần công đức, toàn tâm ủng hộ, cúng dường tâm lực, trí lực và tài lực để Đại Tạng Kinh Việt Nam chuẩn mực được lần lượt ấn hành, khởi đầu từ Thanh Văn Tạng, tháng 01 năm 2022, cho đến khi hoàn tất Bồ-tát Tạng và Mật Tạng trong thập niên tới.

Nguyện đem công đức Pháp thí này hồi hướng chánh pháp cửu trụ, tứ chúng an hòa, phát Bồ-đề tâm tiến tu đạo nghiệp; lại nguyện nhân loại được an vui, phúc lạc; sớm chấm dứt thiên tai dịch bệnh, khắp loài chúng sinh đều được lạc nghiệp an cư.

Ngưỡng vọng chư tôn Trưởng lão, chư Hòa thượng, Thượng tọa, Đại đức Tăng Ni cùng bốn chúng đệ tử trong và ngoài nước chứng minh và liễu tri.

Nam mô Công Đức Lâm Bồ-tát.

Phật lịch 2565, năm Tân Sửu
Ngày 01 tháng 01 năm 2022

Hội Đồng Phiên Dịch Tam Tạng Lâm Thời
Cẩn bạch

CHÚ THÍCH *(cập nhật 15/09/2024)*:

Tham chiếu Quyết định số: 07.VTT/CTK/QĐ do Hòa Thượng Thích Tuệ Sỹ ký 21/09/2023; đồng thời tham chiếu Biên bản kỳ họp Ủy Ban Phiên Dịch Trung Ương mở rộng vào ngày 15/08/2024 và 29/08/2024, từ 9/2024 có những thay đổi về tổ chức và nhân sự sau:

- *Tên gọi mới:*

ỦY BAN PHIÊN DỊCH TRUNG ƯƠNG

- *Nhân sự:*

Chủ tịch:	Hòa Thượng Thích Như Điển
Chánh Thư Ký:	Hòa Thượng Thích Thái Hòa
Phó Thư Ký:	Hòa Thượng Thích Nguyên Siêu
Phụ tá đặc trách Giáo nghĩa	Tỳ-kheo-ni TN. Thanh Trì
Tiểu Ban Phiên Dịch Chuyên Trách:	

PHÀM LỆ

1. Đại Tạng Kinh Việt Nam bao gồm tất cả các bản dịch tiếng Việt của Tam Tạng Kinh Điển Phật giáo đã xuất hiện ở nước ta từ trước đến nay, qua các thời kỳ với nhiều dịch giả khác nhau, để cho thấy quá trình hình thành Đại Tạng Kinh Việt Nam qua lịch sử.

2. Về bản đáy, bản dịch Việt căn cứ trên ấn bản Đại Chánh Tân Tu Đại Tạng Kinh 100 tập, mỗi tập trên dưới 1000 trang chữ Hán cỡ 10pt và sẽ được đánh số theo thứ tự của số ghi trong bản in Đại Chánh. Mỗi trang của bản in Đại chính được chia làm ba cột: a, b, c. Số trang và cột này đều được ghi trong bản dịch để tiện tham khảo.

3. Vì thế, một bản Kinh chữ Hán có thể có nhiều bản dịch tiếng Việt, nên sau số thứ tự của Đại Chánh, sẽ đánh thêm các mẫu tự A, B, C... để phân biệt các bản dịch tiếng Việt khác nhau của cùng một bản Kinh chữ Hán đó.

4. Về xử lý văn bản trong khi phiên dịch, phần lớn căn cứ công trình hiệu đính và đối chiếu của bản Đại Chánh. Ngoài ra, tham khảo thêm các công trình hiệu đính và đối chiếu khác.

5. Giữa các ấn bản có những điểm khác nhau, bản Việt sẽ lựa chọn hoặc hiệu đính theo nhận thức của người dịch.

6. Trong bản Hán, nếu chỗ nào xét thấy văn dịch hay từ ngữ không phù hợp với giáo nghĩa truyền thống phổ biến, người dịch sẽ tham khảo các Kinh, Luật, Luận cần thiết để

hiệu chính. Những hiệu chính này được giải thích ở phần cước chú.

7. Bản Hán dịch thực hiện căn cứ phần lớn trên sự truyền khẩu. Do đó những từ phát âm tương tự dễ đưa đến ngộ nhận, như *sam* Pāli hay *sama* và *samyak*; *cala* và *jala*; *muti* và *muṭṭhi*, v.v… Trong những trường hợp này, người dịch sẽ tham chiếu các Kinh tương đương, các bản Hán biệt dịch, suy đoán tự dạng nguyên thủy có thể có trong Phạn bản để hiệu chính. Những hiệu chính này đều được ghi ở phần cước chú.

8. Do các truyền bản khác nhau giữa các bộ phái, để có nhận thức về giáo nghĩa nguyên thủy, chung cho tất cả, cần có những nghiên cứu đối chiếu sâu rộng. Công việc này ngoài khả năng hiện tại của các dịch giả. Tuy nhiên, trong trường hợp có thể, những điểm dị biệt giữa các truyền bản sẽ được ghi nhận và đối chiếu. Những ghi nhận này được nêu ở phần cước chú.

9. Bản Hán dịch được phân thành số quyển. Bản dịch Việt không chia số quyển như vậy, nhưng sẽ ghi ở phần cước chú mỗi khi bắt đầu một quyển khác.

10. Các từ Phật học trong một số bản Hán dịch nếu không phổ biến, do đó có thể gây khó khăn cho việc đọc và nghiên cứu, trong các trường hợp như vậy, tuy vẫn giữ nguyên dịch ngữ của bản Hán, nhưng dịch ngữ tương đương thông dụng hơn sẽ được ghi trong phần cước chú. Trong trường hợp có thể, sẽ ghi luôn dịch giả của những dịch ngữ này và xuất xứ của chúng từ bản dịch nào để tiện

việc tham khảo.

11. Các Kinh sách tham khảo trong cước chú đều được viết tắt theo quy định phổ thông của giới nghiên cứu quốc tế; xem quy định về viết tắt ở cuối mỗi tập của Đại Tạng Kinh Việt nam.

12. Quy ước các danh từ viết hoa

* Các từ gốc Sanskrit/Pāli:*

a. Từ thường phiên âm: tất cả viết thường với gạch nối. Như *śūnyatā* = thuấn-nhã-đa tính, *kṣatriya* = sát-đế-lợi. Trừ các từ tôn kính, theo ngữ cảnh; như: *Nirvāṇa* = Niết-bàn; *Ācārya* = A-xà-lê; *Bhikṣu* = Tỳ-kheo v.v...

b. Từ đặc hữu (nhân danh, địa danh): Chữ đầu hoa, còn lại thường, với gạch nối. Như *Śariputra* = Xá-lợi-phất, *Śrāvastī* = Xá-vệ, *Kapilavastu* = Ca-tì-la-vệ.

c. Trường hợp vừa âm vừa nghĩa, phần phiên âm chữ đầu hoa, còn lại thường với gạch nối; phần nghĩa viết Hoa, như *Śariputra* = Xá-lợi Tử.

* Các từ thuần Việt,* chưa có quy tắc chính thức, nhưng theo cách viết phổ thông hiện nay:

a. Từ phổ thông: tất cả không hoa, trừ trường hợp tôn kính hay đặc biệt.

b. Từ đặc hữu, nhân danh, địa danh: tất cả viết hoa.

Vạn Hạnh, Pl. 2550 - Dl. 2006
Trí Siêu và **Tuệ Sỹ** cẩn chí

BẢNG VIẾT TẮT

Câu-xá	A-tỳ-đạt-ma-câu-xá luận, T 29 No 1558
Cf.	*confer*, Tham chiếu, so sánh
cht.	chú thích
Ch.	Chương
...cho đến	Lặp lại nguyên văn đoạn trên
đd	đã dẫn
ff.	following, tiếp theo
M	*Majjhima-Nikāya* – Trung bộ kinh
n.	number, số hiệu
nt	như trên
Sdt.	sách dẫn trên
Sđd.	Sách đã dẫn
Skt.	Sanskrit
T	Taisho (大正), Đại chánh tân tu Đại tạng kinh, dẫn theo số sách, số trang, cột và dòng.
Th 1	*Theragātha* – Trưởng lão kệ
Th 2	*Therīgāthā* – Trưởng lão ni kệ
tr.	Trang
Vin.	*Vinaya*, Luật tạng Pāli
x.	xem

MŪLASARVĀSTIVĀDAVINAYAVASTU
BHAIṢAJYAVASTU

འདུལ་བ་གཞི་ལས། སྨན་གྱི་གཞི།

根本說一切有部毘奈耶藥事
大唐三藏義淨奉　制譯

CĂN BẢN THUYẾT NHẤT THIẾT HỮU BỘ
TÌ-NẠI-DA DƯỢC SỰ

ఐ ❋ ఌ

Hán dịch:
Đại Đường Tam tạng Pháp sư Nghĩa Tịnh

Việt dịch:
**Tỳ-kheo Thích Nguyên An, Tỳ-kheo Thích Tâm Nhãn,
Tỳ-kheo Thích Nguyên Thịnh**

Hiệu chú:
Tỳ-kheo THÍCH TUỆ SỸ

CĂN BẢN THUYẾT NHẤT THIẾT HỮU BỘ TÌ-NẠI-DA DƯỢC SỰ

LỜI DẪN

Đây là bản dịch Việt: *Căn bản thuyết nhất thiết Hữu bộ Tì-nại-da Dược sự*, căn cứ bản Hán dịch của Nghĩa Tịnh, gồm 18 quyển, số hiệu *Đại chánh* T24n1448, từ trang 1a01 đến trang 97a24.

Tập Việt dịch trước đây gồm 4 sự: Xuất gia, Bao-sái-đà (Bố-tát), Tuỳ ý (Tự tứ) và An cư; đã ấn hành năm 2016, nhà xuất bản Hồng Đức.

Trong tập này, tất cả những tài liệu cần thiết để đối chiếu với bản *Tạng*, *Sanskrit* và các bản tham khảo khác đã được liệt kê trong thư mục tham khảo tập trước. Ở đây chỉ ghi thêm một số bản dịch tham khảo khác.

1. **Để bản**, Hán dịch: T24n1448: 根本說一切有部毘奈耶藥事, *Căn bản thuyết nhất thiết Hữu bộ Tì-nại-da Dược sự*. 大唐三藏義淨奉制譯, tr. 1a01-97a24.

2. **Nguồn tham khảo đối chiếu chính:**

a. *Bản Phạn:* N. Dutt. Gilgit Manuscript, vol. 1-4, *Calcutta, Srinagar* 1939-1959. Vol. III: *Mūlasarvāstivādavinayavastu*, part 1-4. Part 1: *Bhaiṣajyavastu*; dto.: second edition, Delhi 1984.

b. *Tạng dịch:* sman gyi gzhi (*Bhaiṣajyavastu*). Toh 1, ch. 6, sDe dge Kangyur vol. 1 ('dul ba, **ka**), folios 277.b–311.a; vol. 2 ('dul ba, **kha**), folios 1.a–317.a; & vol. 3 ('dul ba, **ga**), folios 1.a–50.a.

3. Nguồn tham khảo thứ yếu:

a. Bản dịch tiếng Nhật: Yao, Fumi 八尾 史. (2013). *Konponsetsuissaiuburitsu yakuji* 根本説一切有部律薬事 ["The Bhaiṣajyavastu of the Mūlasarvāstivāda Vinaya" (annotated Japanese translation)]. Tokyo: Rengō shuppan 連合出版.

b. Bản dịch tiếng Anh từ Phạn văn: *"The Chapter on Medicines" from The Chapters on Monastic Discipline* ('*dul ba gzhi las/ sman gyi gzhi*), Translated by the *Bhaiṣajyavastu* Translation Team, under the patronage and supervision of 84000: Translating the Words of the Buddha, 2021.

TỤNG TỔNG NHIẾP

Dược, đại tướng, Vương xá, Trúc lâm,
Nhất-năng-già-la, Kim-tì-la,
Bản sơ vương, Đồng Trưởng, và bệnh.

(Tụng tổng tiêu các chương mục trong Dược sự không có trong bản Hán. Đây theo bản Phạn và Tạng)

Phạn:

bhaiṣajyavastuni piṇḍoddānam

bhaiṣajyaṃ mahāseno rājagṛham veṇuvanaṣaṇḍaḥ |
icchānaṅgālā ca kampilla ādirājyaṃ kumāravardhanam|
glānakāś ca kaineyo vargo bhavati samuditaḥ || (fol. 91v3 = GBM 6.765; MSV I i)

Tạng:

sman dag dang ni sde chen dang ||
rgyal po'i khab dang 'od ma'i tshal ||
shing mkhan yid tsha nang ga la ||
kam bi la dang sngon rgyal po'o ||
gzhon nu 'phel dang nad ba dan ||
gtam tu gyur dang sngar bsdus so || ('Dul ba kha)

CHƯƠNG I. THUỐC VÀ BỆNH

[1a07] Nhiếp tụng

*Khai cho dùng nhiều thuốc:
Cao, dầu trị bệnh ghẻ,
Thuốc mắt, và bệnh phong,
Và Tất-lân-bà-ta, v.v...*[1]

I. THUỐC CHO PHÉP

1. Các loại thuốc

Một thời, đức Bạc-già-phạm trú tại vườn Cấp Cô Độc rừng Thệ-đa,[2] thành Thất-la-phạt.[3] Bấy giờ, các bí-sô bị nhiễm bệnh mùa thu,[4] thân thể vàng vọt, gầy ốm tiều tụy, khốn khổ, không có sức lực.

Thế Tôn thấy vậy, biết mà vẫn hỏi A-nan-đà:

"Vì sao, này A-nan-đà, các bí-sô thân thể vàng vọt, gầy ốm không

---

[1] Skt. *uddānam: bhaiṣajyam anujñātaṃvasā kacchuś ca añjanam| unmattakaḥ pilindaś ca revataḥ sauvīrakeṇa ca||* Tib. *sdom la |sman ni* [sde. ka. 277] *rjes su gnaṅ ba daṅ ||tshil daṅ yan pa mig sman daṅ ||smyon pa daṅ ni pi lin da ||nam gru daṅ ni skyu ru khu'o ||* Chương này gồm các vấn đề: thuốc cho phép, mỡ, ghẻ ngứa, thuốc trị mắt, mất trí, Pilinda, Revata với cháo chua (giấm).

[2] 逝多林. Skt. *Jetavana*. Tib. *rgyal by rgyal byed kyi tshal*.

[3] 室羅伐. Skt. *Śrāvastī*; Xá-vệ.

[4] 秋時染疾. Skt. *śāradako rogaḥ*. Tib. *ston ka'i nad*. Các chứng bệnh thường xảy ra vào mùa thu (mùa mưa hay mùa hè), do thể *pitta* mất quân bình (*pitta-doṣa*). Một số triệu chứng được biết về loại bệnh này: thân nhiệt cao, tiêu chảy hay táo bón, viêm khớp, hơi thở hôi, đổ mồ hôi nhiều.

có sức lực?"

A-nan-đà bạch Phật:

"Bạch Đại đức! Tiết trời vào thu, các bí-sô... bị nhiễm nhiều loại bệnh, thân thể vàng vọt, gầy ốm, không có sức lực."

Phật bảo A-nan-đà:

"Do bệnh khổ này, nay Ta cho phép các bí-sô được uống các loại thuốc."

Tuy Thế Tôn cho phép uống các loại thuốc như vậy, nhưng các bí-sô chỉ uống đúng thời, phi thời không uống, cho nên sức khỏe vẫn suy nhược, thân thể ốm gầy không sức lực. Thế Tôn biết mà vẫn hỏi A-nan-đà:

"Ta đã cho phép các bí-sô được uống các loại thuốc, nhưng sao các bí-sô này vẫn ốm gầy?"

A-nan-đà bạch Phật:

"Tuy Thế Tôn cho phép các bí-sô được uống các loại thuốc, nhưng những bí-sô này đều uống đúng thời, phi thời không uống. Cho nên thân thể vàng vọt, ốm gầy, không sức lực."

Phật bảo A-nan-đà:

"Nay Ta cho phép các bí-sô, dùng bốn loại thuốc: 1. thời dược; 2. canh dược; 3. thất nhật dược; 4. tận thọ dược.

1. **Thời dược**[5] là lương khô, bánh, bánh đậu mạch, thịt, cơm.[6] Các loại thuốc này dùng trong thời gian thích hợp nên gọi là thời dược.

---

[5] 時藥. kālikāni bhaiṣajyāni. dus su rung ba. Thuốc đúng thời, các loại thực phẩm được xem như thuốc, dùng trong khoảng bình minh đến giữa trưa.

[6] 麨餅麥豆餅肉飯. maṇḍa (nước cơm, hồ, cháo, từ các loại ngũ cốc) odana (cơm) kulmāṣa (cháo chua) māṃ (thịt) apūpa (bánh, từ các loại bột). 'de gu dang | 'bras chan dang | zan dron dang | sha dang | snum khur ro|

2. **Canh dược**[7] là tám loại nước trái cây. Tám loại đó là gì?

(1) Nước chiêu-giả[8] (*tên một cây ở phương Tây, cũng gọi là điên-tứ-lê.[9] Gai giống gai trái bồ kết, mùi vị như trái mơ. Gai to một, hai ngón tay; dài ba, bốn tấc. Người ta ăn phải ép*)[10].

(2) Nước mao-giả[11] (*tức chuối chín, lấy ít mạt hồ tiêu đặt lên trên quả chuối, dùng tay đè mạnh xuống, vắt thành nước*).

(3) Nước cô-lạc-ca[12] **[1b01]** (*giống như táo chua, vị nó như nhau, đặc biệt loại táo này không có vị ngọt*).

(4) Nước quả a-thuyết-tha.[13]

(5) Nước ô-đàm-bạt-la[14] (*quả lớn như trái mận*).

---

[7] Canh dược 更藥. ᴿᴷᵀ *yāmika*. ᵀⁱᵇ *thun tshod*. Thời phần thuộc về đêm gọi là *yāmā* (canh). Đêm chia làm 3 canh, mỗi canh (*yāmā*) tương đương 3 giờ. Luật Tăng-kỳ & Thập tụng: dạ phần dược 夜分藥. Cũng gọi phi thời dược 非時藥 (*Luật Tứ phần*, thuốc uống phi thời). Canh dược có hai loại, một loại dùng trong thời gian từ trưa đến chiều, một loại từ chiều đến lúc mặt trời chưa mọc. Tức chỉ được cất dùng đến canh đầu (sơ canh) của đêm, nếu quá không được uống.

[8] Chiêu-giả tương 招者漿. ᴿᴷᵀ *cocapāna*; Monier-Williams: coca, vỏ quế, hoặc quả dừa. Từ điển PTS: nguồn gốc không rõ, dừa, hoặc chuối, hoặc quế. Có lẽ nên hiểu là dừa. ᵀⁱᵇ *shing thong tso tsa'i btung ba*.

[9] Điên-tứ (trớ)-lê 顛咀梨: (?)

[10] Chữ nghiêng trong ngoặc, các phụ chú trong bản Hán.

[11] Mao-giả tương 毛者漿: ᴿᴷᵀ *mocapāna*. ᵀⁱᵇ *chu shing gi 'bras bu'i btung ba*.

[12] Cô-lạc-ca tương 孤落迦漿: ᴿᴷᵀ *kolapāna*, nước táo. ᵀⁱᵇ *rgya shug gi btung ba*. Nt. âm: cô-lạc-ca, ᴿᴷᵀ *kolaka*, Monier-Williams: Alangium hexapetalum, không dẫn dành từ Anh; tên khoa học này, sách thuốc Việt nam gọi là quả qăng lông. ᴿᴷᵀ *kola*, Monier-Williams: *jujube* (táo ta), đồng nhất với ᵀⁱᵇ *rgya shung*: đại táo.

[13] A-thuyết-tha quả 阿說他果. ᴿᴷᵀ *aśvatthapāna*, nước hạt cây bồ-đề (Ficus Religiosa). ᵀⁱᵇ *a-shwattha'i btung ba*.

[14] Ô-đàm-bạt-la 烏曇跋羅. ᴿᴷᵀ *udumbarapāna*, nước quả sung (Ficus Glomerata). ᵀⁱᵇ *u-dum-bā-ra'i btung pa*.

(6) Nước bát-lỗ-sái¹⁵ (*quả giống như trái anh túc,*¹⁶ *vị cũng giống nhau*).

(7) Nước miệt-lật-trụy¹⁷ (*tức quả nho*).

(8) Nước khát-thọ-la¹⁸ (*quả giống trái táo nhỏ, ngọt mà lại chát, nhiều cây độc lập [một thân] như cây cọ. Nước loại cây này dùng để rửa tay, muốn uống phải lọc cho sạch mới dùng được*).

Tụng tóm lược nội dung trên:

Dừa, chuối chín và táo chua,
A-thuyết-tha, ô-(đàm)-bạt-la;
Anh túc, bồ đào, khát-thọ-la,
*Tám loại nước trái cây, nên biết.*¹⁹

3. **Thất nhật dược**²⁰ là bơ, dầu, đường, mật, thạch mật.²¹

---

¹⁵ Bát-lỗ-sái tương 鉢嚕灑漿: ᴿᵏᵗ *parūṣapāna*, nước quả mọng (Grewia Asiatica). ᵀⁱᵇ *pa-ru-sha-ka'i btung ba*.

¹⁶ Anh túc tử 蘡薁子, tên khoa học: Vitis bryoniifolia, là một loài thực vật hai lá mầm thuộc họ Nho.

¹⁷ Miệt-lật-trụy tương 蔑栗墜漿: ᴿᵏᵗ *mṛdvīkāpāna*. ᵀⁱᵇ *rgun 'bru'i btung ba*.

¹⁸ Khát-thọ-la tương 渴樹羅漿: ᴿᵏᵗ *kharjūrakapāna*. Tên khoa học Phoenix Sylvestris, cây chà là ở Ấn Độ (Monier-Williams). Loài thực vật có hoa thuộc họ Arecaceae. ᵀⁱᵇ *'bra go'i btung ba* (quả thị).

¹⁹ ᴿᵏᵗ *antaroddānam* (nội nhiếp tụng): *cocaṁ mocaṁ ca kolaṁ ca aśvatthodumbareṇa ca | pāruṣikaṁ ca mṛdvīkā kharjūraṁ cāṣṭamaṁ matam ||* ᵀⁱᵇ ('dul ba ka 278b2): *chu shing gi 'bras bu'i btung ba dang | rgya shug gi btung ba dang | ashwattha'i btung ba dang | udumbāra'i btung pa dang | parushaka'i btung ba dang | rgun 'bru'i btung ba dang | 'bra go'o btung ba'o ||*

²⁰ 七日藥. ᴿᵏᵗ *sāptāhika*, thuốc dùng trong thời hạn 7 ngày. ᵀⁱᵇ *shag bdun pa*.

²¹ 酥油糖蜜石蜜. ᴿᵏᵗ *sarpi* (bơ lỏng), *taila* (dầu mè), *phāṇita* (mật mía) *madhu* (mật), *śarkarā* (đường thẻ). ᵀⁱᵇ *zhag bdun pa ni mar dkar dang || til mar dang | bur ma gyi dbu ba dang | sbrang rtsi daṅ | sha kha ra'o ||*

4. **Tận thọ dược**[22] là rễ, thân, lá, hoa, quả. Lại có năm loại thuốc nhựa cây,[23] năm loại thuốc tro, năm loại thuốc muối, năm loại thuốc sáp.

(1) *Thuốc rễ*[24] là những gì? Hương phụ tử,[25] xương bồ,[26] hoàng khương,[27] sinh khương,[28] bạch phụ tử.[29] Nếu có thêm những thứ khác thì cứ theo thể lệ đó có thể dùng làm thuốc, và tùy ý sử dụng.[30]

(2) *Thuốc thân*: chiên đàn hương, cát bách mộc, thiên mộc hương, bất tử đằng, tiểu bách.[31] Nếu có những loại khác thì cứ theo như

---

[22] 盡壽藥. Skt *yāvajjīvika*, thuốc dùng cho đến hết hạn sử dụng. Tib *'tsho ba'i bar du bcang ba*.

[23] 膠藥 dao dược. Skt *jatu*. Tib *trang chu*. Tứ phần 42, T22, no. 1428, p. 867, b19: thuốc xà-bà 闍婆藥.

[24] Skt *mūlabhaiṣajya*, các loại thuốc chiết xuất từ rễ. Tib *rtsa ba'i sman*.

[25] 香附子, cỏ gấu, củ gấu. Skt *musta* (Cyperus rotundus). Tib *gla sgang*.

[26] 菖蒲. Skt *vaca* (Acorus calamus). Tib *shu dag*.

[27] 黃薑. Skt *haridrā* (Curcuma longa), nghệ. Tib *yung*.

[28] 生薑. Skt *ādraka* (Rhizoma zingiberis Recens), củ gừng. Tib *sge'u gsher*.

[29] 白附子. Skt *ativiṣā* (Typhonium giganteum). Tib *bong nga dkar po*.

[30] Hán (T24, 1b11): 若更有餘物，是此體例、堪為藥者，隨意當用。Skt *yad vā punar anyad api gaṇḍabhaiṣajyārthāya spharati nāmiṣārthāya*. Tib (sde. ka. 278b5): *gzhan yang rtsa ba'i sman gyi nang du togs pa zas kyi don du mi 'gyur ba gang yin pao*, "Còn những loại từ rễ khác dùng làm thuốc nhưng không dùng làm thức ăn." Các loại thuốc từ (2)-(5), cuối đoạn (*), các bản Phạn và Tib đều kết thúc như đây.

[31] Thuốc từ thân: 栴檀香,葛栢木,天木香,不死藤,小栢. Skt *gaṇḍabhaiṣajya*, các loại thuốc chiết xuất từ thân cây hay cọng dược thảo: *candana* (Santalum album): gỗ chiên đàn; *cavikā* (Piper chaba, ớt Java?); *padmaka* (Prunus cerasus), quả anh đào; *devadāru* (Cedrus deodara), mộc mật, mật hương, một hương, (tên khoa học: Avaria longifolia, hoặc Erythrosylonsideroxyloides); *guḍūcī*, dây thần thông khô (tên khoa học Cocculus cordifolius); *dāruharidrā*, hoàng liên râu, (tên khoa học Berberis aristata). Tib *sdong bu'i sman ni tsan dan dang | dbyi mo dang | shug pa dang | thang shing dan | sle tres dang | skyer ba dang | |*

trước mà dùng.*

(3) *Thuốc lá*, có ba loại lá: lá toan thái (dưa muối?), lá bà-xa-ca (*ở xứ này không có*), lá nhâm-bà (cũng là cây xoan), cao-xa-đắc-chỉ³² (*xứ này không có*). Các loại khác chuẩn theo đây mà dùng.*

(4) *Thuốc hoa*: hoa bà-xá-ca,³³ hoa nhâm-bà,³⁴ hoa đà-đắc-kê,³⁵ hoa rồng (?), (hoa) râu sen.³⁶ Các loại khác, thể theo đây mà biết.*

(5) *Thuốc quả*³⁷: quả ha-lê-lặc,³⁸ quả am-ma-lặc,³⁹ quả tỳ-hê-đắc-

---

32 Các loại thuốc lấy từ lá: 葉藥:酸菜 婆奢迦 絍婆 高奢得枳. patrabhaiṣajya,: paṭolapatra (Trichosanthes Dioeca), lá bầu, bí, *vāśakapatra* (Gendarussa Vulgaris), lá thanh táo; *nimba* (Azadirachta Indica), lá sầu đâu; *kośātakīpatra*, mướp khía, mướp tàu, tên khoa học Luffa acutangula. pa to la'i lo ma, ba śa ka'i lo ma, nim pa'i lo ma, ko śa ta ga'i lo ma.

33 Các loại thuốc từ hoa: Hoa bà-xá-ca 婆舍迦(婆奢迦)花. Monier-Williams: tên khoa học Gendarussa Vulgaris, Justicia Gendarussa. Hoa dịch tiểu bác cốt. Từ điển dược thảo Việt gọi là tần cửu hay thanh tác. Tác dụng nối gân tiếp xương.

34 Hoa nhâm-bà 絍婆花: *nimba*, cây sầu đâu, tên khoa học Azadirachta Indica. **Xem cht. 57 dưới.**

35 Hoa đà-đắc-kê 陀得雞花: (?)

36 Các loại thuốc từ hoa: 花藥: 婆舍迦花絍婆花陀得雞花龍花蓮花. puṣpabhaiṣajya, vāśakapuṣpa nimbapuṣpaṃ dhātukīpuṣpaṃ śakapuṣpaṃ (nāgapuṣpaṃ) padmakesara. ba sha ka'i me tog, nim pa'i me tog, dha ka'i me tog, shata'i me tog, pad ma kes ra'i me tog. [pdf. 551]

37 Các loại thuốc từ quả: 果藥: 訶黎勒果 菴摩勒果 鞞醯得枳果 胡椒 蓽茇 phalabhaiṣajya: harītakīm āmalakaṃ vibhītakaṃ maricaṃ pippalī. a ru ra, skyu ru ra, ba ru ra, na le sham, pi pi ling.

38 Quả ha-lê-lặc 訶黎勒果: *harīṭaka*; Thiện kiến 17, T24n1462, p795a20: Ha-lê-lặc, to như trái táo lớn, có vị chua đắng, dùng làm thuốc tiện lợi. *Tứ phần* (chú thích bản Việt): một loại trái chua, tên khoa học Myrobalan vàng, dùng để nhuộm màu vàng hay để xổ.

39 Quả am-ma-lặc 菴摩勒果: *āmala*, *āmalaka*. Thiện kiến 17, Yêm-ma-lặc (A-ma-lặc) là trái dư cam tử 餘甘子 (Phyllanthus emblica L.), ở đất Quảng Châu có trái này, hình dáng như trái Nhuy tử lớn

chỉ,⁴⁰ hạt tiêu,⁴¹ củ tương.⁴² Nếu có loại quả khác cứ chuẩn theo trước mà dùng*.

(6) *Năm loại* thuốc nhựa cây:⁴³ a-ngụy, ô khang, tử khoáng, sáp vàng, an tất hương.

Thuốc a-ngụy, là lấy từ nhựa cây a-ngụy.⁴⁴ Ô khang là lấy từ nhựa cây sa-la.⁴⁵ Tử khoáng là một loại nước đặc trên cành cây.⁴⁶ Sáp vàng⁴⁷ là chiết xuất từ chất dư trong mật. An tất hương⁴⁸ là nhựa cây.

(7) *Năm loại tro*: tro vỏ trấu,⁴⁹ tro dầu mè,⁵⁰ tro râu lúa,⁵¹ tro cỏ

(một thứ cây nhỏ có quả ăn được, hột dùng làm thuốc), ăn trừ bệnh phong.

⁴⁰ Quả tỳ-hê-đắc-chỉ 鞞醯得枳果: Skt.=Pali *vibhītaka*, Thiện kiến luật 17, tỳ-hê-lặc 鞞醯勒, hình dáng như trái táo, có vị ngọt dùng làm thuốc, có thể trị bệnh ho. *Tứ phần* (chú thích bản Việt): quả xuyên luyện 川練, dùng làm thuốc.

⁴¹ Hán: Hồ tiêu 胡椒. Bách nhất yết-ma 8, T24, no. 1453, p. 491, a14, mạt-lật-giả 末栗者, Skt *marica*. Tib *na le sham* (quả ớt).

⁴² Hán: Tất-bạt 蓽茇: Bách nhất yết-ma 8, Tất-bạt-lợi 蓽茇利 (tức củ tương 蒟醬 [cây trầu không, thuộc giống hồ tiêu], xưa gọi là tất-bạt-loại 蓽茇類). Skt *pippalī*.

⁴³ 黏藥: 阿魏 烏糠 紫礦 黃蠟 安悉香. Skt *pañca jatūni | hiṅguḥ sarjarasaḥ takas takakarṇī tadāgataś ca.* Tib *trang chu lnga ni shing kun dang | sra rtsi dang | rgya skegs dang | spra tshil dang | drod sman no|* (pdf.557).

⁴⁴ 阿魏, a ngụy, cũng gọi là hưng cừ 興渠, tức củ hành tây, có mùi hôi như tỏi. Skt *hiṅgu*. Tib *shing kun*.

⁴⁵ Cây sa-la. Skt *sāla-vṛkṣa*.

⁴⁶ Tử khoáng 紫礦. Skt *taka*, nhựa tử khoáng để nhuộm màu tía.

⁴⁷ Hán: hoàng lạp 黃蠟, Pali *takakarṇī*: sáp vàng, lấy từ sáp ong (*sikthaka*).

⁴⁸ An tất hương 安悉香: Skt *tadāgata*, Luật nhiếp 8, p. 569, c24: nhựa của các loại cây khác 諸餘樹膠.

⁴⁹ Hán: quáng mạch hôi 纊麥灰. Skt *yavakṣāra*.

⁵⁰ Luật nhiếp 8, p. 569c25: tro rễ cây dầu mè 油麻根灰.

⁵¹ Có thể trong bản Hán ngắt dấu sai: quáng mạch, đặc hôi 纊麥、麩灰. Luật nhiếp 8: tro bông lúa 纊麥芒灰. Skt *yavāsūkakṣāra*.

ngưu tất,⁵² tro lá cây bà-sa.⁵³

(8) *Năm loại muối*: muối đen, muối đỏ, muối đá, muối ăn, muối biển.⁵⁴

(9) *Năm loại thuốc sáp*,⁵⁵ gồm loại nào? Cây a-ma-la,⁵⁶ cây luyện,⁵⁷

---

⁵² Ngưu tất thảo 牛膝草: tên khoa học Hyssopus officinalis, Achyranthes bidentata Blume. Là loại cây thảo, có thân mảnh hơi vuông, cao độ 1m, ở các đốt phình lên như đầu gối chân trâu nên gọi là ngưu tất (gối trâu).

⁵³ Hán: bà-sa thọ diệp 婆奢樹葉: ⓈⓀᵀ *vāsakākṣāra*, một loại hương liệu, tên khoa học Gendarussa Vulgaris hay Adhatoda Vasica. Năm loại tro: ⓈⓀᵀ *paṃca kṣārāḥ: yavakṣāraḥ yāvaśūkakṣārāḥ sarjikākṣārāḥ tilakṣāraḥ vāsakākṣāraś ca.* ᵀⁱᵇ *thal ba lṅa:nas kyi thal ba, nas kyi phub ma'i thal ba, shing sa rdzi ka'i thal ba, til gyi thal ba, shing 'ba' śig ka'i thal ba.*

⁵⁴ Năm loại muối: 烏鹽 赤鹽 白石鹽 種生鹽 海鹽. ⓈⓀᵀ *saindhavaṃ viḍaṃ sauvarcalaṃ romaka sāmudrakam.* ᵀⁱᵇ *rgya mtshwa daṅ | lan tshwa smug po, kha ru tshwa, lan tshwa, rgya mtsho'i lan tshwa.* Mahāvagga vi. Vin.i. 202, năm loại muối: *sāmuddaṃ* (muối biển), *kālaloṇam* (muối đen), *sindhavaṃ* (muối đá), *ubbhidaṃ* (muối ăn), *bilaṃ* (muối đỏ).

⁵⁵ Thuốc chát 澁藥. ⓈⓀᵀ *kaṣāya,* ᵀⁱᵇ *bska ba*, thuốc có vị chát. Các loại dược thảo có vị chát do hàm lượng tannin, theo y học Ayurveda, có khả năng chữa trị các vết thương, trị viêm, chống nhiễm trùng. ⓈⓀᵀ *kaṣāya*: chỉ chung các loại thuốc sắc, 1 phần thuốc, 4 hay 8 cho đến 16 phần nước; sắc cho đến khi còn lại 1 phần tư. Tương tự như sắc thuốc bắc. Luật nhiếp 8: "Năm loại thuốc sáp, 1. am-ma-lạc-ca, 2. cuống-bà, 3. thiệm-bộ, 4. thất lợi-sái, 5. cao-thiêm-bạc-ca (tên cây này ở Đông Hạ [chỉ Trung Quốc] không có, không thể dịch) 一、菴摩洛迦；二、誑婆；三、瞻部；四、失利灑；五、高苫薄迦(此並樹名，東夏既無，不可翻也). ⓈⓀᵀ *pañca kaṣāyāḥ katame | āmrakaṣāyo nimbakaṣāyo jsmbūkaṣāyaḥ śirīṣkaṣyaḥ kośambakaṣāyaś ca |* ᵀⁱᵇ *bska pa lnga gang zhe na| a mrai bska ba dang| nim pa'i bska ba dang| dzam bu'i bska ba dang| sha ri sha'i bska ba dang|ko sham pa'i bska ba dang|* [pdf. 557.4]

⁵⁶ A-ma-la mộc 阿摩羅木: hoặc gọi am-một-la 菴沒羅, am-ma-lạc-ca, a-ma-lặc, v.v., quả xoài (**xem cht. 39 trước**). ⓈⓀᵀ *āmrakaṣāya;* ᵀⁱᵇ *a mra'i bska ba.*

⁵⁷ Luyện mộc 楝木: cách dịch khác là cây nhâm-bà 紝婆, tức cây sầu

cây thiệm-bộ,⁵⁸ cây thi-lợi-sa,⁵⁹ cây cao-thiêm-bạc-ca.⁶⁰

2. Pháp thức thọ trì

1. Trong đây, thời dược là thuốc dùng⁶¹ **[1c01]** đúng thời. Các loại thuốc như canh dược, thất nhật, tận thọ dược, mà trộn chung với thời dược phải được dùng trong thời; phi thời không được dùng.

Các thất nhật dược, tận thọ dược mà trộn chung với canh dược, chỉ được dùng trong sơ canh;⁶² qua canh không được dùng.

Tận thọ dược dùng chung với thất nhật dược, dùng trong thời hạn 7 ngày; quá 7 ngày không được dùng. Tận thọ dược (không trộn lẫn các loại khác), cần được thủ trì tận thọ⁶³ rồi mới dùng.

Bốn loại thuốc này khi dùng chung với nhau, nên dùng theo loại thuốc có hiệu lực nhất. Nếu không bệnh và bệnh nhẹ thì không nên dùng; hoặc xả cho đồng phạm hạnh.

2. Nên thủ trì⁶⁴ thế này:

Trước tiên, rửa tay sạch, tiếp nhận thuốc ấy, đối diện trước một bí-sô, ngồi chồm hổm, cầm thuốc nói như vầy:

đâu, tên gọi khác là sầu đông, nim, xoan sầu đâu, xoan ăn gỏi, xoan trắng, xoan chịu hạn, xoan Ấn Độ (Azadirachta indica) là một cây thuộc họ Meliaceae. Skt *nimbakaṣāya*; Tib *nim ba' bska ba*.

⁵⁸ Thiệm bộ mộc 贍部木: Skt *jambu*, Tib *'zam bu'i bska ba*; hoặc gọi cây diêm-phù 閻浮 (*Jambu*) là tên cây hồng táo.

⁵⁹ Thi-lợi-sa mộc 尸利沙木: Pali *sirīsa*; Tib *sha ri sha'i sbja ba*; tên khoa học: Acacia sirissa, cách dịch khác hợp hôn 合昏, dạ hợp 夜合 (vì lá loại cây này về đêm thì khép lại), là cây keo, cây xiêm gai.

⁶⁰ Cao-thiêm-bạc-ca mộc 高苫薄迦木: Skt *kośamba*; Tib *ko sham pa'i bska ba*; cách dịch khác câu-xa-ma 俱奢摩.

⁶¹ 服食: ăn như là dùng thuốc.

⁶² 初更分: phần đầu hôm, canh một. Skt *yāmā*, **xem cht. 7 trước**.

⁶³ 盡壽守持. Skt *yāvajjīvikam adhiṣṭhāya*, sau khi gia trì hiệu lực thành thuốc tận thọ, dùng cho đến hết hạn sử dụng. Phép gia trì thuốc sẽ được hướng dẫn đoạn sau.

⁶⁴ 守持. Skt *adhiṣṭheyam (adhiṣṭhā)*: gia trì, làm tăng gia hiệu lực, thời hạn.

'Cụ thọ nhớ nghĩ cho! Tôi Bí-sô ..., có bệnh duyên; thuốc tận thọ này, nay tôi thủ trì để dùng, cùng với các đồng phạm hạnh'.⁶⁵

Nói như vậy ba lần.

Thất nhật dược và canh dược cũng chuẩn theo đây mà thủ trì.

II. CÁC LOẠI BỆNH

1. Bệnh phong và thuốc mỡ

Nhân duyên tại thành Thất-la-phạt.⁶⁶ Có một bí-sô bị bệnh phong,⁶⁷ đến chỗ thầy thuốc, hỏi:

"Hiền thủ! Tôi bị bệnh phong, ông cho tôi một phương thuốc."

Thầy thuốc bảo:

"Thánh giả, cần phải uống mỡ của hữu tình⁶⁸ thì bệnh tình mới khỏi."

Bí-sô hỏi lại:

"Hiền thủ! Tôi ăn loại mỡ như vậy được sao?"⁶⁹

Thầy thuốc nói:

"Duy chỉ có vị thuốc đó, ngoài ra không thể trị hết bệnh ấy."

Các bí-sô mới đem nhân duyên này bạch đầy đủ với đức Phật. Đức

---

⁶⁵ Đây hiểu theo ngắt câu của Đại chánh. ᴾᵏᵗ *idaṃ bhaiṣajyaṃ yāvajjīvikam adhitṣṭhāmiteṣām arthāya sabrahmacāriṇāṃ ca evaṃ dvir api trr api.* Đọc theo ᵀⁱᵇ *sman ni bdag dang tshangs pa mtshungs par spyod pa rnams kyi don du 'tsho ba'i bar du bcang bar byin gyis brlab bo|| de bzhin du lan gnyis lan gsum du brjod do ||* "thuốc này, vì mục đích của tôi và các vị đồng phạm hạnh, tôi thủ trì đến hết đời." Nói như vậy 3 lần.

⁶⁶ Phạn I.3.10 [M.G.5], 'Dul ba ka 279b3. [pdf. 558]

⁶⁷ 風疾. ᴾᵏᵗ *vāyvābādhika glānya.* ᵀⁱᵇ *rlung nad.*

⁶⁸ 有情脂. ᴾᵏᵗ *vasāṃ sevara,* "hãy dùng mỡ", tất nhiên là mỡ động vật.

⁶⁹ ᴾᵏᵗ *kim ahaṃ puruṣādaḥ;* ᵀⁱᵇ *ci kho bo 'dre yin nam,* "Tôi há là quỷ (ăn thịt người sao?)"

Phật dạy:

"Bí-sô có bệnh, nếu thầy thuốc nói, duy chỉ có vị thuốc đó, ngoài ra không thể trị hết bệnh, thì có thể dùng mỡ."

Các bí-sô không biết phải uống những loại mỡ nào, quay lại hỏi thầy thuốc. Thầy thuốc bảo:

"Sư phụ của các thầy là bậc Nhất thiết trí, có thể đến đó tư vấn, tự nhiên sẽ biết."

Các bí-sô đến chỗ đức Phật hỏi, Phật nói:

"Có năm loại mỡ[70]: mỡ cá, mỡ cá heo, mỡ cá mập, mỡ gấu, mỡ heo. Năm loại mỡ này nếu nấu phi thời, lọc phi thời, thọ nhận phi thời, thủ trì phi thời, đều không được dùng.

Nếu nấu đúng thời, nhưng lọc phi thời, thọ nhận phi thời, thủ trì phi thời, cũng không được dùng.

Nếu nấu đúng thời, lọc đúng thời, nhưng thọ nhận phi thời, thủ trì phi thời, không được dùng.

Nếu nấu đúng thời, lọc đúng thời, thọ nhận đúng thời, nhưng thủ trì phi thời, không được dùng.

Nếu nấu đúng thời, lọc đúng thời, thọ nhận đúng thời, thủ trì đúng thời, thì được dùng. Uống như phép dùng dầu, chỉ dùng trong 7 ngày, nếu quá 7 ngày thì không được dùng."

Bí-sô bị bệnh phong kia nhờ uống thuốc mỡ mà bệnh tật tiêu trừ. Sau khi lành bệnh, số thuốc dư bí-sô đem bỏ hết. Sau đó cũng có bí-sô

---

[70] 魚脂江㹠脂鮫魚脂熊脂猪脂. Skt *matsyavasā* (mỡ cá), *śuśukavasā* (? *śiśukavasā*: mỡ cá heo), *śuśumāravasā* (? *śiśumāravasā*, mỡ cá sấu), *rikṣavasā* (mỡ gấu), *sūkaravasā* (mỡ heo). Tib *ña tshil dang | sbal pa dkar po'i tshil dang | chu srin byis la gsod kyi tshil dang | dom tshil dang | phag gi tshil lo.* [pdf.258] *Tứ phần* 10, T22, no. 1428, p. 627, b1: "Năm loại mỡ: mỡ gấu, mỡ cá, mỡ lừa, mỡ heo, mỡ cá ma-kiệt." Cf. *Mahāvagga* iv, Vin. i. 200: năm loại mỡ: gấu, cá, cá sấu, heo, lừa (*acchavasaṃ, macchavasaṃ, susuk±vasaṃ, sūkaravasaṃ, gadrabhavasaṃ*).

[2a01] bị bệnh phong, đến chỗ thầy thuốc hỏi:

"Hiền thủ! Tôi bị bệnh phong, ông cho tôi một toa thuốc."

Thầy thuốc bảo:

"Thầy nên uống thuốc mỡ. Đã có một bí-sô uống thuốc mỡ mà hết bệnh. Thầy nên tìm bí-sô đó."

Bí-sô bệnh liền đến chỗ bí-sô uống thuốc mỡ trước đây, hỏi:

"Cụ thọ! Thầy trước đây uống thuốc mỡ, bệnh phong được tiêu trừ; thầy thuốc chỉ bảo tôi cũng phải uống thuốc mỡ đó. Thầy còn thuốc mỡ không cho tôi xin."

Bí-sô kia đáp:

"Số thuốc mỡ dư đó tôi vứt bỏ hết rồi."

Bí-sô bệnh nói:

"Thầy thật không tốt, không nên làm thế."

Các bí-sô đem nhân duyên này bạch đầy đủ với Phật. Phật bảo các bí-sô:

"Nếu uống thuốc mỡ còn dư, không nên bỏ hết, phải cất giữ lại. Nay Ta sẽ nói pháp thức cất giữ thuốc: Nếu bí-sô dùng thuốc mỡ còn dư, có bí-sô khác đến cầu xin, thì phải cho liền. Như không có người cần thì đem đến bệnh xá.[71] Bệnh xá bảo quản tốt; ai cần thì đến đó lấy, cất giữ mà dùng. Ai không y giáo, phạm tội vượt pháp[72]."

2. Ghẻ ngứa và thuốc sáp

Nhân duyên giống như trước.[73] Có bí-sô thân bị ghẻ ngứa,[74] đến chỗ thầy thuốc hỏi:

"Hiền thủ! Tôi bị bệnh ghẻ ngứa; xin cho tôi thang thuốc."

Thầy thuốc bảo:

---

[71] 病坊 bệnh phường. Skt *glānakalpakaśālā*; Tib *sman khang*.
[72] 得越法罪. Skt *sātisāro bhavati*; Tib *'gal tshabs can du 'gyur ro*||
[73] Phạn I 4.7. 'Dul ba ka 280b7, [pdf. 559.7].
[74] 瘡疥. Skt *kacchū-roga*. Tib *g.yan pa'i nad:* གཡན་པའི་ནད་

"Thánh giả nên dùng thuốc sáp⁷⁵ sẽ lành bệnh."

Bí-sô đáp:

"Hiền thủ! Tôi há là người đắm dục⁷⁶ sao?"

Thầy thuốc giải thích:

"Chỉ có thuốc sáp mới có thể trị bệnh ghẻ nhọt, ngoài ra, không trị được."

Bí-sô hỏi lại:

"Vậy tôi phải dùng loại thuốc sáp nào?"

"Thưa Thánh giả! Sư phụ của thánh giả là bậc Nhất thiết trí, biết rõ việc này."

Các bí-sô... đến gặp Phật bạch lại, Phật dạy:

"Có năm loại thuốc sáp: am-một-la, nhâm-bà, thiệm-bộ, dạ hợp, câu-xa-ma,⁷⁷ những loại thuốc này, hoặc vỏ, hoặc lá, đều phải giã nát, nấu thành nước để bôi thân."⁷⁸

Đã bôi⁷⁹ rồi nhưng thân thể vẫn sinh ghẻ, đức Phật bảo bí-sô:

"Phải giã thành thuốc bột."

---

[75] 澁藥. Skt *kaṣāya*. Tib *bska ba*. Thuốc có vị chát. Cũng là chất dầu làm hương liệu. Cũng là chất uế làm ô uế tâm. **Xem cht. 55.**

[76] 耽欲人. Skt *kāmabhogī*: người hưởng thọ ngũ dục; có thể vị bí-sô này hiểu thuốc sáp *kṣāya* ở đây là một loại hương liệu bôi thân. Tib *'dod pa la spyod pa*.

[77] **Xem cht. 55.** Phiên âm đoạn này có vài chỗ khác với trên: 有五種澁藥：一者菴沒羅，二者絍婆，三者贍部，四者夜合，五者俱奢摩。Bản Phạn không kể chi tiết năm loại, chỉ nói vắn tắt: *pañca kaṣāyāḥ | āmrakaṣāyāḥ pūrvavat*, năm loại thuốc sáp, *āmraka*..., như trên. Tib *baska ba lnga ste a mra'i bska ba zhes bya na nas gong ma bzhin du'o* [pdf. 560.3], nghĩa như Skt.

[78] 此等諸藥 或皮 或葉並應擣碎 水煮塗身 "... những loại thuốc nầy ... để bôi thân"; không có chi tiết này trong các bản Phạn và Tib.

[79] Skt *kalkīkṛtya gātraṃ ghṛṣṭam*; tán thành bột rồi thoa thân; Tib *'de gur byas te lus byugs pa*.

Bí-sô giã ướt,⁸⁰ vo thành viên, không làm nát. Phật bảo:

"Không giã ướt, mà phải phơi khô."

Các bí-sô chờ giữa trưa cực nắng phơi thuốc,⁸¹ khiến mất hiệu lực. Phật dạy:

"Không được để giữa trưa nắng gay gắt mới phơi thuốc."

Bí-sô lại phơi trong bóng râm, thuốc bị mục⁸². Phật dạy:

"Nên phơi lúc nắng dịu."

Các bí-sô lấy thuốc sáp bôi lên thân lại tắm liền nên thuốc trôi hết, khiến thuốc không có hiệu lực. Phật dạy:

"Đợi khô, dùng tay chà thuốc lên da, sau đó mới tắm, tắm xong lại bôi; bôi xong lại tắm. Bệnh ghẻ sẽ lành."

Bí-sô bị ghẻ ngứa kia sau khi **[2b01]** lành bệnh, số thuốc dư đem đi bỏ. Lại có bí-sô khác bị ghẻ ngứa, đến chỗ thầy thuốc nói:

"Hiền thủ! Tôi bị bệnh khổ như vậy, hiền thủ cho tôi một phương thuốc."

Thầy thuốc kê toa dùng thuốc sáp bôi, và bảo:

"Có bí-sô... trước đây cũng bị bệnh ghẻ nhọt, nên lấy thuốc đó bôi, có thể tìm đến vị ấy lấy."

Bí-sô bệnh liền đến bí-sô kia hỏi:

"Cụ thọ! Trước đây thầy dùng thuốc sáp, thầy thuốc cũng bảo tôi dùng thuốc sáp. Nếu thầy còn dư số thuốc đó có thể cho tôi xin."

Vị bí-sô kia đáp:

"Số thuốc dư tôi bỏ hết rồi."

---

⁸⁰ 濕擣. Skt (kāṣayam) ādram eva cūrṇayanti: tán (thuốc sáp) ướt thành bột. Tib rlon ba la bstags pa.

⁸¹ Skt ātape śoṣayanti, phơi giữa nắng; Tib nyi ma la bskams pa.

⁸² 藥便衣生? Skt pūyyati; Tib rul bar rgyur nas [pdf.560.5], (thuốc) bị rữa (mục nát, thối).

Bí-sô kia nói:

"Không nên vất bỏ như thế mà không cất giữ."

Bí-sô ấy đem nhân duyên này bạch Phật, Phật dạy:

"Người dùng thuốc sáp phải nên biết cách sử dụng. Nếu thuốc dùng dư thì không được vứt bỏ. Nếu có bí-sô bệnh cần xin thì nên cho. Nếu không ai xin thì đem đến bệnh xá[83], y như pháp cất vào kho bảo quản. Ai có bệnh thì cung cấp. Nếu không y như vậy hành trì, phạm tội vượt pháp."

3. Đau mắt – An-thiện-na

Nhân duyên tại thành Thất-la-phạt.[84] Có bí-sô bệnh đau mắt, đến chỗ thầy thuốc hỏi:

"Hiền thủ! Tôi bị bệnh đau mắt. Hiền thủ cho tôi một phương thuốc."

Thầy thuốc bảo:

"Thánh giả nên dùng thuốc an-thiện-na,[85] tất nhiên bệnh sẽ lành."

Bí-sô nói:

"Tôi há là người ái dục!"[86]

Thầy thuốc bảo:

"Thưa Thánh giả, đây là thuốc chữa trị đau mắt. Ngoài ra, không thể."

Do nhân duyên này mà các bí-sô đến bạch lên Phật. Đức Phật dạy:

"Nếu thầy thuốc nói, thuốc này chữa trị mắt; ngoài ra, không thể; thì nên dùng an-thiện-na."

Nhưng bí-sô đó không biết phải dùng an-thiện-na nào. Lại hỏi thầy

---

[83] 病坊. *glānakalpikaśālā*; *sman khang*.
[84] Phạn I.5.3. 'Dul ba ka 281a2. [pdf. 561.2]
[85] An-thiện-na 安膳那: *añjana*, thuốc chữa mắt; cũng là một loại mỹ phẩm làm mắt đen, trông đẹp. *mig sman*.
[86] 愛欲之人. *kāmabhogī*, xem cht. 76.

thuốc, thầy thuốc bảo:

"Thưa Thánh giả, thầy của thánh giả là bậc Nhất thiết trí. Thánh giả nên đến đó hỏi."

Do nhân duyên này, các bí-sô đến bạch Phật. Đức Phật dạy:

"Có năm loại an-thiện-na[87]: an-thiện-na hoa, an-thiện-na nước cốt, an-thiện-na bột, an-thiện-na viên, an-thiện-na đá tao-tỳ-la[88] (một loại đá đỏ). Năm loại thuốc này có thể trị bệnh mắt. Cho nên bí-sô nếu đau mắt nên dùng an-thiện-na mới có thể tiêu trừ bệnh đau mắt."

Sau khi bí-sô đau mắt trị lành, số thuốc an-thiện-na dư lại đem vứt bỏ. Có bí-sô khác cũng bệnh mắt, đến thầy thuốc hỏi như trước. Thầy thuốc khuyên lại dùng thuốc an-thiện-na:

"Bí-sô… đã từng đau mắt, trước đây dùng an-thiện-na, có thể đến bí-sô đó xin."

Bí-sô bệnh nghe lời thầy thuốc đến bí-sô kia hỏi:

"Cụ thọ! Hiện nay tôi đau mắt, Cụ thọ còn an-thiện-na không?"

Bí-sô kia tìm lại số thuốc dư không thấy, mới báo:

"Cụ thọ! Thuốc dư **[2c01]** của tôi, bây giờ tìm không ra."

Do nhân duyên này, bí-sô đến bạch Phật. Đức Phật dạy:

"Bí-sô! Nếu có an-thiện-na dư, không được vội vứt bỏ, mà phải thâu cất. Về phương thức dùng an-thiện-na có cách thức, nay Ta sẽ chỉ dạy cách cất giữ. Thuốc an-thiện-na phải để chỗ an toàn. Loại an-thiện-na hoa nên để trong bát (bằng đồng). Loại thuốc nước cốt, cất

---

[87] 花安膳那汁安膳那林安膳那丸安膳那騷毘羅石安膳那. Skt. *puṣpāñjanaṃ rasāñjanaṃ cūrṇāñjanaṃ guṭikāñjanaṃ sauvīrakāñjanam.* Tib. *me tog gi mig sman dang | khu ba'i mig sman dang | phye ma'i mig sman dang | ri lu'i mig sman dang | btsag yug snam gyi mig sman no ||* [pdf. 561.6]

[88] 騷毘羅石. Skt. *sauvīraka; btsag yug snam*, một loại đá đỏ, dùng làm thuốc (*rdo sman zhig*, Hán Tib từ điển).

trong hộp nhỏ. Loại thuốc bột, bỏ trong ống tre[89]. Sau đó bỏ mỗi thứ trong túi vải[90], hay dùng bao lại, hoặc đinh móc treo trên tường vách. Bí-sô phải y pháp cất giữ an-thiện-na như thế. Ai không y pháp hành trì, phạm tội vượt pháp."

4. Phong cuồng – ăn thịt sống

Nhân duyên cùng xứ như trên.[91] Bí-sô Cụ thọ Tây-yết-đa[92] bị bệnh phong với chứng điên loạn,[93] đi lang thang nhiều nơi... bà-la-môn, cư sĩ thấy vậy, hỏi nhau:

"Con ai vậy?"

Có người trước đây biết rõ, mới nói với mọi người:

"Con vị cư sĩ kia."

---

[89] 竹筒. Tib. *dong bu*; Skt. *nāḍikā/ nālīkā*; Tib. *dong bu*.

[90] 粖藥置在竹筒裏。後一一安置袋中，或以物裹，或於牆壁釘橛繫之。 Skt. *cūrṇāñjanaṁ guṭikāñjanaṁ sauvīrakāñjanam ca puṭikāṁ baddhvā nāgadantake sthāpayitavyam*: thuốc bột (thuốc tán), thuốc viên, thuốc đá tao-tì-la, cất trong túi (*puṭikā*: đồng đựng có hình lá -Wogihara), sau khi buộc lại, treo lên ngà voi. Tib. *phye ma'i mig sman ni dong bu'i nang du'o| ri lu'i mig sman dang btsag yug snam gyi mig sman ni sgye'am| thum por skud pas zung nga la gdags par bya'o*: thuốc bột cất trong ống; thuốc viên, thuốc đá tao-tì-la cất trong túi, dùng chỉ buộc lại rồi treo lên đinh móc tường.

[91] 'Dul ba ka 281b4. [pdf. 562.4].

[92] 具壽西羯多. Skt. *āyuṣmān Saikata*. Tib. *tshe daṅ ldan pa Bye ma skyes*. Cf. 根本說一切有部尼陀那卷第二 T24n1452, tr. 0420a07. 根本說一切有部百一羯磨卷第九 T24n1453, tr. 0493b13.

[93] Theo y học Ayurveda, bệnh điên thuộc thể trạng phong (*vattaja*) có các triệu chứng như ngoại diện rách rưới, bù xù, mình nổi gân, khó thở, gầy còm, các khớp co giật đau nhức, thường vỗ tay, nhảy múa, la hét, đi lang thang. Truyền thuyết dân gian cho là bị quỷ la-sát nhập (*graha*). Loại quỷ này ưa thịt sống và máu do đó điều trị bằng cách ăn thịt sống (*āmakamaṁsa*) và máu tươi (*āmakalohita*). Cf. *Suśruta Samhita*, Vol. 6: *Uttaratantra*, Chapter LXII – Symptoms and Treatment of Insanity (Unmada), transl. by. p. 387.

Mọi người nói:

"Nếu không xuất gia trong số những sa-môn Thích Tử cô độc, thân thích tất có thể chữa trị cho."[94]

Các bí-sô đem chuyện này bạch Phật. Đức Phật dạy:

"Các bí-sô hãy tìm thầy thuốc trị bệnh phong cho Bí-sô Tây-yết-đa."

Các bí-sô đến chỗ thầy thuốc hỏi:

"Hiền thủ! Có một bí-sô, bị bệnh như vậy, xin cho chúng tôi phương thuốc."

Thầy thuốc bảo:

"Phải dùng thịt sống thì bệnh mới khỏi."

Các bí-sô hỏi lại:

"Hiền thủ! Há bí-sô ấy có thể ăn thịt người sao[95]?"

Thầy thuốc đáp:

"Thưa Thánh giả! Đó là thuốc trị bệnh phong, ngoài thuốc ấy ra không còn thuốc nào khác."

Các bí-sô đem nhân duyên này bạch Phật. Đức Phật dạy:

"Nếu thầy thuốc nói loại thuốc này, ngoài thuốc khác không thể trị

---

[94] Bản Hán: "Do vậy mà cô độc, khiến cho xuất gia trong giáo pháp sa-môn Thích Tử ... Nếu không xuất gia, thân thích sẽ chữa trị cho." Trên đây, dịch theo bản Tib Skt *śākyaputrīyaśramaṇā anāthā apy (a)pravrajitāḥ| yadi na pravrajito 'bhaviṣyat* jñātibhir asya cikitsā kṛtābhaviṣyat|* Tib *śākya 'i sras kyi dge sbyong mgon med pa rnams kyi nang du rab tu ma byung na 'di gnyen rnams kyis gsos par 'gyur ba zhig...* [pdf. 562.6]

[95] Skt *kim asau puruṣādaḥ*, vị ấy há là quỷ (la-sát) ăn thịt người sao? Như **cht. 69**. Câu hỏi như trường hợp bí-sô được khuyên dùng các loại mỡ động vật, theo ngữ cảnh, không nhất thiết ăn thịt người. Trong ngữ cảnh ở đây, không nên hiểu là bệnh nhân phải ăn thịt người. Chỉ là một cách nói. Tib *de ci 'dre yin nam*, như Phạn, trong đó *'dre*, chỉ chung ác quỷ, không nhất thiết ăn thịt người.

liệu, thì phải ăn thịt sống."

Các bí-sô đem thịt sống cho ăn. Vị kia tận mắt thấy, không dám ăn. Phật dạy:

"Phải lấy đồ che mắt lại, sau đó cho ăn."

Lúc bí-sô kia vừa cho ăn xong, vội tháo bỏ vật che. Bí-sô bệnh thấy tay có máu, liền nôn mửa. Phật dạy:

"Không nên tháo vật che mắt ngay, mà đợi ăn xong, rửa tay sạch, rồi để thêm thức ăn nước uống thơm ngon, khi ấy mới tháo vải che mắt và bảo: 'Thầy nên ăn thức ăn thơm ngon này, bệnh sẽ khỏi.'"

Bí-sô kia bệnh đã hết nhưng thường nhớ thèm loại thuốc đó. Các bí-sô đem nhân duyên này bạch Phật. Phật dạy:

"Trừ bệnh xong rồi thì thuận hành như bình thường. Nếu trái nghịch, phạm tội vượt pháp."

5. Tất-lăng-già-bà-tha

Nhân duyên tại thành Vương xá.⁹⁶ Bấy giờ, Bí-sô Tất-lân-đà-bà-tha⁹⁷ sau khi xuất gia, thân thể phát sinh nhiều bệnh. Các bí-sô đến thăm hỏi:

"Cụ thọ, tứ chi ra **[3a01]** sao?"

"Không yên ổn chút nào, thường có nhiều bệnh, không có dấu hiệu thuyên giảm."

Các bí-sô lại hỏi:

"Cụ thọ, trước kia Cụ thọ thường dùng loại thuốc gì?"

"Trước đây, tôi thường chứa túi vải đựng các loại thuốc,⁹⁸ khi cần

---

⁹⁶ Phạn I.6.9. 'Dul ba ka 282a5. [pdf.563.5]
⁹⁷ Tất-lân-đà-bà-tha 畢隣陀婆瑳(蹉): Ⓢ *Pilindavatsa*, Ⓟ *Pilindavaccha*. Ⓣ *pi lin da'i bu*. Cf. 根本說一切有部毘奈耶雜事 卷第十四 T24n1451, tr. 0269c13
⁹⁸ 雜藥袋. Ⓢ *bhaiṣajya-kacchapuṭa*, hộp đựng thuốc có nhiều ngăn (Monier-Williams, Wogihara). Ⓣ *sman gyi mchan khug*: (thuốc dưới nách) thuốc bên mình thường xuyên. Ⓢ *kaccha < kakṣa*: nách

lấy ra uống."

Các bí-sô hỏi:

"Giờ sao lại không uống?"

"Thế Tôn chưa cho phép."

Các bí-sô đem nhân duyên này bạch Phật. Phật dạy:

"Nay Ta cho phép các bí-sô có thể cất thuốc trong đãy."

Nhân đây các bí-sô cất chứa nhiều loại thuốc, đãy không chứa đủ.[99] Phật dạy:

"Thuốc đó cột lại, và treo lên móc ngà voi."[100]

Lại có số thuốc hư mục, Phật dạy:

"Tùy thời đem ra phơi nắng."

Các bí-sô đem thuốc phơi lúc trời nắng gắt, khiến cho mất hiệu lực. Phật dạy:

"Không nên phơi thuốc lúc trời nắng đỏ, mà phơi nơi có bóng râm."

Nhưng thuốc vẫn hư mục. Phật dạy:

"Nên để chỗ có bóng mát khô ráo."

[Khi dọn ra phơi][101] Gặp lúc trời mưa gió đến, các bí-sô không dọn

---

Wogihara); *puṭa*: túi (Monier-Williams, Wogihara).

[99] Skt. *bhikṣuṇāṃ mūlapuṣpagaṇḍaphalabhaiṣayāni dhārayitavyāni| te sarvatra bhaiṣajyāni kacchapuṭe na dāpayanti*, các bí-xô cần thọ trì các loại thuốc từ rễ, hoa, cành nhánh, quả; nhưng không cho hết vào trong hộp đựng thuốc. Tib. [...] *de'i nang du bcug pa dang de dag rul nas*, [...] cho các loại thuốc này vào trong đó, và thuốc bị mục nát. Skt. *dāpayanti*, sai sử cách của hai động từ căn khác nhau. 1. √*dā* (*dadāti*), *dāpayati*: khiến cho đặt để 2. √*dī* (*dīyate*) < *dāpayati*: khiến cho hư hại, hủy diệt.

[100] Phạn. "Các loại thuốc từ quả thì bỏ vào hộp thuốc. Các loại thuốc từ rễ, hoa, cành nhánh, buộc thành xâu rồi máng lên móc ngà voi."

[101] Những đoạn trong ngoặc [...] không có trong bản Hán.

cất.¹⁰² [Thế Tôn bảo, phải dọn cất.]

[Thế Tôn bảo dọn cất, nhưng] các vị không biết ai dọn cất.¹⁰³ Phật dạy:

"Sai bạch y. [Nếu không có bạch y, sai] cầu tịch dọn cất. Nếu không có [cầu tịch] thì tự mình dọn cất. Nếu thuốc dính với nhau thì bỏ đi, còn lại [nên tách rời nhau ra mà] dùng. Chớ có nghi hoặc; Ta vì bệnh nên cho phép, không bệnh không được phạm."

6. Kiết Li-phạt-đa

Nhân duyên tại thành Thất-la-phạt.¹⁰⁴ Bấy giờ có Cụ thọ Kiết Li-phạt-đa,¹⁰⁵ [trong mọi thời không thích tìm cầu,] thấy gì cũng đa nghi. Các bí-sô đều gọi Kiết Li-phạt-đa, vì ít cầu.¹⁰⁶ Vào một buổi sáng nọ, người "Ít cầu kia"¹⁰⁷ khoác y, ôm bát vào thành khất thực. Thứ tự khất thực, đoạn nghe tiếng người ta ép mía, nhân đi ngang qua, thấy họ vò đường cát thành viên¹⁰⁸, hòa với bột gạo. Bí-sô bảo:

"Ông chớ có trộn với bột mà vò thành viên."

Người kia hỏi lại:

"Chứ lấy gì khác có thể vò thành viên loại đường cát này?"

---

¹⁰² Hán: 不敢收舉, không dám dọn cất.
¹⁰³ Skt *te na jānanti kena praveśayitavyam iti.*
¹⁰⁴ Phạn I. 7.6. 'Dul ba la 282b6.
¹⁰⁵ Skt *Revata.* Kiết Li-phạt-đa 頡離伐多. Tib *Nam gru.*
¹⁰⁶ 少求故. Skt *kāṃkṣā*: mong cầu; nghĩa thường dùng trong Kinh: hoài nghi (do dự). Nghĩa Tịnh dịch luôn cả hai nghĩa, và chọn nghĩa "ít mong cầu" Skt *yasmād āyuṣmān revato yatra kvacana kāṃkṣī tasya kāṃkṣārevataḥ kāṃkṣārevata iti saṃjñā saṃvṛttā,* "Trưởng lão Revata bất cứ ở đâu cũng nghi ngờ do đó mọi người gọi là *Kāṃkṣā-Revata, Revata* đa nghi!" Tib *Nam gru Som nyi can.* Pali *Kāṅkha-Revata.* Vị Tôn giả này không đồng nhất với Tôn giả *Revata* (Li-bà-đa), em trai ngài Xá-lợi-phất. Pali *Khadiravaniya-Revata.*
¹⁰⁷ 其少求者.
¹⁰⁸ 沙糖團. Skt *guḍa,* đường mía, làm thành kẹo; kẹo đường. Tib *bu ram,* đường thô, đường mía, mật mía.

Bí-sô đáp:

"Tôi thật không biết có thứ nào để làm. Nhưng chúng tôi lúc phi thời cần ăn đường cát, cho nên trộn với bột thì không hợp."

"Thưa Thánh giả! Thời hay phi thời, tùy ý ăn hay không ăn. Loại này, trừ bột ra, với các thứ khác thì không vò thành viên được."

Bí-sô bỏ đi. Sau lần khác, lúc phi thời trong chúng có đường cát viên, bí-sô kia nghi ngờ không dám ăn. Đệ tử hỏi:

"Ô-ba-đà-da! Chúng có đường cát, đại chúng đều ăn, sao Ô-ba-đà-da không ăn?"

Kiết Li-phạt-đa nói:

"Vì có khi trộn với thức ăn[109], nên không ăn."

Các đệ tử nghe thế, cũng không ăn.

Bấy giờ các bí-sô mới hỏi:

"Cụ thọ, chúng ăn đường cát, sao không ăn?"

"Ô-ba-đà-da của tôi bảo, 'Có khi trộn với thức ăn.' Nghe thế nên chúng tôi không ăn."

Kiết Li-phạt-đa khiến trong chúng nhiều người không dám ăn. Các bí-sô mới đem nhân duyên này bạch với Phật. Đức Phật dạy:

"Không phải do đây mà thành nhiễm[110], vì cách làm đường đó là như vậy. Xuất xứ **[3b01]** là sạch sẽ, có thể dùng được. Chớ có nghi hoặc."

Một lúc nọ, sáng sớm Cụ thọ Kiết Li-phạt-đa khoác y, trì bát, vào thành khất thực. Thứ tự khất thực, trên đường đi, đến trước một tiệm buôn hương. Kiết Li-phạt-đa thấy người ta lấy bột gạo xoa vào tay,

---

[109] 食雜, ᴤᴋᴛ *guḍakhādanīya*, ᴛɪʙ *bca' ba bu ram*, đường trộn với thức ăn.
[110] 不由此故而成於染; ᴤᴋᴛ *na labhyante nāmiṣeṇāmiṣakṛtyaṁ kartum*: không thể thành thức ăn nếu không được làm bằng thực phẩm này.
   ᴛɪʙ *zas kyis zas kyi bya ba mi byed pa ni mi rnyed pas.*

sau đó lại vò đường cát. Nắm đường cát xong xoa bột vào tay. Bí-sô thấy thế, bảo:

"Hiền thủ! Tay đã xoa bột, chớ có nắm đường cát. Phi thời tôi cần dùng loại đường cát này."

Người kia nói:

"Thưa Thánh giả! Ai lại nhiều lần rửa tay rồi mới nắm chạm vào thứ khác đâu?!"

Sau lần đó, Kiết Li-phạt-đa nghi ngờ không dám ăn, chúng đệ tử cũng không ăn. Sự việc giống như trước. Các bí-sô đem nhân duyên này bạch Phật, Phật dạy:

"Nó vốn thành nhiễm, thì không thể ăn, mà thể nó vốn sạch thì ăn không phạm."[111]

7. Xá-lợi Tử

Nhân duyên tại thành Thất-la-phạt.[112] Cụ thọ Xá-lợi Tử thân bị bệnh phong. Cụ thọ Đại Mục-kiền-liên thấy Xá-lợi Tử bệnh, suy nghĩ: "Ta nhiều lần chăm sóc bệnh Xá-lợi Tử, mà chưa bao giờ hỏi thầy thuốc; nay nên đi hỏi." Liền đến chỗ thầy thuốc hỏi:

"Hiền thủ! Cụ thọ Xá-lợi Tử bệnh như vậy như vậy, xin cho một phương thuốc."

Thầy thuốc bảo:

"Xem ra bệnh trạng như vậy phải uống muối giấm[113] thì mới trừ bệnh được."

---

[111] Phạn I&Tib dẫn lời Phật lặp lại nguyên văn như trên. Nghĩa Tịnh diễn thêm ý khác. 染 nhiễm ở đây được hiểu là thức ăn (⟨Skt⟩ āmiṣa).

[112] MVSI.7.13 [G.M.13]. 'Dul ba ka 283b3.

[113] 鹽醋. ⟨Skt⟩ lavaṇam sauvīrakam: cháo chua với muối. ⟨Tib⟩ skyur khu'i nang du lan tshwa, muối trong giấm chua (hay cháo chua). ⟨Hán⟩ Tô-tì-la tương pháp 蘇毘羅漿法: Ma-ha-tăng-kỳ luật 29 T22n1425, tr. 0464b18, Thập tụng luật 56 T23n1435, tr. 0417a08, Tát-bà-đa bộ Tì-ni ma-đắc-lặc-già 6 T23n1441, tr. 600a28.

Đã xin được giấm, lại muốn xin thêm muối. Cụ thọ Tất-lân-đà-bà-tha bảo:

"Trước đây tôi có muối, dự trữ trong sừng, để dành uống trọn đời. Nếu Thế Tôn cho phép tôi sẽ đưa cho."

Cụ thọ Xá-lợi Tử nghe nói thế báo với Đại Mục-kiền-liên:

"Ý tôi có nghi ngờ. Nếu thuốc tận thọ (trọn đời) hòa với thời dược, phi thời không được uống."

Đại Mục-kiền-liên đem nhân duyên này bạch Phật, Phật dạy:

"Này Mục-liên! Nếu thời dược hòa với canh dược, hoặc hòa với thất nhật dược, hoặc hòa với tận thọ dược thì phải uống đúng thời, phi thời không được uống.

"Nếu canh dược hòa với thất nhật dược, hoặc hòa với tận thọ dược thì phải chia đều canh phần mà uống; quá canh phần thì không được uống.

"Nếu thất nhật dược hòa với tận thọ dược thì dùng trong bảy ngày, quá bảy ngày không được uống.

"Nếu tận thọ dược hòa với tận thọ dược thì uống trọn đời. Không y như vậy thì phạm tội vượt pháp."

CHƯƠNG II. ĐẠI TƯỚNG

Nhiếp tụng[114]

Tướng Quân và bệnh trĩ,
Bệnh phong và Viễn Mãn,
Hỏa Tứ, thầy thuốc rắn,
Mây mù, và chim ưng.

I. CÁC LOẠI THỊT

1. Thịt người

Bấy giờ, Thế Tôn ở tại nước Địch miêu,[115] du hành nhân gian, đến khu Tiên nhân đọa xứ,[116] rừng Thí lộc, thành Ba-la-nê-tư. Trong thành này có vị trưởng giả tên Đại Quân,[117] giàu sang phú quý, tiền của dồi dào, hưởng thụ đủ thứ. Ông trưởng giả có người vợ tên Đại Quân Nữ,[118] kính tín tam bảo, hiền thiện chất trực, ý nguyện thiện tịnh.

---

[114] Nhiếp tụng trong bản ᵀⁱᵇ ['Dul ba ka 284a4] *sde chen sha daṅ gzhang 'brum dang || rlung nad can dang gang po dang ||mes byin dang ni be'i ra to ||sprin can bya rog rnams yin no ||* Phạn I [7.9] chỉ còn 1 câu: *mahāseno māṃsamarśo vātavyādhiś ca pūrṇakaḥ*. Hán không có.

[115] 荻苗國. ˢᵏᵗ *Kaśī*, nổi tiếng tơ lụa, thủ đô *Vārāṇasī* (Ba-la-nại).

[116] 波羅疷斯仙人墮處. Phổ thông, Hán dịch là Tiên nhân đọa xứ, ˢᵏᵗ *Riṣipatana*. Ở đây, Phạn đọc là *Riṣivadana*, ᵀⁱᵇ *Drang srong smra ba*, Tiên nhân ngữ.

[117] 大軍. ˢᵏᵗ *Mahāsena*. ᵀⁱᵇ *sDe chen*. Tương đương Pāli, chuyện ưu-bà-di *Suppiyā* tự cắt thịt cúng dường tỳ-kheo bệnh, xem ᴾᵃˡⁱ *Vinayapiṭaka, Cūḷavagga*, PTS i 217. Tứ phần luật 42 T22n1428, tr. 0868c07: ưu-bà-di Tô-tì 蘇卑.

[118] 大軍女. ˢᵏᵗ *Mahāsenā*. ᵀⁱᵇ *sDe chen ma*.

Khi Đại Quân nghe Thế Tôn **[3c01]** du hành trong nước Địch miêu, đến khu Tiên nhân đọa xứ, rừng Thí lộc, thành Ba-la-nê-tư, ông suy nghĩ: "Đây chính là bậc Đại sư Thế Tôn của ta. Ta tuy nhiều lần thỉnh về nhà cúng dường nhưng chưa dâng cúng đầy đủ những tư cụ. Nay ta nên thỉnh nguyện cúng dường Thế Tôn hết thảy tư cụ trong ba tháng."[119]

Nghĩ xong, Đại Quân đến chỗ Thế Tôn, đánh lễ sát chân, rồi ngồi qua một bên.[120] Đức Thế Tôn thuận theo thứ lớp thuyết pháp, khai thị, chỉ giáo, khuyến khích, khiến cho trưởng giả Đại Quân hoan hỷ. Sau khi bằng nhiều phương tiện diễn thuyết diệu pháp, đức Phật ngồi im lặng.

Trưởng giả Đại Quân nghe pháp xong, lòng quá vui mừng, đứng dậy, rời chỗ ngồi, bày vai bên hữu, chắp tay lễ Phật, bạch Phật:

"Nguyện xin Thế Tôn và chúng Bí-sô, nhận lời thỉnh cầu của con, an cư ba tháng. Con sẽ cúng dường y phục, thức ăn nước uống, ngọa cụ, và y dược."

Thế Tôn im lặng nhận lời thỉnh cầu. Trưởng giả thấy Phật hứa khả, lòng rất vui mừng, đánh lễ Phật ra về.

Bấy giờ, trưởng giả Đại Quân cung cấp, cúng dường đầy đủ cho Thế Tôn và chúng Bí-sô trong ba tháng an cư, không thiếu thứ gì. Mỗi ngày, vào lúc sáng sớm trưởng giả Đại Quân luôn đến đánh lễ chân Thế Tôn, sau đó quan sát các bệnh của bí-sô. Có một bí-sô thân mang trọng bệnh. Trưởng giả đến thầy thuốc hỏi, vị thầy thuốc nọ bảo nên cho ăn canh thịt. Trưởng giả hỏi xong, quay về nhà bảo vợ:

"Hiền thủ! Có bí-sô bệnh, thầy thuốc dạy phải ăn canh thịt, mới có thể điều trị được. Nàng có thể làm giùm ta, để ta tức tốc đem đến chỗ bí-sô bệnh."

---

[119] Dịch theo bản Phạn; bản Tib đồng. Hán: "Nay ta nên đem của cải hiện có trong nhà thảy đều dâng lên đức Vô thượng Từ Tôn, tất cả để cúng dường."

[120] Từ đoạn này trở xuống, bản Hán tr. 3c5-40c16), bản [115] 'Dul ba. ka.284b1-kha.120a3: bản Phạn I tr. 8.18 trở đi khuyết.

Trưởng giả liền sai tiểu tỳ cầm tiền đến nhà hàng thịt mua ít thịt. Nhưng ngày hôm ấy, quốc vương sinh thái tử, cho nên cấm mổ thịt, ai vi phạm sẽ bị trọng tội. Dù có muốn mua giá cao cũng không được. Tiểu tỳ quay về thưa lại sự việc cho đại gia biết. Vợ trưởng giả suy nghĩ: "Trong ba tháng an cư, ta cúng dường cho Thế Tôn và Bí-sô Tăng, với tất cả của cải trong nhà không để cho thiếu thứ gì. Nếu nay không có thuốc này cúng dường, e rằng bí-sô kia mất mạng, thế thì mình không khéo." Suy nghĩ vậy, vợ trưởng giả liền vào trong phòng lấy dao bén cắt miếng thịt đùi của mình, trao cho tiểu tỳ, sai nó cắt nhỏ, nấu thành bát canh ngon, cấp tốc đem đến cho bí-sô bệnh dùng.[121]

Tiểu tỳ đem bát canh đến cúng cho bí-sô bệnh. Bí-sô dùng xong, tật bệnh dứt sạch. Bí-sô bệnh không biết vợ trưởng giả cắt thịt mình dâng cúng, **[4a01]** trong tâm suy nghĩ: "Ta đã thọ nhận bữa cúng dường này, không thích hợp cho ta nằm hoài, vô ích. Ta phải tu tập để đắc những gì chưa đắc, chứng những gì chưa chứng, chưa giải thoát khiến giải thoát." Bí-sô bệnh phát tâm tinh tấn tu tập, đoạn các phiền não, đắc quả A-la-hán, ba minh, sáu thông, đủ tám giải thoát, chứng biết như thật: Ta sinh đã tận, phạm hạnh đã lập, mọi việc đã làm xong, không thọ thân sau, tâm không chướng ngại, như tay vạch hư không, dao chém bùn thơm, yêu ghét không khởi. Quán vàng đất như nhau không sai khác. Mọi danh lợi đều xả bỏ. Chư thiên, Thiên đế Thích, Phạm thiên đều cung kính.[122]

---

[121] Bản Tib, Tì-nại-da sự, thông dật 24. 'Dul ba ka 285a5.

[122] Dịch sát văn Hán. Cf. ['Dul ba ka 285b2] *khams gsum gyi 'dod chags dang bral ba | bong ba dang gser du mnyam pa | nam mkha' dang lag mthil du mnyam pa'i sems ste'u dang tsan dan du mnyam pa | rig pas ma rig pa'i sgo nga'i sbubs dral cing rig pa dang | mngon par shes pa dang | so so yang dag par rig pa thob pa | srid pa'i rnyed pa dang chags pa dang | bkur sti la rgyab kyis phyogs pa | dbang po dang nye dbang po dang bcas pa'i lha rnams kyis mched par bya bya daṅ | rjed par bya ba daṅ | mṅon du smra bar bya bar gyur to,* "... vượt ba cõi, ly dục tham, xem vàng như đất cát, quán sát hư không như trong lòng bàn tay, xem chiên-đàn như củi mục, bằng minh mà đập vỡ vỏ trứng vô minh, chứng đắc minh, thắng trí, vô ngại giải, quay lưng với danh dự, lợi đắc, được Đế Thích, chư thiên đều tôn kính..."

Bấy giờ,[123] phần đầu của ngày, Thế Tôn khoác y, trì bát, dẫn đại chúng đến nhà Đại Quân. Vào trong nhà, Thế Tôn sau khi ngồi trên chỗ ngồi soạn sẵn, trước đại chúng, rồi hỏi trưởng giả:

"Vợ của ông đâu, sao không thấy ở đây?"

"Dạ thưa, ở trong phòng."

Đức Thế Tôn bằng oai lực không thể nghĩ bàn, gia hộ cho người nữ kia, khiến phần thịt bị cắt trên thân lành lặn, sắc tướng không thay đổi, bình phục như cũ. Vợ trưởng giả hướng đến Thế Tôn lòng vui mừng, từ trong phòng bước ra, đến chỗ Thế Tôn, đảnh lễ sát chân Ngài, rồi đứng qua một bên. Đức Phật bảo vợ trưởng giả:

"Cô vì nhân duyên gì mà trong đường hiểm sinh tử lại phát hạnh bồ-tát?"

Vợ trưởng giả chắp tay thưa bằng kệ:

> *Luân hồi trong sinh tử,*
> *Thân này dễ có được.*
> *Trăm ngàn câu-chi kiếp,*
> *Cảnh tôn thắng[124] khó gặp."*

Trưởng giả thấy Phật và đại chúng đều an tọa, ông dâng cúng các loại ẩm thực mỹ vị, thanh tịnh cho Phật, đại Tăng, khiến tất cả đều no đủ. Sau đó dọn dẹp bát đĩa, dùng tăm xỉa răng, rửa tay sạch sẽ, lấy ghế nhỏ ngồi một bên, nghe pháp. Đức Phật thuyết vi diệu pháp cho trưởng giả; khai thị, chỉ giáo, khuyến khích, khiến cho hoan hỷ.

Sau khi bằng vô số phương tiện diễn thuyết giáo pháp, đức Phật rời chỗ ngồi, trở về bổn xứ.

Đức Phật tập họp các bí-sô, ngồi giữa đại chúng, bảo các bí-sô:

"Ăn thịt người, mọi người đều nhờm gớm. Trong các loại thịt, thịt người là ô uế, đáng ghê tởm. Các bí-sô không được ăn. Nếu ăn thịt

---

[123] Văn Hán có vẻ thiếu một đoạn dẫn. ['Dul ba la 285b3-4]: "Chư Phật Thế Tôn, biết tất cả, thấy tất cả, tâm tư hiểu rõ tất cả..."
[124] 尊勝境. *sbyin gnas*, bố thí xứ, phước điền.

người thì phạm tội tốt-thổ-la-để-dã.¹²⁵ Nay Ta chế pháp hành trong chúng Thượng tọa. Các Thượng tọa, phàm giờ ăn của chúng, có người muốn thọ dụng thịt, trước tiên phải hỏi:

'Đây là thịt gì?'

Nếu Thượng tọa già bệnh, hoặc không phân biệt rõ ràng, hay không nhớ được, thì Thượng tọa đệ nhị **[4b01]** phải hỏi. Nếu Thượng tọa không hỏi thì phạm tội vượt pháp."

Bấy giờ, các bí-sô nghi ngờ chưa rõ, mới thưa thỉnh Thế Tôn:

"Bạch Thế Tôn! Vợ của trưởng giả Đại Quân tự cắt thịt mình cúng dường bí-sô, giúp cho bí-sô hết bệnh. Do nhân duyên này, bí-sô bệnh lòng biết tàm quí, tinh tấn không biếng nhác, chứng đắc lậu tận. Bí-sô bệnh ăn thịt người, bị chúng cơ hiềm, đối với pháp là trái nghịch, đáng bị khiển trách, nhưng vì nhân duyên gì lại đắc lậu tận?"

Đức Phật bảo các bí-sô:

"Bí-sô ấy chẳng phải chỉ đời này nhận sự cúng dường của người vợ trưởng giả, mà trong đời quá khứ, vô lượng kiếp, người nữ đó thường lấy thịt mình cúng dường cho bí-sô. Do nhân duyên đó mà quay lại đời này, vợ trưởng giả cũng lấy thịt cúng dường. Bí-sô kia trong đời quá khứ cũng nhờ người nữ này mà đắc ngũ thông. Nay trong đời này cũng chứng đầy đủ sáu thần thông, chứng đắc lậu tận.

"Các ông hãy lắng nghe! Khéo nhớ nghĩ, Ta sẽ nói đầy đủ nhân duyên cho các ông.

"Vào thời xa xưa, trong thành Ba-la-nê-tư có một trưởng giả¹²⁶ đại phú quý, nhân nghĩa, tín tâm thuận pháp, vợ của trưởng giả cũng vậy. Bấy giờ, có bà-la-môn thông minh, kiến thức uyên bác, đệ tử vây quanh số đến năm trăm, dạy đọc Minh luận.

---

[125] Tốt-thổ-la-để-dã 窣吐羅底也: ˢᵏᵗ sthūlātyaya, âm khác thâu-lan-giá 偷蘭遮, thâu-la-giá 偷羅遮, dịch là thô tội, đại tội, trọng tội. ᵀⁱᵇ *ltung ba sbom po*.

[126] ᵀⁱᵇ *khyim bdag sde chen*, như trên, gia chủ tên Đại Quân (*Mahāsena*) và vợ tên Đại Quan Nữ (*Mahāsenā*).

"Vị trưởng giả giàu có đối với bà-la-môn rất có thâm tín, ông thỉnh bà-la-môn và đồ chúng về nhà mình, cúng dường trọn vẹn tất cả của cải đang có, cho đến trọn đời tâm chí không biết mỏi mệt.

"Trưởng giả giàu có này do bản tính từ mẫn, cho nên mỗi buổi sáng thường vào thăm đồ chúng của người bà-la-môn, để biết họ có bình an không. Biết một người đệ tử của bà-la-môn mang thân đau khổ bệnh tật. Ông đến hỏi thầy thuốc. Thầy thuốc bảo:

"'Phải cho ăn canh thịt.'

"Trưởng giả hỏi xong trở về nhà, nói với vợ:

"'Có người đệ tử bà-la-môn bị bệnh, cần phải ăn canh thịt. Có thể sai tiểu tỳ cầm tiền đến chợ mua thịt về nấu canh, rồi đem đến cho người bệnh ăn.'

"Nhưng hôm đó, phu nhân của quốc vương sinh con, quốc vương sắc lệnh cấm giết thịt; ai vi phạm sẽ bị khép trọng tội. Có dùng tiền nhiều cũng không mua được. Tiểu tỳ quay về trình bày lại sự việc. Vợ trưởng giả nghe vậy, suy nghĩ: 'Nay ta thỉnh chúng bà-la-môn đến nhà cúng dường, mà ma-nạp-bạc-cá[127] này không dùng thuốc chắc chắn sẽ chết, không nghi ngờ gì. Vậy là mình có lỗi.' Nghĩ xong, liền vào phòng, cầm dao cắt miếng thịt đùi, sai đứa tiểu tỳ nấu canh, đem đến cho bệnh nhân.

"Người đệ tử bà-la-môn ăn canh xong, bệnh tật **[4c01]** tiêu trừ, rồi nghĩ: 'Hôm nay cấm ăn thịt, không thể tự nhiên mà có, chắc chắn người vợ trưởng giả tự cắt thịt mình, đem đến cho ta ăn.' Suy nghĩ xong, tâm sinh tàm quí, lại nghĩ: 'Ta cần phải chứng những gì chưa chứng, phải đắc những gì chưa đắc, những gì chưa hiển thị phải tinh tấn hiển thị, không được biếng nhác.' Do tinh tấn, ma-nạp này chứng năm thần thông.

"Này các Bí-sô! Chớ có sinh dị niệm. Ngày xưa vợ trưởng giả giàu có bố thí thịt, há là người nào khác đâu? Chính là vợ của trưởng giả Đại Quân ngày nay. Người bệnh ngày xưa, nay là bí-sô bệnh. Thời quá

---

[127] Hán: ma-nạp-bạc-ca 摩納薄迦: Skt *māṇavaka*; niên thiếu bà-la-môn. Tib *bram ze'i khye'u*.

khứ được người nữ này bố thí thịt, nhân duyên đó mà đắc năm thần thông. Ngày nay cũng chứng đắc đầy đủ, đạt quả vị A-la-hán."

Phật bảo các Bí-sô:

"Nghiệp thuần đen nhận quả báo thuần đen. Nghiệp thuần trắng nhận quả báo thuần trắng. Nghiệp tạp nhận quả báo tạp. Do đó, các bí-sô, cần phải xả bỏ nghiệp đen, hay tạp nghiệp, tu nghiệp thuần trắng."

2. Thịt voi

Nhân duyên tại thành Thất-la-phạt.[128] Bấy giờ, Thắng Quang Đại vương, vua nước Kiêu-tát-la[129] có con voi đệ nhất,[130] bỗng nhiên bị dịch chết. Năm đó bị đói kém mất mùa, bà-la-môn, trưởng giả, và những người trong nước đều phải ăn thịt voi.

Bấy giờ, vào giờ khất thực, nhóm sáu Bí-sô[131], khoác y, mang bát vào thành Thất-la-phạt, trình tự khất thực, lần lượt đến nhà một trưởng giả nọ. Lúc ấy, trong nhà trưởng giả hiện đang nấu thịt voi, hơi trong nồi bốc ra. Họ bèn đi vào nhà ấy để xin. Vợ trưởng giả nói:

"Hôm nay nhà con không có gì ăn."

Bí-sô hỏi:

"Chứ hơi trong nồi bốc ra là vật gì?"

Vợ trưởng giả trả lời:

"Thưa Thánh giả! Đó là thịt voi. Lẽ nào các vị ăn thịt voi được sao?"

"Chúng tôi sống được chỉ nhờ thí chủ cho. Nếu mọi người ăn thịt voi thì chúng tôi cũng ăn. Có thể bố thí cho chúng tôi."

---

[128] Phạn I. khuyết. 'Dul ba ka 287b3.
[129] 憍薩羅主勝光大王, Ba-tư-nặc (Skt. *Prasenajitrāja*, Tib. *gsal rgyal*) vua nước Kiêu-tát-la (Skt. *Kosala*).
[130] Theo ngữ cảnh đoạn dưới, có thể cả một đàn voi của vua chứ không phải một con "đệ nhất." Tib. *rgyal po gsal rgyal gyi glang po che tsho dgu kha dag go*, cả một đàn voi của vua Ba-tư-nặc chết hết.
[131] 六眾苾芻. Tib. *drug sde'i dge slong dag*; Skt. *ṣaḍvargikā bhiks bhiksavaḥ*.

Người vợ lấy thịt cho bí-sô. Nhóm sáu Bí-sô được đầy bát, bỏ vào đãy mang đi. Họ gặp bí-sô khác, thấy hỏi:

"Trong đãy bát của thầy là thứ gì, mà đựng đầy quá độ vậy?"

"Thịt voi."

"Lẽ nào các vị ăn thịt voi sao?"

"Này Cụ thọ! Gặp thời đói kém mất mùa, không xin được gì để ăn, chẳng lẽ chịu đói mà chết sao?"

Các bí-sô đem nhân duyên này bạch với Phật. Đức Phật dạy:

"Này các bí-sô! Trời, rồng, dạ-xoa, nhơn, phi nhơn các loại, cho đến quốc vương, đại thần đều cung kính các bí-sô, cớ sao ăn thịt voi của vương gia? Nếu nhà vua nghe được, chắc chắn sẽ nói rằng: 'Do các bí-sô ăn thịt voi nên con voi đệ nhất của ta phải chết.' Họ sẽ phỉ báng cười chê. Cho nên bí-sô không được ăn thịt voi. Ai ăn, phạm tội vượt pháp. Thịt voi cũng vậy, thịt ngựa cũng **[5a01]** thế."

3. Thịt rồng

Bấy giờ, Thế Tôn trú tại tinh xá bên bờ hồ Yết-già, trong thành Chiêm-ba.[132] Trong hồ có một con rồng tên Chiêm-bệ-da,[133] tín tâm hiền thiện, vào những ngày mùng 8, 14 trong tháng, nó thường ra khỏi cung, biến thành hình người, đến chỗ các bí-sô thọ 8 chi học xứ. Rồng Chiêm-tỳ-da thọ rồi, ở chỗ trống lại trở về nguyên hình, nhưng không làm tổn hại chúng sinh nào.

Nhân gặp lúc đói kém mất mùa, người gầy gò, kẻ chăn bò, chăn dê, người hái củi, người sinh sống theo chánh đạo, kẻ mưu sinh theo tà mạng, tất cả tập trung cắt xẻ thịt rồng, đem về ăn.

Hôm đó, đến giờ, nhóm sáu Bí-sô khoác y, cầm bát vào thành khất thực, đến nhà trưởng giả nọ. Khi ấy, trong nhà trưởng giả đang nấu thịt rồng, hơi trong nồi bốc ra. Họ bước vào nhà để xin. Vợ trưởng

---

[132] 贍波城，揭伽池岸精舍. yul tsam pa na drang srong gar ga'i rdzing 'gram na, bên bờ hồ Già-da Tiên nhân. ['Dul ba ka 288ᵃ3] *Tứ phần* 36, T22, no. 1428, p. 824, a7: gọi là sông Già-già 伽伽河.

[133] Chiêm-bệ-da 瞻箄耶. bsam pa can. *Campeyyanāga*.

giả nói:

"Hôm nay nhà con không có gì ăn."

Bí-sô hỏi:

"Vậy hơi trong nồi bốc ra là thứ gì?"

"Thưa Thánh giả! Đó là thịt rồng. Há các vị ăn thịt rồng được sao?"

"Chúng tôi duy chỉ sống nhờ thí chủ cho. Các vị ăn được thì chúng tôi ăn được. Cứ lấy cho chúng tôi."

Người vợ lấy thịt cho bí-sô. Do đó nhóm sáu Bí-sô được nhiều thịt.

Lúc bấy giờ, vợ loài rồng kia suy nghĩ: "Do các bí-sô ăn thịt rồng nên mọi người đều cùng ăn. Thế thì khi nào chồng ta mới thoát được đau khổ? Ta phải đem chuyện này đến hỏi Phật." Đầu đêm đã qua, vợ của rồng đến chỗ Phật, đảnh lễ sát chân Phật, ngồi qua một bên. Ánh sáng trên thân rồng nữ tỏa sáng khắp vùng, bên hồ Yết-già đều sáng rực. Rồng nữ chắp tay cung kính hỏi Thế Tôn:

"Thưa Đại đức! Chồng của con, tín tâm hiền thiện, những ngày mùng 8, 14 trong tháng, chồng con xuất cung, biến thành hình người, đến chỗ các bí-sô thọ 8 chi học xứ. Sau khi thọ giới ở chỗ trống hiện trở lại thân rồng, nhưng không làm tổn hại chúng sinh nào. Gặp năm mất mùa, những người đói khát cùng nhau xẻ thịt chồng con, nhân đó bí-sô này cũng nhận lấy phần nhiều đem về ăn. Vậy khi nào chồng con mới tránh khỏi khổ? Nguyện xin Thế Tôn từ bi lân mẫn, chế cho các bí-sô chớ có ăn thịt rồng."

Thế Tôn nghe vậy, im lặng hứa khả. Rồng nữ biết đức Phật im lặng hứa khả, đảnh lễ cáo lui. Đức Thế Tôn đợi đến sáng, ngồi trước đại chúng, bảo các bí-sô:

"Đêm hôm qua, đầu đêm đã qua, có rồng nữ ở Chiêm-ba, [5b01] với ánh sáng rực rỡ đến chỗ Ta, sau khi tỏ bày kính lễ, rồi ngồi qua một bên. Oai quang trên thân rồng nữ chiếu sáng khắp vùng, bên hồ Yết-già đều có ánh sáng. Rồng nữ bạch rằng:

'Bạch Đại đức! Chồng của con, tín tâm hiền thiện, những ngày mùng 8, 14 trong tháng, chồng con xuất cung, biến thành hình người, đến chỗ các bí-sô thọ 8 chi học xứ. Sau khi thọ giới ở chỗ trống hiện trở lại thân rồng, nhưng không làm tổn hại chúng sinh nào. Gặp năm mất mùa, những người đói khát cùng nhau xẻ thịt chồng con, nhân đó bí-sô này cũng nhận lấy phần nhiều đem về ăn. Vậy khi nào chồng con mới tránh khỏi khổ? Nguyện xin Thế Tôn chế cho các bí-sô chớ có ăn thịt rồng, sinh tâm từ mẫn.'

"Ta nghe như vậy ngồi im lặng. Rồng nữ thấy Ta im lặng, đánh lễ cáo lui. Cho nên, các bí-sô không được ăn thịt rồng. Ăn thịt rồng, thì chư thiên, loài rồng, v.v... đều khinh rẻ, mất hết thiện pháp, chẳng phải Thích tử. Vì thế, các bí-sô không được ăn thịt rồng. Ai ăn, phạm tội vượt pháp."[134]

II. BỆNH TRĨ
(Y sỹ A-đế-da – Thực phẩm tự nấu)

1. Y sỹ A-đế-da

Đức Phật ở tại nước Ma-kiệt-đà,[135] du hành trong nhân gian đến thành Vương xá, an trú tại vườn Trúc Yết-lan-đạc-ca.[136] Vua Ảnh Thắng[137] nghe đức Phật đến vương quốc của mình, liền nghĩ: "Trước đây ta phát nguyện cúng dường đức Phật, nhưng chưa bao giờ thỉnh Phật an cư ba tháng hạ. Giờ đem tất cả gia tư ta sở hữu cúng dường Phật." Nghĩ xong, nhà vua dốc hết sở hữu cúng dường và thỉnh Phật, cùng Tăng chúng an cư ba tháng. Đồng thời ra lệnh y vương Thị-phược-ca[138] chữa trị bệnh tật, cung cấp thuốc thang cho Phật và Tăng chúng.

Sau khi nghĩ suy như vậy, vua Ảnh Thắng cùng các quần thần trước sau hộ tống xuất cung, đến chỗ Phật. Đến nơi, vua Ảnh Thắng đánh lễ

---

[134] Bản Hán, hết quyển 1.
[135] Phạn khuyết. 'Dul ba ka 289b3.
[136] 羯闌鐸迦. Ⓢ *Kalandaka*.
[137] Ảnh Thắng 影勝. Ⓢ *Śreṇyo Bimbisāra*, cũng âm là Tần-bà-sa-la 頻婆娑羅. Ⓣ *bzo sbyangs gzugs can snying po*.
[138] Y vương Thị-phược-ca 侍縛迦醫王. Ⓢ *Jīvaka*, âm khác: Kỳ-bà 祇婆, Kỳ-vực 耆域, danh y thời Phật. Ⓣ *sman pa'i rgyal po 'tsho byed*.

Phật rồi ngồi qua một bên. Đức Phật, bằng nhiều phương tiện, giảng pháp vi diệu cho vua, khai thị, chỉ giáo, khuyến khích, khiến cho hoan hỷ; sau đó đức Phật ngồi im lặng.

Vua Ảnh Thắng đứng dậy, bày y vai hữu, quỳ gối phải chấm đất, chắp tay hướng đến Phật thưa:

"Bạch Thế Tôn! Nguyện xin Thế Tôn nhận lời thỉnh cầu của con, an cư ba tháng hạ. Những gì là tư tài trong cung, con đều cúng dường. Con cũng sai y vương Thị-phược-ca chữa trị các bệnh cho Tăng."

Đức Thế Tôn im lặng hứa khả. Nhà vua ân cần thỉnh nguyện Thế Tôn xong, đảnh lễ Phật cáo lui. Về lại trong cung, vua cho chuẩn bị mọi thứ, để cúng dường ba tháng hạ.

Bấy giờ, Đại vương Thắng Quang vua nước Kiều-tát-la nghe vua Ảnh Thắng thỉnh Phật và Tăng an cư ba tháng, cúng dường mọi thứ, đồng thời sai đại y vương Thị-phược-ca cung cấp thuốc thang, bèn suy nghĩ: "Vị đại quốc vương kia có thể đem của cải vương cung, y vương Thị-phược-ca hầu hạ, cúng dường. Ta nay cũng là chủ một vương quốc lớn, nếu Thế Tôn đến nước này, ta sẽ mang tất cả gia tư và thầy thuốc A-đế-da[139] cúng dường."

Đức Thế Tôn sau ba tháng an cư tại thành Vương xá, y đã xong, y đã đủ, Thế Tôn khoác y, mang bát, cùng đại chúng vây quanh đi đến thành Thất-la-phạt. Mọi người đi dần đến nước ấy, trú tại vườn Cấp Cô Độc[140]. Vua Thắng Quang nghe tin đức Phật đến an trú tại vườn Cấp Cô Độc, nghe vậy nhà vua đến vườn Cấp Cô Độc, gặp Phật, đảnh lễ sát chân Phật, ngồi qua một bên.

Đức Phật bằng nhiều phương tiện giảng pháp vi diệu cho nhà vua nghe, khai thị, chỉ giáo, khuyến khích, khiến cho được hoan hỷ. Thuyết xong, đức Phật ngồi im lặng. Vua Thắng Quang rời chỗ ngồi

---

[139] 阿帝耶. Skt. *Atreya*. Truyền thuyết, vị y sỹ truyền thừa đầu tiên của y học Ayurveda cũng có tên là *Atreya*, được phỏng định sống trong khoảng thế kỷ 6 trước Tl. gần như đồng thời với Phật. Tib. *rgyun shes kyi bu*.
[140] Tib. *mgon med zas sbyin gyi kun dga' ra ba*, Skt. *anāthapiṇḍadasya ārāmaḥ*.

đứng dậy, bày y vai hữu, hai gối quỳ xuống đất, chắp tay hướng đến Phật thưa rằng:

"Nguyện xin Thế Tôn cùng Tăng-già Bí-sô, nhận lời thỉnh cầu của con an cư ba tháng. Con xin cúng dường với tất cả tư cụ, cùng thầy thuốc A-đế-da."

Đức Thế Tôn im lặng nhận lời thỉnh cầu. Đại vương Thắng Quang vua nước Kiều-tát-la thấy Phật hứa khả, ông đánh lễ sát chân Phật, làm lễ cáo lui.

Vua trở về cung, chuẩn bị đầy đủ mọi thứ, và lệnh cho thầy thuốc, trong ba tháng an cư cung cấp cúng dường tư cụ nhu yếu cho Phật và Tăng-già Bí-sô.

Vua Thắng Quang với bản tính từ mẫn,[141] nên mỗi ngày, sáng sớm thường tới tinh xá,[142] lễ Phật, vấn an, **[6a01]** và quan sát đại chúng, xem mọi người sống có an ổn không! Nhà vua thấy một bí-sô thân thể gầy còm, yếu ớt. Thấy vậy, vua đến hỏi thăm:

"Thưa Thánh giả! Sao Thánh giả gầy còm, yếu ớt vậy?"

Bí-sô đáp:

"Đại vương! Tôi bị bệnh trĩ[143] cho nên yếu gầy."

Nhà vua liền lệnh thầy thuốc A-đế-da chữa trị cho bí-sô. Ông thầy thuốc vâng lệnh đi liền, nhưng ông vốn không tin Tam bảo, nên không chữa trị cho bí-sô bệnh. Sau đó, nhà vua thấy bí-sô vẫn còn bệnh, ngạc nhiên hỏi:

"Thánh giả! Thầy thuốc không chữa trị cho Thánh giả hay sao mà thân thể vẫn còn yếu gầy?"

Bí-sô bệnh trả lời:

"Đại vương tuy có sai thầy thuốc đến, song ông không đến chữa trị

---

[141] 爲性慈愍. ⓉⒷ *kun tu spyod pa.* ⓈⓀⓉ *samudācāra* (?), thói quen, thường hành.
[142] Hán: Tỳ-ha-la 毘訶羅 ⓈⓀⓉ *vihāra*: tinh xá, trú xứ, Tăng phường.
[143] 痔病, ⓉⒷ *gzhang 'brum;* ⓈⓀⓉ *arśā.*

gì cả."

Nhà vua nghe xong nổi giận, sai bắt thầy thuốc dẫn đến, hỏi:

"Trước đây ta lệnh cho ngươi đến khám bệnh cho bí-sô, nhưng tại sao đến nay vẫn không chữa trị? Nếu ta không trị tội ngươi thì ta cũng tước đoạt quan vị của ngươi."

Ông thầy thuốc này vốn không có tín tâm, nay nhân bị nhà vua khiển trách nên càng sân hận, ác ngôn mắng chửi:

"Há vì bọn ngươi[144] mà ta bị mất chức?"

Ông bắt bí-sô dẫn đến cổng chùa, cột tay chân, cắt bệnh trĩ. Bí-sô tâm bị bức bách thống khổ, đau nhức thấu tim, nên la lớn, và lại nghĩ thầm: "Mình quá đau đớn cùng cực, Thế Tôn đại từ bi không thương tưởng sao?" Thường pháp của Như Lai, mọi thời mọi lúc thảy đều thấy biết, do lực đại bi thâu nhiếp, liền đi đến chỗ bí-sô. Lúc ấy, ông thầy thuốc trông thấy Phật đi đến, lòng sân chưa dứt mới phát ngôn:

"Sa-môn, con của tiện tì, lại đây! Xem hạ bộ của đệ tử của ông như cái gì?"

Thế Tôn sau khi nghe nói vậy, im lặng bỏ đi; trở về bổn xứ, ngồi trên chỗ ngồi soạn sẵn, hòa nhã mỉm cười, từ miệng phát ra ánh sáng năm màu.[145] Ánh sáng đó hoặc khi chiếu xuống dưới, hoặc khi chiếu lên trên. Ánh sáng chiếu xuống dưới rọi thấu địa ngục Vô gián, khiến nơi nào nóng bức thì trở nên mát lạnh, hoặc nơi nào lạnh cóng thì trở nên ấm áp. Các hữu tình những nơi đó được an lạc; chúng nghĩ: "Tôi và các bạn từ địa ngục chết mà sinh đến nơi khác chăng?"

Bấy giờ, Thế Tôn vì để khiến cho các hữu tình kia sinh tín tâm, lại hiện các hiện tượng khác. Sau khi thấy các hiện tượng này, chúng nghĩ: "Chúng ta không chết nơi này mà sinh vào nơi khác. Nhưng thân tâm chúng ta hiện tại được cảm thọ an lạc là do thần lực oai đức của Đại thánh Chí tôn." Sau khi phát tâm kính tín, các khổ đều diệt,

---

[144] Tib *dge sbyong mgo reg 'di'i phyir*: vì bọn sa-môn trọc đầu này! ['Dul ba ka 291b1].

[145] Xem Tì-nại-da sự I, "Xuất gia sự", đoạn V.1. Nhiễm ô Bí-sô-ni.

thọ thân thắng diệu trong các cõi trời người, sẽ trở thành công cụ của pháp để thấy lý chân đế.

Hoặc khi ánh sáng chiếu lên trên, thì rọi đến trong ánh sáng thiên giới của cõi trời Sắc cứu cánh, diễn thuyết các pháp khổ, không, vô thường, vô ngã, và thuyết hai kệ tụng:

> *Tu tập để xuất ly,*
> *Tinh cần tu pháp Phật,*
> *Chiến thắng quân đội Ma,*
> *Như voi phá nhà cỏ,*

> *Tinh tấn không phóng dật,*
> *Hành trong Pháp Luật này;*
> *Cắt đứt vòng sinh tử,*
> *Đoạn tận vĩnh viễn khổ.*[146]

Khi ấy ánh sáng chiếu khắp ba ngàn đại thiên thế giới, rồi quay trở lại chỗ Phật. Nếu Phật thuyết chuyện quá khứ thì ánh sàng nhập vào lưng. Nếu thuyết việc tương lai thì ánh sáng vào ngực. Nếu thuyết chuyện địa ngục thì ánh sáng nhập dưới chân. Nếu thuyết chuyện bàng sanh thì ánh sáng nhập vào gót chân. Nếu thuyết chuyện ngạ quỷ thì ánh sáng vào ngón chân. Nếu thuyết chuyện người thì ánh sáng vào đầu gối.

Hoặc khi thuyết chuyện Lực luân vương thì ánh sáng đi vào bàn tay bên trái. Hoặc thuyết chuyện Chuyển luân vương, ánh sáng vào bàn tay phải. Hoặc nói chuyện trên trời, ánh sáng đi vào rốn. Hoặc thuyết chuyện Thanh văn, ánh sáng nhập vào miệng. Hoặc nói chuyện Độc giác, ánh sáng nhập vào vai. Hoặc nói chuyện A-nậu-đa-la tam-miệu tam-bồ-đề, ánh sáng đi vào đỉnh, cuối cùng ánh sáng nhiễu quanh Phật ba vòng, rồi trở về miệng lại.

Bấy giờ, Cụ thọ A-nan-đà chắp tay cung kính bạch Phật:

"Bạch Thế Tôn, Như Lai, Ứng cúng, Chánh đẳng giác cười hàm tiếu, không phải không có nhân duyên."

---

[146] ['Dul ba ka 282a7]

A-nan nói kệ thỉnh Phật:

> Rực rỡ muôn nghìn tạp sắc hoa,
> Ánh sáng phóng ra từ kim khẩu,
> Mười phương hư không được chiếu sáng
> Tỏa sáng như mặt trời xuất hiện.

***[147]

> Chư Phật thắng nhân[148] của chúng sinh,
> Diệt trừ kiêu mạn và sầu khổ,
> Không duyên, miệng vàng không hàm tiếu;
> Vi tiếu tất sẽ diễn hy hữu.

> Mâu-ni tôn an tường xác định,
> Nguyện thuyết cho ai muốn được nghe,
> Như Sư tử vương rống tiếng vi diệu,
> Nguyện quyết nghi tâm cho chúng con.

> Như Diệu sơn vương giữa biển cả,
> Nếu không nhân duyên không dao động;
> Tự tại từ bi hiện vi tiếu,
> Nói nhân duyên cho ai khát ngưỡng.[149]

---

[147] Bản Hán thiếu đoạn A-nan giới thiệu các bài tụng tiếp như được thấy trong Tạng văn.

[148] 最勝因. ⓣ *mchog gi rhyu*, nguyên nhân tối thắng, đệ nhất.

[149] Có nhiều điểm không đồng nhất giữa bản Hán và Tạng trong ba bài kệ này. Tạng văn ['Dul ba ka 282b7-2823a1]: *rgod bral zhum dang rgyags pa spang pa yi | sangs rgyas 'gro nang mchog gi rgyur gyur pa| rgyal ba dgra thul byed rgyu ma mchis par| rtsa lag dung ltar dkar 'dzum ston mi mdzad|| de slad brtan pa nyid blos dus mkhyen nas| rgyal ba'i dbang po thub pa skyes kyi mchog| nyan par 'tshal ba'i nyan pa po rnams kyi| the tshom skyes pa gsung tshig brtan pa dang| | dam pa bzang po dag gis bsal du gsol| tshwa chu'i ri bo lta bur brtan pa'i mgon| rdzogs sangs rgyas rnams blo bur 'dzum mi ston| brtan pa ci slad 'dzum pa ston mdzad pa| | skye bo phal che 'di dag de nyan 'tshal| | Diệt trạo cử, hôn trầm, kiêu mạn; Phật, nhân tối thắng của

Đức Thế Tôn bảo A-nan:

"Này A-nan! Thật vậy, chẳng phải không có nhân duyên mà Như Lai, Ứng cúng, Chánh đẳng giác tự nhiên mỉm cười. Này A-nan! Y vương A-đế-da, tự tàn hại mình, do mắng chửi đức Phật là **[6c01]** "con của nô tỳ." Ta nhớ từ thuở xa xưa, thời vua Đại Tam-mạt-đa,[150] cho đến khi Ta có thân này, không ai mắng chửi Ta là 'con của tiện tỳ'. Nay A-đế-da ác khẩu mắng chửi Ta. Ông ấy mang nghiệp này, sau bảy ngày sẽ thổ huyết chết, và đọa vào địa ngục, thọ nhiều loại khổ.

"Này bí-sô! Thầy thuốc mà không có tín tâm như A-đế-da thì không nên để trị bệnh cho bí-sô.

"Bệnh trĩ có hai thứ liệu pháp: một, là dùng chú thuật.[151] Hai, là trị bằng thuốc.

"Bí-sô có bệnh không được để những hạng thầy thuốc không có tín tâm như A-đế-da chữa trị. Ai để cho chữa trị, phạm tội vượt pháp."

Bí-sô bị bệnh trĩ vì để cho A-đế-da chữa trị, theo cách chữa trị đó, mạng chung. Khi ấy, đại thần đem sự việc tâu lên vua:

---

chúng sinh. Đấng Tối thắng chiết phục oán địch; Nếu không nhân duyên không mỉm cười. Trắng như rễ sen, như võ sò|| Nguyện đức Ngưu vương Mâu-ni tôn, Bằng quyết định trí tự biết thời, Ngôn từ xác định tối vi diệu, Giải trừ nghi hoặc cho những ai, Muốn nghe thảy được nghe|| Kiên cố như Tu-di giữa biển cả, Chư Phật Từ tôn viên mãn giác, Không nhân không duyên không mỉm cười; Đại chúng muốn nghe nhân mỉm cười.|| Xem *Tì-nại-da sự* I (Việt), **cht. 479, tr. 231.**

[150] Đại tam-mạt-đa vương 大三末多王: *Mahāsammato rājā*, nghĩa "Đại tuyển vương" (người được tuyển cử - *sammataḥ*), tức thời kỳ kiếp sơ, ông được đại chúng nhân dân tuyển cử, và để làm vui lòng nhân dân. Cf. *Câu-xá* 12, T29, no. 1558, p. 65, c12-13. *Mang pos bkur ba'i rgyal po*.

[151] Chú thuật trị liệu, xem Phật thuyết liệu trĩ bệnh kinh, Nghĩa Tịnh dịch, *No. 1325* 佛說療痔病經 大唐三藏義淨[30]奉 制譯. *'phags pa gzhang 'brum rab tu zhi bar byed pa'i mdo* (Thánh Trĩ bịnh thiện trị kinh), *Ārya-Arśapraśamani-sūtra*. Jinamitra, Dānaśīla, Ye shes sde, đồng dịch. Thư mục Đông Bắc *No.* 621 [Ba. 61a2-61b7].

"Bẩm Đại vương! A-đế-da mắng chửi Thế Tôn là 'con của tiện tỳ'; lại còn chữa bệnh trĩ cho bí-sô khiến mạng chung."

Vua nghe nói nổi cơn thịnh nộ, ra lệnh cho đại thần chém đầu ác nhơn. Đại thần tâu:

"Thưa Đại vương! A-đế-da trở thành người chết trước rồi, cần gì phải giết. Vì Thế Tôn đã ghi nhận, sau bảy ngày, ông ấy bị thổ huyết mà chết. Sau khi chết, đọa vào địa ngục."

Vua bảo:

"Nếu vậy, hãy trục xuất ra khỏi nước của ta."

Đại thần phụng lệnh, đuổi ông y sỹ ra khỏi nước, đến thành Sa-kê-đa.[152] Đến thành này, A-đế-da bị các thiện thần trách mắng thậm tệ, rồi lại đuổi đi, bảo rằng:

"Ngươi là kẻ ngu si! Ngươi đã mắng chửi đấng Tam Giới Tôn là con của tiện tỳ; làm sao ở đây dung chứa ngươi được."

A-đế-da đến thành Ba-la-nê-tư, cũng bị thiện thần đuổi đi. Đến thành Bệ-xá-ly cũng bị đuổi đi. Lại đến thành Vương xá cũng bị đuổi; đến thành Chiêm-ba, bị đuổi nữa. A-đế-da mới đi đến một gốc cây, muốn ngồi nghỉ ngơi một chút, nhưng thần cây đuổi. Từ đó ông đi đến suối, sông, ao, hồ, bất cứ nơi đâu đều bị đuổi, không chỗ nào dung chứa, không thể dừng nghỉ. Sau khi cảm nhận khổ đau vì bị đuổi như vậy, A-đế-da suy nghĩ: "Loài dã can ở châu Thiệm-bộ này còn được nghỉ ngơi. Còn ta là loài người, ngay cả ngồi dưới gốc cây cũng không thể được." Nghĩ vậy trong lòng bức rức như thiêu đốt,[153] thổ huyết mà chết. Sau khi chết, đọa địa ngục A-tỳ.

Do nhân duyên này, đức Thế Tôn nói kệ:

---

[152] Thành Sa-kê-đa 娑雞多城: Ske *Sāke*, Pali *Sāketa*, cách dịch khác, Bà-chỉ-đa 婆枳多, nằm phía Nam thành Xá-vệ, Trung Ấn Độ. Vị trí hiện nay gần Fyzabad.

[153] 焦惱 tiêu não, xem Bản sự kinh, quyển 3, T17n0765, tr.673c02: có hai loại tiêu não v.v...

*Người sinh trong thế gian,
Búa ở ngay trong miệng.
Miệng nói ra lời ác,
Như tự chém thân mình.*

*Kẻ ác lại khen ngợi,
Người hiền thì chê bai;* [7a01]
*Miệng nói nhiều lỗi lầm,
Trọn đời không an lạc.*

Tuy cờ bạc[154] *thua lỗ,
Nhưng lỗi ấy còn nhẹ,
Chứ hủy nhục Thế Tôn,
Tội đó quá sâu nặng.*

*Nếu nói với ác tâm,
Hủy báng các bậc Thánh,
Sẽ đọa ngục Át-bộ,*[155]
Run rẩy trăm ngàn năm.

*Lại nói chuyện ác khẩu,
Hủy báng các bậc Thánh,
Đọa địa ngục Thanh bào,*[156]
Bốn vạn hai ngàn năm."[157]

2. Nội túc nội trữ

Bấy giờ, Thế Tôn ở nước Địch Miêu,[158] du hành nhân gian đến giữa một thôn, nhận thấy ở đây có trú xứ cũ trước không kết giới; Thế Tôn

---

[154] Hán: Xư bồ 樗蒲, trò gieo xúc xắc.

[155] Át-bộ ngục 頞部獄: Skt. *arvuda*, Pali *abbuda*, 1 trong 8 địa ngục lạnh. *Câu-xá* 15, p. 82, a25: địa ngục Át-bộ-đàm 頞部曇. Tib. *chu bur rdol*.

[156] Hán: Thanh bào ngục 青疱獄, Tib. *chu bur can*. Bản Tib. đọa địa ngục *chu bur rdol* (Hán: An-bộ ngục) 100.000 năm. Sau đó, thêm 41.000 năm đọa địa ngục *chu bur can* (Hán: ngục Thanh bào).

[157] ['Dul ba ka 293b6-294a2]

[158] Tib. *yul ka shi*. Skt. *Kaśī*. ['Dul ba ka 294a2]

quyết định nghỉ đêm tại đây. Do nhân duyên này[159] đức Phật bị bệnh trạng phong. Cụ thọ A-nan-đà suy nghĩ: "Ta thường xuyên chăm sóc Thế Tôn, chưa từng hỏi thăm thầy thuốc. Nay Thế Tôn bị bệnh phong, ta nên đi hỏi thầy thuốc."

A-nan-đà đến hỏi thầy thuốc:

"Hiền Thủ! Hiện nay Thế Tôn bị bệnh phong, hiền thủ chỉ cho tôi phương thuốc."

Thầy thuốc bảo:

"Thánh giả! Nên dùng bơ nấu hòa với ba loại thuốc sáp[160], uống sẽ hết bệnh."

Cụ thọ A-nan-đà hòa lại, nấu xong, đem đến Thế Tôn. Thế Tôn biết mà vẫn hỏi A-nan-đà:

"Đây là thứ gì vậy?"

A-nan-đà đáp:

---

[159] Hán có lẽ cường điệu.

[160] 三種澁藥, xem đoạn trên, năm loại thuốc sáp. Đây không rõ loại nào trong năm loại thuốc sáp này. Tib *gru sum*, không có nghĩa. Có thể là *gru gsum*: hình ba góc cũng không có nghĩa gì trong ngữ cảnh này. Yao Fumi giả thiết, có thể là *tekaṭuka* như được thấy trong *Mahāvaggapāḷi*, PTS. i. 211: Bấy giờ Thế Tôn bệnh phong trong dạ dày (*udāravātābādha*), *Ananda* hỏi y sỹ phương thuốc trị, y sĩ bảo "*pivatu bhagavā tekaṭula*", Thế Tôn nên dùng cháo chua với ba vị cay." Sự kiện này cũng được tìm thấy trong Thập tụng luật 26 T23n1435_p0187a04: Bấy giờ Phật trú tại Xá-vệ, nhiễm khí lạnh, y sĩ bảo 應服三辛粥 "Nên dùng cháo với ba vị cay." A-nan liền vào thành kiếm hồ tiêu, lúa tám cánh (?杭米 Skt *śāli*?), cùng với đậu lớn (大豆 đậu vàng? Glycine max) và đậu nhỏ (tiểu đậu, đậu đỏ, Vigna angularis), hòa chung lại rồi nấu. Ba loại vị cay, Pāli nói, mè (*tila*: hồ ma), lúa nếp (*taṇḍula*) và đậu xanh (*mugga*). Pāli *tekaṭula*, tương đương Skt *kaṭukatraya*, từ điển Wogihara: ba vị cay, hồ tiêu (tiêu ăn), hồ tiêu đen và sinh khương (gừng sống). Từ điển Monier-Williams: ba vị cay, hồ tiêu dài (long pepper), hồ tiêu đen và gừng.

"Con suy nghĩ: 'Ta thường chăm sóc Thế Tôn nhưng không hỏi thầy thuốc. Nay Thế Tôn bệnh, ta nên đến hỏi thầy thuốc.' Hỏi xong, thầy thuốc bảo: 'Phải dùng bơ nấu với ba loại thuốc sáp sẽ trừ được bệnh.' Cho nên con hòa lại nấu, đem dâng lên Thế Tôn."

Đức Phật hỏi:

"A-nan-đà! Nấu ở đâu?"

"Bạch Thế Tôn, nấu trong cương giới."

Phật hỏi:

"Ai nấu?"

A-nan-đà thưa:

"Dạ chính con nấu."

Phật dạy:

"Này A-nan-đà! Nếu nấu trong cương giới, đó là thức ăn dự trữ trong cương giới qua đêm. Vậy thuốc này không thể dùng được. Nấu trong cương giới, cất qua đêm ngoài cương giới cũng không được uống. Hoặc nấu ngoài cương giới, cất qua đêm trong cương giới, không được uống. Hoặc nấu ngoài cương giới, cất qua đêm ngoài cương giới cũng không được uống."[161]

Đức Phật dạy tiếp:

"Này A-nan-đà! Nếu bí-sô cầm nắm tất cả loại thuốc, và tự nấu,[162] đều không được uống. [Nếu Bí-sô cầm nắm tất cả loại thuốc, và tự nấu, đều không được uống.][163] Nếu ngoài cương giới, có cầu tịch,

---

[161] Điều luật về nội túc nội chử 內宿內煮, thức ăn để qua đêm trong cương giới, nấu trong cương giới, đều được phép dùng. Tăng-kì luật 31, Tứ phần luật 54, 59, Thập tụng luật 26. Pāli, *Mahāvagga*, PTS. i. 210, *anto vutthaṃ, anto pakkaṃ*.

[162] Bản 略 không có chi tiết này, nhưng nói: "dù nấu trong hay ngoài cương giới tất cả đều không được dùng."

[163] Đoạn này lặp lại, nghi bản Hán chép dư.

người thế tục nấu thì bí-sô được uống."¹⁶⁴

3. Thực phẩm sống

Nhân duyên tại thành Thất-la-phạt.¹⁶⁵ Có một trưởng giả đến chỗ Phật, đảnh lễ sát chân Phật, rồi lui lại ngồi một bên. Thế Tôn nói pháp vi diệu cho trưởng giả, **[7b01]** khai thị, chỉ giáo, khuyến khích, khiến cho được hoan hỷ. Sau khi bằng nhiều phương tiện thuyết pháp, Thế Tôn ngồi im lặng. Trưởng giả đứng dậy, bày lộ vai phải, đầu gối phải chấm đất, cúi đầu chắp tay thưa với Phật:

"Bạch Thế Tôn và chúng Bí-sô, ngày mai đến nhà con thọ nhận bữa cúng dường nhỏ."

Đức Thế Tôn im lặng nhận lời. Vị trưởng giả đợi đến sáng, mặt trời vừa tỏ, sai gia nhân thiết bày, trải dọn chỗ ngồi, lấy vò lớn đựng đầy nước sạch để giữa sân, đoạn sai người đến bạch Phật:

"Hôm nay đã đến giờ, mọi thứ chuẩn bị cho buổi cúng dường đã xong, xin Thánh giả biết thời."

Lúc này, các bí-sô nhận lời dạy của đức Phật, khoác y, mang bát, đến nhà trưởng giả, theo thứ lớp mà ngồi, sau đó thọ thực. Chỉ có đức Phật không đi.

Có năm điều mà chư Phật không phó thỉnh, chỉ sai người nhận phần thỉnh. Năm điều đó là: một, thăm người bệnh; hai, xem xét ngọa cụ (phòng ngủ); ba, nhập tĩnh lự; bốn, thuyết pháp cho chư thiên; năm, vì chế giới.

Hôm nay, đức Phật muốn chế giới cho nên không phó thỉnh, chỉ sai người nhận phần thỉnh.

Thường pháp của Như Lai, nếu không phó thỉnh, thì khiến A-nan-đà nhận phần thỉnh. Khi các bí-sô đến nhà, trưởng giả bày biện thức ăn, nước uống đầy đủ trang nghiêm, cúng dường cho các bí-sô. Hôm đó, cơm hơi sống. Cụ thọ A-nan-đà ăn xong, suy nghĩ: "Trước đây Thế Tôn bị bệnh phong, cơm này hơi sống, ăn sao được? Nếu ăn cơm này

---

[164] Bản Tib không thấy chi tiết này.
[165] 'Dul ba ka 298b3.

e rằng bệnh nặng thêm." Rồi lại nghĩ, "Nếu không nhận, Thế Tôn chưa cho phép. Hôm nay nên nhận mang về. Về bổn xứ, nấu lại lần nữa cho chín, dâng lên Thế Tôn. Thế Tôn nhân chuyện này mà chế giới."

A-nan-đà trở về bổn xứ, nấu cơm cho chín, rồi bỏ đầy bát, đem dâng lên Thế Tôn. Thế Tôn biết mà vẫn hỏi Cụ thọ A-nan-đà:

"Cơm này và cơm bí-sô ăn, giống nhau hay khác?"

A-nan-đà đáp:

"Bạch Thế Tôn, có khác. Cơm của các bí-sô ăn còn hơi sống."

Đức Phật lại hỏi:

"Vậy cơm này từ đâu."

A-nan-đà đem sự việc bạch lại, Phật bảo:

"Lành thay! Lành thay! Này A-nan-đà! Tuy Ta chưa nói, nhưng ông khéo biết thời. Từ nay trở về sau, cho phép các bí-sô, nếu gặp trường hợp cơm sống nên nấu lại cho chín dùng."

Nhóm sáu Bí-sô lợi dụng nhân duyên này, tự đi khất thực gạo sống[166], đem về nấu ăn. Các bí-sô đem việc này bạch Phật. Phật dạy **[7c01]**:

"Nếu trong số hạt cơm, hai phần là chín,[167] một phần là sống, thì cho phép tự nấu chín ăn. Nếu rau, hoa, quả, thịt, cá, trước đã nấu, màu sắc biến đổi (nhưng chưa chín), nhận rồi, thì cho phép nấu chín ăn. Những thức ăn lỏng,[168] như sữa các thứ, đã nấu sôi đến ba lần (nhưng chưa chín), khi thọ nhận được, đem về tự nấu tiếp mà dùng. Tất cả đều không phạm.

"Nếu gạo, cơm, hay rau, hoa, quả, cá, thịt các thứ mà màu sắc chưa biến đổi, hoặc sữa các thứ cũng chưa sôi đến ba lần, mà tự nấu lại và ăn, phạm tội vượt pháp."

---

[166] 生米. Tib. *'bras skam*, cơm khô?
[167] Tib. 1/3 chín *(sum cha tshos pa)*, được phép nấu lại.
[168] 汁物, trấp vật; Tib. *rdzas kyi khu ba rnams*.

III. NHÂN DUYÊN VIÊN MÃN (PHÚ-LÂU-NA)

1. Nhân duyên tại gia

Đức Phật an trú trong vườn Cấp Cô Độc, tại thành Thất-la-phạt.[169]

Bấy giờ, tại thành Thâu-ba-la-ca,[170] có trưởng giả tên Tự Tại,[171] thuộc dòng họ phú hào, giàu có, báu vật vô số, tiền của đầy ắp, quyến thuộc đông đúc, như Thiên vương Bệ-thất-la-mạt-noa.[172] Trong thành này cũng có một trưởng giả cũng đồng dòng họ phú hào, có người con gái xinh đẹp mỹ miều. Trưởng giả Tự Tại cưới cô ấy làm vợ, cùng nhau hoan lạc. Sau đó không bao lâu, người vợ có thai, do một hữu tình đến trụ trong thai. Chín tháng tròn đầy, người vợ sinh một cậu con trai. Sinh con xong, trong vòng 21 ngày mọi người vui vẻ tận hưởng hoan lạc. Qua 21 ngày, gia đình tụ tập thân tộc để đặt tên cho con. Hôm ấy, vị trưởng giả hỏi họ hàng thân tộc:

"Thưa mọi người, nên đặt cho đứa bé này tên gì đây?"

Mọi người trong thân tộc nói với trưởng giả:

"Đã là con của Tự Tại thì đặt tên cho nó là An Lạc."[173]

Sau một thời gian, ông trưởng giả này ở trong nhà cùng vợ giao hoan, sinh thêm một người con, đặt tên Thủ Hộ,[174] sau lại sinh thêm

---

[169] 'Dul ba ka 295b4. Cf. The *Divyāvadāna*, A Collection of Early Buddhist Legends. Now First Edited from The Nepalese Sanskrit Mss. in Cambridge and Paris, by E. B. Cowell & R.A. Neil, Cambridge, 1886; p. 24 ff: *Pūrṇa*.

[170] 輸波羅迦. Tib *sLoma lta bu*; Skt *Śūrpāraka*, vị trí hiện nay là gần thành phố *Nala Sopara*, trong quận Thane, cách Bombay về phía bắc 26 dặm. Pāli *Suppāraka*.

[171] 自在. Tib *'Byor pa*; Skt *Bhava*.

[172] Thiên vương Bệ-thất-la-mạt-noa 薛室羅末拏天王: Skt *Vaiśravaṇa*, Pāli *Vessavana*, Tỳ-sa-môn thiên vương 毘沙門天王, một trong bốn vị Thiên vương, dịch là Đa văn. Đạo Bà-la-môn cổ coi vị thần này là thần tài, cai quản về tài sản. Tib *rNam thos kyi bu*.

[173] 安樂. Tib *'Byor len*; Skt *Bhavila*.

[174] 守護. Tib *'Byor skyob*, Skt *Bhavatrāta*.

một đứa nữa đặt là Hoan Hỷ.[175]

Một thời gian sau, ông trưởng giả phát bệnh, nằm suốt ngày trên giường. Do bệnh khổ, tính tình ông trở nên hung bạo, mắng chửi thân quyến, cho nên vợ con đều bỏ đi, không cung cấp phụng dưỡng. Trước đó ông trưởng giả có người nô tỳ, tâm rất từ bi, nó suy nghĩ: "Ông trưởng giả này là chủ nhân của ta, thường đem tiền của nuôi sống ta. Nay lâm trọng bệnh, lẽ nào ta không chăm sóc? Dù vợ con không cung cấp phụng dưỡng, ta cũng phải hết lòng chăm sóc ông ta." Nghĩ vậy, đứa nô tỳ đi đến chỗ thầy thuốc, hỏi:

"Hiền thủ! Hiền thủ có biết trưởng giả Tự Tại không?"

Ông thầy thuốc nói:

"Trước đây tôi có biết, có việc gì cần hỏi?"

Đứa nô tỳ nói:

"Hiện giờ bệnh tình rất nguy ngập. Vợ con đều bỏ đi, xin hiền thủ cho phương thuốc."

Ông thầy thuốc hỏi:

"Này cô gái! Vợ con đều bỏ đi hết, ai là người chăm sóc?"

Đứa nô tỳ thưa:

"Hiền thủ! Giờ duy nhất chỉ còn mình tôi nuôi bệnh ông ta, tiền của thiếu thốn [8a01], xin chỉ cho thang thuốc giá rẻ."

Ông thầy thuốc liền kê toa thuốc. Nô tỳ lén lấy một ít món đồ của vợ con ông ta, và cũng giảm bớt chi tiêu của mình, cộng lại, rồi đi mua thuốc, đem về cho uống, chăm sóc, nuôi dưỡng. Không bao lâu, ông trưởng giả lành bệnh. Sau khi lành bệnh, trưởng giả suy nghĩ: "Vợ con ta đều bỏ ta không chăm sóc. Chỉ có đứa nô tỳ này cứu lại mạng sống cho ta. Nay ta lành bệnh, ân đức ấy phải đáp đền." Suy nghĩ thế, trưởng giả Tự Tại hỏi đứa nô tỳ:

"Vợ con ta đều bỏ ta đi, duy chỉ có mình cô chăm sóc. Nhờ ân huệ chăm sóc của cô mà tính mạng của ta được vẹn toàn. Vậy bây giờ cô

---

[175] 歡喜. Tib 'Byor dga' Skt Bhavanandi.

muốn cầu điều gì không?"

Đứa nô tỳ nói:

"Đại gia biết cho! Tôi không có ước muốn gì cả. Nếu cho tôi điều ước muốn thì tôi chỉ mong được làm vợ[176] ông."

Trưởng giả nói:

"Cô sao làm vợ ta được? Bây giờ, ta cho ngươi 5 ức tiền, và cho lấy họ của ta rồi đi nơi khác."[177]

Nô tỳ đáp:

"Thánh tử! Dù cho tôi tiền và cho mang họ ông mà ra đi, nhưng tôi đến xứ khác cũng không tránh được tên kẻ nô tỳ. Nếu tôi được làm vợ ông thì mới chấm dứt kiếp nghèo hèn này."

Trưởng giả Tự Tại biết ý của đứa nô tỳ đã quyết, ông mới nói:

"Thôi được, vậy ngươi đợi đến kỳ kinh nguyệt, tắm rửa rồi đến gặp ta."

Nô tỳ biết đến kỳ kinh nguyệt, tắm rửa rồi đến gặp ông trưởng giả. Hai người giao hoan, cô có thai. Lúc cô có thai, kho khố đều đầy ắp. Đủ tháng, cô sinh hạ một người con trai, dung mạo xinh đẹp, các căn đầy đủ. Sau khi sinh xong, gia tài của cải tự nhiên tăng trưởng, các thân tộc vân tập về để cùng đặt tên cho đứa bé. Mọi người bàn với nhau, đặt tên là Viên Mãn.[178] Gia đình sai tám người nhũ mẫu cùng hầu hạ đứa bé. Hai người ẫm bồng, hai người cho bú sữa, hai người tắm rửa, hai người vui chơi. Tám nhũ mẫu này ngày đêm cung cấp các thức ăn như sữa, sữa đông, bơ sống, bơ chín, đề hồ và đeo đủ loại đồ trang sức cho đứa bé. Thức ăn, nước uống, thuốc thang, ngày hôm nay tăng hơn ngày hôm qua, do đó mà đứa bé trưởng thành nhanh chóng, như ao thanh tịnh nở rộ hoa sen. Viên Mãn lớn khôn được

---

[176] ᵀᴮ *lhan cig 'grogs pa*, bạn đồng hành, đây chỉ hầu thiếp, không phải vợ. Hán dịch: 妻 thê, vợ chính thức, vợ cả. ˢᴷᵀ *sārdham samāgama*, cùng giao hội.

[177] ᵀᴮ cấp tiền rồi xóa bỏ nô lệ cho cô.

[178] 圓滿. ᵀᴮ *Gang po*. ˢᴷᵀ *Pūrṇa* (Phú-lâu-na)

giáo dục học tập kinh thư, toán số, ấn pháp, chứng khoán, phân biệt tài vật; xem tướng y phục, châu báu đẹp xấu, và dạy phân biệt cây gỗ tốt xấu; voi, ngựa giỏi dở; tướng thanh niên, thiếu nữ sang hèn… Tám môn[179] này, Viên Mãn được đào tạo thông thạo. Sau khi học thành đạt, Viên Mãn có thể dạy lại cho người khác.

Ông trưởng giả trước đây có ba người con, họ đều lập gia đình cưới vợ, nhưng tất cả đều ăn chơi, hưởng thụ dục lạc, dẫn đến gia nghiệp khánh tận. Một hôm, ông trưởng giả tay chống cằm, ngồi buồn rầu. Ba người con thấy vậy, hỏi cha:

[8b01] "Vì sao cha chống cằm, sầu muộn vậy?"

Ông trưởng giả nói:

"Hiện giờ, các con biết không, lâu nay cha tích lũy tiền vàng đến mười vạn, từ khi ta cưới vợ đến giờ vẫn tự sinh tồn được. Còn các con, sau khi cưới vợ, ăn chơi hưởng thụ, khiến gia nghiệp phá tán. Nếu như cha mất, gia đình còn gì để sinh sống? Chuyện như vậy mà chưa bao giờ trù tính."

Người con thứ nhất, trước đây có cái hoa tai bằng ngọc, bèn tháo ra và lấy hoa tai bằng gỗ đeo vào, thề rằng:

"Nếu con không buôn bán kiếm lời cho được thành mười vạn tiền vàng, quyết không đeo lại hoa tai ngọc này."

Người con thứ hai cũng tháo hoa tai ngọc, và lấy đồ trang sức bằng đồng đỏ làm hoa tai, người con thứ ba cũng tháo hoa tai, lấy đồ trang sức bằng chì làm hoa tai.

Sau khi ba người con tháo bỏ hoa tai ra như vậy, người con đầu tên An Lạc nhân chuyện này mà được người đời gọi là Hoa Tai Gỗ.[180] Người con thứ hai tên Thủ Hộ được người đời gọi là Hoa Tai Đồng.[181]

---

[179] Tib. tám môn (*brtag pa brgyad po*) y phục (*ras*), châu báu (*rin po che*) cây gỗ (*shing*), voi (*glang*), ngựa (*rta*), đồng nam (*gzhon nu*), đồng nữ (*gzhon nu ma*), và tụng đọc thông thạo (*klog pa la mkhas pa*) | ['Dul ba ka 292a1]

[180] 木璫. Tib. *Shing gi rna rgyan can*. Skt. *Dārukarṇī*.

[181] 銅璫. Tib. *rGya skegs kyi rna rgyan can*. Skt. *Stavakarṇī*.

Người con thứ ba tên Hoan Hỷ được người đời gọi là Hoa Tai Chì.[182] Mỗi người tự mang hàng hóa vượt biển buôn bán đổi chác.

Bấy giờ, người con thứ tư tên Viên Mãn, thưa với cha:

"Con cũng muốn vượt biển buôn bán."

Ông trưởng giả nói:

"Hiện giờ con còn nhỏ, không kham vượt biển, nên chuyên trông coi buôn bán trong thị tứ."

Cậu út nghe lời cha ở lại phố buôn bán.

Sau đó mấy người kia từ biển trở về, thu hoạch được nhiều tài bảo. Họ trở về bình an, sau khi nghỉ ngơi hết mệt mỏi, họ thưa với cha:

"Đây là tiền tài của con, xin cha xem xét."

Người cha cầm những thứ mà ba người anh sở đắc, của cải mỗi người trị giá cả mười vạn tiền vàng.

Người con út đến chỗ cha, lễ lạy sát chân cha, thưa:

"Đây là những tài vật mà con buôn bán ở cửa tiệm được, xin cha xem xét."

Người cha nói:

"Con không bôn ba xa xứ kiếm tìm, thì tiền tài bao nhiêu đâu mà xem?"

Đứa con út thưa:

"Tuy con làm gần, nhưng cha thương tưởng, cứ xem xét cho con."

Người cha chiều ý con, xem qua tài sản của đứa con út làm, nhìn thấy những thứ nó kinh doanh được, không dối lừa, tính ra vốn lời gấp bội so với mấy người anh. Trưởng giả Tự Tại sau khi xem qua, quá ư vui mừng, thỏa mãn trong lòng, không gì vui hơn. Ông suy nghĩ: "Con út của ta có đại phước đức, không đi xa mà vẫn thu hoạch tiền của báu vật nhiều như vậy."

---

[182] 鉛璫. [Tib.] *Zha nye'i rna rgyan can*. [Skt.] *Trapukarṇī*.

Sau một thời gian, trưởng giả Tự Tại bỗng nhiên nhiễm bệnh, **[8c01]** ông suy nghĩ: "Nếu sau khi ta chết, chắc chắn các con ta sẽ chia rẽ. Cho nên bây giờ ta phải có phương thức kế hoạch trước." Ông bèn gọi mấy người con lại dạy:

"Anh em các con mỗi đứa cầm cây củi đến đây."

Mấy người con, mỗi người cầm một cây đem lại. Người cha chất lại thành đống lớn, phương tiện dạy:

"Hãy đốt chúng lên."

Ngọn lửa cháy rực lên, người cha bảo mấy đứa con:

"Mấy đứa con, mỗi đứa lấy một cây cháy ra, rút bỏ đi."

Mấy người con nghe lời cha, mỗi người mỗi cây rút ra. Ngọn lửa kia bị phân tán nên yếu dần rồi tắt. Người cha bảo:

"Các con có thấy không?"

"Dạ thấy."

Ông trưởng giả nói kệ:

> *Nhiều lửa tụ lại thành cháy lớn,*
> *Nếu phân tán lửa sẽ lụi tắt.*
> *Anh em sống chung cũng như vậy;*
> *Nếu chia rẽ nhau, sẽ tiêu diệt.*[183]

Đọc thi tụng xong, trưởng giả lại nói với các con:

"Các con nên biết, sau khi cha chết, các con không nên nghe lời vợ."

Rồi lại đọc thi tụng:

> *Nếu nghe lời vợ, cửa nhà tan.*
> *Người tỉnh nghe gọi, lòng thôi thúc.*

---

[183] ['Dul ba ka 297b7]: mgal pa tshogs pas me 'bar ltar| sbun tshogs pa yang de bzhin no| mgal pa phral na shi gyur pa| mi rnams kyang di da dang 'dra|| Những thanh gỗ nhóm thành lửa cháy. Anh em họp lại cũng như vậy. Nếu gỗ phân tán lửa sẽ tắt. Người ta rời ra cũng như vậy. Divy. 27.

Nước mất đều do thần bất trung,
Lòng tham nhiều quá nghĩa tình đoạn.[184]

Trưởng giả nói kệ xong, bảo ba người kia ra ngoài, giữ con cả lại. Ông dặn dò:

"Sau khi cha chết, phải để cho thằng út ở chung, không được tách ra. Tài sản sở hữu có thể bỏ, chứ thằng bé này không thể bỏ. Sở dĩ vì sao? Vì thằng bé này là người có đại phước đức."

Dặn dò xong, trưởng giả lại nói kệ:

Tích tụ đều tiêu tán,
Cao ngất rồi cũng sụp;
Hội hợp tất chia lìa,
Có sống phải có chết.

2. Kinh doanh sự nghiệp

Nói kệ xong, ông mạng chung. Mấy người con trưởng giả chuẩn bị mọi thứ trang hoàng cho buổi tống táng, như lấy lụa năm màu[185] cột xen giữa kiệu, và nhiều loại hoa hương cúng dường, đưa đến rừng Thi lâm,[186] hỏa thiêu. Sau đó mấy người con trở về nhà, tu tập hiếu hạnh[187], rồi cùng nhau bàn:

"Khi cha còn sống, y phục lương thực mà chúng ta có đều do chính sức của cha làm ra. Giờ cha chết rồi, chúng ta mỗi người phải nỗ lực tìm cầu tiền tài; mang hàng hóa trong nhà ra mà kiếm lời."

Người em út nói:

---

[184] Tib. *bud med kyis ni bza' dag 'byed| sngar ma rnams ni ngag gi 'byed| ngan la smras pas gsang tshig phel| 'dod pa yis ni mdza' bshgs 'byed||* gia đình chia rẽ bởi phụ nữ. Người khôn chia rẽ bằng lời nói. Lời ác độc bởi ác chú. Thân hữu chia bởi lòng tham.

[185] 五色, nói theo người Hán. Ấn độ chỉ nói 4 màu chính, *nīla* (xanh), *pīta* (vàng), *lohita* (đỏ), *avadāta* (trắng). Tib. *sngon po, ser po, dmar po, dkar po.*

[186] 尸林. rừng thây, bãi tha ma. Skt. *śmaśāna*. Tib. *dur khrod.*

[187] 修其孝行. Tib. *mya ngan bsang ba byas na.* Divy. *śokavinodanam*, dập tắt nỗi buồn.

"Nếu các anh quyết ra ngoài dong ruổi làm ăn, thì em cũng phải đi."

Người anh trưởng bảo:

"Em có muốn đi, không nên đi xa. Có thể ở tại chỗ này buôn bán. Các anh mỗi người phải đi xa kinh doanh."

Nói xong mọi người chia tay ra đi, mang hàng hóa**[9a01]** đi xa kinh doanh cầu lợi.

Người em út ở nhà buôn bán, coi sóc tất cả gia nghiệp. Khi mấy người anh đi rồi. Vợ con họ ở nhà, sai nô tỳ đến chỗ tiểu lang[188] nhận các thứ ẩm thực nhu yếu.[189]

Một hôm, có nhiều khách buôn tụ tập vây quanh chỗ tiểu lang, nô tỳ không tiến lên được. Nó phải đợi mọi người giải tán, sau đó mới đến gặp tiểu lang. Do thời gian kéo dài này, bà chị dâu giở chứng, trách mắng nô tỳ. Nô tỳ thưa:

"Do nhiều khách buôn vây quanh chú đông quá, vì vậy mới kéo dài thời gian, nên con không đến gặp sớm được."

Bà dâu trưởng[190] nổi giận mắng ông chú:

"Cái gã con của nô tì này mà làm gia chủ, tất cả chúng ta sống sao an ổn?"

Bà quay lại nói với đứa nô tỳ:

"Mày hãy nhắm chừng khách buôn tan, rồi đến đó nhận phần."

Nô tỳ này nhắm đúng lúc đến đó nhận phần. Nó nhận được nhanh chóng, trở về lòng vui mừng. Nô tỳ khác đến đó nhận, gặp lúc khách

---

[188] 小郎, chỉ em chồng.

[189] Tib ['Dul ba ka 298a7]: Theo gia pháp của nhà giàu, mỗi ngày các thành viên được phí dụng. Các bà vợ sai nô tì đến chỗ Viên Mãn nhận phần nhu yếu.

[190] Tib *de dag*, đại từ nhân xưng số nhiều, theo ngữ cảnh, đây là lời của các nô tì. Sau đó, vợ của '*Byor len*, tức bà dâu trưởng, hỏi lý do nhận phần trễ. Khi biết rõ, bà khuyên nô tì nhắm đúng lúc mà đi, như đoạn sau (*khyod kyis dus shes par byos la song shig*).

buôn tụ tập đông, nhận phần không đúng thời, quay về trễ. Đại gia trách mắng mấy đứa nô tỳ. Đứa kia hỏi đứa nô tỳ trước:

"Mày đến đó lấy đồ, làm sao lấy nhanh về? Tao đến đó lấy đồ là bị chậm trễ?"

"Tao đến đó lấy đồ đều đúng lúc, vì thế về sớm. Mày đến đó không đúng lúc, do vậy về trễ."

Các nô tỳ này cùng nô tỳ trước đồng đến đó lấy đồ đều đúng lúc nên nhận được liền. Hai bà dâu kia hỏi nô tỳ của mình:

"Trước đây mày đi lấy đồ đều cực kỳ chậm trễ, cớ sao bây giờ lấy về nhanh thế?"

Người tớ[191] kia đáp:

"Tôi cầu nguyện cho bà dâu lớn không bệnh, trường thọ, rồi đi theo nô tì của bà lớn nên đến đó đúng lúc và lấy được ngay."

Hai bà dâu kia nghe thế tức giận, nghĩ: "Cái gã con của nô tỳ này mà quản lý gia nghiệp, há có thể tốt được sao?"

Một thời gian sau, ba anh em trở về nhà, lặn lội xa đến các nước, từ biển trở về, mang theo nhiều tiền của châu báu. Về đến nhà, người anh trưởng hỏi vợ:

"Chú út tiểu đệ quản lý gia nghiệp, chu cấp mọi thứ như ý không?"

Người vợ đáp:

"Tiểu thúc đối với thiếp rất chu đáo, giống như em ruột hay con của mình vậy!"

Người anh thứ hai, thứ ba cũng hỏi vợ mình:

"Tiểu đệ của tôi cung cấp cho em thế nào?"

Vợ của hai người trả lời với chồng:

"Con của nô tỳ hạ tiện mà làm gia trưởng, há vui được sao?"

---

[191] Bản Hán in nhầm "tỳ" (婢) thành "tẩu" (嫂). Vì ba người vợ đều có nô tỳ riêng.

Chồng của họ suy nghĩ: "Thường mấy bà vợ hay gây tranh chấp, khiến cho anh em thương yêu mà phải chia ly."

Thời gian khác, người em mở kho lụa Ca-thi. Vừa mở kho, con của người anh trưởng đến **[9b01]** chỗ kho, chú nó lấy lụa thượng hạng mà cho. Các bà vợ của người anh thứ hai, thứ ba thấy được quà, mỗi bà bảo con đến đó xin. Khi chúng nó đến thì ông chú vừa đóng kho ấy, mà mở kho khác, lấy ra thứ lụa xấu hơn. Thấy các cháu đến, ông cũng lấy thứ lụa này mà cho. Các cậu con mỗi đứa nhận lấy rồi trở về nhà mình. Mẹ chúng nhìn thấy, bảo chồng:

"Nay ông thấy chưa? Con của bác được vải tốt. Còn con chúng ta đến đó lại nhận được thứ xấu."

Người chồng suy nghĩ: "Chắc con anh cả đến nhằm lúc kho lụa Ca-thi mở. Còn con mình đến gặp lúc kho khác mở."

Sau một thời gian khác, người em lại mở kho thạch mật.[192] Vừa lúc ấy con của anh cả đến, chú nó thấy vậy, lấy một túi thạch mật cho nó mang về. Hai bà kia thấy thế cũng sai con đến đó lấy thạch mật. Khi chúng đến, kho này đã đóng, do nghiệp lực nên không được thức ăn. Nhằm lúc kho đường cát mở, chú nó thấy các cháu, lấy đường cát cho mang đi.

Mấy bà dâu thấy việc này, nói với chồng:

"Ông thấy không! Nay con của họ được thạch mật, còn con yêu của mình thì nhận đường cát."

Mấy bà vợ liên tiếp ba lần gièm pha, đâm thọc, khiến cho người anh thứ hai, thứ ba muốn phân ly. Họ ngồi với nhau bàn luận, có người nói:

"Nếu chúng ta không chia nhau tài sản thì tài sản mình đang có chắc chắn sẽ thất tán. Nên phân chia."

Người khác lại bàn:

"Việc này chưa thể, phải hỏi ý kiến đại huynh."

---

[192] Divy. *śarkarā*, thạch mật, kẹo mứt.

Lại có người bàn:

"Việc này chưa thể phân chia, phải cùng nhau bàn bạc cân nhắc. Nếu phân chia, tài sản trong nhà và trang điền bên ngoài lấy làm một phần. Tài vật trong kho khố, và tiền của trong kinh doanh lấy làm một phần. Viên Mãn (được kể như) là một phần (tài sản). Nếu đại huynh lấy trang điền cùng gia sản trong nhà, thì chúng ta phải lấy tài sản trong kho khố lẫn tiền của kinh doanh, như vậy mới đủ sinh tồn. Nếu đại huynh lấy tài vật trong kho khố và tiền của kinh doanh, thì chúng ta lấy trang điền, cả tài sản trong nhà. Như vậy có thể nuôi được vợ con. Viên Mãn chỉ là một người, thì ta phân chia sau, khổ thì tự mình chịu."

Họ trù lượng xong, đến chỗ người anh, nói:

"Bây giờ chúng em mà không phân chia tài sản thì không thể sống được."

Người anh bảo:

"Gia nghiệp của gia đình này mà tan nát đều do mấy bà vợ. Ngay lúc này mấy em phải tư duy cực thiện về điều này."

Người em đáp:

"Hai đứa em đã soi xét và suy nghĩ tường tận rồi, biết rất rõ là nên phân chia."

Người anh nói:

"Nếu như vậy thì mời người đoán sự công bằng đến đây."

Người **[9c01]** em nói:

"Em đã trù lượng rồi, phân số đã định, cần gì phải gọi đoán sự đến? Lấy tài sản sở hữu phân chia làm ba phần: gia sản trong nhà và điền trang là một phần; tài vật trong kho khố cùng tiền của kinh doanh phân thành phần thứ hai. Viên Mãn là phần thứ ba."

Người anh bảo:

"Sao chỉ phân ba phần, chẳng lẽ Viên Mãn không có phần nào?"

Người em thứ hai đáp:

"Viên Mãn là con kẻ nô tỳ, làm gì có phần? Nhưng em đã kể nó là một phần trong số gia sản. Nếu anh thương nó thì lấy phần ấy."

Lúc này người anh suy nghĩ: "Cha của mình lúc lâm chung, có dặn dò: 'Phải nên bảo bọc nhau, chớ có bỏ nó. Tất cả tài sản có thể vứt đi, chứ đứa em út này con phải giữ nó.'" Nghĩ vậy, người anh bảo:

"Nếu em nói vậy, thì nay anh nhận phần Viên Mãn."

Phân chia của cải xong, người em được chia nhà, trụ trong nhà đó, liền đuổi bà chị dâu anh trưởng:

"Chị mau đi đi! Chớ vào nhà tôi."

Người chị dâu hỏi:

"Vì sao vậy?"

Chú nó bảo:

"Nhà này đã chia cho tôi."

Còn người được phân chia kho khố và tài sản kinh doanh, vội vã đến chỗ kho nói:

"Viên Mãn, ngươi đi ra, chớ có quay lại."

Viên Mãn hỏi:

"Sao lại như thế?"

Người anh bảo:

"Phần này ta được phân chia."

Bấy giờ, chị dâu trưởng và Viên Mãn cùng dẫn nhau ra đi, đến nhà bà con ở. Lúc này mấy đứa con đói bụng khóc lóc. Bà chị dâu bảo Viên Mãn:

"Mấy đứa nhỏ đói bụng khóc lóc, có thể cho nó ăn chút gì."

Viên Mãn nói:

"Chị đưa em tiền."[193]

---

[193] Divy. bảo đưa cho một *kārṣāpaṇa*, một đồng tiền vàng.

Bà chị dâu gần giọng:

"Chú đem cả ức tiền đi kinh doanh, chẳng lẽ giờ không có lấy một tiền mua cơm cho con nhỏ?"

Viên Mãn đáp:

"Em đâu biết trước việc phân tán này, và chuyện gia nghiệp phá sản nữa! Nếu em biết trước thì vô lượng ức tiền vàng em đã cất giữ nơi khác rồi."

Thường tính của người nữ hay cất tiền lẻ trong chéo áo gút lại. Bà chị dâu lấy tiền lẻ trong bọc áo giao cho chú nó, sai mua thức ăn. Viên Mãn cầm tiền đến con đường nhỏ tìm thức ăn, gặp một người gánh củi bán. Trong số củi bán có loại ngưu đầu chiên đàn nổi trên biển. Người bán củi đứng bán lúc trời cực lạnh, ông ta đứng đói run, Viên Mãn thấy vậy hỏi:

"Sao ông run rẩy vậy?"

Người kia đáp:

"Tôi không biết sao vậy, chắc do vác củi này mà lạnh run."

Viên Mãn giỏi biết các loại cây, thấy trong bó củi có loại ngưu đầu chiên đàn[194], liền hỏi:

"Ông muốn bán số cây này bao nhiêu tiền."

Người kia đáp: **[10a01]**

"Tôi bán 500 tiền."

Viên Mãn nói:

"Tôi trả cho ông 500 tiền."

Nói xong, Viên Mãn rút trong bó củi cây chiên đàn, đem đến chợ cắt làm tư, cưa ra thành mạt, đem bán được ngàn tiền vàng, lấy 500 tiền giao cho chủ củi. Lại sai ông bán củi đem củi đến đưa chị dâu, nhờ chuyển lời: "Viên Mãn sai tôi đem củi đến."

Người bán củi đem củi đến chỗ chị dâu, thưa lại:

---

[194] 牛頭栴檀. Divy. *gośīrṣacandana*. Tib *tsan dan sa mchog*.

"Viên Mãn sai tôi đem số củi này đến."

Bà chị dâu thấy liền đấm ngực, kêu:

"Viên Mãn kia, sao lẩm cẩm thế, tài sản bị phân tán, trí tuệ sao lại cũng không còn? Sai tìm thức ăn chín, lại đem củi tươi về, và cũng không có một thứ gì để nấu."[195]

[10a17] Bấy giờ, quốc vương Thâu-ba-lặc-ca[196] bị sốt rất nặng, mê man. Thầy thuốc kê toa bảo nên dùng bột ngưu đầu chiên-đàn thoa vào người. Quốc vương mới lệnh cho các đại thần tức tốc đi tìm ngưu đầu chiên-đàn. Các vị đại thần kia đến chỗ Viên Mãn hỏi:

"Hiện giờ ta cần ngưu đầu chiên-đàn, ngươi có không?"

Viên Mãn đáp:

"Giờ tôi có một ít."

"Ngươi bán bao nhiêu?"

"Tôi bán một ngàn tiền vàng."

Vị đại thần trả tiền, được một ít bột chiên-đàn, đem về cho quốc vương, nghiền nát bôi lên thân, chẳng bao lâu quốc vương lành bệnh, ông suy nghĩ: "Nếu trong kho tàng của quốc vương mà không có ngưu đầu chiên-đàn thì sao là quốc vương?" Quốc vương hỏi đại thần:

"Khanh lấy cây chiên-đàn ở chỗ nào vậy?"

"Bẩm Đại vương, thần mua ở chỗ Viên Mãn."

Quốc vương liền ra lệnh gọi Viên Mãn đến. Sứ giả đến đó gọi Viên Mãn:

"Vua gọi ông đến."

Viên Mãn nghĩ: "Sao lại gọi ta đến? Lẽ nào do cây chiên-đàn nên gọi ta?" Viên Mãn lấy đồ bọc ba khúc chiên-đàn lại giấu vào bụng, cầm một khúc trên tay rồi đi. Quốc vương thấy Viên Mãn đến, hỏi: **[10b01]**

---

[195] Bản Hán hết quyển 2. 'Dul ba ka 301a1.

[196] Quốc vương Thâu-ba-lặc-ca 輸波勒迦國王: ᠱᠻᠣ *Saurpārakiyo rājā*. Vua của thành bang Thâu-ba-lặc-ca 輸波勒迦: ᠱᠻᠣ *Sūrpāraka*.

"Viên Mãn! Ngươi có loại cây chiên-đàn này không?"

Viên Mãn đưa khúc cây chiên-đàn cho vua xem, quốc vương hỏi:

"Cây này trị giá bao nhiêu?"

"Bẩm Đại vương, cây này trị giá một trăm ngàn tiền vàng."[197]

Quốc vương hỏi:

"Ngươi có thêm không?"

"Bẩm Đại vương, có."

Viên Mãn lấy ra ba khúc nữa, đưa cho quốc vương xem. Quốc vương bảo đại thần:

"Đưa cho Viên Mãn bốn trăm ngàn tiền vàng."

Viên Mãn thưa với quốc vương:

"Tôi chỉ lấy tiền của Đại vương ba khúc thôi. Còn một khúc xin dâng biếu cho Đại vương."

Quốc vương trả cho Viên Mãn ba trăm ngàn tiền vàng và nói:

"Hôm nay, gặp ngươi ta rất vui. Vậy bây giờ ngươi có ước nguyện gì không? Ta sẽ đáp ứng tất cả."

Viên Mãn thưa:

"Nếu Đại vương vui mà cho tôi ước nguyện, thì tôi ước nguyện là sống trong vương quốc này tôi không bị ai xâm phạm."

Quốc vương liền bảo các đại thần:

"Này các khanh, từ nay trở về sau, các khanh chỉ nên chế ước các vương tử, chứ không nên chế ước Viên Mãn."

Viên Mãn cáo từ quốc vương rồi ra về.

Lúc bấy giờ, trong thành có nhiều thương nhân, nghe có 500 khách buôn từ biển đến thành Thâu-ba-lặc-ca, các thương nhân cùng nghị bàn:

---

[197] Hán: 1 ức, tức 10 vạn. Skt *lakṣa*; Tib *'bum*.

"Khi các khách buôn đến, thì tất cả chúng ta cùng nhau giao dịch, chứ không được độc tôn buôn bán một mình."

Trong số thương nhân có người ý kiến:

"Chúng ta nên gọi Viên Mãn đến họp bàn."

Ý kiến khác:

"Viên Mãn nay thành người bần cùng, chẳng có thứ gì, hà tất gì phải gọi."

Bấy giờ, Viên Mãn ra khỏi thành, nghe có 500 khách buôn từ biển đến, đến đây đều bình an. Viên Mãn nghe vậy liền đến chỗ khách buôn, hỏi:

"Các vị đem loại hàng hóa gì tới đây?"

Các khách buôn đáp:

"Chúng tôi đem những loại hàng như vậy, như vậy, tất cả đều có ở đây."

Viên Mãn hỏi:

"Những thứ này giá bao nhiêu?"

"Thương chủ! Ông cần gì phải hỏi giá của nó? Phải tự biết chứ!"

"Tuy là biết như thế, nhưng tôi tự mua cho nên không thể tự định giá. Nhờ ông định giá, tôi sẽ mua."

Viên Mãn đoán tổng số hàng hóa của những người khách buôn trị giá là một triệu tám trăm ngàn tiền vàng,[198] Viên Mãn nói:

"Giờ các vị cầm trước ba trăm ngàn tiền vàng này, tất cả số hàng này thuộc của tôi. Số tiền còn lại tôi sẽ giao tiếp sau."

Các khách buôn đồng ý. Viên Mãn lấy ba trăm ngàn tiền vàng của quốc vương đưa, giao cho khách buôn. Sau đó, Viên Mãn lấy dấu đóng lên số hàng hóa mà mình sở hữu, rồi ra đi.

Sau đó, những thương nhân trong thành sai người đến hỏi đoàn:

---

[198] Hán: 18 ức tiền vàng. ⓢ *aṣṭādaśa suvarṇalakṣā*.

"Các vị có hàng hóa gì không?"

Các khách buôn trả lời:

"Hàng hóa của tôi như vậy như vậy."

Sứ giả nói:**[10c01]**

"À, loại hàng như vậy, số hàng trong kho của chúng tôi đều đầy cả rồi."

Khách buôn hỏi lại:

"Hàng hóa trong kho của ông dù còn nhiều hay ít, chứ những món này tôi đã bán trước rồi."

"Ông bán trước cho ai?"

"Tôi đã bán cho Viên Mãn."

Sứ giả nói:

"Ông bán cho Viên Mãn, chắc được giá cao."

Khách buôn đáp:

"Viên Mãn đã ứng tiền trước theo định giá ở đây rồi. Giả thiết, nếu giờ tôi có chuẩn theo tiền ứng trước ấy mà bán hết số hàng đã định giá cho ông, xem ra ông cũng không mua nổi."

Sứ giả hỏi:

"Viên Mãn đã ứng tiền trước bao nhiêu?"

"Viên Mãn ứng trước ba trăm ngàn tiền vàng."

Sứ giả tức nói:

"Viên Mãn là đã cướp mất của huynh đệ mình."

Sứ giả quay về thành, báo với chủ buôn:

"Hàng hóa kia đã bán trước hết rồi."

"Bán cho ai?"

"Bán cho Viên Mãn."

Chủ buôn nói:

"Bán cho Viên Mãn chắc được giá cao."

Sứ giả lặp lại ý khách buôn:

"Viên Mãn đã ứng tiền trước rồi, nếu chuẩn theo tiền ứng trước mà bán hết số hàng đã định giá cho ông, ông cũng không mua nổi."

"Viên Mãn tiền ứng trước đó bao nhiêu?"

"Ba trăm ngàn tiền vàng."

Chủ buôn giận nói:

"Hắn đã cướp của huynh đệ mình."

Các chủ buôn sai người gọi Viên Mãn đến. Viên Mãn đến. Họ hỏi:

"Trước đây chúng ta giao ước, không được độc tôn buôn bán, và phải để tập thể định giá rồi sau đó phân chia. Nay vì cớ gì mà ngươi đi ngược giao ước, độc tôn mua hàng?"

Viên Mãn đáp:

"Các ông tự lập qui chế với nhau, và vì sao không báo cho tôi cùng huynh đệ biết? Các ông cứ bảo vệ qui chế đó đi, chẳng can dự gì đến việc tôi."

Chủ buôn không suy xét lý lẽ, cứ trách phạt, bắt Viên Mãn nộp 60 ca-lợi-sa-ba-noa.[199] Viên Mãn chưa kịp đóng tiền, bị bắt đem phơi nắng, giữa trời nắng gay gắt. Lúc này quốc vương cho người theo dõi, thấy Viên Mãn bị bắt phơi nắng, quay về bẩm báo với quốc vương. Quốc vương sắc lệnh cho người đi gọi chủ buôn và Viên Mãn đến. Quốc vương thẩm tra:

"Nay cớ sao ngươi bắt Viên Mãn phơi giữa trời nắng?"

Chủ buôn thưa:

"Đại vương biết cho! Chủ buôn lập chế, cùng nhau giao dịch, không được tự ý mua. Viên Mãn đã trái với qui định của tập thể. Cho nên bắt phạt Viên Mãn."

Viên Mãn tâu:

---

[199] Ca-lợi-sa-ba-noa 迦利沙波拏; Skt *kārṣāpaṇa*.

"Bẩm Đại vương, xin hỏi thương chủ, ngày mà chủ buôn lập chế, có báo cho tôi biết không? Hay có gọi các huynh đệ của tôi đến không?"

"Không báo." Chủ buôn đáp.

Quốc vương nói với mọi người:

"Viên Mãn nói đúng."

Quốc vương bảo thả Viên Mãn. **[11a01]**

Bấy giờ, quốc vương Thâu-ba-lặc-ca cần nhiều vật dụng, hỏi các chủ thương:

"Nay ta cần những món đồ như vậy như vậy. Các ông cung cấp cho ta."

Các thương thưa:

"Bẩm Đại vương, những món đồ ấy chỗ Viên Mãn đều có."

Quốc vương bảo:

"Đối với Viên Mãn, trước đây ta đã có sắc lệnh để cho ông ấy yên, cho nên bây giờ không thể đến đó yêu sách. Các ông tự đến đó mua rồi đem lại đây."

Thương chủ cho người gọi Viên Mãn đến. Viên Mãn khước từ:

"Tôi không đến."

Sứ giả trở về báo. Các chủ thương đành tập trung đến nhà Viên Mãn. Họ đến ngoài cửa, người giữ cửa vào báo với Viên Mãn:

"Thưa ông chủ, các chủ thương đều tập trung ngoài cổng, họ muốn gặp ông chủ chốc lát."

Viên Mãn tỏ ra rất cao ngạo, qua mấy ngày mới ra gặp họ. Chủ thương thấy Viên Mãn liền hỏi:

"Này đại chủ thương! Tôi muốn mua những món hàng như vậy như vậy. Ông có thể vui lòng y vào giá gốc bán cho tôi."

"Tôi là chủ thương, vốn cầu lợi, nếu bán giá gốc cho ông sao là chủ thương nữa!?"

"Vậy tôi trả gấp đôi, ông bán cho tôi."

Viên Mãn nghĩ: "Những khách buôn này đã đến tận đây thì nên kính trọng họ. Và họ đã trả giá gấp đôi thì có thể bán cho họ." Nghĩ thế, Viên Mãn sau đó giao hàng cho họ. Trong số hàng hóa, chỉ bán ra một triệu năm trăm ngàn tiền vàng. Viên Mãn lấy tiền đó trả nợ khác. Ngoài số đó ra, còn lại để tồn kho.

3. Nhân duyên xuất gia

Nhưng rồi, Viên Mãn suy nghĩ: "Cứ như vầy giống như hứng sương sớm, biết bao giờ đầy vò! Mình phải vào đại dương tìm kiếm châu báu." Viên Mãn sai gia nhân đến thành Thâu-ba-lặc-ca[200], đánh trống tập chúng, thông báo:

"Các thương nhân trong thành nghe rõ đây! Thương chủ Viên Mãn muốn vào đại dương tìm cầu châu báu. Ai muốn đi thì đi cùng Viên Mãn. Những nơi đi qua không cần mua đường đi, qua các bến đò không cần trả phí, mà có thể ra biển. Ai thích đi thì đi, sẽ lấy những thứ lấy từ biển mang về đây."

Gia nhân thông báo xong, có 500 thương nhân muốn ra biển tìm hàng đều kéo đến.

Thế rồi thương chủ Viên Mãn cùng các thương nhân làm lễ cầu nguyện sự may mắn, sau đó 500 người thương nhân tùy tùng Viên Mãn lên đường vào đại dương. Họ thu hoạch được nhiều tài sản châu báu và an bình trở về. Như vậy qua sáu lần vào đại dương đều thành công trở về, chuyến đi của Viên Mãn được đồn xa.

Bấy giờ, các thương nhân mang nhiều hàng hóa từ thành Thất-la-phạt đến thành Thâu-ba-lặc-ca. Sau khi nghỉ ngơi, họ đến chỗ Viên Mãn, thưa chuyện:

"Thương chủ! Chúng tôi cũng muốn vào đại dương."

Viên Mãn hỏi:

"Có phải các vị [11b01] nghe tôi sáu lần vào đại dương được an ổn

---

[200] 輸波勒迦. Divy. *Sūrpāraka*; Tib *slo ma lta bu*. Hán, đoạn sau 蘇波羅城. Thành Tô-ba-la. ['Dul ba ka 302b6]

trở về, nay lại sẽ đi thêm lần nữa, phải không?"

"Chúng tôi từ xa đến đây mong nương nhờ ông để ra biển yên ổn. Nếu ngài không đi, chúng tôi đâu dám quyết đoán."

Viên Mãn nghe họ nói thế, ngẫm nghĩ: "Tuy ta không cần thứ gì nữa, nhưng vì lợi ích của họ, ta sẽ ra biển một lần nữa."

Sau đó, Viên Mãn cùng nhóm thương nhân đi ra biển. Các thương nhân mỗi sáng thường tụng "Cảm hứng ngữ", "Trưởng lão kệ", "Trưởng lão ni kệ", kệ tụng của "Mâu-ni" và Chúng nghĩa kinh, v.v...[201] Viên Mãn nghe âm thanh đọc tụng trong trẻo, dịu dàng, tấm tắc khen:

"Các vị ca vịnh hay quá!"

"Thương chủ! Lời này không phải ca vịnh."

"Vậy ngôn từ gì?" Viên Mãn hỏi lại.

"Là lời của Phật."

Trước giờ Viên Mãn chưa từng nghe danh từ "Phật", nay nghe nói đến, toàn thân lông dựng đứng, tâm tràn đầy sự tôn kính. Viên Mãn liền hỏi thương nhân:

"Phật là ai?"

"Có một sa-môn họ Kiều-đáp-ma, thuộc dòng họ Thích-ca, cạo bỏ râu tóc, khoác ca-sa, chánh tín xuất gia, từ bỏ thành ấp, quốc gia, vào tận sơn lâm, tu chứng Vô thượng Chánh đẳng Bồ-đề; người ấy được gọi là Phật."

Viên Mãn lại hỏi:

"Hiện nay Phật đang ở đâu?"

"Hiện nay đức Phật đang ở tại vườn Cấp Cô Độc, rừng Thệ-đa,

---

[201] 嗢拕南頌 諸上座頌 世羅尼頌 牟尼之頌 眾義經等. Skt. Divy. *Udāna, Pārāyaṇa, Satyadṛś, Sthaviragāthā, Śailagāthā, [Sthavirīgāthā], Munigāthā, Arthavargīya.* Tib. ['Dul ba ka 303a5]: *ched du brjod pa; pha rol 'gro byed; bden pa mthong; gnas brtan pa'i tshigs su bcad pa; [gnas brtan ma'i tshigs su bcad pa]; ri gnas pa'i tshigs su bcad pa; thub pa'i tshigs su bcad pa; don gyi tshoms gyi mdo.*

trong thành Thất-la-phạt."

Viên Mãn nghe xong giữ trọn hình ảnh đức Phật trong lòng, cùng các thương nhân trở về bình an.

Lúc này, người anh An Lạc nghĩ: "Viên Mãn em mình cứ bôn ba trên đại dương khổ nhọc, vất vả, nên kiếm vợ cho nó." An lạc hỏi Viên Mãn:

"Em xem thử, em thích con gái nhà chủ thương gia nào, hay con gái nhà trưởng giả hào phú nào, anh sẽ thay mặt đứng ra cưới cho em?"

Viên Mãn nói:

"Em không thích cưới vợ, xin anh cho em xuất gia."

Người anh hỏi lại:

"Trước đây em bần hàn sao không xuất gia. Nay em giàu có, của cải đầy ắp, cớ sao lại muốn xuất gia?"

"Lúc còn hàn vi thì không thể xuất gia. Còn giờ có của tiền mới có thể xuất gia."

Người anh biết em mình đã phát tâm quyết liệt, đành phải đồng ý:

"Được, anh cho em đi xuất gia."

Viên Mãn khuyên anh Cả:

"Thưa anh, vào đại dương có nhiều hiểm nạn, nhiều ưu phiền. Rất nhiều người ra đi, trở về không bao nhiêu. Nhất định anh không được vào đại dương. Khối tài sản châu báu mà em đang sở hữu đều do phước lực mà có, cũng không phải do dối lừa, bất chính mà có. Anh thứ hai, thứ ba thường làm ăn, kiếm tiền không trong sạch. Nếu em xuất gia, hai anh đó có nói muốn sống chung với anh, thì anh đừng hứa khả."

Nói xong, Viên Mãn dẫn một người hầu đến thành Thất-la-phạt. Vào trong khu rừng [11c01] dừng lại ở đó, Viên Mãn sai người đến báo với trưởng giả Cấp Cô Độc:

"Hiện giờ thương chủ Viên Mãn đang ở trong rừng, muốn cùng diện kiến ông."

Trưởng giả Cấp Cô Độc suy nghĩ: "Thương chủ Viên Mãn lội biển lao nhọc, nay lại đi đường bộ đến đây." Cấp Cô Độc hỏi sứ giả:

"Hôm nay Viên Mãn mang những thứ gì đến?"

"Không mang gì cả, chỉ có mình tôi theo hầu." Sứ giả trả lời.

Cấp Cô Độc ngẫm nghĩ: "Đây là người đại phước đức, không để cho đi bộ vào thành, ta nên cho voi, ngựa, nô, nghinh đón ông."

Cấp Cô Độc bèn dẫn voi, ngựa ra nghinh đón, đưa về nhà, lấy nước hương cho Viên Mãn tắm, thiết bày các loại thức ăn. Sau khi Viên Mãn dùng xong, trưởng giả Cấp Cô Độc hỏi:

"Này thương chủ, hôm nay vì cớ gì mà đến đây?"

"Trưởng giả, tôi muốn xuất gia, làm bí-sô, sống trong Pháp Luật thiện thuyết của Như Lai."

Trưởng giả Cấp Cô Độc đứng thẳng người duỗi tay[202] tán thán:

"Hy hữu thay, Phật-Pháp-Tăng Bảo xuất hiện ở thế gian. Nay ngài xuất gia lại là chuyện hy hữu nữa! Tiền tài, châu báu sung túc, quyến thuộc đông đúc, vậy mà bỏ đi xuất gia, càng hy hữu hơn."

Sau đó, trưởng giả Cấp Cô Độc cùng Viên Mãn đến gặp Phật. Lúc bấy giờ đức Phật đang thuyết pháp giữa hội chúng vô lượng trăm ngàn bí-sô. Đức Phật thấy trưởng giả Cấp Cô Độc dẫn thương chủ Viên Mãn đến, Ngài nói với các bí-sô:

"Hôm nay, trưởng giả Cấp Cô Độc đem một bảo vật[203] vô giá đến dâng cho Ta. Trong Phật pháp, không bảo vật nào quý hơn đây, chúng sinh bảo được hóa độ."

Trưởng giả Cấp Cô Độc và thương chủ Viên Mãn đảnh lễ chân Phật, rồi ngồi qua một bên, bạch Phật:

"Bạch Thế Tôn! Đây là thương chủ Viên Mãn, rất muốn xuất gia trong Pháp Luật thiện thuyết, thọ cận viên, thành bí-sô. Nguyện xin Thế Tôn cho Viên Mãn xuất gia, thọ học xứ."

---

[202] Divy. Tib. duỗi cánh tay phải.
[203] Divy. *prābhṛta*; Tib. *skyes,* bảo vật hiến cúng, lễ vật.

Đức Thế Tôn mặc nhiên hứa khả. Thế Tôn gọi thương chủ Viên Mãn:

"Thiện lai, Bí-sô! Hãy đến đây tu phạm hạnh."

Thế Tôn vừa nói xong, râu tóc Viên Mãn tự rụng, giống như tóc đã cạo trước đó 7 ngày. Tự nhiên trên thân khoác y tăng-già-đê[204], cầm y bát, oai nghi đầy đủ, như bí-sô trăm tuổi không khác.

Bấy giờ, Thế Tôn nói tụng:

Thế Tôn gọi 'Thiện lai',
Tóc rụng, y, bát đủ;
Các căn đều tịch định,
Tùy niệm ý đều thành.[205]

4. Tu tập đắc quả

Bấy giờ,[206] Cụ thọ Viên Mãn đảnh lễ chân Phật, ngồi qua một bên, bạch Phật: **[12a01]**

"Nguyện xin Thế Tôn giảng rõ pháp yếu cho con, để con nghe pháp yếu từ Phật, rồi một mình ở nơi tịch tĩnh, không phóng dật, nhất tâm ân cần tu tập, ẩn dật an trú. Vì lý do mà con đã xả bỏ gia đình, chánh tín xuất gia, cạo bỏ râu tóc, được khoác ca-sa, tu phạm hạnh, ấy là, ngay trong đời này[207] chứng đắc thông trí, tự biết rằng: 'Sự sinh của ta đã dứt, phạm hạnh đã lập, điều cần làm đã làm xong, không thọ thân đời sau.'"

Thế Tôn bảo:

"Lành thay, lành thay! Như lời ông thưa thỉnh, được nghe pháp yếu… *(cho đến)*, không thọ thân đời sau. Này Viên Mãn! Ông hãy lắng nghe, khéo tư duy. Ta sẽ nói pháp cho ông.

---

[204] 僧伽胝. Skt. saṅghāṭi; Tib. snam sbyar. Hán âm phổ thông là tăng-già-lê.
[205] Divy. 37: *naiva sthito buddhamanorathena*; Tib. ['Dul ba ka 304b5]: *sangs rgyas dgongs pas lus gzugs bkab par gyur*: "sắc thân ẩn tàng trong tâm Phật."
[206] Skt. *athāparena samayena*, "Một thời gian sau."
[207] 於現法中; Skt. *dṛṣṭadharme*; Tib. *de mthong ba'i chos*.

"Sắc được nhận thức bởi nhãn thức, sắc đáng yêu, đáng ưa thích, liên hệ dục, khiến cho con người tham đắm.²⁰⁸ Các dục như vậy, bí-sô sau khi thấy, hoan hỷ nơi lạc, tán thán dục, ái nhiễm dục. Do đó sinh tâm hỷ ái. Do hỷ ái, tức thì khởi tâm tham; do tâm tham, bị dục hệ phược, do tương ưng hỷ tham mà khiến xa lìa Niết-bàn.

"Này Viên Mãn! Thanh được nhận thức bởi nhĩ thức, hương được nhận thức bởi tỉ thức, vị được nhận thức bởi thiệt thức, xúc được nhận thức bởi thân thức, pháp được nhận thức bởi tâm thức; đáng yêu, đáng yêu, đáng ưa thích, v.v... (*nói rộng như trên, cho đến*)... xa lìa Niết-bàn.

"Này Viên Mãn! Sắc được nhận thức bởi mắt, đáng yêu, đáng ưa thích ... *như trên*, nếu không nhiễm trước, tức gần Niết-bàn. Đó là pháp yếu lược nói. Ta đã giảng rõ cho ông. Vậy, ông thích ý muốn ở nơi nào?"

Viên Mãn thưa:

"Nay con nghe được pháp yếu lược thuyết của Phật, con muốn về trú ở nước Thâu-na-bát-la-đắc-già."²⁰⁹

Đức Phật hỏi Viên Mãn:

"Con người ở đó đa phần bạo ác, hung dữ ngang bướng, sân hận mắng chửi. Nếu những người đó mắng chửi, sân hận hung bạo với ông, ông nghĩ như thế nào về những người làm việc ấy?"

"Bạch Thế Tôn, nếu họ mắng chửi, cho đến phỉ báng con, con sẽ nghĩ thế này: 'Những người này đều là hiền thiện, vì họ không dùng cây, gỗ, ngói, đá, quyền, cước, đánh, đấm con.'"

---

[208] 可愛光彩 是悅意事 與欲相應 令人愛著. Skt *rūpāniṣṭāni kāntāni priyāni manaāpāni kamopasamhitani rañjanīyāni;* Tib *sdug pa dang| chags pa dang| dga' pa dang| yid du ong ba dang| 'dod pa dan ldan pa dang| kun tu chags par rgyu ba yod la|* [sắc] khả lạc, khả ái, khả hỷ, khả ý, tương ưng dục, khiến người tham đắm.

[209] 輸那鉢羅得伽國. Tib *Gro bzhin skyes gnas pa.* Skt *Śroṇāparāntaka,* Pali *Sunāparanta,* là quê hương của Viên Mãn. Viên Mãn (*Pūrṇa*) sinh ở thành phố (bến cảng) *Sūrpāraka,* trong nước *Sunāparantaka.*

"Nếu người nước ấy cực kỳ bạo ác, hung dữ ngang bướng, sân giận ác độc, nếu họ lấy cây, đá, v.v... đánh ông, thì ông nghĩ sao?"

Viên Mãn thưa:

"Bạch Thế Tôn! Nếu người nước đó lấy cây, đá, hay dùng tay... đánh con, thì con sẽ nghĩ: 'Người nước này quá ư hiền thiện, không lấy đao, kiếm hại con.'"

Đức Phật lại hỏi:

"Những người nước đó cực kỳ ác độc, hung bạo, [12b01] ngang ngược, nếu họ lấy đao, kiếm, cây, đá hại ông, thì ý ông thế nào?"

"Bạch Thế Tôn! Con nghĩ thế này: 'Những người đó quá ư hiền thiện, tuy lấy đao, kiếm chém con, nhưng vẫn chưa lấy mạng con.'"

Đức Phật hỏi tiếp:

"Những người nước đó luôn ác độc, hung bạo ngang ngược, nếu họ giết ông thì ông nghĩ sao?"

"Nếu họ giết con, thì con nghĩ: 'Có đệ tử của Phật, nhàm tởm báo thân thọ các khổ não, tâm luôn xấu hổ, dùng các phương tiện: dao, thuốc độc mà tự đoạn mạng; huống gì những người nước kia mà giết con, thì họ rất hiền thiện, đã giúp con xả bỏ thân ô uế này, bản thân không còn lao khổ nữa.'"

Đức Phật khen ngợi Viên Mãn:

"Lành thay, lành thay! Hôm nay ông đã thành tựu ý lạc nhu hòa nhẫn thuận. Ông có thể đến trú ở nước ấy. Hãy đến trú ở đó, độ những ai chưa được độ, giải thoát cho những ai chưa được giải thoát. Tự mình an ổn, cũng khiến người khác an ổn. Tự mình chứng đắc Niết-bàn, cũng khiến người khác chứng đắc Niết-bàn."

Cụ thọ Viên Mãn sau khi nghe Phật chỉ dạy, cực kỳ hoan hỷ, đảnh lễ Phật ra đi.[210]

---

[210] Divy. 39. 'Dul ba ka 306b6.

5. Thuyết pháp đệ nhất

Cụ thọ Viên Mãn nghỉ đêm tại vườn Cấp Cô Độc, tại rừng Thệ-đa. Sáng sớm khoác y, mang bát vào thành khất thực. Cụ thọ Viên Mãn ăn xong, thu dọn ngọa cụ, bỏ lại tất cả, mang y bát, lên đường đến nước Thâu-na-bát-la-đắc-già; du hành trong nhân gian, đi dần đến ngoài thành, dừng lại ngủ đêm; sáng sớm khoác y mang bát vào thành khất thực. Viên Mãn gặp một người thợ săn, tay cầm cung tên, chuẩn bị ra khỏi thành, rảo khắp nơi để săn thú. Y vừa thấy Viên Mãn, liền nói:

"Mình chuẩn bị đi săn lại thấy tên sa-môn trọc đầu này, chắc chắn không may mắn."

Y liền giương cung lên nhắm đến Viên Mãn muốn bắn. Viên Mãn vén y lên, bày bụng ra, nói:

"Hiền thủ! Có thể bắn vào bụng đây." Rồi đọc tụng:

Chim bay trên không, nai trong rừng,
Vì tìm thức ăn mà mắc bẫy.
Những người đấu tranh, cầm đao kiếm,
Cùng nhau chém giết, đến diệt vong.
Ngạ quỷ đói khát, khổ bức bách,
Cầu ăn sắt viên, nước đồng sôi.
Ta từ lâu xa vì bụng này,
Mà phải luân hồi, thọ các khổ.

Tên thợ săn nghĩ: "Người xuất gia này tu tập nhẫn nhục **[12c01]** đã thành tựu, sao ta có thể hại được." Tức thì phát sinh tín tâm.

Cụ thọ Viên Mãn thuyết pháp vi diệu cho người ấy nghe, khiến người ấy quy y Tam bảo, thọ năm học xứ.

Lúc bấy giờ, có 500 người nam trở thành ô-ba-sách-ca, và 500 người nữ thành ô-ba-tư-ca, ở trong thành xây dựng 500 ngôi tinh xá,[211] cung cấp vô lượng giường dây, gường cây, ngọa cụ lớn nhỏ. Viên Mãn ở nước này an cư ba tháng mùa mưa. Sau ba tháng, Viên Mãn đoạn tận phiền não, chứng quả A-la-hán, đắc ba minh, sáu thông, đầy đủ

---

[211] 毘訶羅, Skt *vihāra*.

tám giải thoát, biết như thật rằng: "Ta sinh đã dứt, phạm hạnh đã lập, điều cần làm đã làm xong, không thọ thân sau." Tâm không chướng ngại, như tay nắm hư không, dao chém sáp hương, thương ghét bình đẳng, quán vàng, đất… không khác. Đối với các danh lợi đều xả bỏ. Đế-thích, Phạm thiên, chư thiên đều cung kính.[212]

6. Tinh xá chiên đàn

Vào một thời gian khác, đại huynh bà-la-môn[213] Hoa Tai Gỗ, trước đây có hai người em, họ hưởng thụ tài sản đều tiêu tán. Hai người em đến nhà anh cả, nói:

"Gã bất tường bần hàn kia nay đã đi khỏi gia đình chúng ta rồi; anh em ta nên ở chung với nhau, hòa hợp mà sống."

Hoa Tai Gỗ hỏi người em:

"Ai là gã bất tường?"

Cả hai người em cùng trả lời:

"Viên Mãn chứ ai."

"Nó là người có đức cát tường, sao lại bất tường? Nó ở trong nhà ta là có điềm cát tường xuất hiện, chẳng phải bất tường bần hàn."

Hai người em nói lại:

"Gã Viên Mãn ấy bất tường hay cát tường, thì nay cũng đã đi rồi, giờ chúng ta chỉ cần hòa hợp sống với nhau thôi."

Người anh gằn giọng:

"Các em có được tài sản đều là phi pháp. Còn tài sản của anh là như pháp. Cho nên anh không thể ở chung với các em được."

Hai gã em trai nói lại:

"Do đứa con của kẻ nô tỳ đi biển, bôn ba mới tìm cầu được số tài sản châu báu đó. Nó đem cho anh. Anh có được là tài sản của nó, lại sinh đắc ý, hủy nhục chúng tôi. Nếu anh có sức thì hãy đi biển mà tìm

---

[212] 'Dul ba ka 307b7.
[213] Hán thêm "bà-la-môn".

cầu châu báu!"

Người anh nghe hai em nói vậy, tức giận, nổi lên kiêu mạn, thầm nghĩ: "Mình phải vào đại dương một chuyến."

Sau đó, người anh lên thuyền lớn, nhắm thẳng hướng chỗ có châu báu. Một cơn gió lớn bất ngờ thổi đến, đẩy thuyền trôi đến một hòn đảo mà trên núi ấy toàn là ngưu đầu chiên-đàn. Các thương nhân nói với nhau[214]:

"Trước đây chúng ta nghe nói đến ngưu đầu chiên-đàn, nay lần đầu tiên mới thấy tận mắt. Đây là là nơi Dược-xoa Diệu thủy tinh Đại tự tại[215] bảo vệ. Lúc này Dược-xoa không có ở đây, các vị cứ yên tâm **[13a01]** mà đốn chặt."

Bấy giờ năm trăm cái búa cùng lúc chặt. Khi ấy, có Dược-xoa tên Tác Hỷ,[216] thấy những người thương nhân lấy búa chặt đốn rừng, liền đến chỗ Dược-xoa Đại Tự Tại cấp báo:

"Thưa thần chủ, trong rừng chiên-đàn, có 500 người đang chặt cây. Báo cho ngài biết."

Khi ấy, Đại Dược-xoa vừa xong việc đại chúng, nghe báo phẫn nộ, dùng thần lực phóng ngọn gió dữ, thân nương theo gió bay đến hòn đảo kia. Thuyền sư thấy gió đến, nói với thuyền nhân:

"Mọi người nên biết, xưa nay người ta nói gió đen[217], là thứ gió này. Thật là tai nạn khó gặp. Cần phải khéo léo suy nghĩ tìm cách."

Tất cả thương nhân nghe thế, sợ hãi, lông toàn thân đều dựng, mỗi người niệm vị trời mà mình thờ phụng, đọc tụng:

---

[214] Tib ['Dul ba ka 307b5]: lời của người dẫn đường, biết chuyện (*sa mkhan gyis smras pa*).

[215] 妙水精大自在藥叉, Tib *dbang po gnod sbyin dbang phyug chen po*. Skt *yakṣa Maheśvara*.

[216] 作喜. Tib *gnod sbyin mi dga'*: dược-xoa Bất Hỷ. Skt *Apriya-yakṣa*: Bất Hỷ Dạ-xoa!

[217] 黑風. Skt Divy. *mahākālikāvātabhaya*; Tib *rlung nang chen po'i 'jigs pa*: cơn bão lớn (đại hắc phong) kinh sợ (trong cõi Diêm-phù).

Thần Tự Tại, Nước, Gió,
Thần Đế Thích, Thiên, Tiên...,
Chúng Long vương, Dược-xoa,
Các thần A-tố-lạc...[218]
Con nay gặp tai ách,
Xin nguyện các tôn thần,[219]
Cứu con thoát nạn này,
Tai họa cực kỳ lớn.

Hoặc cầu riêng Đế-thích,
Hoặc lễ Đại Phạm thiên,
Thần tự tại Đất, Cây,
Những năng lực cứu hộ.[220]
Con nay gặp gió quỷ,
Nguyện xin được cứu giúp.

Khi ấy Hoa Tai Gỗ đứng im lặng, không niệm thiên thần. Các thương chủ mới hỏi:

"Chúng ta đang gặp ách nạn nguy cấp, khổ não bức bách, còn ông sao đứng im thế?"

"Trước đây tôi nghe em tôi nói: 'Đi ra biển rất cực nhọc, gặp nhiều tai họa, do lòng tham đắm say. Người vào biển thì nhiều, nhưng trở về

---

[218] Divy. 41: *Śiva-varuna-kuvera-śakra-brahmadyāsura-manujoraga-yakṣa-dānavendrāḥ*: Thần *Śiva* (Thấp-bà), thần Nước, thần Cưu-bàn-trà, Đế Thích, Phạm thiên, A-tu-la, cùng với loài người, mãnh xà, dạ-xoa, chúa tể ác ma. Tib ['Dul ba ka 308ᵃ3]: *shi ba dang ni chu lha lus ngan nor lha sogs| lha mi lto 'phye gnod sbyin lha mi dbang po rnams.*

[219] Skt *vigatabhaya*; Tib *bsnyens bral*, ly bố úy; vị giải trừ tai họa.

[220] 或別求帝釋、或禮大梵天、自在地樹神, 諸能救護者. Skt Divy. 41: *kecin namasyanti śacīpatiṃ narāḥ brahmāṇam anye hariśaṃkarāvapi | bhūmyāśritān vṛkṣavanāśritāṃśca...* Một số người cầu Phu quân *Śacī* (thần *Indra*); số khác cầu Phạm thiên, Hari (thần *Viṣṇu*), *Śaṅkara* (thần *Śiva*), thần mặt đất, thần cây, thần rừng... Tib 'Dul ba ka 615ᵃ4: *gzhan dag tshangs dang khyab 'jug lha chen po| sar rten shing dang tshal la brten pa la|*

không bao nhiêu. Chớ có đi biển.' Tôi đã làm trái lời em tôi dặn mà đi biển. Nay gặp nạn, làm gì được nữa?"

Mấy thương nhân hỏi:

"Em của ông là ai?"

"Là Viên Mãn."

"Ồ, Thánh giả Viên Mãn ấy, là người có đại phước đức, chúng ta hãy mau quy y ngài."

Các thương nhân nhất tâm đồng niệm:

"Nam-mô Thánh giả Viên Mãn! Nam-mô Thánh giả Viên Mãn."

Lúc đó có thiên nữ trước đây từng khởi tâm kính tín đối với Cụ thọ Viên Mãn, nay thấy các thương nhân thành tâm hướng về, liền đến chỗ Viên Mãn bạch rằng:

"Thưa Thánh giả, đại huynh của Thánh giả đang gặp khổ lớn. Thánh giả nên nghĩ đến."

Nghe vậy, Viên Mãn bèn nhớ lại, nhập định. Do **[13b01]** định lực, Viên Mãn biến mất khỏi nhân gian Thâu-na-bát-la-đắc-già, hiện đến giữa biển, ngồi trên cột buồm thuyền của đại huynh. Ngay lúc đó bão lớn thổi đến lại quay trở đi, như có núi Tu-di[221] ngăn cản.

Khi ấy Dược-xoa Đại Tự Tại nghĩ thầm: "Xưa giờ, nếu có thuyền bè đến đây đều bị bão lớn thổi lật, phá tan, nhận chìm. Nay cớ gì bão quay ngược về, như có núi Tu-di ngăn cản, không thể phá hoại được?" Dược-xoa quan sát khắp nơi, thấy Cụ thọ Viên Mãn ngồi kết-già trên cột buồm thuyền. Dược-xoa hỏi:

"Thánh giả Viên Mãn! Vì sao gây rối tôi?"

Viên Mãn đáp lại:

"Này thượng thủ![222] Tôi nào có gây rối cho ông? Nếu tôi không có

---

[221] 蘇迷盧. Skt *Sumeru*. Tib *ri rab*.
[222] 上首. Tib *rga pa'i chos can*, Skt *jarādharma*, "Này kẻ có pháp già!" Hô khởi từ, có lẽ nên hiểu: "Lão già kia ơi!"

được nhiều công đức, thì anh của tôi tất đã bị ông làm cho chỉ còn lại cái tên suông."

Dược-xoa Đại tự tại nói:

"Thưa Thánh giả! Tôi bảo vệ rừng cây ngưu đầu chiên-đàn cho Kim luân Thánh vương."[223]

Viên Mãn hỏi:

"Thượng thủ, ý ông nghĩ sao, Phật và Luân vương ai tôn quí hơn?"

"Thưa Thánh giả, Thế Tôn nay đã ra đời?"

"Đúng, Thế Tôn đã xuất hiện ở đời."

Dược-xoa bảo:

"Nếu vậy thì thuyền chưa đầy, nên chất thêm cho đầy."

Mấy thương nhân mới bị kinh hãi, sắp mất mạng, nay nghe nói thế, hốt nhiên tỉnh lại. Các thương nhân được an ổn, liền khởi tâm tôn kính Thánh giả Viên Mãn.

Các thương nhân chất ngưu đầu chiên-đàn đầy thuyền rồi ra đi, trở về thành Thâu-na-bát-la-đắc-già. Đến nơi, Viên Mãn bảo anh:

"Nếu đi trên biển gặp nạn, mà gọi danh hiệu của ai đó, nhờ niệm lực ấy thuyền an ổn trở về, thì số đồ có được đều thuộc về vị ấy. Nay anh lấy châu báu các loại mà chia cho thương nhân. Riêng em lấy ngưu đầu chiên-đàn, dựng tinh xá chiên-đàn cho Phật."

Người anh liền lấy báu vật phân chia cho thương nhân. Số gỗ ngưu đầu chiên-đàn, Viên Mãn bắt đầu làm tinh xá cho Phật, triệu tập thợ giỏi bàn giá làm:[224]

"Này các anh thợ, các anh muốn tính công nhật là 500 tiền, hay một nhúm bột ngưu đầu chiên-đàn?"

---

[223] 金輪聖王. Skt. *cakravartin*. Tib. *'khor los sgyur ba'i rgyal po*. Chuyển luân vương.

[224] 栴檀精舍. Skt. (Divy) *candanamālaḥ prāsādaḥ*; Tib. *tsan dan gyi phreng ba'i khang bzangs*: "cung điện (tinh xá) kết bằng chuỗi chiên đàn."

"Chúng tôi muốn tính mỗi ngày một nhúm bột hương ngưu đầu chiên-đàn."

Giá cả thống nhất xong, liền khởi công làm, trải qua không bao lâu, tinh xá hoàn thành. Thợ giao tinh xá cho Viên Mãn. Số mảnh vụn chiên-đàn và mạt cưa, Viên Mãn trộn lại nghiền vụn bôi lên tinh xá.[225]

7. Bồn Chấm Viên Mãn

Huynh đệ Viên Mãn trước đây hiềm thù nhau giờ thuận hòa lại. Viên Mãn bàn với anh:

"Chúng ta nên phụng thỉnh Như Lai và các vị đệ tử."

Mấy người anh **[13c01]** hỏi:

"Thánh giả Viên Mãn, hiện giờ Như Lai Thế Tôn ở đâu?"

"Thế Tôn đang ở thành Thất-la-phạt."

"Thành ấy cách bao xa?"

"Hơn trăm dặm."

Mấy người anh nói:

"Chúng ta nên gặp Quốc vương xin phép, xem Quốc vương có cho không!"

Thánh giả nói:

"Tùy ý anh bẩm báo."

Mấy người anh cùng đến chỗ quốc vương, bẩm:

"Tâu Đại vương! Chúng thần muốn thỉnh Phật và Tăng đến cúng dường, nguyện xin Quốc vương cho phép, giúp đỡ cho chúng thần lo việc đầy đủ."

"Được, tùy ý các ông làm, ta sẽ hỗ trợ các ông bày biện cúng dường."

Bấy giờ, Viên Mãn lên lầu cao, quì hai gối chấm đất, từ xa vọng

---

[225] 'Dul ba ka 309a4.

về vườn rừng Thệ-đa, đốt hương, rải hoa, lấy nước trong bình vàng[226] làm nước sái tịnh, vọng thỉnh, đọc kệ tụng:

> *Đấng Tịnh giới, Diệu trí*
> *Chứng tri người quy mạng.*[227]
> *Hộ trì chúng cô khổ,*
> *Thỉnh nguyện thọ cúng dường.*

Đọc xong, do thần lực của Phật, những hoa được tung rải hợp thành một cái lọng, bay thẳng đến rừng Thệ-đa, trụ giữa hư không che trên đỉnh đầu Phật. Khói hương đốt, do thần lực của Phật, bay lên giữa hư không, họp thành tầng mây. Nước rót ra từ bình vàng, do thần lực của Phật, chảy thành dòng như cây gậy lưu-ly.

Cụ thọ A-nan-đà thấy điềm lành này, chắp tay cung kính bạch Phật:

"Nay có điềm lành này, chắc là thỉnh Phật và Tăng Bí-sô. Con không biết từ đâu đến đây?"

Phật bảo:

"A-nan-đà, từ thành Thâu-ba-lặc-ca đến."

"Bạch Thế Tôn! Thành đó cách đây bao xa."

"Khoảng hơn trăm dặm. Ông đi lấy thẻ, và bảo các bí-sô: 'Ngày mai, nếu ai có khả năng nhận lời thỉnh của Viên Mãn đến được thành Thâu-ba-lặc-ca, thì nhận thẻ[228] này.'"

"Kính vâng, bạch Thế Tôn."

A-nan-đà đi lấy thẻ, đứng trước Phật, theo thứ lớp phát thẻ. Phật tự lấy thẻ, cho đến khi các trưởng lão bí-sô đã nhận thẻ xong, khi ấy, Cụ thọ trưởng lão Bồn Chẩm Viên Mãn[229] cũng đang ở trong chúng

---

[226] Divy. sai một tịnh nhân già-lam (*ārāmika*). Tib sai một gia chủ (khyim pa).

[227] Divy. *bhaktābbisāre' satatārtbadarśín*; Tib *zhal zas dus su rtag tu don gzigs*: đấng luôn luôn thấy ích lợi trong thời trai phạn.

[228] 籌. Skt *śalākā*; Tib *tshul shing*; thẻ chia thực phẩm cho các bí-sô giữa Tăng.

[229] 盆枕圓滿. Skt *Pūrṇa-Kuṇḍopadhānīyakaḥ sthaviraḥ prajñāvimuktas*,

muốn lấy thẻ. A-nan-đà nói với Viên Mãn bằng một kệ tụng:

> *Cụ thọ phải nên biết,*
> *Chẳng phải Tát-la chủ,*[230]
> *Không phải nhà Tô-đạt,*[231]
> *Hay phu nhân Lộc Mẫu;*[232]
> *Mà bày biện ẩm thực.*
>
> *Cách đây hơn trăm dặm,*
> *Thành Thâu-ba-lặc-ca,*
> *Đắc thần thông mới đến,*
> *Ngài mặc nhiên ở lại.*

[14a01] Trưởng lão Viên Mãn có đại trí tuệ, nhưng không tu thần thông, lúc này ngài suy nghĩ: "Tuy ta đã đoạn các phiền não, nhưng không tu thần thông, đồng với các thần thông mà ngoại đạo cũng có." Nghĩ xong, phát đại tinh tấn, liền đắc thần thông. Khi A-nan-đà phát thẻ theo thứ tự đến trưởng lão thứ ba, trong khoảnh khắc vị này chưa nhận thẻ, Bồn Chấm Viên Mãn dùng sức thần thông đưa tay lấy thẻ, và đọc kệ:

> *Không bằng dung mạo đắc thần thông,*
> *Chẳng phải đa văn, và biện luận,*
> *Chỉ bằng năng lực giới, định, tuệ,*
> *Thân tuy già bệnh vẫn chứng đắc.*

Bấy giờ, Thế Tôn bảo các bí-sô:

"Trong chúng Thanh văn Bí-sô của Ta, Bồn Chấm Viên Mãn là bậc thượng thủ; có thể bằng thần thông nhận thẻ trước nhất thì không ai qua được Bí-sô này. Nghĩa là Thượng tọa Bồn Chấm Viên Mãn vì thứ

Thượng tọa *Pūrṇa-uṇḍopadhānīyaka*, vị (A-la-hán) huệ giải thoát (do đó, không có thần thông). *Kuṇḍopadhānīyaka*, người gối đầu trên chậu nước. [Tib] *yul chu mig can, yul chu mig can,* nước Con Suối (Tuyền Thủy quốc ?).

[230] 薩羅主. [Skt] *Kośalapati,* vua nước *Kośala,* vua Ba-tư-nặc.
[231] 蘇達家. [Skt] *Sudatta,* chỉ Cấp Cô Độc. [Tib] *rab sbyin.*
[232] 鹿母夫人. [Skt] *Mṛgāra.* [Tib] *ri dags.*

tự lấy thẻ mà chứng lục thông."

Đức Phật bảo Cụ thọ A-nan-đà:

"Ông nên bảo các bí-sô, trước đây Ta có dạy, các thầy bí-sô việc làm thiện có thể che giấu, còn việc làm ác thì phải phát lộ. Nay trong thành kia có nhiều ngoại đạo, các ông phải hiện thần thông mà đến thành kia, thọ nhận cúng dường của Viên Mãn."

"Kính vâng, bạch Thế Tôn."

A-nan-đà thọ giáo lời của Thế Tôn, truyền đạt cho các bí-sô:

"Thế Tôn có dạy: 'Trước đây Ta bảo các bí-sô, nếu việc làm thiện có thể ẩn kín; việc làm xấu thì phải phát lộ. Nhưng nay trong thành kia có nhiều ngoại đạo, các ông đến thành kia phải bằng thần thông.'"[233]

Quốc vương thành Thâu-ba-lặc-ca cho người quét dọn dơ bẩn trong thành, lấy nước hương chiên-đàn rưới trên đất; lấy các loại hương thơm bỏ vào lò hương báu đốt, treo cờ phướn, rải các loại hoa đủ màu sắc, trang trí khắp xung quanh thành.

Thành có 18 cửa, quốc vương có 17 người con; mỗi người ở ngoài mỗi cổng thành bày biện các phẩm vật cúng dường. Quốc vương và quần thần ở ngoài cổng lớn, nhiều xe ngựa xếp đi theo, tất cả đều đợi Thế Tôn. Mười bảy vương tử cũng đứng các cổng nhỏ, đợi Thế Tôn.

8. Thần biến thị hiện

Bấy giờ, Viên Mãn, Hoa Tai Gỗ, Hoa Tai Chì[234] cũng đứng ngoài cổng. Phật sai năm vị thọ sự[235] vận thần thông đến nhà trước. Năm vị ấy: 1. Xem xét việc rau cải; 2. Xem xét vật đựng; 3. Xem xét cơm rau; 4. Xem xét nước sạch; 5. Xem xét cơm chín.

---

[233] 'Dul ba ka 620b.

[234] Bản Hán kể sót một người, Hoa Tai Đồng.

[235] Thọ sự 授事, trao nhiệm vụ. Tib. 'drim pa ('brim pa): giám sát, phân phối, chỉ kể có 3: *lo ma 'drim pa, shang tse (tshe) 'drim pa. snod spyad 'drim pa*, phân phối lá, phân phối cỏ, phân phối khí mãnh. Divy. cũng kể chỉ có 3: *patracārika* (thọ sự lá), *haritacārika* (thọ sự rau/cỏ), *bhājanacārika* (thọ sự khí mãnh).

Quốc vương thấy năm vị từ không trung bay đến, hỏi **[14b01]** Viên Mãn:

"Đó là Thế Tôn phải không?"

"Đó là năm vị Thọ sự, đến đây kiểm tra, nghĩa là xem xét rau cải, cho đến cơm chín. Thế Tôn chưa đến, mà trước đã hiện vô lượng thần thông. Các vị trưởng lão cũng chưa đến."

"Thánh giả Viên Mãn! Sao Thế Tôn chưa đến?"

"Thế Tôn dạy năm vị kiểm tra đến trước, Thế Tôn sẽ đến sau."

Khi ấy, có vị cận sự nam kia nói kệ tụng:

> *Sư tử, hổ, voi, và rồng, bò:*
> *Tòa ngồi trang nghiêm bằng bảo vật,*
> *Hoặc có màn báu, và núi báu,*
> *Cây báu, xe đẹp đều nhiều màu.*
> *Hoặc cỡi trên mây giữa hư không,*
> *Phóng ánh sáng lớn để trang nghiêm,*
> *Dùng sức thần thông từ hư không,*
> *Hoan hỷ bay đến thành ấp này.*
> *Hoặc từ dưới đất xuất vọt lên,*
> *Hoặc từ trên không biến vào đất.*
> *Hoặc bay lên không, mặc nhiên ngồi,*
> *Quán thấy thần thông không nghĩ bàn.*[236]

Thế Tôn ở ngoài cửa rửa hai chân xong, bước vào phòng, ngồi kết-già trên chỗ ngồi đã dọn sẵn, thân ngay ngắn chánh niệm. Ngài ấn ngón chân xuống đất, đại địa chấn động sáu cách: Rung, rung khắp, rung khắp liên tục, cho đến rền, rền khắp, rền khắp liên tục; phía đông trồi lên, phía tây chìm xuống; phía tây trồi lên, phía đông chìm xuống; phía nam trồi lên, phía bắc chìm xuống; phía bắc trồi lên, phía nam chìm xuống; giữa trồi lên, vòng ngoài chìm xuống; vòng ngoài trồi lên, giữa chìm xuống.

Quốc vương hỏi Viên Mãn:

---

[236] 'Dul ba ka 310b7.

"Thánh giả! Hiện tượng này là thế nào?"

"Hiện tượng này là do Thế Tôn ở trong phòng, ấn ngón chân xuống đất, khiến đại địa chấn động sáu cách."

Như Lai lại phóng ánh sáng vàng ròng, do ánh sáng này chiếu vào đại địa, toàn đất như vàng ròng. Quốc vương thấy thêm hiện tượng hiếm có này, tâm càng vui mừng, hỏi Viên Mãn:

"Thánh giả! Việc này thế nào?"

"Đây là do Như Lai phóng ánh sáng vàng ròng, làm cho đại địa sắc màu vàng ròng."

Thế Tôn trầm lặng, chúng tùy tùng trầm lặng; tự tịch tĩnh, chúng tùy tùng tịch tĩnh, *chi tiết, v.v... cho đến*, Đức Thế Tôn cùng 500 A-la-hán đến thành Thâu-ba-lặc-ca.[237]

Từ trong rừng Thệ-đa, có Thiên nữ[238] cầm cành cây bạc-câu-la,[239] đi sau Phật, che bóng mát cho Phật.

Đức Phật quán biết ý lạc, tùy miên, giới loại, bản tính[240] của Thiên nữ, bèn diễn thuyết Thánh đế cho nghe. Thiên nữ sau khi nghe pháp, bằng chày **[14c01]** Kim cang trí mà đập tan 20 ngọn núi tát-ca-da kiến,[241] ngay lúc ấy chứng đắc quả Dự lưu.

9. Năm trăm quả phụ

Cho đến, sau đó, có 500 ô-ba-tư-ca[242] ở nơi khác, từ xa trông thấy Thế Tôn có 32 tướng và 80 vẻ đẹp, với ánh sáng rực rỡ trang nghiêm

---

[237] *'Dul ba gzhi bam po nyi shu lnga ba - kha 1.*
[238] Skt *Devatā*, thiên thần; danh từ nữ tính nhưng chỉ cho thiên thần nam tính. Nghĩa Tịnh hiểu là thiên nữ. Tib *lha*.
[239] 薄拘羅樹: Skt *vakula*, có lẽ *bakula*, một loại hoa đào.
[240] 隨眠根性意樂. Skt *anuśaya, dhātu, prakṛti*. Tib *bsam pa dang bgal nyal dang khams dang rang bzhin*.
[241] 薩迦耶見. Skt *satkāya-dṛṣṭi*, hữu thân kiến, hoặc thân kiến. Tib *'jig tshogs la lta ba*: hoại thân kiến. Xem *Câu-xá* v, phẩm Tùy miên.
[242] 五百鄔波斯迦, 500 ưu-bà-di, cận sự nữ. Divy. 46. *pañcamātrāṇi*. Tib ['Dul ba kha 1b7]: *yugs sa mo lnga brgya tsam*, 500 quả phụ.

thân, như ánh sáng ngàn mặt trời cùng chiếu, đoan chánh thù diệu như ngọn núi báu. Bấy giờ, những ô-ba-tư-ca kia sau khi thấy Thế Tôn như vậy, cực kỳ hoan hỷ. Ví như có người tinh tấn tu thiền định trong 12 năm, tâm sinh hoan hỷ; cũng vậy, chúng sinh đáng được độ, khi thấy Phật Thế Tôn, tâm sinh hoan hỷ cực kỳ gấp bội vị kia. Cũng như có người không con mà nay được con; người bần hàn mà được báu vật; phàm dân mà được làm vua, thân tâm hoan lạc; cũng vậy, người đã có thiện căn, lần đầu tiên thấy Phật tâm hoan hỷ càng gấp bội hơn thế.

Bấy giờ, Thế Tôn biết thời cơ điều phục của ô-ba-tư-ca kia đã đến, liền ngồi lên chỗ ngồi dọn sẵn giữa chúng bí-sô. Các ô-ba-tư-ca kia đến chỗ Phật, đảnh lễ dưới chân Phật, rồi ngồi qua một bên.

Thế Tôn quán biết ý lạc, tùy miên, giới loại, bản tính của các cận sự nữ kia, bèn thuyết pháp bốn Thánh đế. Các ô-ba-tư-ca kia sau khi nghe, bằng chày Kim cang trí mà đập tan 20 ngọn núi phiền não tát-ca-da kiến, chứng đắc quả dự lưu, thấy lý Tứ đế.

Các ô-ba-tư-ca kia sau khi đắc quả, ai cũng đều nói:

"Đây là do oai lực của Thế Tôn của con, khiến con chứng đắc đạo quả vô thượng, thấy lý Tứ đế. Nhân duyên này chẳng phải nhờ phụ mẫu của con, hay quyến thuộc, quốc vương, đại thần, trời, người, sa-môn, bà-la-môn, v.v… mà tác thành được. Lại khiến cho con tát cạn biển máu, phá đổ núi xương, đóng cửa ác thú, khai mở hướng thiện, vào cửa Niết-bàn, kiến lập hướng trời, người, siêu đắc sinh tử.

"Nay chúng con xin quy y Phật, Pháp, Tăng, thọ năm học xứ, làm ô-ba-tư-ca."

Nói xong, đứng dậy, chắp tay trước Phật, đảnh lễ chân Phật, bạch:

"Bạch Thế Tôn, nay chúng con tu sự nghiệp gì để cúng dường?"

Đức Thế Tôn dùng năng lực thần biến đưa tóc và móng cho cận sự nữ. Các vị ấy được móng và tóc, xây tháp thờ.

Bấy giờ, thiên thần rừng Thệ-đa lại lấy cây lọng trăm nan[243] che

---

[243] 百枝傘. de'i 'khor sar ba ku la'i yal ga de bskyed de: trồng một cây

giữa tháp, và nói:

"Bạch Thế Tôn! Con thường xuyên cúng dường tháp này."

Nói xong thiên thần nương y chỉ tháp này mà an trú. Mọi người do thế đều gọi đây là **[15a01]** tháp **"Trạch thần,"**[244] hoặc gọi tháp "Tướng luân bạc-câu-la."[245]

10. Phật độ Tiên nhân

[15a09] Đức Thế Tôn lại tiếp tục du hành, đi dần đến trú xứ năm trăm tiên nhân. Ở đây hoa quả sum suê, thức ăn đầy đủ, do vậy các tiên nhân cũng không bận tâm, mọi người đến đây mặc tình ăn.

Đức Thế Tôn biết đã đến lúc hóa độ các tiên nhân, bèn đi đến chỗ họ. Khi đến nơi, Thế Tôn dùng thần lực khiến cho hoa quả mà tiên nhân đang sở hữu đều rụng xuống; suối trong mát đang chảy cũng khô cạn, đồng cỏ mềm rũ héo đen, ụ đất nằm cũng tự nhiên sụp lở. Các tiên nhân thấy việc lạ này, chống tay gò má, ngồi im lặng buồn rầu.

Đức Thế Tôn hỏi các tiên nhân:

"Vì sao các ông ngồi buồn rầu vậy?"

"Thưa Thánh giả, do bởi Ngài, đấng phước điền thù thắng của loài hai chân, đi đến đây, khiến cảnh trí nơi trú xứ chúng tôi thay đổi như vậy, cho nên buồn khổ thế này."

Thế Tôn hỏi:

"Các tiên nhân, vì sao rừng cây hoa quả nơi các ông đang cư trú lại

---

vakula trên con đường quanh tháp| Divy. (p. 47), *tasmiṃ stupe yaṣṭyāṃ sa vakulaśākhāropitā*, "cắm trên trụ tướng luân của tháp ấy một nhánh hoa *vakula*." Trụ tướng luân (Skt *yaṣṭi*), cột trụ chính trong tháp, thường được trang nghiêm bằng nhiều loại bảo vật.

[244] 宅神塔, "tháp Thần nhà". Divy. 47: *ghariṇīstupa*: tháp Tại gia phụ. Tib. *yugs sa mo'i mchod rten*: tháp Quả phụ.

[245] 薄拘羅樹中心柱, "Cột trụ giữa cây bạc-câu-la" Tib. *ba ku la'i 'khor sa*: đường vòng (quanh tháp) *vakula*. Skt *Vakulamedhi*, trụ *vakula*. Divy. & Tib. thêm một đoạn: "Cho đến nay các tì-kheo vẫn còn cúng dường tháp." Bản Hán hết quyển 3. 'Dul ba kha 2b5.

điêu tàn? Các ông có muốn hoa quả tươi tốt trở lại như xưa không?"

"Thưa Thánh giả, chúng tôi đều ước muốn như vậy."

Đức Thế Tôn liền dùng thần lực làm hoa quả trong khu rừng sum suê, tươi tốt như cũ. Các tiên nhân trong lòng cảm thấy cực kỳ hy hữu, liền khởi tâm kính tín đối với đức Thế Tôn. Đức Thế Tôn biết rõ ý lạc, tùy miên, giới loại của các tiên nhân, tùy căn cơ mà thuyết pháp. Năm trăm tiên nhân sau khi nghe pháp, đắc quả Bất hoàn, và chứng luôn thần thông, bèn chắp tay hướng về Thế Tôn cung kính thưa:

"Chúng con nguyện xin xuất gia trong pháp luật thiện thuyết của Như Lai, thọ giới cụ túc, thành tính bí-sô, tu tập phạm hạnh."

Thế Tôn bảo:

"Thiện lai bí-sô![246] Hãy đến đây tu phạm hạnh."

Thế Tôn nói vừa dứt, năm trăm tiên nhân râu tóc tự rụng, thân khoác ca-sa, tay ôm bình bát, oai nghi tề chỉnh… *(cho đến)* như bí-sô trăm tuổi. Kệ tụng rằng: **[15b01]**

> *Thế Tôn gọi 'Thiện lai',*
> *Tóc rụng, y bát đủ,*
> *Các căn được tịch tĩnh,*
> *Tùy niệm thảy thành tựu.*

Các tiên nhân bí-sô nỗ lực tinh tấn tu tập, …*cho đến*: đều chứng đắc quả A-la-hán, yếm ly ba cõi, xem vàng và đất như nhau không khác. Mắt nhìn pháp giới như thấy lòng bàn tay, xem dao cắt, xoa hương giống nhau không khác, dùng gươm bén trí tuệ phá vỡ vỏ trứng sinh tử, chứng tam minh, lục thông, đủ tám giải thoát, biện tài vô ngại; những thứ tài lợi, tham ái cúng dường, thảy đều xả ly, Đế Thích, Phạm thiên, chư thiên đều đến cúng dường.[247]

---

[246] 善來苾芻 Thiện lai bí-sô hay thiện lai tỳ-kheo. ⓉⒷ *Dge slong tshur shog.* Đây là cách thức đắc giới trực tiếp từ chính đức Phật chỉ trong thời gian đầu, không phải suốt thời Phật trụ thế.

[247] Xem thêm phần "Xuất gia sự" trong *Tì-nại-da sự*, Tập I, Tuệ Sỹ dịch Việt, Nxb. Hồng Đức in 2016.

Vị mà trước kia vốn là giáo thọ của các tiên nhân, vị này bạch Phật:

"Bạch Thế Tôn, trước tiên con giáo hóa những người đời bị mê hoặc bởi hình dáng tiên nhân này mà đọa ba đường ác, sau đó con mới xuất gia."

11. Độ Bạc-câu-la

Bấy giờ, đức Thế Tôn cùng 500 vị tiên nhân đã xuất gia, và các bí-sô,[248] như hình bán nguyệt, tất cả dùng thần thông đi trên hư không, đi dần đến núi Chày,[249] và dừng nghỉ tại trú xứ của Tiên nhân Bạc-câu-la.[250]

Tiên nhân trông thấy Thế Tôn thân tướng trang nghiêm, đầy đủ 32 tướng trượng phu và 80 vẻ đẹp, một vòng sáng bao quanh rộng một tầm, chiếu sáng vượt hơn ngàn mặt trời, bao quanh như núi báu xinh đẹp. Tiên nhân vừa trông thấy, tức thì khởi tâm kính tín đối với Thế Tôn, nghĩ rằng: "Ta mau xuống núi, để được gặp Thế Tôn, được gần gũi. Nhưng sợ rằng Như Lai giáo hóa con người xong là ra đi. Ta nên trên núi cao gieo mình xuống cho nhanh đến chỗ Thế Tôn."

Tiên nhân liền gieo mình xuống núi. Thường pháp của chư Phật luôn chánh niệm, cho nên lúc ấy đức Thế Tôn thấy tiên nhân gieo mình xuống, bèn dùng thần lực nắm giữ tiên nhân. Đức Thế Tôn biết ý lạc, tùy miên của tiên nhân, tùy căn cơ mà thuyết pháp. Tiên nhân sau khi nghe pháp, chứng quả Bất hoàn, thành tựu thần thông. Tiên nhân bạch với Phật:

"Bạch Thế Tôn, cho phép con xuất gia trong giáo pháp thiện thuyết của Thế Tôn, thành tín bí-sô, theo Như Lai tu phạm hạnh."

Đức Thế Tôn gọi:

"Thiện lai, bí-sô! Hãy đến đây tu phạm hạnh."

---

[248] Tib. *drang srong lnga brgya dang sngon gyi dge slong rnams* "... cùng với 500 bí-sô trước kia là tiên nhân." Phật đến với các tiên nhân này một mình, không có bí-sô khác đi theo.

[249] Hán: Chử sơn 杵山. Tib. *gtun ri*. Skt. *Musalaka-parvata*.

[250] Tib. *dran srong shing gos can*. Skt. *Vakkali-ṛṣi*.

Thế Tôn vừa gọi xong, râu tóc của tiên nhân tự rụng, ca-sa tự khoác trên thân, tay ôm bình bát, oai nghi tề chỉnh... *(nói đầy đủ như trước)*. Kệ tụng rằng:

Thế Tôn gọi 'Thiện lai',
Tóc rụng, y bát đủ,
Các căn được tịch tĩnh,
Tùy niệm tất đều thành.

[15c01] Như Lai nói với các bí-sô:

"Bí-sô này là người đứng đầu trong những đệ tử tín giải[251] của Ta. Được gọi là Bí-sô Y vỏ cây."[252]

Sau đó[253] Thế Tôn cùng một ngàn bí-sô tùy tùng, thực hiện nhiều loại thần biến, đi đến thành Thâu-ba-lặc-ca.[254] Thế Tôn suy nghĩ: "Nếu Ta vào cổng thành thì e rằng những người canh cổng sinh dị niệm. Ta nên dùng thần thông từ trên không đi vào." Nghĩ vậy, đức Thế Tôn dùng thần lực từ trên không hạ xuống, vào thành Thâu-ba-lặc-ca. Quốc vương, Cụ thọ Viên Mãn, Hoa Tai Gỗ, Hoa Tai Đồng, Hoa Tai Chì, và 17 vương tử, mỗi người cùng với tùy tùng của mình, và vô lượng trăm nghìn người dân, đồng đi đến chỗ Phật.

12. Hai Long vương

Đức Phật cùng đại chúng tùy tùng trước sau đi đến cung điện Chiên-đàn man.[255] Đức Phật ngồi trên chỗ ngồi dọn sẵn trước đại

---

[251] 吉 *dad pas rnam par grol ba*, 梵 *śraddhādhimukti*, tín giải thoát, giải thoát do bởi tín. Xem *Câu-xá* vi tụng 31cd. Pāli, A. i. 25: *saddhādhimuttānaṁ yadidaṁ vakkalāti*. Hán, *Tăng nhất* 3, T02n0125_p0557c21.

[252] 樹皮衣. 吉 *dge slong shing gos can*. Tứ phần luật sớ sức tông nghĩa ký 3, X42n0733_p0039c24, chép: Theo thuyết của Chân Đế, vị tiên nhân này sau khi xuất gia sống tại Tuyết sơn. Sau 200 năm đức Phật nhập diệt, ông thành lập bộ phái Đa văn (*Bāhuśrutīya*).

[253] *'Dul ba kha* 4a.

[254] 蘇波羅城: Hay Tô-ba-la-ca 蘇波羅哥, trên kia dịch Thâu-ba-lặc-ca 輸波勒迦. Đây gọi thống nhất như trên. 梵 *Sūrpāraka*. 吉 *Slo ma lta bu*.

[255] 栴檀鬘宮殿處. 吉 *shing tsan dan gyi phreng ba'i khang bzangs*. 梵

chúng. Thế Tôn đã vào điện Chiên-đàn, nhưng một đám đông không thấy Như Lai đâu, liền muốn phá hủy điện Chiên-đàn. Thế Tôn biết chuyện này, nghĩ rằng: "Nếu điện Chiên-đàn này bị phá hủy thì phước đức của thí chủ sẽ cắt đứt. Ta phải dùng thần lực biến thành điện thủy tinh." Tức thì điện Chiên-đàn trong ngoài sáng rõ, mọi người đều thấy Như Lai. Thế Tôn biết rõ ý lạc, tùy miên, giới loại và căn tính của đám đông này, tùy cơ mà thuyết pháp. Đám đông sau khi nghe pháp xong, có vô lượng trăm ngàn hữu tình chứng đại thù thắng[256], có người phát sinh thiện căn thuận giải thoát phần,[257] có người nhập trí tuệ phần,[258] có người chứng quả Dự lưu, hay Nhất lai, Bất hoàn, A-la-hán. Hoặc có người phát tâm Bồ-đề Thanh văn. Hoặc có người phát tâm Bồ-đề Độc Giác. Hoặc có người phát tâm Vô thượng Chánh đẳng giác. Tất cả hữu tình nơi ấy đều nhất tâm cung kính hướng đến Thế Tôn, vui nghe Chánh pháp đứng đầu là Bí-sô Tăng-già.

Bấy giờ, ba anh em Hoa Tai Gỗ chuẩn bị mọi thứ, trải chỗ ngồi. Mọi việc xong, sai gia nhân đến báo Phật:

"Nay đã đến giờ, thực phẩm đã bày biện. Nguyện xin Thế Tôn biết thời."

Lúc bấy giờ,[259] trong biển lớn có hai Long vương: Hắc giả và Kiều-đàm-ma,[260] cùng nghĩ: "Đức Thế Tôn đang ở thành Thâu-ba-lạc-ca diễn thuyết diệu pháp. Ta hãy mau đến đó nghe Phật thuyết pháp." Cả hai Long vương cùng 500 quyến thuộc, với oai lực của loài rồng, hóa hiện tạo thành 500 dòng sông chảy về thành Thâu-ba-lạc-ca. Đức Thế Tôn nghĩ: "Nếu hai Long vương này cùng đến **[16a01]** thành Thâu-

---

    candanamāla-prāsāda.

[256] Tib. *khyad par chen po dag rtogs te*. Skt. *mahān viśeṣo'dhigataḥ*; tương đương thiện căn thuận phước phần; xem *Câu-xá* iv tụng 125.

[257] 解脫善根分. Tib. *thar pa'i cha daṅ mthun pa'i dge ba'i rtsa ba*. Skt. *mokṣabhāgīyā kuśalamūlāni*, xem *Câu-xá* vi tụng 24c.

[258] 入智慧分. Tương đương thuận quyết trạch phần, Tib. *nges par 'byed pa'i cha daṅ mthun pa*. Skt. *nirvedhabhāgīyāni*. *Câu-xá* vi tụng 17a tt.

[259] 'Dul ba kha 4b5.

[260] 黑者龍王、憍曇摩龍王 Tib. *klu'i rgyal po nag po daṅ gau-ta-ma*. Skt. hai long vương *Kṛṣṇa* và *Gautamaka*.

ba-lạc-ca, thì vương quốc này có thể bị nhận chìm, và diệt vong."

Đức Thế Tôn bảo Mục-liên:

"Ông hãy nhanh chóng ăn trước. Vì sao? Mục-liên, nên biết, có 5 duyên sự cần phải ăn trước. Năm duyên sự đó là: 1. phương xa mới đến; 2. sắp đi xa; 3. người có bệnh; 4. chăm sóc người bệnh; 5. người thọ sự.[261] Vì duyên sự này, ông nên ăn trước."

Thế Tôn và Mục-liên ăn xong, cấp tốc đến chỗ Long vương, hỏi:

"Các ngươi phải thương tưởng thành Thâu-ba-lạc-ca, chớ để cho nó bị tổn hại."

Long vương bạch Phật:

"Chúng con đến đó với thiện tâm, cho đến con kiến còn không nghĩ đến làm tổn thương, huống gì muốn gây tổn hại đến các hữu tình và thành Thâu-ba-lạc-ca."

Sau đó Long vương và quyến thuộc đến chỗ Thế Tôn, Thế Tôn thuyết pháp cho hai Long vương. Sau khi nghe pháp, hai Long vương quy y Phật, Pháp, Tăng, và lãnh thọ 5 chi học xứ.

Thế Tôn trao quy giới cho chúng Long vương rồi trở về nơi thọ thực. Chúng Long vương đến xem Phật thọ thực, mỗi rồng thầm ước nguyện: "Cúi mong Thế Tôn thọ nhận thức ăn của con trước, thọ nhận nước của con trước."

Đức Phật nghĩ: "Nếu Ta nhận nước của một rồng này, rồi đến những rồng khác, sẽ thành vô hạn. Vậy phải phương tiện." Phật gọi Mục-liên đến bảo:

"Nay 500 Long vương đồng cúng dường nước cho Ta. Ta không thể nhận nước của từng rồng. Ông cầm bát đi nhận tất cả nước, hợp thành một bát, rồi mang lại đây."

Mục-liên vâng lời dạy, đi lấy nước rồi mang lại dâng Phật. Đức Phật nhận bát nước và uống.

---

[261] 授事. xem cht. 235 trên, Tib 'drim pa; Skt cārika. Nhưng ở đây Tib dge skos. Skt upadhivārika, có thể là uparicārika, nghĩa như cht. 235.

13. Mục-kiền-liên tìm mẹ

Lúc bấy giờ[262] Mục-liên ngẫm nghĩ: "Đức Thế Tôn trước đây có dạy: 'Cha mẹ nuôi con, làm những việc khó làm, bú mớm nuôi dưỡng, dạy cho biết tất cả mọi thứ trong châu Thiệm-bộ này. Giả như có người, một vai gánh cha, một vai gánh mẹ, đi suốt một trăm năm, cũng không thể báo đền được ơn của cha mẹ. Hoặc lấy ngọc ngà châu báu trên trái đất này đem biếu cho cha mẹ cũng không thể báo đền hết ân nghĩa thâm sâu đó. Nếu cha mẹ không tin Phật, Pháp, Tăng, thì phải từ từ giảng giải hướng dẫn cho cha mẹ kính tín Phật, Pháp, Tăng; đó mới là báo ân. Hoặc cha mẹ không có hành giới, có thể từ từ khuyên bảo giữ giới. Hoặc cha mẹ keo kiệt, tham lam, thì khuyên buông xả, bố thí. Hoặc cha mẹ không có trí tuệ thì giúp cho mẹ có trí tuệ. Làm những việc như vậy mới gọi là báo đền ân đức."

Mục-liên lại nghĩ: "Như lời Phật dạy trên đây ta chưa từng làm. Giờ ta nhập định xem mẫu thân ta mất trước đây sinh về đâu?"

Mục-liên dùng thiên nhãn thấy mẫu thân mất sinh về thế giới Ma-lợi-chi.[263] Thấy vậy, thầm nghĩ: "Ai có thể đến thế giới đó, [16b01] đem giáo pháp hóa độ?" Rồi lại nghĩ: "Chỉ có đức Phật, ngoài ra không ai làm được."

Nghĩ như vậy rồi, Mục-liên đi đến chỗ Phật, bạch rằng:

"Bạch Thế Tôn, cha mẹ nuôi con, làm những việc khó làm... Hiện nay, từ mẫu của con sinh về thế giới Ma-lợi-chi, không một người nào khác có thể đến thế giới đó giáo hóa được. Nguyện xin Thế Tôn đến đó giáo hóa hướng dẫn."

Đức Phật hỏi:

"Bằng thần lực của ai để đến cõi ấy?"

"Nguyện xin Thế Tôn đại bi gia hộ cho con, bằng thần lực của con, cùng Thế Tôn đến thế giới đó."

Đại Mục-kiền-liên, bằng thần lực của mình, cùng với Phật di

---

[262] 'Dul ba kha 5b1.
[263] 摩利支世界: Skt. *Marīcika*, thế giới Dương diệm. Tib. 'od zer can.

chuyển, mỗi một bước chân là qua một thế giới, một núi Tu-di.²⁶⁴ Với oai lực như thế, đức Phật và Mục-liên đi 7 ngày đến thế giới đó. Mẫu thân²⁶⁵ trông thấy Mục-liên từ xa đi lại, bà hỏi:

"Đã lâu rồi mẹ không gặp con. Con từ đâu đến?"

Những người ở thế giới Ma-lợi-chi nghe nói thế, hỏi nhau:

"Người nữ này quá trẻ, sao lại có con già vậy?"

Mục-liên đáp:

"Người nữ này đã nuôi tôi; đó là sinh mẫu của tôi."

Đức Phật biết rõ ý lạc, tùy miên, chủng tánh của mẹ Mục-liên, bèn thuyết Tứ đế, khiến cho thấu hiểu. Bà nghe xong, đắc pháp, thấy pháp, chứng quả Dự lưu. Dùng chày trí kim cang đập tan 20 núi tát-ca-da kiến. Do thấy lý Tứ đế mà diệt trừ tất cả. Tức thì bà nói đến ba nhân duyên:

"Thế Tôn đem lại lợi ích cho con. Lợi ích này chẳng phải do cha mẹ, hay quốc vương, thiên thần, quyến thuộc làm được, cũng không phải do sa-môn, bà-la-môn làm được. Đây chính do Phật làm, làm khô cạn biển máu, phá tan núi xương, đóng cửa ác thú, mở đường dẫn đến Niết-bàn, thiết lập nghiệp trời, người."

Rồi nói kệ tụng:

Do oai lực Thế Tôn,
Đóng kín cửa đường ác.
Ác đạo nhiều nạn hiểm,
Mở rộng cửa Niết-bàn.
Thế Tôn trừ lỗi lầm,
Khiến sinh con mắt tuệ,
Đạt đến nguồn thanh tịnh,
Vượt qua bờ biển khổ.
Thế Tôn, thầy trời, người,
Khéo trừ: già, bệnh, chết.

---

²⁶⁴ 迷盧山.
²⁶⁵ Tib *bu mo bzang mo*. Skt *Bhadrakanyā*: Hiền nữ.

Trăm ngàn đời khó gặp,
Nay gặp, chứng quả này.[266]

Mẹ Mục-liên nói kệ xong, bạch Phật:

"Bạch Thế Tôn, con xin quy y Phật, Pháp, Tăng bảo, làm Ô-ba-tư-ca. Từ đây đến trọn đời luôn quy y. Hôm nay, con xin cúng dường Thế Tôn và Mục-liên."

[16c01] Đức Phật im lặng thọ nhận. Mẹ Mục-liên phụng cúng thức ăn cho Phật. Đức Phật bảo Mục-liên thọ nhận. Mẹ Mục-liên cúng nhiều loại thức ăn. Đức Phật và Mục-liên dùng xong, thâu cất y bát, rửa chân, chánh thân an tọa. Mẹ Mục-liên dọn chỗ ngồi nhỏ, ngồi bên Phật nghe pháp. Đức Phật thuyết pháp cho mẹ Mục-liên nghe. Sau đó, Phật bảo Mục-liên lấy bát rửa, rửa bát xong, Phật bảo Mục-liên:

"Hãy trở về quốc độ cũ thôi."

Mục-liên thưa:

"Bạch Thế Tôn! Bằng thần túc ai để trở về quốc độ cũ?"

"Bằng thần lực của Ta."

Đức Phật vừa dứt lời, liền trở về rừng Thệ-đa. Mục-liên hỏi Phật:

"Đã về đến rừng Thệ-đa rồi, rất là hy hữu. Bạch Thế Tôn, loại thần thông này tên là gì?"

"Thần thông tốc niệm."[267]

Mục-liên bạch Phật:

"Trước đây con không hiểu các cảnh giới thâm sâu của Phật. Nếu trước đây con biết cảnh giới thâm sâu này, thì từng [mỗi thân] như giọt dầu mè con đều giáo hóa, khiến cho chứng đắc đạo Vô thượng Chánh biến tri. Nay con đã chứng quả A-la-hán, đã đốt sạch phiền não, không còn có thể hành Đại Bồ-đề."

---

[266] Divy. 52-3 'Dul ba kha 6a6-b4.
[267] Tib. *yid mgyogs*. Skt. *manojavā*.

14. Tiền thân Viên Mãn

Bấy giờ,²⁶⁸ tất cả các bí-sô ở rừng Thệ-đa đều hồ nghi về chuyện Viên Mãn, mới thưa hỏi Phật:

"Bí-sô Viên Mãn trước đây gieo trồng nghiệp gì lại mau chóng chứng quả A-la-hán? Lại gieo trồng nghiệp gì mà sinh trong gia đình quý tộc? Và gieo trồng nghiệp gì lại sinh trong bụng nữ nô tỳ? Lại được nghiệp báo gì mà đoạn các phiền não, chứng quả vô sinh?"

Đức Phật nói với các bí-sô:

"Bí-sô Viên Mãn tích tập nghiệp đã làm, có được tư lương của đạo, với tất cả duyên như vậy, lưu chuyển trong dòng thác mà quyết định giác ngộ. Nghiệp mà Bí-sô Viên Mãn đã tự mình tích tập, nay chính mình thọ nhận quả ấy; không phải nghiệp chính mình làm khiến địa giới lãnh thọ, không phải hỏa giới, thủy giới, phong giới lãnh thọ. Tự mình lãnh thọ nghiệp quả bởi thân, chính là uẩn, giới²⁶⁹, sáu nhập giới²⁷⁰ lãnh thọ dị thục của nghiệp. Có kệ tụng rằng:

Giả như qua trăm kiếp,
Nghiệp đã tạo không mất,
Khi nhân duyên hội đủ,
Quả báo tự thọ nhận.

Đức Phật lại bảo các bí-sô:

"Vào thuở xa xưa, vào thời Hiền kiếp²⁷¹ khi tuổi thọ loài người

---

[268] 'Dul ba kha 7a2.
[269] 非蘊界 ... Hán dịch dư chữ 非 phi. Tib 'di ltar las dge ba dang mi dge ba byas shing bsags pa dag ni zin pa'i phung po dang khams dang skye mched dag la rnam par smin par 'gyur te, nghiệp thiện và bất thiện đã được làm và được tích tập như vậy chín muồi (thành dị thục) nơi uẩn, (nội) giới, (nội) xứ chấp thọ. ['Dul ba kha 7a5]
[270] 六入界, sáu nội xứ. Skt āyatana; Tib sktye mched.
[271] Hiền kiếp 賢劫. Tib bskal pa bzang po. Skt bhadrakalpa, chỉ cho kiếp trụ. Một kiếp (kalpa) bằng 1000 mahāyuga, một mahāyuga dài 4.320.000 năm nhân loại.

hai vạn tuổi, lúc ấy đức Phật Ca-diếp-ba[272] xuất hiện ở thế gian, hiệu Minh hành viên mãn, Thiện thệ, Thế gian giải, Vô thượng sĩ, Điều ngự trượng phu, Thiên nhân sư, Phật, Thế Tôn, trú tại thành Ba-la-nê-tư. Viên Mãn xuất gia trong giáo pháp của Phật Ca-diếp-ba, hiểu thông ba tạng. Vì các bí-sô, Viên Mãn nhận nhiệm vụ phân phối thứ tự công tác cho các bí-sô.[273] Một hôm, đến lượt một vị A-la-hán nhận việc rưới nước quét dọn. [17a01] Vị ấy rưới nước quét dọn, làm xong, gió thổi nhiều lần, khiến bụi bặm bám phủ trên đất, làm dơ bẩn trở lại. Vị A-la-hán ấy nghĩ: 'Ta đợi gió ngưng rồi quét sau.' Tam tạng Viên Mãn thấy đất dơ, cho rằng không chịu quét, nổi tâm sân, ác khẩu mắng chửi:

"'Con của nô tỳ nào quét dọn chỗ này?'

"Nghe nói vậy, vị A-la-hán thầm nghĩ: 'Thầy ấy sân si nhắm đến ta, do thầy ấy không thấy. Ta cứ im lặng, trình bày sự việc sau.'

"Lúc Viên Mãn hết sân, vị A-la-hán ấy đến chỗ Tam tạng Viên Mãn nói:

"Thầy phải nên biết tôi là người thế nào?"

"Viên Mãn nói:

"Tôi biết thầy xuất gia trong giáo pháp của Phật Ca-diếp-ba, tôi cũng xuất gia."

"Vị A-la-hán giải thích:

"Tuy xuất gia giống nhau, nhưng nghiệp xuất gia có khác. Tôi đã làm xong những việc cần làm, tôi đã giải thoát hệ phược. Còn thầy, như còn hệ phược, vì khẩu nghiệp của thầy bất thiện. Thầy phải mau hối lỗi, để tội chướng tiêu trừ."

"Tam tạng Viên Mãn nghe khuyên liền thuyết tội. Do tội lỗi trước đáng lý đọa địa ngục, tuy được thân người, nhưng tái sinh vào bụng người nô tỳ. Và nhờ thuyết tội mà tiêu diệt được nghiệp địa ngục. Suốt năm trăm đời thường ở trong bụng người nô tỳ. Nay sinh từ thai

---

[272] Ca-diếp-ba Phật 迦葉波佛: ᴿ kāśyapa, ᴾ Kassapa. ᵀ 'Od srung.
[273] 番次撿校事業. ᴿ vaiyāvṛttya. ᵀ zhal ta ba, tri sự hay chấp sự của Tăng (trong mùa An cư).

người nô tỳ là thân cuối cùng. Lý do là vậy.

"Còn túc duyên của nghiệp tích tập để được sinh trong gia đình hào phú là do làm tri sự cho Tăng. Viên Mãn đọc tụng, trí tuệ thiện xảo uẩn, thiện xảo giới, thiện xảo xứ, thiện xảo duyên khởi, thiện xảo xứ phi xứ.[274] Do nghiệp này mà Viên Mãn xuất gia trong giáo pháp của Ta, đoạn các phiền não, chứng quả A-la-hán."

Phật bảo các bí-sô:

"Nghiệp thuần đen thì cho quả báo thuần đen. Nghiệp thuần trắng thì cho quả báo thuần trắng. Hoặc nghiệp đen trắng cho quả báo đen trắng. Cho nên, này các bí-sô, nghiệp tạp (vừa trắng vừa đen), và nghiệp thuần đen thì nên xả bỏ. Nghiệp thuần trắng thì cần siêng năng tu tập."

Thế Tôn giảng dạy xong, các bí-sô... tín thọ, phụng hành.

IV. HỎA TỨ BÀ-LA-MÔN

1. Diệu-Sơn Long vương

Nhân duyên tại thành Vương xá.[275]

---

[274] M. 115. *Bahudhātukasuttaṃ*: *dhātukusalo, āyatanakusalo, paṭiccasamuppādakusalo, ṭhānāṭhānakusalo*: Trung A-hàm 47, T01, no. 26, p. 723, b12: "A-nan, tỳ-kheo biết giới, biết xứ, biết nhân duyên, biết thị xứ phi xứ. A-nan, tỳ-kheo như vậy là trí tuệ, không phải ngu si." Cf. Bản Phạn. Năm lợi ích của đa văn: thiện xảo giới (*dhātukuśalo*), thiện xảo duyên khởi (*pratītyasamutpādakuśalo*), thiện xảo xứ phi xứ (*sthānāsthānakuśalo*), không lệ thuộc ai khác (*aparapratibaddhā*), và tùy thuận giáo giới (*avavādānuśāsani*). Tib. ['Dul ba kha 7b7- 8a1] *phung po la mkhas pa dang| skye mched la mkhas pa dang| rten cing 'brel par 'byung ba la mkhas pa dang| de'i gdams ngag dang rjes su bstan pa gzhan la ma rag lus pa yin no*, 5 lợi ích theo Tib. uẩn thiện xảo, xứ thiện xảo, duyên khởi thiện xảo, còn lại như Phạn.

[275] 'Dul ba kha 8a4.

Trong thành Vương xá có hai Long vương thường cư trú.[276] Hai Long vương này, một tên là Sơn, hai tên là Diệu[277]. Do hai Long vương này có năng lực oai đức, cho nên có 500 đầm nước trong, 500 nguồn suối ngầm, và sở hữu ao hồ chưa bao giờ khô cạn. Khi mưa xuống, lấy đó điều hòa thêm lượng nước, giúp cho hoa màu gieo trồng luôn luôn thu hoạch được mùa.

Lúc bấy giờ, Long vương Nan-đà, và Ô-ba-nan-đà[278] đã được Thế Tôn điều phục. Hai Long vương này thường từ trên núi Diệu cao[279] đi xuống cúng dường Thế Tôn.

Hai Long vương Sơn và Diệu suy nghĩ: "Nay hai Long vương Nan-đà và Ô-ba-nan-đà thường từ núi Diệu cao xuống cúng dường [17b01] Thế Tôn. Tại sao ta ở tại đây mà chưa từng tùy hỷ? Như vậy là không tốt. Chúng ta cũng phải đến cúng dường thường xuyên Thế Tôn."

Sau khi suy nghĩ, hai Long vương Sơn và Diệu đến chỗ Phật, đảnh lễ sát chân Phật, ngồi qua một bên. Đức Phật như pháp khai thị cho hai Long vương. Nghe pháp xong, hai Long vương quy y Phật, Pháp, Tăng, thọ tịnh giới. Hai Long vương thọ tịnh giới rồi, bấy giờ bản thân và vật thọ dụng đều được tăng ích. Cả hai cùng đi đến Phật, đảnh lễ chân Phật và thưa:

"Bạch Thế Tôn, khi chúng con đã quy y Thế Tôn và thọ trì học xứ, bấy giờ bản thân và vật thọ dụng của chúng con đều được tăng ích. Vậy xin cho phép chúng con đi ra đại dương."

Đức Phật bảo:

---

[276] Chuyện cũng được kể trong Căn bản thuyết nhất thiết hữu bộ tì-nại-da 39, T23n1442, tr. 0842c27, hai Long vương, Kì-lị 祇利 (Skt. *Giri*) và Bạt-cũ 跋窶 (Skt. *Valguka*). 'Dul ba kha 8a4.

[277] 山妙. Tib. *Grog mkhar* (Skt. *Valguka* 妙) và *Ri bo gnas* (Skt. *Giri* 山).

[278] Nan-đà long vương, Ô-ba-nan-đà long vương 難陀龍王,鄔波難陀龍王. Tib. *klu'i rgyal po dga' bo dang nye dga' bo.* Skt=Pali *Nanda-nāgarājan* (long vương Hoan Hỷ), *Upananda-nāgarājan* (long vương Tiểu Hoan Hỷ).

[279] Diệu cao sơn 妙高山: tức núi Tu-di (Sumeru).

"Các ông đã từng trú ngụ trong thành ấp của quốc vương. Nếu muốn dời đi, nên hỏi quốc vương, nhiên hậu hãy đi."

Hai Long vương nghe thế mới bàn với nhau:

"Thế Tôn nếu đã hứa khả chúng ta vào đại dương rồi, thì không nên bảo chúng ta đi hỏi quốc vương."[280]

Nghị bàn xong, cả hai Long vương ở lại không đi. Khi hai Long vương đã ở lại không đi, hằng ngày thường làm như vầy: ban ngày đi đến Phật thì hiện thân cư sĩ; ban đêm thì hiện thân chư thiên, mang các cung điện tùy thân đi theo, đến lễ Phật cúng dường.

Bấy giờ, vua Tần-tỳ-sa-la, ỷ mình là dòng dõi sát-lợi, nên cống cao ngã mạn, thường làm như vầy: khi vua muốn đi đến Phật, khiến thị tùng tả hữu đến trước, bố cáo, "Khi thấy nhà vua đến, phải đứng dậy cung kính." Các quan vâng lệnh đi đến chỗ Phật, tuyên cáo mệnh vua, thấy hai cư sĩ ngồi ngay ngắn ở đó. Sứ giả nghĩ: "Hai cư sĩ này sống trong lãnh thổ của vua, nếu họ thấy quốc vương đến lẽ nào không đứng dậy cung kính!?"

Sứ giả quay về bẩm báo lại với nhà vua:

"Tâu Đại vương, chỗ Phật có hai cư sĩ sống trong đất nước của vua, nay đang ngồi trước Phật."

Vua Tần-tỳ-sa-la nghĩ: "Kẻ kia thấy ta há không đứng dậy cung kính? Ta hãy đến đó." Vua đi đến chỗ Phật. Hai Long vương thấy vua đi đến, hỏi Phật:

"Bạch Thế Tôn! Quốc vương đang đến, chúng con nên cung kính quốc vương, hay là cung kính Pháp?"

Phật nói:

"Này Long vương, hãy cung kính Pháp. Hết thảy chư Phật đều cung kính Pháp. Các bậc Ứng cúng cũng đều cung kính Pháp."

Đức Phật nói kệ:

---

[280] 不應令我問彼國王. Tib *don gyis na bdag cag bcom ldan 'das kyis rjes su ma gnang ngo*, theo ý, thì Thế Tôn không hứa khả cho chúng ta.

> *Quá khứ các Như Lai,*
> *Cho đến trong vị lai,*
> *Và Chư Phật hiện tại,*
> *Diệt trừ thảy phiền não.*
> *Hiện đi trong hư không,*
> *Sẽ đi trong hư không,*[281] [17c01]
> *Các bậc Chánh giác ấy,*
> *Hết thảy đều kính Pháp.*
> *Những ai muốn tăng ích,*
> *Và muốn thành đức lớn,*
> *Phải hết lòng tôn kính,*
> *Luôn nhớ lời Phật dạy.*[282]

Hai Long vương nghe Phật dạy, ngồi yên không đứng dậy. Vua Tần-tỳ-sa-la nổi giận, bạch Phật:

"Xin Thế Tôn khai thị chánh pháp."

Đức Phật dạy kệ:

> *Sân hận không thanh tịnh,*
> *Phẫn nộ ở trong tâm,*
> *Chư Phật có giảng dạy,*
> *Cũng không thể hiểu được.*
> *Đoạn tận lòng sân hận,*
> *Trừ bỏ nguyện bất tịnh,*
> *Trong tâm không độc hại,*
> *Thì mới hiểu Chánh pháp.*[283]

Vua Tần-tỳ-sa-la nghe Phật dạy kệ, thầm nghĩ: "Do hai cư sĩ này mà Thế Tôn không nói pháp cho ta nghe." Vua đảnh lễ Phật, ra về. Ra khỏi cửa, vua Tần-tỳ-sa-la bảo cận thần:

---

[281] Tib. *mang po'i mya ngan 'joms mdzad pa ||bzhud dang bzhugs dang byon 'gyur ba ||* những vị chiến thắng khổ đau, đã đi, đang trụ và sẽ đến.

[282] Cf. *Tạp A-hàm* 44 T02n0099_p0322a22. Pāli, S. 6. 2. *Gārava* (PTS. i. 140).

[283] Cf. Tạp dẫn trên, T02n0099_p0307c16. Pāli, S. 7. 2. 6. *Paccanīka* (PTS. i. 179).

"Khi hai cư sĩ kia từ biệt Phật, ngươi hãy bảo: 'Không được ở trong lãnh thổ của ta.'"

Hai cư sĩ đảnh lễ chân Phật, từ biệt ra đi, quan cận thần gặp họ, nói lại đầy đủ lệnh của vua. Hai cư sĩ đáp:

"Chúng tôi y lệnh của vua, không ở trong lãnh thổ của vua nữa."

Họ cùng nghĩ: "Bọn ta đã nguyện vào đại dương, nay vua ra lệnh, càng hợp ý nguyện của bọn ta." Hai cư sĩ dùng oai lực của rồng, tạo thành dòng nước cuồn cuộn, làm hào rãnh, sông hồ lớn nhỏ đều đầy tràn, cả hai nương theo đó đi ra đại dương. Hai Long vương ra đến đại dương, thân hình to lớn, dài ra, và quyến thuộc cũng nhiều hơn.

Một thời gian sau, khi hai Long vương đã xuống biển sinh sống, ao hồ, suối ngầm vọt phun, và 500 đầm nước xanh mát trong thành Vương xá đều khô cạn; mưa không đúng thời, thóc lúa, hoa màu tiêu điều…; đói kém hằng ngày thấy rõ, các bí-sô khất thực cũng khó khăn.

Vua Tần-tỳ-sa-la thấy sự việc như vậy, suy nghĩ: "Trong thành Vương xá này, trước đây có hai Long vương cư trú, nhờ oai đức của họ mà suối, hồ tràn đầy nước, mưa thuận gió hòa, thóc lúa dồi dào. Nay vì sao suối, hồ các thứ bỗng nhiên khô cạn dần, gió mưa không đúng thời, ngũ cốc không đậu, trong nước đã có nạn đói; các bí-sô khất thực khó khăn. Hai rồng ấy chẳng lẽ bị chim Kim sí ăn thịt rồi, hay đã chết, hay bị **[18a01]** chim mỏ dài[284] mổ quắp đi. Hoặc vì sợ hãi mà chạy trốn qua xứ khác. Ta phải đến hỏi Thế Tôn."

Vua Tần-tỳ-sa-la đi đến Phật, đảnh lễ chân Phật, ngồi qua một bên, chắp tay hướng đến Phật, tường thuật mọi chuyện.

Đức Phật bảo vua Tần-tỳ-sa-la:

"Đại vương nên biết, hai Long vương kia hiện giờ chưa chết, cũng không bị chim Kim sí ăn thịt, cũng không bị chim mỏ dài mổ quắp đi, cũng chẳng phải sợ hãi mà chạy trốn qua xứ khác, mà do Đại vương nên họ bỏ đi."

Vua Tần-tỳ-sa-la thưa:

---

[284] 長喙鳥. ᴛɪʙ. *sbrul khas sdigs pa*, sᴋᴛ. *āhituṇḍika*, người bắt rắn.

"Bạch Thế Tôn, con chưa bao giờ gặp hai Long vương ấy, sao lại do con mà họ bỏ đi?"

Phật nói:

"Đại vương, hãy tỉnh giác nhớ lại. Đại vương có nhớ không, trước đây có hai cư sĩ ngồi trong hội chúng nghe Ta giảng pháp. Đại vương đã đuổi họ ra khỏi nước."

Nhà vua thưa:

"Bạch Thế Tôn, con nhớ việc này rồi."

Đức Phật bảo:

"Đó chính là hai đại Long vương, Sơn và Diệu."

"Bạch Thế Tôn! Hai Long vương ấy hiện giờ ở đâu?"

"Hiện giờ họ đang ở trong biển cả."

"Bạch Thế Tôn, con và nhân dân trong nước đang bị tổn hại."

"Đại vương hãy tự mình hối lỗi, thì Đại vương và nhân dân trong nước không bị tổn hại nữa."

"Bạch Thế Tôn, hai Long vương sống trong biển lớn kia, làm cách nào con gặp được họ để tạ lỗi?"

Đức Phật bảo:

"Hai Long vương ấy, vào ngày mùng tám và mười bốn trong tháng, thường hiện hình cư sĩ đến chỗ Ta lễ bái. Đến lúc đó, Ta sẽ làm dấu hiệu để Đại vương biết, Đại vương sẽ tạ lỗi với họ."

Vua Tần-tỳ-sa-la hỏi:

"Con đảnh lễ chân họ, hay không đảnh lễ?"

Đức Phật dạy:

"Chỉ cần đưa tay lên và nói lớn: 'Long vương, xin lượng thứ.'"

Vua Tần-tỳ-sa-la nghe Phật dạy: "Nhớ đợi đến ngày ấy, Long vương sẽ đến."

Sau đó, hai Long vương biến hình cư sĩ đến chỗ Phật. Một lát sau, vua cũng đến. Khi ấy, đức Phật phương tiện làm dấu hiệu, vua Tần-tỳ-sa-la đưa tay lên, nói với hai Long vương:

"Xin Long vương tha thứ, nguôi giận, trở lại đây sống."

Hai Long vương đáp:

"Đại vương phải biết! Chúng tôi đến chỗ Thế Tôn quy y thọ giới, từ đó cho đến nay, bản thân và vật thọ dụng của chúng tôi đều to lớn thêm nhiều. Nếu bây giờ chúng tôi trở lại thành Ma-yết-đà, thì đó không phải là chỗ cư trú. Hiện nay, tuy nhân dân trong nước có tổn giảm chút ít, nhưng sau đó sẽ an ổn."

Nhà vua hỏi:

"Làm thế nào mà sau này không tổn giảm?"

Hai Long vương bảo:

"Đại vương xây cho chúng tôi hai cung điện, mỗi sáu tháng chuẩn bị cho đầy đủ để cúng dường. Chúng tôi để quyến thuộc lưu lại đó, họ sẽ thường ủng hộ. Ngày cúng dường đích thân chúng tôi tự đến."

Vua Ảnh Thắng²⁸⁵ nghe xong, liền lập cung điện cho hai Long vương. Hai Long vương để quyến thuộc lưu trú trong đó, khi cúng dường họ mới đến. **[18b01]** Hai Long vương này thường tới lui thọ nhận cúng dường.

2. Hỏa Tứ bà-la-môn

Sau một thời gian,²⁸⁶ quyến thuộc của Long vương sinh tâm buông lung, rồng ác thừa cơ hội làm mưa đá. Trong thành Vương xá có một bà-la-môn bậc nhất thông đạt về chú thuật trừ mưa đá. Mỗi khi ông chiêm nghiệm biết mưa đá sắp khởi liền diệt trừ. Người trong thành Vương xá đem lợi có được chia phần cho ông.

Ở nước Nam Thiên trúc lại có một bà-la-môn,²⁸⁷ cũng là bậc nhất

---

²⁸⁵ 影勝王. Ⓢ *Bimbisāra* (Tần-bà-sa-la). Ⓣ *gzugs can snying po*.
²⁸⁶ 'Dul ba kha 10b5.
²⁸⁷ Ⓣ bà-la-môn tên *mes byin*. Ⓢ *Agnidatta*: Hỏa Thí/Hỏa Tự.

giỏi chú thuật trừ mưa đá. Ông nghe thành Ba-lợi-ca,[288] Bắc Thiên trúc, có vị vua tên Siêu Quân,[289] đang cai trị ở đó. Trong nước có cung Long vương Tôn-đà-la.[290] Con rồng này có oai dũng mãnh vô song. Bà-la-môn ấy nghĩ: "Mình phải đến đó hàng phục nó." Chú thuật sư nhắm phía trước đi dần, đến nhà chú thuật sư ở thành Vương xá, nhìn lên không trung thấy có mây mù, như sắp có mưa đá. Thầy chú thuật Vương xá không ngăn được, bồn chồn đi tới đi lui. Thầy chú thuật khách hỏi vợ của thầy chú thuật Vương xá:

"Bà chủ, vì sao chồng bà bồn chồn đi ra đi vào vậy?"

Người vợ trả lời:

"Thưa ông, vì mây mưa đá dầy quá, không ngăn nổi."

"Nếu chồng bà không ngăn được, tôi sẽ ngăn cho."

Người vợ vui mừng:

"Tốt quá."

Thầy chú thuật khách liền lấy ít nước, đọc chú, rồi rảy nước vào hư không, lập tức mây tan.

Các bà-la-môn, cư sĩ, trong thành Vương xá khi thấy mây tan, rất lấy làm hy hữu, ai cũng đem tài vật đến biếu tặng thầy chú thuật. Mọi người nói:

"Hôm nay, dân chúng trong thành Vương xá với tất cả tâm thành chí tín, đem tài vật biếu thầy. Mong thầy nhận cho."

Thầy chú thuật thành Vương xá hỏi:

"Tặng cho tôi, vì chuyện gì?"

Dân chúng nói:

"Vì thầy làm cho mây mưa đá tan, chúng tôi đem đến biếu tạ thầy."

"Không phải tôi trừ được. Thảy đều nhờ thầy chú thuật khách phá

---

[288] Ba-lợi-ca thành 波利迦城. Tib *nus pa can*.
[289] Siêu Quân 超軍; Tib *sde mchog*.
[290] Tôn-đà-la long vương 孫陀羅龍王: Skt *Sundara.* Tib *rab mdzes.*

tan mây dữ đó."

Khi ấy mọi người đem tài vật đến chỗ thầy chú thuật khách, thưa rằng:

"Mong thầy ở lại đây. Chúng tôi sẽ phân chia thuế lợi cung cấp cho thầy."

Chú thuật khách nói:

"Tùy ý mọi người."

Rồi ông ở luôn đây, không đi đâu nữa.

Bấy giờ chú sư khách lập chú pháp, ngăn mây dữ không cho nổi trở lại nữa. Từ đó mưa đá dứt tuyệt. Lúc bấy giờ các bà-la-môn, cư sĩ lại nghĩ: "Do phước lực của chúng ta, nên gió, sấm, mưa đá không rơi trở lại. Sao chúng ta phải phân chia lợi lộc cho thầy chú thuật kia?" Rồi họ không cho nữa. Sư chú thuật khách trong lòng oán giận, ông thâu lại tất cả pháp thuật rồi ra đi. Sau đó mưa đá trở lại. Mọi người trong thành đến hỏi thầy chú thuật bản xứ:

"Thầy chú thuật khách hiện giờ **[18c01]** ở đâu?"

"Do mấy người không cho ông ấy lợi lộc gì nữa, nên bỏ đi rồi."

Mọi người nói:

"Nếu ông ấy quay lại, báo cho chúng tôi biết."

"Được."

Lúc này, thầy chú thuật khách nhắm phía trước mà đi tới, đi dần đến lãnh thổ của vua Thắng Quân[291]. Ông vào trong thành diện kiến vua Thắng Quân. Đến trước nhà vua, cung kính nói:

"Nguyện cầu cho Đại vương trường thọ."

Cầu chúc xong, ông lại thưa:

"Đại vương biết cho, trong lãnh thổ của Đại vương có một Long vương tên Tôn-đà-la. Trong cung của Long vương đó có một loại thuốc kỳ diệu bậc nhất, nếu uống vào thì nhanh chóng có uy lực. Xin

---

[291] 勝軍, trên kia dịch là Siêu quân, cht. **289**.

Đại vương chỉ tôi chỗ rồng ở. Nếu hạ thần lấy được thuốc, thì tôi chia cho Đại vương."

"Này bà-la-môn, con rồng ấy cực kỳ hung tợn, chớ có xúc phạm nó. Nó sẽ giết ông."

"Tâu Đại vương, tôi có lực chú thuật. Giả như cả châu Thiệm-bộ này đều là Long vương Tôn-đà-la, tôi cũng thâu phục được hết, mà không làm mất danh tiếng của tôi;[292] sá gì chỉ có một con rồng Tôn-đà-la!"

Lại hỏi:

"Tâu Đại vương, trong nước của Đại vương có ai phạm tội đáng chết không?"

"Có"

"Đại vương sai họ đến cung rồng, chỉ chỗ rồng cho tôi."

Vua Thắng Quân cho gọi tội nhân đến, bảo dẫn thầy chú thuật đi đến cung rồng, chỉ chỗ rồng ở.

Tội nhân phụng mệnh vua dẫn chú sư đi đến cung rồng độc. Từ xa, chỉ cho thấy chỗ rồng ở, nói:

"Chỗ rừng cây yên tĩnh kia, rồng ở đó."

Thầy chú thuật thấy rồi, liền tiến vào cung lấy thuốc của rồng, tận lực mang về đến chỗ vua Thắng Quân, chia phần thuốc cho vua, rồi từ biệt trở về bổn quốc.

Thầy chú thuật khách trở về thành Vương xá. Thầy chú thuật thành Vương xá thấy ông quay lại liền báo cho mọi người trong thành biết. Họ mang đủ thứ đến biếu tặng, rồi thưa:

"Xin thầy ở lại đây. Chúng tôi sẽ cung cấp mọi thứ."

Ông thầy nói:

"Các vị đã khinh khi tôi, tôi không ở lại đây nữa."

Mọi người khẩn cầu, xin ông ở lại. Ông thấy mọi người khổ cầu,

---

[292] Tib: *bdag gi ba spu gcig kyang bskyod par rngo mi thog*, "cũng không thể làm lay động một sợi lông con của tôi."

đành ở lại. Người trong thành chia nhau cung cấp.

Quy luật của người đời là vậy. Yêu khi thịnh, bỏ khi suy, giàu sang sinh phóng dật. Ông lấy một người phụ nữ cùng giai cấp làm vợ. Không bao lâu liền sinh một người con, đặt tên là Tiểu Sơn.[293] Lại sinh tiếp một đứa gái, đặt tên Điện Quang.[294] Những người bà-la-môn cùng đặt hiệu cho thầy chú thuật là Tôn-đà-la. Tên người vợ là Chấn Bạc,[295] dâu gọi là Thắng Luân.[296]

Đặt tên xong, thầy chú thuật trong lòng vui vẻ, và ngẫm nghĩ: "Nếu cứ để mình làm nhiều lần ngăn mưa đá thì quá vất vả. Chi bằng mình dùng pháp thuật một lần mà vĩnh viễn cấm chỉ mưa đá." Ông ta bày pháp thuật, điều phục **[19a01]** mưa đá ngưng vĩnh viễn.

Bấy giờ dân chúng trong thành Vương xá lại bàn với nhau:

"Do chúng ta tự có phước lực, cho nên mưa đá không rơi nữa. Như thế cớ gì chúng ta phải đem thuế lợi chia cho thầy chú thuật khách kia?"

Bàn xong, họ cắt dứt cung cấp. Thầy chú thuật khách keo kiệt chú pháp, con cũng không dạy cho, mà đắm mình trong lạc thú vui chơi, bản thân không siêng năng tập luyện, thuốc có được cũng không đem phơi nên hư mục hết. Thời gian sau, khi muốn sử dụng pháp thuật, nhẩm lại thì đã quên mất.

Thầy chú thuật ôm lòng thù hận dân chúng thành Vương xá từ trước, dò xét lỗi lầm của họ, bèn tìm khắp các danh sư dị học, hỏi rằng:

"Có phương tiện gì khiến cho sở cầu được xứng ý?"

Các dị sư mỗi người khuyên mỗi cách, có người bảo: "Nhảy vào lửa", hoặc khuyên: "Uống thuốc độc", hoặc nói: "Leo lên núi cao nhảy xuống", hoặc chỉ: "Lấy dây buộc cổ treo lên cành cây." Cách họ khuyên

---

[293] 小山. Tib *ri bo can*.
[294] 電光. Tib *glog* (điện chớp). Bản Tib, cô con gái tên *ser ba* (mưa đá); tên con dâu là *glog*. **xem cht. 295 dưới.**
[295] Chấn Bạc 震雹. Tib *Ser ba* (mưa đá, tên con gái).
[296] 勝輪. Tib *'khor bral* (tên vợ). Tên gọi đảo nhau trong hai bản Hán và Tib.

bảo đều nhắm đến bỏ mạng này, chứ không chỉ cho pháp gì.

Thầy chú thuật đi mãi đến tinh xá Trúc lâm, gặp một bí-sô, hỏi:

"Thưa Thánh giả! Có phương tiện gì khiến cho sở cầu được như ý?"

Bí-sô đáp:

"Ông nên xuất gia theo Thế Tôn."

"Thưa Thánh giả, con xuất gia rồi sẽ theo Thế Tôn ấy làm việc gì?"

"Theo Thế Tôn trọn đời tu phạm hạnh, thiền tư, đọc tụng; siêng năng học hỏi, y theo lời dạy mà làm. Thân hiện tại có thể diệt tận phiền não. Nếu phiền não kết còn tàn dư chưa diệt hết, mà thân này hoại diệt thì sở cầu trong tâm, tương lai đều được thành tựu."

Thầy chú thuật nói:

"Thưa Thánh giả, việc đó khó làm quá."

"Nếu việc đó không làm được, thì có một cách khác, ông có thể thỉnh Chúng Bí-sô với thượng thủ là Phật, cúng dường các thức ăn uống."

"Việc đó cũng khó, xin Thánh giả chỉ cho con phương pháp khác."

Bí-sô bảo:

"Vậy ông có thể cung thỉnh bốn đại Thanh văn, hết lòng cúng dường thức ăn uống, rồi phát nguyện, thì mọi sở cầu đều được. Vì sao? Vì bốn đại Thanh văn như bình nước thiêng,[297] cầu gì đều được như ý."

"Dạ, việc này con có thể làm được."

Sau đó, thầy chú thuật thỉnh bốn đại Thanh văn, cúng dường các thức ăn uống. Cúng dường xong, ông phát nguyện:

"Bằng thiện căn này, ước nguyện cho Long vương Tôn-đà-la bị diệt mất khỏi cung kia, để tôi thọ sinh vào long cung đó. Tôi sẽ gây tổn hại cho chú sư cùng dân chúng trong thành Vương xá."

---

[297] 賢瓶. ⓣ *bum pa bzaṅ po*.

Người vợ hỏi chồng:

"Ông nguyện thế nào?"

"Tôi nguyện như thế như thế."

Người vợ nói:

"Nguyện như vậy rất hay. Tôi cũng nguyện thọ sinh làm vợ ông."

Con trai **[19b01]** nói với cha:

"Con cũng nguyện làm con của cha."

Con gái cũng nói:

"Con cũng nguyện làm con gái của cha."

Vợ của con trai cũng nói:

"Em cũng muốn làm vợ của chàng."

Cả gia đình thầy chú thuật nói nguyện xong, quay về phòng ngủ. Đêm ấy có mây năm sắc kéo đến, giáng xuống cây mưa thật to, thấm vào tường nhà. Căn nhà đổ xuống một lượt, gia đình quyến thuộc thầy chú thuật không một ai sống sót. Do nguyện lực trước mà họ sinh vào long cung, cùng quyến thuộc sinh trong cung là 60.000 con rồng. Họ đuổi chủ cũ Long vương Tôn-đà-la đi.

Thầy chú thuật nhân đó lấy hiệu Long vương Tôn-đà-la. Vợ tên là Chấn Bạc. Con trai hiệu Tiểu Sơn, con gái tên Điện Quang. Con dâu được gọi là Thắng Luân.

Thường pháp của loài rồng là vậy. Vừa sinh, tức thì biết rõ ba túc duyên đời trước:[298] Do đâu xả báo thân sinh về long cung? Đều do nguyện lực. Và vì sao nguyện sinh nơi này? Vì muốn hại nhân dân thành Vương xá.

Do nguyện này nên lại nghĩ thêm: "Người đời, khi mạ đã trổ và đã tốt tươi mà bị diệt thì đau khổ, hay là vừa mới trổ mà diệt thì khổ? Hay là khi mạ (mới gieo) chưa trổ thì khổ hơn? Nếu diệt khi đã tốt

---

[298] Ba ức niệm: a. Từ đâu chết? – Từ loài người. b. Sinh về đâu? Trong loài rồng. c. Do nghiệp gì? – Do nguyện lực. – 'Dul ba kha 13a3.

tươi thì đau khổ hơn." Nghĩ xong, Long vương Tôn-đà-la gọi quyến thuộc lại, ra lệnh tất cả cấp tốc đến nước Ma-yết-đà, giáng mưa ngọt để mạ trổ thành lúa. Chúng rồng y lệnh đến đó giáng mưa. Sau khi lúa non xanh tốt, thì Long vương Tôn-đà-la cùng chúng rồng 60.000 con, tìm đến nước Ma-yết-đà, đồng loạt làm mưa đá, hạt mưa to như quả tỳ-lê-lặc,[299] làm hư hết lúa mạ. Mưa to như trút nước, cuốn trôi cây trái, hoa màu. Dân trong nước Ma-yết-đà nói với nhau: "Con rồng này, cho đến một cọng lúa cũng không để sót." Nhân đó gọi tên nó là Long vương A-bát-la.[300],[301]

---

[299] 毘梨勒果(?) tức quả ha-lê-lặc 訶黎勒果, xem cht. 27, quyển 1. **Tib** *gshol mda' tsam gyi char gyi rgyun*, dòng nước mưa to cỡ cán cày.

[300] 無稻稈龍王, vua rồng Không Cọng Lúa. **Skt** *Apalāla*, đọc âm A-ba-la, A-bát-la (long vương). **Tib** *sog ma med*. **Xem đoạn sau, cht. 327.** Cf. Trường 19 tr. 128a2; Tạp 23, tr. 165b21.

[301] Bản Hán hết quyển 4.

CHƯƠNG III. VƯƠNG XÁ

Nhiếp tụng[302]

Na-lan-đà, Vương thành,
Ba-tra, rừng gậy trúc,
Căng-già, núi Thắng phong,
Âm thanh Bệ-xá-ly.

I. TRÚC LÂM

1. A-xà-thế cải hối

[19c02] Đức Phật an trú trong vườn Trúc, bên hồ Yết-lan-đạc-ca,[303] thành Vương xá.

Bấy giờ, thái tử Vị Sinh Oán[304] bị Đề-bà-đạt-đa[305] kích động nhiều hình thức mà nghe lời xúi dục, giết cha là vị vua thuận chánh pháp, rồi tự mình đăng vị.

Vua Vị Sinh Oán tính làm nhiều việc để hại Như Lai, bèn thả voi lớn tên Hộ Tài,[306] và ngựa điên, chó dữ. Vương mẫu Vi-đề-hy[307] nghe việc

---

[302] Bản [Tib] ['Dula ba kha 13a6] *rgyal po'i kha ba dang na lan da* || *'od ma'i dbyug pa dmar bu'i gron* | *chu bo gang gā sprin brtsegs dang* | *sgra chen yangs pa tha ma yin* || Bản Phạn, khuyết.

[303] 羯蘭鐸迦池: [Skt] *Kalandakā*.

[304] 未生怨, [Skt] *Ajātaśatru* ([Pāli] *Ajātasattu*), phiên âm A-xà-thế, [Tib] *ma skyes dgra*.

[305] 提婆達多: [Skt-Pāli] *Devadatta*, [Tib] *lha sbyin*. Chuyện A-xà-thế cải hối dưới đây không đồng nhất với chuyện kể trong kinh Sa-môn quả, *Trường A-hàm* và Pāli *Dīgha-nikāya*.

[306] 護財, [Tib] *nor skyong*. [Skt] *Dhanapāla*.

[307] 韋提希; [Skt] *Vaidehī*, [Pāli] *Vedehi*. [Tib] *lus 'phags ma*.

đó vội vã khuyên con:

"Con chớ nên khinh mạn Thế Tôn. Thế Tôn sợ rằng chúng sinh thường có hành vi khinh mạn các Như Lai nên có thể rời khỏi thành Vương xá, quốc thổ này như vậy sẽ mất lợi lớn. Nhờ oai lực của Thế Tôn mà nhân dân hai nước An-già và Ma-yết-đà được tăng trưởng lợi ích, và thường sống yên vui."

Vua Vị Sinh Oán nghe vậy trong lòng phẫn nộ, nói lại mẹ:

"Chẳng lẽ những quốc gia khác không có Như Lai, thì nước đó bị diệt vong mà không còn một chúng sanh nào hết?"

Vương mẫu dùng nhiều cách ngăn cản, nhưng Vị Sinh Oán không hồi tâm.

Khi ấy, Thế Tôn nghĩ rằng: "Thái tử Vị Sinh Oán tạo vô lượng tội, sau này Ta sẽ khiến cho vua trụ trong vô căn tín.³⁰⁸ Ở đây càng khiến thái tử không trồng được gốc rễ tín tâm³⁰⁹. Giờ chưa phải thời. Ta nên đến thành Thất-la-phạt."

Nghĩ vậy rồi, Thế Tôn cùng chúng Thanh văn du hành, đi dần đến thành Thất-la-phạt, trú trong vườn Cấp Cô Độc, rừng Thệ-đa.

Các quốc vương nước lân bang nghe Vị Sinh Oán khinh khi muốn hại Thế Tôn. Thế Tôn sợ việc này³¹⁰ mà bỏ thành Vương xá đến thành Thất-la-phạt. Hiện nay Thế Tôn đang cư trú ở đó. Họ cùng nghĩ: "Vị quốc vương nhỏ (tuổi)³¹¹ kia, đã sát cha là vị vua thuận chánh pháp, cũng do lòng không biết đủ. Đấng mà Chư thiên, người thế gian, tất cả đều cúng dường, duy chỉ có Như Lai, vậy mà ác nhân kia lại sinh tâm khinh mạn. Tất cả chúng ta cùng chuẩn bị mọi phương tiện để tước

---

³⁰⁸ 無根信. Tib med pa'i dad pa. A-xá-thế giết cha, phạm tội vô gián, thiện căn đã bị đứt. Sau này ông khởi tâm tin Phật, quy y Tam bảo, phát khởi tín tâm; nhưng do thiện căn đã bị đứt nên tín tâm ấy được gọi là "vô căn tín." Cf. Tăng nhất 3, 560a7.

³⁰⁹ Đoạn này dịch thêm từ bản Tây Tạng, bản Hán bị sót văn.

³¹⁰ 懼於斯事. nên hiểu chi tiết "Thế Tôn vì sợ rằng chúng sinh thường có hành vi khinh mạn các Như Lai cho nên ..."

³¹¹ 小國王. Tib rgyal po sdig can des, "vị vua ác kia."

đoạt vương vị ấy đi."

Quốc vương các nước lần lượt sai sứ giả báo với nhau, sau đó chuẩn bị áo giáp, vũ khí, và bốn quân binh chủng: quân voi, quân ngựa, chiến xa, và bộ binh, tiến đến thành Vương xá.

Lúc bấy giờ bốn phương lúa mạ tiêu điều, quân địch thì bao vây. Long vương A-bát-la còn làm mưa đá, lại càng thêm tổn hại. Năm trăm hồ suối tự nhiên khô cạn, trời lại không mưa; dân chúng trong nước đói khổ, bất an. Các dòng nước bên ngoài thành cũng nhiễm thuốc độc. Vua Vị Sinh Oán đau khổ buồn rầu. **[20a01]** Loài phi nhân thừa cơ gieo rắc bệnh dịch lớn, bệnh chết tràn lan, xe tang tiếp nối nhau ra cổng thành.

Vua Vị Sinh Oán lo rầu hết mức, trăm thứ khổ não bức hại thân tâm. Vì lo âu trong lòng nên cứ ngồi chống cằm thở dài. Vương mẫu Vi-đề-hy thấy con ưu sầu, mới hỏi:

"Con đang suy nghĩ gì?"

Vua trả lời mẹ:

"Hiện giờ cả trăm loại khổ đau đang ập đến."

"Trước đây mẹ đã khuyên con, chớ có khinh mạn Thế Tôn. Phật không sợ hãi điều gì, chỉ ngại việc khinh khi xúc phạm. Chớ để cho đến mức Phật rời bỏ thành Vương xá. Nếu đức Phật rời bỏ nơi nào, thì chắc chắn trong nước ấy có nhiều điềm xấu xuất hiện. Nay nước này cũng sẽ như vậy!"

Vị Sinh Oán hỏi:

"Mẹ, vậy giờ phải làm sao?"

Vi-đề-hy bảo:

"Con xem đức Phật ở đâu, đến đó sám hối tạ tội."

"Thưa mẹ, thật con không dám đối diện Thế Tôn, mà chỉ hận trách bản thân thôi."

"Con há không từng nghe, một người dùng bột chiên-đàn, và một người cầm dao, đối với hai người này Phật không có ý nghĩa phân biệt. Giả thiết có người với tín tâm thanh tịnh, dùng bột chiên-đàn thoa thân Phật, đức Phật cũng không khởi tâm vui. Lại có người với tâm phẫn nộ, cầm dao chém Phật, đức Phật cũng không khởi tâm sân."

Vua Vị Sinh Oán nghe lời mẹ nói, liền ra lệnh gọi một vị đại thần:

"Khanh tức tốc đến chỗ Thế Tôn, thay ta đánh lễ, vấn an Thế Tôn, có an lạc, thoải mái không? Rồi khải bạch như vầy: 'Con có lỗi lầm, cha cũng không chấp.[312] Cúi xin Thế Tôn từ bi thương xót đến thành Vương xá. Nếu Thế Tôn không đến, thì vương quốc bị diệt vong."

Vị đại thần tuân lệnh, tâu: "Xin y như vậy."

Sau đó, vị đại thần y lệnh của vua, tức tốc đến thành Thất-la-phạt, thẳng đến chỗ Phật, đánh lễ chân Phật, và bạch:

"Bạch Thế Tôn, vua Vị Sinh Oán vấn an Thế Tôn... *(nói đầy đủ như trước).*"

Đức Phật đáp:

"Chúc vua và đại thần đều được an lạc."

Sứ giả bạch Phật:

"Bạch Thế Tôn, vua Vị Sinh Oán khải bạch Thế Tôn như vầy: 'Con có lỗi lầm, cha cũng không chấp việc xấu ác ấy. Ngưỡng mong Thế Tôn từ bi thương xót đến thành Vương xá. Nếu Thế Tôn không đến, thì vương quốc sẽ bị diệt vong."

Đức Phật im lặng nhận lời. Vị đại thần thấy Phật im lặng nhận lời, bèn cáo lui.

Bấy giờ, Thế Tôn rời thành Thất-la-phạt, cùng các bí-sô du hành, lần hồi đến đầu biên giới nước Ma-yết-đà. Do oai lực của Phật, các vua thần gió nổi lên những làn gió mát, thổi bay các nguồn nước độc khiến chúng khô cạn. Các vua thần nước làm nước tám công đức vọt

---

[312] 子有過患父亦不見. Xem văn đoạn dưới. [313] *bu ṅan pa ni ma mchis kyi pha ṅan pa ni ma mchis pas*, "Người cha không hư xấu thì có người con cũng không hư xấu"; đại ý, vua cha Tần-bà-sa-la là ông vua tốt, nhân từ, tin Phật, thì con ông là A-xà-thế cũng không xấu.

lên, sông hồ, ao suối đều đầy tràn. Trên trời trút xuống mưa nước ngọt. Những thiện thần tin Phật thì **[20b01]** xua đuổi quỷ thần ôn dịch, nạn chết bởi bệnh được dập tắt. Quân binh bốn phương nghe Phật đi vào biên giới, mỗi bên tự rút lui quay về. Mọi người trong nước buôn bán giao dịch trở lại. Nước ngoài nghe chuyện vậy cũng đưa nhiều loại hàng hóa đến trao đổi mua bán. Trong nước sung túc, dân chúng khắp phố phường, hang cùng ngõ hẻm đều tán thán oai đức Như Lai, ai ai cũng vui mừng hớn hở. Còn các ngoại đạo khác thì thảy đều im lặng.

Vị Sinh Oán, con bà Vi-đề-hy, vua nước Ma-yết-đà, nghe Phật đến biên giới nước Ma-yết-đà, tâm rất vui mừng, ra lệnh cho các thần tá:

"Các khanh hãy cho quét dọn gạch đá sạch sẽ trên con đường lớn rộng dài hai dặm rưỡi chi đến đây, lấy nước hương chiên-đàn vẩy trên đường. Lại dùng nhiều loại gấm lụa tốt trang hoàng cho thật đẹp. Trong thành Vương xá đốt hương thơm, rải các loại hoa. Tất cả kính cẩn đợi Thế Tôn."

Quần thần bá quan tuân lệnh vua ban, trang hoàng khắp nơi trong thành Vương xá, và những con đường lớn. Vị Sinh Oán, con Bà Vi-đề-hy, vua nước Ma-yết-đà, với uy lực của mình, dẫn bốn bộ quân binh ra nghinh đón Thế Tôn.

Đức Thế Tôn, vây quanh bởi sự điều phục,[313] lúc bấy giờ vua Vị Sinh Oán cùng vô lượng trăm ngàn chư thiên đi theo sau Thế Tôn về thành Vương xá. Chuẩn bị vào thành, Thế Tôn vừa bước chân phải vào ngưỡng cửa thành thì đại địa chấn động sáu cách:...*cho đến:* bên cạnh trồi lên, trung tâm chìm xuống.

Trong thế giới này, ánh sáng chiếu rực rỡ, cho đến khoảng giữa tối tăm[314] xuất hiện ánh sáng cực lớn, chiếu sáng đến tận nơi tối tăm. Trong thiên không, mưa xuống các loại hoa trên Phật đỉnh: hoa sen

---

[313] Bản Tib mô tả chi tiết khá dài về quang cảnh đức Phật đi vào thành, chung quanh là những vị đã điều phục họp thành chúng điều phục, giải thoát với chúng giải thoát,.... Bản Hán dịch lược.
[314] Tib *'jig rten gyi bar*, Skt *lokāntarika*: thế giới trung gian. Trung gian giữa hai thế giới là một khoảng cực kỳ tối tăm.

xanh, sen đỏ, sen trắng; lại tung rải bột hương chiên-đàn, uất kim hương, và hoa mạn-đà-la, hoa mạn-đà-la lớn, cùng các thiên y.

Khi Thế Tôn nhập thành, xuất hiện nhiều cảnh tượng đặc dị, những con đường nhỏ tự nhiên rộng lớn ra, nhiều cây rừng nhỏ vươn cao lên, cây cao lớn lại tự hạ thấp cành xuống. Voi, ngựa, bò, chim, tùy loài cất lên mỗi loại âm thanh rất vui. Đồ vật cũng tự nhiên khua lên. Người mù thấy lại, người điếc có thể nghe, người câm có thể nói, ai khiếm khuyết đều được đầy đủ. Người say, ngất, cũng tỉnh táo. Người ăn ngộ độc cũng được tiêu trừ. Người oán hại sinh tâm từ bi. Người nữ mang thai đều sinh nở không đau đớn. Tù nhân bị trói buộc, gông cùm, xiềng xích tự nhiên được tháo gỡ giải thoát. Người bần cùng khốn khó được tiền của, châu báu.

Có một cận sự nam thấy nhiều điều lợi ích như vậy đọc kệ **[20c01]** rằng:

> *Nước nào Thế Tôn đến,*
> *Nước ấy không tai họa:*
> *Đói khổ, và quân địch,*
> *Gió mưa cũng điều hòa.*
> *Mọi người đều tu phước,*
> *An ổn không lo buồn,*
> *Trăm ngàn việc hy hữu,*
> *Xứ này đều thành tựu.*

Thế Tôn vào thành Vương xá, an ủi nhân dân, ai ai cũng được lợi ích. Sau đó, Thế Tôn trở về tinh xá Trúc lâm.

Bấy giờ, Vị Sinh Oán, con Bà Vi-đề-hy, vua nước Ma-yết-đà, đến chỗ Phật, đảnh lễ hai chân Phật... *chi tiết như trước, cho đến:* Đức Phật khai thị giảng dạy cho nhà vua được lợi ích, an lạc xong, đức Phật ngồi im lặng.

Vị Sinh Oán, con Bà Vi-đề-hy, vua nước Ma-yết-đà, sau khi nghe Phật giảng dạy nhiều bài pháp, hoan hỷ phấn khởi, thảy đều tín thọ, rồi vua đứng dậy, chỉnh y phục, chắp tay cung kính, chí tâm đảnh lễ bạch Phật:

"Nguyện xin Thế Tôn từ bi nhận lời thỉnh cầu của con, cùng chúng bí-sô, trong ba tháng thọ nhận vải y³¹⁵ của con cúng dường, và thức ăn nước uống, cùng với tọa cụ, ngọa cụ. Nếu ai có bệnh con sẽ phụng cúng thuốc thang, và mọi thứ nhu yếu, không để thiếu thứ gì."

Đức Phật im lặng nhận lời. Vua Vị Sinh Oán biết Phật im lặng nhận lời, hoan hỷ cáo lui.

Vua Vị Sinh Oán trở về cung chuẩn bị mọi thứ trong ba tháng, như y phục, tất cả thuốc thang, thức ăn nước uống, tọa ngọa cụ, để cúng dường Phật và chúng bí-sô, không thiếu một thứ gì.

2. Bệnh dịch ở thành Quảng Nghiêm

Thiên thần trong thành Vương xá khởi tín tâm, thấy nhà vua cúng dường rộng lớn như thế, bèn đuổi hết bọn gieo rắc bệnh dịch, chúng đi ngang qua thôn Na-địa-ca,³¹⁶ đến thành Bệ-xá-li³¹⁷ rồi dừng lại ở đó. Dân chúng trong thành này thảy đều mắc phải ôn dịch, người chết vô số kể. Trong đường lớn, xe tang đưa người chết liên tục không dứt. Trong thành có một người bà-la-môn tư tế tên Đô-mạt-la,³¹⁸ đêm ngủ mộng thấy một vị thiện thần ở nội thành Bệ-xá-li đến mách bảo:

Thế Tôn Điều ngự sư,
Tối tôn trên trời, người;
Nếu Ngài đến thành này,
*Tai ương sẽ tiêu tán.*³¹⁹

Bà-la-môn nghe xong, đợi rạng sáng liền vào trong thành báo với các cư sĩ Lật-cô-tỳ:³²⁰

"Ta nằm mộng thấy việc... như vậy."

Mọi người nghe xong **[21a01]** cùng nhau bàn:

---

³¹⁵ 支伐羅, cīvara.

³¹⁶ Na-địa-ca thôn 那地迦村. sgra sgrogs (sgrags). Nāḍakantha, ñātika.

³¹⁷ 廣嚴城: tên khác Tỳ-xá-ly, Bệ-xá-ly, Vaiśāli, Vesāli. yangs pa can.

³¹⁸ 都末羅. mda' bo che. Tomara.

³¹⁹ 'Dul ba kha 17b1.

³²⁰ Lật-cô-tỳ 栗姑毘. Licchavi; phiên âm khác: Li-xa. li tstsha bī.

"Phải làm cách nào, lại sai ai cung thỉnh Thế Tôn đến thành này an cư ba tháng, và chuẩn bị mọi thứ cúng dường để diệt trừ tai ương?"

Mấy vị cư sĩ bảo Tư tế Đô-mạt-la:

"Bác có thể đi cung thỉnh Thế Tôn. Những người khác thì không kham."

Đô-mạt-la suy nghĩ:[321] "Ta đến chỗ Phật, đảnh lễ chân Phật, thưa: 'Bạch Thế Tôn, Thế Tôn đi đứng nhẹ nhàng, ít bệnh hoạn, luôn an lạc? Mấy vị cư sĩ trong thành Bệ-xá-li nhờ con đến cung nghinh Thế Tôn đến thành Bệ-xá-li cứu dân chúng ở đó. Nếu Thế Tôn không đến, nhân dân trong thành chắc sẽ chết, tất cả sẽ tiêu vong trong một ngày không xa."

Nghĩ thế, Bà-la-môn Đô-mạt-la bảo với mấy cư sĩ:

"Vị Sinh Oán, con Bà Vi-đề-hy, vua nước Ma-yết-đà, là kẻ luôn hiếu sát, tính tình bạo ác, gây thù oán quá nhiều.[322] Nếu tôi đến đón Phật, chắc chắn ông ấy giết tôi."

Những người cư sĩ kia nói kệ:

Hai nước oán địch nhau,
Không bắt giữ sứ giả.
Huống gì sứ Như Lai,
Làm sao bị tổn thương?"

Đô-mạt-la làm pháp cát tường và an lành rồi lên đường đi dần đến thành Vương xá. Đến nơi, Đô-mạt-la nghỉ ngơi, sau đó đến chỗ Phật, hoan hỷ chào hỏi, và ngồi qua một bên bạch Phật:

"Bạch Thế Tôn, các cư sĩ thành Bệ-xá-li[323] đảnh lễ hai chân Phật, gởi lời kính thăm hỏi Như Lai, ít bệnh, ít não, sinh hoạt nhẹ nhàng, an lạc không?"

---

[321] Bản Tib đây lời của những người *Licchavī*, "Hãy đi đến nơi Thế Tôn, thay mặt chúng tôi …".

[322] Bản Tib "Vì A-xà-thế từ lâu gây hại cho các ngài, là kẻ thù cực kỳ, cho nên ông ấy chắc chắn sẽ hại tôi."

[323] 薛舍離城 Bệ-xá-ly thành, **xem cht. 254.**

Đức Phật hỏi:

"Chúc ông và mọi người ở thành Bệ-xá-li an ổn."

Đô-mạt-la thưa:

"Nguyện xin Thế Tôn đến thành Bệ-xá-li. Nếu Thế Tôn bỏ qua không đến đó, thì dân chúng thành đó không lâu sẽ điêu tàn, trống rỗng, không còn gì."

Thế Tôn bảo:

"Ta và Chúng Thanh văn này đã nhận lời vua thỉnh ở lại an cư ba tháng, với mọi tư cụ cúng dường. Ông có thể đến yết kiến vua, trình bày sự việc ấy. Nếu nhà vua hứa khả, thì Ta sẽ đến đó."

Đô-mạt-la nghe Phật dạy, liền sai sứ giả trở về bổn quốc, thuật lại lời Phật dạy. Mọi người cho rằng lời Phật dạy là đúng, bèn sai sứ quay lại, cử Đô-mạt-la đến thẳng chỗ Vị Sinh Oán vua nước Ma-yết-đà, truyền đạt lại rằng:

"Chúng tôi gởi lời hỏi thăm vấn an: 'Đại vương ít bệnh, ít não, đời sống nhẹ nhàng, an lạc không?' Và thưa: 'Nguyện xin Đại vương đồng ý để Thế Tôn đến thành Bệ-xá-li. Nếu Đại vương không hứa khả, thì Thế Tôn không đi. Thành Bệ-xá-li không bao lâu sẽ diệt vong, trống rỗng, không còn gì.'"

[21b01] Tư tế Đô-mạt-la[324] nghĩ: "Mình gặp Đại vương trước hay đại thần trước?" Lại nghĩ: "Trước đây có người dạy, không nên gặp Đại vương trước; cần phải cầu kiến đại thần. Vua dù có xử phân, đại thần cũng có thể phá. Cho nên mình phải gặp đại thần trước."

Sau khi chào hỏi, đại thần hỏi:

"Ông đến đây vì chuyện gì?"

Đô-mạt-la đáp:

"Tôi đến đây để thỉnh Như Lai, cho nên cần tâu với Đại vương. Xin đại nhân giúp tôi thưa lại với Đại vương."

---

[324] 都末羅布盧吧多. mdun na 'don mda' bo che. Skt. *Tomara-purohita*, tư tế, tế phụ đại thần *Tomara*; xem cht. 254 trên.

"Được, khi nào Đại vương hỏi, chắc chắn tôi sẽ giúp."

Đô-mạt-la đến chỗ Vị Sinh Oán, con Bà Vi-đề-hy, vua nước Ma-yết-đà, gặp vua, Đô-mạt-la nói lời chúc tụng vạn phúc. Sau khi chúc tụng, Đô-mạt-la ngồi qua một bên, bẩm với nhà vua:

"Tâu Đại vương, nhân dân thành Bệ-xá-li hỏi thăm vấn an Đại vương: ít bệnh, ít não, sinh hoạt nhẹ nhàng, an lạc không?"

Vua Vị Sinh Oán hỏi Đô-mạt-la:

"Cầu chúc mọi người ở đó đều an lạc."

"Tâu Đại vương, dân chúng ở Quảng nghiêm đều thưa: 'nguyện xin Đại vương đồng ý để Như Lai đến thành Bệ-xá-li. Nếu Đại vương không đồng ý Như Lai đến thành Bệ-xá-ly, thì thành này không bao lâu sẽ bị diệt vong, trống rỗng, chỉ còn cái tên."

Vua Vị Sinh Oán bảo:

"Mỗi khi nghĩ đến, ta thề sẽ tiêu diệt thành Bệ-xá-ly. Đó là ý nghĩ trước đây."[325]

Nghe nhà vua nói thế Đô-mạt-la liền cáo lui. Vị đại thần bước lên trước tâu với vua:

"Thưa Đại vương, Thế Tôn có bao giờ bỏ rơi một hữu tình để mặc cho đau khổ không?"

"Khanh nên biết, chắc chắn là không rồi."

"Nếu không đúng như lời này, là Đại vương không cung kính Thế Tôn. Dù Đại vương có đồng ý hay không đồng ý, Thế Tôn vì lợi ích chúng sinh tất sẽ đến thành Bệ-xá-ly."

"Ý của Phật không phải là điều mà ta có thể hiểu. Nếu vậy, phải gọi Đô-mạt-la quay lại."

Đại thần phụng mệnh, liền tức tốc cho gọi Đô-mạt-la quay lại. Vua Vị Sinh Oán bảo Đô-mạt-la:

---

[325] Bản 明 "Từ lâu, ta vẫn nghĩ, thanh Bệ-xá-li diệt vong há không phải là tốt đẹp sao? Nhưng ý nghĩ ấy đến nay chưa được hoàn thành."

"Ngươi phải tuyên thệ với ta, nếu có thể cúng dường, cung kính Thế Tôn như ta, làm những việc như vầy như vậy ..., thì ta sẽ hứa khả."

Ghi nhận lời vua nói, Đô-mạt-la sai người gấp rút về lại thành Bệ-xá-ly, báo với mọi người, tường trình lại lời của vua. Mọi người nghe xong, nói lại với sứ giả:

"Nhà vua một mình mà có thể cúng dường. Chúng tôi là số đông, lẽ nào làm không được? Nguyện xin Thế Tôn đến thành Bệ-xá-ly. Dân chúng chúng tôi sẽ cúng dường tối thắng. Xin nhà vua tùy hỷ."

Sứ giả ghi nhận, quay lại báo với Đô-mạt-la. Đô-mạt-la thưa lại đầy đủ với vua Vị Sinh Oán. Vua Vị Sinh Oán đích thân đến gặp Phật, đảnh lễ hai chân Phật, ngồi qua một bên, **[21c01]** bạch Phật:

"Bạch Thế Tôn, con nguyện trọn đời cúng dường Thế Tôn và chúng Thanh văn. Nhưng Thế Tôn thường vì lợi ích cho các hữu tình, không nhận thỉnh của con nữa. Vậy, Thế Tôn nhận lời thỉnh, cho con cúng dường một ngày nữa thôi."

Thế Tôn im lặng nhận lời. Vua Vị Sinh Oán biết Thế Tôn im lặng nhận lời, đứng dậy, cáo từ lui về cung. Ngay trong đêm, vua chuẩn bị nhiều thức ăn nước uống thanh tịnh. Sáng sớm, sai sứ đến thỉnh Phật, bạch rằng: "Đã đến giờ."

Phật biết rồi, rửa tay thâu bát, đi dự bữa thọ thỉnh của vua.[326] Vua tự mang bình vàng, đến trước Phật, bạch rằng:

"Cúi xin Thế Tôn điều phục ác long và dược-xoa. Bạch Đại đức, Long vương A-bát-la[327] ở nước con lâu nay gây nhiều thiệt hại, không phải oán mà thành oán, không thù mà thành thù, không nghịch mà thành nghịch. Lúa non chưa mọc hay đã mọc đều bị phá hoại. Nguyện xin Thế Tôn khởi lòng từ bi hàng phục Long vương A-bát-la."

---

[326] 佛既知已，洗手收鉢，赴王請食. Bản Hán có thể sao chép đảo lộn văn cú, nên hiểu: "Vua A-xà-thế sau khi biết Phật thọ thực đã xong, đã rửa tay, cất bát…"

[327] 無藁龍王, "Long vương Không cọng rơm"; dịch từ không thống nhất; trên dịch: Vô Đạo Cán: Không cọng lúa. Skt. *Apalāla*, phiên âm: A-ba-la, A-bát-la. Tib. *sog ma med*.

Đức Phật im lặng nhận lời thưa thỉnh, rồi đọc kệ tụng chú nguyện phước thí cho vua Vị Sinh Oán, rồi trở về trú xứ.

II. BA-TRA-LI

1. Ác giới – Thiện giới

Đức Phật bảo Cụ thọ A-nan-đà:

"Bây giờ, Ta muốn đến ấp Ba-tra-li. Ông hãy đi theo Ta."

"Kính vâng Thế Tôn, con nguyện đi theo."[328]

---

[328] 波吒離. Tib dmar bu can. Skt Pāṭaligrāmaka. Pāli Pāṭaligāma. Bản Tib ['Dul ba [19b7]: "Về đến tinh xá, Thế Tôn ngồi trước Chúng Bí-sô trên chỗ ngồi soạn sẵn. Rồi Thế Tôn nói với A-nan-đà: 'Hãy đi đến phương bắc để hàng phục con rồng *Apalāla*." Từ đây xuống ['Dul ba kha 20aff], Hán nhảy một đoạn dài: "(Phật nói) Phương bắc có năm điều lợi. Hoa nhiều, trái cây nhiều, nước nhiều, dễ khất thực, người dân chánh trực'. Bấy giờ A-xà-thế cho quét dọn con đường từ thành Vương xá đến sông Hằng, dọn sạch tất cả đá, sỏi; rưới nước chiên đàn, xông hương thơm các thứ, treo phướn lụa, giăng lưới châu ngọc, khắp nơi dựng nhiều thiên cung hoa. Những người *Licchavī* trong thành Quảng nghiêm cũng dọn sạch con đường từ sông Hằng đến thành. Từ đây ['Dul ba |kha| 20a4], từ Vương xá Phật đi đến *Nālandā*, trú trong vườn xoài *Prāvārika* (Tib *a-ma-ra'i tshal dgag dbyed can*) gần *Nālandā*. Tại *Nālandā* có một xuất gia ngoại đạo tên là Vi Lô Thương Chủ/ Thương Chủ Cộng Lau (Tib *kun du rgyu 'dam bu'i tshong*), già yếu, tuổi đã 120, được mọi người kính trọng như là Thánh nhân. [xem Tạp A-hàm 35 kinh 978, 那羅聚落有商主外道 出家. Pāli, A.IV.3. *Khatasutta*, PTS. ii.3] Bấy giờ có một thiên thần trước kia là bạn của Vi Lô Thương Chủ nghĩ rằng nếu bảo ông này hãy theo Thế Tôn tu hành phạm hạnh, chắc ông ấy sẽ không nghe, bèn tìm đến và đặt mấy câu hỏi: Làm sao để biết bạn thật hay bạn giả? Làm sao để biết bạn thương yêu ta như chính ta? Bạn xuất gia vì mục đích gì? Làm sao bạn giải thoát khổ đau? Bạn hãy đến hỏi bất cứ ai trả lời các câu hỏi khiến bạn hài lòng, hãy theo người ấy tu hành phạm hạnh. Xuất gia ngoại đạo Thương Chủ Cộng Lau tìm đến Lục sư ngoại đạo: *Pūraṇa Kāśyapa, Maskarī Gośālīputra, Saṃjayī*

Đức Phật rời thành Ma-yết-đà, du hành nhân gian, đi dần đến thôn Ba-tra-li, Thế Tôn dừng nghỉ tại một chế-đa.³²⁹

Các bà-la-môn, cư sĩ ở thôn ấp Ba-tra-li nghe Thế Tôn du hành đến ngụ tại tháp ở Ba-tra-li, tất cả người dân thông báo nhau, cùng lượt vân tập đến chỗ Phật, đảnh lễ hai chân Phật, ngồi qua một bên. Bấy giờ, đức Phật nói:

"Các người nên biết, phóng dật, có năm điều tai hại.³³⁰ Một, bà-la-môn, cư sĩ này do phóng dật mà đấu tranh nhau, vì thế dẫn đến quan phân xử, hạch tội, khiến cho tài sản tiêu tán. Đó là tai hại thứ nhất.

"Hai, lại có bà-la-môn, cư sĩ do phóng dật, đấu tranh, tiếng xấu lưu truyền, đồn khắp các phương. Đó là tai hại thứ hai.

"Ba, lại có bà-la-môn, cư sĩ do phóng dật mà tâm sinh cống cao, đến giữa chúng sa-môn, cư sĩ, bà-la-môn, sát-lợi, mỗi khi ở giữa chúng hội đó trong lòng lo sợ, không dám ngẩng đầu lên, mà luôn luôn cúi gầm xuống.³³¹ Đó là tai hại thứ ba.

Vairaṭṭīputra, Ajita Keśakambala, and *Nirgrantha Jñātiputra,* mong có câu trả lời thích đáng cho các câu hỏi. Ông thất vọng vì không câu trả lời thỏa mãn, bèn tìm đến Phật. Đức Phật trả lời bằng các bài kệ. Hài lòng với các bài kệ, Thương Chủ theo Phật xuất gia tu hành phạm hạnh, cuối cùng đắc quả A-la-hán ['Dul ba kha 22a]. Hành trình tiếp theo, Phật đi đến *Veṇuyaṭikā* (🏴 *'od ma'i dbyug can*) [Cf. *Tạp A-hàm* 15 kinh 403; Pāli S. 56. 21. *Paṭhamakoṭigāmasuttaṃ* PTS. v.432] thuyết về bốn Thánh đế. Tiếp theo đó, Phật du hành đến tụ lạc *Pāṭali* (Ba-tra-li). Đây là đoạn đường Phật đi từ Vương xá như được thuật trong kinh Bát-niết-bàn, *Trường A-hàm* và *Dighanikāya*, với nhiều chi tiết không đồng nhất.

³²⁹ Chế-đa 制多, 🏴 *caitya, cetiya,* miếu thờ linh cốt. 🏴 *mchod rten.*

³³⁰ Pāli, D. 16 *Mahāparinibābasuttaṃ,* ii. 85. Trường 1, kinh Du hành, tr. 12b16: tại Ba-lăng-phất, Phật thuyết, như Pāli.

³³¹ 為非上首常作曲躬. Dịch Việt trên đây hiểu theo Pāli, D.ii.285 *avisārado upasaṅkamati maṅkubhūto,* lo sợ (không tự tin), bối rối hổ thẹn. 🏴 *zhum zhum por gyu nas dga' ba med pa dang| bag tsha 'gro bar'gyur te|* run sợ, không vui, xấu hổ.

"Bốn, lại có bà-la-môn, cư sĩ phóng dật, đấu tranh, đến khi mạng chung tâm mới ăn năn lỗi lầm.³³² Đó là tai hại thứ tư. **[22a01]**

"Năm, lại có bà-la-môn, cư sĩ tâm thường phóng dật, do phóng dật, cống cao, chết đọa đường ác, sinh trong địa ngục. Đó là tai hại thứ năm."

Đức Phật lại nói với các bà-la-môn, cư sĩ:

"Không phóng dật lại có năm điều lợi: Một, bà-la-môn, cư sĩ do không phóng dật nên tài sản không thất tán. Đó là lợi ích thứ nhất.

"Hai, lại có bà-la-môn, cư sĩ do không phóng dật, không đấu tranh, nên tiếng lành đồn xa, truyền khắp các phương. Đó là lợi ích thứ hai.

"Ba, lại có bà-la-môn, cư sĩ do không phóng dật, tâm không cống cao, vào trong chúng sa-môn, cư sĩ, bà-la-môn, sát-lợi, thường không sợ hãi, tâm tư vui vẻ. Đó là lợi ích thứ ba.

"Bốn, lại có bà-la-môn, cư sĩ do không phóng dật, đến phút lâm chung không có điều gì hối tiếc. Đó là lợi ích thứ tư.

"Năm, lại có bà-la-môn, cư sĩ do không phóng dật, sau khi mạng chung tái sinh trong các thiên giới. Đó lợi ích không phóng dật thứ năm. Cho nên các người chớ có phóng dật."

Các bà-la-môn, cư sĩ sau khi nghe pháp, đứng dậy, chỉnh y phục, chắp tay cung kính, đảnh lễ Thế Tôn và bạch:

"Xin Thế Tôn thương xót chúng con, cung thỉnh Thế Tôn đêm nay nghỉ lại quán xá của con."

Đức Phật im lặng nhận lời thỉnh. Các bà-la-môn và cư sĩ kia thấy Phật im lặng nhận lời thỉnh, bèn đảnh lễ hai chân Phật, từ biệt Phật cáo lui.

2. Đại thần Hành Vũ – Bến Sông Hằng

Bà-la-môn Hành Vũ,³³³ đại thần của vua Ma-yết-đà, nghe Phật du

---

³³² ᴾᵃˡⁱ *sammūḷho kālaṅkaroti*, khi chết, tâm mê loạn. ᵀⁱᵇ *yid la gcags bzhin 'chi bar 'gyur te*.

³³³ 行雨婆羅門, ᵀⁱᵇ *bram ze dbyar byed* ['Dul ba kha 24a4]. ˢᵏᵗ *Varṣākāra*.

hành nhân gian đến thôn Ba-tra-li, cư ngụ bên tháp Ba-tra-li; lại nghe nhân dân ở thôn Ba-tra-li đều cúng dường. Bà-la-môn Hành Vũ nghe thế liền cõi xe thảo mã[334] thuần trắng, dẫn thị tùng cầm bình báu, gậy vàng, cùng 500 thanh niên bà-la-môn[335] trước sau vây quanh, đi diện kiến cúng dường Thế Tôn. Mọi người đến thôn Ba-tra-li, xuống xe, đến chỗ Thế Tôn, đứng trước Thế Tôn thăm hỏi, cung kính đảnh lễ xong, họ ngồi qua một bên. Đức Phật thuyết diệu pháp cho họ nghe, khai thị giảng dạy giúp họ được lợi lạc an vui, sau đó đức Phật im lặng an trụ.

Bà-la-môn Hành Vũ đứng dậy, bày lộ vai phải, chắp tay hướng đến Phật, bạch:

"Bạch Thế Tôn, nguyện xin Thế Tôn cùng chúng Bí-sô nhận lời thỉnh của con, ngày mai đến nhà con thọ nhận bữa cúng dướng."

Đức Phật im lặng nhận lời thỉnh. Bà-la-môn Hành Vũ biết **[22b01]** Phật nhận lời thỉnh, liền quay về nhà. Đức Phật rửa chân vào thất, kết già an tọa, thân thẳng chánh niệm, quán thấy thiên thần với oai lực lớn ở thôn Ba-tra-li, suy tính ranh giới muốn làm thành lớn. Quán thấy như vậy, đến trưa đức Phật xuất định, ra khỏi thất, ngồi chỗ đất trống với các bí-sô, đức Phật hỏi Cụ thọ A-nan-đà:

"Ông có nghe nói thôn Ba-tra-li đang muốn xây thành lớn hay không?"

"Con có biết, bạch Thế Tôn. Bà-la-môn Hành Vũ cùng trời Tam thập tam đang trù tính muốn xây thành lớn."[336]

Pāli, D. 16. *Mahāparinibbānasuttaṃ*, ii. 87: hai vị đại thần của vua A-xà-thế: *Sunidha* và *Vassakāra*, đang xây thành lũy tại thôn *Pāṭaligāma* để chống lại quân *Vajji*. C. Trường A-hàm 1, kinh Du hành, tr. 12b29: Đại thần Vũ Xá 雨舍 đang giám sát xây thành Ba-lăng-phất 巴陵弗để phòng ngự quân Bạt-kì.

[334] Thảo mã 草馬: ngựa cái. Tib. *rta rgod ma*.
[335] 摩納婆. Tib. *bram ze'i khye'u*; Skt. *māṇava*.
[336] 與三十三天, Tib. đây là lời Phật nói với A-nan: "Bà-la-môn *dbyar byed* (Skt. *Varśakāra*) thật khôn ngoan, đã cùng chư thiên Tam thập tam thảo luận như vậy."

Đức Phật bảo:

"Lúc Ta nhập định trong thất, bằng thiên nhãn thanh tịnh quán thấy thôn Ba-tra-li có các thiên thần có oai lực lớn, cùng với các tiểu thần, và những người có uy đức, mỗi người an trú theo các thần mà mình ái mộ, thuận theo giáo pháp mà thiên thần đó hành trì.[337] Do những thiên thần đó trụ ở đây, cho nên có thể biết, thành này là hùng mạnh nhất, không có nạn giặc lân bang và lửa, nước làm tổn hại."[338]

Bấy giờ, Bà-la-môn Hành Vũ trong đêm chuẩn bị đầy đủ thức ăn nước uống. Sáng ngày, ông sai người đến bạch Phật và đại chúng: "Nguyện xin biết thời."

Đức Phật và chúng Tăng đến thọ thực xong, cất bát, khi ấy Bà-la-môn Hành Vũ cầm bình vàng đựng đầy nước sạch, quỳ gối hướng đến Phật, phát đại thệ nguyện:

"Hôm nay, con xin đem công đức cúng dường cho Phật và Thánh chúng hồi hướng cho thiên thần ở thôn Ba-tra-li mãi mãi được an lạc."

Đức Phật đọc bài tụng:

Nếu có người tín tâm,
Cúng dường các thiên chúng;
Đây vâng lời Phật dạy,
Điều này Phật khen ngợi.
Nếu địa phương nơi nào,
Có bậc trí cư trú,
Cúng dường người trì giới,
Sau đó chú nguyện đến.

---

[337] Tib ['Dul ba kha 20a5]: "Nơi nào có chư thiên có uy lực lớn bao che trú xứ, nơi ấy những người có uy lực lớn muốn đến ở đó. Nơi nào có chư thiên có uy lực trung bình và kém, nơi ấy những người có uy lực trung bình, hay kém muốn đến ở."

[338] Bản Tib ['Dul ba kha 25a]: "Này *Ananda*, nơi nào có giới thượng lưu cư trú và có phẩm hạnh cao quý, nơi tốt đẹp cho thương nghiệp, đó là Hoa Tử thành (Tib *dmar bu can*; Skt *Pāṭaliputra*, Hán âm Ba-tra-lị-phất, Ba-liên-phất). ..."

Tôn kính vị đáng kính,
Cúng dường vị đáng cúng,
Chư thiên hộ như con,
Thường luôn được an lạc.

Đức Phật thuyết pháp vi diệu cho bà-la-môn, khai thị, chỉ giáo, khuyến khích, khiến cho hoan hỷ. Đức Phật rời chỗ ngồi trở về bổn xứ.

Bà-la-môn sau khi đã làm xong những việc cần làm, rồi đi theo sau Phật từng bước, chánh niệm với tâm chân thật, thầm nghĩ: "Thế Tôn rời khỏi thôn Ba-tra-li qua cổng cao nào của thành trì mà ta xây dựng này, ta sẽ đặt tên đó là "cổng Kiều-đáp-ma."³³⁹ Nơi nào mà Thế Tôn đi qua sông Hằng,³⁴⁰ nơi đó ta cũng xây con đường, **[22c01]** đặt là "đường Kiều-đáp-ma."³⁴¹

Đức Phật biết tâm niệm của bà-la-môn nên thẳng theo con đường giữa thôn Ba-tra-li, nhắm hướng bắc mà đi ra, đi dần đến sông Hằng.

3. Cúng dường lọng

Bấy giờ, vua Vị Sinh Oán, con Bà Vi-đề-hy, thầm nghĩ: "Nay ta sẽ đích thân cúng dường Thế Tôn." Vua cầm cây lọng 100 nan hoa, số kể đến 500 cây, che bóng mát trên đầu Phật.

Những người Lật-cô-tỳ trong thành Bệ-xá-li cũng nghĩ: "Nay vua Vị Sinh Oán đích thân cầm lọng cúng dường Thế Tôn, chúng ta cũng nên làm thế." Họ kính cẩn đem 500 cây lọng cúng dường.

Các Long vương cũng nghĩ: "Nay vua và những người Lật-cô-tỳ cúng dường long trọng. Ta nay thân đọa đường ác, há không cúng dường Thế Tôn?" Nghĩ xong, các Long vương đem 500 cây lọng cúng dường Thế Tôn.

Chúng Tứ vương thiên cũng nghĩ: "Ở đây mọi người tuy không thấy rõ báo ứng của nhân quả mà còn tự cúng dường; huống gì bọn chúng ta soi quả mà biết nhân, lẽ nào không thể cúng dường!" Nghĩ

---

³³⁹ 喬答摩門, Tib *gau ta ma'i sgo*. Pl. *Gotamadvāra*, D. PTS.ii.89.
³⁴⁰ 弶伽河, Hán âm khác phổ thông là sông Hằng; Skt *Gaṅgā*.
³⁴¹ 喬答摩道, Tib *gau ta ma'i 'jug ngogs*. Pali *gotamatittham*: bến đò *Gotama*.

vậy rồi, cũng đem 500 cây lọng cúng dường Phật.

Trời Tam thập tam cũng nghĩ: "Chúng trời, người đều cúng dường, lẽ nào chúng ta không cúng dường?" Trời Tam thập tam sắm đủ 500 cây lọng cúng dường Phật.

Bấy giờ, đức Phật nghĩ: "Nay Ta tạo nhân duyên thù thắng cho trời và người và, khiến cho tất cả phát sinh tín tâm." Thế Tôn sau khi nghĩ như vậy, bèn hiện thần lực, khiến từng mỗi người trong các chúng hội đều có ý nghĩ: "Chỉ có mình ta cầm lọng che trên đỉnh đầu Phật."

Khi Thế Tôn chứng Chánh đẳng giác, có hai ngàn năm trăm trời, người cầm lọng che trên đỉnh đầu Phật.[342]

4. Đại Thiện Hiện Vương

Các bí-sô thảy đều hoài nghi, bèn hỏi Phật:

"Bạch Thế Tôn, Thế Tôn đã gieo thiện nghiệp gì mà khi chứng[343] Bồ-đề được hai ngàn năm trăm trời, người cầm lọng che trên đỉnh đầu Thế Tôn?"

Phật kể:[344]

"Các ngươi nên biết, Ta trong thời quá khứ đã tích tập tư lương, làm các thiện nghiệp... (nói rộng như trên), cho đến: cuối cùng tự thân thọ quả."

Các bí-sô nên biết, thời xa xưa, có vị Chuyển luân vương tên Đại Thiện Hiện,[345] đầy đủ bốn quân lực, có thể đẩy lui oán địch, luôn

---

[342] 世尊證正等覺時. Tib. *bcom ldan 'das mngon par rdzogs par byang chub* "Thế Tôn, Đẳng Chánh giác."

[343] Hán dịch có thể hiểu sai thời điểm; xem cht. 342 trên.

[344] 'Dula ba kha 26b4. Cf. *Trường A-hàm* 3 kinh Du hành T01n0001, tr. 21b15: sự tích Chuyển luân vương Đại Thiện Kiến 大善見. Pāli, *Mahāsudassanasuttaṃ*, D ii 169 (*PTS). Các kinh này có nhiều điểm không nhất trí với chuyện kể trong đây.

[345] Đại Thiện Hiện 大善現: Skt. *Mahāsudarśana* (?). Tib. *'khor los sgyur ba'i rgyal po mtha' bzhir rnam par rgyal ba*, "có vị chuyển luân vương đã chinh phục bốn phương thiên hạ", không nói tên. Nhưng được biết

chiến thắng, là pháp vương dùng chánh pháp trị đời, đầy đủ bảy báu, chỉ thiếu một người con nữa là đủ ngàn người con vây quanh. Các con của vua luôn luôn đi theo vua. Các phu nhân của vua đều nghĩ: 'Nếu ta sinh con rồi lại cũng phân ly. Pháp thường của vua là vậy, con đẻ **[23a01]** tất phải đi theo. Bây giờ, chúng ta lập thệ với nhau, nếu ai có thai thì không được báo cho vua biết.'

Sau đó có một phu nhân mang thai, các phu nhân dẫn bà đi giấu nơi khác, không cho vua thấy. Khi đủ ngày đủ tháng, sinh một người con, dung mạo xinh đẹp, ai thấy cũng yêu, sắc da màu vàng ròng, đầu như lọng che, tay dài quá gối, trán rộng bằng phẳng; giữa mi liền nhau, mũi cao thẳng; các chi đều hoàn hảo. Cho đến khi khôn lớn, các phu nhân đều yêu quý đứa bé, như chính con mình sinh.

Một thời gian sau, Đại vương Thiện Hiện, từ châu Thắng thân[346] quay về, bảy báu dẫn tiền đạo, tám vạn quốc vương đều vây quanh, những người con hộ vệ bên tả hữu như hình bán nguyệt, oai quang chiếu sáng chấn áp cả ánh sáng mặt trời, mặt trăng.

Lúc này, người con mà các phu nhân đem đi giấu, đứng trên lầu cao trông thấy phụ vương, bèn hỏi những người mẹ:

"Người đang đi lại là ai?"

"Đó là cha của con. Đại vương Thiện Hiện."

"Thưa mẹ, nếu sau này phụ vương mất, con có được nối nghiệp ngôi vua không?"

"Phụ vương của con, ngoài con ra, thiếu một đứa nữa là đủ một ngàn. Trong mấy người kia, sau này phụ vương con mất, người lớn sẽ kế vị. Con là nhỏ nhất, không thích hợp để đăng quang nối ngôi.»

Lại hỏi:

"Thưa mẹ, vậy sau này phụ vương mất, con là đứa nhỏ nhất, không được nối ngôi, thì xin tất cả mẫu thân cho con xuất gia. Với chánh tín con từ bỏ gia đình sống không gia đình, tinh tấn tu phạm hạnh."

---

trong đoạn sau: *legs mthong chen po*.

[346] 勝身洲. Tib. (*shar gyi*) *lus 'phags kyi gling*. Skt. (*Pūrva*)*Videha-dvīpa*.

"Con là đứa con cưng của mẹ, ai cũng yêu quý, con chớ phát tâm như thế.'

"Thưa mẹ, con đã lập chí quyết định xuất gia rồi."

Mấy người mẹ thấy con quyết tâm không thối chuyển, họ bảo:

"Nếu con đã vậy thì phải lập thệ với mẹ, thì mẹ sẽ chìu theo ý con: sau này nếu con đạt được thắng quả, thì phải về báo cho biết."

"Con xin vâng lời."'

Mấy người mẹ thấy con đã hứa vậy bèn cho toại nguyện.

Người con này đi đến một nơi tịch tĩnh, không có Ô-ba-đa-da[347] và A-già-lị-da[348] chỉ dạy, răn bảo, mà tự nhiên tỏ ngộ được pháp ba mươi bảy đạo phẩm, hiện chứng Độc giác.

Sau khi chứng quả, vị Độc Giác[349] nghĩ: 'Trước đây Ta hứa với mẫu thân, như chứng Thánh quả phải quay về báo; vậy Ta nay hãy trở về báo cho các mẫu thân biết.'

Thánh giả Độc giác thân hiện pháp, làm những điều lợi ích, đến trước mẹ hiện biến nhiều thần thông, thân trên xuất lửa, thân dưới phun nước, phóng ánh sáng lớn, biến hiện nhiều hình tướng lạ. Tất cả dị sinh thấy thần thông biến hóa liền phát tín tâm. Mấy người mẹ thấy con hiện thần thông, liền sụp lạy như cây bị đốn ngã, đánh lễ và nói:

"Thánh giả! [23b01] Nay Thánh giả chứng đắc Thánh quả và có thần thông như vậy nhưng cũng cần phải ăn. Chúng con muốn cầu phước, Thánh giả lưu tâm ở lại khu vườn hoa này, thọ nhận cúng dường của chúng con."

Đức Độc Giác im lặng nhận lời. Mấy người mẹ lần lượt dâng cúng thức ăn, mỗi ngày cúng dường đều đặn. Độc Giác nghĩ: 'Với thân hư huyễn này của ta, những điều cần làm đã làm xong, nay Ta có thể

---

[347] 鄔波駄耶, Hán âm phổ thông là Hòa-thượng. ^{Tib} *mkhan po.* ^{Skt} *upādhyāya.*

[348] 阿遮利耶, Hán âm phổ thông là A-xà-lê. ^{Tib} *slob dpon.* ^{Skt} *ācārya.*

[349] 獨覺. ^{Tib} *rang sangs rgyas.* ^{Skt} *pratyekabuddha.*

nhập Vô dư Niết-bàn.' Như ngỗng chúa dang cánh rộng, bay thẳng lên hư không, hiện các thần biến, thân trên xuất lửa, thân dưới phun nước, phóng ánh sáng lớn. Ngài hiện thần thông xong nhập Niết-bàn.

Mấy người mẹ chất củi thơm lại hỏa thiêu, lấy sữa rưới lên lửa, thu gom phần xương còn xót cất vào bình vàng; xây một ngôi tháp trong vườn hoa, lấy đủ loại vòng xuyến trang hoàng trên tháp, đặt cờ phướn, lọng trên tháp. Sau đó vào mùa xuân, trong vườn thơm nức một rừng hoa, nhiều loại chim đẹp bay đến hót ca. Vua và phu nhân, cùng các thể nữ trước sau tùy tùng, đi đến vườn hoa, dạo quanh ngắm hoa. Vua thấy tháp của vị Độc Giác, hỏi người giữ vườn hoa:

"Đây là cái gì?"

"Tâu, đây là tháp."

"Đây là việc trong cung, sao ta không biết?"

Vua hỏi người trong cung, do đâu có ngôi tháp đó. Những người trong cung sợ hãi, quỳ lạy tâu vua:

"Xin Đại vương tha mạng."

"Ta tha cho các ngươi."

Những người trong cung kể lại đầy đủ câu chuyện cho vua nghe. Nhà vua bảo:

"Các ngươi đã sai. Nếu người con đó ưa thích vương vị, sao không trình báo cho ta biết. Ta sẽ sách lập làm vua thọ Quán đảnh vị. Vị ấy là đại oai đức, dù đã nhập Niết-bàn, nhưng ta vẫn lấy mão, lụa, lọng đặt trên tháp."

Nhà vua thương nhớ đến con, để những thứ ấy trên tháp.

Đức Phật bảo:

"Các Bí-sô, chớ có ý nghĩ gì khác; vua Thiện Hiện chính là Ta. Ngày xưa, do duyên Ta đem lọng cúng dường tháp Độc Giác. Nhờ phước nghiệp đó, quá khứ Ta đã làm hai ngàn năm trăm lần vua Chuyển luân vương. Lại do nghiệp đó, nay Ta đã chứng Vô thượng Chánh giác, trời và người thấy cầm hai ngàn năm trăm cây lọng trăm nan³⁵⁰ che trên đỉnh đầu Ta. Nếu Ta không chứng quả thù thắng, thì Ta cũng lại chiêu cảm thêm hai ngàn năm trăm lần vua Chuyển luân vương. Với dị thục của phước nghiệp đó, Ta đều hồi hướng cho các Thanh văn. Nếu gieo một thăng chân châu, mà chỉ rút được một thăng thóc, chúng đệ tử của Ta cũng không thiếu thốn.³⁵¹

"Các bí-sô, nên biết, tạo nghiệp thuần đen **[23c01]** chiêu cảm dị thục đen. Tạo nghiệp thuần trắng, trở lại chiêu cảm quả dị thục trắng... (nói rộng như trên).

"Này các bí-sô, các ngươi phải nên dụng tâm siêng năng tu học."

Đức Phật dạy xong, các bí-sô hoan hỷ phụng hành.³⁵²

III. NHÂN DUYÊN DI-LẶC ĐƯƠNG LAI

1. Qua sông Hằng

[23c11] Lúc bấy giờ,³⁵³ vua Vị Sinh Oán nước Ma-yết-đà và Lật-cô-tỳ ở thành Bệ-xá-li, mỗi vị đều xây cầu.³⁵⁴ Lúc ấy, các rồng liền nghĩ thế này: "Nay thân ta đọa ác thú, cần phải tu phước nghiệp. Chúng ta hãy nhô đầu nối nhau làm cầu ở sông Hằng, để cho đức Thế Tôn đạp lên mà đi qua." Nghĩ như thế xong, các rồng kia từng con nhô đầu lên nối tiếp nhau làm cầu.

Lúc bấy giờ, đức Thế Tôn bảo các bí-sô rằng:

"Trên ba chiếc cầu này, người nào muốn qua cầu nào³⁵⁵ thì tùy tâm

---

³⁵⁰ 百輻傘蓋, Tib rtsibs brgya dang ldan pa'i gdugs.
³⁵¹ Đại ý: Phật hồi hướng phước nghiệp của 2500 lần Chuyển luân vương cho các đệ tử, dù gặp khi "củi châu gạo quế", đệ tử Phật vẫn không bị đói.
³⁵² Bản Hán hết quyển 5. Bản Tib, 'Dul ba kha 28b4.
³⁵³ Từ đây trở xuống, bản Phạn, tham chiếu *Divyāvadāna* III, 55-66, "*Maitreyāvadānam*". 'Dul ba kha 28b4
³⁵⁴ 舡橋. Tib gru zam. Skt naukrama, cầu được kết bằng thuyền, cầu thuyền
³⁵⁵ Tib "Trong hai cầu, cầu do Vị Sinh Oán, và cầu do các Lật-cô-tì..." Divy.55, như Tib

các ông. Ta nay cùng A-nan-đà đạp lên cầu của loài rồng kia mà vượt qua sông Hằng."

Trong các đệ tử, có người chọn cây cầu của vua Vị Sinh Oán, có người chọn cây cầu của Lật-cô-tỳ. Chỉ có đức Thế Tôn và Cụ thọ A-nan-đà bước qua cây cầu của loài rồng. Lúc ấy, có một cận sự nam[356], nói kệ rằng:

> *Người trí qua biển lớn,*
> *Ngồi ghe, chẳng làm cầu.*
> *Kẻ ngu, biển là cầu;*
> *Sông chằm ngồi thuyền lớn.*
> *Thế Tôn đã qua sông,*
> *Bà-la-môn ở lại;*[357]
> *Thanh văn ngồi bè đi,*
> *Bí-sô chỉ gội mình.*
> *Nơi nào nước cũng chảy,*
> *Tìm giếng để làm gì?*
> *Đoạn trừ gốc tham ái*
> *Cần gì nữa mà cầu?*[358]

2. Nhân duyên Đại Khiếu Thanh

Lúc bấy giờ, đức Thế Tôn sau khi đã qua sông Hằng, nhìn xa thấy dãi đất cao, bảo A-nan-đà rằng:

"Ngươi có thấy dãi đất bằng[359] kia không? Nếu muốn biết nhân duyên, ta sẽ nói cho ông nghe."

---

[356] 近事之男. ^{Tib} *dge bsnyen*; ^{Skt} *upāsaka*.

[357] 世尊已渡河 婆羅門處岸. ^{Tib} ['Dul ba kha 29a3]: *sangs rgyas bcom ldan bram ze rgal ba gyur nas skam la bzhugs*, Phật Thế Tôn, bà-la-môn, đã vượt qua sông, đứng trên đất liền. Divy. 56.

[358] ['Dul ba kha 29a2]. Ba bài kệ, Phạn văn, Divy. 56. Tương đương Pāli chỉ bài kệ đầu, D. 16 (PTS.ii. 89): *ye taranti aṇṇavaṃ saraṃ katvāna visajja pallalāni; kullañhi jano bandhati, tiṇṇā medhāvino janā.*, "Những ai muốn vượt qua sông biển, xây cầu rồi bỏ lại sau ao hồ; những người khác kết bè. Kẻ trí đã vượt qua."

[359] 原, chi tiết không thấy trong Tib bản, Divy.

A-nan-đà thưa:

"Vâng, xin được khai thị!"

Phật bảo:

"Vùng đất cao này, thuở xưa là nơi vua Đại Thanh[360] dựng cây phướn báu.[361] Phướn ấy cao 1.000 tầm,[362] lại dùng vàng ròng và các thứ báu trang sức đẹp đẽ, ở dưới cây phướn báu, rộng thí tài vật. Làm công đức xong, liền đem phướn báu bỏ xuống dòng sông Hằng. Ngươi nay muốn thấy phướn báu ấy không?"

A-nan-đà thưa:

"Bạch đức Thế Tôn! Nay thật đúng lúc, con và các bí-sô đều muốn được nhìn thấy!"

3. Phướn báu xuất hiện

[24a06] Lúc bấy giờ, đức Thế Tôn, duỗi bàn tay thí vô úy có dấu bánh xe và chữ vạn biểu hiệu trăm phước,[363] chạm vào vùng đất cao kia.

Lúc ấy, các rồng liền nghĩ thế này: "Cớ gì đức Thế Tôn dùng tay chạm vào đất?" Liền biết Như Lai vì muốn cho các bí-sô trông thấy cây phướn báu. Lúc ấy, các rồng kia liền từ trong đất nâng phướn báu lên, các chúng bí-sô đều được trông thấy. Lúc ấy, có Bí-sô Bạt-đà-ly,[364]

---

[360] 大聲, đoạn dưới dịch là Đại Khiếu Thanh. Tib. *rgyal po sgra chen*. Skt. (Divy). *Mahāpraṇāda*.

[361] 寶幢. Tib. *lha'i mchod sdong*, bảo tháp, linh tháp thờ xá-lợi. Divy. *yūpa*, cột trụ dựng trong lễ tế đàn.

[362] 尋. Tib. *'dom*, khoảng 1 sải tay.

[363] 百福鞔萬字輪相施無畏手. Tib. *'khor lo dang| bkra shis dang| g.yung drung 'khyil pa dang| dra bas 'brel ba| bsod nams brgya phrag du mas bskyed pa| 'jigs pa rnams dbugs 'byin pa mdzad pa'i phyag gyis*; Skt. *cakra-svastika-nandyavartena jalavanaddhena-anekapuṇyaśatanirjātena bhītānam āśvāsanakareṇa*: (bàn tay) có dấu hiệu bánh xe, chữ vạn, đồ hình, mạng lưới được xuất sinh từ trăm phước, và bàn tay thí vô úy.

[364] 拔陀離. Tib. *legs ldan*, Skt. *Bhaddāli*. Có thể đồng nhất với *Bhaddāli*

tâm ý bình lặng, tránh ở một nơi, vá y phẩn tảo.

[24a12] Lúc bấy giờ, đức Thế Tôn bảo chúng bí-sô:

"Các ông hãy nhanh chóng mà nhìn ngắm hình tướng phướn báu, vì không lâu nó sẽ biến mất."

Sau khi thấy cây phướn báu biến mất, các bí-sô thưa rằng:

"Bạch đức Thế Tôn, chúng con đều thấy, duy chỉ Cụ thọ Bạt-đà-ly, tính ưa nhàn tĩnh, đang vá y nên không nhìn thấy. Vì vị ấy đã ly tham? Hay vì trước đây đã trông thấy rồi mà không cùng chiêm lễ? Nếu đã ly tham thì trong đại chúng đây cũng có vị ly tham. Nếu đã từng trông thấy thì vị ấy thấy ở chỗ nào?"

Đức Phật trả lời:

"Các ngươi nên biết, bí-sô ấy đã ly tham, lại đã từng chiêm lễ."

4. Nhân duyên Bạt-đà-lị

Phật kể³⁶⁵:

Thuở xưa, có vị vua tên là Khiếu Thanh,³⁶⁶ cùng Thiên đế Thích³⁶⁷ kết làm bạn thân. Vua Khiếu Thanh kia vì không có con cái, nên trong lòng luôn khẩn cầu, chống tay gò má mà nghĩ thầm: "Ta nay có vô số tài bảo, quốc vị, thần dân, thảy đều sung túc, nhưng không có con cái; sau này ta chết đi sẽ tuyệt tự."

Lúc ấy, Thiên đế Thích trông thấy vua Khiếu Thanh như thế, liền hỏi thế này:

"Vua³⁶⁸ nay cớ gì mà chống tay gò má, nghĩ ngợi ưu sầu như thế?"

Vua trả lời:

"Tôi nay có vô số kho đụn, nếu thân này chết đi sẽ không người nối dõi, cho nên ưu sầu."

---

trong Pali.
365 'Dula ba kha 29b5. Divy. 57.
366 叫聲. Tib *rab sgrogs*. Skt *Praṇāda*.
367 Tib *lha'i dbang po brgya byin*. Skt *Śakra-devendra*
368 Divy. hô khởi từ, *Kauśika* (Kiều-thi-ca), biệt danh của Thiên đế Thích.

Đế Thích bảo:

"Chớ nên sầu não. Trong các con trời của tôi, những ai có dấu hiệu chết xuất hiện, tôi sẽ khuyên làm con của vua."

Thường pháp của chư thiên, vị nào sắp chết thì năm tướng suy[369] hiện ra. Thế nào là năm? Một là xiêm y dơ bẩn; hai là trên đầu hoa héo; ba là miệng xuất mùi hôi; bốn là dưới nách xuất mồ hôi; năm là không còn thích chỗ ngồi của mình.

Sau đó, có một thiên tử tướng suy đã hiện, Đế Thích khuyên rằng:

"Này bạn, ông có thể thọ sinh vào bụng đại phu nhân của vua Khiếu Thanh."

Bấy giờ, vị trời trả lời Đế Thích rằng: "Phàm là bậc quốc vương, phần lớn gây ra lỗi lầm. Nếu tôi sinh vào nhà ông ấy, thì sẽ gây những điều sai trái, trị người trái phép, sẽ đọa ngục Vô gián. Tôi không muốn sinh vào nhà ông ấy."

Đế Thích nói:

"Này bạn, tôi sẽ hỗ trợ để bạn tỉnh giác."

Vị trời trả lời:

"Thiên chủ nên biết, chư thiên hay buông lung, phần nhiều ham khoái lạc, làm sao có thể nhớ đến tôi?"

Đế Thích trả lời:

"Này bạn, tuy là như thế, nhưng rốt lại tôi cũng khiến cho bạn nhớ biết mà tỉnh giác."

Rồi thì, vị thiên tử kia sau khi nghe lời ấy, bèn đến thọ thai trong bụng đại phu nhân của vua Khiếu Thanh. Vào ngày thọ thai, ngày ấy vua và nhân dân biết được đều vui mừng hô lớn. Khi ngày tháng đã đủ, liền sinh một hài nhi, tướng mạo đẹp đẽ, *chi tiết như trên*,[370] *cho đến* mũi cao, ngay thẳng.

---

[369] 五衰相現. Tib. snga ltas lnga; Skt. pañca pūrvanimittāni.
[370] Xem "Nhân duyên Viên Mãn".

Bấy giờ, vua Khiếu Thanh tập hợp quyến thuộc, để đặt tên cho con mình: "Nên đặt cho nó tên gì đây?"

Quyến thuộc trả lời:

"Đứa bé trai này, lúc vào thai mẹ, mọi người đều lớn tiếng la hét, nên có thể đặt cho tên là Đại Khiếu Thanh."[371]

Vua Khiếu Thanh y theo đề nghị, bèn đặt cho tên ấy.

Lúc bấy giờ, đồng tử Đại Khiếu Thanh được trao cho tám bà mẹ trông nom nuôi dưỡng: hai bà cho bú sữa, hai bà thường tắm rửa, hai bà thường bồng ẩm, hai bà cho vui chơi. Được nuôi dưỡng bằng vô số ẩm thực mỹ vị như sữa, lạc, đề hồ, sinh tô, thục tô, nên lớn nhanh chóng như hoa sen, thông minh đỉnh ngộ, khéo léo giỏi dang, 18 loại kỹ nghệ thảy đều thông đạt, trí tuệ biện tài, không món gì lại không thông lợi.

Phàm vua Sát-lợi thọ quán đảnh vị, tự do tự tại giữa nhân gian, có thế lực lớn, các vua gần xa thảy đều hàng phục, ổn định nhân dân, cần phải đầy đủ các nghệ thuật như sau: khéo điều khiển voi, điều khiển ngựa, khéo ruổi xe, khéo giương cung,[372] nắm tên, ra vào trận[373], khéo dùng câu sách,[374] tên sắt, giáo sắt[375], đạp đất chống tay, kết tóc thành chùm, khéo hành phép bắn. Tóm tắt có năm: 1. Bắn thủng mục tiêu từ xa; 2. Nghe tiếng mà bắn, có thể giết chết; 3. Bắn bất cứ mục tiêu trọng yếu nào; 4. Trăm phát trăm trúng; 5. Bắn thủng vật cứng. Các phép bắn này, thảy đều khéo léo. Thường pháp tự nhiên của một vương tử là như vậy.

Lúc vua cha tại vị thì danh tiếng chưa vang. Sau này, khi Đại vương Khiếu Thanh băng hà, thái tử Đại Khiếu Thanh kế vị lên làm vua. Ban sơ kế thừa vương vị, vẫn bằng đạo lý mà trị dân; nhưng về sau lại

---

[371] 大叫聲. đồng nhất với Đại Thanh trên.
[372] Tib ral gri'i thabs, khéo sử dụng kiếm.
[373] 於陣出入. Tib phyir bsnur ba dang mdun du bsnur ba, tiến thoái.
[374] 鉤索. Tib zhags pas bdab pa, khéo sử dụng dây thòng lọng đầu dây thắt vòng để chặn bắt ngựa, thú vật các thứ.
[375] 鐵箭鐵矟.

hành phi pháp.

Lúc bấy giờ, Đế Thích nhắc nhở:

"Này bạn, xưa tôi đã khuyên ông làm con vua Khiếu Thanh. Nay ông không nên trị nước bằng cách thực hành phi pháp này, sẽ đọa địa ngục đấy!"

Lúc ấy, vua Đại Khiếu Thanh sau khi nghe lời ấy, bèn dùng chính pháp trị dân; nhưng không lâu sau, lại hành phi pháp.

Lần thứ hai Đế Thích lại bảo:

"Này bạn, tôi trước đây đã khuyên ông làm Thái tử của vua Khiếu Thanh. Nay ông không nên hành phi pháp này mà trị nước, sẽ đọa địa ngục đấy!"

Lúc ấy, vua Đại Khiếu Thanh trả lời Đế Thích:

"Bọn quốc vương chúng tôi phần nhiều buông lung, tham đắm năm thứ dục lạc. Cho nên, nghe rồi liền quên. Xin nguyện từ bi, lưu lại một dấu hiệu để nghiệm nhớ. Mỗi khi tôi thấy, sẽ nhớ làm các công đức."

[24c07] Lúc bấy giờ, Đế Thích sai Công Xảo thiên *(tiếng Phạn là viśvakarman, tỳ-thủ-yết-ma thiên)*[376]:

"Ông hãy đến đạo tràng đoan nghiêm[377] trong cung vua Đại Khiếu Thanh, hóa làm một cây phướn bằng vàng[378] cao một ngàn tầm, trang trí bằng nhiều loại châu báu khác nhau."

Công Xảo thiên nhận lệnh, đi đến đạo tràng đoan nghiêm trong cung vua Đại Khiếu Thanh hóa làm cây phướn báu, cao ngàn tầm,

---

[376] 梵云毘首羯磨天, phụ chú trong bản Hán. *Viśvakarman*; *las thams cad pa*.

[377] 端嚴道場. *lha'i 'khor gyi khyams*. (Divy.59.16): *maṇḍalavāṭa*, hành lang (thiên giới) bao quanh nhà. Bản Hán hiểu *maṇḍala* là "đạo tràng." Hiểu theo Divy.: "Hãy đến nơi cung vua *Mahāpraṇāda* biến hóa một hành lang bao quanh cung và dựng một cột phướn cao 1 nghìn tầm..."

[378] 金幢. *lha'i mchod sdong*, bảo tháp, cao 1 nghìn tầm (*srid du 'dom stong yod*), chu vi 60 tầm (*sboms su drug bcud yod*).

trang nghiêm bằng các báu.

Khi vua Đại Khiếu Thanh thấy phướn vàng, liền dựng nhà bố thí, tu các công đức. Vua khiến cậu ruột mình tên là A-thâu-ca[379] chuyên thủ hộ (cột phướn) cúng dường.

Lúc bấy giờ, nhân dân trong nước thảy đều thích đi xem, chiêm ngưỡng cây phướn báu xong, lại quay về nhà bố thí, tâm không rời bỏ, lui tới cúng dường, phế bỏ gia nghiệp.

Lúc bấy giờ, tô thuế của vương quốc ấy không thu đủ. Các đại thần của vua chỉ nộp một ít tô thuế. Lúc ấy, vua Đại Khiếu Thanh nhìn thấy vật ít, bèn hỏi:

"Các ông duyên cớ gì mà cống nộp tô thuế ít ỏi như thế?"

Các đại thần thưa: "Đại vương biết cho. Người ở châu Thiệm-bộ ăn ở nhà bố thí xong, lại đến xem phướn vàng, phế bỏ nghề nghiệp sinh nhai. Vì nhân duyên đó mà tô thuế không đủ."

Vua bảo:

"Hãy phế bỏ nhà bố thí!"

Các quan vâng mệnh, liền hủy bỏ ngay. Lúc bấy giờ, mọi người tự làm để kiếm lương thực, nhưng việc chiêm lễ phướn vàng vẫn không lìa bỏ, mà không mưu cầu gia nghiệp, tô thuế do vậy không nạp đủ cũng như trước đây. Vua lại hỏi:

"Ta sai các ngươi hủy bỏ nhà bố thí. Nay lại cớ gì mà tô thuế vẫn không đủ?"

Các quan lại trả lời:

"Đại vương biết cho. Đám dân chúng kia, tự làm để tìm lương thực, ăn xong rồi đi ngắm cờ vàng, không chăm lo gia nghiệp, vì vậy mà tô thuế vẫn không nộp đủ."

Lúc bấy giờ, vua Đại Khiếu Thanh rộng hành bố thí, tạo các công đức, bèn đem cây phướn vàng ném xuống lòng sông Hằng.

---

[379] 阿輸迦. Tib: *mya ngan med*. Skt: *Aśoka*.

Phật bảo chúng bí-sô:

"Này các bí-sô, các ông chớ có ý nghĩ ai khác; người cậu ruột của vua Đại Khiếu Thanh, A-thâu-ca kia, nay chính là Bí-sô Bạt-đà-ly đây vậy. Do nhân thuở xưa là người thủ hộ cúng dường, nên nay không đến chiêm quan hành lễ phướn vàng."

5. Đương lai Từ Thị

[24c28] Chúng bí-sô bèn hỏi đức Thế Tôn:

"Cây phướn vàng này sẽ hủy hoại ở đâu?"

Phật bảo:

"Trong đời vị lai, khi thọ mạng con người thọ tám vạn tuổi, có Chuyển luân thánh vương tên là Hưởng-khư,[380] trị dân như pháp, bằng mười điều thiện giáo hóa mọi người. Bấy giờ, vua có đầy đủ bốn loại binh quân, có khả năng hàng phục tất cả, thảy đều đắc thắng, thường tu thiện phẩm, làm đại pháp vương, có đủ bảy báu, đó là báu bánh xe, báu voi, báu ngựa, báu minh châu, báu nữ, chủ kho tàng, báu chủ quân binh. Vua có ngàn người con, sức mạnh, dũng cảm, đánh tan địch; bờ cõi khắp bốn châu thảy đều quy thuận[381], tất cả nhân dân không bị xâm đoạt. Người phạm tội không bị phạt bằng dao gậy, mà bằng đạo lý để giáo hóa cho thuần thục.

Lúc bấy giờ, vua có bà-la-môn tên Thiện Tịnh,[382] là đại thần của vua.[383] Thiện Tịnh có vợ tên là Tịnh Diệu,[384] thường rải tâm từ sung mãn khắp hết thảy. Về sau sinh một người con trai, hiệu là Từ Thị.[385]

Lúc bấy giờ, đại thần Thiện Tịnh thường đem bốn bộ luận *Vệ-đà*[386]

---

[380] 餉佉. Tib. *dung rgyal po*. Skt. Śaṅkha, cũng âm là Tương-khư. Pāli, cf. D. 14. *Mahāpadānasuttaṃ*.
[381] Tib. *de rgya mtsho la thug pa'i sa chen po*, bờ cõi tận đến biển cả.
[382] 善淨. Tib. *tshangs pa'i tshe*. Skt. *Brahmāyu*.
[383] Tib. *mdun na 'don bram ze*: bà-la-môn tư tế. Skt. *brāhmaṇa-purohita*.
[384] 淨妙. Tib. *tshangs ldan ma*. Skt. *Brahmavatī*.
[385] 慈氏. Tib. *byams pa*. Skt. *Maitreya* (Di-lặc).
[386] 薜陀論. Không có trong bản Tạng & Divy.

để dạy cho tám vạn ma-nạp-bà;[387] ông giao các ma-nạp-bà này cho Từ Thị giảng dạy bốn luận *Vệ-đà*.[388]

Bấy giờ, Tứ vương thiên mỗi vị mang một kho tàng[389] và phướn vàng phụng hiến vua Hưởng-khư, ấy là kho Băng-yết-la từ nước Yết-lăng-già;[390] kho Ban-trục-ca từ nước Mật-hi-la;[391] kho Y-la-bát-la từ nước Kiền-đà-la;[392] kho Hưởng-khư từ thành Ba-la-nặc-tư.[393]

Khi ấy, vua Hưởng-khư cầm phướn vàng này trao cho Thiện Tịnh. Thiện Tịnh nhận xong trao cho Từ Thị. Từ Thị nhận rồi trao cho tám vạn ma-nạp-bà. Ma-nạp-bà nhận xong, cùng nhau phân chia.

Khi Từ Thị nhìn thấy phướn báu này tan hoại trong khoảnh khắc, biết rằng tất cả pháp đều đi đến hoại diệt, tâm sinh ưu não. Liền đến khu rừng yên tĩnh, khởi đại từ bi, dùng gươm trí tuệ chặt đứt các phiền não, chứng đắc trí bồ-đề vô thượng, hiệu là Di-lặc[394] Ứng cúng, Chánh đẳng giác.

Sau khi thành Phật, ngay vào ngày hôm ấy, bảy báu của vua Hưởng-khư cũng biến mất. Sau khi thấy sự việc như vậy, vua cùng tám vạn quốc vương tùy tùng trước sau cũng theo xuất gia. Nữ bảo[395] của vua tên là Tỳ-xá-khư[396] xuất gia; tám vạn cung nhân thế nữ cũng theo xuất gia. Đại thần Thiện Tịnh cùng tám vạn ma-nạp-bà cũng theo xuất gia.

---

[387] 摩納婆. Skt *māṇava*: niên thiếu bà-la-môn; Tib *bram ze'i khye'u*.

[388] Bản Tib ('Dul ba kha 32a2 & Divy.61): Từ Thị dạy các chân ngôn (Tib *gsang tshig*; Skt *mantra*) cho 8 vạn thiếu niên bà-la-môn.

[389] 伏藏. kho tàng chôn dấu. Tib *gter chen po*, hầm mỏ lớn.

[390] 氷竭婆/羯陵伽. *dmar ser* (Skt *piṅgala*), mỏ kim, từ Ka-liṅ-ga.

[391] 般逐迦/密緗羅. *skya bo yi* (Skt *pāṇḍuka*) mỏ xám trắng (?) từ Mi-thi-la.

[392] 伊羅鉢羅/揵陀羅. *e la'i 'dab* (Skt *elapatra*) từ *Gandhāra*.

[393] 餉佉/波羅痆斯. *dung* (Skt *śaṅkha*), kho vỏ sò, từ *Vāraṇsī*.

[394] 彌勒. Skt *Maitreya*. Tib *byams pa*.

[395] 女寶. *chung ma rin po ches ga*; vợ chính của vua Chuyển luân, 1 trong 7 báu.

[396] 毘舍佉. Skt *Visakhā*.

Lúc bấy giờ, Phật Di-lặc, với tám vạn câu-chi[397] bí-sô tùy tùng trước sau, đi đến núi Tôn Túc,[398] nhắm đến chỗ Bí-sô Ca-nhiếp-ba[399] lưu hài cốt, chỉ tay vào thì cửa núi mở ra.

Khi ấy, Thế Tôn Di-lặc dùng tay phải nâng giữ toàn thân hài cốt của Ca-nhiếp đặt trong lòng tay trái, rộng nói pháp vi diệu cho các Thanh văn, nói với các bí-sô rằng:

"Các ngươi nên biết, vào thời quá khứ, người thọ trăm tuổi, có đức Phật hiệu Thích-ca Mâu-ni xuất hiện ở thế gian. Vị Bí-sô Ca-nhiếp này là Thanh văn của ngài, thiểu dục tri túc, đỗ-đa[400] đệ nhất. Sau khi đức Phật ấy diệt độ, vị này kết tập giáo pháp của đức Thích-ca Mâu-ni."

Lúc ấy, các Thanh văn của Phật Di-lặc nhìn thấy cốt thân bảo lưu của Ca-nhiếp, trong lòng buồn bã: "Làm sao thân này mà có thể chứng đắc vô số công đức như vậy?"

Các đệ tử của đức Thế Tôn Di-lặc, do sinh ưu não, cùng một lúc hiện chứng thánh quả A-la-hán. Lúc ấy, có 96 vị câu-chi A-la-hán, đồng thời chứng đỗ-đa mà sinh tâm yểm ly. Khi ấy, cây phướn vàng kia tức thì biến mất.

6. Di Lặc và Luân vương cùng thời

[25b08] Các chúng bí-sô bạch Phật:

"Do nhân duyên gì mà nay Luân vương Hưởng-khư và đức Thế Tôn ra đời cùng lúc?"

Đức Phật kia bảo:

"Do nguyện lực vậy."

Bí-sô lại hỏi:

---

[397] 俱胝. koṭi, số đếm, 1 triệu. 'bum phrag dgu bcu rtsa drug: 9.600.000.

[398] 尊足山. Divy.61: Gurupādaka (Chân Tôn Sư). ri bya gag rkang. Núi chân gà, Kukkuṭâpdagiri, Kê túc sơn.

[399] 迦攝波苾芻. dge slong od srung; Kāśyapa-bhikshu.

[400] 杜多, đầu-đà. sbyangs pa'i yon tan.

"Nguyện lực như thế nào?"

Lúc ấy đức Phật Di-lặc nói với các bí-sô:

Thuở xưa, ở nước Trung Thiên trúc,⁴⁰¹ lúc ấy có vua tên là Ma-sa-bà,⁴⁰² trị dân bằng chánh pháp, cõi nước yên vui sung túc, không có các kiện tụng, dân chúng no đủ, thường có hoa quả, mưa móc thuận thời, ngũ cốc được mùa.

Lúc ấy, nước Bắc Thiên trúc có vua tên là Đa Tài,⁴⁰³ cũng trị nước bằng chánh pháp, cõi nước yên vui sung túc, không có các kiện tụng, dân chúng no đủ, thường có hoa quả, mưa móc thuận thời, ngũ cốc được mùa.

Sau này, vua Trung Thiên trúc có một đại thần sinh ra bé trai. Lúc bé ấy sinh ra, tự nhiên trên vành tai có hoa tai theo thân ra đời. Sau khi sinh con, vua liền tập hợp thân thuộc, thiết yến khánh hỷ, và đặt tên con. Do đứa bé mới sinh ra trên vành tai đã có hoa tai báu, nên đặt tên là Bảo Quang.⁴⁰⁴

Một thời về sau, Bảo Quang chứng kiến cảnh già, bệnh, chết nên tâm thường sầu não, liền từ bỏ tục duyên đi vào rừng núi. Vào ngày ấy, ngài chứng đắc A-nậu-đa-la Tam-miệu-tam-bồ-đề, tức thì có hiệu là Bảo Quang Như Lai.⁴⁰⁵

Lại một lần khác, vua Đa Tài của nước Bắc Thiên trúc, bước lên lầu cao, với các đại thần trước sau vây quanh, vua bảo quần thần:

"Đất nước của ta, dân chúng no đủ, không có kiện tụng, mưa móc thuận thời, ngũ cốc được mùa, thường được yên vui."

Khi ấy có thương nhân, đã từng đến nước Trung Thiên trúc, đến trước vua thưa rằng:

---

[401] 中天竺國. Tib *yul dbus*. Skt *madhyadeśa*: trung bộ địa phương.
[402] 摩娑婆. Tib *gos sbyin*. Skt *Vāsava*.
[403] 多財. Tib *nor ldan*. Skt *Dhanasaṃmât*.
[404] 寶光. Tib *rin chen gtsug tor can*, Skt *Ratnakhin*: Bảo Kế; vì khi sinh ra đỉnh đầu có đính hạt ngọc (*spyi gtsug rin po ches brgyan pa*).
[405] 寶光如來. Tib *sans rgyas rin po che gtsug tor can*. *Ratnaśikhin*, Bảo Kế Phật.

"Nước Trung Thiên trúc kia có vua tên là Ma-sa-bà; nước ấy giàu có an vui, tương tợ như Đại vương đây vậy!"

Khi vua Đa Tài nghe lời này, trong lòng nổi giận, bèn bảo đại thần:

"Các ngươi hãy chuẩn bị và chỉnh đốn bốn loại quân binh, nay ta thân hành đến chinh phạt vua Ma-sa-bà kia và phá tan quốc thổ của nó."

Rồi vua Đa Tài liền suất lĩnh các quân binh chủng: một là quân voi, hai là quân ngựa, ba là quân chiến xa, bốn là quân bộ. Mỗi quân binh đều trang bị khí giới đầu đủ, rồi thẳng tiến đến nước Trung Thiên trúc, vượt qua sông Hằng, đồn trú ở bờ phía Nam.

Khi ấy vua Ma-sa-bà hay tin vua Đa Tài thống lĩnh bốn quân binh chủng đến bờ sông phía Nam. Vừa hay tin, vua Ma-sa-bà cũng chỉnh đốn bốn quân binh chủng, thảy đều trang bị khí giới, vượt sông Hằng đến đồn trú ở bờ sông phía bắc.

Lúc bấy giờ, Bảo Quang Như Lai biết hai vua này đúng lúc có thể giáo hóa, bèn đi đến sông Hằng, trú lại qua đêm. Trong đêm khuya ấy ngài khởi thế tục tâm. Theo phép thường của chư Phật, khi khởi thế tục tâm ấy, Đế Thích, Phạm vương, Hộ thế thiện thần, liền biết tâm niệm của Phật. Các chư thiên kia biết tâm niệm ấy rồi, đi đến chỗ Phật nghỉ, đảnh lễ chân Phật, lui ngồi một bên. Do ánh sáng rực rỡ của chư thiên kia chiếu sáng cả quân chúng của vua Ma-sa-bà.

Khi vua Đa Tài thấy ánh sáng ấy, tâm sinh sợ hãi, hỏi quần thần rằng:

"Đó là ánh sáng gì mà chiếu sáng cả quân binh kia?"

Quần thần đáp:

"Trong quốc cảnh của vua Ma-sa-bà có đức Phật ra đời hiệu là Bảo Quang Như Lai, Đế Thích, chư thiên thảy đến cúng dường. Do có uy đức lớn nên có ánh sáng ấy."

Vua Đa Tài bảo quần thần:

"Trong nước vua Ma-sa-bà kia có Phật bảo, là ruộng phước của các loài hai chân, xuất hiện thế gian, cảm ứng đến các vị Thích, Phạm, chư thiên thường đến cúng dường; ta nay sao có thể tổn hại thân thể của vua kia cùng nhân dân và quân binh nước ấy?"

Rồi vua Đa Tài liền sai sứ giả báo cho vua kia biết:

"Vua hãy đến với ta cùng hội kiến. Ngài có phước đức lớn, trong nước cảm được đức Bảo Quang Như Lai, Ứng cúng, Chánh đẳng giác, là ruộng phước của các loài hai chân, xuất hiện thế gian, nên Đế Thích, Phạm thiên, cùng chư thiên, đều đến cúng dường. Nhưng ta hôm nay muốn được hội kiến với ngài, bắt tay giữ hòa ước, nước này và nước kia không gây họa cho nhau, mỗi bên đều được an ổn."

Vua Ma-sa-bà khi nghe lời này, lòng không tin tưởng, bèn đi đến chỗ Phật Bảo Quang, đảnh lễ hai chân, lui ngồi một bên mà bạch Phật rằng:

"Bạch đức Thế Tôn! Vua Đa Tài kia sai sứ đến thương lượng, muốn được hội kiến, bắt tay giữ hòa ước. Con nay chẳng biết thế nào? Đức Thế Tôn bảo con nên đi hay không?"

Đức Bảo Quang Như Lai bảo vua:

"Đại vương, có thể đến đó xem, tất được an ổn."

Vua lại hỏi Phật:

"Con nay đến chỗ vua đó, gặp nhau rồi, thì thiết lễ thế nào?"

Phật nói:

"Vua kia có thế lực, nên ngài phải lễ bái trước."

Vua Ma-sa-bà sau nghe Phật chỉ dạy, liền đi đến chỗ của vua Đa Tài, vừa muốn lễ bái dưới hai chân, ngay lúc ấy, vua Đa Tài liền đứng dậy nghinh tiếp, ôm nhau vỗ về, cùng thăm hỏi nhau, hoan hỷ giữ hòa ước.

Vua Ma-sa-bà quay về chỗ Phật, đảnh lễ chân Phật, lui ngồi một bên. Vua Ma-sa-bà thưa rằng:

"Bạch đức Thế Tôn! Trong tất cả các vị vua, ai là bậc tôn quý nhất để xứng đáng được kính lễ?"

Phật bảo vua:

"Chuyển luân thánh vương xứng đáng được lễ bái."

Vua nghe Phật nói, chuyên chú ghi nhận ở lòng, rời chỗ ngồi đứng dậy, bày vai áo bên phải, chắp tay hướng Phật mà bạch Phật rằng:

"Cúi nguyện Thế Tôn và chúng bí-sô nhận lời thỉnh cầu của chúng con cúng dường ngày mai."

Đức Thế Tôn im lặng nhận lời, v.v... *cho đến* đức Thế Tôn thọ thực xong, dùng tăm xỉa răng, dùng nước súc miệng. Bấy giờ, vua Ma-sa-bà liền ở trước Phật, chí thành phát nguyện:

"Tất cả công đức hôm nay mà con có được do cúng dường Phật và thánh chúng, bằng thiện căn này, con nguyện trong tương lai sẽ là Chuyển luân thánh vương."

Phát nguyện xong, bỗng nghe có tiếng tù và thổi. Bấy giờ Bảo Quang Như Lai liền thọ ký cho vua:

"Trong đời sau, khi con người thọ đến tám vạn tuổi, Đại vương sẽ ra đời làm Chuyển luân vương, hiệu là Hưởng-khư."

Khi mọi người vừa nghe xong, tức thì vang lên âm thanh cực lớn. Vua Đa Tài bước đi chưa bao xa, nghe âm thanh này, hỏi quần thần rằng:

"Trong nước của vua Ma-sa-bà có nhân duyên gì mà vang lên âm thanh lớn ấy?"

Quần thần đi xét hỏi, rồi quay lại báo với vua:

"Bảo Quang Như Lai thọ ký cho vua Ma-sa-bà trong đời vị lai sẽ làm Chuyển luân vương. Nhân dân nước ấy nghe lời thọ ký xong, hoan hỷ phấn khởi. Do duyên cớ này mà vang lên âm thanh lớn."

Lúc ấy, vua Đa Tài nghe lời này xong, liền quay xa giá, đi đến chỗ của Bảo Quang Như Lai Chánh đẳng giác, đảnh lễ hai chân, lui ngồi một bên, bạch Phật rằng:

"Bạch đức Thế Tôn, hết thảy thế gian, ai đáng được Luân vương lễ bái?" Phật bảo Đại vương:

"Duy chỉ Như Lai, Ứng cung, Chánh đẳng giác, mới xứng đáng được

Chuyển luân thánh vương lễ bái cúng dường."

Khi ấy, vua Đa Tài từ chỗ ngồi đứng dậy, chỉnh sửa y phục, đảnh lễ Phật xong, chắp tay cung kính mà bạch Phật rằng:

"Cúi nguyện Thế Tôn và Bí-sô Tăng-già, ngày mai thọ nhận con cúng dường," v.v… *cho đến* ăn xong, thâu cất bát, rửa tay, súc miệng, lúc bấy giờ vua Đa Tài rải tâm đại từ bi sung mãn khắp chúng sanh giới, rồi phát nguyện rằng:

"Bằng thiện căn cúng dường này, nguyện con đương lai sớm được thành Phật, thầy của trời người."

Phật liền thọ ký:

"Đại vương nên biết, trong đời vị lai, khi con người thọ tám vạn tuổi, Đại vương sẽ thành Phật, hiệu Di-lặc, mười hiệu đầy đủ."

Phật bảo các bí-sô:

"Do nguyện lực này, Phật và Luân vương, hai ngôi báu này đồng thời xuất hiện ở đời."

7. Pháp thoại tụ lạc Câu-chi

[26b01] Bấy giờ,[406] Thế Tôn bảo A-nan-đà: "Hãy cùng với Ta đi đến tụ lạc Câu-chi."[407]

A-nan-đà cùng với đức Thế Tôn đi đến nước Phật-lật-thị,[408] rồi lần lượt tới tụ lạc Câu-chi. Từ đó đi về phía Bắc không xa có rừng cây thắng-nhiếp-ba,[409] đức Phật trú tại đây.

---

[406] 'Dul ba kha 36b3.
[407] 俱胝聚落. Tib *grong spyil bu can*. Skt *Kuṭīgrāma*. cf. Pāli *Koṭigāmaka*. D. 16. *Mahāparinibbānasuttaṃ*, PTS. ii. 90. Phật rời *Pāṭali* (Ba-tra-li), đi đến *Koṭigāma*, tại đây Phật giảng bốn Thánh đế cho các bí-sô. **Xem cht. 328 trên.**
[408] 佛栗氏國. Tib *yul spong byed*. Skt *Vṛji* (Bạt-kì).
[409] 勝攝林樹, rừng cây thắng-nhiếp, cũng phiên là thắng-nhiếp-ba. Skt *śaṅśapā*, một giống cây *Aśoka*, tên khoa học Dalbergia Sissoo. Tib *shing sha-ba'i tshal*. Skt *śiṅśapāvana*. cf. Pāli *siṃsapāvana*; S.v.437. *Siṃsapāsuttaṃ*.

Lúc bấy giờ, Thế Tôn bảo các bí-sô:

"Các ngươi nên biết, giới cấm này nếu phá, thì tam-ma-địa cũng theo đó mà mất. Các ngươi nếu thường tu tập trì giới, thì tam-ma-địa này có thể thường trụ. Bằng trí tuệ ấy mà tu tập thân tâm, sẽ giải thoát hoàn toàn khỏi ba độc. Tu tập như vậy, sau khi đã giải thoát, vị thánh giả ấy khéo biết rõ rằng: 'Sự sinh của ta đã dứt, phạm hạnh đã lập, việc cần làm đã làm xong, không còn thọ thân đời sau nữa!'"

IV. PHẬT THUYẾT KINH PHÁP KÍNH

[26b10] Bấy giờ Thế Tôn lại bảo Cụ thọ A-nan-đà:

"Hãy cùng Ta đến tụ lạc Na-địa-ca."[410]

A-nan-đà thưa:

"Kính vâng!"

Rồi cùng Như Lai du hành đến nước Phật-lật-thị, lần hồi đi đến trú xứ Quần-thị-ca[411] trong tụ lạc Na-địa-ca. Tại tụ lạc ấy, lúc bấy giờ đang có họa bệnh dịch, dân chúng chết nhiều. Lúc ấy có rất nhiều vị ô-ba-sách-ca như Lục-mục Thân Cận, Cực Tinh Tấn, Cận Thắng Đoan Nghiêm, Cận Đoan Nghiêm, Đa Chúng, Tối Thượng, cùng Hiền Thiện

---

[410] 那地迦. *skra can.* *Nāḍikā.* Cf. *Trường A-hàm* quyển 2, kinh Du hành, T01n0001, tr. 13a09: Phật tại thôn Na-đà 那陀村, ngụ trong trú xứ Kiền-chùy 揵椎處. *Tạp A-hàm* quyển 30, kinh số 854, T02n0099, tr. 217b15. Phật tại tụ lạc Na-lê-ca 那梨迦, trong tinh xá Phồn-kì-ca 繁耆迦. Pāli, *Nātikā, Paṅkadhā*. cf. D. 16. *Mahāparinibbānasuttaṃ*, PTS.ii. 92.

[411] 群氏迦堂. *drang srong sgra sgrogs kyi gnas*; trú xứ của Tiên nhân, trong danh sách các Đại tiên, *Mahāvyutapatti* (CLXXVII. *Mahārṣi-nāmāni*) 3460, *Khāra-nādi*, với các tên gọi khác trong Tib ngữ: *sgra sogs kyi bu, sgra grag gi bu, sgra grag gi bu,* tác giả của tác phẩm y học, được tôn xưng là Y tiên. Phiên âm trong bản Hán không tương đương với phát âm *Khāranādi*; nhưng gần với âm *Giñjakā* trong Pāli, phù hợp với đoạn kinh Pāli Đại Bát-niết-bàn, D.16. PTS. ii.93; tại đây Phật nói kinh Pháp kính (*Dhammādāsadhammapariyāya*) trong ngôi nhà bằng ngói (*Giñjakāvasatha*).

Hiện, Danh Xứng, Thí Xứng, Thượng Xứng...⁴¹² đều đã chết.

Khi ấy, vào lúc sáng sớm, các bí-sô khoác y, cầm bát, vào tụ lạc Na-địa-ca đi đến từng nhà khất thực. Các bí-sô kia nghe tụ lạc này có nhiều người chết, trong đó có các ô-ba-sách-ca như Lục Mục Thân Cận, v.v… *cho đến,* Thượng Xứng, thảy đều đã chết. Các bí-sô nghe tin người chết như vậy, sau khi tuần hành khất thực, quay về trú xứ, thu cất y bát xong, đi đến chỗ Thế Tôn, đảnh lễ dưới chân, lui ngồi xuống một bên, bạch Phật rằng:

"Các bí-sô chúng con, vào lúc sáng sớm khoác y cầm bát vào tụ lạc Na-địa-ca tuần hành khất thực, nghe người ta nói trong tụ lạc này có nhiều người chết. Các người kia sau khi chết, thọ sanh vào nẻo nào trong các thú?"

Phật bảo các bí-sô:

"Ô-ba-sách-ca Mục Lục kia, đã đoạn trừ năm hạ phần kết, chứng quả Bất hoàn, tức thì thọ hóa sinh nơi kia mà Niết-bàn, đã được pháp không quay trở lại thế gian này. Các ô-ba-sách-ca khác cũng lại như vậy."

Phật bảo các bí-sô:

"Ở tụ lạc Na-địa-ca kia, lại có 251 ô-ba-sách-ca thảy đều đã chết; cũng đã đoạn trừ năm hạ phần kết, chứng quả Bất hoàn, tức thì thọ hóa sinh nơi kia mà niết-bàn, đã được pháp không quay trở lại thế gian này.

"Ở tụ lạc kia, lại có 300 ô-ba-sách-ca cũng đều đã chết, do đoạn ba kết sử, và tham-sân-si vơi nhẹ, chứng quả Nhất lai, thọ sanh trở lại đời này, rồi sẽ đoạn trừ tất cả các phiền não mê hoặc.

---

⁴¹² 淥目親近,極精進,近勝端嚴,近端嚴,多眾最上,并賢善現名稱,施稱,上稱…
Tib. *dge bsnyen brtan pa yang shi nye ba dang lhag par brtson dang | brtson pa'i khyu mchog dang mdzes pa dang | nye mdzes dang yid 'ong dang nye bar yid 'ong dang bzang po dang shin tu bzang dang grags pa dang grags byin dang dge bsnyen grags mchog...* Danh sách các ưu-bà-tắc danh tiếng đã qua đời. Danh sách theo Pāli, D.16 (PTS.ii.92).

"Ở tụ lạc kia, lại có 501 ô-ba-sách-ca thảy đều đã chết, do đoạn trừ ba phần kết, chứng quả Dự lưu, không đọa ác thú, nhất định chứng quả bồ-đề, sẽ trở lại thọ sanh giữa nhân gian và thượng thiên bảy lần nữa, rồi chấm dứt vòng luân hồi, đoạn trừ phiền não."

Phật bảo các Bí-sô:

"Các ngươi nên biết, mỗi khi có người chết mà cứ đến hỏi Ta, quấy nhiễu (Như Lai) một cách vô ích, chẳng lợi lạc gì. Đã có sinh tất phải có chết. Như Lai xuất hiện hay không xuất hiện, thì sinh diệt là lẽ thường tình, có gì là lạ đâu!

"Nhưng, pháp ấy tức là pháp giới, Như Lai bằng thắng trí mà tự thân chứng ngộ pháp ấy, rồi diễn thuyết, khai thị, phân biệt thiết lập, khai thị rộng thuyết vô số diệu pháp, tức là nói: 'Do (*trong khi*) cái này tồn tại, cái kia tồn tại. Do (*từ*) sự sinh của cái này, cái kia sinh.' Nghĩa là, (Do / từ) duyên là vô minh, có hành; duyên là hành, có thức; duyên là thức, có danh sắc; duyên là danh sắc, có sáu xứ; duyên là sáu xứ, có xúc; duyên là xúc, có thọ; duyên là thọ, có ái; duyên là ái, có hữu; duyên là hữu, có thủ; duyên là thủ, có hữu; duyên là hữu, có sinh; duyên là sinh, có già và chết, ưu bi khổ não, khối lớn thuần cực khổ như vậy sinh.

"Nói rằng: (Trong khi) cái này không tồn tại, cái kia không tồn tại; từ sự diệt của cái này, cái kia diệt. Nghĩa là, do vô minh diệt, hành diệt; hành diệt, thức diệt; thức diệt, danh sắc diệt; danh sắc diệt, sáu xứ diệt; sáu xứ diệt, xúc diệt; xúc diệt, thọ diệt; thọ diệt, ái diệt; ái diệt, thủ diệt; thủ diệt, hữu diệt; hữu diệt, sinh diệt; sinh diệt, già-chết, ưu bi khổ não diệt, khối lớn thuần cực khổ như vậy diệt.

"Nhưng, nay Ta sẽ nói kinh *Pháp kính*[413] cho các ngươi. Các ngươi lắng nghe, hãy khéo nhớ nghĩ!

"Thế nào gọi là kinh *Pháp kính*? Các ngươi cực kỳ tin vui nơi Chánh giác, đây gọi là kinh *Pháp kính*; cực kỳ tin vui nơi Tăng-già, nơi Thánh

---

[413] 法鏡經. *Trường A-hàm*, dẫn trên, tr. 13b5. Tib *chos kyi me long gi chos kyi rnam grangs*. Pali *dhammādāsadhammapariyāya*, D.16 *Mahāparinibbānasuttaṃ*, PTS.ii. 93.

giới thanh tịnh sáng ngời, đây là kinh *Pháp kính*. Bí-sô nên biết, điều mà Ta nói là Kinh *Pháp kính*, được nói là như vậy."

V. AM-BA-BÀ-LỊ

1. Chim anh vũ

[26c27] Lúc bấy giờ, Thế Tôn đang du hành nhân gian trong nước Phật-lật-thị, đến tụ lạc Na-địa-ca[414].

Lúc ấy,[415] phu nhân Am-một-la-ba-lợi[416] nghe tin đức Phật đến tụ lạc Na-trĩ-ca. Phu nhân kia có con chim anh vũ tên là Viên diện,[417] khéo hiểu tiếng người, bèn sai con chim này đến Na-địa-ca, (thay mặt Am-một-la) đảnh lễ Thế Tôn, bạch rằng: "Thế Tôn đi đứng có nhẹ nhàng không? Ít bệnh, ít hoạn, an lạc không? Thế Tôn nếu sắp du hành đến thành Bệ-xá-li, mong thương xót con mà đến vườn Am-một-la trước."

Chim anh vũ nhận lệnh rồi, liền đến chỗ Phật, tới thành Bệ-xá-li, gặp các đồng tử Lật-cô-tỷ vừa ra khỏi thành dạo chơi. Thấy anh vũ bay qua, đồng thanh hét lên:

"Anh vũ của tỳ nữ Am-một-la. Chúng ta hôm nay bắn mũi tên giết chết." Nói xong giương cung, bắn anh vũ; mũi tên rơi xuống, trúng đầu đồng tử. Khi ấy, chim anh vũ liền nói kệ rằng:

> *Khi hai nước giao chiến,*
> *Không nên giết sứ giả;*
> *Huống ta sứ giả Phật,*
> *Không được làm tổn thương.*[418]

---

[414] 那雉迦 Na-trĩ-ca, đồng nhất với Na-địa-ca nói trên.
[415] 'Dul ba kha 38b5.
[416] 羅波利夫人, một kỹ nữ danh tiếng chứ không phải phu nhân. Tib. *a-mra skyong ma*. Skt. *Āmrapālī*. Pali. *Ambapālī gaṇikā*, D. 16 dẫn trên, ii. 96. *Trường A-hàm*, dẫn trên tr. 13b19: 婬女菴婆婆梨 dâm nữ Am-bà-bà-lê.
[417] 圓面. Tib. *ne tso bzhin rgyas*. Skt. *Pūrṇamukha*.
[418] Như đoạn trên, T24n1448_p0021a13. xem *Câu-xá* ii, T29n1558_

[27a11] Lúc ấy, các đồng tử cũng nói kệ rằng:

> *Tên chúng tôi bất lực;*
> *Lời ngươi thấy hiệu nghiệm.*
> *Đây là uy đức Phật,*
> *Chớ sợ hãi, hãy đi!*

[27a14] Lúc ấy, chim anh vũ liền đến chỗ Phật, đầu mặt kính lễ chân Thế Tôn xong, trình bày đầy đủ hết thảy lòng thành tín của phu nhân. Phật nói: "Lành thay! Hãy khéo an ổn!" rồi im lặng nhận lời thỉnh cầu.

Khi anh vũ biết Phật đã nhận lời, thành kính mà đi. Chưa về tới vườn Am-một-la-ba-lợi, thì bị loài diều hâu trên không trung mổ chết. Vừa bỏ thân mạng, liền sinh lên cõi trời Tứ vương thiên. Sinh lên cõi trời kia rồi, liền tự suy nghĩ: "Ta nhờ việc gì và trồng phước nghiệp gì mà sinh lên đây?" Rồi tự quán thấy, nhờ làm sứ giả đến đức Phật, khi xả thân bàng sanh, nên được thiện báo này. Lại nghĩ thế này: "Ta nay không nên để qua đêm mới báo đáp ân đức Thế Tôn. Liền mang các thứ trang sức thân cùng với các loài hoa: hoa sen xanh, hoa câu-vật-đầu, hoa phân-đà-lợi, hoa mạn-đà-la, hoa ma-ha mạn-đà-la, vào lúc giữa đêm, đến chỗ Thế Tôn, đảnh lễ chân Phật, rồi dâng cúng dường, lui ngồi một bên. Do sức ánh sáng của thân trời kia mà tụ lạc Na-địa-ca được chiếu sáng rực rỡ.

[27a26] Lúc bấy giờ, Thế Tôn liền biết rõ căn tánh, bèn thuyết pháp cho vị thiên ấy, tức thuyết giáo lý bốn Thánh đế. Sau khi nghe pháp này, bằng chày kim cang trí phá sập 20 ngọn núi phiền não tát-ca-da kiến cao lớn, chứng quả Dự lưu. Lúc ấy, thiên tử khi đã chứng lý Thánh đế, ba lần tán thán: "Lành thay! Nay Phật Thế Tôn, làm lợi ích lớn cho con; chẳng phải cha mẹ và các quyến thuộc, thiên chủ, sa-môn, bà-la-môn mà có thể làm được việc này. Duy chỉ đức Phật Thế Tôn mới nhổ sạch cái khổ ở địa ngục, bàng sinh, ngạ quỷ, xác lập trời người, vượt thoát sinh tử, làm khô biển máu lệ, rời xa núi xương thịt, đóng kín hết thảy các cánh cửa ác thú, mở ra con đường Niết-bàn

---

p0026c21: Vương tiên, Phật sứ, và những người được Phật thọ ký, không thể bị hại.

tịnh thiên. Ngọn núi tà kiến được huân tập từ vô thủy đến nay, bằng trí tuệ kim cang mà phá sập hết, khiến con chứng được thánh quả Dự lưu. Con từ hôm nay cho đến khi mạng chung, quy y Phật Pháp Tăng, làm ô-ba-sách-ca, vĩnh viễn không sát sinh, v.v... cúi mong đức Phật nhiếp thọ." Vị thiên bấy giờ hoan hỷ phấn khởi, như thương nhân được tài bảo, như nông phu được mùa lúa mạ xanh tốt, như dũng sĩ chiến thắng cường địch, như người bệnh khỏi bệnh, sau khi đắc thần thông, lễ Phật mà đi, dùng thần lực ấy trở về thiên cung.

[27b11] Lúc bấy giờ, đức Thế Tôn bảo A-nan-đà rằng:

"Hãy cùng Ta đi vào thành Bệ-xá-li."[419]

A-nan-đà trả lời:

"Kính vâng, Thế Tôn!"

Rồi Thế Tôn cùng A-nan-đà đi đến trú trong rừng Am-la[420] thành Bệ-xá-li.[421]

*Phật bảo A-nan-đà:

"Ngươi hãy đến thành Bệ-xá-ly, chân đạp lên ngưỡng cửa, nói thần chú này, và thuyết kệ này.

*Chú rằng: "tì sa ra tha, tì sa ra tha, tì sa ra tha, tì sa ra tha; phục đồ phục đồ lộ ca a nỗ cam cấp cô, a nhã ba dạ đế;[422] tát phược phục đà a nô mạt để đề na, tát phược phục đà ba ra phục đà a nô mạt để na, tát phược a-la-hán a nô mạt để na, tát phược thức xoa a nô mạt để,

---

[419] 'Dul ba kha 40a7.
[420] 菴羅林 ᵀⁱᵇ a mra'i tshal. ˢᵏᵗ Āmrapālīvana. ᴾᵃˡⁱ Ambapālī vana, khu vườn xoài của kỹ nữ Ambapālī.
[421] Từ đây trở xuống, từ 27b13-28b6 (Hán hết quyển 6), toàn đoạn trong dấu *...*, tương đương bản Tib, toàn văn âm và nghĩa, 'Dul ba kha 45b4-49a3]. Bản Hán từ 28c7 (quyển 7) trở đi, tương đương bản Tib 'Dul ba [kha 40b1-45b3], về kỹ nữ *Ambapāli* và những người *Licchavī*.
[422] 'Dul ba kha 45b6: 毘娑囉他 ᵀⁱᵇ bi sa ra ta... âm và nghĩa,... ˢᵏᵗ visarata, visarata, visarata. Phật vì thương xót thế gian, đã thuyết. Từ đây trở xuống, bản Tib dịch nghĩa. **Xem cht. 423 dưới.**

tát phược thi la phược ca a nô mạt để, tát phược tát để phược nịch nô mạt để, ba la để ca ba ra ma nô mạt để na, ca thỉ phược ra nô mạt để na, nhân đà ra nô mạt để na, đề bà đa nô mạt để na a tố ra đà ra nô mạt để na a tô ra tất lý sái nô mạt để na tát phược phục đà nô mạt để na, tì sa ra, tì sa ra, tì sa ra, tì sa ra, phục đồ, rô ca nô cam cấp câu miệu ban dã để văn già đà văn già đà, tức tai nạn, khu tai nạn, khu xuất tà quỷ."[423]

[27b27] *"Thế Tôn muốn vào. Đại Tự Tại Tối thắng tôn và Đế Thích cùng Phạm Thiên[424] muốn vào. Thế giới chủ, Hộ thế Tứ vương thiên và vô lượng chư thiên quyến thuộc muốn vào. A-tô-la vương và quyến thuộc của A-tô-la, vô lượng trăm ngàn các loài quỷ thần sinh tín tâm lớn đối với đức Phật Thế Tôn cũng muốn vào. Vì lợi ích cho tất cả chúng sanh. Quỷ thần các người chớ nên sinh tâm tổn hại, ra nhanh ra nhanh, đi nhanh đi nhanh![425] Các ngươi nếu có ai muốn khởi tâm ác thì hôm nay nên đi nhanh! Nếu người có lòng từ bi thì có thể ở lại, không có lỗi lầm. Người ưa làm việc hộ trì cũng có thể ở lại. Do đức Thế Tôn có lòng bi lớn, thương tưởng hết thảy chúng hữu tình, nên nói thế này:

*"tô mẫu, tô mẫu, tô mẫu; tô rô mẫu, rô mẫu; mẫu mẫu rô; tô mạc lô mạc tô mạc lô, mạc lô mạc lô mạc lô mạc lô mạc lô mạc lô, di lý di lý, tô lô di lý, tô lô di lý, tô lữ di lý, tô lữ di lý, tô lữ di lý, tô lữ di lý, tô lữ di lý, tô lữ di lý, tô lữ di lý, tô lữ di lý, tô lữ di lý, tô lữ di lý, tô

---

[423] 'Dul ba kha 45b4: "... hết thảy Chư Phật; hết thảy Chư Độc Giác mật ý; hết thảy A-la-hán tâm niệm; hết thảy các Hữu học tâm niệm của; hết thảy các Thanh văn (đệ tử) tâm niệm của; hết thảy những vị nói chân thật tâm niệm của; các pháp tâm niệm của; Dục Tự Tại Thiên (kāmeśvara) tâm niệm của; tâm niệm của Phạm thiên tâm niệm; Độc Phạm (pratyekabrahman) tâm niệm; Đế Thích (Indra) tâm niệm; chư thiên tâm niệm; hết thảy A-tu-la tâm niệm; hết thảy tùy tùng A-tu-la tâm niệm; hết thảy quỷ thần (bhūta) tâm niệm.

[424] 'Dul ba kha 46a1: *dbang po [bdag] dang bcas pa rnams dang*: cùng với *īśana*.

[425] Skt *nirgacchata nirgacchata nirgacchata nirgacchata*.

lữ di lý, tô lữ di lý, tô lữ di lý, tô lữ di lý, tô lữ di lý, lý lý lý lý lý lý, lợi lợi lợi lợi lợi lợi, di lý di lý di lý di lý, di lợi di lợi, hạ tư di di lý di lý tư tư nhị, căng già ra già ra ca tra, căng già ra già ra ca giá, căng già ra già ra căng già ra, căng già ra căng già ra, căng già ra căng già ra, câu lợi xa căng già ra căng già ly ca lợi xa lý lý lý lý lý a lý phá sa lý, bô lý bô lý bô lý bô lý bô lý bô lý bô lý, bô nại tha nại tha tra ly bố ba ra dạ tha."[426]

*Đức Thế Tôn thương tưởng thế gian, muốn vào thành này, là vì lợi ích cho hết thảy chúng sinh, vì từ bi hỷ xả. Thành tựu già-tha của chú này, hết thảy chư thiên và hết thảy chúng sanh có pháp tánh là trí tuệ tối thắng.

*Nói già-tha rằng:

> Vị đã đoạn kết tập,
> Lìa xa các tham ái
> Tâm ấy thường vắng lặng,
> Khiến cho ngươi an lạc.
>
> Những ai trong thế gian
> Khéo trụ đạo Niết-bàn;
> Hay nói tất cả pháp,

---

[426] 'Dul ba kha 46a4: '*sumusumu, sumusumu, sumuru, sumuru, sumuru, sumuru, murumuru, murumuru, murumuru, murumuru, murumuru, mirimiri, mirimiri, miri, murumiri, murumiri, murumiri, murumiri, murumiri, murumiri, murumiri, murumiri, murumiri, murumiri, murumiri, murumiriti, ririririri, rīrīrīrīrīti, mirimiri, mirimiri, mirimiriti, hasi, mirimiriti, mirīmirī, sīsīmi, kaṅkara, kaṅkarata, kaṅkara, kaṅkarakacā, kaṅkarā, kaṅkarā, kaṅkarā, kaṅkarā, kaṅkarā, kaṅkarā, kaṅkarā, kaṅkarā, kaṅkarā, kaṅkarāti, kurīśe, kaṅkarīśe, kaṅkarīśe, ririririri, rephāsāri, ripu, ripu, ripu, ripu, ripu, ripu, ripu, nāthānāthāthā, ripuripu, nāthāthā, nirgacchata, ripuripunirgacchata, palayāta, ripuripupalayāta*. Đức Phật, vì thương tưởng thế gian, vì lợi ích hết thảy hữu tình, an trụ từ, an trụ bi, an trụ hỷ, an trụ xả, đã ngự đến; tối thượng trên tất cả chư thiên, trên tất cả quỷ thần, Phật thuyết mật chú bằng kệ tụng thành tựu mật ngôn của trí tuệ của pháp tính. Kệ tụng, như trên.

Vị ấy khiến an lạc.

Trong lưu chuyển sinh tử,
Vị làm nơi quy y,
Lợi ích loài hữu tình,
Vị ấy khiến an lạc.

Vị bằng tâm đại bi,
Nuôi dưỡng các hữu tình,
Nhớ thương như con đỏ,
Vị ấy khiến an lạc.

Vị hết thảy quy y,
Ở trong đường sinh tử
Nương vào được lợi ích,
Vị ấy khiến an lạc.

Vị chứng hết thảy pháp,
Thanh tịnh không ô nhiễm,
Thân khẩu ý vắng lặng,
Vị ấy khiến an vui.

Khi dũng mãnh xuất hiện,
Tăng trưởng các tài vật,
Thành tựu các nghĩa lượng:
Vị ấy khiến an lạc.
Vị thuở xưa giáng sinh,
Đại địa đều chấn động,
Chúng sinh thảy hoan hỷ,
Vị ấy khiến an lạc.

Vị khi chứng Bồ-đề,
Đại địa sáu chấn động,
Ma vương sinh não tâm,
Vị ấy khiến an lạc.

Vị khéo chuyển pháp luân,

Danh vang khắp mười phương,
Tuyên thuyết lý Thánh đế,
Vị ấy khiến an lạc.

Vị thuyết vi diệu pháp,
Chiết phục các ngoại đạo,
Hộ trì các chúng sinh,
Vị ấy khiến an lạc.

Nguyện Phật ban an lạc,
Đến với Thiên đế Thích,
Và hết thảy quỷ thần,
Thường làm người ủng hộ.

Dùng sức công đức Phật,
Chư thiên đều hoan hỷ,
Mọi mong cầu đều toại,
Không gì chẳng thành tựu.

Thường hộ loài hai chân,
Và các loài bốn chân;
Người đi được an ổn,
Người đến cũng an lạc.

Trong đêm được an lạc,
Ban ngày cũng an lạc;
Không gặp các việc xấu,
Tất cả đều an lạc.

Hết thảy người thế gian,
Và hết thảy chư thiên;
Dị đạo, quỷ, bàng sinh,
Thảy đều không khổ não.

Quỷ thần đến nơi này,
Trên đất và không trung,
Thường lấy tâm từ bi,

*Ngày đêm làm việc thiện.*⁴²⁷*

[28b07] *Lúc bấy giờ, Cụ thọ A-nan-đà tiếp nhận thần chú và già-tha từ đức Phật xong, liền đến thành Bệ-xá-li, chân đạp lên ngưỡng cửa, *đều y theo phép trên.**⁴²⁸

2. Kỹ nữ Vườn Xoài

Bấy giờ,⁴²⁹ phu nhân Am-la nghe Phật du hành đến thành Bệ-xá-li, trú trong rừng Am-la của mình, liền trang điểm, rồi với thị tùng theo hầu trước sau, ngồi trên xe báu, ra khỏi thành, đi đến chỗ đức Thế Tôn, lễ bái cúng dường. Đến rừng Am-la, nàng bước xuống xe, từ xa thấy tôn nhan, cúi đầu kính lễ.

Lúc bấy giờ, đức Thế Tôn đang thuyết pháp cho vô lượng trăm ngàn các chúng bí-sô ngồi vây quanh. Trông thấy phu nhân Am-la từ đằng xa, đức Phật bảo các bí-sô:

"Các ngươi hãy an trú trong chánh niệm đã được tu tập, phu nhân Am-la nay đang đến đây.⁴³⁰ Thế nào gọi là chánh niệm? Những ác nghiệp⁴³¹ đã tạo trước đây cần phải xả ly, ác nghiệp chưa sanh khiến đừng phát khởi; thiện nghiệp đã tạo trước đây chớ có quên mất, chuyên cần tu tập thêm để tăng trưởng tròn đầy chứng thấy trí tuệ.

---

⁴²⁷ Bản Hán, hết quyển 6.
⁴²⁸ **Xem cht. 421.** Các bài chân ngôn trên đây, bản Tib, xem đoạn sau.
⁴²⁹ 'Dul ba kha 40b1.
⁴³⁰ Theo Sớ giải Pāḷi về đoạn này, ý nói, vì cô nàng này quá đẹp nên Phật cảnh giác các bí-sô chưa ly dục. Tib ['Dul ba kha 40b4-5]: *a mra skyong ma pha bi 'ong gis brtson 'grus dang shes bzhin dang dran pa dang ldan pas gnas par gyis shig | ngas rjes su bstan pa ni 'di yin no ||* "... bởi vì *Āmrapālī* đang đi đến, do đó bí-sô các ngươi hãy an trú với tinh tấn, chánh niệm và chánh tri. Đây là giáo giới của Ta."
⁴³¹ Bản Hán chép nhầm; đoạn dưới kết luận: "... như vậy gọi là tinh tấn." Ác nghiệp đã làm: bản Hán có thể chép sai. Trong chánh cần, nói về các pháp ác bất thiện, bao gồm các hành vi thân ngữ ý, và các phiền não, chứ không chỉ nói về nghiệp bất thiện. Cf. Pháp uẩn túc luận, phẩm Chánh thắng.

Hành như vậy gọi là tinh tấn. Thế nào là chánh ý?⁴³² Đi, đứng, ngồi, nằm, khéo tự quán sát, các thứ như y, chi-phạt-la,⁴³³ bát các thứ đặt để đúng quy pháp. Quán sát như vậy gọi là chánh ý. Thế nào là chánh định⁴³⁴? Hãy tự quán sát nội thân, cần tu chánh niệm chánh ý, xả ly các tâm bất thiện đối với hết thảy chúng sanh. Lại đối với ngoại thân, nội ngoại thân; nội thọ, ngoại thọ, nội ngoại thọ; nội tâm, ngoại tâm, nội ngoại tâm; nội pháp, ngoại pháp, nội ngoại pháp, thấy pháp tùy thuận, cần tu tinh tấn, đối với hết thảy hữu tình xả ly các ác, chánh niệm mà trú. Nay phu nhân Am-la đang đi đến đây, cho nên Ta giáo giới các ngươi, hãy y theo những điều Ta dạy, cẩn thận tu tập."

Lúc bấy giờ, phu nhân Am-la đi đến chỗ Phật, đảnh lễ chân Phật, ngồi qua một bên. Thế Tôn bằng vô lượng phương tiện thuyết pháp vi diệu cho phu nhân, khai thị, chỉ giáo, khuyến khích, khiến cho hoan hỷ, rồi Thế Tôn ngồi im lặng. Phu nhân Am-la rời chỗ ngồi đứng lên, chỉnh sửa y phục, chắp tay hướng về đức Phật, bạch rằng:

"Cúi nguyện Phật Thế Tôn sáng mai cùng các bí-sô đến nhà con, thọ nhận bữa cúng dường của con."

Thế Tôn im lặng nhận lời. Phu nhân Am-la biết Phật nhận lời rồi, làm lễ lui về.

[28c02] Lúc bấy giờ, các người con của dòng họ Lật-cô-tỳ nghe nói đức Phật đến trú ngụ trong rừng Am-la tại thành Bệ-xá-li; mỗi người ngồi trên cỗ xe lớn đi đến chỗ Phật. Các loại xe, ngựa với đủ loại hình: ngựa xanh, dây buộc đầu ngựa xanh, roi xanh, xe xanh, lọng xanh, khăn xanh, gươm xanh, ngọc báu xanh, quạt xanh, áo xanh, nước hoa xanh, bột hương xanh và thị vệ sắc phục xanh; các thứ màu vàng, đỏ, trắng cũng lại như thế. Những con đường họ đi qua, đều lớn tiếng xua đuổi, không ai dám cản. Sau khi ra khỏi thành Bệ-xá-li, đến thẳng chỗ Thế Tôn.

---

⁴³² 正意, tức chánh tri, hay tỉnh giác. Skt *samprajana*. Tib *shes bzhin*.

⁴³³ 支伐羅衣. Skt *(saṅghāṭī-)cīvara*: y (uất-đa-la-tăng) và tăng-già-lê. Cf. Pali *saṅghāṭipattacīvaradhāraṇe*, khi chấp trì y, bát, tăng-già-lê.

⁴³⁴ 正定. chính xác, nên hiểu là chánh niệm. Tib *dran pa dang ldan pa*. Skt *smṛti*.

Lúc bấy giờ, Thế Tôn từ xa trông thấy những người Lật-cô-tỳ đang lần lượt đi tới, bảo các bí-sô:

"Các ngươi chưa thấy lúc chư thiên trên Tam thập tam dạo chơi, thì nay hãy xem những người Lật-cô-tỳ này. Thiên chúng kia bằng thần thông tự tại mà dạo chơi trong các khu vườn của mình cũng giống như những người Lật-cô-tỳ này, không có gì khác."

Lúc ấy, những người Lật-cô-tỳ đi đến bên ngoài cửa rừng Am-la, bước xuống xe, vào đảnh lễ chân Phật, rồi lui ngồi một phía.

Bấy giờ Thế Tôn bằng vô lượng phương tiện diễn thuyết pháp yếu cho những người Lật-cô-tỳ, khai thị, chỉ giáo, khuyến khích, khiến cho hoan hỷ. Khi ấy có một ma-nạp-bà tên là Quảng Sức[435] cũng đến trong chúng hội, rời chỗ ngồi đứng dậy, bày vai áo bên phải, chắp tay hướng Phật, thưa lời thế này: "Bạch đấng Thiện Thệ! Con có biện tài, nay muốn ngợi khen." Phật nói: "Lành thay, lành thay!" Lúc ấy, ma-nạp-bà nói già-tha rằng:

> *Đại vương Ương-già vận giáp báu,*
> *Được tự tại ở Ma-yết-đà;*
> *Trong nước vua kia Thế Tôn hiện,*
> *Danh xưng mười phương như núi Tuyết.*
>
> *Cũng như câu-mâu-đà, và sen,*
> *Hoa ấy nở rộ rất thơm sạch.*
> *Tự tại từ bi xuất thế gian,*
> *Thiện thệ danh xưng vang các phía.*
>
> *Khi mặt trời mọc sen hồng nở,*
> *Khi mặt trăng hiện câu-mâu rộ.*
> *Mọi người thấy Phật đều hoan hỷ,*
> *Như nhìn trăng sáng ở không trung.*
>
> *Cùng ngắm lực trí tuệ Như Lai,*
> *Như xem lửa sáng trong đêm tối.*

---

[435] 廣飾. ⓣ ser skya'i bu. Cf. *Trường A-hàm*, dẫn trên, phạm-chí Tịnh-xan 并饕 (hay kị 暨?), ⓢ *Piṅgala*?

> *Mở cho chúng sinh con mắt sáng,*
> *Tất cả nghi hoặc đều loại trừ*

[0028c27] Lúc bấy giờ, những người Lật-cô-tỳ bảo ma-nạp-bà rằng:

"Lời hay, lời hay! Như ông đã nói!"

Khi ấy, để tán thưởng những lời hay đẹp của ma-nạp-bà, 500 người con của Lật-cô-tỳ, mỗi người đều cởi áo choàng của mình tặng cho ma-nạp-bà; sau đó rời chỗ ngồi đứng dậy, chỉnh sửa y phục, chắp tay lễ Phật, thưa rằng:

"Bạch Thế Tôn! Thỉnh Phật Thế Tôn cùng các bí-sô, sáng mai đến nhà con thọ nhận bữa cúng dường."

Thế Tôn trả lời:

"[436] Ta đã nhận lời thỉnh của phu nhân Am-la trước rồi!"

Những người Lật-cô-tỳ nghe Phật nói vậy, bạch Thế Tôn rằng:

"Chúng con hôm nay bị phu nhân Am-la khôn ngoan hơn đã phỗng đoạt mất rồi. Hôm nay, vì cô nàng này mà chúng con không được chiêm lễ cúng dường Thế Tôn trước nhất."

Rồi lại bạch Phật rằng:

"Chúng con cúng dường Như Lai và chúng bí-sô vào lúc sau vậy!"

Phật bảo: "Lành thay!"

Bà-tư-tra[437] cùng các Lật-cô-tỳ nghe Phật hứa khả rồi, hoan hỷ ra về.

Bấy giờ, ma-nạp-bà thấy Lật-cô-tỳ đi rồi, rời chỗ ngồi đứng dậy, chắp tay hướng Phật, bạch rằng:

"Bạch Thế Tôn, vì con khéo tán thán đức Thế Tôn mà các Lật-cô-tỳ kia tặng cho con 500 tấm áo choàng, con nay muốn đem áo ấy dâng lên đức Thế Tôn; cúi xin Thế Tôn đoái thương thọ nhận."

Thế Tôn vì lòng từ bi mà thọ nhận y phục do ma-nạp-bà dâng cúng.

---

[436] Phật gọi các người *Licchavi* bằng hô khởi từ, Tib. *gnas 'jog*; Skt. *Vāsiṣṭha*.
[437] 婆斯吒; xem cht. 435 trên.

Rồi Như Lai nói với Ma-nạp-bà:

"Khi Như Lai, Ứng Cúng, Chánh biến tri xuất hiện nơi thế gian, có năm pháp hy hữu. Những gì là năm?

"Một là, thầy của trời người xuất hiện, là Như Lai, Ứng cúng, Chánh đẳng giác, Minh hành túc, Thiện thệ, Thế gian giải, Vô thượng sĩ, Điều ngự trượng phu, Thiên nhân sư, Phật, Thế Tôn diễn thuyết pháp yếu, sơ thiện, trung thiện, hậu thiện, văn nghĩa xảo diệu, đầy đủ đặc điểm phạm hạnh thanh bạch, thuần nhất không pha tạp. Đây là pháp hy hữu thứ nhất.

"Hai là, những ai có tín tâm, đối với những điều Như Lai thuyết, nghe, thọ trì, tôn trọng, cung kính nghe pháp, tâm không tán loạn; đây là pháp hy hữu thứ hai.

"Ba là, những ai đã nghe những điều Phật thuyết, nhất nhất vâng làm; đây là pháp hy hữu thứ ba.

"Bốn là, những ai lắng nghe pháp, tức thì chứng tri, hoan hỷ tin nhận, sanh căn lành lớn, tương ứng với xuất ly; đây là pháp hy hữu thứ tư.

"Năm là, những ai nghe pháp cú thậm thâm, bằng trí tuệ mà liễu tri; đây là pháp hy hữu thứ năm.

"Này Ma-nạp-bà, do Như Lai, Ứng cúng, Chánh đẳng giác xuất hiện trên đời, nên có năm pháp hy hữu này."

Lúc bấy giờ, Như Lai lại bảo ma-nạp-bà:

"Phàm là bậc thiện nhân, có được một chút ân huệ còn không đáng quên, huống gì chịu nhiều ân! Cho nên ngươi phải siêng năng học tập điều này!"

Ma-nạp-bà nghe lời Phật dạy, tín thọ phụng hành, đảnh lễ rồi ra về.

Lúc bấy giờ, phu nhân Am-la ngay trong đêm đó, sửa soạn nhiều loại thức ăn nước uống, v.v… *cho đến*, ngồi ở chỗ thấp kém để nghe pháp.

Bấy giờ, đức Thế Tôn vì để tán dương công đức bố thí của phu nhân Am-một-la mà nói già-tha rằng:

Bố thí, được người yêu, cung kính,
Tiếng thơm vang xa, hương xông khắp.
Cho nên bậc trí thường bố thí,
Yên vui, trừ keo kiệt, không sợ.

Lâu dài, sinh lên Tam thập tam,
Cùng các chư thiên đồng khoái lạc.
Cung điện chư thiên sắp đón chờ,
Thân mất, chóng sinh cõi trời kia.

Tự thân tỏa sáng, dạo vườn Hỷ,[438]
Cùng các thiên nữ vui ngũ dục.
Chúng đệ tử Phật nghe pháp này,
Quyết định sẽ sinh cõi trời kia.

[29b09] Lúc bấy giờ, Thế Tôn bằng nhiều phương tiện thuyết pháp cho phu nhân Am-một-la, khai thị, chỉ giáo, khuyến khích, khiến cho hoan hỷ. Sau khi nghe pháp, Am-một-la lễ Phật rồi ra về.

3. Nhân duyên những người *Licchavī*

Bấy giờ, các bí-sô đều có nghi ngờ, bèn thỉnh vấn Thế Tôn:

"Lật-cô-tỳ kia gieo duyên nghiệp gì mà hoặc khi sinh thiên thượng hay sinh nhân gian, đều được uy đức lớn cho đến như thế, cùng có phước báo như trời Tam thập tam?"

Phật dạy các Bí-sô:

"Nên biết, Lật-cô-tỳ thành Bệ-xá-li kia, do tích tập tư lương, *rộng nói cho đến* nói già-tha rằng:

Giả sử qua trăm kiếp,
Nghiệp đã tạo chẳng mất.
Khi nhân duyên hội ngộ,
Quả báo tự mình nhận.

Phật nói với các bí-sô:

---

[438] 喜園, vườn Hoan hỷ, trong cõi Tam thập tam. Tib. *dga' ba'i tshal.* Skt. *Nandanavana.*

Vào thuở xa xưa, trong Hiền kiếp này, khi tuổi thọ con người sống hai vạn năm, Ca-nhiếp-ba Như Lai xuất hiện trên đời, mười hiệu đầy đủ. Đức Phật kia với hai vạn bí-sô tùy tùng trước sau, trú trong khu Tiên nhân đọa xứ, rừng Thí lộc, thành Ba-la-ni-tư.

Lúc bấy giờ, trong thành kia có năm trăm ô-ba-sách-ca, mỗi người chuẩn bị hàng hóa, sắp muốn ra biển, cùng đóng thuyền, đợi làn gió thuận; rồi ra biển lớn; đến bãi báu kia, tranh lấy trân bảo, chất đầy mạn thuyền; bỗng gặp gió dữ, trôi đến khe hiểm, không thể chuyển động. Bọn họ hoảng sợ, chẳng biết nương tựa vào đâu, bèn dồn cát làm thành tốt-đổ-ba[439] trên bãi cát và các loại châu báu, dâng lên cúng dường đức Ca-nhiếp Như Lai. Ở trong giấc ngủ, họ gặp ánh sáng lớn, trong ánh sáng ấy, có tiếng bảo rằng: "Các ngươi nên chuẩn bị mưu chước ra đi, chớ sinh buông lung; đến ngày thứ bảy ắt có hải triều dâng lên. Nhờ hải triều này, các ngươi sẽ được an lạc, sẽ về đến nước mình."

Các thương nhân kia vào sớm hôm sau, bảo với nhau rằng: "Hãy họp bàn chuyện này. Chúng ta đã cúng dường đức Ca-nhiếp Thế Tôn, Ngài là phước điền vô thượng. Bằng vào thiện căn này, mong rằng chúng ta sẽ có uy đức lớn trong thiên thượng và nhân gian, như chư thiên Tam thập tam không khác."

"Này các bí-sô, năm trăm thương nhân kia, chính là năm trăm Lật-cô-tỷ thành Bệ-xá-li, xưa dựng tháp cát, rồi dâng châu báu cúng dường đức Ca-nhiếp Như Lai. Do nhân duyên này mà được uy đức lớn ở thiên thượng, nhân gian như chư thiên Tam thập tam không khác.

"Bí-sô nên biết, ai tạo nghiệp toàn đen sẽ nhận quả báo toàn đen. Ai tạo nghiệp thuần trắng sẽ nhận quả báo thuần trắng. Ai tạo nghiệp vừa đen vừa trắng sẽ nhận quả báo vừa đen vừa trắng.

"Cho nên, các ngươi hay buông bỏ nghiệp toàn đen và nghiệp đen-trắng, tu các nghiệp thuần trắng. Hãy nỗ lực công dụng, chớ nên buông lung."

---

[439] 窣堵波. Tib *mchod rten*; Skt *stūpa*.

Phật dạy điều này xong, các bí-sô đều rất hoan hỷ, tin nhận vâng làm.[440]

---

[440] Bản Tib từ đây trở xuống, 'Dul ba kha 45b4-49a3, toàn văn âm và nghĩa thần chú "bi sa ra ta...", tương đương bản Hán từ 27b13-28b6 (Hán hết quyển 6), toàn đoạn trong dấu *[...]* xem trên, Hán trang [27b11].

CHƯƠNG IV. TRÚC LÂM

Nhiếp tụng

Trúc lâm, và Vô gián,
Mi-thi-la, Thắng thân,
Sa-la, giếng, Bạt-già-bà,
Ca-sa, tóc, Kiền-trắc.
Câu-tát-la, Ba-bà
Cuối cùng, Câu-thi-na.[441]

I. TRÚC LÂM

[29c11] Lúc bấy giờ, đức Thế Tôn bảo A-nan-đà: "Ngươi hãy cùng Ta đến tụ lạc Trúc Lâm."[442]

A-nan-đà bạch: "Xin vâng! Bạch đức Thế Tôn!"

Lúc ấy, đức Thế Tôn du hành giữa những người Phật-lật-thị,[443] an trú trong rừng cây thắng-nhiếp-ba,[444] phía Bắc tụ lạc Trúc Lâm.

Lúc bấy giờ, nước ấy gặp nạn đói, khốn tệ cực độ, khất thực khó được. Bấy giờ, Thế Tôn bảo các bí-sô: "Bây giờ, người đời đói kém, khất thực khó được. Bí-sô các ngươi, v.v... chi tiết như trong các Kinh *Cơ kiệm*, Kinh *Đạo phẩm truyền lai*, kinh *Lục tập* và kinh *Đại niết-bàn*."[445]

---

[441] 'Dul ba kha 49a3. Bản Phạn khuyết. Bản Hán không có.

[442] 竹林聚落. Tib 'Od ma can gyi grong. Skt Veṇugrāma. Pāli Veḷuvana, gần Vesāli.

[443] 薜利支, Bệ-lệ-chi, trên kia dịch âm Phật-lật-thị; Skt Vṛji, tên bộ tộc, cũng tên nước. Tib spong byed.

[444] 攝波樹林. Tib shing-sha-pa'i tshal, Skt rừng cây śiṃśapā.

[445] *Cơ kiệm kinh, Đạo phẩm truyền lai kinh, Lục tập kinh*: chưa rõ. Bản Tib không nói tên các Kinh này. Bản Tib, từ đây trở xuống, 'Dul ba kha

Rồi Thế Tôn bảo A-nan-đà: "Ngươi hãy theo ta đến tụ lạc Vô Gián."[446] A-nan-đà bạch: "Xin vâng!"

Lúc ấy, Thế Tôn đi đến một nơi, bỗng nhiên mỉm cười.

Pháp tánh là như vậy, khi Chư Phật Thế Tôn mỉm cười, từ miệng phóng ra tia sáng với những màu xanh, vàng, đỏ, trắng, phân làm hai đạo. Một đạo ánh sáng chiếu xuống phía dưới; một đạo chiếu lên phía trên.

Đạo ánh sáng chiếu xuống phía dưới, rọi đến các địa ngục: Đẳng hoạt, Hắc thằng, Chúng hạp, Khiếu hoán, Đại khiếu hoán, Nhiệt, Cực nhiệt, Vô gián, Thủy bào, Biến bào, A-tra-tra, Kha-kha-bà, Hô-hô-bà, Ốt-bát-la, bát-đầu-ma, Ma-ha-bát-đu-ma.[447] Những chúng sinh trong các ngục nóng khi gặp ánh sáng này liền mát lạnh; hoặc nơi nào lạnh cóng thì trở nên ấm áp. Mọi khổ não tột cùng thảy đều ngưng nghỉ.

Bấy giờ, các tội nhân đã cảm được sự khổ ngưng nghỉ, thảy đều suy nghĩ như vầy: "Này các bạn, nơi đây chúng ta đã chết rồi chuyển sinh nơi khác chăng, [hay là có chúng sinh khác đang sinh đến đây]?"

49b2-51a5: Bấy giờ Thế Tôn cùng với thị giả A-nan-đà an cư mùa mưa tại tụ lạc Trúc lâm, và một cơn bệnh nặng đã xảy ra với Thế Tôn, chi tiết như trong D. 16 (kinh Đại Bát-niết-bàn), ii. 99-103; Hán, *Trường A-hàm* 2, kinh Du hành, tr. 15a3-b15.

[446] 無間聚落. Tib *dbus gyi grong*: trung bộ thôn. Skt Pali *Cāpāla-cetiya. Trường A-hàm*, dẫn trên, 遮婆羅塔 tháp Giá-bà-la. Cf. D. 16 *Mahāparinibbānáuttaṃ*, PTS. ii.103. Hán, *Trường A-hàm* 2 T01n0001_p0015b16. Tại đây Phật xả thọ hành, lưu mạng hành trong ba tháng sẽ nhập Niết-bàn.

[447] Tám ngục nóng: *yang sos* (*samjīva*: Đẳng hoạt), *thig nag* (*kālasūtra*: Hắc thằng), *bsdus gzhom* (*saṃghāta*: Chúng hợp), *ngu 'bod* (*raurava*: Khiếu hoán), *ngu 'bod chen po* (*Mahāraurava*: Đại khiếu hoán), *tsha ba* (*tāpana*: Thiêu nhiên), *rab tu tsha ba* (*pratāpān*: Đại thiêu nhiên), *mnar med* (*avīci*: A-tì). Cf. *Kośa* iii. k. 1-3. Tám ngục lạnh: *chu bur can* (*arbuda*), *chu bur rdol ba* (*nirarbuda*), *so thams thams* (*aṭaṭa*), *kyi hud* (*hahava*), *a chu zer* (*huhuva*), *utpala ltar gas pa* (*utpala*), *pad ma ltar gas pa* (*padma*), *pad ma ltar gas pa chen po* (*mahāpadma*). Cf. T24n1452, p0416c10; *Kośa* iii, k. 58-59.

Vì để chúng phát khởi tín tâm, Đức Thế Tôn lại hóa hiện thân khác đến đó giáo hóa. Khi thấy hóa thân Phật, chúng nghĩ thầm, "Này các bạn, không phải nơi đây chúng ta đã chết và chuyển sinh nơi khác; chúng ta cũng chưa từng thấy hữu tình này. Đây là do uy đức của Phật khiến chúng ta giải thoát mọi kịch khổ."

Bấy giờ các tội nhân kia phát sinh tín tâm cực kỳ đối với hóa thân Như Lai, và các hữu tình này cảm thọ nghiệp đã hết tái sinh trong trời và người, được y chánh đế lý.[448]

Những tia sáng nào chiếu lên phía trên, rọi lên đến cõi Tứ vương thiên,... cho đến Sắc cứu cánh thiên.[449] Ánh sáng đến nơi nào, nơi đó

---

[448] 得依正諦理: ý tưởng không thấy trong bản Tib.

[449] Liệt kê chi tiết 6 tầng Dục giới thiên và 17 tầng Sắc giới thiên, trừ Vô tưởng thiên; cf. *Kośa* iii, k. 1-3: Dục giới thiên: 四天王天。三十三天。唱樂天。善知足天。化樂天。他化自在天。 Skt *cāturmahārājakāyikās trāyastriṃśā yāmās tuṣitā nirmāṇaratayaḥ paranirmitavaśavarttinas* cety. Tib. *rgyal chen bzhi po rnams dang | sum cu rtsa gsum pa rnams dang | 'thab bral ba rnams dang | dga' ldan pa rnams dang | 'phrul dga' ba rnams dang | gzhan 'phrul dbang byed pa rnams te.* || 17 Sắc giới thiên: 梵衆天。梵輔天。大梵天。小光。無量光。遍光。小淨。無量淨。遍淨。||無雲。福生。廣果。無大求。無熱。三善現。善見。無下。 Skt *brahmakāyikā brahmapurohitāḥ mahābrahmāṇaḥ| parīttābhā apramāṇābhā ābhāsvarāḥ| parīttaśubhā apramāṇaśubhāḥ śubhakṛtsnāḥ|| anabhrakāḥ puṇyaprasavāḥ bṛhatphalā abṛhā atapāḥ sudṛśāḥ. sudarśanā akaniṣṭhā ity.* Tib. *tshangs ris rnams dang| tshangs pa'i mdun na 'don rnams dang| tshangs chen rnams so|| tshad med 'od rnams dang| tshad med dge rnams dang | dge rgyas rnams so|| sprin med rnams dang | bsod nams skyes rnams dang | 'bras bu che ba rnams dang|| mi che ba rnams dang | mi gdung ba rnams dang | gya nom snang ba rnams dang |shin tu mthong ba rnams dang| 'og min rnams te||* Hán, danh sắc khác: Dục giới thiên: Tứ vương thiên, Tam thập tam thiên, Dạ-ma thiên, Đâu-suất-đà thiên, Hóa lạc thiên, Tha hóa tự tại thiên. Sắc giới, a. Sơ thiền: Phạm chúng thiên, Phạm phụ thiên, Đại Phạm thiên. b. Nhị thiền: Thiểu quang thiên, Vô lượng quang thiên, Cực quang âm thiên. c. Tam thiền: Thiểu tịnh thiên, Vô

phát ra âm thanh diễn xướng vô thường, khổ, không, vô ngã bằng hai bài kệ:

> *Tu tập để xuất ly,*
> *Tinh cần tu pháp Phật,*
> *Chiến thắng quân đội Ma,*
> *Như voi phá nhà cỏ,*
>
> *Tinh tấn không phóng dật,*
> *Hành trong Pháp Luật này;*
> *Cắt đứt vòng sinh tử,*
> *Đoạn tận vĩnh viễn khổ.*

Bấy giờ những tia sáng này sau khi chiếu khắp cả ba nghìn thế giới đại thiên lại liên tục quay trở lại đức Thế Tôn. Trong đó, nếu nói về sự việc quá khứ, ánh sáng biến mất phía sau; nếu nói về sự việc vị lai, biến mất phía trước. Nếu dự báo nghiệp tái sinh vào chúng sinh địa ngục, ánh sáng biến mất trong lòng bàn chân. Nếu dự báo nghiệp tái sinh vào súc sinh, ánh sáng biến mất trong gót chân. Nếu dự báo nghiệp tái sinh ngạ quỷ, ánh sáng biến mất vào mu bàn chân. Nghiệp dự báo tái sinh loài người, ánh sáng biến mất trong đầu gối. Nghiệp dự báo tái sinh làm Lực Chuyển luân vương[450], ánh sáng biến mất trong lòng bàn tay trái. Nghiệp dự báo tái sinh làm Chuyển luân vương, ánh sáng biến mất trong lòng bàn tay phải. Nghiệp dự báo tái sinh chư thiên, ánh sáng biến mất vào rốn. Nghiệp dự báo bồ-đề Thanh văn, ánh sáng biến mất trong miệng. Nghiệp dự báo bồ-đề Độc Giác, ánh sáng biến mất vào sợi lông giữa hai chân mày. Nghiệp dự báo bồ-đề Đẳng Chánh Giác, ánh sáng biến mất trên nhục kế.

Rồi sau đó, những tia sáng này nhiễu quanh Thế Tôn ba vòng, và biến mất trong lòng bàn chân của Thế Tôn.

Bấy giờ Cụ thọ A-nan chắp tay hướng về Thế Tôn và hỏi:

---

lượng tịnh thiên, Biến tịnh thiên. d. Tứ thiền: Vô vân thiên, Phước sinh thiên, Quảng quả thiên, (Vô tưởng thiên); Vô phiền thiên, Vô nhiệt thiên, Thiện kiến thiên, Thiện hiện thiên, Sắc cứu cánh thiên.

[450] 力輪王. Tib. *stob kyi 'khor los sgyur ba'i rgyal po*. Skt. *balacakravartirājā*.

- Bạch Thế Tôn, chư Như Lai, Ứng Cúng, Đẳng Chánh Giác, không phải không nhân không duyên mà mỉm cười. Nay Thế Tôn do bởi nhân duyên gì mà mỉm cười?

Rồi đọc lên bài kệ:

Rực rỡ muôn nghìn tạp sắc hoa,
Tạp sắc phóng ra từ kim khẩu,
Mười phương tất cả được chiếu sáng
Tỏa sáng như mặt trời xuất hiện.[451]

Viễn ly trạo hối, xả kiêu mạn,
Chư Phật đệ nhất tối thắng nhân.
Trắng như rễ sen, như vỏ sò,
Đấng Tối Thắng không nhân không mỉm cười.

Biến tri chứng trí tự biết thời,
Mâu-ni Ngưu vương Sa-môn chủ;
Nguyện đấng Tối Thắng thiện giải thuyết,
Dứt trừ nghi hoặc của thính chúng.

Vững như Sơn vương giữa biển cả,
Chư Phật vô nhân không mỉm cười;
Thánh chúa mỉm cười hiển thị giáo,
Hết thảy chúng hội đều muốn nghe.

[30a29] Phật nói:

"Này A-nan-đà, đúng vậy, đúng vậy! Như Lai, Ứng cúng, Chánh đẳng giác, không phải không có nhân duyên mà bỗng nhiên mỉm cười như vậy. Này A-nan-đà, ông có thấy chỗ này không?"

Bạch rằng: "Con có thấy!"

"Này A-nan-đà, đây là chỗ mà ba vị Chánh đẳng giác[452] trong quá

---

[451] Tib. *nyig dugs bdal bar gyur ba ji bzhin no*| T24n1452, p0417a18: 如日光 照盡虛空 "Như mặt trời chiếu khắp hư không."

[452] Ba vị Phật quá khứ trong kiếp tại, Hiền kiếp (Skt. *bhadrakalpa*, Tib. *skal pa bzang po*): Câu-lưu-tôn, Câu-na-hàm-mâu-ni, Ca-diếp. Skt.

khứ đã ngồi."

Lúc ấy, Cụ thọ A-nan-đà vội trải y bảy điều⁴⁵³ làm thành bốn lớp, thỉnh Thế Tôn ngồi lên, muốn rằng đây là nơi bốn đức Thế Tôn đã thọ dụng.

II. MI-THI-LA, ĐẠI THIÊN NẠI LÂM

Đức Thế Tôn đến chỗ ngồi, tạm thời ngồi xuống, bảo A-nan-đà: "Ta muốn đến tụ lạc Di-thế-la."⁴⁵⁴

A-nan-đà bạch: "Xin vâng, con nguyện đi theo!"

Bấy giờ, đức Thế Tôn tại thành Thắng thân⁴⁵⁵ du hành trong nhân gian, rồi đi đến Di-thế-la, trú trong rừng Mạc-ha-đề-bà.⁴⁵⁶ *Chi tiết như trong Mạc-ha-đề-bà và Quốc vương tương ưng phẩm.*⁴⁵⁷

III. PHẬT TÍCH

1. Giếng A-nậu

Phật bảo A-nan-đà:

Krakusandha (*Krakucchanda*), Kanakmuni, Kasyapa. Tib. *log par dad sel, gser thub, 'od srung.*

[453] 七條衣. Tib. *bla gos*, uất-đa-la-tăng, thượng y. Skt. *uttarasaṅga*.

[454] 彌替羅聚落. Tib. *grong khyer mi-thi-la*. Cf. *Trung A-hàm* quyển 14, kinh 67, "Đại Thiên Nại lâm" (rừng xoài của Đại Thiên): 彌薩羅 Di-tát-la. Pāli, M.83. *Makhadevasuttaṃ* (PTS. ii.74): *mithilāyaṃ viharati*.

[455] 勝身城. Tib. *Lus 'phags*. Skt. *Videha*.

[456] 莫訶提婆林. Tib. *lha chen po'i a mra'i tshal*. *Trung A-hàm*, dẫn trên: 大天 㮈林 Đại Thiện Nại lâm. Pāli, M. 83 dẫn trên: *Makhadevavana*.

[457] *Trung A-hàm*, quyển 14, phẩm Vương tương ưng, kinh số 3, "Đại thiên Nại lâm", T01n0026, tr. 511c21. Pāli, M. 83, dẫn trên. Bản Tib, chi tiết, 'Dul ba kha 53a1-56b6. Bản Tib, tiếp theo, cho đến tr. 57b3: Phật mỉm cười và phóng quang, như các đoạn trên, cho đến đoạn Ma vương yêu cầu Phật nhập Niết-bàn. Cf. *Trường A-hàm* quyển 2, tr. 15b28. Pāli, D.16, dẫn trên, ii. 105.

"Ta lại muốn đến chỗ giếng A-nậu."⁴⁵⁸ *chi tiết như trên.*

Bên giếng ấy, có một phụ nữ đang cầm vò và dây kéo đi đến đó để múc nước. Có một người nam sinh tâm nhiễm trước đối với người nữ kia. Người nữ cũng phát sinh tình cảm sâu đậm với người nam kia, nên cùng đi đến bên giếng vừa nói vừa cười. Người nữ dắt theo con nhỏ, tuổi còn quá bé, đi theo sau lưng. Người mẹ mãi nhìn người đàn ông kia, trong khi múc nước lại buộc dây nhầm vào cổ đứa bé, rồi thả xuống giếng. Đứa bé liền mất mạng. Lúc bấy giờ, người phụ nữ từ khi sinh ra đến nay chưa từng nghe nói đến già-tha, nhân việc buộc cổ con chết, bỗng nhiên có biện tài, đọc một bài già-tha rằng:⁴⁵⁹

Ta biết gốc của dục
Từ phân biệt kia sinh;
Nếu ta không phân biệt,
Dục từ đâu mà khởi?

[30b19] Lúc bấy giờ, Như Lai trên đường đi đến, bảo A-nan-đà rằng: "Ngươi nên tiếp thọ già-tha kia. Đây là lời dạy của chư Phật trong quá khứ, vì ở trong miệng phàm phu ngu muội, khiến già-tha này không sinh tươi sáng."

Rồi Phật nói: "Trong hết thảy pháp, Ta không thấy pháp nào chuyển

---

⁴⁵⁸ 阿耨井, Tib. *khron pa can*. Bản Tib, 'Dul ba kha 56b7, Phật đi đến *lus 'phags*, Thắng thân. Skt *Videha*. Một thời tại đây từng là tọa xứ của Bốn Phật. Phật mỉm cười, và hiện tướng quang như trước, không kể chi tiết. Rồi Phật cùng với A-nan-đà đi đến một nơi khác, du hành nhân gian giữa những người Bạt-kì (*Vṛji*, Phật-lật-thị), rồi đến tụ lạc của Bà-la-môn Sa-la. Tại đây, có Ác ma đến quấy nhiễu nhưng không thành công. Đoạn này được giới thiệu trong nhiếp tụng của bản Tib dẫn trên, Hán khuyết. Sau đó, 'Dul ba kha 57b4, Phật đến *khron pa can* (nơi có giếng).

⁴⁵⁹ Bài kệ được tìm thấy trong Xuất diệu kinh quyển 4, T04n0212_p0626c27：欲我知汝本 意以思想生 我不思想汝 則汝而不有。Cf. *Udānavarga*, by W. Woodville Rockhill | 1892. chap. 2: *Kāmavarga*: *kāma jānāmi te mūlaṃ saṃkalpāt kāma jāyase |na kāmaṃ kalpayiṣyāmi tato me na bhaviṣyasi* ||2.1|

động nhanh như tâm."

Lúc ấy, vì mất đứa con mà người phụ nữ kia sinh tâm cực kỳ khổ não, lễ bái chân Thế Tôn. Đức Thế Tôn biết rõ ý hướng, tùy miên của người nữ kia, xứng hợp căn tánh mà thuyết pháp. Người nữ nghe pháp rồi, chứng quả Dự lưu. Bà thấy chân đế, bèn tự nói rằng:

"Bạch đức Thế Tôn! Pháp con chứng đắc chẳng phải là cha mẹ tạo nên, chẳng phải vua, chẳng phải chư thiên tạo nên, cũng chẳng phải thân quyến tạo nên, *nói rộng như trên*. Đây là do lực của đức Thế Tôn, khiến tát khô cạn biển huyết lệ, vượt qua núi xương, đóng kín cửa ác thú, mở ra con đường sinh thiên, giải thoát, kiến lập trời người, khiến đi vào dòng nước chảy về nẻo thiện. Con nay quy y Phật Pháp Tăng, từ nay trở đi làm ô-ba-tư-ca."

[30c02] Lúc bấy giờ, Thế Tôn bảo A-nan-đà:

"Khi Ta còn là Bồ-tát, chỗ này thuở xưa có Tiên nhân tên là Bạt-già-bà,[460] thỉnh Ta an tọa, cúng dường hoa và quả.

Ở một nơi khác, cũng được cúng dường như thế."

2. Dấu tích Bồ-tát

Lại một nơi khác, Thế Tôn nói với A-nan-đà:

"Thuở xưa khi ta còn là Bồ-tát, [chính tại chỗ này] Thiên đế Thích hóa làm một người thợ săn. Ta khi ấy vì mục đích xuất gia, đã cởi bỏ chiếc áo choàng lụa mịn[461] mà đổi cho ông để nhận lấy tấm y màu vàng nghệ.[462] Các bà-la-môn, cư sĩ có tín tâm tại chỗ đất này đã dựng tháp "Thọ ca-sa,"[463] cho đến ngày nay, các bí-sô thảy đều lễ bái cúng dường. Thiên đế Thích đem y ca-thi-ca[464] của Ta an trí trên trời Tam

---

[460] 跋伽婆. ⓉⒾⓑ *ngan spong gi bu*. ⓈⓀⓉ *Bhārgava*, không đồng nhất *Bhārgava* trong *Mahāvastu* iii.

[461] 細軟上服. ⓉⒾⓑ *ka-shi-ka'i ras phran*, nội y (sấn y) bằng vải lụa quý, đặc biệt sản xuất tại nước *Kāśika*.

[462] 雜色衣. ⓉⒾⓑ *gos ngur smrig*; y ca-sa; ⓈⓀⓉ *kāṣāya*.

[463] 受袈裟塔. ⓉⒾⓑ *gos smrig blangs pa zhes bya ba'i mchod rten*.

[464] 迦施迦衣, tấm y bằng lụa ca-thi-ca (*kāśika*) nói trên, **xem cht. 367**.

thập tam, kiến lập ngày hội Ca-thi-ca,⁴⁶⁵ cho đến nay chư thiên Tam thập tam thảy đều cúng dường."

Lại đến một nơi khác, đức Thế Tôn nói với A-nan-đà:

"Thuở xưa khi Ta còn là Bồ-tát, tại đây Ta đã dùng thanh gươm màu hoa sen xanh tự cắt búi tóc rồi ném lên không trung. Các bà-la-môn, cư sĩ có tín tâm, bèn dựng tháp "Cắt tóc"⁴⁶⁶ tại chỗ này. Cho đến nay các bí-sô đều lễ bái cúng dường. Lúc ấy, Thiên đế Thích đem búi tóc của Ta, an trí trên trời Tam thập tam, thiết lập ngày "hội Phát kế,"⁴⁶⁷ đến nay còn mãi không dứt."

Đức Phật lại đến nơi khác, bảo A-nan-đà:

"Ta khi xưa hành Bồ-tát đạo, tại chỗ này, Xiển-đà-ca⁴⁶⁸ đã mang con ngựa chúa Càn-thát-bà⁴⁶⁹ của Ta trở về bổn cung. Các bà-la-môn, cư sĩ có tín tâm, tại nơi này đã dựng tháp "Mã hồi" (ngựa quay về),⁴⁷⁰ các bí-sô đến nay vẫn cúng dường."

Lại đi dần đến tụ lạc Ngưu uyển,⁴⁷¹ Thế Tôn nói với A-nan-đà: "Thiện nam tử Xiển-đà-ca kia sinh ra ở đây, cho đến lúc trưởng thành."

3. Lực vô thường

Lại đến thành kia.

[30c20] Ở trong thành kia,⁴⁷² những người Lực sĩ dòng sát-lợi⁴⁷³

---

⁴⁶⁵ 迦施迦會日. Tib ka-shi-ka'i dus mchod chen po.
⁴⁶⁶ 割髻塔. Tib dbu skra blangs pa zhes bya ba'i mchod rten.
⁴⁶⁷ 髮髻會日. gtsug phung kyi dus mchod chen po.
⁴⁶⁸ 闡陀迦. Tib 'dun pa. Skt Chandaka, Sa-nặc.
⁴⁶⁹ 乾闥伽馬王. Tib rta'i rgyal po bsngags ldan. Skt Kanthaka-aśvarājā., ngựa Kiền-trắc của Thái tử.
⁴⁷⁰ 馬迴塔. Tib bsngags ldan slar btang ba zhes bya ba'i mchod rten.
⁴⁷¹ 牛苑聚落. Tib yul gnag lhas can. Skt Gośālaka.
⁴⁷² 'Dul ba kha 59a2: Phật đi đến Tib sdig can, Skt Pāpā (Pāvāpurī). Pāva, thủ phủ của dòng họ Mallā (Lực sĩ), gần Kusinagara (Câu-thi-na) nơi Phật nhập diệt.
⁴⁷³ 剎利力士. Tib sdig can gyi gyad. Skt Mallā. Những người Mạt-la (dịch nghĩa: Lực sĩ) tại Câu-thi-na, được A-nan thông báo trước tiên Như

hay tin đức Thế Tôn sắp đến sinh địa của họ, các bậc lão túc đều bảo: "Hãy sai các thiếu niên dọn dẹp đường sá, còn chúng ta hãy trang trí trong thành."

Lúc ấy, các thiếu niên tranh nhau dọn dẹp trang trí đường sá. Họ thấy trên đường ấy có tảng đá lớn, muốn đem vứt bỏ, nhưng không nhấc nổi. Ngay khi ấy, Như Lai đi đến bên cạnh, bảo họ:

"Này, các vị Ba-tư-tra,⁴⁷⁴ các anh đang làm gì thế?"

Đám thiếu niên thưa:

"Chúng tôi đang dọn dẹp đường để đón đức Thế Tôn; muốn dời tảng đá này, nhưng không nhấc nổi."

Đức Phật bảo:

"Nếu vậy, để tôi dời cho."

Bọn họ đều nói:

"Vui lòng dời hộ."

Rồi thì, Thế Tôn dùng tay nhấc tảng đá,⁴⁷⁵ ném lên hư không. Tảng đá bay cao, nhìn không thấy. Nhóm người Lực sĩ kia trông thấy tiếng ném đá cực lớn, thảy đều kinh sợ. Phật bảo:

"Các người chớ sợ!"

Bèn dùng thần lực khiến tảng đá kia vỡ tan thành bụi, từ không trung rơi xuống. Các lực sĩ thấy vậy, bạch đức Phật rằng:

"Đám bụi đất này từ đâu rơi xuống?"

Phật bảo:

"Chính Ta khiến cho tảng đá kia biến thành đám bụi này."

Lai sẽ nhập Niết-bàn tại rừng sa-la song thọ. Cf. *Trường A-hàm*, quyển 2, tr. 24b28.

⁴⁷⁴ 波斯吒種. Tib gnas 'jog. Skt *Vāsiṣṭha*, nhã ngữ, dùng để xưng hô một cách lịch sự không kể tông tộc nào (Edgerton).

⁴⁷⁵ Tib dùng ngón cái chân phải hất tảng đá lên không trung (*zhabs g.yas pa'i mthe bos pha bong steng gi nam mkha' la 'phangs te*).

Các lực sĩ bạch rằng:

"Thế thì không tốt."

Phật nói:

"Các người có muốn đám bụi này họp lại thành tảng đá như trước không?"

Họ trả lời:

"Muốn vậy!"

Thế Tôn bèn dùng lực giải thoát[476] khiến tảng đá hợp lại rồi đặt vào chỗ này.

[31a06] Thế Tôn ngồi trên tảng đá, và 500 Lực sĩ cũng ngồi chung. Họ thưa rằng:

"Thế Tôn dùng lực gì nhấc tảng đá này?"

Phật bảo:

"Dùng lực do cha mẹ sinh."

Lực sĩ lại hỏi:

"Thế Tôn dùng lực gì để làm tan vụn tảng đá này?"

Phật bảo: "Dùng lực thiền định."[477]

Họ lại hỏi:

"Dùng sức gì để hợp tảng đá này lại?"

"Dùng lực giải thoát."

Bạch rằng:

"Lực do cha mẹ sinh ra, mạnh đến bao nhiêu?"

Phật nói:

"Bắt đầu từ sức mười người bằng sức một con trâu thường. Sức

---

[476] 解脫力. *Tib* mos pa'i stobs. *Skt* adhimukti-bala, lực thắng giải (tín giải), sức mạnh của đức tin.
[477] 禪定力. *Tib* rdzu 'phrul gyi stobs, lực thần thông. *Skt* ṛddhibala.

mười con trâu bằng sức một con trâu tơ. Sức mười con trâu tơ bằng sức của một con voi nhỏ.[478] Sức mười con voi nhỏ bằng sức của một con voi lớn. Sức mười con voi lớn bằng sức của một con voi tơ. Sức mười con voi tơ bằng sức của một con xích tượng. Sức mười con xích tượng bằng sức của một con voi ngà trắng. Sức mười con voi ngà trắng bằng sức của một con voi núi Tân-đà[479]. Sức mười con voi núi Tân-đà bằng sức của một con hương tượng. Sức mười con hương tượng[480] bằng sức của một lực sĩ. Sức mười lực sĩ bằng sức của một đại lực sĩ. Sức mười đại lực sĩ bằng sức của một con mãnh tượng. Sức mười con mãnh tượng bằng sức một dạ-xoa chương-trụ-la.[481] Sức của mười dạ-xoa chương-trụ-la bằng một nửa sức của na-la-diên.[482] Sức của hai nửa na-la-diên bằng sức của một na-la-diên.[483] Trong từng bộ phận của Như Lai đều có sức na-la-diên tự

---

[478] Tib. *glang po che phru gu*.

[479] 賓陀山象. Tib. *'bigs byed kyi glang po*. Skt. *Vindhya*.

[480] Tib. *spos kyi glang*. Skt. *gandhahastin*.

[481] 章住羅. Skt. *Cāṇūra*, một lực sĩ hùng mạnh nhất, trong thần thoại Ấn độ giáo, thách đấu với Thần *Kṛṣṇa*, cuối cũng bị Thần này giết. *Câu-xá* tập IV, phẩm vii, **cht. 405** (bản Việt).

[482] 那羅延. Tib. *sred med kyi bu*. Skt. *Nārāyaṇa*, vị Thần tối cao trong các Vệ-đà. Khi sáng tạo vũ trụ, *Nārāyaṇa* là *Brahman*; khi duy trì vũ trụ, là thần *Viṣnu*, và khi hủy diệt vũ trụ là thần *Śiva*. Về ngữ nguyên, *nara* có nghĩa là "nước"; thần *Viṣnu* ngự trên mặt nước nên gọi là *Nārāyana* (*nāra-āyana*). *Nara* cũng có nghĩa là "con người", do đó *Nārāyana* có nghĩa là "nơi yên nghỉ/ hưu tức xứ của mọi loài" (*nāra-ayana*). Nhất thiết kinh âm nghĩa 21, T54n2128, tr.434c13 định nghĩa: "Na-la-diên, Hán dịch là kiên cố." *Vyākhyā*: *Nārāyaṇa*, đây là tên gọi của lực (*balasyeyam saṃjñā nārāyaṇa*). Ai có lực này được gọi là *Nārāyaṇa*, như *Cāruṇa, Mahānaga*. Cf. *Câu-xá* tập II phẩm vii **cht. 394** (bản Việt).

[483] Tib. Thứ tự lực tăng gấp mười, thứ tự, từ trâu (voi) thường: 1- *glang phal pa*, 2- *ba men sngon po*, 3- *glang po che phru gu*, 4- *glang po che mo*, 5- *glang po che phal*, 6- *glang po che mche ba med*, 7- *sngon po*, 8- *ser po*, 9- *dmar po*, 10- *dkar po*, 11- *'bigs byed kyi glang po che*, 12- *spos kyi glang po che* (*gandhahasti*), 13- *tshan po che*, 14- *tshan po che chen po*, 15- *rab gnon* (*praskandibala*). Cf. *Câu-xá*, tập IV phẩm vii, bản Việt, **cht. 398**: Lực của mười voi thường (*prākṛtahasti*) bằng lực của một voi hương (*gandhahasti*) và theo

nhiên sinh ra."

Nhiếp tụng rằng:

> *Người, trâu và trâu tơ,*
> *Voi vàng, đỏ, nhỏ, lớn;*
> *Các lực sĩ, dược-xoa,*
> *Không bằng lực na-diên.*

[31a24] Lực na-la-diên này, là lực do cha mẹ Như Lai sinh.

Các Lực sĩ bạch rằng:

"Trừ các lực na-la-diên và lực giải thoát này, còn có lực nào khác nữa không?"

Phật dạy: "Có lực phước đức! Do lực phước đức viên mãn nên Như Lai hàng phục được 36 câu-chi ma quỷ dưới cây bồ-đề, chứng Vô thượng Giác."

Lại bạch Phật:

"Trừ lực phước đức, còn có sức nào khác không?"

Phật dạy:

"Có lực trí tuệ! Do sức trí tuệ viên mãn nên các phiền não tích tập từ vô thủy đến nay đều bị trừ khử hết."

Lại bạch Phật:

"Trừ lực trí tuệ, còn có sức nào khác nữa không?"

Phật dạy:

"Có lực thần thông, do sức thần thông viên mãn nên có thể hàng phục được lục sư ngoại đạo, thuộc hàng kì cựu, vô trí, cống cao."

Lại bạch Phật:

"Trừ lực thần thông, còn có sức nào khác nữa không?"

---

thứ tự tăng mười như vậy: ma-ha-nặc-kiện-na (*mahānagna*), bát-la-tắc-kiến-đề (*praskandi*), phạt-lãng-già (*varāṅga*), già-nộ-la (*cāṇūra*), na-la-diên (*narayana*).

Phật dạy:

"Có lực vô thường! Do có lực vô thường viên mãn nên lực do cha mẹ của Như Lai, lực thiền định, lực giải thoát, lực phước đức, lực trí tuệ, lực thần thông, các lực này của Như Lai đều tận diệt rực sáng dưới cây song lâm."

Tụng rằng:

> *Thiền định và giải thoát*
> *Lực phước đức, trí tuệ*
> *Trong tất cả lực này,*
> *Lực vô thường lớn nhất.*

[31b09] Đức Phật bảo các Lực sĩ:

"Nên biết, thân Ta đây như đỉnh ngọn núi vàng, do bởi lực vô thường mà không lâu nữa sẽ hư hoại. Cho nên bậc trí nên tìm đến nơi mà vô thường không thể bức bách."

Đức Phật lại nói với các Lực sĩ:

"Các người nên biết, thời nay, thọ mạng của loài người ngắn dần, sắc da xấu, sức yếu, nhưng tảng đá này là tảng đá mà con người thời trước dùng để ném chơi. Các người nhìn xem bề mặt tảng đá này vẫn còn dấu vết bấu víu của các ngón tay."

Các Lực sĩ nghe Phật nói điều này, vô cùng kinh ngạc, cảm thấy hy hữu, kiêu mạn bị bẻ gãy.

Khi ấy, Thế Tôn biết rõ ý hướng, tùy miên, giới loại, và bản tánh của các người Lực sĩ, bèn thuyết các pháp chứng trí của lý bốn thánh đế. Những người này sau khi nghe xong, bằng trí kim cang mà phá sập núi ngã kiến, thân kiến đã tích tập từ vô thủy đến nay, chứng quả Dự lưu.[484]

[31b18] Lúc bấy giờ, đức Thế Tôn bảo Cụ thọ A-nan-đà: "Nay hãy cùng Ta đi đến thành Câu-thi-na."[485]

---

[484] Bản Tib dịch thêm chi tiết như thường lệ, sau khi chứng quả Dự lưu, phát biểu ý kiến, thọ tam quy và ngũ giới, v.v...

[485] 拘尸那城. 'Dul ba kha 61a7. *ku sha'i grong 'khyer*; Skt. *Kuśaṅgara*, tên

A-nan-đà đáp: "Kính vâng!"

Rồi đức Thế Tôn và A-nan-đà đi lần hồi, giữa đường ngang qua thành Phạm-bà,[486] nhưng không vào thành này mà đi thẳng đến nước Câu-thi-na kia. Đến đây, đức Thế Tôn trỏ đôi cây sa-la và bảo A-nan-đà:

"Không bao lâu nữa ta sẽ nhập Bát-niết-bàn trong khu rừng kia."

---

khác của *Kuśinagarī*: Câu-thi-na.

[486] 梵婆城. Tib *sdig can*, Skt *Pāpā* (*Pāvā-puri*), Trường 2, kinh Du hành, tr. 218a24: 波婆城 Ba-bà thành, Phật ghé lại đây, thọ thực bữa cơm với nấm mộc nhĩ do Thuần-đà cúng, và ngộ độc. Cf. *Pāli*, D.16, ii. tr. 126, như *Trường A-hàm*. Tì-nại-da sự, cả bản Hán và Tib đều nói Phật không ghé thị trấn này.

CHƯƠNG V. LẬU DIỆT TẬN

Nhiếp tụng

Búa, Thiên tí, Lâm-tì-ni,
Ca-tì-la, Tì-thâu,
Câu-na-hàm, cây, pháp y;
Tẩy dục, Tư-ca-đề.[487]

I. THÍ DỤ BÚA

Lúc bấy giờ, đức Thế Tôn du hành nhân gian tại Câu-lô-số,[488] đến vương thành Điều Phục Nhãn Sắc.[489]

Lúc ấy, đức Thế Tôn bảo các bí-sô rằng:

"Ta biết tất cả các lậu, và nói tất cả lậu diệt tận, chứ không phải Ta không biết, không phải Ta không thấy.[490]

---

[487] 'Dul ba kha 61a2. Chương này không được giới thiệu trong "tụng tổng tiêu", nhưng trong bản Tib có nhiếp tụng, do đó thêm một chương riêng biệt.

[488] 俱盧數. ᵀⁱᵇ *sgra ngan rnams*. ˢᵏᵗ *Kuruṣu*: giữa những người *Kuru*? Cf. *Tạp A-hàm* quyển 10, kinh số 263. Pāḷi, S.22.101 (PTS.iii.153) *Vāsijaṭasuttaṃ*.

[489] 調伏繢色王城. ᵀⁱᵇ *grong rdal khra bo 'dul*. Hoặc ˢᵏᵗ *Kalmāṣadama*, đọc theo phiên âm tương đương Pāli *Kammasādama/ Kammasādhamma*, một thị trấn trong lãnh thổ *Kuru*. *Tạp A-hàm* 10, kinh 263, T02n0099_p0067a22: Phật trú tại nước Câu-lưu, tụ lạc Tạp sắc mục ngưu.

[490] Tib ['Dul ba kha 61b4] *dge slong dgongs zag pa zad pa shes shing mthong nas gsungs te*. "Này các bí-sô, Ta nói do tri, do kiến mà lậu diệt tận." Không diễn giải chi tiết thêm. Chỉ nêu thí dụ búa: "chi tiết như trong *Tạp A-hàm*, phẩm Tương ưng Uẩn" (ᵀⁱᵇ *yang dag par ldan*

"Này các bí-sô, Ta nay há không biết không thấy các lậu tận diệt? Tức là nói rằng: đây là sắc, đây là tích tập của sắc, đây là đoạn diệt của sắc. Đây là thọ, tưởng, hành, thức; đây là tích tập của thức; đây là diệt tận của thức, cũng như vậy.

"Nếu có bí-sô thường tu tập định, bèn khởi niệm tầm cầu, không đạt được giải thoát khỏi các lậu.[491] Nhưng bí-sô kia, không phải không đạt được tâm giải thoát khỏi các lậu. Vì sao vậy? Vì bí-sô kia không tu tập định. Nên trả lời như vậy.

"Hỏi rằng: 'Vị ấy vì sao không tu tập?' Đáp: 'Vì không tu tập bốn niệm trụ, bốn chính đoạn, bốn thần túc, năm căn, năm lực, bảy giác phần, tám thánh đạo.' Vì không tu tập; đáp như vậy.

"Các bí-sô nên biết, như gà mái đẻ trứng, hoặc năm trứng, hoặc sáu trứng, hoặc mười hai trứng. Lúc ấy, gà mái kia không thường xuyên che chở, ấp trứng, không sưởi ấm, cũng không chuyển động. Nhưng nó lại nghĩ thế này: 'Ta sinh ra những đứa con này', hoặc dùng mỏ, hoặc dùng móng để đập vỡ vỏ trứng, mong những đứa con mình an ổn ra khỏi lớp vỏ. Nhưng những gà con trong trứng kia đã không được ấp đúng phép nên không thành tựu để ra khỏi lớp vỏ ấy. Vì sao thế? Do gà mẹ kia không theo thời tiết mà ấp trứng, lại không sưởi cho ấm, cũng không chuyển động, cho nên trứng không nở được.

"Bí-sô tu tập định kia cũng lại như vậy. Vì bí-sô ấy, không cầu tâm

---

pa'i lung las phung po'i le'u) Pāli, S.22.101 *Vāsijaṭasuttaṃ*. Đoạn Hán dịch tối nghĩa. Cf. *Tạp A-hàm*, kinh 263 dẫn trên: "Ta do tri, do kiến mà đạt được lậu tận, không phải không tri kiến." Những đoạn sau, sẽ tham chiếu *Tạp A-hàm* để hiệu chính.

[491] Tạp, dẫn trên: "(Tỳ-kheo) không tu phương tiện để tùy thuận thành tựu mà lại dụng tâm cầu, rằng: Mong tôi diệt tận các lậu, tâm được giải thoát. Nên biết, tỳ-kheo này không thể diệt tận các lậu mà được giải thoát. Vì sao vậy? Vì không tu tập niệm xứ, v.v." Cf. Pāli, S.22.101 *Vāsijaṭasuttaṃ*, iii.153: *jānato ahaṃ, bhikkhave, passato āsavānaṃ khayaṃ vadāmi, no ajānato no apassato. kiñca, bhikkhave, jānato kiṃ passato āsavānaṃ khayo hoti? ' iti rūpaṃ, iti rūpassa samudayo, iti rūpassa atthaṅgamo; iti vedanā…*

giải thoát khỏi hữu lậu. Bí-sô kia không phải không tâm giải thoát hữu lậu. Vì cớ sao? Do không tu tập vậy. Nói như vầy: 'Không tu tập gì?' Do không tu tập bốn niệm trụ, bốn chánh đoạn, bốn thần túc, năm căn, năm lực, bảy giác phần, tám thánh đạo.

"Nếu có bí-sô tinh tấn nỗ lực tu định, khởi niệm như vậy, không cầu tâm giải thoát hữu lậu. Nhưng bí-sô kia không phải không đạt được tâm giải thoát hữu lậu. Vì sao thế? Do tu tập. Nên trả lời như vậy. Tu tập thế nào? Do tu tập bốn niệm trụ, bốn chính đoạn, bốn thần túc, năm căn, năm lực, bảy thứ giác phần, tám thánh đạo. Do tu tập này, như vậy trả lời.

1. Dụ gà mái

"Bí-sô nên biết, cũng như gà mẹ đẻ trứng, hoặc năm trứng, hoặc sáu trứng cho đến mười hai trứng. Lúc ấy, gà mẹ ấp trứng, như pháp sưởi ấm không để thất thời. Bí-sô nên biết, gà mẹ kia không khởi tâm niệm như vậy, gà con tự dùng móng cào lớp vỏ trứng ra, mong muốn mình sinh nở được bình an. Vì thành tựu cho đàn gà con, nên có thể dùng móng để cào vỡ lớp vỏ trứng, để ra khỏi vỏ trứng được bình an. Vì sao vậy? Do gà mẹ kia đúng pháp nuôi dưỡng, sưởi ấm đảo đều quả trứng không để lỡ thời tiết, nên có thể thành tựu.

"Bí-sô tu tập cầu định cũng lại như vậy, nhưng không khởi niệm như vầy: 'Ta không đạt được hữu lậu tâm giải thoát.' Bí-sô kia lại không đạt được hữu lậu tâm giải thoát. Vì cớ sao? Do vị ấy tu tập nên được giải thoát, trả lời như vậy. Thế nào là tu tập? Đó là tu bốn niệm trụ, cho đến tám thánh đạo mà tu tập, trả lời như vậy.

2. Dụ búa rìu

"Bí-sô nên biết, như người thợ mộc và học trò, thường dùng búa rìu. Do thường sử dụng nên cán rìu có dấu ngón tay ấn vào. Bí-sô nên biết, người thợ mộc và học trò kia không biết rõ, thấy rõ khi vận dụng cán rìu, do sử dụng lâu ngày mà không biết tự nó mòn. Khi đã thấy mòn hết rồi, mới phát sinh ý tưởng, biết rằng cán búa này đã mòn.

"Bí-sô tu tập định kia cũng lại như vậy, vẫn không tự tùy thuận chánh trí, chánh kiến mà tiến tu, không tự hay biết mình đã đoạn trừ lậu được bao nhiêu. Về sau, khi lậu diệt tận, bấy giờ mới bắt đầu chứng biết. Vì sao vậy? Do chuyên cần tu tập. Làm sao mà chứng đắc? Trả lời như vậy. Tu tập thế nào? Đó là tu tập bốn niệm trụ, cho đến tám thánh đạo. Do tu tập, nên nói như vậy.

3. Dụ thuyền biển

"Bí-sô nên biết, giống như chiếc thuyền lênh đênh trên biển sáu tháng, rời khỏi bờ trải qua mấy tháng hè nóng bức, sau khi nắng soi, gió thổi lại gặp mưa, tự nhiên sẽ rã. Bí-sô tu định kia cũng lại như vậy, các phiền não, tùy miên, tương ưng kết,[492] các chướng ngại tự nhiên sẽ tan hết. Vì sao thế? Vị ấy do tu tập nên đều có thể giải thoát. Tại sao tu tập mà có thể giải thoát? Nghĩa là tu tập... *rộng nói như trên*. Do tu tập nên nói như vậy."

Khi đức Thế Tôn nói pháp này, có sáu mươi bí-sô không sinh các lậu, tâm được giải thoát.

II. THIÊN TÝ[493]

[0032a17] Lúc bấy giờ, đức Thế Tôn du hành trong nhân gian, đến thành Thiên Chỉ,[494] bảo Cụ thọ A-nan-đà rằng: "Thiện Giác Thích-ca[495] sinh trưởng trong thành này."

Lại đi đến vườn Lam-tỳ-ni,[496] đức Thế Tôn lại bảo A-nan-đà:

"Ta cũng đã sinh ra ở rừng này, đi về phương nam bảy bước, không

---

[492] Tạp, dẫn trên, T02n0099_p0067b28: kết, sử (tùy miên), phiền não, triền.

[493] Trong mục "Thiên tý" bao gồm các mục Lâm-tì-ni, Ca-tì-la, cà Tì-thâu-na-la trong nhiếp tụng; nội dung những mục này rất ngắn, nên gồm chung vào đây.

[494] 天指城. Tib. *lhas bltas*. Skt. *Devaḍaha* (Thiên tý thành), thị trấn của những người Thích-ca, gần Lâm-tì-ni, sinh quán của Đức Bà *Māyā*. Pāli, cf. Dictionary of Pali Proper Names.

[495] 善覺釋迦. Tib. *shin tu blo gsal*. Skt. *Suprabuddha*, thân phụ của công chúa Da-du-đà-la. Cf. Pāli, Dictionary of Pali Proper Names, mục từ "Suppabuddha".

[496] 嵐毘尼.

nhờ người đỡ, quán sát bốn phương, nói lời thế này: 'Đây là thân sau cùng, không còn thọ sinh lại nữa'."

Lại đến thành Kiếp-tỳ-la,[497] bảo Cụ thọ A-nan-đà:

"Vua Tịnh Phạn[498] sinh ra ở thành này, lớn lên nhậm ngôi vua."

Lại đến thành Tỳ-thâu-na-la.[499] Lúc ấy, đức Thế Tôn lại bảo các bí-sô:

"Nay Ta sẽ phân biệt giải thích cho các ngươi hai báo thiện ác.[500] Các ngươi hãy lắng nghe, khéo suy niệm kỹ. Thế nào là các chúng ác?[501]

Đó là hành tùy thuận theo[502] dục, sân, si, sợ hãi, mê hoặc, ấy gọi là các chúng ác.

"Thế nào là các chúng thiện?[503] Đó là hành không tùy thuận theo các dục, sân, si, sợ hãi..., gọi là các chúng thiện. Hai nhóm như trên, Ta đã nói."

III. CÂU-NA-HÀM-MÂU-NI[504]

Đức Thế Tôn lại đến tụ lạc Câu-na,[505] bảo Cụ thọ A-nan-đà rằng:

[32b01]"Đức Câu-na-hàm Mâu-ni[506] Như Lai đã sinh ra ở tụ lạc này, mà thành Chánh giác, rồi Bát-niết-bàn tại đây."

---

[497] 劫比羅城. Tib ser skye'i gnas. Skt Kapilavastu: Ca-tì-la-vệ.
[498] 淨飯王. Tib zas gtsang. Skt Śudhodana.
[499] 毘輸那羅城. Tib shing bal gyi 'da' ba can: "nơi có bông gòn."
[500] Tib ['Dul ba kha 61b7] chos bzhin ma yin pa dang chos kyi 'khor, hai chúng (nhóm người): như pháp và phi pháp. Pāli dhammikā parisā & adhammikā parisā. Cf. A. II. 51 i. 75.
[501] Tib chos ma yin pa 'khor, chúng hội phi pháp. Skt adharmika-pariṣad.
[502] 相隨計縛; Tib chúng phi pháp, hành theo tham, sân, si, và sợ hãi ('jigs pas 'gro ba ste).
[503] Tib chos kyi 'khor, chúng hội như pháp, Skt dharmika-pariṣad.
[504] Trong mục này bao gồm các mục "cây (Thiệm-bộ), Pháp y; Tẩy dục, Tư-ca-đề."
[505] 俱那聚落. Tib mtshams can gyi grong. Skt Koṇa.
[506] 俱那含牟尼. Tib sangs rgyas gser thub. Skt Koṇākamuni (=Kanakamuni).

Lúc bấy giờ đức Thế Tôn lại đến tụ lạc thôn Lê-địa,[507] bảo Cụ thọ A-nan-đà rằng:

"Lúc Ta còn là Bồ-tát, du hành qua tụ lạc của phụ vương, đến dưới gốc cây Thiệm-bộ, tư duy nhập định, chứng đắc (vô lậu)[508] sơ thiền."

Lại đến một chỗ khác, bảo A-nan-đà rằng:

"Thuở xưa, đức Câu-na-hàm Mâu-ni Như Lai, Ứng, Chánh đẳng giác trải y ca-sa tại chỗ này."

Lại đến tụ lạc Tẩy dục,[509] bảo Cụ thọ A-nan-đà rằng:

"Thôn này, thuở xưa đức Câu-na-hàm Mâu-ni Như Lai, Ứng, Chánh đẳng giác, tắm tại đây, nên được đặt tên là thôn Tẩy dục."

Lại đến tụ lạc Tư-ca-đế,[510] ở phía bắc tụ lạc này, trú tại rừng thắng-thắng-nhiếp-ba, bảo các bí-sô rằng:

Thuở xưa, có một người thợ tên là A-tra-la,[511] thường vác gậy trúc trên vai mà đi. Có một học trò tên là Mê-lặc-ca,[512] thường leo lên gậy trúc mà thầy nắm giữ, nhảy múa trên đó.

A-tra-la bảo Mê-lặc-ca:

'Con leo gậy mà lên vai ta, phải luôn nhìn xuống dưới. Hai người hãy để ý nhau, chớ để sơ suất. Lại thay nhau mà leo lên gậy, cả hai không ai bị thương tổn. Sau khi nhảy múa, leo xuống gậy một cách

---

[507] 犁地村聚落. Tib. *zhing ba'i grong khyer*. Skt. *Kārṣakagrāmaka*.

[508] Hán chép dư chữ "vô lậu".

[509] 洗浴聚落. Tib. *khrus kyi grong*.

[510] 斯迦底聚落. Tib. *bye ma can*. Cf. *Tạp A-hàm* 24, kinh 619, T02n0099, tr. 173b06: 私伽陀聚落, Tụ lạc Tu-già-đà. Pāḷi, S. 47. 19. *Sedaka* (PTS.v.169).

[511] 阿吒羅, Tạp, dẫn trên: 緣幢伎師; Pāli, dẫn trên: *caṇḍālavaṃsika*: người biểu diễn gậy trúc. Tib ['Dul ba kha 62a7] dẫn tên kinh shing *'dzjeg gi shing lta bu'i mdo lam gyi tshogs rgyas par bsdus so* (Kinh Mộc tượng dụ, Đạo phẩm, tỉnh lược), không dẫn chi tiết. Hán, *Tạp A-hàm* 24, kinh 619, Pāḷi, S. 47. 19. *Sedaka* (PTS.v.169).

[512] 迷勒迦. Pāli, dẫn trên: *medakathālika*.

an toàn. Mọi người trông thấy sẽ biết ta và con đều có tài năng hơn người, liền sinh hoan hỷ, vậy thì cả thầy trò chúng ta đều có được tiền của.'

Bấy giờ, Mê-lặc-ca thưa với A-tra-la rằng:

'Chớ nói như vậy. Vì sao? Thầy nay chỉ tự phòng hộ; con nay cũng tự dụng tâm. Sau khi nhảy múa như vậy, leo xuống gậy an toàn, cả hai đều không tổn thương. Mọi người trông thấy, cả hai đều được tài bảo.'»

Rồi đức Phật dạy:

"Như học trò Mê-lặc-ca đã nói, phù hợp đạo lý. Vì sao như vậy? Nếu có thể thủ hộ tự thân, thì có thể thủ hộ người khác. Nếu chỉ muốn thủ hộ người khác thì không thể tự thủ hộ.

Thế nào là tự thủ hộ và có thể thủ hộ người? Do chuyên cần nỗ lực tu tập thường xuyên. Do luôn luôn thủ hộ mỗi khi xúc cảnh hiện tiền, cho nên khi tự thủ hộ như vậy thì cũng có thể thủ hộ cho người.

Thế nào là thủ hộ cho người thì không thể tự thủ hộ? Do không não hại người, cũng không nổi sân với người, và không tổn hại, từ bi lân mẫn. Cho nên, như vậy thì có thể thủ hộ cho người mà không thể tự thủ hộ.

"Vì thế, này bí-sô các ngươi, hãy học theo như vậy. Nếu khi muốn tự thủ hộ, phải tu tập bốn niệm trụ. Nếu muốn thủ hộ, hoặc nói muốn tự thủ hộ và thủ hộ người, cũng phải tu tập bốn niệm trụ. Thế nào là bốn niệm trụ? Đó là các trụ xứ niệm thân, niệm thọ, niệm tâm, niệm pháp. Bí-sô các ngươi, hãy học như vậy."

CHƯƠNG VI. NHẤT-XA-NĂNG-GIÀ-LA

Nhiếp tụng:

*Nhất-xa-năng, tăng trưởng,
Thất diệp, và nhật xuất,
Xá-vệ, Bà-la-la,
Thắng thổ, Sư tử, Tân,
Cao Tòa, Vương xá thành,
Rồi sau Ni-câu-loại,
Thuyết trong mười hai thành.*[513]

I. SỔ TỨC NIỆM

[0032c02] Lúc bấy giờ, đức Thế Tôn đến tụ lạc Nhất-xa-nan-già-la,[514] trú trong một khu rừng[515], rồi nói với các bí-sô:

"Ta nay tĩnh tọa trong khu rừng này hai tháng[516]. Các bí-sô, trừ một người mang thức ăn nước uống, ngoài ra không ai được đến đây. Nếu đến ngày bao-sái-đà[517] cũng sai thị giả đến để nhận dục[518]."

---

[513] 'Dul ba kha 62a7: *'dod pa mthun dang shas che dang| lo ma bdun dang 'char ka dang| mnyan yod gdu bu sa can dang| seng ge'i grong dang grong gsar dang| grong khyer dang ni khre'u brtsegs| phyi ma nya gro dha grong ste||* Nhiếp tụng không có trong bản Hán.

[514] 一車難伽羅. Tib. *'dod pa mthun pa*. Skt. *Icchānaṅgala* (?). Tạp A-hàm quyển 29 kinh số 807: rừng Nhất-xa-năng-già-la 佛住一奢能伽羅林. Cf. Pāli, S. 54.11 *Icchānaṅgalasuttaṃ*; v. 325ff

[515] Tib Trong khu rừng cùng tên. Pāli *icchānaṅgalavanasaṇḍe*.

[516] Tib ['Dul ba kha 62b2]: ba tháng. Pāli như Tib *temāsaṃ paṭīalliyitum*. Tạp A-hàm: 2 tháng tọa thiền.

[517] 裒灑陀. Skt. *poṣadha*; Tib *gso sbyong*; ngày bố-tát.

[518] 亦遣供養飲食人來取欲, có thể bản Hán hiểu nhầm. Chính xác, nên hiểu,

Lúc bấy giờ, đức Thế Tôn nhập định tịch tĩnh, các bí-sô không ai đến, chỉ có thị giả được đến chỗ Phật.

Mãn hai tháng, lúc ấy đức Thế Tôn rời khỏi định, ngồi trên chỗ ngồi dọn sẵn trước chúng bí-sô, bảo các bí-sô rằng:

"Nếu có ngoại đạo đến hỏi các ông: 'Sa-môn Kiều-đáp-ma làm việc gì mà nhập định tịch tĩnh trong hai tháng?' các ông phải trả lời thế này: 'Nhập số tức tam-muội'[519]. Vì sao vậy? Trong hai tháng Ta an trú trong pháp quán số tức. Khi Ta quán pháp này, thở vào không hề tán loạn, biết rõ như thật. Thở ra cũng không hề tán loạn, biết rõ như thật. Thở ra, dài, ngắn, sinh diệt, cảm giác toàn thân, thảy đều biết rõ. Thở vào, cảm giác toàn thân cũng đều biết rõ. (Thân) hành khinh an[520], thở ra; (thân) hành khinh an, thở vào, biết rõ như thật. Liễu tri thọ. Liễu tri tâm. Liễu tri lạc. Thực hành, tâm hành khinh an, thở vào, biết rõ như thật; tâm hành khinh an, thở ra, biết rõ như thật. Liễu tri tâm, khiến tâm hoan hỷ, khiến tâm chuyên định, tâm giải thoát, thở vào, biết rõ như thật; tâm giải thoát, thở ra, biết rõ như thật. Quán vô thường, quán xả ly, quán yếm ly, quán diệt hoại, thở vào, biết rõ như thật... *cho đến*, quán diệt hoại, thở ra, biết rõ như thật.[521]

"Bí-sô nên biết! Khi Ta nay niệm biết hành này thô, Ta bèn siêu việt hành này, bằng hành khinh an mà tu tập các hành cực vi tế khác. Do Ta siêu việt được hành thô kia, là bằng khinh an mà thường xuyên tu tập hành vi tế. Lúc ấy, có ba vị trời đến chỗ ta, ngồi xuống rồi vị thứ nhất nói thế này: 'Sa-môn Kiều-đáp-ma đã chết rồi.' Vị thứ hai nói: 'Ông ấy không phải đã chết, mà sắp chết.' Vị thứ ba nói: 'Ông ấy chẳng phải đã chết, cũng chẳng phải sắp chết, mà trú trong thiền

---

ngày bố-tát, tăng bí-sô tập họp trước Thế Tôn để nghe lược thuyết giới. [Tib] "trừ ngày bố-tát, không ai được đến." Tạp, dẫn trên: 唯除送食及布薩時, "trừ người đưa thức ăn, và ngày bố-tát."

[519] 入數息三昧. [Tib] *dbugs rngub pa dang bas bzhugs so*. Tạp: an-na-ban-na niệm. [Pali] *ānāpānassatisamādhinā*.

[520] [Tib] *lus kyi 'du byed shin tu sbyangs nas*. [Pali] *passambhayaṃ kāyasaṅkhāraṃ assasissāmīti sikkhati*, thân hành an tĩnh, hành tướng thứ tư.

[521] Đoạn kinh thuyết minh 16 hành tướng của niệm hơi thở.

định. Phàm các bậc Ứng cúng, đều nhập định như vậy.'

"Này các bí-sô, Ta nay như pháp mà nói cho các ông về Thánh giả tu hành, chư thiên tu hành, Phạm thiên tu hành, Vô học tu hành, Hữu học tu hành, Như Lai tu hành.[522] Hữu học sẽ đắc những điều chưa đắc, sẽ đạt những điều chưa đạt, sẽ hiện chứng những pháp chưa hiện chứng[523]. Phàm là bậc Vô học, đã hiện chứng sẽ được tăng trưởng. Hàng hữu học sẽ được an trụ với hiện pháp lạc trú, v...." chi tiết, như trong kinh *Đạo phẩm tập*[524]*.

II. AM-MA-TRÚ

[0033a11] Lúc bấy giờ đức Thế Tôn ở Kiều-tát-la, du hành trong nhân gian, đến tụ lạc Tăng trưởng, an trú ở rừng Tăng trưởng[525].

Lúc ấy, Bà-la-môn Liên Hoa Hành[526] là chủ tụ lạc, vốn là phong ấp vua Thắng Quân cấp. Ông có đệ tử tên là Am-một-la Tử[527], bác học, đa văn, biện luận sắc bén.

---

[522] Tib *'phags pa'i gnas pa dang | lha'i gnas pa dang | tshangs pa'i gnas pa dang | mi slob pa'i gnas pa*, 4 trụ: Thánh trụ, Thiên trụ, Phạm trụ, Vô học trụ. Pāli *ariyavihāro brahmavihāro tathāgatavihāro*, ba trụ: Thánh trụ, Phạm trụ, Như lai trụ. Tạp: Thánh trụ, Thiên trụ, Phạm trụ, Học trụ, Vô học trụ, Như lai trụ.

[523] 見前. Tib *mngon sum du bya pa*, Skt *sākśātkaroti*, tự thân chứng ngộ, hiện chứng.

[524] 道品集經; chưa rõ. * Bản Hán, hết quyển 7. Tib ['Dul .ba kha 63a7]

[525] 增長林; Pāli *ukkaṭṭhā*; Skt *utkaṭā*. Tib *shas che ba*. D.3. (PTS. i 82): *brāhmaṇo pokkharasāti ukkaṭṭhaṃ ajjhāvasati*, Bà-la-môn Pokkarasāti sống ở Ukkaṭṭha. Trường A-hàm 13, kinh 20 "A-ma-trú", T01n0001_p0082a08: Phật du hành đến thôn Y-xa-năng-già-la 伊車能伽羅 (Skt *Icchānaṅgala*). Tib ['Dul ba kha 63b2]: *'dod mthun pa'i nags khrod*; trong khu rừng rậm thuộc tụ lạc. Từ đây trở xuống, nội dung tương đương D.3. *Ambalaṭṭhikasuttaṃ*.

[526] 蓮花莖. Tib *pad ma'i snying po*. Pāli *Pokkharasāti*. Trường, dẫn trên: 沸伽羅娑羅 Phất-già-la-sa-la. Skt *Puṣkarasāri*.

[527] 菴沒羅子. Tib *ma sdug*. Pāli *Ambaṭṭha*. Trường: 阿摩晝 Am-ma-trú. Skt *Ambāṣṭha*.

Liên Hoa Hành có 500 đệ tử phạm hạnh, đọc tụng bốn bộ kinh điển Phệ-đà[528]. Ông nghe Sa-môn Kiều-đáp-ma, trong dòng tộc Thích-ca, cạo bỏ râu tóc, bận pháp phục, chánh tín xuất gia, chứng Vô thượng Giác, nổi tiếng khắp mười phương, là Như Lai, Ứng cúng, Chánh biến tri, Minh hành túc, Thiện thệ, Thế gian giải, Vô thượng sĩ, Điều ngự trượng phu, Thiên nhân sư, Phật Thế Tôn, ở giữa chư thiên, nhân loại, ma, phạm, sa-môn, bà-la-môn, tự tuyên bố rằng: "Sự sinh ra của ta đã hết, phạm hạnh đã lập, không thọ thân sau nữa, việc cần làm đã làm xong." Ngài thuyết pháp, đoạn đầu thiện xảo, đoạn giữa thiện xảo, đoạn cuối cũng thiện xảo, ngôn từ xảo diệu, thuần nhất không tạp, nêu rõ phạm hạnh thanh bạch, đang du hành nhân gian, nay đến rừng Tăng trưởng[529].

Liên Hoa Hành thầm nghĩ: "Như trong Kinh điển của ta có nói: 'Nếu người có 32 tướng, thì người ấy chắc chắn sẽ có hai hướng đi: Một là nếu tại gia, sẽ làm Chuyển luân vương, bằng chánh pháp giáo hóa thiên hạ, thành tựu bảy báu. Đó là bánh xe báu, voi báu, ngựa báu, nữ báu, báu đại thần thủ kho, báu đại tướng quản binh, báu ma-ni; vị ấy có đủ một ngàn con trai, uy đức dũng mãnh, tướng mạo xinh đẹp, chinh phục quân địch, trong đại địa núi sông, thảy không giặc cướp, không dùng dao gậy, bằng chánh pháp trị dân. Hai là nếu cạo bỏ râu tóc, khoác y phước điền, chánh tín xuất gia, sẽ thành Chánh giác'."

Nghe điều này rồi, ông bảo Am-một-la Tử:

"Ngươi có biết không? Ta nghe Kiều-đáp-ma, tộc Thích-ca, cạo bỏ râu tóc mà khoác pháp phục, chánh tín xuất gia, v.v... *cho đến*, thành Đẳng chánh giác, danh vang mười phương, du hành nhân gian, nay đến rừng Tăng trưởng. Trong Kinh ta có nói: 'Nếu ai có 32 tướng thì người ấy sẽ có hai hướng đi, v.v... *cho đến*, thành Đẳng chánh giác'."

Rồi ông bảo mọi người:

"Các con hãy đến chỗ của Kiều-đáp-ma. Đến đó rồi sẽ tự biết có đúng như lời ta đã nói hay không?"

---

[528] 四明之典. Trong các kinh điển thuộc *Nikāya* và A-hàm chỉ nói đến ba bộ Vệ-đà, thương gọi là "tam minh bà-la-môn."

[529] 增上林, rừng Tăng thượng, tức rừng Tăng trưởng nói trên; **xem cht. 525.**

Đệ tử trả lời:

"Dạ vâng, xin thọ mệnh."

Lúc ấy, nhóm đệ tử kia và các bà-la-môn kỳ cựu đi đến chỗ đức Phật. Đến nơi rồi, họ đứng qua một bên. Khi ấy, các bà-la-môn kỳ cựu chào hỏi chúc tụng xong, lui ngồi xuống một bên.

[0033b10] Lúc bấy giờ, đức Thế Tôn đang diễn thuyết pháp vi diệu cho các bà-la-môn kỳ cựu[530], khai thị, chỉ giáo, khuyến khích, khiến cho hoan hỷ. Ngay lúc ấy, Am-một-la Tử mang đôi giày da, với tâm cao mạn, đi lui đi tới gây tiếng động ồn, không nghe Phật nói, mà lại hỏi nghĩa lý. Tuy Như Lai có trả lời, nhưng Am-một-la Tử không lắng nghe lĩnh hội lời Phật. Thái độ khinh mạn đức Thế Tôn như vậy.

[0033b14] Lúc bấy giờ, đức Thế Tôn nói Am-một-la Tử:

"Với các bà-la-môn kỳ cựu kia đều có đủ ba Minh[531], há ngươi có thể chất vấn với thái độ khinh mạn như vậy?"[532]

Am-một-la Tử đáp:

"Này Kiều-đáp-ma, tôi có điều gì để hỏi?"[533]

Thế Tôn nói:

"Ta đang nói các pháp yếu cho chúng bà-la-môn bề trên của ngươi. Ngươi lại mang giày da đi lại trong chúng, chất vấn bằng thái độ khinh mạn, Ta trả lời, nhưng người lại không nghe."

Am-một-la đáp:

"Nếu đó là dòng dõi bà-la-môn, [nếu họ ngồi] tôi phải cùng ngồi mà nói nghĩa lý. Còn ông là sa-môn trọc đầu, chẳng phải hàng bà-la-môn đáng để tôi nói chuyện, đối đáp. Thế thì có lỗi gì? Đám sa-môn các ông là hạng phàm phu, đi trên con đường ác, phần nhiều nhiễm

---

[530] Chỉ số người cùng đi với A-ma-trú (Am-một-la).
[531] 具三明. Ba Vệ-đà. Đoạn trên, nói "bốn Minh", xem cht. 528.
[532] Hán dịch có thể đảo cú. Nên hiểu: "Có phải với những bà-la-môn kỳ cựu thông suốt ba Minh ngươi cũng đối đáp như vậy?"
[533] 我有何問. Trường: "Nói như vậy là sao?"

ác pháp. Như bọn các ông, xứng đáng để nói những lời khinh mạn, cho nên tôi mới như vậy."

[0033b23] Lúc bấy giờ, đức Thế Tôn nói với Am-một-la như vầy:

"Ngươi đến đây, phải chăng để mong được lợi ích? Ta nay xét thấy ông chưa từng biết phụng sự sư trưởng."

Bấy giờ, Am-một-la nghe Phật nói lời ấy, liền nổi sân hận, muốn phỉ báng hủy nhục đức Thế Tôn, nói thế này: "Giai cấp Sát-lợi dòng họ Thích là bọn cực kỳ ngu si, chẳng biết cung kính đối với người phạm hạnh tôn quý [534]."

Phật hỏi Am-một-la:

"Những người họ Thích có lỗi gì?"

Am-một-la đáp:

"Tôi lúc trước có việc nên vào thành Kiếp-tỳ-la, những người họ Thích đứng trên lầu cao, chỉ trỏ tôi mà bảo rằng: 'Đó là đệ tử của Liên Hoa Hành'. Khinh mạn tôi, chẳng biết cung kính."

Phật bảo:

"Ông có thấy con chim quanh quách[535] không? Nó vẫn tự do hót vang trong tổ của nó, huống chi những người họ Thích có quyền tự do trong thành Kiếp-tỳ-la của mình."

Am-một-la nói:

"Người có bốn cấp: một là bà-la-môn, hai là sát-lợi, ba là bệ-xá, bốn là thú-đạt-la. Bốn hạng người này thảy đều cung kính các bà-la-môn, chỉ bọn họ Thích các ông là người ngu, thấy hàng tôn quý mà không biết cung kính."

Lúc bấy giờ, đức Thế Tôn nghĩ rằng:

"Am-một-la Tử này bảo rằng họ Thích của Ta, từ đời trước, cha thuộc dòng họ Thích, mẹ không phải họ Thích."

---

[534] Phạm hạnh: nên hiểu, những người bà-la-môn.
[535] 鴝鵒鳥. Tib. *khug rta*: chim én. Pāli *laṭukikā*. Trường: phi điểu.

[0033c09] Lúc bấy giờ, đức Thế Tôn quán sát xem cha mẹ đời trước của Am-một-la kia thuộc dòng họ nào? Biết là dòng họ được sinh ra từ một tỳ nữ của dòng họ Thích-ca, những người họ Thích là ông chủ xưa kia của y, liền hỏi Am-một-la rằng:

"Người thuộc dòng họ nào?"

Đáp:

"Này Kiều-đáp-ma! Tôi thuộc dòng họ Nhĩ luân[536]."

Đức Thế Tôn bảo rằng:

"Ta tìm thấy dòng họ của ngươi là từ một tỳ nữ của tộc Thích-ca sinh ra. Những người họ Thích là ông chủ xưa của ngươi."

Lúc bấy giờ các bà-la-môn kỳ cựu nói với đức Phật như vầy:

"Kiều-đáp-ma, chớ nên hủy báng anh ấy là dòng họ do một tỳ nữ sinh. Vì sao vậy? Am-một-la Tử này bác học, đa văn, biện tài thông suốt, có thể đối đáp chất vấn với Kiều-đáp-ma."

Phật bảo các bà-la-môn:

"Ý các ông cho rằng Am-một-la Tử là người có thể đàm luận với Ta, thì hãy im lặng, xem Ta với anh ấy đối đáp. Nếu anh ấy không thể lập tông vấn nạn với Ta thì anh ấy hãy ngồi im lặng. Còn nếu các ông có thể lập tông ngôn luận để đối đáp với Ta, thì có thể tùy ý."

Các bà-la-môn trả lời:

"Ma-nạp-bà Am-la Tử kia, đa văn thông đạt, ngôn từ sắc sảo, có thể biện luận với Kiều-đáp-ma."

[0033c23] Lúc bấy giờ, đức Thế Tôn nói với Am-một-la:

"Này Ma-nạp-bà! Xưa kia có quốc vương hiệu là Cam Giá.[537] Vua có bốn người con: một là Cự Diện, hai là Trường Nhĩ, ba là Tượng Kiên,

---

[536] 耳輪. ᴛɪʙ mig mi 'dzums. ꜱᴋᴛ Kāṇvayana. ᴘᴀʟɪ Kaṇhāyana. Trường: 聲王 Thanh vương.

[537] 甘蔗王 ᴛɪʙ bu ram shing. ꜱᴋᴛ Ikṣvāku. ᴘᴀʟɪ Okkāla, cf. Dictionary of Pali Proper Names. Trường: 聲摩王 Thanh Ma vương.

bốn là Túc Xuyến.⁵³⁸ Lúc ấy, bốn người con do mắc lỗi lầm, bị vua đuổi đi. Bấy giờ, bốn người con kia đã bị vua đuổi đi, mọi người dắt theo em gái cùng đi sang nước khác, đến bên bờ sông Hằng⁵³⁹ dưới núi Tuyết, cách trú xứ của Tiên nhân Kiếp-tỳ-la không xa, mọi người cắt cỏ làm thảo am, rồi kết hôn với những người em gái trong thân thích ấy sống chung, từ đó sinh ra con cái. Một thời gian, vua Cam Giá nhớ đến bốn người con, hỏi quần thần rằng: 'Bốn người con ta nay đang ở đâu?' Quần thần tâu: 'Bốn người con của vua nhân phạm lỗi lầm mà bị vua đuổi đi, nay sống dưới dãy Đại Tuyết sơn thuộc lãnh địa nước khác, bên bờ sông Hằng, rồi sinh con cái ở đó.' Nghe vậy, vua Cam Giá bảo các quần thần: 'Bốn người con của ta có khả năng như vậy sao?' Tâu: 'Có khả năng như vậy!' Lúc ấy, vua Cam Giá thong dong giơ cánh tay phải của mình lên nói lớn: 'Con trai ta có năng lực, cực kỳ có năng lực.' Do bởi một người có đại uy đức nói rằng 'Cực kỳ có Năng lực', cho nên gọi là Thích-ca. (*Hán dịch là Năng*)"⁵⁴⁰

[0034a07] Rồi Phật bảo Am-một-la:

"Ngươi có nghe ở đâu nói về nguồn gốc ấy chăng?"

Đáp:

---

⁵³⁸ 炬面,長耳,象肩,足釧. 🔵 *skar mda'i gdong, lag rna, glang po che'i thal gong, rkang rgyan ldan*; 🔵 *Ulkāmukha, Karaṇī, Hastiyaṃsa, Nūpuraka*. 🔵 *Okkāmukkha, Karakaṇḍa, Hatthinika, Sinisūra*. Trường: 面光,象食,路指,莊嚴. Diện Quang, Tượng Thực, Lộ Chỉ, Trang Nghiêm. Cf. *Mahāvastu* i. 348: 5 người con: *Opura, Nipura, Karakaṇḍaka, Ulkāmukha* và *Hastikaśīrṣa*.

⁵³⁹ 殑伽河岸. 🔵 *skal ldan shing rta*; 🔵 *Bhāgīratha*, TSD Negi, tên gọi khác của sông Hằng. 🔵 *himavantapasse pokkharaṇiyā tīre mahāsākasaṇḍo*, một khu rừng rậm, bên bờ một ao sen dưới chân núi Tuyết.

⁵⁴⁰ Phụ chú trong bản Hán. 🔵 *gzhon nu rnams kyis phod do zhes tshig tu smras pas shākya shākya zhes bya bar grags so*. Pāli, D.i. 93: *sakyā vata, bho, kumārā, paramasakyā vata, bho, kumārā' ti*. Do vua khen ngợi các vương tử này là *Sakyā*, những người "Có Năng Lực", nên từ đó họ được gọi là các Vương tử *Sakya* (🔵 *Śakya*): Thích-ca.

"Kiều-đáp-ma, tôi có nghe dòng họ Thích-ca từ xưa từ đây sinh ra."

Phật bảo Am-một-la:

"Thuở xưa vua Cam Giá có tỳ nữ tên là Chức Kinh[541], dung nhan xinh đẹp, mọi người ưa nhìn. Lúc ấy có một Tiên nhân thuộc dòng dõi Ma-đăng-già[542] do cùng sống chung một nơi với tỳ nữ, cho nên cùng tư thông, sinh ra một người con trai. Người con trai ấy vừa sinh ra, liền nói được rằng: 'Hãy tẩy rửa và lau sạch thân con, khử sạch dơ bẩn.' Do đứa bé này mới sinh liền biết nói, nên mọi người bảo là đã sinh quỷ Ca-ni-bà-dạ-na[543], vì vậy mà nó đượcgọi là Ca-ni-bà-dạ-na. Dòng họ Ca-ni-bà-dạ-na bắt nguồn từ đó.

"Này Am-một-la! Ông có từng nghe dòng họ Ca-ni-bà từ đây sinh ra không?"

Khi nghe Phật nói như vậy, Am-một-la tức thì im lặng. Lần thứ hai, thứ ba, Phật hỏi như vậy. Am-một-la cũng vẫn im lặng. Lúc ấy, thần Chấp kim cang[544], tay cầm chày kim cang, lửa cháy sáng rực, màu như lửa dữ, cầm chày nhắm vào đầu Am-một-la nghĩ rằng: "Nay đức Thế Tôn ba lần hỏi về nguồn gốc dòng họ của Am-một-la, nếu Am-một-la không trả lời đức Thế Tôn, ta sẽ cầm cái chày lửa này đập vỡ đầu Am-một-la thành bảy phần." Lúc ấy, Am-một-la do uy lực của Phật mà nhìn thấy thần kia cầm chày kim cang, tức thì hoảng hốt, lông tóc trên thân đều dựng đứng, bạch Phật rằng:

"Kiều-đáp-ma, tôi có nghe nói Ca-ni-bà-dạ-na từ đó sinh ra."

Ngay khi ấy, các bà-la-môn kỳ cựu nói với Phật:

"Thế Tôn! Chúng tôi xưa nay không tin. Nay nghe lời Thế Tôn nói ra mới biết dòng dọ của Am-một-la là do tỳ nữ của tộc Thích-ca sinh ra. Lời nói ấy không phải là sai."

---

[541] 織經. Tib *sngo phod ma*. Skt *Diśikā*. Pali *Disā*; Trường: 方面 Phương Diện.
[542] 摩登伽種. Tib *gdol pa'i rigs pa*, dòng họ *Caṇḍāla* (Chiên-đà-la).
[543] 迦尼婆夜那. Tib *mig 'dzums kyi bu*. Skt *Kāṇvayana*. Pali *Kaṇhāyana*.
[544] 執金剛神. Tib *gnod sbyin lag na rdo rje*. Skt *vajrapāṇi-yakṣa*. Pali *vajirapāṇī yakkho*, Chấp kim cang dược-xoa (Dạ-xoa).

[0034a28] Lúc bấy giờ, đức Thế Tôn bảo các bà-la-môn rằng:

"Các ông không nên vì dòng họ do tỳ nữ sinh ra mà chê bai Am-một-la. Vì sao vậy? Thuở xưa, Tiên nhân kia[545] có đại thần thông uy đức, do vua Cam Giá từng mắc lỗi lầm với Tiên nhân ấy, cho nên tiên nhân liền dùng lời thề bằng thần chú ác độc mà trừng phạt. Vua nghe ác chú, ưu sầu sợ hãi, lông tóc dựng đứng, bèn dùng vô số trân báu để trang sức cho người con gái lớn, rồi tay trái nắm người con gái, tay phải cầm một bình vàng để trao cho Tiên nhân làm vợ. Nhưng Tiên nhân kia không nhận con gái của vua."

Lúc ấy, Am-một-la nghe đức Thế Tôn nói mình thuộc dòng dõi do tỳ nữ sinh ra nên im lặng tiều tụy, cúi mặt nhìn xuống, mất hết uy quang, ngồi suy nghĩ.

[0034b08] Lúc bấy giờ, đức Thế Tôn nghĩ rằng: "Do Ta nói Am-một-la Tử kia thuộc dòng dõi tỳ nữ sinh ra nên im lặng tiều tụy, mất hết uy quang, ngồi suy nghĩ. Vật Ta nên nói chuyện với y."

Nghĩ như thế rồi, Phật bảo Am-một-la:

"Này Ma-nạp-bà! Nếu như thiếu niên sát-lợi kết hôn với thiếu nữ bà-la-môn, từ đó sinh ra con trai. Đứa con trai ấy có được cùng đứng ngồi, cùng tế và nhận nước, cùng đọc kinh sách, khi ở trong chúng bà-la-môn hay không?"

Am-một-la trả lời: "Vâng được, Kiều-đáp-ma!"

Phật nói:

"Này ma-nạp-bà! Đứa con trai kia có được nhận quán đảnh của sát-lợi không?"

Đáp: "Vâng được, Kiều-đáp-ma. Vì sao vậy? Vì là cháu ngoại của bà-la-môn, nhưng là con trai của dòng họ sát-lợi."

Phật lại bảo Am-một-la:

"Một thiếu niên bà-la-môn kết hôn với thiếu nữ sát-lợi, thành

---

[545] Pāli *Kaṇha*, con của tỳ nữ, về sau là một Tiên nhân vĩ đại, đi qua phương nam học sách Phạm thiên, rồi đòi cưới con gái vua *Okkāka*.

chồng vợ, sau đó sinh một người nam. Người nam này trong chúng bà-la-môn, được phép cùng ngồi cùng đứng, cùng được tế, và nhận nước, cùng được đọc kinh điển không? Ở trong chúng sát-lợi có được thọ phép quán đảnh không?"

Đáp: "Vâng được, Kiều-đáp-ma. Vì sao vậy? Tuy nó là cháu trai của dòng bà-la-môn, nhưng là cháu ngoại của dòng sát-lợi."

Phật bảo:

"Nếu thiếu niên dòng sát-lợi phạm phải lỗi lầm, bị dòng sát-lợi đuổi đi, thì người ấy có còn được cùng ngồi cùng đứng, được tế, nhận nước, được đọc kinh điển chung trong chúng bà-la-môn không?"

Đáp: "Vâng được, Kiều-đáp-ma."

"Ở trong chúng sát-lợi có được thọ phép quán đảnh không?"

Đáp: "Vâng được, Kiều-đáp-ma. Vì sao vậy? Vì y là người thân thích."

Phật nói:

"Này Ma-nạp-bà, một thiếu niên bà-la-môn, bị bà-la-môn đuổi đi, thì có được cùng ngồi cùng đứng, được cùng tế và nhận nước, cùng được đọc tụng kinh điển trong chúng bà-la-môn không?"

Đáp: "Không được, Kiều-đáp-ma."

"Vậy thì có được nhận quán đảnh của sát-lợi không?"

Đáp: "Không được! Vì sao? Vì phạm giới này, gọi là bà-la-môn chiên-trà-la."

Phật nói:

"Này ma-nạp-bà, nên biết, xét về huyết thống,[546] chủng tánh sát-lợi được trọng vọng, tôn quý nhất, bà-la-môn không bằng. Cho nên Phạm thiên Chúa tế của thế giới Sa-ha[547] nói già-tha rằng:

---

[546] 刹利生. Tib. *rus dang rigs dang gnad kyis*; xét về huyết thống, gia tộc, chủng tộc.
[547] 娑呵世主. Tib. *mi mjed bdag po*. Skt. *Sahāmpati*.

> *Chủng tánh, sát-lợi nhất,*
> *Tôn quý loài hai chân.*
> *Minh và hành viên mãn:*
> *Trên tất cả trời, người.*

[0034c05] "Này ma-nạp-bà! Ta cũng nói lại già-tha như vậy:

> *Chủng tánh, sát-lợi nhất,*
> *Tôn quý loài hai chân.*
> *Minh và hành viên mãn:*
> *Trên tất cả trời, người.*[548]

[0034c08] "Này ma-nạp-bà! Ý ông thế nào? Nếu bà-la-môn (tịnh hạnh)[549] kết hôn với bà-la-môn, thì có được chỗ ngồi, hay nước[550], và tụng đọc kinh điển của mình trong đây hay không?"

Đáp: "Được."

Phật nói:

"Nhân bởi tụ hội kết hôn mà chấp vào chủng tánh. Nếu những ai hoàn toàn chấp vào chủng tánh, rồi nói rằng ta là ma-nạp-bà, thì người này không thể hiện chứng Minh Hành Túc vô thượng. Nếu ai buông bỏ kiêu mạn về chủng tánh, người ấy có thể tu hành, có thể chứng Minh Hành Túc vô thượng này."

Lúc ấy, Am-một-la bạch Phật rằng:

"Tôi đã ngông cuồng, trước mặt Thế Tôn mà sinh tâm khinh mạn. Trong quá khứ, hiện tại, cho đến tương lai, cũng không có ai (ngông cuồng) như vậy. Kính mong Tôn giả nói cho tôi nghe về pháp thù thắng như vậy, do đây khiến tôi có thể hiểu được Minh Hành Túc."

Phật dạy:

---

[548] Pāli, dẫn trên: *khattiyo seṭṭho janetasmiṃ, ye gottapaṭisārino; vijjācaraṇasampanno, so seṭṭho devamānuse*. Những ai y chủng tánh, Sát-lị nhất loài người. Đấng Minh Hành viên mãn, Tối tôn trên tôn người.

[549] bà-la-môn, Hán dịch "tịnh hành", âm nghĩa đồng nhất.

[550] Bản Hán, 祭水, 祇 *stan nam chu'am*...

"Hãy lắng nghe, và khéo suy nghiệm kỹ! Này ma-nạp-bà, Chư Phật xuất hiện thế gian, Như Lai, Ứng cúng, Chánh đẳng giác, Minh hành túc, Thiện thệ, Thế gian giải, Vô thượng sĩ, Điều ngự trượng phu, Thiên nhân sư, Phật Thế Tôn. Rồi Ngài thuyết pháp, pháp ấy sơ thiện, trung thiện, hậu thiện, từ nghĩa xảo diệu, chỉ bày viên mãn phạm hạnh thanh bạch, thuần nhất không tạp. Nếu cư sĩ, con của cư sĩ, sau khi nghe được pháp này mà sinh tín tâm; do tín tâm mà chuyên tu học, biết rằng tại gia là chỗ tích tập của các khổ não. Phàm xuất gia đi đến chỗ khoảng khoát. Nếu sống ở tại gia thì bị ràng buộc với nhiều hệ lụy câu thúc, cho đến trọn đời, không thể tu tập phạm hạnh thanh bạch, thuần nhất không tạp. Vậy ta hãy cạo bỏ râu tóc, khoác áo ca-sa, với tâm chánh tín, rời bỏ gia đình, sống không gia đình, tinh cần tu tập. Sau khi suy nghĩ quyết định như vậy rồi, người ấy xả bỏ tài vật hoặc nhiều, hoặc ít, lìa bỏ quyến thuộc hoặc lớn, hoặc nhỏ, rồi xả tục xuất gia, cạo bỏ râu tóc, khoác áo ca-sa, khởi tâm chánh tín, từ giã gia đình sống không gia đình, sống trong giới luật thanh tịnh, khoác y giải thoát, đầy đủ pháp hành, thấy tội dù nhỏ, thâm tâm cũng khiếp sợ; sau khi lãnh thọ, tu học tất cả thiện phẩm, từ bỏ sát sanh, buông bỏ dao gậy, đối với hữu tình thảy đều khởi tâm từ bi, cho đến ruồi kiến, không mang tâm hại, *chi tiết trong phẩm Giới uẩn thuộc kinh Trường A-cấp-ma nói về sự kiện bà-la-môn Am-bà-sa.*⁵⁵¹

III. NHẤT THIẾT TRÍ⁵⁵²

[0035a04] Lúc bấy giờ, đức Thế Tôn đến thôn Diệp⁵⁵³, sau khi thuyết kinh *Tứ Phật tọa*⁵⁵⁴ cho bốn chúng, lại đi đến tụ lạc Nhật

---

⁵⁵¹ Phụ chú trong bản Hán. Chi tiết như trong kinh "A-ma-trú", *Trường A-hàm* dẫn trên, phần nói về giới phẩm. Bản 藏 chi tiết cho đến hết kinh.

⁵⁵² Mục này gồm hai phần trong nhiếp tụng: tại Thất tụ lạc Thất diệp và Nhất xuất, bản Hán dịch tóm tắt.

⁵⁵³ 葉聚落. 藏 *lo ma bdun*; 梵 *Saptaparṇā*. Có lẽ là hang Thất diệp gần thành Vương xá.

⁵⁵⁴ 四佛坐經. 藏 *sangs rgyas bzhi rnams kyi gdan*. Không rõ nội dung. Bốn Phật: quá khứ Hiền kiếp ba vị, và hiện tại đức Thích-ca Mâu-ni. Tọa

xuất⁵⁵⁵, thuyết kinh cho hai chị em người nữ, một người tên Hiền Hỷ, một người tên Minh Nguyệt,⁵⁵⁶ chi tiết nói kinh như trên.

IV. XÁ-VỆ THÀNH

1. Tạo nghiệp với tâm ác

Đức Thế Tôn lại đến Kiều-tát-la⁵⁵⁷, du hành nhân gian, đến thành Thất-la-phiệt.

Bấy giờ, trưởng giả Cấp Cô Độc đi đến chỗ Phật, đảnh lễ chân Phật, rồi lui ngồi một phía. Thế Tôn tuyên nói pháp yếu, khai thị, chỉ giáo, khuyến khích, khiến cho hoan hỷ, sau đó ngồi im lặng. Lúc bấy giờ, trưởng giả Cấp Cô Độc từ chỗ ngồi đứng dậy, chắp tay đảnh lễ mà bạch Phật rằng:

"Cúi mong đức Thế Tôn và các chúng bí-sô ngày mai đến nhà con thọ nhận cúng dường."

Thế Tôn im lặng nhận lời. Biết Phật đã nhận lời, trưởng giả từ giã ra về. Trong đêm hôm ấy, ông sắp bày thức ăn nước uống thanh tịnh trang nghiêm. Vào lúc sáng sớm, sai người đi thỉnh đức Phật: "Cúi xin Thế Tôn chiếu cố đi đến nhà." Thế Tôn đến nơi, thọ thực xong, lúc ấy trưởng giả chọn một chỗ ngồi thấp, chuyên tâm để nghe pháp. Bấy giờ, đức Thế Tôn nói các pháp yếu cho trưởng giả Cấp Cô Độc, khiến cho hoan hỷ xong, rời chỗ ngồi đứng dậy trở về.

Các bà-la-môn, cư sĩ, lần lượt cúng dường Phật và thánh chúng.

---

xứ Bốn Phật, xem đoạn trên, chương IV.

⁵⁵⁵ 日出聚落. [Tib] ['Dul ba kha 86a6]. 'char ka.

⁵⁵⁶ 賢喜明月. [Tib] mdzes ldan, nyi ldan, [Pali] Somā và Sakulā. Somā là vương phi của vua *Pasenadi*. 'Dul ba kha 86a6-92a6, nội dung chi tiết tương đồng với kinh *Kaṇṇakatthalasuttaṃ*, M. 90, PTS. ii.126 tt.; không phải Phật thuyết cho hai chị em này, mà nhân vua chuẩn bị đi viếng Phật, hai bà gởi lời kính lễ Thế Tôn. Nhân đó vua hỏi Phật về nhiều vấn đề: nhất thiết trí, bốn giai cấp, chư thiên, Phạm thiên. Hán dịch, *Trung A-hàm* 59, kinh số 212, "Nhất thiết trí".

⁵⁵⁷ 'Dul ba kha 92a7.

Khi các bí-sô thọ thực, chưa ăn nhưng lấy thức ăn cho người nghèo trước. Các bà-la-môn, cư sĩ, thấy đều nổi lên chê trách. Các bí-sô đem duyên sự này bạch Phật. Phật dạy: "Phải ăn trước rồi mới bố thí người nghèo sau."

[0035a19] Có hai người ăn xin, mà một là thiếu niên bà-la-môn, người kia là thiếu niên sát-lợi.[558] Thiếu niên bà-la-môn ấy do không biết lễ nghi, Tăng-già chưa ăn mà đến xin thức ăn trước, nên các bí-sô không ai cho thức ăn. Thiếu niên sát-lợi đợi Tăng-già ăn xong rồi mới đến xin, nên được chúng bí-sô cho thức ăn nhiều. Thiếu niên sát-lợi hỏi thiếu niên kia rằng:

"Ông xin được thức ăn không?"

Thiếu niên bà-la-môn đáp:

"Tôi chẳng được thức ăn". Rồi nhân thế sân hận, nói: "Nếu được tự do thì tôi sẽ chặt đầu hết bọn đệ tử của Thích-ca đem vứt trên đất."

Thiếu niên sát-lợi nói:

"Nếu tôi được tự do thì sẽ đem sáu loại mỹ vị hằng ngày cúng dường đức Phật và các bí-sô."

Hai thiếu niên kia nói như vậy rồi, bèn nằm ngủ say dưới gốc cây. Lúc bấy giờ, có một cỗ xe đi qua, ngựa lồng lên, nên xe cán qua đồng tử bà-la-môn khiến y đứt đầu. Lúc ấy, nhân sự cố này mà đức Thế Tôn nói già-tha rằng:

> *Ý thường làm chủ,*
> *Dẫn đầu tạo nghiệp.*
> *Với tâm sân hận,*
> *Thọ ngay quả báo.*
> *Khổ đến bức thân,*
> *Bánh xe cán đầu.*[559]

---

[558] Câu chuyện cũng được thấy trong kinh Xuất diệu quyển 28, phẩm 32 "Tâm ý phẩm", T04n0212_p0760a13.

[559] Tib. ['Dul ba kha 93a5]. *chos rnams sngon du yid 'gro yid gtso yin ||yid mgyogs rab tu sngar ba'i yid kyis ni ||smras sam byas na de nas*

2. Thiện nghiệp thiện báo

[0035b03] Lúc bấy giờ, Cụ thọ A-nan-đà bạch Phật rằng: "Bạch Thế Tôn, thi tụng này được nói, nghĩa ấy thế nào?"

Phật bảo A-nan-đà rằng:

"Ông nay thấy không? Thiếu niên tử bà-la-môn kia khởi tâm bất thiện, tuôn lời thô ác đối với Phật và bí-sô. Do nguyên nhân này, mà bị bánh xe cán đứt đầu."

A-nan-đà thưa: "Con nay đã thấy!"

Thế Tôn dạy rằng: "Ta thấy việc này, nên nói già-tha."

[0035b07] Lúc ấy, thành Thất-la-phiệt có một trưởng giả không có con, thân hoại mạng chung. Các cư sĩ bà-la-môn trong thành cùng nhau bàn luận: "Nay trưởng giả này thân thì chết mà lại không có con, vậy sẽ cho người nào kế thừa?"

Khi đó họ thấy thiếu niên sát-lợi kể trên nằm ngủ dưới gốc cây, bấy giờ mặt trời đã ngả về tây, bóng cành cây che trên thân thiếu niên mà không dời đi. Mọi người thấy vậy bèn mang về nhà, cho kế thừa sản nghiệp trưởng giả. Kế thừa sự nghiệp xong, thiếu niên này nghĩ: "Đây là nhờ năng lực của Phật Pháp Tăng, vậy hôm nay ta xin thiết lễ cúng dường đức Thế Tôn và chúng bí-sô." Nghĩ như vậy xong, bèn đi đến chỗ Thế Tôn, đầu mặt lễ chân Phật, chọn một chỗ ngồi thấp, ngồi xuống một bên. Lúc bấy giờ, đức Thế Tôn nói các pháp yếu cho đồng tử kia. Sau khi nghe pháp, thiếu niên rời chỗ ngồi đứng dậy, chắp tay bạch Phật:

"Cúi mong đức Thế Tôn, cùng chúng bí-sô giờ ăn ngày mai đến nhà con thọ nhận cúng dường."

Đức Thế Tôn im lặng nhận lời thỉnh cầu.

Lúc ấy đến giờ ăn, đức Thế Tôn cùng các bí-sô đến nhà thiếu niên. Thọ thực xong, nói pháp phù hợp căn cơ cho thiếu niên kia. Tức thì,

---

sdug bsngal de ||'thob 'gyur 'khor lo 'phyan pas mgo bo bcad ||
Dhammapada 1.

thiếu niên chứng quả Dự lưu, rõ được lý Tứ đế, bằng chày kim cang trí mà phá sập tà kiến tát-ca từ vô thủy đến nay, rồi tự nói rằng: "Nay con với tín tâm, quy y Phật Pháp Tăng, cho đến trọn đời, mãi không thoái chuyển."

Đức Thế Tôn sau khi nói pháp yếu cho thiếu niên, khai thị, chỉ giáo, khuyến khích, khiến cho hoan hỷ. Thiếu niên kia rời chỗ ngồi đứng dậy, đảnh lễ rồi lui ra.

Lúc ấy, đức Thế Tôn trở về chỗ cũ, nói kệ tụng này trước chúng bí-sô:

Ý thường làm chủ,
Dẫn đầu tạo nghiệp,
Với tâm ý tịnh,
Liền thọ thiện báo.

[0035b28] Lúc bấy giờ, Cụ thọ A-nan-đà bạch Phật: "Bạch đức Thế Tôn! Bài tụng được nói này, nghĩa của nó thế nào?"

Phật bảo A-nan-đà:

"Ông thấy thiếu niên sát-lợi kia? Do phát đại tín tâm đối với Phật và thánh chúng, nhờ năng lực này mà được các cư sĩ bà-la-môn tại thành Thất-la-phiệt cho kế thừa làm trưởng giả, nay thọ của cải và địa vị. Vì vậy ta nói già-tha rằng:

Ý thường làm chủ,
Dẫn đầu tạo nghiệp.
Tâm ý thanh tịnh,
Liền thọ thiện báo.

V. TỨ PHẬT TÒA

[0035c06] Lúc bấy giờ, Thế Tôn đến tụ lạc Bà-la-la,⁵⁶⁰ chi tiết như trong kinh *Tứ Phật tòa*.

Lại đến tụ lạc tên là Thắng thổ⁵⁶¹, chi tiết như trong kinh *Tứ*

---

⁵⁶⁰ 婆羅羅. Tib *gdu bu can*; Skt *Valaya*.
⁵⁶¹ 勝土. Tib *sa can*.

Phật tòa.

Lại đến tụ lạc Sư tử⁵⁶², chi tiết như trong *Tứ Phật tòa.*

Lại đến tụ lạc Tân⁵⁶³, chi tiết như trong kinh *Tứ Phật tòa.*

Đức Thế Tôn đến thành nọ, trong thành ấy lại nói kinh *Tứ Phật tòa.*

Đức Thế Tôn đến thành Vương xá.

Bấy giờ có hai phạm-chí: một người tên là Vi Tòa, một người tên là Cao Tòa.⁵⁶⁴ Hai phạm-chí kia đi đến bên ao Ma-yết-đà, ban đêm câu cá mà ăn. Nếu vào ban sớm, ngồi trên hai cái ghế chồng nhau, rồi tụng già-tha rằng:

> *Thường hành chánh pháp,*
> *Gọi là bí-sô;*
> *Xả ly các việc,*
> *Đây là nẻo thiền.*

[0035c16] Lúc bấy giờ, Thế Tôn biết thời gian điều phục vị phạm-chí kia đã đến, liền tới chỗ ông, nói già-tha rằng:

> *Kệ tụng ông đọc,*
> *Nên chứng như vậy:*
> *Xem ông tựa lành,*
> *Mà tâm bất tịnh.*
> *Vắng lặng điều phục,*
> *Chớ hại chúng sinh,*
> *Xả ly các ác,*
> *Đây là nẻo thiền.*
> *Nếu thân khẩu ý*
> *Không làm các ác,*

---

⁵⁶² 師子. [Tib] *seng ge can.*
⁵⁶³ 新聚落. [Tib] *grong gsar.*
⁵⁶⁴ 為座, 高座. [Tib] ['Dul ba kha 94b6] chỉ thấy nói một người, *khri'eu brtsegs*, Cao Tòa.

Điều phục chính mình,
Đây là nẻo thiền.

[0035c22] Lúc bấy giờ, hai phạm chí kia nghe đức Thế Tôn nói tụng, khởi niệm nghĩ rằng: "Nay Kiều-đáp-ma khéo biết tâm ta rồi", bèn sinh cung kính. Thế Tôn xét thấy căn tánh vị kia đúng thời cơ nên nói cho lý bốn chân đế.

Lúc ấy, phạm chí kia bằng chày kim cang trí tuệ phá vỡ tất cả núi tà kiến phiền não tích tập từ vô thủy đến nay, chứng quả Dự lưu.

Thời gian sau đó, các bí-sô thấy Phạm chí kia chồng ghế ngồi mà đắc quả Dự lưu, thảy đều bắt chước. Có một bí-sô, đứng trước Thế Tôn, chồng ghế lên ngồi để nghe pháp. Bí-sô ấy lẽ ra có thể thấy chân lý Tứ đế nhưng trái lại chẳng thấy được. Thế Tôn quán sát bí-sô kia đáng lẽ đã thấy đế lý, nhưng tại sao không thấy? Thế Tôn liền biết vì nguyên chồng ghế mà ngồi, không cung kính Thế Tôn. Thế Tôn nghĩ rằng: "Cần quy định các ní-sô không được chồng ghế mà ngồi, vì có nhiều lỗi ở đây." Do đó Thế Tôn răn, các bí-sô không nên làm như thế.[565]

VI. NI-CÂU-LOẠI[566]

[0036a03] Lúc bấy giờ, Thế Tôn rời thành Vương xá, đi đến thôn Đa căn thụ[567], khoác y cầm bát vào thôn khất thực. Có một phụ nữ ở thành Kiếp-tì-la về làm vợ ở thôn này. Lúc ấy, người phụ nữ kia thấy Thế Tôn, thân trang nghiêm với 32 tướng, 80 vẻ đẹp, một vòng ánh sáng quanh đỉnh đầu, như trăm ngàn ánh sáng mặt trời chiếu soi, tựa như núi báu. Phụ nữ ấy thấy thế, nghĩ thầm: "Đức Thế Tôn là nguồn ái hỷ của dòng họ Thích, trong chủng tộc Luân vương, đã xả bỏ các thể nữ, tài vật, kho lẫm, xuất gia hành đạo. Nay sống bằng khất thực. Nếu

---

[565] Tib ['Dul ba kha 94a.7] *dge slong gis khri'u'i steng du khri'u bzhag pa la 'dug par mi bya'o || 'dug na 'gal tshabs can du 'gyur ro ||* "Bí-sô không được ngồi lên ghế chồng đôi. Ai ngồi lên, phạm tội vi việt."

[566] Cf. Divy. 67.

[567] 多根樹村. Tib *nya-gro-dha.* Skt *nyagrodha* (ni-câu-loại), loại cây đa Ấn-độ. Gọi là "đa căn thọ", vì nó có nhiều rễ.

Thế Tôn đến ta xin cơm[568], ta sẽ dâng cúng."

Lúc ấy, Thế Tôn biết tâm niệm người nữ kia, bèn ôm bát tiến đến gần xin, bảo người nữ:

"Này cô, cô cho tôi thức ăn bỏ đầy bát này."

Lúc ấy, người nữ kia thấy đức Thế Tôn biết tâm niệm mình, sinh lòng cung kính gấp bội, bèn bố thí cơm cho Phật. Thế Tôn nhận cơm, rồi mỉm miệng cười.

Theo phép thường của chư Phật, nếu mỉm miệng cười tức là phóng ra vô số hào quang xanh, vàng, đỏ, trắng từ miệng, luồng ánh sáng ấy hoặc chiếu lên trên, hoặc chiếu xuống dưới. Ánh sáng chiếu xuống dưới nhằm cứu khổ địa ngục, như địa ngục đẳng hoạt, địa ngục hắc thằng, địa ngục chúng hợp, địa ngục đại khiếu, địa ngục tiểu viêm nhiệt, địa ngục cực nhiệt, địa ngục a-tỳ...; cho đến tám địa ngục lạnh: có địa ngục mụn nước, địa ngục a-trá-ha, địa ngục trá-ha-bà, địa ngục hô-bà-hô, địa ngục hoa sen trắng, địa ngục hoa sen xanh, địa ngục hoa sen lớn. Địa ngục nóng ấy gặp ánh sáng này thì được mát mẻ; địa ngục lạnh nếu gặp hào quang Phật thì đều được ấm áp, tất cả khổ não các chúng sinh này đều được chấm dứt. Khỏi được khổ rồi, đều nghĩ thế này: "Chúng ta bỏ mạng nơi đây, sẽ sinh vào chỗ nào?"

Lúc ấy, do đức Thế Tôn thương xót chúng hữu tình kia, sai khiến một hóa thân đến địa ngục. Các hữu tình ấy thấy hóa thân Phật, đều nghĩ thế này: "Chúng ta sẽ không từ đây mất đi để sinh vào nơi khác, nhờ uy lực của đức Thế Tôn mà chúng ta sẽ dứt các khổ não." Tất cả cùng phát tín tâm, nghiệp khổ đều dứt hết. Từ địa ngục mất đi, thọ sinh vào cõi trời người. Sinh vào cõi trời người rồi, sau đó sẽ gặp được Phật, bèn chứng thánh quả.

---

[568] 麨, xiểu, thường hiểu là gạo rang, nhưng đây chỉ chung gạo, bột chín, hay cơm các thứ từ ngũ cốc đã nấu chín. [Tib] zan, dịch từ [Skt] anna, chỉ chung các thức ăn, đặc biệt là cơm (gạo nấu chín).

Lúc bấy giờ, ánh sáng chiếu lên phương trên, ánh sáng ấy soi khắp cõi trời Tứ vương thiên, trời Tam thập tam, trời Đổ-sử-đa, trời Hóa lạc, trời Tha hóa tự tại, trời Phạm-ma, trời Phạm phụ, trời Đại phạm, trời Thiểu quang, trời Vô lượng quang, trời Cực quang tịnh, cho đến bốn cõi trời Vô sắc giới. Ánh sáng chiếu đến các cõi trời, thảy đều phát ra âm thanh vô thường, khổ, không, nói hai già-tha rằng:

Người nên cầu xuất ly,
Siêng tu lời Phật dạy;
Hàng phục quân sinh tử,
Như voi phá nhà cỏ.
Ở trong pháp luật này,
Thường không nên phóng dật;
Tát cạn biển phiền não,
Sẽ hết ngằn mé khổ.

[0036b07] Ánh sáng ấy chiếu khắp ba ngàn đại thiên thế giới rồi, lần lượt sẽ cuộn thâu lại, đi theo đức Thế Tôn. Nếu đức Phật Thế Tôn, muốn nghĩ đến việc quá khứ thì ánh sáng ấy từ phía trước lặn xuống; muốn nghĩ đến việc tương lai thì ánh sáng ấy từ phía sau lặn xuống; nếu nghĩ đến việc ở địa ngục thì ánh sáng ấy từ dưới chân lặn xuống; nếu nghĩ đến việc ở loài bàng sanh thì ánh sáng ấy từ gót chân lặn xuống; nếu nghĩ đến việc ở chốn ngạ quỷ thì ánh sáng ấy từ mu bàn chân lặn xuống; nếu nghĩ đến việc ở chốn nhân gian thì ánh sáng ấy từ đầu gối chân lặn xuống; nếu nghĩ đến việc của Lực luân vương thì ánh sáng ấy từ lòng bàn tay trái lặn xuống; nếu nghĩ đến việc của Chuyển luân vương thì ánh sáng ấy từ lòng bàn tay phải lặn xuống; nếu nghĩ đến việc sinh thiên thì ánh sáng ấy từ lỗ rốn lặn xuống; nếu nghĩ đến việc Thanh văn bồ-đề thì ánh sáng ấy từ trong miệng lặn xuống; nếu nghĩ đến việc Duyên giác bồ-đề thì ánh sáng ấy từ giữa chặng mày lặn xuống; nếu nghĩ đến việc Vô thượng chánh đẳng giác thì ánh sáng ấy từ đỉnh đầu lặn xuống.

Lúc bấy giờ, hào quang Phật chiếu quanh đức Thế Tôn ba vòng, từ giữa chặng mày lặn xuống. Khi ấy, Cụ thọ A-nan-đà chắp tay thưa Phật rằng: "Bạch đức Thế Tôn! Như Lai, Ứng, Chánh đẳng giác, mỉm cười hoan hỷ, chẳng phải là không có nhân duyên." Liền nói già-tha mà thỉnh Phật rằng, *già-tha ấy như phần khác*.[569]

[0036b19] Lúc bấy giờ, Thế Tôn bảo A-nan-đà: "Đúng vậy, A-nan-đà! Đúng vậy, A-nan-đà! Không phải không có nhân duyên mà được thấy Như Lai, Ứng cúng, Chánh đẳng giác mỉm cười. Ngươi có thấy người nữ bà-la-môn kia với tín tâm bố thí cơm cho Ta?"

A-nan-đà trả lời: "Con có thấy."

Phật nói:

"Người nữ kia, do thiện căn này, từ nay trở đi, trong mười ba kiếp, không đọa ác thú; luân chuyển tái sanh giữa chư thiên và loài người, cho đến thân cuối cùng, chứng quả Độc Giác, hiệu là Thiện Nguyện[570], tiếng thơm vang khắp."

Nữ bà-la-môn kia do phát khởi tín tâm, đem cơm cúng dường Như Lai, đức Thế Tôn thọ ký cho tương lai sẽ thành tựu quả Bồ-đề của Độc Giác. Chồng cô đi hái hoa đốn củi ở cánh rừng hoang, nghe nói vợ mình cúng dường cơm cho Sa-môn Kiều-đáp-ma mà được thọ ký thành Bích-chi-phật; nghe thế, ông nổi giận, đi đến chỗ Thế Tôn, hỏi:

"Ông có đến nhà tôi không?"

Thế Tôn đáp:

"Quả thực Ta có đến."

Người chồng lại hỏi:

"Vợ tôi bố thí cơm. Ông có thọ ký cho nó sẽ thành Bích-chi-phật không?" Phật bảo:

"Này ông bà-la-môn, đúng vậy."

"Này ông Kiều-đáp ma, ông từ chủng tộc Chuyển luân vương, xả bỏ vương vị xuất gia, vì để xin cơm mà nói lời đại vọng ngữ. Ai tin ông được, vì chỉ với một hạt giống nhỏ này mà được quả báo lớn như thế?"

---

[569] Tib kể tóm lược. Chi tiết, xem đoạn trên, kệ tụng trong mục II. BỆNH TRĨ. Cht. 149.

[570] 善願. Tib *shin tu lags smon*.

Phật nói:

"Này ông bà-la-môn, do bởi nhân duyên này, Ta nay hỏi ông, hãy tùy ý mà trả lời. Này ông bà-la-môn, ý ông nghĩ sao? Ông đã từng thấy được pháp hy hữu chưa?"

Đáp: "Kiều-đáp-ma, hãy gác lại pháp hy hữu kia. Trong tụ lạc Đa căn thọ mà tôi đang sống này, cũng có chuyện hy hữu. Ông hãy nghe đây, này ông Kiều-đáp-ma! Ở phía đông tụ lạc này, có cây noa-cù-đà[571] xanh tốt xum xuê. Ở dưới gốc cây, 500 cỗ xe dừng nghỉ cũng không phương ngại gì. Do cây này mà tụ lạc được gọi tên như vậy[572]."

Phật nói:

"Này ông bà-la-môn, cây đa căn thọ kia, hạt giống lớn cỡ nào? Lớn bằng thửa ruộng? bằng giỏ tre? bằng cối xay mè? bằng cái bánh xe? bằng cái rọ trâu, cái sọt, quả tần-loa[573], quả kiếp-tất-tha[574]?"

Đáp: "Không giống. Chỉ bằng một phần tư hạt cải."

Phật nói:

"Này ông bà-la-môn, sao có thể tin được một hạt nhỏ như vậy mà có thể sinh ra cây lớn như lời ông nói?"

Ông bà-la-môn trả lời đức Thế Tôn:

"Mặc kệ ông có tin hay không, còn chính mắt tôi thấy như thế. Nhưng ở vùng đất ấy không bị tổn thương, đất tốt màu mỡ; hạt tuy không lớn nhưng gieo trồng đúng phép, mưa xuống đúng mùa, vì vậy mà cây này sinh trưởng thành đại thụ."

Lúc ấy, đức Thế Tôn do nhân duyên này mà nói già-tha rằng:

Như ruộng và hạt giống
Chính ông nay đã thấy.

---

[571] 挐瞿陀, Skt *nyagrodha*, trên kia dịch là "đa căn thọ". xem cht. 567.
[572] Thôn này tên *Nyagrodha*, Hán dịch nghĩa là thông Đa căn thọ.
[573] 頻螺果. Tib. *bil ba*, Skt *bilva*, giống quả dưa chuột, hay chanh dây (?)
[574] 劫畢他果. Tib. = Skt *kapittha*, quả của cây Ferona Elephantum (Monier-Williams).

> *Về nghiệp và quả báo*
> *Như Lai tự thân chứng.*
> *Như điều ông thấy được,*
> *Hạt nhỏ thành cây lớn.*
> *Như vậy Ta thấy đây,*
> *Nhân nhỏ thành quả lớn.*

[0036c22] Lúc bấy giờ, Thế Tôn từ miệng cho ra tướng lưỡi rộng dài, phủ đến chân tóc, rồi hỏi bà-la-môn:

"Ý ông nghĩ sao? Nếu người có thể cho lưỡi trùm khắp khuôn mặt, thì người ấy há có thể chỉ vì trăm ngàn ngôi vị Chuyển luân mà vọng ngữ hay sao?"

Bà-la-môn trả lời:

"Dạ không, thưa Kiều-đáp-ma."

Lúc ấy, đức Thế Tôn nói già-tha rằng:

> *Ta xưa nay chưa từng vọng ngữ,*
> *Tướng lưỡi phát sinh do thành thật.*
> *Ông nay hãy nên nói như vậy,*
> *May gặp Như Lai được giác ngộ.*

[0036c28] Lúc bấy giờ, bà-la-môn vừa nghe lời này xong, sinh tâm kính tín. Đức Thế Tôn biết ý lạc, tùy miên, giới loại và bản tính của ông, thấy đúng lúc nên nói cho pháp Tứ thánh đế, *rộng nói như trước*, bằng chày trí tuệ mà phá tan các tà kiến tát-ca tích tập từ vô thủy, hiện chứng Sơ quả, rồi xướng lên rằng: "Con thành Dự lưu. Con nay suốt đời quy y Phật Pháp Tăng bảo, thọ năm học xứ, làm ô-ba-sách-ca. Kính mong đức Thế Tôn chứng tri!"

Bà-la-môn sau khi nghe Phật dạy, hoan hỷ thọ trì, lễ Phật rồi lui ra.

CHƯƠNG VII. KIM-TÌ-LA

Nhiếp tụng:

Kim-tì, rồng cầm lọng,
Ma-thu-la, Hộ Quốc,
Đại tượng và đại thành,
Tố-lỗ, thôn Phạm chí,
Dị đạo, Lô-hê-đức.[575]

I. RỒNG CẦM LỌNG

[0037a06] Lúc bấy giờ[576], Thế Tôn trú trong khu rừng thuộc tụ lạc Kim-tỳ-la[577], *kinh này rộng nói, như Tạp A-cấp-ma.*[578]

---

[575] 'Dul ba kha 94a4.
[576] Đoạn này thuộc mục "Kim-tì-la" như trong Nhiếp tụng giới thiệu, nhưng vì bản Hán chỉ tóm tắt do đó đây không đặt làm mục riêng. Trong đó cũng gồm luôn các kinh Ma-thu-la, Lại-tra-hòa-la, như giới thiệu trong Nhiếp tụng (*ma thu la dang yul 'khor skyong*), được thuật chi tiết trong bản Tib mà bản Hán chỉ giới thiệu đề kinh.
[577] Nguyên Hán: 重毘羅, có lẽ chép nhầm của 金毘羅 Kim-tì-la. Tib.=Skt. *Kimbilā*, một thôn xóm bên bờ sông Hằng (?), Dictionary Pali Proper Names, mục từ "*Kimbilā*".
[578] Tib ['Dul ba kha 97a6-] chi tiết, xem *Tạp A-hàm*, q. 29, kinh 813, T02n0099, tr. 208c12. Tương đương Pāli, cf. S. 54.10 (PTS. v.325) *Kimilasuttaṃ*. Phần đầu, bản Hán và Tib tương đồng: Phật hỏi Kim-tì-la về tu tập bốn niệm trụ; ba lần Phật hỏi, ba lần Kim-tì-la im lặng. Bản Pāli, Phật hỏi về tu tập xuất nhập tức niệm. Phần giữa, nội dung đại thể tương đồng trong ba bản. Đoạn cuối, *Tạp A-hàm* không có thí dụ như trong Bản Tib và Pāli.

Thế Tôn đến tụ lạc thuộc biên địa.⁵⁷⁹ Tại đây có cậu của Cụ thọ Ma-ha Mục-kiền-liên, xuất gia học đạo ở trong nhóm Tiên nhân, mà Cụ thọ Mục-liên có khả năng điều phục.

Lúc ấy, Thế Tôn bảo Mục-liên rằng:

"Ông nên thương nghĩ đến cậu ông!"

Mục-liên thưa:

"Xin vâng, bạch đức Thế Tôn."

Lúc ấy, Mục-liên nghe Phật dạy xong, biết thời cơ điều phục đã đến, liền tới trú xứ của nhóm Tiên nhân.

Lúc ấy, có Tiên nhân bảo Mục-liên rằng:

"Hãy dừng lại. Chớ có vào. Vì đây là trú xứ tu đạo của bà-la-môn."

Mục-liên đáp:

"Tôi cũng là bà-la-môn."

Lúc ấy, vị Tiên nhân nói già-tha rằng:

Trên thân không dây Phạm⁵⁸⁰,
Không cầm thìa⁵⁸¹ tế tự.
Đầu trọc, không thờ lửa,
Nói dối bà-la-môn.

[0037a17] Đại Mục-liên cũng dùng già-tha đáp lại:

Tàm quý là dây Phạm.
Có chánh tuệ, thìa tế.
Thường cầm nước tịnh giới,

---

⁵⁷⁹ 邊地聚落, Tib. *ri bor zhig tu*, tại một thôn xóm miền núi.
⁵⁸⁰ 梵線, Skt. *yajñopavita* (Tib. *mchod phyir thogs*?), "sợi dây thiêng", nghĩa đến là "được hướng dẫn (*upavita*) đến tế tự (*yajña*), choàng lên vai trái và thòng xuống bên phải của một niên thiếu bà-la-môn khi hành lễ tế tự. Tib. *bsang byed* (?).
⁵⁸¹ 祭祀杓, Tib. *blugs gsar*; Skt. *sruva*: thìa gỗ, bà-la-môn dùng để múc dầu chế vào lửa khi cúng tế.

Thanh tịnh làm quân-trì;[582]
Nói thật là ngọn lửa;
Trong lòng định thường lặng;
Trấn tu, hành điều phục,
Đấy thờ lửa chân chính.

[0037a22] Lúc ấy, Tiên nhân kia nói với Mục-liên:

"Mặc dù ông nói như vậy, nhưng cũng không cho phép sa-môn đầu trọc như ông vào nơi cư trú của tôi."

Tôn giả Đại Mục-kiền-liên liền dùng thần lực dấy mưa gió lớn, đến bên hồ nước, ngồi dưới gốc cây.

Bấy giờ, thị tùng của Long vương Nan-đà và Ô-ba-nan-đà[583] trú trong hồ này, nghĩ rằng: "Thánh giả Đại Mục-kiền-liên thường được Long vương Nan-đà và Ô-ba-nan-đà kính trọng. Vậy ta cũng nên cúng dường ngài."

Lúc ấy, thị tùng của Long vương từ cung này xuất hiện, đến chỗ của Mục-liên, cuộn thân bảy vòng che quanh về bên phải tôn giả, sau đó dùng đầu mình che đầu ngài Mục-liên.

Theo phép thường của Tiên nhân, nếu thấy chúng sanh chịu khổ bức thân mà không phát tâm cứu độ thì thối thất đạo tiên. Lúc ấy, các cựu tiên nhân liền nghĩ thầm: "Nếu người xuất gia gặp cơn mưa lớn này, tức sẽ mất mạng, như vậy ta sẽ đánh mất đạo làm tiên của mình." Suy nghĩ thế rồi, bèn từ chỗ tiên nhân cư trú mà xuất hiện, tìm người xuất gia. Thấy Mục-liên được rồng cuộn bảy vòng che quanh, lại dùng đầu nó để che đầu Mục-liên, bèn nói:

"Ông có thể vào trong am này."

Mục-liên trả lời:

"Thưa đại tiên! Ông đã thối thất đạo tiên rồi."

Nghe lời này rồi, biết đây là cháu ngoại, Tiên nhân hỏi:

---

[582] 君持. Skt *kuṇḍī*, bình đựng nước. Tib *ril ba spyi blugs*.
[583] 難陀鄔波難陀. Tib *dga' bo & nye dga' bo*. Skt *Nanda & Upananda*.

"Thánh giả, có phải là Mục-liên?"

Mục-liên trả lời:

"Người đương thời gọi tôi là Mục-liên."

Mục-liên hỏi lại:

"Tiên nhân, vì duyên sự gì mà ông đến đây?"[584]

Tiên nhân đáp:

"Thấy ông chịu khổ bức thân, sợ rằng bị tổn hại, cho nên tôi đến đây."[585]

Lúc ấy, Cụ thọ Mục-liên liền cùng tiên nhân đi đến chỗ Phật, đầu mặt lễ chân Phật, rồi lui ngồi một phía. Mục-liên bạch Phật rằng:

"Bạch đức Thế Tôn! Đây là cậu con, xuất gia trong nhóm Tiên đạo, cúi mong đức Thế Tôn thương xót cứu hộ."

Thế Tôn biết ý lạc, tùy miên, chủng tánh của Tiên nhân kia, mà ứng cơ thuyết pháp. Tiên nhân nghe xong, liền chứng quả Bất hoàn.

Lúc bấy giờ, Tiên nhân rời chỗ ngồi đứng dậy, trật vai áo bên phải, chắp tay cung kính, đảnh lễ bạch Phật:

"Cúi mong đức Thế Tôn tiếp nhận, cho phép con ở trong pháp luật thiện thuyết này mà xuất gia, thọ giới viên cụ, thành tựu tính bí-sô, theo Thế Tôn tu phạm hạnh."

Lúc bấy giờ, Thế Tôn bảo Tiên nhân kia:

"Thiện lai, Bí-sô!"

Nói lời ấy xong, râu tóc tự rụng, y tăng-già-chi phủ thân, uy nghi thành tựu.

---

[584] Bản Tib, đây là câu hỏi của người cậu của ngài Mục-kiền-liên: *'phags pa don ci zhig la byon?*

[585] Bản Tib, đây là câu trả lời của Mục-kiền-liên: *khyod nyid kyi gdul ba'i dus shes nas 'ongs so tshur spyon bcom ldan 'das kyi drung du bzhugd do*, Vì biết thời cơ Cậu được giáo hóa nên đến đây. Chúng ta hãy cùng đi đến Thế Tôn.

[0037b18] Lúc ấy, thanh niên rồng⁵⁸⁶ thấy Mục-liên đi rồi, ở lại một mình cảm thấy bất an. Bấy giờ, tụ lạc ấy gặp nắng hạn⁵⁸⁷. Thanh niên rồng kia hóa thân làm Tiên nhân, đến trú chỗ Tiên nhân kia tọa thiền. Lúc ấy, dân chúng ở tụ lạc đi đến chỗ vị Tiên do rồng hóa kia, đảnh lễ thưa rằng: "Hiện nay ở tụ lạc này gặp nắng hạn, chúng tôi phải dùng phương kế gì đây?"

Tiên nhân trả lời: "Các người có thể cùng đến chỗ này, thì thiên tai liền được tiêu trừ."

Lúc ấy, tất cả dân chúng trong tụ lạc bèn đến chỗ ấy cư trú, do thanh niên rồng⁵⁸⁸ cầm lọng che trên đỉnh đầu ngài Đại Mục-liên⁵⁸⁹. Lúc ấy, mọi người cùng gọi đó là thành "Rồng cầm lọng"⁵⁹⁰. Ở trong thành này, các ô-ba-sách-ca có tín tâm, xây dựng ngôi chùa ở chỗ rồng cầm lọng, đầy đủ tiện nghi vật dụng.

Lúc bấy giờ, Thế Tôn lại đến thành Ma-đô-lượng,⁵⁹¹ *chi tiết như trong Tương ưng trú*.⁵⁹²

[0037b29] Lúc bấy giờ, Thế Tôn ở thành Câu-lỗ⁵⁹³, du hành nhân gian, đến tụ lạc Đại thương⁵⁹⁴, chi tiết như trong kinh *Hộ quốc Tô-đát-la*.⁵⁹⁵

---

⁵⁸⁶ 龍童子. Tib *klu gzhon nu*.

⁵⁸⁷ Tib *yams kyi nad*, bệnh dịch.

⁵⁸⁸ Tib *sbrul gyi*, rắn.

⁵⁸⁹ Tib: cầm lọng che cho địa phương này.

⁵⁹⁰ 龍持蓋城. Tib *sbrul gdugs*, rắn (cầm) lọng.

⁵⁹¹ 摩都量, đoạn sau âm là Mạt-thố-la. Tib *ma thu la*. Skt *Mathurā*.

⁵⁹² Cf. *Tạp A-hàm 2*, kinh 36: Phật tại Ma-thâu-la 摩偷羅國, bên bờ sông Bạt-đề (Tib *rab tu bzang lan*. Skt *Prabhadrikā*). Tương đương Pāli, S.22. 43 *Attadīpasuttaṃ*. Bản Hán tóm lược. Bản Tib, 'Dul ba kha 99b5 – kha 100a7.

⁵⁹³ 俱魯. Tib *sgra ngan*. Skt *Kuru*.

⁵⁹⁴ 大倉. Tib *bang mdzod stug po can*; Skt *Sthūlakoṭhaka*. Pali *Thullakoṭṭhita*.

⁵⁹⁵ 護國蘇怛羅經. Cf. *Trung A-hàm quyển 31*, kinh 132 "Lại-tra-hòa-la": Phật tại Câu-lâu-sấu 拘樓瘦, trú trong rừng Thi-nhiếp-hòa 尸攝

II. THỊ TRẤN ĐẠI TƯỢNG

[0037c09] Lúc bấy giờ, Thế Tôn đi đến thành Tượng.[596] Có một bà-la-môn từ xa trông thấy Thế Tôn đủ 32 tướng tốt, 80 vẻ đẹp tùy hình trang nghiêm, một vầng ánh sáng sáng hơn ngàn mặt trời, bước đi, tới lui, tựa như ngọn núi báu, hiền thiện uy nghi. Bà-la-môn xa trông thấy Thế Tôn, bèn đến bên Phật, tán thán:

Thân tướng sắc vàng;
Mắt trong, dài rộng,
Thành tựu từ ái,
Tròn đủ công đức,
Trời trên các trời,
Huấn luyện con người,
Vượt qua biển hữu.

[0037c15] Thế Tôn khi nghe lời tán dương này, liền mỉm miệng cười. Hành vi chư Phật, khi mỉm miệng cười, phóng quang minh lớn, cho đến quay về nơi đỉnh.[597]

Lúc bấy giờ, Cụ thọ A-nan-đà chắp tay cung kính mà bạch đức Phật, dùng tụng hỏi rằng:

Thế Tôn từ khuôn mặt,
Tuôn ngàn ánh nhiệm mầu;
Tựa mặt trời mới mọc,
Chiếu soi khắp mười phương.

Lại nói tụng rằng:

Xả ly tâm kiêu mạn, hạ liệt,

恕, thôn Thâu-lô-tra 鍮蘆吒村; Pāli, M.82. *Raṭṭhapālasuttaṃ*. ^{Tib} yul 'khor skyong (*Raṣṭrapāla*); nhân duyên Tôn giả Lại-tra-hòa-la. ^{Tib} 'khor skyong, ^{Skt} *Rāṣṭrapāla*, ^{Pāli} *Ratthapāla*, (Hộ Quốc). tr. 101a-224a5. **xem cht. 576 trên**. Bản Hán tóm lược, chi tiết như Pāli và *Trung A-hàm*. Bản Tib, 'Dul ba kha 101a1-112a4.

[596] 象城. ^{Tib} glang po che'i grong rdal; ^{Skt} *Hastipūra*. Cf. Diviy 5. p. 72. *Stutibrāhmaṇāvadāna*.

[597] Như đoạn trước, **xem cht. 147**. Bản Tib, đoạn này tóm tắt, "nói như trước."

> *Nhân tối thượng là Phật trong đời.*
> *Vô duyên không ứng hiện nụ cười,*
> *Hàng phục phiền não các oán địch.*[598]

[0037c23] Đức Phật bảo: "Đúng vậy, đúng vậy, này A-nan-đà! Chư Phật Như Lai chẳng phải không có nhân duyên mà hiện nụ cười. Này A-nan-đà! Ngươi có thấy bà-la-môn kia tán dương Phật bằng một thi tụng không?"

A-nan-đà thưa: "Con có thấy!"

Phật bảo:

"Bà-la-môn ấy do công đức thiện căn đã tán thán Ta mà trải qua 20 kiếp không đọa ác thú, thường được sinh vào cõi trời người. Vào đời sau sẽ chứng Bích-chi-phật, tên là Ưng Tán[599]."

Lúc bấy giờ, các bí-sô thảy đều sinh nghi, chỉ có đức Phật Thế Tôn mới có khả năng đoạn trừ tất cả nghi hoặc, liền thưa hỏi. Thế Tôn dạy:

"Các ngươi lắng nghe! Bà-la-môn ấy, do tán thán Ta bằng một bài tụng già-tha nên ta thọ ký sẽ thành Bích-chi-phật."

Phật bảo:

"Không những thời nay do tán thán Như Lai được phước, mà trong đời quá khứ, Bà-la-môn này đã bằng lời thi tụng tán thán Ta. Ta cũng ban cho Bà-la-môn kia năm tụ lạc lớn. Các ngươi lắng nghe! Hãy khéo suy niệm kỹ. Ta sẽ nói cho các ngươi nghe."

Thuở xưa, đất thành Bà-la-ni-tư có vua tên là Phạm Thọ[600], bằng chánh pháp giáo hóa thế gian được an ổn, giàu vui, nhân dân no đủ, không có bệnh tật. Vua ấy ưa thích người tài đức học vấn.

Thời bấy giờ, thành Bà-la-ni-tư có một bà-la-môn, đầy đủ tài đức học vấn. Vợ ông nói rằng: 'Thời tiết sắp lạnh, anh hãy đến bên vua,

---

[598] Hai bài tụng này đồng nhất với 2 bài trong đoạn trước, đây chỉ khác văn dịch. **xem cht. 149.** Bản Tib chỉ lặp lại bài tụng đầu.

[599] 應讚. Tib *bstod 'os.* Skt *Stavāha.*

[600] 梵授. Tib *tshangs sbyin.* Skt (Divy) *Brahmadatta.*

khéo léo khen ngợi, khiến vua hoan hỷ mà ban cho anh áo mùa đông'. Người bà-la-môn kia đi tới chỗ vua, thấy vua cưỡi voi từ thành đi ra. Lúc ấy, bà-la-môn gặp vua, nghĩ rằng: 'Nên khen vua trước hay nên khen voi trước? Nhưng mà voi này, mọi người đều thích, nên khen voi trước'. Lúc bấy giờ, Bà-la-môn bằng lời thi tụng khen rằng:

> *Thân như voi Đế Thích[601],*
> *Sắc đủ đẹp uy dung.*
> *Tướng đại lực trang nghiêm,*
> *Tượng vương vóc như vậy.*

[0038a15] Vua nghe tụng xong, rất lấy làm hoan hỷ, cũng đáp lại bằng lời tụng thế này:

> *Tượng vương mà ta yêu,*
> *Người thấy đều hoan hỷ.*
> *Ngươi hay khéo khen ngợi,*
> *Đáng ban năm tụ lạc.*

[0038a18] "Bí-sô các ngươi, chớ có ý nghĩ ai khác. Tượng vương ấy thuở xưa, nay là Ta vậy. Bà-la-môn kia, chính là vị bà-la-môn thuở xưa đã khen ngợi voi. Lúc ấy, bằng một già-tha tán thán Ta mà đã được ban cho năm tụ lạc. Nay bằng một già-tha tán thán Ta; Ta cũng thọ ký cho quả vị Bồ-đề của Duyên Giác."

[0038a22] Rồi Thế Tôn tiếp tục đến Đại thành[602]. Ở trong thành này, *chi tiết như trong kinh* Tứ Phật tòa *đã nói.*

III. THÀNH TÔ-LỖ-YẾT-LA-QUẦN

[0038a24] Thế Tôn đi đến thành Tố-lỗ-yết-quần[603]. Trong thành này có một bà-la-môn tên là Nhân-đà-la[604], còn trẻ, đa văn, tự cho mình thông minh mẫn tuệ, xem mọi người không ai bằng mình.

---

[601] 帝釋象. Tib *sa srung bu*, Skt *Erāvaṇa*, voi chúa của Thiên đế Thích.
[602] 大城. Tib *grong khyer chen po*, chưa rõ.
[603] 素魯揭群. Tib ('Dul ba kha 113a6.) *srug na*. Skt *Śrughnā*. Cf. Divy 6, p. 74.
[604] 因陀羅. Tib *dbang po*. Skt *Indra*.

[0038a27] Lúc bấy giờ, tại một trú xứ nọ, Thế Tôn ngồi trước đại chúng tuyên thuyết pháp yếu. Bà-la-môn nghe Thế Tôn đến thành, liền nghĩ: "Từng nghe Sa-môn Kiều-đáp-ma, tướng mạo đẹp đẽ, nay ta đến đó để xem ông ấy có đẹp hơn ta không?"

Ông đi đến chỗ Phật, thấy Thế Tôn có 32 tướng trượng phu, 80 món đẹp tùy hình, hào quang rực rỡ quanh khắp thân, ánh sáng nghiêm sức hơn hẳn ngàn mặt trời, tựa như núi báu bủa khắp hiền thiện. Chiêm ngưỡng xong, lại nghĩ như vầy: "Sa-môn Kiều-đáp-ma đẹp đẽ hơn ta, nhưng không cao hơn bằng ta." Liền xem đỉnh đầu đức Phật nhưng không thể thấy. Bèn lên chỗ cao, cũng không thể thấy.

Lúc ấy, Thế Tôn bảo bà-la-môn kia rằng:

"Dù ông có thể lao nhọc leo lên đỉnh núi Diệu cao cũng không thể thấy được. Nhưng ông há không nghe rằng chư thiên, a-tô-la và người thế gian, rốt cuộc không ai có thể nhìn thấy được đỉnh đầu Như Lai? Ý ông muốn biết thân Như Lai cao bao nhiêu thì hãy đến chỗ Thờ lửa trong nhà ông, dưới mặt đất chỗ ấy có cây trụ bằng gỗ ngưu đầu chiên đàn, ông hãy kéo cột ấy lên mà đo, sẽ biết được thân Như Lai do cha mẹ sinh ra."

Bà-la-môn kia lại nghĩ như vầy: "Đây là việc hy hữu, ta chưa từng nghe. Hãy đến đó xem sao." Ông bèn vội vã quay về nhà, đào cây trụ dưới chỗ tế tự lửa ấy lên thì đúng như lời Phật nói. Lúc bấy giờ, bà-la-môn kia liền phát sinh tín tâm, lại nghĩ thầm: "Sa-môn Kiều-đáp-ma, nhất định là bậc Nhất thiết chủng trí. Vậy ta hãy đến thừa sự cúng dường." Do tín tâm ấy, ông đến chỗ Phật, trước Thế Tôn nói vô số lời tán thán, rồi lui ngồi một bên.

Lúc bấy giờ, Thế Tôn biết ý hướng, tùy miên, giới loại, bản tính của bà-la-môn kia, *chi tiết như trên, cho đến:* bằng chày trí tuệ kim cang mà phá sập núi tà kiến tát-ca-da tích tập từ vô thủy đến nay, chứng quả Dự lưu, rồi tự nói lên rằng: "Bạch Thế Tôn, con nay đã giải thoát. Con nay quy y Phật Pháp Tăng, xin truyền thọ cho con giới ô-ba-sách-ca. Kể từ hôm nay cho đến trọ đời, con nhất tâm tịnh tín quy y Tam bảo."

Rồi bà-la-môn rời chỗ ngồi đứng dậy, chỉnh sửa y phục, chắp tay lễ

Phật, mà bạch Phật rằng:

"Nếu Thế Tôn hứa khả, con sẽ dựng trụ ngưu đầu chiên đàn, khiến hết thảy nghe biết[605]."

Phật dạy:

"Này ông bà-la-môn, tùy ý mà làm."

Lúc ấy, bà-la-môn đem trụ chiên đàn, ở chỗ vắng vẻ, với vô số phẩm vật cúng dường mà dựng trụ ấy lên, sau đó lại thiết lập trai hội. Lại có các bà-la-môn, cư sĩ khác, vì cầu phước lạc, nên kết cỏ cát tường ở đầu trụ, để Bà-la-môn Nhân-đà-la thiết lập trai hội, nên gọi là ngày Lễ hội Nhân-đà-la[606].

IV. TỤ LẠC BÀ-LA-MÔN

Nếu khi Thế Tôn hiện đại thần thông, khi ấy ngoại đạo sẽ thất sắc thoái lui, trời người hoan hỷ, thiện nhân an vui, ngoại đạo tan hàng, lánh vào biên địa hoặc sống với cận sự bà-la-môn.[607]

[0038c01] Lúc bấy giờ, Thế Tôn du hành tại nhân gian Kiều-tát-la, đến tụ lạc bà-la-môn.

Khi ấy, các dị đạo nghe Sa-môn Kiều-đáp-ma đến, liền vội vàng đi đến các gia đình thuộc chủng tộc bà-la-môn, cư sĩ. Đến đó, nói rằng:

"Cầu chúc các người tăng phước, tăng phước. Tôi từ giã ra đi."

Các người kia nói:

"Thánh giả, vì cớ gì mà đi?"

Đáp:

"Chúng tôi mong nhìn thấy các ông sung túc; không vui khi nhìn thấy các ông bại tán. Cho nên chúng tôi ra đi."

---

[605] Tib. *dus mchod bshams*, thiết trai hội.
[606] Tib. *dbang po'i dus mchod*.
[607] Tib ['ldul ba kha 114a6]: "Một thời (trước đó) Thế Tôn thị hiện đại thần biến tại Xá-vệ, ... " Thế Tôn thị hiện thần biến tại. Xá-vệ. Cf. Divy 12. *Prātihārya-sūtra*. Sớ giải Pháp cú Pāli, DhA. iii. 205.

Mọi người hỏi rằng:

"Thánh giả, chúng tôi có bại tán gì đâu?"

"Các ông nên biết, Sa-môn Kiều-đáp-ma và 1200 người tùy tùng đang từ từ đi đến, họ tuôn mưa đá như dao bén, khiến vô lượng vô số những người phụ nữ có con thảy đều sẽ trở thành không có con nữa."

Mọi người nói:

"Thánh giả, nếu thật như vậy thì phải cùng nhau ở lại đây, trợ giúp chúng tôi. Cớ sao bỏ nhau mà đi? Đây là điều không tốt. Chúng tôi nhất định bị hoại diệt."

Ngoại đạo trả lời:

"Các ông hãy cùng chúng tôi lập khế ước: chúng tôi sẽ ở lại đây, và các ông sẽ hại Sa-môn Kiều-đáp-ma."

Mọi người đồng ý: "Chúng tôi sẽ hại!"

Mỗi người lập tức trang bị dao gậy, cung tên, mặc áo giáp, ra đứng ở các ngả đường. Lúc ấy, trong dòng họ Thích có một người già, nhìn thấy những người này, bèn hỏi:

"Các ông muốn đi đâu vậy?"

Họ trả lời:

"Đi giết kẻ thù."

Hỏi:

"Kẻ thù của các ông là ai?"

Họ đáp luôn:

"Sa-môn Kiều-đáp-ma!"

Lão già họ Thích nói:

"Nếu Đại sư Thế Tôn mà là kẻ thù của các ông, thì còn ai là bạn thân của các ông nữa? Các ông hãy quay về đi!"

Những người kia đều không chịu quay về. Khi ấy, lão già nghĩ thầm: "Bọn người này không thể dùng giáo pháp mà khuất phục được họ.

Hãy bày ra nhiều uy lực mới có thể khiến họ nể phục."

Lúc ấy, người già liền trở vào thôn, phóng hỏa tứ bề, đốt cháy làng xóm.[608] Mọi người trong thôn đều kêu gào. Những người hại Phật nghe tiếng kêu la, thảy đều hốt hoảng, nói với nhau rằng: "Sa-môn Kiều-đáp-ma cách nơi đây còn khá xa, nhưng bây giờ lại có chuyện tổn thất lớn là làng xóm bị thiêu cháy, nên phải quay về để dập cứu lửa." Bọn họ quay về nhưng không dập được lửa.

Trong thoáng chốc thì Thế Tôn đi đến, hỏi mọi người rằng:

"Cớ gì mà hốt hoảng thế?"

Mọi người trả lời:

"Nay bị lửa đốt, không thể cứu được!"

Đức Phật bèn bảo:

"Để Ta dập tắt ngọn lửa này cho các ngươi."

Mọi người bạch rằng:

"Cúi xin đức Thế Tôn vì chúng con mà dập lửa."

Lúc bấy giờ, Thế Tôn nói vừa dứt lời, do uy lực của Phật mà ngọn lửa kia tắt ngúm. Lúc ấy, mọi người đều phát sinh tín tâm, bạch Phật rằng:

"Bạch Thế Tôn, vì duyên gì ngài hôm nay đến đây?"

Đức Phật liền nói:

"Vì lợi ích cho các người mà Như Lai đến đây!"

Lúc ấy, Thế Tôn biết ý hướng, tùy miên, tự tánh của mọi người, nói pháp, khiến cho chứng lý tứ đế, *đã nói như trên, cho đến:* bằng chày trí tuệ kim cang phá sập núi phiền não tà kiến tát-ca-da tích tập từ vô thủy đến nay, khiến mọi người thảy đều chứng đắc thánh quả Dự lưu.

Lúc bấy giờ, các bí-sô thảy đều nghi ngờ, thưa đức Thế Tôn: "Chỉ có Như Lai mới đoạn trừ được nghi hoặc."

---

[608] Bản Tib, ông không đốt thôn xóm, mà phóng hỏa ven thôn gần núi vắng (*ri brags*).

Các bí-sô bạch rằng:

"Bạch đức Thế Tôn! Xét thấy cụ già họ Thích này, vì tham luyến người thân yêu mà thiêu cháy xóm làng. Do hành vi này mà gây nhiều tội ác."[609]

[0039a10] Lúc bấy giờ, Thế Tôn bảo các bí-sô:

"Không chỉ đời này vì tham luyến người thân mà thiêu cháy làng xóm ấy, mà nhiều đời trong quá khứ vì tham luyến thân thích nên đã thiêu cháy xóm làng. Các ngươi lắng nghe! Hãy khéo suy nghĩ! Ta sẽ nói cho các ngươi nghe giải thích rõ ràng."

Thuở xa xưa, nơi tụ lạc nọ, có 500 con khỉ cư trú, tất cả lúa mạ đều bị đàn khỉ này tổn hại. Mọi người trong tụ lạc tập hợp luận bàn nhằm tìm phương kế ngăn chặn mối họa kia. Trong số ấy, có một người đề xuất thế này: 'Cần phải giết hết thì mới ngăn chặn được mối họa này'. Lại có người nói: 'Làm sao mà giết hết được?' Người kia trả lời: 'Hết thảy cây cối ở bốn bề tụ lạc đều phải chặt hết, chỉ chừa lại cây thị thôi, bốn phía rải gai, đợi quả thị chín, bọn khỉ sẽ tụ tập trên cây muốn ăn lấy quả thì lúc ấy sẽ giết được chúng'. Lúc ấy, mọi người bèn chặt trụi hết cây cối, chỉ chừa lại cây thị, bốn phía rải gai, phái một người ở lại cất giữ, đợi bọn khỉ leo hết lên cây thì báo cho mọi người cùng biết. Trong đám khỉ ấy có một con bảo với khỉ đầu đàn: 'Nay có cây thị chín, hãy cùng nhau đến đó mà hái ăn!' Lúc ấy, đàn khỉ tập trung hết trên cây thị. Mọi người biết rồi, cầm dao gậy cùng đến dưới gốc thị để đốn cây ấy. Đàn khỉ kia lòng rất hoảng sợ, chuyền từ cành này sang cành nọ. Chỉ có con khỉ đầu đàn không lộ chút lo lắng, thản nhiên ăn quả. Bọn khỉ kia thưa khỉ đầu đàn: 'Nay gặp ách nạn, sao còn ăn quả mà chẳng có chút lo sợ nào thế?' Lúc ấy, khỉ đầu đàn nói lời tụng rằng:

Người đời mà lắm chuyện,
Chướng ngại tự nhiên sinh;
Cây to rất khó đốn,
Ngươi chớ sợ, ăn đi! |115b7|

---

[609] Bản ཏིབ་ *ñe du la chags pas bsod nams la lags pa man du bsags te ri brags bsregs pa la gzigs*, "... do yêu người thân mà tích tập rất nhiều phước báo, nơi ven thôn xa vắng mà phóng hỏa."

[0039b02] Lúc bấy giờ, trong bầy khỉ có một con khỉ con trước đó bị trói trước ở tụ lạc,⁶¹⁰ vò má ưu sầu. Có con khỉ thấy nó buồn rầu bèn an ủi, hỏi đồng loại rằng: 'Sao buồn rầu ngồi chống tay lên má thế?' Khỉ nhỏ trả lời: 'Bạn hiền nên biết, sao lại không buồn được? Người thôn xóm này muốn giết hết người thân chúng ta, sao lại không buồn được?' Lại hỏi: 'Ngươi sao không gắng sức?' Khỉ nhỏ nói: 'Đang bị trói, gắng thế nào được nữa?' Đàn khỉ lại nói: 'Ta nay sẽ giải phóng cho'.

Lúc ấy, khỉ con bị trói kia đã được phóng thích, bèn vào tụ lạc phóng hỏa, đốt cháy quanh làng.⁶¹¹ Người trong tụ lạc kêu gào tán loạn, những người đốn cây kia nghe tiếng kêu cứu thảy đều hoảng sợ, nói với nhau rằng: 'Đàn khỉ này cách chúng ta còn khá xa, chưa thể hại được, giờ gặp hỏa hoạn, phải bỏ đi cứu lấy'. Vì cứu lửa cháy nên mọi người đều chạy về thôn xóm. Đàn khỉ kia đều tuột xuống gốc, bỏ trốn khỏi nạn.

Phật bảo các bí-sô:

"Các ngươi chớ ý nghĩ gì khác. Con khỉ con thuở xưa, nay chính là cụ già họ Thích này, không những đời này vì yêu thương thân thuộc mà thiêu cháy tụ lạc kia; trong đời quá khứ cũng vì yêu thương hàng thân thuộc mà đốt cháy tụ lạc."

[0039b17] *Lúc bấy giờ, đức Thế Tôn thân hành đến thành Ca-la*⁶¹², *chi tiết như trong kinh* Tứ Phật tọa duyên.⁶¹³

V. CÁC DƯỢC XOA

[0039b19] Lúc bấy giờ, Thế Tôn lại đi tới thành Lô-hê-đức-ca⁶¹⁴, trú trong cung của dược-xoa Tượng Lực⁶¹⁵.

---

⁶¹⁰ Bản Tib ven tụ lạc.
⁶¹¹ Tib nổi lửa ven tụ lạc.
⁶¹² 迦羅城. Tib nag po' grong khyer. Skt Kālanagara.
⁶¹³ Tib sangs rgyas bzhi'i gdan; như đã thấy trong các đoạn trên.
⁶¹⁴ 盧醯德迦. Skt Rohitaka.
⁶¹⁵ 象力藥叉. Tib gnod sbyin glang chen stobs. Skt không rõ.

Lúc bấy giờ, dược-xoa này đi tuần trong chúng dược-xoa để kiểm soát. Khi dược-xoa Tượng Lực nghe Thế Tôn vào thành, trú trong cung của mình, liền đi đến chỗ Phật. Đến nơi, đảnh lễ dưới chân đức Thế Tôn, ngồi sang một bên. Sau khi thấy dược-xoa đã ngồi, Thế Tôn tuyên nói pháp yếu, khai thị, chỉ giáo, khuyến khích, khiến cho hoan hỷ, *còn lại chi tiết như trên*.

Rồi dược-xoa Tượng Lực rời chỗ ngồi đứng dậy, chỉnh sửa y phục, đảnh lễ Thế Tôn, chắp tay bạch rằng:

"Cúi nguyện Như Lai nhận lời con thỉnh cầu đêm nay trú lại tại cung của con."

Thế Tôn im lặng nhận lời. Sau khi dược-xoa Tượng Lực biết Phật đã nhận lời, liền tạo dựng 500 chùa trong cung cho đức Thế Tôn. Trong mỗi chùa sắm 500 giường lớn giường nhỏ, cùng các dụng cụ trải ngồi, màn che. Sắm sửa xong rồi, thỉnh Phật Thế Tôn cùng chúng bí-sô thọ nhận cúng dường. Thế Tôn cùng chúng bí-sô thọ nhận cúng dường.

Trong khi ấy, Dược-xoa Tượng Lực có một thân hữu dược-xoa tên là Khuất-để-ca[616], ở tại nước Ca-thấp-di-la. Dược-xoa Tượng Lực sai người đến báo Khuất-để-ca: "Vùng đất bắc có hoa quả gì, bạn hãy gửi đến đây."

Sau khi sai người đi rồi, dược-xoa Tượng Lực ngay trong đêm ấy bày biện đầy đủ các thứ ẩm thực, và cho quét dọn trong 500 chùa, trải tòa, đặt để nước sạch, sai người chấp sự đi báo tin đã đến giờ.

Dược-xoa Khuất-để-ca khi nhận được tin, chất đầy giỏ các loại quả, nho các thứ, rồi sai các dược-xoa mang đến bên đất chùa, chất thành đống to. Các bí-sô nhìn thấy các loại trái cây mà không biết hết, nên hỏi Thế Tôn:

"Đây là quả gì? Ăn như thế nào?"

Phật đáp:

---

[616] 屈底迦. Tib *sgra sgrogs*. Skt *Guñjika*.

"Quả này ở phương bắc, gọi là nho. Phải tác tịnh bằng lửa[617] rồi mới được ăn."

Bấy giờ các bí-sô nhận được quả, bèn tác tịnh từng quả, khiến cho thời gian kéo dài. Phật thấy thế, liền khiển trách:

"Không nên tác tịnh từng quả như vậy, mà hãy để từng chùm, lấy viên than cháy đỏ, tác tịnh bằng ba chỗ[618]."

Lúc ấy, dược-xoa Tượng Lực mang vô số thức ăn uống, tự tay dâng trao từng món đến đức Thế Tôn và chúng bí-sô, *rộng nói như trên*.

Đại chúng ăn xong, dược-xoa Tượng Lực chọn một chỗ ngồi thấp nhỏ, ngồi ngay ngắn trước Như Lai để nghe pháp. Thế Tôn thuyết pháp vi diệu cho dược-xoa kia, khai thị, chỉ giáo, khuyến khích, khiến cho hoan hỷ, rồi rời chỗ ngồi đứng dậy.

Khi ấy, nho đã được ăn xong, nhưng còn dư nhiều quả, Phật bảo: "Nên ép thành nước nho."

Nấu, nước nho không chín, bèn đổ ra. Phật nói: "Hãy nấu chín, rồi trữ cho đầy,[619] mang cúng dường tăng-già làm thức uống phi thời."

Lúc bấy giờ, Thế Tôn đang ở ngoài phòng, sau khi rửa chân xong, bước vào phòng tĩnh tọa. Bấy giờ Thế Tôn liền nghĩ như vầy: "Nay Ta xuất hiện thế gian vào lúc tuổi thọ con người ngắn ngủi thế này, thời gian Niết-bàn sắp đến, công việc giáo hóa còn nhiều, cần phải làm. Nay nếu Ta cùng Bí-sô A-nan-đà đi đến các nước phương bắc để giáo

---

[617] 以火作淨. Tib. *mes brtag pa*, Skt. *agnikalpa*, 1 trong 5 phép tịnh quả: bí-sô trước khi dùng trái cây phải tác tịnh, hợp thức hóa, bằng cách hơ lên lửa, v.v… *Tứ phần luật* 43, tr. 785a18: năm phép tác tịnh trái cây trước khi thọ dụng: hỏa tịnh, đao tịnh, sang tịnh, điểu tịnh, chủng tịnh.

[618] Cách tác tịnh trái cây, Hán dịch không rõ. Tib. *phung po gnyis sam gsum du byos la mes reg par byos shig* | kết hai chùm hay ba chùm (nho) thành một nhóm rồi dùng lửa tác tịnh.

[619] Tib. *'on kyang lhag nas bcom ldan 'das kyis bka' stsal pa | dro 'jar byas te bzhag pa*, "(đã chia) nhưng vẫn còn, Phật dạy: nên hâm nóng lên, rồi trữ lại…

hóa thì khó mà thành tựu. Vậy Ta nay nên đi với dược-xoa Kim Cang Thủ[620] đến đó giáo hóa."

Bấy giờ đức Thế Tôn đọc hai già-tha, nói với dược-xoa Kim Cang Thủ rằng:

> *Người có niệm hiền thiện,*
> *Người giữ niệm an ninh;*
> *Người có niệm ngủ yên,*
> *Tư duy được vắng lặng.*
> *Người có niệm mong thiện,*
> *Người giữ niệm an ninh;*
> *Người có niệm ngủ yên,*
> *Dứt bỏ tâm hơn thua.*

[Nhiếp tụng trung gian]
Thôn Tích tập, Giác Lực,
Nê-đức-ca, Pháp Lực;
Tín-độ, chén lớn, chân;
....[621]

[0040a02] Lúc bấy giờ, Thế Tôn bảo dược-xoa Kim Cang Thủ rằng: "Ông hãy cùng ta đến bắc Thiên trúc, khuất phục Long vương A-bát-la[622]."

"Xin vâng, bạch đức Thế Tôn!"

Dược-xoa Kim Cang Thủ kia cùng Thế Tôn nương hư không mà đi. Từ xa, Thế Tôn trông thấy khu rừng xanh, bảo dược-xoa Kim Cang Thủ rằng: "Ông có nhìn thấy khu rừng xanh này không?"[623]

---

[620] 金剛手藥叉. Skt *Vajrapāṇi-yakṣa;* Tib *gnod sbyin lag na rdo rje.*

[621] Tib ['Dul ba kha' 117b 1-4] *spungs pa can na sangs rgyas stobs|re tu ka na chos stobs te| sin tu na ni phố chen zhabs| ... |'bra go can dang rdul mchod;* nhiếp tụng này không có trong bản Hán.

[622] 阿鉢羅龍王. Skt *Apalāla;* Tib *klu sog ma med.* Các đoạn trên kia, bản Hán dịch Long vương Vô Đạo Can, "không cộng lúa". xem cht. 327.

[623] Bản Tây Tạng "Kim Cang Thủ, ông có nhìn thấy khu rừng xanh phía trước chúng ta không?" (Tib *lag na rdo rje khyod kyis tshal sngo zhing*

Đáp: "Bạch đức Thiện Thệ, con đã thấy!"

Lại bảo rằng: ⁶²⁴ "Sau khi ta diệt độ 100 năm, tại đây một Tăng-già tì-ha-la sẽ được dựng lên, gọi là Ám Lâm⁶²⁵, là nơi tốt nhất cho người học xa-ma-tha."⁶²⁶

1. THÔN TÍCH TẬP

Lúc bấy giờ, Thế Tôn du hành đến tụ lạc Tích tập⁶²⁷.

Lúc bấy giờ, tụ lạc kia có dược-xoa cư trú tên là Giác Lực⁶²⁸, tâm địa hung bạo ác. Nhân dân tụ lạc này luôn thực hành tế tự, mặc dù thiết đàn cúng tế nhưng vẫn thường bị tổn hại. Khi người trong tụ lạc nghe Thế Tôn đến, bèn kéo tới chỗ Phật, đảnh lễ chân Phật, lui ngồi một bên.

Lúc bấy giờ, Thế Tôn nói pháp vi diệu cho người trong tụ lạc, khai thị, chỉ giáo, khuyến khích, khiến cho hoan hỷ, rồi ngồi im lặng.

Bấy giờ, mọi người trong tụ lạc rời chỗ ngồi đứng dậy, đảnh lễ chân Phật, chắp tay cung kính, mà bạch Phật rằng:

"Bạch đức Thế Tôn! Dược-xoa Giác Lực này đã lâu dài gây oán tổn hại cho chúng con, cúi xin Thế Tôn vì thương xót chúng con mà khuất phục dược-xoa ấy."

Dược-xoa Giác Lực khi ấy cũng ngồi trong hội chúng. Bấy giờ, đức Phật nói với dược-xoa Giác Lực, ba lần hỏi:

"Ông có nghe gì không?"

---

sngo ba bsgrengs pa dag mthong ngam|)

⁶²⁴ Tib, Phật bảo: "Kia là núi *Uṣīra*. Sau khi Ta diệt độ ..." Divy. 22. 2, Phật quy định ranh giới biên địa và trung thổ, phân biệt để kết giới truyền cụ túc. Từ núi *Uṣīra* trở đi, là ranh giới phía bắc, bên ngoài đó thuộc về biên địa.

⁶²⁵ 僧伽毘訶羅暗林. Skt *saṅgha-vihāra*, tinh xá Tăng, được gọi là Ám lâm. Tib *ta ma sa'i tshal* (Skt *Tamasāvana*).

⁶²⁶ 奢摩他. Skt *śamatha*, tu chỉ. Đoạn sau sẽ nói *vipaśyanā*, tu quán.

⁶²⁷ 積集聚落. Tib *spungs pa can*.

⁶²⁸ 覺力. Tib *sangs rgyas stobs*. Skt *Buddhabala*.

Dược-xoa Giác Lực đáp: "Tôi nghe."

Đức Phật lại bảo:

"Ông nay hãy mau mà dứt bỏ ác tâm."

Dược-xoa trả lời:

"Tôi nay từ bỏ ác tâm, không còn gây hại nữa."

Lúc bấy giờ, Thế Tôn liền cho Giác Lực thọ giới, và quy y Tam bảo.

Sau đó, dược-xoa này xây dựng một tăng xá tại đây, gọi là Xứng Tập[629]. Những người có tín tâm bố thí vật dụng, thảy đều sung túc. Sau khi chùa đã dựng xong, Thế Tôn bèn ra đi. Dược-xoa cũng đi theo Phật. Thế Tôn bảo:

"Ông nên quay về, thủ hộ nhân dân nơi này. Ta sẽ giúp ông thủ hộ chỗ ấy. Sau khi Ta diệt độ, lấy xương vai trên thân ta mà lưu giữ nơi này. Về sau sẽ có người dựng tốt-đổ-ba, hiệu là tốt-đổ-ba Tích tập."

2. NÊ-ĐỨC-CA

[0040a26] Thế Tôn lại đến tụ lạc Nê-đức-lặc-ca[630]. Lại có dược-xoa tên Pháp Lực[631]. Thế Tôn bèn khuất phục. Rồi dược xoa xây chùa giống như kể trên, tên là chùa Nê-đức-lặc-ca.

3. SÔNG TÍN-ĐỘ

Thế Tôn lại đến bên bờ sông Tín-độ[632], ở đó có một phu lái đò. Thế Tôn thị hiện vô số thần biến mà giáo hóa ông, khiến ông chứng thấy chân lý.

4. DƯỢC-XOA LỘC-ĐIỆP

Phật cũng giáo hóa dược-xoa Lộc-điệp.[633] Phật dùng thần lực, hộ trì cho dược-xoa, còn lưu dấu chân đến nay; do đó, người đương thời

---

[629] 稱集. Trên kia dịch là 積集. Tib *spung pa can*.
[630] 泥德勒迦. Tib *re tu ka*.
[631] 法力. Tib *chos stobs*. Skt *Dharmabala*.
[632] 信度. Tib *sin du*. [,Dul ba kha 118b3].
[633] 鹿疊. Tib *phor chen*: chén lớn.

cùng lập danh hiệu, gọi là Dấu chân Dược-xoa Lộc-điệp.[634]

5. TRƯỢNG QUÁN

[0040b04] Lúc bấy giờ, Thế Tôn lại đến trú xứ Tiên nhân. Ở đây, Phật cải hóa Tiên nhân Trượng Quán[635].

Lúc bấy giờ bà-la-môn và chúng cư sĩ cùng dựng am thất, gọi là gọi là am thất Tiên nhân Trượng Quán[636].

6. HÀNG PHỤC LONG VƯƠNG A-BÁT-LA

Lúc bấy giờ Thế Tôn bảo dược-xoa Kim Cang Thủ:

"Ông hãy cùng ta đến cung Long vương A-bát-la."

"Xin vâng, bạch đức Thế Tôn!"

Lúc bấy giờ, Như Lai cùng dược-xoa Kim Cang Thủ đến cung Long vương. Long vương A-bát-la[637] trông thấy Thế Tôn đến long cung, liền nổi giận, khởi tâm bức hại, dấy các phiền não. Long vương bay lên hư không, xối trận mưa đá, cùng các khối đất. Thế Tôn biết Long vương đã nổi giận, liền vận niệm tưởng nhập từ tâm định. Khi đã nhập định, tất cả mưa đá, đất tuôn xuống kia biến thành các thứ bột hương như trầm đàn, đa-ma-la các thứ, như đám mây sà xuống trên thân đức Như Lai.

Long vương thấy không thể hại được Thế Tôn, liền phóng ra bánh xe và các binh khí. Ngay lập tức tất cả hóa thành hoa sen bốn màu từ không trung tuôn xuống.

A-bát-la bèn phóng mây khói. Như Lai dùng sức thần thông, cũng phóng mây khói. Khi ấy, lòng cống cao, cuồng mạn của Long vương do đó mà tiêu tan, liền trở vào cung, nín thở nằm yên.

Thế Tôn liền nghĩ: "Do hai nguyên nhân có thể hàng phục được

---

[634] 🏴 *phor chen zhabs kyis bcags pa.*

[635] 杖灌. 🏴 *hai đạo sĩ: mgo reg* (đầu trọc, 🏴 *Muṇḍḍaka*) và *ril ba spyi blugs can* (có bình quân trì, 🏴 *Karakiṇī*).

[636] 杖灌仙人坐臥之處 🏴 *gnas mal ril ba spyi blugs can.*

[637] Hán: Vô Đạo Can.

hết thảy ác long: hoặc khiến sợ hãi; hoặc khiến nổi giận. Nhưng Long vương này thích hợp với sợ hãi." Nghĩ như thế xong, Phật bảo dược-xoa Kim Cang Thủ rằng:

"Ông hãy làm cho ác Long vương này kinh sợ."

Dược-xoa nhận lời chỉ giáo Như Lai, dùng chày kim cang kích phá đỉnh núi, núi kia nghiêng đổ đè bẹp một nửa ao rồng. Long vương khi ấy lo sầu, sợ hãi, muốn chạy trốn.

Thế Tôn nhập hỏa giới định, khiến mười phương ấy thảy đều thành đám lửa. Long vương không còn lối thoát, chỉ có chỗ đôi chân đức Thế Tôn đứng là êm ả mát mẻ. Bấy giờ, Long vương đi đến chỗ Thế Tôn, đảnh lễ dưới chân, bạch Phật rằng:

"Thế Tôn, cớ gì gây hại tôi?"

Phật trả lời:

"Ta là Pháp vương, sao lại gây hại ông?[638] Nếu ta không có từ tâm siêu việt như vậy, thì vì ngươi mà Ta đã diệt vong rồi, chỉ còn lại cái tên suông."

Lúc bấy giờ, Thế Tôn với tay cát tường vô úy có dấu mạng lưới bánh xe nghìn nan hoa xoa đỉnh đầu Long vương, rồi bảo rằng:

"Hiền thủ, nên biết, ông nhờ cúng dường Thanh văn thức ăn uống thanh tịnh, và bố thí bình thiêng[639], đựng đầy nước tinh sạch, đáng được sinh lên trời Tam thập tam. Nhưng do tà nguyện nên chịu thân bàng sanh, tự nuôi sống bằng sự sát hại các chúng sanh. Sau khi thân này mất đi, sẽ đọa địa ngục."

Lúc bấy giờ, Long vương kia liền bạch lời rằng:

"Cúi xin Thế Tôn chỉ rõ điều con cần làm."

Phật bảo Long vương: "Ông ở chỗ Ta, quy y Tam bảo, thọ giới thanh tịnh, trú ở Ma-yết-đà, đem lại an toàn không sợ hãi cho hết

---

[638] Tib. *rga ba'i chos can ci ngas tho 'tsams lags sam*: hết thảy pháp đều suy lão, Ta há gây hại sao?

[639] 賢瓶. Tib. *bum pa bzang po*. xem cht. 297.

thảy mọi người."

Long vương kia bèn bạch Phật rằng:

"Bạch đức Thế Tôn, con nay thọ giới thanh tịnh."

Bấy giờ, vợ và con Long vương cùng các quyến thuộc chắp tay đảnh lễ, mà bạch Phật rằng:

"Bạch đức Thế Tôn, chúng con nguyện quy y Tam bảo, thọ giới thanh tịnh."

7. CHÚNG RỒNG QUY Y TAM BẢO

Long vương A-bát-la lại bạch Phật:

"Các rồng chúng con, có nhiều kẻ thù. Lại có Long vương tên là Tiễn (Mũi tên)[640], cúi xin Thế Tôn cho thọ tịnh giới, khiến phát lòng từ."

Lúc bấy giờ, Thế Tôn cho chúng rồng thọ giới thanh tịnh, và quy y Tam bảo.

Lúc ấy, Bồ-tát[641] Chấp Kim Cang Thủ thấy Long vương A-bát-la cùng các quyến thuộc thảy được giáo hóa, quy y Tam bảo, thọ giới thanh tịnh, liền hoan hỷ phấn chấn.

[0040c14] Lúc bấy giờ, Thế Tôn điều phục sáu vạn quyến thuộc của Long vương A-bát-la rồi, rời khỏi chỗ ngồi mà đi.[642]

8. HÀNG PHỤC HỖ-RÔ-TRÀ

Thế Tôn từ xa trông thấy rừng cây màu xanh lục,[643] bèn bảo Kim Cang Thủ rằng:

"Ông có thấy khu rừng kia không?"

Bạch rằng:

"Con có thấy."

---

[640] 箭. Tib *ri bo can* (núi).

[641] Tib *snod sbyin*: dược-xoa.

[642] Bản Tib, tiếp theo dược-xoa *Apalāla* nói một bài kệ khuyết trong bản Hán.

[643] Bản Phạn I tr. 8.19 nối lại từ đây. Tib, ['Dul ba kha 120a3].

Phật nói:

"Này Kim Cang Thủ, tại nước Ca-thấp-di-la[644] này, sau khi Ta diệt độ 100 năm, sẽ có đệ tử của Bí-sô[645]. Bí-sô kia sau khi hàng phục độc long Hổ-lỗ-trà[646], liền yêu cầu rồng cho một chỗ để ngồi kết-già, bằng phương tiện này mà ngồi trùm khắp quốc cảnh, do đó chánh pháp được lưu truyền trong toàn cõi nước này, là nơi thích hợp để tu tì-bát-xá-na.[647]

"Ở trong cõi nước ấy, sẽ có 60.660 tụ lạc vua."[648]

[0040c23] Lúc bấy giờ, Thế Tôn lại đến tụ lạc Túc-lô[649], cải hóa Tiên nhân và dược-xoa Bất Phát Tác[650] cùng với các quyến thuộc. Tại tụ lạc Kiền-đà[651], điều phục dược-xoa nữ, cùng quyến thuộc của bà.

[0040c26] Thế Tôn lại đến thành Đạo cốc lâu các[652]. Ở trong thành này, giáo hóa mẹ của vua Thắng Quân[653], khiến an trụ trong tứ

---

[644] 迦濕彌羅國境. *Kāśmīramaṇḍala*, địa bản phát triển của Hữu bộ.
[645] Bản Hán có vẻ chép sót. Phạn I 8.21: Bí-sô *Mādhyadina* (Mạt-điền-địa; Tib *dge slong nyi ma gung*), đệ tử của Bí-sô *Ānanda*.
[646] 虎嚕茶毒龍. *Huluṭa duṣṭanāga*. Tib *klu gdug pa hu lu du*.
[647] Skt *vipaśyanānukūlānāṃ śayanāsanaṃ yaduta kāśmīramaṇḍalam*, Ca-thấp-di-la trở thành như một ngôi nhà thích hợp để tu *vipaśyanā* (quán).
[648] 六萬六百六十王聚落. Thi tụng trong bản Phạn. Phạn I 9.1: *ṣaṣṭigrāmasahasrāṇi ṣaṣṭigrāmaśatāni ca | ṣaṣṭir grāmās trayo grāmā hy etat kāśmīramaṇḍalam*: quốc cảnh Ca-thấp-di-la có 6 vạn, 6 nghìn, 63 tụ lạc.
[649] 足爐. *Bhraṣṭā*. Tib *gnyid 'grogs*.
[650] 不發作藥叉. *Āpanaka yakṣa*. Tib *snod sbyin nyams pa*.
[651] 揵陀. *Kanthā*.
[652] 稻穀樓閣. *Dhānyapura*. Tib *'bras kyi grong khyer*.
[653] 勝軍. *Senarājaḥ paramasatyeṣ pratiṣṛthāpitaḥ*, "an lập vua Sena (Tướng Quân) trong các thắng nghĩa đế", hình như có khuyết chữ. Bản Tib *rgyal po sde mchog gi ma bden pa rnams la rab tu bzhags go*, nghĩa như bản Hán.

đế xong.

Thế Tôn lại đến thành Nãi-lý-dật-đa.[654] Ở tại thành này, có một thợ gốm, ỷ mình khéo tay nên cống cao tự đại, vật phẩm làm ra, để trên bàn xoay, đợi khô rồi, mới đem xuống.

Thế Tôn biết cơ hội giáo hóa đã đến, tự biến hóa thành một người thợ gốm, rồi nói với thợ gốm kia rằng:

"Khi nào vật nung mới lấy xuống từ bàn xoay kia?"

Thợ gốm đáp: "Khô rồi mới lấy xuống!"

Hóa nhân nói: "Tôi cũng đợi khô rồi mới lấy xuống, ông cũng giống tôi điều này. Nhưng tôi có kỹ thuật khác, chỉ cần ngay trên bàn xoay tôi có thể lấy xuống sản phẩm nung chín." Thợ gốm trả lời: "Kỹ thuật ông hơn tôi rồi đó." Hóa nhân nói: "Trên bàn xoay, tôi không chỉ làm ra những thứ nung chín mà còn có khả năng sản xuất các sản phẩm bằng bảy báu nữa." Sau khi chứng kiến, thợ gốm trong lòng tín phục. Bấy giờ đức Thế Tôn vì để nhiếp hóa thợ gốm bèn hóa hiện trở lại bản thân, thuyết pháp vi diệu, khiến cho ông cùng với quyến thuộc an trụ trong bốn chân lý.

[0041a09] Lúc bấy giờ, Thế Tôn tiếp tục đến thành Lục sa[655]. Tại thành này, ngài thuyết pháp vi diệu cho bộ-đa, dược-xoa[656] cùng với quyến thuộc quy y Tam bảo, an trụ cấm giới.

Tại thành Hộ tích[657], giáo hóa người chăn bò, cùng Long vương Tô-già[658].

---

[654] 乃理逸多. Naitarī. yul dbang ldan. ['Dul ba kha 120a7].
[655] 綠莎. Śādvāla (bản Hán có thể đọc là ṣadvāla), gsing ma can, thảo nguyên xanh.
[656] 步多藥叉. bhūta, yakṣa. bhūta (âm bộ-đa), trừ dược-xoa, la-sát, v.v..., còn lại chỉ chung các loại quỷ thần. Mahāyakṣa, Đại dược xoa; gnod spyin chen po.
[657] 護積. Pālitakoṭa. brtsegs skyong.
[658] 蘇遮龍王. nāgapālakaśca, klu blang skyong dang, dgar ba gnyis so| một con rồng và một người chăn bò; hai trường hợp riêng biệt.

Thế Tôn lại tiếp tục đến thành Tăng hỷ[659]. Tại thành này, giáo hóa vua Thiên Hữu[660] cùng với quyến thuộc, khiến trụ trong thật đế.

Tiếp đến, giáo hóa bảy người con của Chiên-đồ-lê[661], và Dược-xoa Hộ trì[662], cùng các quyến thuộc. Gần thành ấy, có một ao lớn, A-thấp-phược-ca và Bố-nai-bà-tố[663], tái sinh làm thân rồng ở trong ao này, sau 12 năm mới ra khỏi, trong lòng ôm hận, thầm nghĩ rằng: "Thế Tôn không thuyết pháp cho chúng ta, khiến chúng ta nay đọa ác thú, tái sinh làm thân rồng này. Chúng ta phải hủy hoại giáo pháp của Ngài."

[0041a19] Lúc bấy giờ, Thế Tôn nghĩ rằng: "Hai độc long này có uy lực lớn. Sau khi Ta diệt độ, nhất định chúng sẽ phá hoại giáo pháp của Ta thành tro bụi."

Sau khi nghĩ như vậy, Thế Tôn đi đến ao, bảo hai độc long:

"Ta nói cho các ngươi kinh *Hữu túc*[664], để cho các ngươi hiểu rõ."

Hai rồng thưa rằng:

"Chúng con mang thân rồng, làm sao có thể hiểu được?"

Nói thế rồi, chúng lặn xuống nước. Rồi lại nghĩ: "Thế Tôn thuyết pháp cho chúng ta, mà chúng ta lại không hiểu."

Lúc bấy giờ, đức Thế Tôn lưu lại bóng ngài nơi ao ấy. Rồng nhiều lần nổi lên, luôn luôn thấy bóng Phật, cho rằng Thế Tôn vẫn còn trú ở đó.

Lại ở chỗ ấy, Thế Tôn giáo hóa hai nữ dạ-xoa: Na-lợi-ca và Na-đồ-

---

[659] 增喜. Ⓢ *Nandivardhana.* Ⓣ *dga' phel.*
[660] 天有. Ⓢ *Bhavadeva.* Ⓣ *srid pa'i lha.*
[661] 栴荼梨. Ⓢ *sasaptamātaṅgaputra*, bảy người con của *Mataṅga* (= Caṇḍala, chiên-đà-la); Ⓣ *gtum byed kyi bu bdun dang.*
[662] 護池藥叉. Ⓢ *Bhūpayakṣa*; Ⓣ *gnod sbyin 'tsho bden pa.*
[663] 阿濕縛迦, 布捺婆素. Ⓢ *Aśvaka-punarvasuka.* Ⓣ *'gro myogs dang nabs so.*
[664] 有足經. Ⓢ *catuṣpadika dharmaparyaya*, pháp môn tứ cú. Ⓣ *tshig bzhi pa'i chos kyi rnam grangs.*

đạt-da⁶⁶⁵.

[0041a28] Lúc bấy giờ, Thế Tôn đến thành Quân-đế⁶⁶⁶. Trong thành này có nữ Dược-xoa Quân-đế⁶⁶⁷, tâm tính hung ác, không biết sợ là gì. Hết thảy con trai con gái của dân cư ở đây mới sinh ra thường bị ăn thịt.

Các bà-la-môn, cư sĩ ở trong thành này hay rằng Thế Tôn đã đến thành Quân-để, hiện đang trú ở một nơi kia. Nghe vậy, cùng nhau tập hợp, cùng ra khỏi thành, đi tới chỗ Phật. Đến nơi, đảnh lễ dưới chân Thế Tôn, lui ngồi một phía. Lúc ấy, Thế Tôn nói pháp yếu cho các bà-la-môn, cư sĩ, khai thị, chỉ giáo, khuyến khích, khiến cho hoan hỷ, rồi ngồi im lặng.

[0041b07] Lúc bấy giờ các cư sĩ bà-la-môn rời chỗ ngồi đứng dậy, chỉnh sửa y phục, chắp tay trước đức Thế Tôn mà bạch Phật rằng:

"Cúi xin Thế Tôn cùng chúng bí-sô thọ nhận bữa cúng dường của con vào sáng mai." ... *cho đến:* thọ thực xong, thâu y bát, rửa chân xong; mọi người ôm bình vàng đến trước đức Thế Tôn, có việc cầu xin mà thưa lời này:

"Bạch đức Thế Tôn, các độc long và ác dược-xoa kia đều đã được thuần phục, nhưng nữ Dược-xoa Quân-đế này trong lâu dài đối với chúng con không phải oán mà như là oán, không phải kẻ thù mà như là kẻ thù. Chúng con thường đối xử bằng ân nghĩa, nhưng nó lại gây oán hại. Con cái của chúng con mới sinh ra đều bị xâm đoạt. Cúi xin Thế Tôn thương xót chúng con mà hàng phục nữ Dược-xoa Quân-đế."

Lúc bấy giờ, nữ dược-xoa ấy cũng ngồi trong hội chúng. Thế Tôn hỏi dược-xoa nữ:

"Ngươi nghe những người này nói không?"

Dược-xoa nữ bạch rằng:

---

⁶⁶⁵ 那利迦,那荼達耶. Skt *Nālī Udaryā*. Tib *sbu bu can - sbubs can*.
⁶⁶⁶ 軍底. Skt *Kuntī*; Tib *mdung can*.
⁶⁶⁷ 女藥叉軍底. Skt *Kuntī yakṣiṇī*; Tib *gnod sbyin mo mdung can*.

"Bạch đức Thiện Thệ, con có nghe."

Lại hỏi:

"Ngươi có nghe không?"

Đáp: "Bạch đức Thế Tôn, con có nghe."

Phật nói:

"Từ nay ngươi hãy xả bỏ[668] những tội nghiệp phi pháp này."

Đáp: "Mọi người hãy lập ra quy ước với con: nếu xây chùa cho con, thì việc phi pháp kia sẽ lập tức chấm dứt."

[0041b21] Lúc bấy giờ, Thế Tôn bảo các cư sĩ bà-la-môn rằng: "Các ông có nghe nữ dược-xoa này nói không?"

Mọi người đáp: "Bạch đức Thế Tôn, chúng con có nghe."

Phật dạy:

"Các ông nghĩ thế nào?"

Mọi người bạch Phật:

"Bạch đức Thế Tôn, chúng con nhất định sẽ xây chùa."

Thế Tôn sau khi đã thuần phục nữ dược-xoa này cùng quyến thuộc, từ giã mà ra đi.

[0041b25] Thế Tôn lại đến tụ lạc Khát-thọ-la[669]. Tại thôn này có một cậu bé lấy đất dựng tháp mà làm trò chơi. Thế Tôn trông thấy, bèn nói với Kim Cang Thủ:

"Ngươi có thấy cậu bé kia này lấy đất dựng tháp mà chơi không?"

Kim Cang Thủ bạch Phật rằng:

"Con có thấy."

Phật nói:

---

[668] Nguyên Hán: 久遠來, từ lâu xa đến này; Skt. *virama* (hãy dừng lại), Hán có thể đọc là *viduram*: từ lâu xa.

[669] 渴樹羅. Skt. *Kharjūrika*. Tib. *'bra 'go can*.

"Sau khi Ta diệt độ[670], vua Ca-ni-sắc-ca[671] (*đây dịch là Tịnh Kim*)[672] sẽ dựng tháp tại chỗ cậu bé dựng tháp chơi này, xây tốt-đổ-ba lớn, hiệu là tháp Ca-ni-sắc-ca[673], thi hành rộng rãi các Phật sự."

Từ tụ lạc Lô-hê-đắc[674] cho đến cung điện trú ngụ của Long vương A-bát-la, trong khoảng thời gian đó, Thế Tôn giáo hóa 77.000 các hữu tình, rồi trở về tụ lạc Lô-hê-đắc, vào trong chùa tĩnh tọa.

Đến khi mặt trời quá ngọ, từ tịch định xuất, bảo A-nan-đà:

"Hãy cùng Ta đi đến tụ lạc Cổ vương[675]?"

A-nan-đà bạch Phật:

"Bạch đức Thế Tôn, Như Lai trước đây có nói: 'Ta đến bắc Thiên trúc, sẽ điều phục Long vương A-bát-la, trong cõi nước ấy có năm việc thù thắng.' Hôm nay Thế Tôn lại nói: 'Hãy cùng Ta đi đến tụ lạc Cổ vương.' Việc này thế nào?"

Thế Tôn bảo:

"Ta đã cùng Kim Cang Thủ đến thọ ký rừng Đa-ma-sa[676] tại bắc Thiên trúc, *cho đến tháp đất*. Từ Lô-hê-đắc cho đến cung Long vương A-bát-la, trong khoảng thời gian này, Như Lai đã giáo hóa 77.000 hữu tình. Nhưng ở nước kia[677], có năm việc thấp kém thế này: đất đai chỗ

---

[670] Bản Hán thiếu chi tiết: "sau 400 năm" (Phạn I 10.16: *caturvarṣaśata-parinirvṛtta*; 'Dul ba kha.122a2: *yongs su mya ngan las 'das nas lo bzhi brgya lon pa na*.

[671] 迦尼色迦王. *Kaniṣka* (Tl. 127–150), vua dòng họ Kushana (Quý sương tộc), cai trị Bắc Ấn, Afghanistan ngày nay.

[672] 淨金, phụ chú trong bản Hán.

[673] 迦尼色迦塔. *Kaniṣkastūpa*. *ka nis ka'i mchod rten*.

[674] 盧醯得. *Rohitaka*, xem cht. 507 trên.

[675] 古王. *Ādirājya*, Bản Sơ vương. *dang po'i rgyal srid*. 'Dul ba kha 122b3.

[676] 多摩娑林. *ta ma sa'i tshal* (*Tamasāvana*), xem cht. 625.

[677] Tạng: *byang phyogs na*, ở phương bắc. *uttarāpathe*.

cao chỗ thấp, gai góc um tùm, nhiều loại đá sỏi, lòng người rất ác độc⁶⁷⁸, phụ nữ xấu nết."⁶⁷⁹

---

[678] 大性甚惡, có thể 犬 chép nhầm. [Tib] *khyi za ba*, tham ăn thịt chó. [Skt] *caṇḍakukkuro*.

[679] Phạn I 10.27: *pañcādīnavā uttarāpathe sthāṇukaṇṭakadrumapāṣāṇaśarkaraś caṇḍakukkuro duṣṭhulasamudācāro mātṛgrāmaḥ* | Pāli, A.iii. 256: *Madhurāsuttaṃ: pañcime, bhikkhave, ādīnavā madhu⁸rāyaṃ. Katame pañca? Visamā, bahurajā, caṇḍasunakhā, vāḷayakkhā, dullabhapiṇḍā – ime kho, bhikkhave, pañca ādīnavā madhurāya " nti.*

CHƯƠNG VIII. BẢN SƠ VƯƠNG

Nhiếp tụng:

Bản sơ vương, Hiền Mã,
Mạt-thổ-la, Ô-đạt,
Phệ-lam ...
...[680]

I. BẢN SƠ VƯƠNG CHÚNG HỨA

1. Ưu-ba-cúc-đa

[0041c13] Lúc bấy giờ, Thế Tôn du hành nhân gian ở Dũng quân[681], rồi dần đến tụ lạc Cổ vương. Thế Tôn nói với A-nan-đà:

"Thuở xưa vua Chúng Hứa[682] là vị vua đầu tiên, thọ phép quán đảnh nơi đây. Đây là chỗ ở của vị vua tối sơ, nên được gọi là tụ lạc Cổ vương."

Rồi Thế Tôn đi đến tụ lạc Hiền mã[683]. Thế Tôn nói với A-nan-đà:

"Tại đây, ngựa báu của vua Chúng Hứa xuất hiện, do vậy gọi ấp này là tụ lạc Hiền mã."

Thế Tôn lại bảo A-nan-đà: "Hãy cùng ta đi đến tụ lạc Ma-thổ-la[684]."

---

[680] Tạng, 'Dul ba kha 122b4.
[681] 勝軍. Skt *Śūrasena*. Tib *dpa' sde*, thống nhất với đoạn sau dịch Dũng Quân.
[682] 眾許王. Skt *Mahāsamata*, được đại chúng tuyển cử; Tib *mang pos bkur ba*. Cf. Pāli, D. 27. *Aggaññasuttaṃ*, iii. 93; *Trường A-hàm* quyển 6, kinh "Tiểu duyên", tr. 38b25: Bình đẳng vương.
[683] 賢馬. *Bhadrāśva.* Tib *rta bzangs*.
[684] 麼土羅聚落. Skt *Mathurā*. Tib *bcom brlag*.

"Kính vâng thọ giáo!"

Lúc ấy, Thế Tôn đi dần đến Ma-thổ-la. Trên đường đi, từ xa trông thấy rừng cây màu xanh lục, Thế Tôn nói với A-nan-đà:

"Ngươi có nhìn thấy rừng cây màu xanh lục kia không?"

Bạch rằng: "Con có thấy."

"Đây là núi Ô-lô-môn-đồ[685]. Sau khi ta diệt độ 100 năm, có hai anh em người Ma-thổ-la, một người tên là Na-tra, một người tên là Bà-tra[686], sẽ xây dựng chùa xá nơi ấy, gọi là Na-tra-bà-tra[687], đó là những tự viện tối đệ nhất thích hợp cho những ai tu Xa-ma-tha và Tỳ-bát-xá-na[688].

Ở tụ lạc Ma-thổ-la, sẽ có một thiếu niên là người giỏi thuốc[689], tên gọi Bí Mật.[690] Ông có người con tên là Cận Mật[691], mặc dù không có tướng tốt nhưng cũng đồng như Phật.[692] Sau khi Ta diệt độ 100 năm, người này sẽ xuất gia trong giáo pháp của Ta mà hành các Phật sự. Lúc bấy giờ có đệ tử của A-nan-đà tên là Mạt-điền-địa[693] sẽ độ Cận Mật kia làm Bí-sô, truyền giáo pháp Ta, đây là người sau cùng. Trong chùa Na-tra-bà-tra[694] có hang động dài 18 khuỷu tay, rộng 12 khuỷu tay, cao 7 khuỷu tay. Những ai do giáo giới của vị này mà chứng đắc A-la-hán, mỗi người cầm một thẻ, dài bốn ngón tay, ném vào trong

---

[685] 烏盧門荼山. Skt *Uramuṇḍa*. Tib *rtse mthon*.
[686] 那吒婆吒. Skt *Naṭa, Bhaṭa*. Tib *gar mkhan - dpa' bo*.
[687] 那吒婆吒. Skt *Naṭabhaṭika*. Tib *gr mkhan dpa' bo*.
[688] 奢摩他毘鉢舍那. Skt *śamatha-vipaśyanānukūla*. Tib *lhag mthong dang zhi gnas kyi rjes su mthun pa*.
[689] 識藥人童子. Skt *gāṇḍikadāraka*, thiếu niên buôn hương liệu. Tib *spos 'tshong gi khye'u*.
[690] 祕密. Skt *Gupta*. Tib *sbas pa*.
[691] 近密. Skt *Upagupta* (Ưu-ba-cúc-đa). Tib *nye sbas*. Phật dự báo về sự phát triển của Hữu bộ tại phương Bắc.
[692] Tib *sangs rgyas kyi mtshan med pa*, vị Phật không tướng hảo. Skt *alakṣaṇako buddhaḥ*.
[693] Skt *Mādhyandina*. Tib *nyi ma'i grung*.
[694] 那吒婆吒寺. Tib *gar mkhan dpa' bo*. Skt *Naṭabhaṭikā*.

động. Lúc ấy, Cận Mật nhận lấy rồi diệt độ[695]. Các môn nhân kia dồn thẻ thành một đống, rồi hỏa thiêu (xà-tì)."

2. Nhân duyên quá khứ

[0042a04] Bấy giờ,[696] các bí-sô đều sinh tâm nghi ngờ, hỏi xin đoạn trừ tất cả điều hoài nghi:

"Thế Tôn đã thọ ký, Cụ thọ Cận Mật trong tương lai sẽ thương xót chúng hữu tình mà làm lợi ích chăng. Phật nay thọ ký sẽ do thương xót hữu tình mà làm lợi ích chăng?"

Phật dạy:

"Không những ngày nay mới làm những lợi ích như vậy, mà trong quá khứ cũng đã làm nhiều lợi ích. Các ông hãy lắng nghe, hãy suy niệm kỹ."

"Vào thuở quá khứ, ở núi Ô-lô-môn-đồ này có ba nơi cư trú[697]: một nơi có 500 Độc Giác, một nơi có 500 Tiên nhân, một nơi có 500 con khỉ.

"Bấy giờ, khỉ chúa đầu đàn tâm tính vốn độc ác, trong bầy khỉ có khỉ nào sinh con, đều bị giết hết. Các khỉ cái đều buồn rầu cho con mình, bàn bạc nhau rằng: 'Các bạn hãy nghe đây! Con chúa đầu đàn này của chúng ta thường hại con chúng ta, vậy phải lập phương chước. Nếu có bạn nào trong chúng ta mang thai thì đừng báo cho ông ấy biết.'

"Đến thời gian sau, có một con mang thai, bầy khỉ đem đến chỗ kín đáo mà giấu kỹ, cùng hái các quả đem riêng cho khỉ mang thai. Ngày tháng đã đủ, khỉ bèn sinh một con khỉ đực, cất giấu chỗ kín, sai đem sữa cho bú, nuôi dưỡng lớn khôn. Đến khi nó trưởng thành, tức thì nó đuổi con đầu đàn ra khỏi bầy khỉ, khiến rời khỏi đàn khỉ, chạy vào núi sâu.

---

[695] Phạn I 11.22: *yadā sā guhā pūrṇā bhaviṣyati arhatkaṭikābhis tadā upaguptaḥ parinirvāsyati*, khi nào những thẻ do các vị A-la-hán ném vào chất đầy trong động, khi ấy Upagupta nhập Niết-bàn. Sau đó hỏa thiêu.
[696] 'Dul ba kha 123a5.
[697] Skt. *triṣu pārśveṣu*, ba phía sườn núi. Tib. *ngos gsum*.

"Nhân lúc khỉ đầu đàn chạy trốn, nó nghe tiếng của vị Độc Gác, bèn đi tới, trú ở bên cạnh, lòng không sợ hãi. Nó hái hoa, quả, cùng các lá, rễ, thường đem cung cấp. Độc Giác ăn còn dư, đưa lại khỉ ăn. Theo phép thường của vị Độc Giác, sau khi ăn xong, liền ngồi kết già. Con khỉ trông thấy, học ngồi theo.

"Thời gian sau, các Độc Giác nghĩ như vầy: "Thân hạ liệt của chúng ta, những gì cần chứng đắc đã chứng đắc, những điều cần làm đã làm xong, nay hãy nhập Vô dư Niết-bàn.' Nghĩ như thế rồi, liền bay lên không, hiển bày thần biến, có vị thân tuôn ngọn lửa, có vị thân rưới mưa rào, có vị thân xuất ánh sáng, sau đó nhập Vô dư Niết-bàn.

"Thế rồi, con khỉ kia trong lòng sầu não, bèn bỏ đi tìm. Đến hang động xưa, trông thấy di thể của vị Độc Giác. Lúc ấy, khỉ dùng tay dở y của vị Độc Giác. Bấy giờ, có thiên thần thấy thế, nghĩ thầm: 'Con khỉ này kéo y Độc Giác, e rằng sẽ tổn hoại cho di thể.' Thiên thần kia đuổi con khỉ ra, lấy đá bít hang. Bấy giờ, khỉ thấy miệng hang đóng lại, khóc lóc sầu não, trong lòng luyến tiếc mà đi, quay về nơi cũ[698], chỉ để lang thang.

"Lúc bấy giờ, khỉ thấy vui khi sống gần người, nhưng do không có người nữa thì lòng chẳng an lạc. Thường lóng nghe người nói, bỗng nghe nơi khác có tiếng Tiên nói. Nghe thế, như người lạc đường rảo chạy tìm tiếng. Bèn thấy các Tiên nhân đang tu khổ hạnh. Có vị đưa tay lên, có vị dở chân lên, có vị tự hâm nóng bằng năm sức nóng[699]. Khỉ bắt chước theo, trong thời gian dài, mà không sợ hãi, thường mang hoa quả, và loài xỉ mộc[700], cúng dường tiên nhân. Tiên nhân ăn thừa, đưa lại cho khỉ. Bấy giờ, khỉ phá bỏ cử chỉ của Tiên nhân, chỉ cho họ theo pháp của Độc giác. Thấy người đưa tay lên, khỉ kéo xuống, bèn khảy móng tay, kết-già phu tọa. Thấy người dở chân lên,

---

[698] Tạng: *ri bo rtse mthon la kun nas 'khyam ba na*, lang thang trên núi *Urumṇḍa*.
[699] 五熱炙身. Tib. *gdung ba lngas gdung bar byed*, tự hành khổ bằng năm sức nóng. Skt. *pañcatapas tapyante*.
[700] 齒木. Tib. *so shing*. Skt. *dantakāṣṭha*, thứ gỗ dùng chà răng; Hán thường gọi là dương xỉ, tước nhánh cây dương.

khỉ hạ xuống, lại khảy móng tay, kết-già phu tọa ở trước Tiên nhân. Thấy người tự hâm nóng bằng năm sức nóng, khỉ dập tắt lửa nóng kia, bèn khảy móng tay, rồi kết-già phu tọa ở trước Tiên nhân.

"Lúc bấy giờ, các Tiên nhân thưa với thân giáo sư của họ rằng: 'Nay có con khỉ, làm chướng ngại chúng con, bỏ tu khổ hạnh.' Thân giáo sư kia bèn hỏi duyên do. Khi ấy, Tiên nhân *rộng nói như trên*. Thân giáo sư lại bảo: 'Các ông nên biết, chỉ là khỉ nhưng cũng có thể ghi nhớ mọi việc, chắc chắn nó từng thấy có Tiên nhân tu đạo uy nghi như vậy rồi. Các ông có thể học theo, ngồi kết già phu.'

"Các tiên nhân vừa nghe thầy nói, bèn ngồi kết già phu. Nhờ xưa có căn lành, mà nay được như vậy. Mặc dù không được A-già-lợi-da và Ô-ba-đà-da chỉ dạy, nhưng tự họ có thể đắc pháp 37 đạo phẩm, hiện chứng Độc Giác.

"Bấy giờ, chúng Tiên nhân kính tin bắt chước theo pháp của khỉ làm, nên có hoa quả tươi và thức ăn ngon đều cúng dường cho khỉ trước, rồi sau mới ăn. Về sau, con khỉ mất rồi, các vị Độc Giác kia, mang nhiều loại hương từ nhiều địa phương, lượm củi cỏ chất thành đống, thiêu hóa thân khỉ."

Lúc bấy giờ, Thế Tôn bảo các bí-sô: "Các ngươi chớ có ý nghĩ gì khác! Con khỉ thuở xưa sống chung với các Độc Giác, nay chính là Ưu-ba-cúc-đa. Vì thuở xa xưa làm nhiều điều lợi ích nên ngày nay ở đây được Ta thọ ký, do thương xót hữu tình mà cũng làm nhiều lợi ích."[701]

II. NHÂN DUYÊN NỄ-LA-BỘ-ĐỀ

[42c07] Lúc bấy giờ, Thế Tôn du hành nhân gian ở Dũng quân[702], đi dần đến thành Mạt-thố-la. Các bà-la-môn[703] ở đó nghe đồn Sa-môn Kiều-đáp-ma đến thành Mạt-thố-la;[704] vị ấy cực kỳ tán dương, đồng thời soi sáng, khiến cho hiểu rõ, thiết lập, phân tích, khai thị, hiển

---

[701] Bản Hán, hết quyển 9. Phạn I. 13.12. 'Dul ba kha 124b4.
[702] 勇軍. Skt. *Śūrasena*, trên kia dịch là Thắng quân, **xem cht. 681**. Tib. *dpa' sde*.
[703] Hán chép dư chữ 淨行 tịnh hạnh.
[704] 末土羅. Skt. *Mathurā*. Tib. *bcom brlag*.

hiện sự thanh tịnh của bốn chủng tánh. Họ nói: "Sa-môn Kiều-đáp-ma kia nếu vào thành này, thì lợi dưỡng của bọn ta nhất định sẽ bị cắt đứt. Ta nghe nói, Sa-môn Kiều-đáp-ma, nếu nơi nào không tôn trọng, không du hành đến. Ở đây nếu có ai không sinh lòng tôn trọng đối với Kiều-đáp-ma kia, thì nhất định ông ấy sẽ không vào thành Mạt-thổ-la. Nếu khiến những người thấp kém đến bày tỏ sự khinh mạn ông ấy, thì không đủ làm cho Kiều-đáp-ma kinh sợ; nếu có ai lỗi lạc hơn người mà đến bày tỏ sự không tôn trọng, khinh khi Kiều-đáp-ma, thì đây mới là điều tốt đẹp. Trong chúng ta đây, ai là người lỗi lạc?"

Lúc ấy, trong thành Mạt-thổ-la có một bà-la-môn tên là Nễ-la-bộ-đề[705], thông suốt bốn bộ Phệ-đà[706], có khả năng xiển dương tông mình, đánh phá tông khác, lời nào nói ra cũng tùy thuận lý thật mà nói. Các bà-la-môn ở Mạt-thổ-la tụ họp thành nhóm, cùng đến chỗ của Nễ-la-bộ-đề, nói rằng:

"Thưa Ô-ba-dà-da! Chúng tôi vừa nghe Sa-môn Kiều-đáp-ma đi tới thành này; vị ấy cực kỳ tán dương, đồng thời soi sáng, khiến cho hiểu rõ, thiết lập, phân tích, khai thị, hiển hiện sự thanh tịnh của bốn chủng tánh." Rồi họ nói: "Sa-môn Kiều-đáp-ma kia nếu vào thành này, thì lợi dưỡng của bọn ta nhất định sẽ bị cắt đứt. Nhưng Sa-môn Kiều-đáp-ma kia, nếu nơi nào không tôn trọng, không vui lòng đến đó. Ở đây nếu có ai không sinh lòng tôn trọng đối với Kiều-đáp-ma kia, thì nhất định ông ấy sẽ không vào thành Mạt-thổ-la. Nếu khiến những người thấp kém đến bày tỏ sự khinh mạn ông ấy, thì không đủ làm cho Kiều-đáp-ma kinh sợ; nếu có ai lỗi lạc hơn người mà đến bày tỏ sự không tôn trọng, khinh khi Kiều-đáp-ma, thì đây mới là điều tốt đẹp. Ngoài Ô-ba-đà-da ra, thì đâu còn ai nữa là người lỗi lạc để có thể làm được việc này? Mong ông hãy đến đó bày tỏ thái độ không tôn kính, và dùng lời lẽ nhục mạ ông ấy."

Nễ-la-bộ-đề nói với mọi người:

---

[705] 儞羅步提. Skt *Nīlabhūti*. Tib *sngor gyur*.

[706] 四薛陀. Hán chép dư 四明 tứ minh. Tib *rig byed dang rig byed kyi yan lag*, Veda và các chi phần của Veda. Skt *vedavedāṅgapāragaḥ*.

"Lưỡi của tôi vận chuyển tùy theo ý.⁷⁰⁷ Nếu đáng nhục mạ, tôi sẽ nhục mạ; đáng ca ngợi thì tôi sẽ ca ngợi."

[0043a01] Rồi thì, Nễ-la-bộ-đề và chúng bà-la-môn kỳ cựu lũ lượt kéo đến chỗ Thế Tôn. Khi ấy, Bà-la-môn Nễ-la-bộ-đề từ xa trông thấy đức Thế Tôn có đủ 32 tướng đại trượng phu, trang nghiêm với 80 vẻ đẹp tùy hình, một vầng ánh sáng vây quanh sáng hơn ngàn mặt trời, uy nghi tịch tĩnh tựa như ngọn núi báu, đang ngồi dưới gốc cây. Nễ-la-bộ-đề trông thấy Thế Tôn, trong lòng phấn khởi, liền khen ngợi rằng:

> *Nễ-la rất hoan hỷ,*
> *Tán thán Biến trí Tiên;*
> *Nay nói thắng công đức,*
> *Người nghe đều ưa thích.*
> *Khéo điều phục các căn,*
> *Thân, ý, tịnh như pháp;*
> *Biển công đức rộng lớn,*
> *Tôi nay lược tán thán.*
>
> *Đệ nhất trong luận nghĩa,*
> *Điều phục không lỗi lầm;*
> *Biết rõ đệ nhất nghĩa,*
> *Luận kích, không dao động.*
> *Minh hành thảy viên mãn,*
> *Khéo đạt các giới cấm;*
> *Thắng định như sơn vương,*
> *Sức tựa Na-la-diên.⁷⁰⁸*

[0043a16] Ông tán dương đức Thế Tôn bằng 500 bài tụng như vậy.

Thế Tôn biết bà-la-môn kia đã phát sinh tín tâm, bèn thuyết pháp cho Nễ-la-bồ-đề. Rồi ngay trên chỗ ngồi, ông chứng lý chân thật.

Nễ-la-bộ-đề sau khi tán thán Thế Tôn, bèn từ giã quay về thành cũ.

---

707 T15 *bdag gi lce ni bden ba'i rjes su 'brang ba yin te*, lưỡi này của tôi tuân theo sự thật.
708 Bản Phạn, dài 40 tụng. Hán dịch không hoàn toàn đồng nhất với các bản Phạn và Tạng.

Các bà-la-môn kỳ cựu trong thành biết Nễ-la-bộ-đề đã tán thán Thế Tôn bằng ngôn từ hoa mỹ, bèn đến khiển trách Nễ-la:

"Chúng tôi yêu cầu ô-ba-đà-da tới chỗ Kiều-đáp-ma để nói những điều bất kính, cớ gì lại ca ngợi ông ấy?"

Nễ-la-bộ-đề nói với các bà-la-môn rằng:

"Ban đầu há tôi chẳng nói như vầy sao: 'Lưỡi của tôi vận chuyển tùy theo ý. Nếu đáng nhục mạ, tôi sẽ nhục mạ; đáng ca ngợi thì tôi sẽ ca ngợi.' Tôi thấy Sa-môn Kiều-đáp-ma có phẩm chất bao la, đáng được tán dương, thì tôi tán dương. Thế thì các ông không nên trách tôi."

Lúc bấy giờ, Thế Tôn và các đại chúng, vào sớm tinh mơ, khoác y ôm bát vào thành Mạt-thổ-la khất thực. Trong thành ấy, lại gặp ngày hội tế tự Tinh tú[709].

Bấy giờ, nữ thần Tinh tú nghĩ thầm: "Nếu Sa-môn Kiều-đáp-ma vào thành này thì ngày lễ tết của ta ắt có chướng ngại. Cần phải bày kế để ông ấy quay đi." Nghĩ vậy, thần bèn lõa thể, đứng trước Thế Tôn.

Phật bảo nữ thần:

"Thân thể người nữ, nếu mặc quần áo đàng hoàng vẫn chưa thấy đẹp, huống chi lại lõa hình?"

Thiên nữ nghe nói thế, sinh tâm xấu hổ, biến mất không hiện ra nữa. Bấy giờ, Thế Tôn lánh qua bên đường, trải chỗ ngồi mà ngồi ở trước đại chúng, nói với các bí-sô:

"Thành Mạt-thổ-la này, có năm điều tai hại: 1. đất đai không bằng phẳng; 2. nhiều chỗ gai góc; 3. đầy dẫy sỏi đá; 4. nhân dân độc nhất ăn;[710] 5. rất nhiều người nữ. Vì vậy, Ta không vào thành này."

Rồi Thế Tôn rời chỗ ngồi đứng dậy, đi đến khu vườn dược-xoa Lô[711], ngồi dưới gốc cây, đại chúng vây quanh, yên lặng nghỉ trưa.

---

[709] 星宿會日. **Tib** rgyu skar gyi nub mo. **Skt** nakṣantrarātra, Tinh tú dạ hội.
[710] 人民獨食(?) **Skt** uccandrabhaktāḥ, người ta chỉ ăn ban đêm (Edgerton), vào thời kỳ không trăng. **Tib** dgongs ka za ba. như trên, **xem cht. 679**.
[711] 驢藥叉. **Skt** Gardabha-yakṣa. **Tib** gnod sbyin bong bu.

[0043b10] Bấy giờ, các bà-la-môn, cư sĩ, thành Mạt-thổ-la nghe Sa-môn Kiều-đáp-ma muốn vào thành, nhưng do thiên nữ gây chướng ngại nên không vào, hiện tại đang ở dưới gốc cây trong vườn của Lô dược-xoa. Nghe thế, mỗi người sắm nhiều loại thức ăn thức uống, chở bằng xe đến chỗ Thế Tôn; đảnh lễ dưới chân, lui ngồi một phía.

Bấy giờ, Thế Tôn lược nói pháp yếu cho các bà-la-môn cư sĩ tín tâm kia, *rộng nói như trên, cho đến:* ngồi im lặng. Khi ấy, chúng bà-la-môn kia rời chỗ ngồi đứng dậy, chỉnh sửa y phục, chắp tay cung kính, bạch Phật rằng:

"Bạch đức Thế Tôn, chúng con sắm sửa nhiều loại thực phẩm thanh tịnh cúng dường Thế Tôn. Mỗi người chở xe đến dâng cúng Thế Tôn. Cúi xin từ bi thị nhận chúng con cúng dường."

Khi ấy, đức Phật bảo Cụ thọ A-nan-đà:

"Hết thảy các chúng bí-sô trú ngụ trong cung của Lô dược-xoa hãy tập trung tại nhà cúng dường[712], thọ thực tại đó."

A-nan-đà thưa: "Xin vâng, bạch đức Thế Tôn!"

A-nan-đà vâng lời Phật dạy, gọi tất cả chúng bí-sô trú ngụ tại cung Lô dược-xoa tập trung đến nhà cúng dường. Sau đó, đến chỗ Thế Tôn, đảnh lễ dưới chân, bạch Phật:

"Bạch Thế Tôn, hết thảy bí-sô đều đã tập hợp ở cúng dường đường, theo thứ tự đã an tọa. Kính mong đức Thánh biết thời."

Thế Tôn đi tới hội đường, ngồi trên chỗ ngồi soạn sẵn trước các bí-sô. Khi ấy, các bà-la-môn, cư sĩ, có tín tâm thành Mạt-thổ-la biết đức Phật và chư Tăng an tọa, đã thọ thực xong, *chi tiết như trên, cho đến:* rửa chân, thâu y bát, liền đứng trước Phật mà thỉnh nguyện rằng:

"Chúng độc long và ác dược-xoa kia đều đã được hàng phục. Lô dược-xoa này từ lâu thường gây cho chúng con chẳng phải địch mà như địch, chẳng phải thù mà như thù, chẳng phải nghịch mà như

---

[712] 供養會. Skt *upasthānaśāla*, cúng dường đường, hoặc gọi thị giả đường sảnh đường phục vụ, nơi tại gia dâng phẩm vật cúng dường Tăng. Tib. *rim gro'i gnas*.

nghịch. Con cái của chúng con mới sinh đều bị xâm đoạt. Cúi xin Thế Tôn thương xót cho chúng con mà hàng phục Lô dược-xoa ác này."

Trong khi đó, dược-xoa kia trước đó đã hiện diện trong hội. Thế Tôn nói với dược-xoa:

"Ông có nghe lời ấy không?"

Thưa rằng: "Bạch Thế Tôn, con có nghe."

Lại hỏi dược-xoa:

"Có nghe lời ấy không?"

"Bạch đấng Thiện Thệ! Con có nghe."

Lại bảo dược-xoa:

"Hãy dứt bỏ hành vi phi pháp ấy đi!"

Dược-xoa bạch Phật:

"Nếu mọi người vì con mà xây dựng tinh xá cho các bí-sô bốn phương, con sẽ dứt bỏ, nhất định không gây tổn hại nữa."

Lúc bấy giờ, Thế Tôn nói với các bà-la-môn cư sĩ tín tâm ở tụ lạc Mạt-thổ-la:

"Các người có nghe lời ấy không?"

Thưa rằng: "Có nghe, bạch đức Thế Tôn. Chúng con sẽ xây dựng."

Lúc bấy giờ Thế Tôn đã hàng phục Lô dược-xoa cùng với 500 quyến thuộc. Các bà-la-môn vì dược-xoa kia cùng 500 quyến thuộc mà tạo dựng 500 tỳ-ha-la.

Cũng như vậy, Thế Tôn đã lần lượt hàng phục Trì dược-xoa, Lâm dược-xoa, Ha-lê-ca dược-xoa nữ.[713] Khi ấy, đức Thế Tôn hiện đại thần thông, vào thành Ma-thổ-la, hàng phục Ám dược-xoa nữ[714] và 500 quyến thuộc. Nhân dân thành ấy cũng tạo dựng 500 trú xứ cho bí-sô.

---

[713] 池藥叉林藥叉訶梨迦藥叉女. Skt. *śara-yakṣa, vana-yakṣa, ālikāvendā maghā yakṣiṇī.* Tib. *gnod sbyin mda' can, gnod sbyin nags ldan, gnod sbyin mo bslang rnyed ma dang mchu.*

[714] 闇藥叉女. Skt. *Timisikā yakṣiṇī.* Tib. *gnod sbyin mo 'gran zla ma.*

Bấy giờ, Thế Tôn ở trong thành, ngoài thành ấy hàng phục 2.500 dược-xoa xong. Lúc ấy, những người tín tâm trong thành cũng tạo dựng 2.500 trú xứ.

III. TỤ LẠC Ô-ĐẠT

[0043c19] Sau đó, Thế Tôn đi đến tụ lạc Ô-đạt-la[715], trú trong rừng Ô-đạt-la.

Khi ấy có bà-la-môn tên Ô-đạt-la-diên[716] nghe Thế Tôn ở trong rừng kia,[717] bèn cỡi xe ngựa trắng, tay cầm gậy vàng, bồn tắm vàng, quyến thuộc vây quanh, từ thành đi ra, muốn đến chỗ Phật, cỡi xe tiến tới trên chỗ đường còn đi được; đến chỗ không đi được, ông xuống xe, đi bộ. Đến chỗ Phật, sau khi nói lời chào hỏi chúc tụng với Thế Tôn, rồi lui ngồi một bên.

Đại trưởng giả bà-la-môn Ô-đạt-la-diên bạch Phật rằng:

"Bạch đức Thế Tôn! Tôi nay có ít câu hỏi, mong Phật cho phép hỏi."

Thế Tôn nói:

"Bà-la-môn, tùy ý hỏi!"

Lúc ấy, bà-la-môn bạch rằng:

---

[715] 鄔達羅聚落. Skt=Tib. *Otalā*.
[716] 鄔達羅延. Skt *Otalāyana*. Tib *o ta la'i bu*.
[717] Bản Hán có thể nhảy sót một đoạn: Thế Tôn vào thành khất thực, rồi hóa độ 500 người nông phu đang lấm bùn kéo cày. Bấy giờ lại có 1000 con bò kéo cày bứt dây thứng chạy đến trước Thế Tôn, cúi đầu lễ dưới chân Thế Tôn. Thế Tôn nói pháp, sau đó chúng lại sinh lên trời Tứ vương. Rồi Phật nói nhân duyên, chúng là những người xuất gia trong giáo pháp của Phật Ca-diếp, số giải đãi tái sinh làm nông phu; số xem thường các học xứ nhỏ nhặt nay tái sinh làm bò cày. Phạn I. 19.3-18; 'Dula ba kha 129a7-130a1. Đoạn bà-la-môn *Otalā* vấn đáp, Hán và Tạng tương đồng, bản Phạn lược, chỉ dẫn đọc trong thiên "Tương ưng đạo", *Tạp A-hàm* (*saṃyuktakāgame mārgavarganipāte*). Tiếp theo, *Otalā* suy nghĩ, v.v... như bản Hán và Tib.

"Thưa Kiều-đáp-ma, năm căn này, trong nhiều loại cảnh giới, mỗi căn chỉ tiếp thu giới tương ứng mà không nhận giới khác. Các căn mắt, tai, mũi, lưỡi, thân, được kể trong giới nào, xứ nào? Y xứ của nó là gì?"

Phật nói:

"Này bà-la-môn, trong nhiều loại cảnh giới, năm căn này mỗi căn chỉ tiếp thu giới tương ứng chứ không nhận giới khác. Cái được gọi là nhãn giới cho đến thân giới, đây các căn vậy. Ý là cái nhiếp thọ. Nhưng năm căn này lấy ý làm sở y."

Bà-la-môn hỏi: "Ý lại lấy cái gì làm sở y?"

Phật nói: "Lấy niệm làm sở y."

Bà-la-môn hỏi: "Niệm lấy gì làm sở y?"

Phật nói: "Lấy bốn niệm xứ làm sở y."

Lại hỏi: "Bốn niệm xứ lấy gì làm sở y?"

Phật nói: "Lấy bảy giác chi làm sở y."

Lại hỏi: "Bảy giác chi lấy gì làm sở y?"

Phật nói: "Lấy minh và giải thoát làm sở y."

Lại hỏi: "Minh và giải thoát lấy gì làm sở y?"

Phật nói: "Lấy Niết-bàn làm sở y."

Lại hỏi: "Niết-bàn lấy gì làm sở y?"

Phật nói: "Này bà-la-môn! Những điều ông hỏi hôm nay, việc ấy sâu xa lắm. Ông không thể đạt đến biên tế của Niết-bàn. Ta nay tu phạm hạnh, do đoạn trừ các khổ nên đã tận cùng biên tế của khổ."

[0044a12] Lúc bấy giờ, đại trưởng giả bà-la-môn Ô-đà-diên nghe Thế Tôn nói xong, tâm sinh hoan hỷ, rời chỗ ngồi đứng dậy, từ giã Phật ra về.

Lúc ấy, ông trưởng giả kia suy nghĩ: "Làm sao chúng ta sẽ gây tổn hại cho ông ấy?" Ông trưởng giả trước đã nghe nói có người đem thức ăn cúng dường đức Thế Tôn và chúng Thanh văn, những vị này ăn xong rồi chúc nguyện: "Những gì mong cầu trong tâm, thảy đều như nguyện."

Sau khi có ý nghĩ như thế, ông quay lại chỗ Phật, chỉnh sửa y phục, chắp tay đảnh lễ, mà bạch Phật rằng:

"Cúi xin Thế Tôn cùng chúng bí-sô sáng sớm ngày mai mong thọ phạn thực tại nhà của tôi" *chi tiết như trên, cho đến:* khi ấy, trưởng giả biết Thế Tôn đã thọ thực rồi, rửa tay thu bát xong, trước Thế Tôn, chọn chỗ ngồi nhỏ, ngồi, rồi ông khởi lên ý nguyện ác: "Bọn Sa-môn Kiều-đáp-ma cùng các đệ tử này, ăn thức ăn của ta, sẽ làm trâu cho ta."

Lúc ấy, Thế Tôn biết tâm niệm của Ô-đà-diên, bảo ông rằng:

"Này bà-la-môn, ông khởi tâm ước nguyện trái lẽ, không bao giờ thành tựu. Vì các bí-sô này không còn tái sinh đời sau nữa. Ông hãy ước nguyện khác đi."

Thế Tôn sau khi đọc kệ chú nguyện cho bố thí xong, rời chỗ ngồi bước đi, quay về trú xứ, ngồi trên chỗ ngồi soạn sẵn trước chúng bí-sô, rồi nói với các bí-sô rằng:

"Ô-đà-diên kia ước nguyện với tâm xấu ác. Các ngươi ăn xong, nên nhanh chóng nói già-tha của Tiên Phật[718] để cho tà nguyện kia không được thành tựu." Khi ấy, các bí-sô nói già-tha xong.

IV. CHIẾN-CA-LA

1. Bí-sô-ni Chiến-ca-la

[0044a29] Lúc bấy giờ, khi đêm đã tàn[719], vào buổi sáng sớm, Thế Tôn vào tụ lạc Ô-đà-diên khất thực. Thị giả Cụ thọ A-nan-đà theo hầu Phật. Ở tụ lạc kia có một bà lão tên là Ca-chiến-la[720], đang đi đến giếng để lấy nước. Thế Tôn thấy cơ duyên được giáo hóa của bà lão đã đến,

---

[718] 先佛伽他. Skt *ārṣā gāthā*, kệ tụng cổ; nguồn gốc từ chỉ cho những thị tụng của cổ tiên nhân Veda; nghĩa rộng, đây chỉ thi tụng do chư Phật thuyết.
[719] Phạn I. 20.9. 'Dul ba kha 131b2.
[720] 迦戰羅. Skt *Kacaṃgalā*.

bèn bảo Cụ thọ A-nan-đà rằng:

"Ông hãy đến bà lão kia, nói: Thế Tôn cần nước, bà hãy mang đến dâng!"

A-nan-đà vâng lời Phật.

Bà lão trả lời:

"Thưa thánh giả, tôi sẽ dâng nước."

Rồi bà lão lấy nước đầy bình, vội đi đến chỗ Phật, thấy Như Lai kia đầy đủ 32 tướng tốt, 80 vẻ đẹp tùy hình, ánh sáng rực rỡ hơn hẳn ngàn mặt nhật, bước đi như ngọn núi báu. Trông thấy Thế Tôn, bà sinh tâm cung kính, như mẹ yêu con, liền dang hai tay, muốn ôm Thế Tôn, mà nói lớn rằng:

"Này con! Này con!"

Các bí-sô tiến đến phía trước ngăn lại: "Chớ ôm Thế Tôn!"

Phật bảo các bí-sô: "Các ngươi không nên ngăn chặn bà lão này. Vì sao vậy? Bà lão này đã từng làm mẹ ta trong 500 kiếp. Nếu không để bà ôm thân ta thì bà sẽ thổ huyết ngay lập tức."[721]

Thế Tôn nhìn thấy tâm bà lão kia nghĩ Thế Tôn là con mình, niệm tình thương yêu ấy, sinh lòng từ mẫn, liền đưa cổ ra, cho bà lão ôm. Bà vừa ôm xong, tâm sinh hoan hỷ, nghe Phật thuyết pháp.

Lúc bấy giờ, Thế Tôn biết căn tánh bà lão kia mà tùy cơ diễn nói, khiến bà chứng bốn thánh đế. Bà lão sau khi nghe pháp, bằng chày kim cang trí phá sập 20 ngọn núi phiền não tát-ca-da kiến, chứng quả Dự lưu, thấy được chân lý, bèn nói lời này: "Đây là Thế Tôn của tôi. Điều ích lợi thù thắng này, không phải do cha, mẹ, anh em, và các hàng trời tác thành, *chi tiết như trên, cho đến:* bằng tuệ kim cang, tôi đã phá sập 20 ngọn núi tát-ca-da kiến mà tâm tích lũy từ vô thủy đến nay, đắc quả Dự lưu."

Lại nói tụng rằng:

---

[721] Bản Phạn, Phật nói bằng thi tụng.

Điều con hiểu làm được,
Là báo ân mẹ hiền.
Tôi nay nhờ ơn Phật,
Tiến lên đường Niết-bàn.
Lành thay việc hiếm có,
Vượt hẳn ba ác thú;
Tôi dùng ít công phu,
Mau đến chỗ vô ưu.

[0044b26] Nói lời ấy xong, đảnh lễ chân Phật, từ giã rồi đi. Thời gian sau, bà lão được chồng chấp nhận cho xuất gia. Bà đi đến chỗ Thế Tôn, đảnh lễ dưới chân, bạch Phật rằng:

"Cúi mong Thế Tôn cho phép con xuất gia trong pháp luật thiện thuyết này, thọ cận viên, thành thể tính bí-sô ni, theo Thế Tôn tu phạm hạnh."

[0044c01] Lúc bấy giờ, Thế Tôn giao phó cho Bí-sô ni Đại Thế Chủ.[722] Đại Thế Chủ làm lễ xuất gia cho bà, cho thọ cận viên, dạy cho pháp yếu, chuyên tâm tu học, đoạn các phiền não, chứng quả La-hán, *rộng nói như trên, cho đến:* trời người cúng dường.

Bấy giờ, Thế Tôn sau khi lược thuyết pháp yếu cho các bí-sô ni, bèn vào thất tĩnh tọa. Bí-sô ni Chiến-ca-la được nghe pháp yếu ấy, bà diễn thuyết rộng rãi cho người khác nghe.

Một thời, Thế Tôn nói các bí-sô:

"Chiến-ca-la này, trong chúng Thanh văn Bí-sô-ni của ta, đệ nhất trong những bí-sô-ni diễn giải Kinh pháp."[723]

2. Nhân duyên quá khứ

[0044c08] Bấy giờ, các bí-sô đều sinh tâm nghi ngờ, để đoạn mối nghi, thỉnh vấn Thế Tôn:

---

[722] 大世主. *Mahāprajāpati*, dịch âm: Ma-ha Ba-xà-ba-đề, Di mẫu của Phật. skye dgu'i bdag mo chen mo.

[723] Edgerton: chuyện kể *Kacaṃgalā* ở đây là một hình thức thêu dệt từ chuyện *bhikkhunī Kajaṅgalā* trong Pāli.

"Bí-sô ni Chiến-ca-la đã từng tạo nghiệp gì mà đến tuổi già mới được xuất gia? Lại do duyên gì mà chịu bần tiện? Trong lần tái sinh cuối cùng, mà chẳng mang thai, lại được xuất gia, chứng quả A-la-hán? Trong thuyết pháp, thế nào là tối thắng?"[724]

Phật bảo các bí-sô:

"Bí-sô ni Chiến-ca-la này, do đời trước tạo bạch nghiệp, tích tập tư lương, cho nên thọ lãnh quả báo như vậy.

"Bí-sô, nên biết, thuở xưa, khi Ta còn hành Bồ-tát đạo, bà từng là mẹ ta. Do nghiệp ấy, nay đến tuổi già được xuất gia. Thuở xưa, khi Ta hành Bồ-tát đạo, bà mẹ ấy gây chướng ngại.[725] Do Chiến-ca-la không tạo nghiệp thiện, còn Ma-da Phu nhân thường tạo nghiệp tốt. Do Chiến-ca-la bị trụy thai.[726]

"Vào thời Phật Ca-diếp, bà mạ nhục thức-xoa cùng các bí-sô-ni hữu học và bí-sô-ni vô học, gọi họ là: 'Tiện tì. Tiện tì.' Do nghiệp này, nay chịu thân tì nữ. Do thời Phật Ca-diếp xuất gia đọc tụng, lại nghe Phật nói pháp, nhân đó mà thiện xảo về uẩn, thiện xảo về giới, về xứ, về duyên khởi, xứ phi xứ, cho nên được xuất gia trong giáo pháp của Ta, đoạn tận các phiền não, đắc quả Vô học. Bí-sô ni Ô-ba-đà-da xuất gia trong pháp chánh đẳng giác của Phật Ca-diếp-ba kia, đệ nhất trong vị thuyết pháp, phân biệt quảng diễn ý nghĩa Kinh.[727]

"Khi Bí-sô ni Chiến-ca-la sắp mạng chung, phát lời nguyện rằng: 'Tôi ở trong pháp của Phật Ca-diếp, tu trì phạm hạnh, tán tụng kinh điển, mà chưa đắc quả. Nay Phật Ca-diếp-ba thọ ký Ô-đạt-la-ma-nạp-

---

[724] Skt *bhagavatā ca sūtrāntavibhāgakartrīṇām agrā nirdiṣṭeti*, [nhân duyên gì mà] được Thế Tôn tuyên bố, đệ nhất trong những bí-sô-ni diễn giải Kinh.

[725] Skt gây chướng ngại bố thí, do đó nay chịu quả nghèo.

[726] Skt "Do bà đã không tạo những nghiệp dẫn đến phước báo quyền lực tự tại như *Mahāmāyā*, cho nên không hoài thai Bồ-tát tối hậu thân.

[727] Skt "Vị Hòa-thượng-ni kia (*Upadhyāyikā*) mà bà theo để được xuất gia, vị ấy được đức Phật Ca-diếp tuyên bố là đệ nhất trong những bí-sô-ni diễn giải Kinh."

bà[728] A-nậu-đa-la Tam-miệu-tam-bồ-đề: 'Ngươi vào đời vị lai, khi loài người thọ 100 tuổi, thành đẳng chánh giác, hiệu là Thích-ca Mâu-ni.' Nguyện tôi do thiện căn tu hành này mà sẽ được xuất gia trong giáo pháp của đức Thích-ca Như Lai kia. Nguyện tôi cũng sẽ được như Ô-ba-đà-da kia, đệ nhất trong hàng thuyết pháp.' Do lời nguyện ấy, nay bí-sô-ni này là người thuyết pháp đệ nhất trong giáo pháp ta.

"Bí-sô nên biết, tạo nghiệp thuần đen sẽ lãnh thọ quả báo thuần đen... *cho đến*: Bí-sô các ngươi cần tu nghiệp thuần trắng. Hãy học như vậy."

V. TỤ LẠC PHỆ-LAM-BÀ

1. Bà-la-môn làm vườn

[0045a04] Lúc bấy giờ, Thế Tôn nói với A-nan-đà:

"Hãy đi với Ta đến tụ lạc Phệ-lam-bà."[729]

A-nan-đà bạch: "Xin vâng, bạch đức Thế Tôn!"

Thế Tôn cùng A-nan-đà đi, *cho đến:* tới một khu vườn.

Bấy giờ có một bà-la-môn đang múc nước tưới vườn. Bà-la-môn ấy từ xa trông thấy Thế Tôn, nghĩ thầm: "Nếu Sa-môn Kiều-đáp-ma vào khu vườn thì sẽ làm bẩn nước giếng." Bèn giấu dây gầu, rồi đứng im. Bấy giờ, Thế Tôn dùng lực thần thông mà vào khu vườn kia. Lúc ấy, có đại tướng Dược-xoa Bán-chi-ca[730] làm cho nước giếng trào ra, chảy khắp vườn. Bà-la-môn thấy thế nghĩ thầm: "Sa-môn Kiều-đáp-ma này có uy lực lớn, có khả năng khiến cho nước giếng vọt lên chảy tràn ra ngoài." Nghĩ thế rồi, ông phát sinh tín tâm, nói rằng:

"Kiều-đáp-ma, lại đây. Đây là gầu nước, đây là dây gầu, tùy ý lấy nước." Khi ấy, Thế Tôn liền nói tụng rằng:

---

[728] 鄔達羅摩納婆. Skt. *Uttara-māṇva*. Tib. *bram ze'i khye'u bla ma*.
[729] 吠羅聚落, Phệ-la=Phệ-lam-bà. Skt. *Vairambhya*. Tib. *dgra mtha'*. Phạn I.22.16. 'Dul ba kha 133b3.
[730] 半之迦. Skt. *Pañcika*. Tib. *lnga len*.

Các nơi thảy có nước,
Dùng nước giếng làm gì?
Cắt tưởng khát ái này,
Còn gì tìm cầu nữa!

[0045a17] Bấy giờ, bà-la-môn bạch Phật rằng:

"Cúi xin Thế Tôn cho phép con được xuất gia trong pháp luật thiện thuyết, thọ giới cận viên, thành bí-sô tánh." *Chi tiết như trên, cho đến:* "Thiện lai Bí-sô!" Xuất gia thành tựu, tụng rằng:

Thế Tôn nói "Thiện lai!"
Tóc rụng y bát đủ;
Các căn đều định tĩnh,
Tùy niệm thảy đều thành.

[0045a22] Bí-sô kia do chuyên cần tu tập, đoạn tận phiền não, chứng A-la-hán, yếm ly ba cõi, *rộng nói như trên, cho đến:* Thích, Phạm, chư thiên, thảy đều cung kính.

2. Quốc vương Hỏa Thọ

[0045a24] Lúc bấy giờ, Thế Tôn du hành tại nhân gian tụ lạc Dũng-quân, đến thành Phệ-lam-bà[731], trú dưới cây luyện mộc.[732]

Bấy giờ, trong thành này có bà-la-môn tên Hỏa Thọ[733], làm quốc vương, đất nước phồn thịnh, nhân dân an lạc, cuộc sống đầy đủ.

Khi vua nghe Thế Tôn du hành nhân gian đến Dũng-quân, ngụ dưới cây luyện mộc, nghĩ thầm: "Sa-môn Kiều-đáp-ma, vua các nước lớn đều cung kính cúng dường, tôn trọng khen ngợi. Ta cũng nên cúng dường, để tránh bị các nước lân cận gièm pha chê cười rằng:

---

[731] 鞞蘭底, Bệ-lan-để; trên kia âm Phệ-la. **xem cht. 729.** Skt *Vairaṃbhya.* Tib dgra mtha'. Tham chiếu *Tứ phần luật* 1, T22n1428_p0568c08: Phật du hành đến Tì-la-nhã, ngụ dưới gốc cây Na-lân-la-tân-mạn-đà-la ... chuyện kể về Đức Phật phải ăn lúa mạch của ngựa trong ba tháng hạ. Pāli, Vin. iii 1 (PTS): *tena samayena buddho bhagavā verañjāyaṃ viharati naḷerupucimandamūle...* chuyện kể, nội dung như *Tứ phần.*
[732] 楝木. Cây xoan. Tib *shing nim pa.* Skt *naḍerapicumanda.*
[733] 火授. Skt *Agnidatta.* Tib *mes sbyin.*

'Này vua Hỏa Thọ, Như Lai ở trong bờ cõi ông, cũng nên cúng dường đi!' Ta nay phải thỉnh Thế Tôn và Bí-sô tăng-già, cúng dường với mọi thứ phẩm vật."

Nghĩ thế, ra lệnh thắng xa giá xuất thành, đi tới chỗ Phật. Sau khi nói lời chào hỏi chúc tụng với Thế Tôn, rồi lui ngồi một phía. Thế Tôn thuyết pháp vi diệu cho vua, khai thị, chỉ giáo, khuyến khích, khiến cho hoan hỷ, rồi ngồi im lặng. Bấy giờ, vua Hỏa Thọ rời chỗ ngồi đứng dậy, trật áo vai phải, gối phải tiếp đất, chắp tay hướng Phật, mà bạch Phật rằng:

"Cúi xin Thế Tôn cùng chúng bí-sô thọ nhận con cúng dường tứ sự: thức ăn, thuốc thang, y phục, ngọa cụ, suốt trong ba tháng an cư mùa mưa này."

Thế Tôn im lặng nhận lời. Vua Hỏa Thọ biết Thế Tôn đã im lặng nhận lời, tâm tư rất hoan hỷ, rời chỗ ngồi đứng dậy, trở về bản cung.

Rồi vua ra lệnh các quan:

"Các khanh mỗi ngày phải chuẩn bị 18 loại thức ăn, cùng các thứ mỹ vị." Lại công bố khắp trong nước: "Dân chúng nghe đây! Trong ba tháng hạ, không ai được tự chuyên cúng dường Sa-môn Kiều-đáp-ma. Ai tự tiện thỉnh, sẽ bị xử tử."

Sau khi ban sắc lệnh, tối đó nằm ngủ, vua mộng thấy bức màn trắng[734] vây quanh thành. Khi tỉnh giấc, vua kinh sợ, tâm sinh sầu não, lông tóc dựng đứng, đang nằm bật dậy, ngồi chống má, suy nghĩ giấc mộng ấy là điềm họa hại hay là tốt lành? Không vì điềm này mà mất vương vị hoặc đến nỗi sẽ chết? Sáng hôm sau, gọi quốc sư đến, thuật rõ giấc mộng: "Mộng như vậy, chuyện gì sẽ xảy ra cho ta?" Quốc sư lại có ý nghĩa khác: "Mộng này báo hiệu điềm lành. Nếu ta giải là điềm lành, nó sẽ khiến vua càng thêm cung kính Kiều-đáp-ma gấp bội. Vậy ta hãy giải mộng ấy là điềm dữ." Nghĩ thế, ông tâu vua:

"Mộng này không lành."

---

[734] 白帳. Skt. *ātmīyair antraiḥ sarvaṃ vairambhyaṃ nagaraṃ veṣṭitam*, bộ lòng của mình quấn quanh toàn thành *Vairambya*. Tib. *bdag gi rgyu mas dgra mtha'i groṅ khyer thams cad bskor ba rmis so*.

Vua hỏi quốc sư:

"Mộng không lành; vậy nó dự báo chuyện gì?"

Quốc sư tâu vua:

"Theo điềm chiêm bao, vua nhất định sẽ mất ngôi, hoặc sẽ chết."

Khi ấy, vua suy nghĩ: "Nhất định sẽ mất ngôi, hoặc sẽ chết ư?" Nghĩ như thế, vua hỏi quốc sư:

"Có cách nào để ta không bị mất ngôi, và không bị mất mạng?"

Quốc sư đáp:

"Trong ba tháng mùa hạ, ở một nơi kín đáo không cho ai gặp. Nếu làm như vậy, vua nhất định sẽ không mất ngôi, cũng sẽ không mất mạng."

Vua Hỏa Thọ nghe thế, liền nói:

"Việc này quá dễ. Ta sẽ bố cáo, lệnh cho nhân dân trong nước không ai được gặp ta."

Nói vậy rồi, gióng trống bố cáo khắp nước: "Vua có sắc lệnh: trong ba tháng hạ, tất cả nhân dân không ai được gặp ta. Nếu ai tự tiện gặp, lập tức sẽ bị xử tử."

Hạ lệnh xong, vua đến ở chỗ kín đáo.

3. Thọ dụng lúa mạch

[0045c04] Lúc bấy giờ, vào sáng tinh mơ, Cụ thọ A-nan-đà đi đến cung vua Hỏa Thọ, thấy những lính giữ cửa ngồi thảnh thơi trước cửa cung, chẳng làm gì cả. Thấy vậy hỏi:

"Các ông hôm nay có sao ngồi thảnh thơi chẳng làm gì cả?"

Lính đáp:

"Thánh giả A-nan-đà, bảo chúng tôi phải làm gì?"

A-nan-đà nói:

"Vua Hỏa Thọ há chẳng phải thỉnh Phật và Bí-sô tăng-già cúng dường tứ sự trong ba tháng hạ sao? Sao hôm nay các người ngồi yên, không bày biện thức ăn và trải chỗ ngồi, để đức Phật cùng Tăng-già hôm nay nhịn đói sao?"

Bấy giờ, đám lính thưa rằng:

"Thưa Thánh giả, mặc dù vua có ra lệnh, khiến bày biện cúng dường cho 500 người, nhưng không nói cúng cho ai."

A-nan-đà bảo:

"Các ông hãy vào tâu vua cho vua biết."

Họ lại thưa:

"Thưa thánh giả A-nan-đà! Vua trước đây có bố cáo khắp nước rằng: 'Trong ba tháng hạ, không ai được gặp vua. Ai tự tiện gặp, sẽ bị xử tử.' Chúng tôi đâu còn cái đầu thứ hai mà dám tâu vua!"

A-nan-đà khi nghe nói vậy, trở về chỗ Phật, thuật lại chuyện trên. Phật bảo A-nan-đà:

"Ngươi hãy khoác tăng-già-đê[735], mang theo một thị giả, vào trong thành lớn, tại khắp các ngã đường, thông báo như vầy: 'Ai có tín tâm, có khả năng cúng dường các thứ ăn uống, thuốc thang cho Thế Tôn và chúng Bí-sô tăng-già hàng ngày trong ba tháng, nay đúng thời.'"

Vâng lời Phật dạy, Cụ thọ vào thành thông báo, *chi tiết như trên*. Các trưởng giả, bà-la-môn, trong thành nói như vầy:

"Thưa Thánh giả A-nan-đà, chúng con mỗi người có thể sắm sửa cúng dường tứ sự, ẩm thực, y dược các thứ, cho Tăng-già thanh văn, với thượng thủ là Thế Tôn, trong ba tháng không để thiếu. Nhưng vì có lệnh nghiêm cấm của vua, trong ba tháng không cho phép nhân dân trong nước tự tiện dâng cúng cho Tăng-già Thanh văn, với thượng thủ là Thế Tôn. Ai vi phạm, sẽ bị xử tử."

Do thông báo khắp nơi như thế, cuối cùng không ai dám cúng.

[0045c26] Lúc ấy, có thương chủ từ phương bắc đến, đem theo

---

[735] 僧伽胝, âm khác của *saṃghāṭī*, tăng-già-lê.

500 con ngựa vào trong thành này. Ông nghĩ như vầy: "Nay vào mùa mưa, nếu ta đi tiếp thì sợ rằng bùn đất làm tổn đàn ngựa, móng ngựa hư nhiều." Bèn ở lại đây trong ba tháng. Ngựa khôn mà ông cưỡi, mỗi ngày ăn hai thăng lúa mạch. Những con còn lại ăn một thăng. Thương chủ cũng nghe nói vua có lệnh nghiêm cấm. Lúc ấy, A-nan-đà đi đến bên thương chủ nói pháp cho ông.[736]

Thương chủ nghĩ: "Ta không phải là người đã ở lâu trong quốc cảnh này." Nghĩ thế, ông nói:

"Thưa Thánh giả A-nan-đà, con ngựa khôn tôi cưỡi, mỗi ngày cho nó hai thăng đại mạch, những con còn lại một thăng. Nếu Thế Tôn ăn được lúa mạch này thì mỗi ngày dâng cúng Phật hai thăng, những bí-sô còn lại cúng mỗi người một thăng."

Lúc ấy, A-nan-đà sau khi nghe thương chủ đề nghị, liền đi đến chỗ Thế Tôn, thuật rõ sự việc trên. Phật nghĩ: "Nghiệp mà Ta đã tạo như vậy, chính Ta tự nhận lấy quả chín." *Chi tiết như vậy, cho đến: phi ngoại giới thọ*, v.v... cho đến, tụng rằng:

Dù trải qua trăm kiếp,
Nghiệp đã tạo không mất;
Khi nhân duyên hội ngộ,
Quả báo tự mình nhận.

[0046a10] Thế Tôn nói tụng xong, bảo Cụ thọ A-nan-đà:

"A-nan-đà, hãy đi thứ tự phát thẻ cho chúng bí-sô. Thông báo như vầy: 'Ai có thể cùng với Phật trú ở đây ăn lúa ngựa trong ba tháng thì hãy nhận thẻ.'"

Cụ thọ vâng lời Phật dạy, đi phát thẻ. Giáo chủ Thế Tôn nhận một thẻ đầu tiên, bí-sô mỗi người nhận một thẻ.

Bấy giờ, Cụ thọ Xá-lợi-phất bạch đức Thế Tôn:

"Con bị chứng phong tật, không thể ăn lúa mạch trong suốt ba tháng."

Cụ thọ Mục-kiền-liên lại bạch Phật rằng:

---

[736] Phạn I 25.10: "Ông cũng nghe Cụ thọ A-nan-đà thông báo..."

"Con vì để chăm sóc Tôn giả nên cũng sẽ đi theo."

Phật cùng bí-sô an cư mùa hạ ở đây. Cụ thọ Xá-lợi-phất, Mục-kiền-liên đến núi Tam phong[737] mà an cư ở đó.

Bấy giờ, Thiên đế Thích đến thỉnh hai Tôn giả nhận sự cúng dường trong ba tháng.

Bấy giờ thương chủ đem lúa ngựa, mỗi ngày dâng Phật hai thăng, các bí-sô còn lại mỗi người được cúng một thăng.

Phật bảo A-nan-đà: "A-nan-đà, hãy đi sàng sẩy lúa mạch này cho Như Lai."

A-nan-đà mang phần lúa mạch của Phật vào tụ lạc, đến một bà lão, nói rằng:

"Này bà chị, nhờ bà sàng sẩy hộ lúa mạch này cho đức Thế Tôn."

Bà lão đáp:

"Thưa Thánh giả, con già cả yếu đuối, không làm nổi. Nhưng nhà gần đây có cô thiếu nữ, cô ấy sẽ làm được."

A-nan-đà lại đến chỗ cô ấy, nói rằng:

"Này chị, nhờ chị sàng sẩy lúa mạch này cho Thế Tôn."

Cô ấy trả lời:

"Thưa Thánh giả, nếu khi con làm xong chỗ lúa mạch này mà Thánh giả cho phép con hỏi, con sẽ làm cho."

A-nan-đà nói: "Được, thưa cô!"

Cô ấy liền sàng sẩy.

Rồi sau đó cô thiếu nữ hỏi A-nan-đà:

"Thưa thánh giả, gọi Phật, có nghĩa gì?"

A-nan-đà thầm nghĩ: "Nghĩa Phật rất sâu xa, khó hiểu, khó lường.

---

[737] 三峯山. Skt *Triśaṅku-parvata*. Tib *ri bo rtse gsum*.

Nếu ta nói ra, cô này ắt không hiểu. Vậy ta nên dẫn chuyện Chuyển luân vương."

Nghĩ thế rồi nói:

"Này chị, nếu ở thế gian, khi Chuyển luân thánh vương xuất hiện, thì bảy báu theo đó mà hiện.

"Bảy báu là những gì? Đó là báu bánh xe, báu voi, báu ngựa, báu minh châu, báu mỹ nữ, báu quan giữ kho, báu tướng lãnh binh báu. Xuất hiện như thế nào? Nếu vị sát-đế-lợi đã được quán đảnh[738], vào ngày 15, sau khi tắm gội sạch sẽ, cùng các thần tá bước lên lầu cao. Từ nơi phương đông, bánh xe báu hiện ra. Bánh xe có một ngàn nan hoa cùng với trục, với đầy đủ mọi phẩm chất, màu sắc như vàng ròng cõi trời, tác thành tự nhiên. Vua thấy vậy, nghĩ thầm: 'Ta từng nghe nói, nếu vua sát-đế-lợi quán đảnh, vào ngày 15, sau khi tắm gội sạch sẽ, bước lên lầu cao, có bánh xe hiện, ắt thành tựu Chuyển luân thánh vương. Ta hãy thử xem.' Bèn rời chỗ ngồi đứng dậy, đầu gối chạm đất, tay phải bưng bánh xe đặt lên bàn tay trái; tay trái bưng lấy đặt vào bàn tay phải, phát biểu ước nguyện: 'Này Luân bảo thù thắng vi diệu, như việc Chuyển luân thánh vương đã làm trong thời quá khứ, mong thấy hiện ra.'[739] Vua cùng bánh xe báu và bốn quân binh chủng bay lên không trung, theo con đường mà Luân vương cổ đại đã đi, đến địa phương mà bánh xe dừng lại xe dừng, vua cũng dừng ở đó.

"Bấy giờ, 84.000 các tiểu quốc vương nhỏ phương đông đều đến nơi của Chuyển luân vương, tâu rằng: 'Cung nghinh Đại thiên! Vương quốc này, nhân dân đông đúc, an ổn sung túc. Kính thỉnhThiên vương an trú ở đây, thần hạ chúng tôi là những chư hầu.'

"Luân vương sắc lệnh:

---

[738] Hán dư các chữ "Chuyển luân thánh vương". Đây chỉ mới là vị sát-đế-lị được quán đảnh làm vua. Khi nào bánh xe báu xuất hiện, mới bắt đầu báo hiệu sẽ thành Chuyển luân vương. Cf. Pāli, D.26. *Cakkavattisuttaṃ*, iii.62.

[739] Skt *jayasva bho cakraratna yenāryaḥ purāṇaś cakravartipatha iti*: "Hỡi Luân bảo, hãy chinh phục con đường mà Chuyển luân vương cổ đại đã chinh phục."

"'Các khanh, mỗi người hãy giáo hóa nhân dân bằng chánh pháp. Những ai hành phi pháp, chớ cho sống chung. Nếu làm như vậy, mới là chư hầu của ta.'

"Khi ấy, bánh xe báu hàng phục toàn bộ phương đông cho đến bờ biển. Phương nam, tây, bắc cũng lại như vậy.

"Nương theo phép bánh xe báu, bay lên hư không, du hành khắp, rồi quay về vương cung, trụ trước điện vua.

"Này chị, khi Chuyển luân vương xuất hiện ở thế gian thì bánh xe báu ắt sẽ hiển hiện như vậy.

"Nay nói về voi báu. Đó là con voi có sắc trắng như màu hoa sen trắng, bảy chi bình ổn, hình thế cực kỳ xinh đẹp, mập mạp, khỏe mạnh, rất đáng ưa thích. Khi vua trông thấy, trong lòng hoan hỷ, nói rằng: 'Con voi này cực kỳ khôn.' Liền sai gọi tượng sư giỏi huấn luyện voi, ra lệnh:

"'Voi báu khôn ngoan này, ngươi hãy nhanh chóng huấn luyện. Sau khi huấn luyện thuần thục rồi, mang đến chỗ ta.'

"Tâu rằng: 'Tuân lệnh vua.'

"Nội trong một ngày, những điều cần huấn luyện đã được huấn luyện thuần thục. Mà voi báu này, bẩm tính khôn lanh, chịu huấn luyện rất nhanh với những đặc điểm như voi đã được huấn luyện trăm năm.

"Thấy voi đã thuần, liền dẫn đến dâng vua, tâu rằng:

"'Tâu Đại vương, voi báu đã huấn luyện tốt, vua tự biết thời.'

"Vua muốn thử voi; khi mặt trời vừa mọc, cưỡi voi xuất cung, du hành khắp bốn phương thiên hạ, đến giờ ăn thì quay về bản cung ăn trưa.

"Này chị em, khi Chuyển luân vương xuất hiện ở thế gian, voi báu xuất hiện như vậy.

"Nói về ngựa báu. Ngựa có sắc màu xanh sậm, đầu đen bóng láng, hình dáng xinh đẹp, rất đáng ưa thích. Khi vua trông thấy, trong lòng rất hoan hỷ, muốn cho ngựa báu này có đầy đủ đặc điểm của một con ngựa cực kỳ khôn, gọi người huấn luyện ngựa, khiến huấn luyện nhanh. Người ấy vâng lệnh vua, theo phép mà huấn luyện, trong khoảng một ngày mà dạy bảo đã hoàn tất, *cũng nói như trên*. Sau khi huấn luyện tốt, dẫn đến dâng vua, tâu rằng:

"'Tâu Đại vương, ngựa báu đã thuần, xin vua biết thời.'

"Vua muốn thử ngựa, khi mặt trời mọc, cũng cưỡi ngựa báu du hành khắp thiên hạ, *nói đủ như trên*.

"Này chị, khi Chuyển luân vương xuất hiện ở thế gian, thì ngựa báu này xuất hiện trên đời như vậy.

"Nói về báu minh châu. Hạt minh châu có hình sắc như vầy: tám góc đầy đủ, màu lưu ly tía, thanh tịnh trong suốt, ánh sáng lấp lánh, soi tỏ mọi u ám.

"Này chị, báu minh châu ấy có những đặc điểm như vậy, khi Chuyển luân vương xuất hiện thì báu ấy mới hiện trên đời.

"Nói về báu mỹ nữ. Mỹ nữ hình dáng xinh đẹp, dung mạo tuyệt trần, không trắng không đen, không vàng không đỏ, không cao không thấp, không thô không tế, các lỗ chân lông tỏa hương chiên đàn, hơi miệng thơm sạch, như hoa sen xanh. Mùa lạnh xúc chạm đến liền cảm thấy ấm, mùa nóng xúc chạm đến liền cảm thấy mát."

Khi Cụ thọ A-nan-đà đang nói về bảy báu của Luân vương, đến lúc nói về báu mỹ nữ thì cô kia đã làm xong lúa mạch, bèn đảnh lễ A-nan-đà, chắp tay phát nguyện: "Nguyện cho con nhờ phước nghiệp này mà làm báu mỹ nữ của Luân vương."

Thế rồi, A-nan-đà mang về chỗ Phật. Chư Phật Thế Tôn tuy đã biết nhưng vẫn hỏi. Phật hỏi A-nan-đà:

"Ai đã sàng sẩy lúa mạch?"

A-nan-đà bạch:

"Bạch Đại đức Thế Tôn, đó là một nữ bà-la-môn."

Phật lại hỏi:

"Ngươi có nói chuyện với cô ấy không?"

Bạch rằng:

"Có nói chuyện."

Phật hỏi: "A-nan-đà, ngươi và người nữ kia nói ra những gì, hãy kể lại cho Ta nghe."

A-nan-đà vâng lời thuật lại đầy đủ. Phật lại hỏi A-nan-đà:

"Cớ sao ngươi không nói rõ công đức của Phật cho cô ấy mà lại nói về Chuyển luân vương?"

Bạch rằng:

"Bạch Đại đức, con nghĩ như vầy: 'Công đức của Phật rất sâu, sợ rằng người nữ kia không thể hiểu được.' Cho nên con nói về Chuyển luân vương cho cô ấy nghe."

Phật bảo: "A-nan-đà, ông đã làm sai. Nếu nói về công đức của Phật cho người nữ kia, mà người nữ kia một khi nghe được công đức của Phật thì nhất định đã phát tâm Vô thượng Chánh đẳng giác rồi, không còn thoái chuyển. Nhưng do bởi lực của phát nguyện ấy, mà người nữ kia chắc chắn sẽ là nữ bảo của Luân vương."

Lúc bấy giờ, mọi người xa gần đều nghe nữ bà-la-môn sàng sảy lúa mạch của Phật, được Phật ghi nhận sẽ trở thành nữ bảo của Chuyển luân thánh vương. Khi ấy, có 500 người nữ đến trú xứ của các bí-sô, mang lúa mạch ra sàng sảy, đều phát thệ nguyện: "Nếu người nữ kia, đến lúc là nữ bảo của Chuyển luân vương, thì chúng tôi đều nguyện sẽ hầu cận cô ấy."

[0047a09] Lúc bấy giờ, Thế Tôn sắp sửa thọ dụng lúa ngựa, Cụ thọ A-nan-đà sầu khóc, nước mắt như mưa: "Nơi nào mà đức Thế Tôn đi qua, quốc vương cao quý lấy đất nơi chỗ Phật dẫm chân lên mà đội trên đầu. Người đã tu hành các thiện phẩm trong ba đại kiếp, sao lại phải ăn lúa mạch thô trong thành này?"

Khi ấy, Phật bảo Cụ thọ A-nan-đà:

"Hôm nay ngươi cớ gì mà sầu khóc, nước mắt như mưa như thế?"

Bạch rằng:

"Đại đức Thế Tôn sinh trong vương cung, đáng thọ ngôi vị Chuyển luân vương, trị khắp thiên hạ. Nhưng đã rũ bỏ vinh quang quốc thành mà xuất gia; trải qua ba vô số đại kiếp, rộng thí đầu mắt tay chân, viên mãn nhất thiết trí, thọ nhận bao la mọi thứ thù thắng mà trời và người dâng cúng, cớ sao hôm nay sắp ăn lúa ngựa?"

Phật nói:

"Này A-nan-đà! Ngươi nay có thể ăn một hạt lúa mạch trong kẽ răng Như Lai được không?"

Bạch rằng: "Con rất muốn."

Đức Phật lấy một hạt trong kẽ răng đưa cho A-nan-đà. A-nan-đà liền ăn. Phật hỏi A-nan-đà:

"Ngươi đã từng được ăn món nào ngon như vậy chưa?"

Trả lời: "Bạch đại đức Thế Tôn, con tuy sinh trong dòng tộc Luân vương, từ khi tự biết ăn đến nay, nhưng miệng chưa từng được ăn món ngon như vậy."

Phật dạy:

"Này A-nan-đà, tất cả những gì vào miệng Như Lai, đều trở nên ngon ngọt, là món hơn hẳn trong hàng trăm món."

[0047a23] Lúc bấy giờ, vua các nước láng giềng xa gần thảy đều nghe biết vua Hỏa Thọ thỉnh Phật Thế Tôn cùng Bí-sô tăng-già an cư ba tháng, rồi tự vào mật cung mà không xuất hiện, không phát khởi cúng dường, nên Phật ăn lúa ngựa. Nghe vậy, họ sai sứ sang nói với vua Hỏa Thọ. Sứ giả đến nơi, nhưng không được cho vào gặp, đứng ở đầu ngõ.

Bấy giờ, trưởng giả Cấp-cô nghe việc này rồi, thắng 500 cỗ xe, mỗi cỗ xe chất đầy gạo tẻ thơm ngon, niêm phong che kín, chở đến chỗ Phật. Lúc bấy giờ, ác ma nghĩ rằng: "Ta đã dùng nhiều chước gây rối Sa-môn Kiều-đáp-ma, chước này không thành, lại gây rối bằng chước khác, nay đúng phải lúc." Nghĩ như thế rồi, liền biến thân thành hình dạng A-nan-đà, đến chỗ 500 cỗ xe, bảo rằng:

"Các nhân giả sắp đi đến đâu?"

Đáp:

"Thưa Thánh giả A-nan-đà, chúng con nghe vua Hỏa Thọ thỉnh Phật cùng Tăng-già an cư ba tháng mà không phát khởi cúng dường, nên Phật cùng Tăng-già phải ăn lúa ngựa. Vì vậy, Trưởng giả Cấp-cô sai chúng con mang gạo này dâng hiến Thế Tôn."

Ma nói:

"Trời, rồng, dược-xoa, kính trọng Thế Tôn, nâng bát lên hứng thì thức ăn thơm tinh diệu của trời Tam thập tam sẽ đặt vào bát, cớ gì Thế Tôn phải ăn lúa ngựa? Hãy cấp tốc chở về lại đi!"

Mọi người trả lời:

"Chúng con đã xuất hành để đến chỗ Thế Tôn. Chúng con không muốn quay về."

Ma lại nghĩ rằng:

"Những người này không chịu nghe lời ta, hãy dùng cách khác."

Nó liền bay lên hư không, tuôn mưa gió lớn, hạt mưa rơi như trục xe, khiến cho các xe gạo ấy đều chìm đến nửa, người thắng xe thả bò ra, tùy duyên mà đi.

Lúc ấy, Thế Tôn cùng Bí-sô Tăng-già phải ăn lúa ngựa. Tôn giả Xá-lợi-phất và Đại Mục-kiền-liên đến núi Tam Phong, nhận chư thiên cúng dường.

[0047b13] Thương chủ có ngựa kia, vừa đủ ba tháng, đến thỉnh Thế Tôn:

"Cúi xin Thế Tôn thương xót, cùng Bí-sô tăng-già, thọ nhận con cúng dường."

Phật im lặng nhận lời. Biết Phật đã nhận, ngay trong đêm ấy, ông sắm sửa nhiều loại thức ăn tinh diệu, *rộng nói như trước, cho đến:* thọ thực xong, thâu bát, rửa chân, súc miệng sạch rồi, ông đến dưới chân Phật, phát thệ nguyện:

"Bằng tất cả căn lành này, nguyện cho con tương lai là Chuyển luân vương. Con ngựa khôn mà con cưỡi kia sẽ là thái tử. Năm trăm con ngựa, sẽ là con của con. Người nữ mà Phật đã thọ ký kia, sẽ là nữ bảo của con. Năm trăm người nữ còn lại sẽ là thế nữ trong cung con."

Lúc ấy, Thế Tôn đã biết tâm niệm thương chủ, bảo rằng:

"Này thương chủ, lời phát nguyện hôm nay của ông, tương lai ắt sẽ thành tựu."[740]

Bấy giờ, Đại vương Hỏa Thọ ở trong thâm cung, mong thấy sự việc phước lành hiện đến. **[47c01]** Khi ấy, A-nan-đà đến trước cửa vua, nói với người giữ cung môn: "Ông nay vì ta, vào tâu cho vua biết, Cụ thọ A-nan-đà đang ở trước cung môn, muốn gặp Đại vương."

Người giữ cửa liền vào tâu vua: "Đại vương biết cho, thánh giả A-nan-đà đứng đợi ngoài cửa, mong được gặp Đại vương."

Vua đáp: "Ta đang nghĩ, mong thấy sự việc phước tốt lành hiện đến. Bí-sô A-nan-đà thuộc dòng họ tôn quí cao trọng hơn người; ông ấy chính là điềm phước lành: có danh xưng tốt, có dung nhan xinh đẹp, có sắc tướng tốt, lời nói hay đẹp, tu các thiện phẩm;[741] xứng đáng được mời vào cung, ai dám ngăn cản!"

Phụng mệnh vua, người giữ cửa ra báo cho A-nan-đà: "Vua mời ngài vào cung."

Lúc đó, sứ giả của các nước bốn phương cũng đồng đi vào. A-nan-đà chúc vua Hỏa Thọ: "An lành, không bệnh!," rồi ngồi xuống một bên, bảo vua: "Thế Tôn thăm hỏi Đại vương, sai tôi báo cho Đại vương biết: 'Chúng tôi an cư mùa hạ trong nước của vua, ba tháng đã qua, nay muốn ra đi. Báo cho Đại vương biết.'"

Vua đáp: "Thưa A-nan-đà! Tôi nay đảnh lễ Thế Tôn oai đức. Mùa hạ đã qua, đức Thế Tôn đi đứng có an lạc không, ăn uống có đầy đủ?"

Khi ấy, sứ giả của các nước đều tâu với vua: "Đức vua thật quá vô đạo. Đã thỉnh Phật và Thanh văn Tăng già để mỗi ngày cúng dường suốt ba tháng, vậy mà một mình ở mãi trong cấm cung không cho ai

---

[740] Bản Hán hết quyển 10. Phạn I. 3147. 'Dul ba kha 141b7.
[741] Skt. *pañcakalyāṇaś cāyam*, có năm điều tốt lành: danh xưng, dung mạo, sắc da, biện tài, tu hành.

gặp. Thế Tôn ở trong nước của Vua suốt mùa hạ ăn toàn lúa mạch thô xấu của ngựa⁷⁴².''

Vua nói: "Thánh giả A-nan-đà! Có thật Thế Tôn và Tăng già suốt ba tháng ngày hạ ăn lúa mạch thô?"

A-nan-đà đáp: "Đúng thật như vậy."

Nghe thế, vua liền ngất xỉu, ngã xuống đất; phải dùng nước lạnh rưới lên mặt mới tỉnh lại. Vua gọi các thần tá lại và bảo: "Trước đây ta có ra lệnh mỗi ngày cung cấp phần ăn cho năm trăm người, đầy đủ các loại đồ ăn thức uống, cơm canh ngon ngọt, hương thơm mỹ diệu?"

Các thần tá đáp: 'Đại vương chỉ ra lệnh sắm sửa bữa ăn thịnh soạn, nhưng không bảo các thần cung cấp cho ai. Mỗi ngày các thần đều sắm sửa năm trăm phần ăn."

Sau đó, vua Hỏa Thọ đến chỗ Thế Tôn, đảnh lễ dưới chân Phật, rồi lui ngồi một bên. Thế Tôn thuyết pháp vi diệu, khai thị, chỉ giáo, khuyến khích, khiến cho hoan hỷ, rồi an trú im lặng. Vua rời chỗ ngồi đứng dậy, đến đãnh lễ chân Phật, bạch rằng:

"Bạch đức Thế Tôn! Con có lỗi lớn. Đại đức Thiện Thệ! Con có lỗi lớn. Do con ngu si, khờ dại, không sáng suốt, không khéo léo; trước thỉnh Thế Tôn và Chúng Thanh văn an cư ba tháng mùa hạ. Sau đó con ở mãi trong thâm cung, không gặp Phật. Cúi xin Thế Tôn chứng tri hộ niệm, thương xót con, nhận sự sám hối của con, thứ lỗi cho con."

Phật nói: **[48a01]**"Đại vương! Đúng như Vua nói, rằng 'Con đích thân thỉnh Thế Tôn và Tăng-già an cư ba tháng mùa hạ mà con không đến. Con đúng là kẻ ngu si, khờ dại, không sáng suốt, không khéo léo.' Thế nhưng, Đại vương nên biết, nếu người nào phạm sai lầm, mà thật lòng hối lỗi, thì lỗi ấy tự diệt, phước đức tăng trưởng. Vì sao vậy? Do thấy được lỗi lầm mà thật lòng hối lỗi."

Vua lại bạch Phật: "Cúi xin Thế Tôn cùng Bí-sô Tăng-già thọ nhận y phục, ẩm thực, ngoạ cụ, thuốc men của con cho đến suốt đời."

---

⁷⁴² 麁馬麥 thô mã mạch. **Skt** *koṭarayāva*: lúa mạch mục nát. **Tib** *rul ba'i bshos*, thực phẩm mục nát.

Phật nói: "Đại vương! Như lai xuất thế trong thời đại thọ mạng ngắn. Những người chưa được hoá độ, số ấy vô lượng, mà Niết-bàn sắp đến.[743] Như lai không thọ nhận sự cung cấp trọn đời của Đại vương."

Vua lại bạch Phật:

"Đại đức Thế Tôn! Nếu không thọ nhận sự cúng dường trọn đời của con, cúi xin từ bi nhận sự cúng dường của con bảy năm, cho đến bảy tháng, bảy ngày."

Phật cũng không nhận.

Vua lại bạch Phật:

"Cúi xin Thế Tôn và Tăng-già Bí-sô, ngày mai vào cung nhận sự cúng dường mọn của con."

Đức Phật nghĩ: "Nếu không nhận thỉnh cầu của vua, nhất định vua sẽ thổ huyết, nhân đây mà mạng chung." Đức Phật im lặng nhận thỉnh cầu của vua.

Biết Phật đã nhận lời, vua đảnh lễ dưới chân Phật, tạ từ lui về cung; lệnh cho các thần: 'Các khanh có phương tiện nào khiến cho Bí-xô Tăng mà đứng đầu là Phật ngày mai thọ dụng hết tất cả thức ăn này[744]?"

Các thần đáp:

"'Nên trải tất cả thực phẩm này trên mặt đất, rồi thỉnh Phật và Tăng già dẫm qua trên ấy, cũng như là ăn vậy."

Vua nói: 'Rất hay!'

Đêm ấy tại hoàng cung, sửa soạn các loại thực phẩm hương thơm thanh tịnh vi diệu, đầy đủ cả trăm vị.

Trong chúng, có một người xuất gia khi tuổi già, trong lòng bực bội, nghĩ: "Lão vua vô đạo này, thỉnh Phật Thế Tôn và Bí-sô Tăng-già

---

[743] Skt *...kāryaṃ karaṇīyam nirvāṇakālasamayaś ceti*: làm những việc cần làm, và đến thời thì nhập Niết-bàn.
[744] Lượng thực phẩm trong suốt ba tháng dồn lại.

an cư ba tháng mùa hạ, khiến cho ăn toàn lúa mạch thô. Hôm nay lại trải bày thức ăn, khoe khoang xảo thuật[745]." Nghĩ vậy, ông liền dùng chân hất các loại đồ ăn thức uống ấy bay tứ tán.

Các bà-la-môn, trưởng giả thấy vậy, cùng nhau chỉ trích: "Thánh giả! Thức ăn này là vật ăn bằng miệng, sao lại dùng chân hất?"

Các bí-sô đem chuyện này bạch Phật. Phật nghĩ: "Có sự tệ hại này là do bí-sô kia dùng chân hất thức ăn. Từ nay về sau, không được lấy chân dẫm đạp các vật dùng bằng miệng. Ai trái phạm, đắc tội vượt pháp."

Khi thấy Tăng ngồi ổn định, vua Hỏa Thọ đích thân đi dâng thức ăn, làm cho mọi người đều được no đủ. Sau khi Tăng ăn xong, thu cất bát, rửa tay súc miệng rồi, vua dọn một chỗ ngồi nhỏ, ngồi trước Phật. Phật lại giảng nói rộng rãi diệu pháp cho vua. Sau đó, rời chỗ ngồi ra về.

Bấy giờ, khi các bí-sô hạ an cư đã xong, giặt giũ y rồi,[746] họ cầm y mang bát đến chỗ Phật, đảnh lễ chân Phật, đứng qua một bên, cùng bạch Phật rằng: **[48b01]**

"Đại đức Thế Tôn! Chúng con ở đây an cư ba tháng hạ, có am cỏ nên phá bỏ không?" Nói rộng như trong phẩm thứ tư của Tăng nhất A-cấp-ma.[747]

---

[745] 馳逞巧能 trì sinh xảo năng. Skt. *vibhavaṃ darśayati*: phô diễn sự dư thừa.

[746] 洗浣衣已 tẩy hoán y dĩ. Skt. *kṛtacīvarā niṣṭhitacivarā*, Tib. *chos gos byas pa dang lda| chos gos zin pa dang ldan*, y (cũ) đã vá xong; y (mới) đã hoàn tất. Theo thông lệ, tỳ-kheo sau ba tháng an cư, một tháng hậu ca-đề dành cho việc khâu vá y cũ, hoặc may sắm y mới.

[747] Skt. *vairambhyasūtram ekottarikāgame catuṣkanipāte*, trong phần bốn pháp, Tăng nhất A-hàm, kinh *Vairambya* (Phệ-lam-bà). Tạng, 'Dul ba kha 144b3, "Bí-sô, các ông không nên phá bỏ thảo am. Chừng nào thảo am còn tồn tại, bấy giờ phước của thí chủ luôn tăng trưởng....", và dẫn toàn Kinh chi tiết: bố thí Tăng bốn thứ, phước luôn luôn tăng trưởng: tăng phòng, y, thực, tọa ngọa cụ... Tương đồng Pāli. A.IV.51. *Puññābhisandasuttaṃ*, PTS. ii. 55.

4. Nhân duyên quá khứ

Khi ấy, các bí-sô có nghi ngờ (việc Thế Tôn ăn lúa ngựa thô), đều đến thỉnh Thế Tôn:

"Bạch Đại đức! Trước đây Ngài tạo nghiệp gì? Tại sao trải qua ba vô số đại kiếp, Ngài bỏ đầu mắt tay chân, hành bố thí rộng khắp, thành Đẳng chánh giác. Nay Phật cùng bốn trăm chín mươi tám Bí-sô, bỏ các việc khác, đến thành Phệ-lam,[748] ăn lúa ngựa thô; còn Cụ thọ Xá-lợi-phất và Đại Mục-liên nhận sự cúng dường mỹ diệu của chư thiên?"

Phật bảo các bí-sô: "Nghiệp mà chính Ta đã tạo trước kia, nay tự Ta nhận quả."(nói đầy đủ như chỗ khác). Bèn nói kệ:

> *Dù trải qua trăm kiếp,*
> *Nghiệp đã tạo không mất;*
> *Khi nhân duyên hội đủ,*
> *Quả báo mình tự nhận.*

"Các ông nên biết! Quá khứ xa xưa, khi con người thọ tám vạn bốn ngàn tuổi, có Phật Thế Tôn xuất hiện ở đời, hiệu là Tì-bát-thi[749] Như lai, Ứng cúng, Chánh giác, đầy đủ mười hiệu. Ngài cùng với chúng tám vạn bốn ngàn bí-sô trụ ở thành Thân huệ, bên cạnh đô thành của vua.[750] Khi ấy trong thành Thân huệ có một bà-la-môn giáo thọ cho năm trăm đồng tử, được nhân dân trong nước tôn trọng cúng dường như cúng dường bậc Chơn Ứng cúng[751]. Đức Tì-bát-thi Như lai đến thành ấp ấy, do vậy mà nhân dân trong nước không ai cung kính, tôn trọng ông nữa. Bà-la-môn ấy bèn sanh lòng ghen ghét Phật và chúng đệ tử.

Khi trời vừa sáng, số đông các bí-sô hữu học và vô học khoác y

---

[748] 受盡城 Thọ tận thành. **Skt** *vairambhye*, **Tib** *yul dgra mtha' na*; trên kia, Nghĩa Tịnh phiên âm là Phệ-la, và Bệ-lan-để thành. **xem cht. 612**.
[749] *Vipaśyī*; **Tib** *rnam par gzigs*.
[750] 親惠城 **Skt** *Bandhumatī rājadhānī*; **Tib** *rgyal po'i pho brang gnyen ldan*. vương thành *Bandhumatī*. Trường A-hàm 1, kinh Đại bản, vương thành Bàn-đầu-bà-đề.
[751] *arhat sammataḥ*, xem như là A-la-hán.

cầm bát vào đô thành của vua khất thực, xin được rất nhiều đồ ăn thơm ngon mỹ diệu, đầy bát rồi, ra khỏi thành. Thấy vậy, bà-la-môn kia liền hỏi: "Bí-sô lại đây! Tôi xem trong bát xin được những thức ăn gì?" Các bí-sô đó thật thà đưa bát thức ăn cho ông ta xem. Đã sẵn lòng ganh ghét, ông ta liền nổi sân, bảo các học trò: "Bọn này chẳng phải là bậc Ứng cúng, không xứng đáng nhận đồ cúng dường mỹ diệu, nên thí cho họ lúa mạch thô xấu nhất."

Các học trò cùng nhau đáp: "Đúng vậy! Đúng vậy! Đúng như Ô-ba-đà-da nói: đáng cho ăn lúa mạch thô." Trong chúng ấy có hai đồng tử, thâm tâm tịnh tín, có tướng hiền đức, nói như vầy: "Ô-ba-đà-da! Chớ có nói lời ấy. Đây là bậc Chơn Ứng cúng, là hạng đại tôn thắng[752], xứng đáng thọ nhận cúng dường của chư thiên[753], xá chi là thức ăn của người."

Phật bảo các bí-sô: "Các ông nghĩ sao? Bà-la-môn xưa kia đâu phải là người nào khác, nay chính là Ta đây. Năm trăm học trò kia chính là bốn trăm **[48c01]** chín mươi tám bí-sô này. Hai đồng tử có tín tâm hiền thiện, nay chính là Xá-lợi-phất và Đại Mục-liên.

"Này các bí-sô! Do Ta trong quá khứ xa xưa, ôm lòng tật đố đối với đức Tì-bát-thi Như lai và đệ tử học, vô học của ngài, sanh tâm sân hận, dùng lời bất thiện, nói lời thô ác; các học trò kia thảy đều nghe lời ta. Do nghiệp lực đó, nay thọ quả báo này. Cho nên Thế Tôn và bốn trăm chín mươi tám bí-sô ăn lúa ngựa thô. Duy Xá-lợi-phất và Đại Mục-liên, hai đồng tử này không nghe lời ta, do nghiệp lực thiện nên nay nhận sự cúng dường của trời. Do ý nghĩa này, Ta thường tuyên thuyết: nghiệp đen có quả báo đen, nghiệp trắng có quả báo trắng, nghiệp xen tạp có quả báo xen tạp. Các ông hãy siêng năng tu tập, nên học như vậy."

---

[752] Skt. *mahātmana*, đại ngã, đại thánh. Tib. *bdag nyid chen po*.
[753] 天供 thiên cúng. Skt. *devyāṃ sudhāṃ*, thiên cam lộ; Tib. *lha'i bdud rtsi*.

VI. VÔ NĂNG THẮNG

1. Mộc tích dụ

Bấy giờ, Thế Tôn bảo Cụ thọ A-nan-đà:

"Nay ông hãy cùng Như lai đến thành Vô năng địch[754]."

A-nan-đà vâng lời Phật dạy, đi theo sau Phật, du hành nhơn gian đến nước Vô năng địch, ở bên bờ sông Hằng. Lúc ấy, có một bí-sô đến chỗ Phật, đảnh lễ chân Ngài, rồi đứng qua một bên chấp tay cung kính thưa:

"Lành thay Thế Tôn! Xin Ngài nói tóm lược diệu pháp cho con. Con sau khi nghe pháp thù thắng từ Thế Tôn, nhất tâm lãnh thọ, chuyên cần gắng sức, có thể thông đạt. Con vì mục đích ấy mà từ bỏ hào tộc, cạo bỏ râu tóc, thân mặc ca sa, bỏ đời sống thế tục mà xuất gia, cốt chỉ mong cầu vô thượng phạm hạnh, bằng trí của mình, đắc pháp thấy pháp, tự lợi lợi tha. Sự sanh của ta đã hết, phạm hạnh đã thành, việc cần làm đã làm xong, không thọ thân sau nữa.'

Khi bí-sô này nói lời ấy xong, Phật quay lại nhìn dòng sông Hằng, thấy trong sông có khúc gỗ vuông lớn đang trôi theo dòng nước. Thấy vậy, Phật bảo bí-sô kia:[755]

"Nay ông có thấy khúc gỗ vuông lớn trong sông này đang trôi theo dòng nước?"

Đáp: "Dạ thấy."

Phật nói:

"Nếu bí-sô mà như khúc gỗ vuông kia, không tấp vào bờ này, không tấp vào bờ kia, không chìm giữa dòng, không vướng cồn cát, không bị người vớt, không bị phi nhơn nhặt lấy, không bị xoáy nước cuốn, không mục nát, thì không bao lâu sẽ trôi ra biển cả mà ở trong đó.

---

[754] Skt. *Ayodhya*. Tib. *tshugs dka'*.
[755] Xem *Tạp A-hàm* 43, kinh 1174, T02n0099_p0314c08. cf. Pāli S. 6. 241. *Darukkhandopamasuttam*, (PTS. iv. 179, 181). Tạng 'Dul ba kha 146a7.

Bí-sô cũng vậy, không trụ hai bờ, nói rộng cho đến trôi vào Niết-bàn."

Bí-sô bạch Phật:

"Đại đức! Bờ đây (là gì), bờ kia (là gì), *cho đến* không vỡ không mục, con chưa hiểu rõ. Lành thay Thế Tôn! Xin giảng nói tóm lược để con tỏ ngộ, *cho đến* [...] không thọ thân sau."

Phật dạy bí-sô:

"Bờ này bờ kia chính là sáu xứ. Bờ này là **[49a01]** nội xứ, bờ kia là ngoại xứ. Bí-sô, tuy biết sáu nội ngoại xứ đây, nhưng chìm giữa dòng là ưa thích ái dục.[756] Vướng cồn cát, đó là ngã mạn.[757] Bị người vớt, đó là bí-sô đó cùng với bạch y giao thiệp, tình cảm thân thiết, cùng vui cùng buồn. Bị phi nhơn nhặt, đó là bí-sô tu phạm hạnh với ước nguyện: 'Với thiện căn đây, nguyện cho tôi sanh trong thiên giới, hay quỷ giới.[758]' Bị xoáy nước cuốn, đó là xả các học xứ. Nói bị mục nát, là huỷ phá tịnh giới, hành các pháp ác, đấu loạn hiền thiện, kết bạn với ma, chẳng phải sa môn cho là sa môn, chẳng phạm hạnh cho là phạm hạnh.[759] Bí-sô, nên biết như vậy. Đây là nội ngoại, *nói rộng cho đến*

---

[756] 樂爲愛欲 lạc vi ái dục. Skt *nandīrāga*, Tib *dga' b a'i 'dod chags*, hỉ tham, liên hệ đến ái (*tṛṣṇā*), trong thành cú: *ái đương lai hữu câu hành hỉ tham*, khát ái tồn tại trong tương lai đi đôi với hỷ tham. cf. Pāli (định cú): [...] *taṇhā ponobhavikā nandīrāgasahagatā*.

[757] Skt *asmimāna*, vọng tưởng "tôi đang là"; Tib *nga'o snyams pa'i nga rgyal*.

[758] 天鬼趣 thiên quỷ thú. Tib *lha'am| lha gang yang rung ba zhig*, thiên, hay thiên tương ưng. Pāli, ibid. *devo vā bhavissāmi devaññataro vā ti*, "tôi sẽ là thiên ấy, hoặc một chư thiên nào đó."

[759] Skt *duḥśīlo bhavati pāpadharmā antaḥpūtir avasrutaḥ kaṣaṃvakajātaḥ śaṃkhasvarasamācāraḥ aśramaṇaḥ sramaṇapratijño'brahmacārī brahmacāripratijñaḥ*. ác giới, ác pháp bên trong mục nát, rỉ chảy, bại hoại. phẩm hạnh rỗng như tiếng tù và. Phi sa-môn tự xưng sa-môn, phi phạm hạnh tự xưng phạm hạnh. Pāli *dussīlo hoti pāpadhammo asucisaṅkassarasamācāro paṭicchannakammanto assamaṇo samaṇapaṭiññoabrahmacārī brahmacāripaṭiñño antopūti avassuto kasambujāto*. (kẻ ấy) có ác giới, ác pháp; phạm hạnh bất tịnh, hoài nghi, hành sự che dấu, phi sa-môn tự xưng sa-môn, phi phạm hạnh tự xưng phạm hạnh bên trong mục nát, rỉ chảy, bại hoại.

cuối cùng đạt đến Niết-bàn."

Sau khi nghe lời thiện thuyết của Phật, bí-sô này hoan hỷ tín thọ, đảnh lễ rồi đi. Như lời Phật dạy, bí-sô này nhất tâm ghi nhớ, chuyên cần tinh tấn, cho đến chứng quả A-la-hán, (tự biết) "sự sanh của ta đã hết, phạm hạnh đã thành, việc cần làm đã làm xong, không thọ thân sau nữa."

2. Chăn bò và con ếch

Bấy giờ, có một người chăn bò tên là Hoan Hỷ,⁷⁶⁰ ở cách Phật không xa, đứng tì lên đầu gậy, lắng nghe Phật nói. Khi ấy có con ếch cũng ở ven sông, đầu gậy của người chăn bò chống đè lên hang nó, xuyên qua cả da thịt. Tuy gặp phải khổ như vậy, nhưng nó nghĩ rằng: 'Nếu ta kêu lên, người chăn bò tên Hoan Hỷ chắc chắn tán tâm, khó mà nghe pháp.' Do vậy, nó nhẫn chịu, phát tâm thanh tịnh sâu dày đối với Thế Tôn, nhân đó qua đời, sanh vào cung Tứ vương thiên.

Sau đó, người chăn bò quăng gậy qua một bên, đến chỗ Thế Tôn, đảnh lễ chân Phật, đứng qua một bên, chắp tay cung kính thưa:

"Bạch Đại đức! Con nay không ưa bờ này bờ kia, không chìm giữa dòng, không vướng cồn cát, không bị người bắt, không cho phi nhơn nắm, không bị chìm trong nước xoáy, cũng không hư mục. Cúi xin Thế Tôn cho con được xuất gia trong Pháp Luật thiện thuyết, và thọ cận viên thành thể tánh bí-sô, tịnh tu phạm hạnh, phụng sự Thế Tôn"

Phật hỏi người chăn bò:

"Đám bò này, ngươi há không giao lại cho chủ của nó sao?"

Đáp:

"Dạ, không cần giao lại."

"Vì sao không giao lại?"

"Vì các con bò đều có nghé con ở bên chủ. Các bò mẹ thương nhớ nghe con đến giờ tự về, cho nên không cần giao. Cúi xin Thế Tôn cho con được xuất gia trong Pháp Luật thiện thuyết, và thọ cận viên,

---

⁷⁶⁰ 歡喜 Skt. *Nanda gopalaka.* Tib. *gnag rdzi dga' bo.*

thành thể tánh bí-sô, tịnh tu phạm hạnh."

Phật nói:

"Này Hoan Hỷ! Hãy đợi **[49b01]** giây lát. Đám bò này tuy biết chỗ về, nhưng ngươi trước đây đã nhận y phục ẩm thực của chủ bò đó. Nay ngươi không nên làm như vậy."

Khi ấy, Hoan Hỷ liền đảnh lễ chân Phật rồi lui ra, lớn tiếng kêu: "Ta có kinh sợ lớn! Nỗi kinh sợ quá lớn!" Rồi vội vã chạy nhanh. Có khoảng trăm người chăn bò gần đó, thấy người kia hoảng sợ, liền hỏi:

"Này bạn, xảy ra kinh sợ gì?"

Đáp: "Kinh sợ sanh, kinh sợ già, kinh sợ bệnh, kinh sợ chết."

Nghe lời nói ấy, những người chăn bò ấy cũng chạy theo. Những người chăn bò và chăn dê khác đang cắt cỏ, lượm củi ở bên đường, thấy mọi người chạy, cũng chạy theo. Những người đi ngược đường thấy vậy liền hỏi:

"Các người kinh sợ cái gì?"

"Kinh sợ sanh, già, bệnh, chết."

Những người này nghe rồi, cũng chạy theo, đến tụ lạc có người ở[761]. Người trong tụ lạc từ xa thấy cả đám đông chạy đến, liền sanh lo sợ, người thì bỏ chạy, người thì thu cất tài vật, người thì mặc áo giáp cầm gậy. Trong đó, có người dũng mãnh dữ tợn từ trong tụ lạc bước ra phía trước quát hỏi: "Có chuyện gì?"

Người kia liền đáp: 'Có điều đáng kinh! Có điều đáng sợ!'

"Kinh sợ cái gì?"

"Tôi nay lo sợ sanh già bệnh chết."

Lúc bấy giờ người trong tụ lạc mới bình tĩnh vui vẻ.

Bấy giờ, Cụ thọ Xá-lợi-phất đang ngồi trong đại chúng, thấy người chăn bò Hoan Hỷ đi đã lâu, bèn bạch Phật:

---

[761] 所住聚落 Skt *yāvat karvaṭakasamīpaṃ samprāptāḥ*, họ chạy đến khu vực chân núi.

"Thế Tôn! Người chăn bò Hoan Hỷ vui lòng xin được xuất gia ở trong Pháp Luật thiện thuyết; vì sao Phật trước tiên khiến ông ấy trở về nhà?"

Phật bảo Xá-lợi-phất:

"Người chăn bò Hoan Hỷ mà tại gia thọ dụng năm dục lạc, trường hợp này không xảy ra. Y giao bò rồi liền đến đây ngay. Thầy sẽ tự thấy thiện gia nam tử đó cạo bỏ râu tóc, khoác y ca-sa, với tâm tịnh tín, xả tục xuất gia, tu tập cứu cánh vô thượng phạm hạnh, thấy được đế lý, bằng trí tuệ của chính mình, ngay trong đời này mà tác chứng[762], cũng khiến cho người khác chứng đắc[763]: sự sanh của ta đã hết, phạm hạnh đã thành, những việc cần làm nay đã làm xong, không còn thọ thân sau nữa."

Vào lúc khác, sau khi trả bò cho chủ xong, người chăn bò Hoan Hỷ cùng năm trăm người tùy tùng đến chỗ Phật, bạch rằng:

"Đại đức Thế Tôn! Con đã trả bò xong, xin cho con được xuất gia trong Pháp Luật thiện thuyết và thọ cận viên, thành tánh bí-sô, tịnh tu phạm hạnh, phụng sự Thế Tôn.'

Nghe thấy rồi, Phật nói:

"Này Hoan Hỷ! Ngươi cùng năm trăm người tùy tùng đến đây đều được xuất gia trong Pháp Luật thiện thuyết và thọ cận viên, thành tánh bí-sô, tu phạm hạnh. Đã xuất gia rồi, siêng năng **[49c01]** tu các thiện phẩm, *cho đến tâm giải thoát.*"

Thường pháp là như vậy, nếu được sanh thiên thì khởi ba tâm niệm: một là ta chết ở đâu? Hai là tái sanh vào chỗ nào? Ba là do nghiệp gì? Sau khi con ếch được sanh thiên rồi, liền quán thấy mình xả bỏ thân ếch; sanh vào cung Tứ vương thiên; do phát tâm thanh tịnh đối với Phật, do nghiệp này nên được sanh ở đây. Do đó nó nghĩ: 'Nếu thọ thiên lạc trước, mà không đến gặp Phật, thật là vô ân bất

---

[762] 而以自智見法證會 nhi dĩ tự trí hiện pháp chứng hội. Skt. *svayam abhjñāyā sākṣātkṛtvā*, bằng thánh trí mà tự thân tác chứng.

[763] Skt. *pravedayiṣyati*, "sẽ (tự thân) chứng biết"; động từ (*pra-vid*) sai sử cách, thì vị lai, Nghĩa Tịnh hiểu là "khiến cho người khác chứng biết."

hiếu. Ta nay nên đến gặp Thế Tôn.'

Khi ấy, thiên tử ếch trang nghiêm thân và đầu bằng dung nghi chư thiên, vào lúc giữa đêm, đi đến chỗ Phật bên bờ sông Hằng, ánh sáng rực rỡ. Bằng thiên hoa vi diệu tung lên thân Như lai, đảnh lễ chân Phật, rồi ngồi đối diện Phật, nghe Phật thuyết pháp.

Khi ấy, Thế Tôn quán biết rõ sự sai biệt căn tánh, tùy miên và ý lạc của thiên tử ếch, nên thuyết pháp như vậy, làm cho khai ngộ bốn thánh đế. Sau khi nghe pháp, vị thiên tử này, bằng trí tuệ như chày Kim cang, phá sập hai mươi núi hữu thân kiến, chứng quả Dự lưu, vượt qua núi xương, tát khô biển máu. Lúc đó, thiên tử ếch rất đỗi vui mừng, như khách buôn được bạn hàng, như nông phu được trời mưa, như đánh trận đắc thắng, như bệnh được lành, thiên tử rời chỗ ngồi đứng dậy đảnh lễ chân Phật, trở về thiên xứ.

Khoảng đầu hôm và cuối đêm, các bí-sô an trú tỉnh giác tinh cấn tu tập, trong đêm thấy ánh sáng kia nên sanh niệm nghi ngờ. Khi trời hừng sáng, các bí-sô bạch Thế Tôn:

"Tối hôm qua, Phạm thiên, Thiên đế Thích, chư thiên, bốn Thiên vương hộ thế, có đến chỗ Phật chăng?"

Phật đáp: "Không ai đến. Nhưng khi người chăn bò Hoan Hỷ đang nghe ta thuyết pháp, có một ếch bị đầu gậy của y chống lên, xuyên thủng da thịt. Nó sợ kêu lên thì kinh động chăn bò Hoan Hỷ đang nghe pháp. Nó phát tâm thanh tịnh đối với Ta, nhẫn chịu sự đau đớn mà mạng chung, sanh lên cung Tứ vương thiên. Nó đến chỗ ta. Ta nói pháp cho nghe. Khi nghe pháp xong, từ biệt trở về bổn cung."

3. Nhân duyên quá khứ

Khi ấy, các bí-sô đều nghi ngờ, thỉnh vấn Thế Tôn:

"Chăn bò Hoan Hỷ và năm trăm tùy tùng trước đây tạo nghiệp gì? Vì sao chăn bò được xuất gia trong giáo pháp của Phật, đoạn các phiền não, chứng quả A-la-hán? Thiên tử ếch trước đây tạo nghiệp gì? Do đâu sanh làm ếch? Do đâu kiến lý tứ đế?"

Phật bảo các bí-sô: "Do nghiệp mà người kia tự mình tạo, nay chính mình thọ nhận quả báo." Nói rộng cho đến nói kệ:

> *Dù trải qua trăm kiếp,*
> *Nghiệp đã tạo không mất;*
> *[50a01] Khi nhân duyên hội đủ,*
> *Quả báo mình tự nhận.*

"Này các bí-sô! Thuở quá khứ xa xưa, trong Hiền kiếp này, khi con người thọ hai vạn tuổi, có Phật xuất thế, hiệu Ca-nhiếp-ba Như Lai, Ứng Cúng, Chánh Đẳng Giác, đầy đủ mười hiệu, trú tại Tiên nhân đọa xứ, trong rừng Thi lộc, nước Ba-la-ni-tư. Chăn bò Hoan Hỷ này xuất gia trong giáo pháp của Phật, là đại pháp sư, thông suốt ba tạng, khéo biết mô phạm, giỏi ghi nhớ đọc tụng, có năm trăm đệ tử theo mình thọ học, nhận sự giáo giới của thầy, và nếu trong chúng đây có tránh sự phát sinh, Bí-sô đây khéo léo giải hoà khiến cho dập tắt. Bấy giờ, có hai bí-sô, vì lòng ôm ngã mạn, không chịu đến chỗ thầy ấy thăm hỏi. Thời gian sau, hai bí-sô ấy đấu tranh với nhau, nên mới đến chỗ thầy ấy, đánh lễ chân thầy rồi thưa: 'Bạch Tôn giả! Chúng con có sự tranh tụng, mong ngài khiến cho chấm dứt.' Thầy ấy liền nghĩ: 'Nếu ta khiến làm cho tránh sự của hai vị này dập tắt, thì hai bí-sô này không trở lại đây nữa. Vã nên giao cho Tăng-già, cũng không trái pháp.' Nghĩ vậy nên nói: 'Tôi nay không biết nhân duyên tránh sự của Cụ thọ, Cụ thọ nên đến chỗ Tăng-già.' Vì nhân duyên việc Tăng, thầy ấy đi ra ngoài tụ lạc.

"Hai bí-sô kia đến trong Tăng, được Tăng giải hoà chấm dứt.

"Bí-sô Tam tạng kia, sau khi xong việc Tăng, từ nơi tụ lạc trở về bổn xứ, hỏi đệ tử: 'Hai bí-sô kia có lại tìm ta nữa không?' Đệ tử đáp: 'Ô-ba-đà-da! Tăng-già đã dập tắt tránh sự ấy rồi.' Tất cả sự việc được tường lại đầy đủ. Nghe xong, thầy ấy nổi sân, phát ra lời thô ác: 'Tăng-già này đoán sự như vậy, đồng với pháp chăn bò. Bọn bí-sô này trước đây là người chăn bò, sau mới làm người xuất gia.' Nghe vậy, năm trăm đệ tử cũng nói: "Ô-ba-đà-da! Đúng như thầy nói, Tăng-già đoán sự như pháp của người thả bò."'

Rồi Phật bảo các bí-sô:

"Các ông nghĩ sao? Bí-sô Tam tạng thuở đó đâu phải là người nào khác, nay chính là chăn bò Hoan Hỷ. Năm trăm đệ tử lúc đó, nay chính là năm trăm người thả bò này. Do thuở xưa, những người này phát ra lời thô ác đối với chúng đệ tử của Như lai Ca-nhiếp-ba, nên trong năm trăm đời thường làm người chăn bò. Do ở trong giáo pháp của Phật Ca-nhiếp-ba, họ huân tu các thiện căn, uẩn, giới, các nhập, duyên khởi, xứ, phi xứ, nên thầy kia cùng năm trăm đệ tử được xuất gia trong giáo pháp Ta, đoạn các phiền não, chứng quả A-la-hán.

"Còn ếch thiên tử kia cũng xuất gia trong giáo pháp của đức Như lai Ca-nhiếp-ba, thường tu tập định, du hành nhơn gian, đến **[50b01]** một tụ lạc, trụ trong một ngôi chùa, đầu đêm ngồi ngay ngắn, nhiếp tâm, muốn đắc định. Khi ấy, các bí-sô trì tụng thảy đều đọc tụng, âm thanh làm chướng định. Nghe âm thanh ấy, tâm vị kia không thể thu nhiếp, bèn nghĩ: 'Ta hãy nên nhập định vào giữa đêm.' Vào giữa đêm, bí-sô ấy nhiếp tâm muốn định, bí-sô trì kinh lại đọc tụng, vị ấy lại nghĩ 'Ta nên nhập định vào cuối đêm.' Vào cuối đêm, vị ấy ngồi ngay ngắn, nhiếp tâm muốn định, các bí-sô cũng lại đọc tụng lớn tiếng. Vì chưa ly dục, nên còn độc sân, vị ấy phẫn nộ nói như vầy: 'Bọn bí-sô trong giáo pháp của Ca-nhiếp-ba đây, từ chiều đến tối, chỉ phát ra tiếng ếch thôi'.

"Này các bí-sô! Các ông nghĩ sao? Bí-sô tu tập định thuở xưa đâu phải là ai khác, nay chính là thiên tử ếch. Do vị ấy phát ra lời thô ác đối với đệ tử của đức Ca-nhiếp-ba Như Lai, Ứng, Chánh Đẳng Giác, do nghiệp lực ấy nên trong năm trăm đời sanh làm thân ếch. Do phát tâm thanh tịnh đối với Ta, xả bỏ thân ếch, sanh vào cung Tứ vương thiên. Do tu tập phạm hạnh ở trong giáo pháp của đức Như lai Ca-nhiếp-ba, nên nay thấy lý chơn đế.

"Do ý nghĩa này nên Ta thường nói: nghiệp đen cho quả báo đen, nghiệp trắng cho quả báo trắng, nghiệp xen tạp cho quả xen tạp. Vì vậy các ông nên xả bỏ nghiệp đen, nghiệp xen tạp, nên tu nghiệp trắng."

VII. BỜ SÔNG HẰNG

1. Ngỗng-Cá-Rùa

Bấy giờ, Thế Tôn muốn qua sông Hằng. Khi ấy có năm trăm con ngỗng, năm trăm con cá, năm trăm con rùa nhiễu phải quanh Thế

Tôn. Thế Tôn liền nói ba câu diệu pháp cho chúng nó: "Hiền thủ! Các hành vô thường, các pháp vô ngã, Niết-bàn tịch diệt. Các ngươi nên phát tâm thanh tịnh, nhàm chán thân bàng sanh."

Khi nghe ba câu pháp, ngỗng, rùa, cá đều nghĩ: "Chúng ta mong nghe ba câu pháp vị vi diệu của Như Lai, thì không nên để tâm đến thức ăn khác nữa." Chúng liền nhịn đói không ăn. Loài bàng sanh lửa đói thiêu đốt rất nhanh, do đó mà chết, sanh lên cung Tứ vương thiên. Mới sanh thiên, thường pháp như vầy, khi vừa sanh thiên liền khởi ba tâm niệm: Ta chết ở đâu? Tái sanh vào đâu? Do nghiệp gì? Quán thấy tự thân xả bỏ cõi bàng sanh; sanh cung Tứ vương thiên; do được nghe ba câu pháp yếu từ Thế Tôn, (*nói đầy đủ như chỗ khác cho đến*) tất cả đều đến chỗ Phật, tung rải lên thân Phật các loại hoa trời vi diệu. Từ phụ Thế Tôn quán biết rõ sự sai biệt căn tánh, tùy miên và ý lạc, bèn nói pháp vi diệu, khiến cho khai ngộ lý tứ thánh đế. Sau khi nghe pháp, họ chứng quả Dự lưu, *cho đến*, đảnh lễ chân Phật, rồi cùng cáo từ trở về cung.

Khi ấy các bí-sô **[50c01]** đều có nghi ngờ, thỉnh Thế Tôn giải nghi:

"Cúi xin Thế Tôn nói cho chúng con nghe, các loài ngỗng, cá, rùa này trước đây tạo nghiệp gì mà sanh trong loài bàng sanh? Lại tạo nghiệp gì được sanh lên trời, thấy lý chơn đế?"

Phật bảo các bí-sô:

"Các ông nên biết! Các loài ngỗng, rùa, cá, do bởi nghiệp chính mình tạo, nay chính mình thọ báo." *nói rộng như trên đã nói, cho đến* nói kệ:

> *Dù trải qua trăm kiếp,*
> *Nghiệp đã tạo không mất;*
> *Khi nhân duyên hội đủ,*
> *Quả báo mình tự nhận.*

"Bí-sô các ông! Nay hãy lắng nghe. Vào thuở xa xưa, trong hiền kiếp đây, khi con người thọ hai vạn tuổi, có Phật xuất thế hiệu là Ca-nhiếp-ba Như lai, đầy đủ mười hiệu, trú tại Tiên nhơn đọa xứ, trong rừng Thi lộc, nước Ba-la-ni-tư. Đám ngỗng, cá, rùa này xuất gia trong giáo pháp của đức Ca-nhiếp-ba, huỷ phạm các học xứ nhỏ nhặt linh tinh, do nghiệp ấy nên đọa làm bàng sanh. Do phát tâm thanh tịnh đối với Ta mà được sanh lên trời. Do đã từng tu phạm hạnh trong giáo pháp của Ca-nhiếp-ba Như lai, nay được nghe pháp Ta mà thấy lý chơn đế. Do ý nghĩa đây nên Ta thường nói, *cho đến* nên học như vậy."

2. Ngạ quỷ

Khi đã qua sông Hằng rồi, có năm trăm ngạ quỷ với bộ xương đen gầy, như cột trụ cháy, đầu tóc rối bù, bụng như núi Thái, cổ như lỗ kim, toàn thân rực cháy, ngọn lửa hừng hực, hiện đến phía trước, chấp tay cung kính bạch Phật:[764]

"Đại đức! Chúng con do thân trước tạo các ác nghiệp, ngày nay mang thân này, từ "nước uống" còn không được nghe huống nữa là được cơm ăn. Phật là bậc đại bi, xin thí nước cho chúng con uống."

Thế Tôn từ xa chỉ dòng sông kia và bảo Cụ thọ Đại Mục-kiền-liên[765]:

"Ông hãy cho các ngạ quỉ này uống no."

Vâng lời Phật dạy, Mục-kiền-liên muốn khiến cho chúng uống, nhưng các ngạ quỉ có cổ họng nhỏ như lỗ kim, Mục-kiền-liên không thể làm cho lớn ra để uống được. Bằng thần lực, Phật mở yết hầu cho chúng. Mục-kiền-liên cho uống. Do bởi chúng bị bức bách bởi tưởng khát cho nên muốn uống nhiều, bụng chúng liền căng nứt ra. Do chúng phát tâm thanh tịnh đối với Phật, tất cả đều mạng chung mà sanh thiên, *cho đến* chứng quả, *nói đủ như trên.*

Các bí-sô lại có nghi, thỉnh Thế Tôn giải nghi:

"Các ngạ quỷ đây trước tạo nghiệp gì mà sanh trong sông này? Lại tạo nghiệp gì, được sanh lên trời, thấy lý chơn đế?"

Phật bảo các bí-sô: 'Kia tự tạo nghiệp, nay tự thọ báo.' *Nói đầy đủ*

---

[764] Tạng: 'Dul ba kha a1.

[765] Hán nhảy một đoạn. Phạn: Phật chỉ dòng sông, tiếp theo 21 bài kệ, Phật nói với bọn quỷ, và 1 bài kệ bọn quỷ đáp; tiếp theo 1 bài kệ Phật hỏi thần sông Hằng vì sao không cho chúng giải khát, và 1 bài kệ thần sông Hằng đáp vì ác nghiệp của chúng. Sau đó, Phật khiến Mục-kiền-liên giải khát cho bọn quỷ. Bản Tạng như bản Phạn.

như chỗ khác, cho đến **[51a01]** *nói kệ:*

> *Dù trải qua trăm kiếp*
> *Nghiệp đã tạo không mất*
> *Khi nhân duyên hội đủ*
> *Quả báo mình phải chịu.*

"Các ông hãy lắng nghe! Vào thuở xa xưa, trong Hiền kiếp này, khi con người thọ hai vạn tuổi, có Phật xuất thế hiệu là Ca-nhiếp-ba Như Lai đầy đủ mười hiệu, trú tại Tiên nhơn đọa, trong rừng Thi-lộc, nước Bà-la-ni-tư. Khi ấy, chúng Thanh văn của Phật tuần hành kêu gọi hảo tâm bố thí[766] để cúng dường Tam bảo.

"Về sau, khi sự giáo hóa của đức Ca-nhiếp-ba Như lai dần dần sâu rộng, người kêu gọi hảo tâm[767] càng nhiều. Vào lúc khác, năm trăm Ô-ba-sách-ca do có việc nên tập họp tại nhà hội. Khi ấy, có nhiều chúng bí-sô, vốn là những vị khất cầu tín tâm, đi đến nhà hội ấy, muốn khất cầu. Các cư sĩ này liền nổi sân, phát lời thô ác: 'Những đồ đệ của Sa-môn Ca-nhiếp-ba này thường xuyên đi cầu xin giống như ngạ quỷ.'"

Phật bảo các bi-sô:

"Ý các ông nghĩ sao? Năm trăm Ô-ba-sách-ca thuở đó đâu phải là ai khác; nay chính là năm trăm ngạ quỷ đây. Do gọi chúng Thanh văn của Ca-nhiếp-ba Như lai là ngạ quỷ, vì nghiệp lực này nên trong năm trăm đời thọ thân ngạ quỷ. Hiện nay mang thân ngạ quỷ mà phát tâm thanh tịnh đối với Ta, nên được sanh lên trời. Do đã tu phạm hạnh[768]

---

[766] 巡行告乞. Skt. *chandakabhikṣaṇa*: khất cầu tùy ý thí. Edgerton: quyên góp để cúng dường Tăng bằng cách tuần hành kêu gọi cư dân trong các thị trấn bố thí. Tib. *dad pa las bslangs nas*, hành khất bằng cách kêu gọi đức tin, hảo tâm.

[767] 乞告之者. Skt. *chanda-yācāka*. Tib. *dad pa 'dri ba'i dge slong*, Bí-sô kêu gọi tín tâm. **Xem cht. 766 trên.**

[768] 修梵行 tu phạm hạnh, chỉ những người xuất gia. Ở đây có lẽ Nghĩa Tịnh dịch theo quán tính. Skt. *yat kāśyape samyaksaṃbuddhe śaraṇāgamanaśikṣāpadāni gṛhītāni*, những người tại gia này đã quy y và thọ trì học xứ trong giáo pháp của đức *Kaśyapa*.

trong giáo pháp của Ca-nhiếp-ba, nên nay thấy lý chơn đế. Vì ý nghĩa này nên Ta thường nói: nghiệp báo đen, trắng và xen tạp, *nói đủ như trên, cho đến* các ông nên học như vậy."

Khi Thế Tôn qua sông Hằng, ngoái nhìn hai bên sông[769]. Các bí-sô thỉnh vấn:

"Vì sao Thế Tôn ngoái nhìn sông này?"

Phật bảo các bí-sô:

"Các ông có muốn nghe duyên khởi của sông Hằng này?"

Đáp:

"Thế Tôn! Nay đúng là lúc. Thiện thệ! Nay đúng là lúc. Xin Thế Tôn nói cho, chúng con muốn nghe."

Phật bảo các bí-sô:

"Vào thuở xa xưa, có vua tên là Thật Trúc[770] trị đời bằng đạo lý, nhân dân thịnh vượng, đời sống an lạc, mưa thuận gió hoà, hoa quả sum suê, không có kẻ dối trá, trộm cướp, dịch bệnh. Vua thường giáo hóa đời bằng đạo lý.

"Đến mùa xuân, vua cùng các cung nữ dạo chơi hoa viên, thấy một người lớn tuổi già nua, mặt mày nhăn nheo, tóc bạc, suy nhược tiều tuỵ, các căn không sáng suốt, chống gậy mà đi. Thấy vậy, vua hỏi quần thần:

"'Đây là người gì? *Nói đủ cho đến* chống gậy mà **[51b01]** đi.'

"Đáp: 'Đại vương! Tuổi trẻ qua rồi, già khổ hiện đến.'

"Vua hỏi: 'Ta cũng sẽ như người già đây chăng?'

"'Đại vương! Tất cả đều như vậy.'

"Nghe vậy, vua liền ưu sầu, đi về phía trước, lại thấy một người vết thương lở loét, da dẻ nứt nẻ, bụng trương như núi, máu mủ mụt nhọt, tay chân rã rời, bó buộc bằng vải, thở ra hổn hển, chân què chống gậy,

---

[769] Phạn: "... như cái nhìn của voi chúa, quay về phía hữu nhìn..."
[770] 實竹. Skt. piṇḍavaṃśa. Tib. smyug sbams.

đi lại khó khăn. Thấy vậy, vua hỏi quần thần:

"'Đây là người gì? *Nói đủ như trên cho đến* đi lại khó khăn.'

"'Đây là người bệnh.'

"Vua hỏi: 'Ta cũng giống người này sao?'

"'Đại vương! tất cả đều như vậy. Do thân đời trước tạo các ác nghiệp, nay thọ quả báo đây.'

"Vua liền nghĩ: 'Nếu như vậy thì mọi người không nên làm các ác nghiệp.'

"Nghĩ vậy rồi, vua tiếp tục bước tới, lại thấy một cái kiệu, được trang trí bằng các loại tơ lụa xanh vàng đỏ trắng và dùng lụa phủ lên trên, nhiều người nam nữ lớn nhỏ thổi ốc đánh trống, bốn người khiêng kiệu, những người khác cầm củi để thiêu đi phía trước, lại có nhiều người đi sau kiệu, kêu khóc bi thảm: 'Cha ơi cha! Anh ơi anh! Ông chủ ơi!' Họ gào khóc thất thanh. Thấy vậy, vua hỏi quần thần:

"'Đây là vật gì? *Nói đủ như trên cho đến* gào khóc thất thanh?'

"'Đại vương! Đây là người chết.'

"Vua hỏi: 'Ta cũng sẽ như người chết này sao?'

"'Đại vương! Tất cả đều như vậy, chẳng chừa một ai.'

"Sau khi thấy cảnh già bệnh chết ấy, vua buồn bã sầu não, liền quay về cung, ở chỗ u nhã tĩnh mịch.

"Trong nước vua có một bà-la-môn tên là Ứng Thời[771], gia tộc đại phú, tài bảo dồi dào, thông thạo bốn Vệ-đà. Nghe vua buồn bã ưu sầu sau khi thấy cảnh già, bệnh, chết, bà-la-môn đó cùng vô lượng chúng bà-la-môn vây quanh, cỡi xe trắng, kéo bằng ngựa trắng, cầm gậy vàng, bình vàng, đến chỗ vua Thật Trúc. Quần thần vào tâu vua:

"'Bà-la-môn Ứng Thời ở ngoài cửa.'

"Vua liền ra khỏi cung, ngự nơi công đường. Khi ấy, bà-la-môn sau khi chào hỏi vua, rồi ngồi lên chỗ của mình, thưa: 'Đại vương! Vì sao

---

[771] 應時. Ska. *Velāma*. Tib. *dus dpog*, đoạn sau, dịch là Thời Chí, **xem cht. 859**.

lại ở nơi chỗ vắng vẻ tối này?'

"Vua liền kể lại đầy đủ cảnh già bệnh chết cho bà-la-môn nghe.

"Ứng Thời bạch vua:

"'Đại vương! Người thế gian này, mỗi mỗi tự ăn quả nghiệp của mình, ngài chớ có ưu não. Có hữu tình tự tạo các nghiệp thiện; có hữu tình tự tạo các nghiệp ác; có hữu tình tự tạo các nghiệp thiện ác. Nay Đại vương là Chuyển luân thánh vương[772], thường tạo nghiệp thiện, sau khi mạng chung **[51c01]** chắc chắn sanh thiên. Đại vương nên biết! Chuyển luân thánh vương này là người thọ các an lạc hơn hẳn mọi người, được sanh lên trời, hưởng sự an lạc bội phần. Như vậy, Đại vương nên tổ chức thí hội[773]."

"Vua liền bảo quần thần:

"'Các khanh hãy đánh trống tuyên lệnh, Đại vương mở đại hội bố thí vô giá. Những người trong nước cần cái gì, nên đến nhận lấy, thọ thực.'

"Nhận lệnh vua, quần thần nghiêm sức thí trường, người cần ăn cho ăn, người cần y phục cho y phục. Nước vo gạo thơm ngon của hội thí chứa thành hào lớn, chảy lan tràn khắp nơi, được gọi là ao Vô

---

[772] Skt *cakravartinas tu nityaṃ sukṛtakarmakāriṇaḥ...* Tib *'khor los sgyur pa rnams ni rtag tu las legs pa bgyid de* ... các Chuyển luân vương (số nhiều trong bản Phạn và Tạng, phiếm chỉ tổng quát) là những người thường xuyên tạo tác nghiệp tốt. Nghĩa Tịnh đọc theo số đơn, nên hiểu là chỉ cho vua Trúc Thật. Theo nội dung chuyện kể, vua Trúc Thật chưa phải là Chuyển luân vương.

[773] 施會, đoạn dưới, Hán dịch là 大無遮施會 đại vô giá thí hội, tế đàn đại bố thí, không từ chối một ai. Skt *yajñā*. Tib *mchod sbyin*, tổ chức tế đàn để cầu sinh thiên (*svargasopānabhūta*).

nhiệt.⁷⁷⁴ Trải qua mười hai năm bố thí, nước gạo thơm ngon này chảy ùn ùn thành sông, do vậy người đời gọi là sông Tương thuỷ⁷⁷⁵."

---

[774] Vô nhiệt trì, ᴷᵏᵗ *Anantapta*, ᵀⁱᵇ *ma dros pa*, ao lớn, phía nam Hương sơn, phía bắc Tuyết sơn, phát nguyên bốn sông lớn: Hăng-hà (*Gaṅgā*), Tín-độ (*Śintu*), Tỉ-đa (*Śta*) và Phược-xô (*Vakṣu*). Câu-xá quyển 11. ᴷᵏᵗ [...] *yatrāsau taptaḥ śītībhavati | anavataptaḥ anavatapta iti sajñā saṃvṛttā*, nơi đó nóng trở thành mát lạnh, do đó mọi người có ý tưởng gọi "không nóng, không nóng."

[775] 漿水河 Tương thủy hà. *Ācāmanadī*. ᵀⁱᵇ *'bras khu'i chu*.

CHƯƠNG IX. ĐỒNG TRƯỞNG

Nhiếp tụng:

Đồng trưởng, và Tượng thanh
Át-gia-nhĩ, Thí bảo,
Sa-la, Sa-li lực,
Kim thăng và Tự lai,
Duyên cháo và Xá-vệ,
...[776]

I. CÁC DI TÍCH THƯỢNG CỔ[777]

1. Thành Đồng trưởng và Tượng thanh

Bấy giờ,[778] Thế Tôn đi đến trong thành Đồng trưởng[779], bảo Cụ thọ A-nan-đà:

Một thời, có quốc vương tên là Trường Tịnh[780] trưởng thành[781] nơi thành này cho nên nó được gọi là [Đồng trưởng. Rồi Thế Tôn đi đến thành Tượng thanh.[782] Tại đây, Phật nói với A-nan-đà, trong

---

[776] Tụng tóm tắt nội dung chương trong bản Phạn và Tạng. Hán khuyết. 'Dul ba kha 155b5.

[777] Trong đây bao gồm các đề mục "Tượng thanh, Át-gia-nhĩ, Thí bảo, Sa-la, Sa-li lực, Kim thăng" như được giới thiệu trong Nhiếp tụng.

[778] Chuyển đoạn, Phạn & Tib đều có tụng tóm tắt (*uddānam/sdom la*).

[779] 童長城. Skt *Kumāravardhana*. Tib *gzhon nu bskyed pa*.

[780] 長淨. Skt *Upoṣada*. Tib *gso sbyong 'phags*. Tên Voi chúa của Chuyển luân vương Đại Thiện Kiến; cũng là Voi chúa của Thiên đế Thích.

[781] Skt *abhivṛddha*, tăng trưởng, cũng ngữ tộc với *varddha*, do đó vương tử (*kumāra*: đồng tử) được gọi tên như vậy.

[782] 象聲 Tượng thanh. Skt *Krauñca*. Tib *krung krung sgra can*.

thành này có con voi chúa của vua Trưởng Tịnh phát ra tiếng rống; nhân dân trong thành khởi ý tưởng, 'tiếng voi rống'⁷⁸³ do đó có tên]⁷⁸⁴ Tượng thanh."

2. Tứ Phật và Bồ-tát hành thí

Rồi đi dần đến thành Át-gia-nhĩ-ca,⁷⁸⁵ Phật đứng một bên thành, mỉm cười, nói rộng chi tiết về cả bốn sự tích hoá duyên của bốn vị Phật.

Sau đó, đi đến thành Thi bảo⁷⁸⁶, Phật bảo Cụ thọ A-nan-đà: "Xưa kia Bồ-tát tại đây bố thí nhiều châu báu, nên thành này gọi là Thi bảo."

Phật lại đi tiếp đến cây sa-la lực⁷⁸⁷, ở bên cạnh cây ấy, Phật liền mỉm cười, cũng lại nói đầy đủ bốn sự tích Phật hoá duyên.

Sau đó,⁷⁸⁸ Phật đến thành Kim thăng⁷⁸⁹, bảo A-nan-đà: "Tại thành này, thuở xưa Bồ-tát mở hội bố thí, thí cho người xin cả thăng vàng, nên người đời gọi thành này là Kim thăng."

3. Đảnh Sanh vương

Rồi Phật đi đến thành Tự lai⁷⁹⁰, bảo A-nan-đà:

"Thành Tự lai này có vua tên là Trưởng Tịnh⁷⁹¹, trị đời bằng đạo lý, nhơn dân phồn thịnh, đời sống an vui. Một thời gian sau, trên đỉnh đầu vua ấy nổi lên một mụt nhọt, mềm mại như lụa, không có đau đớn nguy hại. Mụt lớn dần, chín mùi, vỡ ra một vương tử, dung mạo đoan chánh, nhan sắc thù diệu, rất đáng yêu thích, (*nói đủ như chỗ*

---

⁷⁸³ Skt *krañcānaṃ krauñcānam iti.*

⁷⁸⁴ Rõ ràng NT nhảy một đoạn; nay theo Phạn thêm vào, trong ngoặc vuông [].

⁷⁸⁵ Skt *Aṅgadikā.* Tib *dpung rgyan ldan.*

⁷⁸⁶ Skt *Maṇivatin.* Tib *nor bu can.*

⁷⁸⁷ Skt *Sālabala.* Tib *sa la'i stobs.*

⁷⁸⁸ Hán nhảy một đoạn về Sa-li lực. Skt *Sālibala.*

⁷⁸⁹ 金升 Kim thăng. Skt *Suvarṇaprastha.* Tib *gser gyi bre.*

⁷⁹⁰ 自來城. Skt *Sāketa.* Tib *gnas bcas.*

⁷⁹¹ Skt *Upoṣadha.*

khác, cho đến) các căn đầy đủ, cho nên mọi người gọi là Đảnh Sanh.⁷⁹²

"Sau khi vừa mới sinh, vương tử được đưa vào cung. Bấy giờ, trong cung có sáu vạn thế nữ, khi thấy vương tử, sữa của các cô tự chảy ra; ai cũng nói: 'Tôi nuôi! Tôi nuôi!'⁷⁹³ Do đó vương tử được gọi là Lạc Dưỡng⁷⁹⁴. Vì thế, ngày nay có người gọi là Đảnh Sanh, cũng có người gọi là Lạc Dưỡng.

"Đảnh Sanh ngày càng lớn. Bấy giờ vua Trưởng Tịnh nhuốm bệnh, điều trị bệnh mình bằng các loại thảo dược: rễ, cành, lá, mà bệnh vẫn không thuyên giảm, ngày càng nặng hơn. Vua bảo quần thần: 'Nên sớm lập Đảnh Sanh làm thái tử cho ta.'

"Vâng theo lệnh vua, quần thần liền sai sứ mời Đảnh Sanh đến:

"Đại vương Trưởng Tịnh bệnh khổ bức bách thân, liền ra lệnh gấp, hãy nhanh lập thái tử cho ta."

"Đảnh Sanh chưa đến, vua đã băng hà. Quần thần sai một người báo cho Đảnh Sanh: 'Phụ vương đã băng hà, xin thái tử đến mau.'

"Đảnh Sanh liền nghĩ: 'Phụ vương đã băng hà, ta đi làm gì?' nghĩ rồi, bèn không đi.

"Quần thần lại sai sứ đến báo: 'Thái tử nên đến kế thừa ngôi vua.'

"Đảnh sanh đáp: 'Nếu ta có phước phần làm vua, thì tại đây cũng thành vua.'

"Quần thần thưa: 'Nếu lập vương vị, cần nhiều lễ nghi, sảnh đường đa bảo, ao tắm, toà sư tử, dù lộng, vương miện, tập hợp tại đại đô thành mới lập vương vị, thái tử nên đến đó.'

"'Nếu ta là vua đúng pháp, các vật như thế, không cầu tự đến.'

"Khi ấy, có dược-xoa tên là Tác Nhật⁷⁹⁵ thường theo Đảnh Sanh,

---

⁷⁹² 頂生. Skt *Mūrdhāta < mūrdhan*: đỉnh đầu. Tib *spyi bo skyes*.
⁷⁹³ Skt *māndhāya māndhāya*; Tib *nga las nu nga las nu*: "Tôi cho bú! Tôi cho bú."
⁷⁹⁴ 樂養. Skt *Māndhātā (Māndhātṛ) < dhātṛ*: nhũ mẫu. Tib *nga las nu*.
⁷⁹⁵ 作日. Skt *Divaukasa-yakṣa puroyakṣa*, dạ-xoa tiền hành hay tốc hành. Tib

làm cho các toà sư tử, bảo đường, bồn nước, dù long, vương miện, đại thành vương đô tự nhiên dời đến. Cho nên thành này gọi là Tự lai."[796]

[52a20] *Duyên giếng cháo, lúa vàng,*
Duyên nông phu và bò
Duyên nữ bệnh hủi cúng nước cháo
Duyên vua Thắng Quang
Duyên người nữ nghèo cúng đèn
Duyên vua Đảnh Sanh.[797]

II. THẤT-LA-PHIỆT

1. Nhân duyên cháo và lúa vàng

Bấy giờ, Thế Tôn bảo Cụ thọ A-nan-đà: "Ông nay hãy cùng ta đi đến thành Thất-la-phiệt."

A-nan vâng lời đi theo Phật du hành nhơn gian.

Lúc bấy giờ, tại một địa phương nọ, có bà-la-môn cả đêm không ăn, sáng ra bụng đói đi cày. Con gái ông mang cho ít cháo. Khi ấy, Thế Tôn đi đến gần đó. Từ xa, bà-la-môn trông thấy Thế Tôn, đầy đủ ba mươi hai tướng trượng phu, tám mươi vẻ đẹp trang nghiêm thân, vòng sáng tròn chiếu sáng hơn ngàn mặt trời, bước đi vững chãi như núi diệu bảo, vẻ hiền thiện toả khắp rạng ngời. Trông thấy Phật, bà-la-môn tâm sanh tịnh tín, như mười hai năm tập luyện tịch tĩnh thuần thục, vắng lặng trong sáng, vui vẻ sảng khoái; như người không con được con, như kẻ nghèo được của báu, như người muốn làm [52b01] vua được ngôi vua. Những ai đã có thiện căn đời trước, vừa mới thấy Phật lần đầu liền phát tâm thanh tịnh sùng kính cũng y như vậy. Khi ấy, bà-la-môn vội vã bưng bát cháo mà mình sắp ăn đến dâng cúng Thế Tôn, thưa rằng:

---

mdun nas 'gro ba gnod sbyin lha gnas. **Xem cht. 796 sau.**

[796] Skt. *adhiṣṭhānaṃ svayam āgataṃ svayam āgatam iti sāketā sāketā iti saṃjñā saṃvṛttā*, mọi người khởi ý tưởng: "gia trì tự nhiên đến, tự nhiên đến" do đó thành này được gọi là *Sāketa*. Bản Hán, hết quyển 11. Phạn I.45.17. 'Dul na kha 157a2.

[797] Nhiếp tụng trong bản Hán, không có trong bản Phạn và Tạng.

"Sa-môn Kiều-đáp-ma, xin thương xót con, nhận chút cháo này."

Bấy giờ, vì bà-la-môn, Phật biến hiện ra một giếng cạn, bảo ông đổ bát cháo vào đó. Ông đổ cháo vào, tức thì cháo đầy tràn giếng. Do oai lực của Phật, oai lực chư thiên, làm cho giếng cạn kia đầy ắp cháo thơm. Phật bảo bà-la-môn:

"Ông đem cháo này dâng cúng tất cả Tăng-già."

Ông ấy liền mang cháo dâng cúng cho tất cả Tăng-già, ai cũng được no đủ. Do sức gia trì của Phật, cháo vẫn đầy giếng.

Bấy giờ bà-la-môn sanh tịnh tín đối với Thế Tôn bội phần. Ông đảnh lễ chân Phật, rồi ngồi đối diện, nghe Phật thuyết pháp.

Khi ấy, Thế Tôn quán biết ý hướng, tuỳ miên, giới loại và bản tánh của bà-la-môn, rồi nói diệu pháp, khiến cho tỏ ngộ bốn thánh đế. *Nói đầy đủ như chỗ khác, cho đến* sau khi nghe pháp, ông chứng quả Dự lưu. [...] Thâm tâm phấn khởi, như thương chủ được giá, như đánh trận đắc thắng, như bệnh nặng được lành.

Sau khi nghe Phật thuyết, ông hoan hỷ tín thọ, đảnh lễ tạ từ. Về đến chỗ trồng lúa, thấy ruộng lúa non của mình sắc màu như vàng ròng. Thấy vậy, ông cười hớn hở, nghĩ đây là điềm đặc biệt, liền nói kệ:

Ruộng phước, công tối thắng,
Lìa tất cả tai hoạ;
Vừa mới gieo hạt xuống
Tức thời được quả chín.

Bấy giờ, bà-la-môn tức tốc đến chỗ vua, vấn an sức khỏe, chúc vua ít bệnh trường thọ, rồi tâu vua:

"Đại vương nên biết, tôi vừa mới gieo hạt, liền sanh trưởng thành vàng. Xin Đại vương sai người đến lấy phần."

Vua liền sai người đến lấy phần lúa.

Bà-la-môn trở về thu hoạch lúa vàng, chất lại thành đống, rồi đong cho vua. Phần của vua liền biến thành lúa. Vua nói:

"Nên gom lại một chỗ, rồi từ đó chia ra."

Bảy lần như vậy, từ một đống phân ra, phần của vua cũng biến thành lúa. Vua nói: "Lúa ấy là phước báo của bà-la-môn, ta không có phần, không thể tuỳ ý chia phần cho ta được."

Bà-la-môn không ngại ngùng, đem phần lúa của vua trở về, liền biến thành lúa vàng.

2. Nhân duyên nông phu và bò

Bấy giờ, Thế Tôn rời khỏi chỗ này mà đi. Ở một nơi kia, thấy năm trăm nông phu cày cấy gieo hạt, da dẻ sần sùi, tay chân nứt nẻ, mặc áo vải gai thô xấu; bò con kéo cày, gáy bị tổn thương, máu mủ chảy xuống, thở gấp hổn hển. Khi các nông phu từ xa trông thấy Thế Tôn đầy đủ ba mươi hai tướng, *nói đủ như trên, cho đến* như người có thiện **[52c01]** căn đời trước mà được thấy Thế Tôn.

Phật đến chỗ đó, vì muốn hóa độ họ, nên đi đến một bên, ngồi ngay giữa chúng bí-sô. Từ xa trông thấy Phật ngồi, các nông phu đi đến chỗ Phật, đảnh lễ chân Phật, lui ngồi một bên. Phật quán ý hướng, tuỳ miên, giới loại và bản tánh họ, *nói đủ như trên*. Sau khi nghe pháp, họ chứng quả Dự lưu, đều từ chỗ ngồi đứng dậy chấp tay thưa:

"Đại đức Thế Tôn! Xin ngài cho chúng con được xuất gia trong pháp luật thiện thuyết và thọ cận viên, thành tánh bí-sô, tịnh tu phạm hạnh, phụng sự Thế Tôn."

Thấy vậy, Phật bảo:

"Thiện lai, các bí-sô, hãy đến đây tu phạm hạnh." *Nói đủ như chỗ khác, cho đến nói kệ*:

> *Thế Tôn gọi: "thiện lai",*
> *Tóc rụng, đủ y bát,*
> *Các căn đều tịch định,*
> *Tuỳ tâm niệm đều thành.*

Bấy giờ, Thế Tôn tuỳ theo căn cơ chỉ dạy; họ tinh tấn tu tập, đoạn trừ các phiền não, chứng quả A-la-hán.

Khi ấy, các con bò kia kéo căng đứt dây, cũng đến chỗ Phật, nhiều quanh Phật rồi đứng. Phật nói ba câu pháp cho chúng nghe, *nói đầy đủ như đoạn* "Ngỗng-Cá-Rùa" (II. Bờ sông Hằng) *kể trên, cho đến* thấy lý chơn đế, [...] đều trở về thiên cung.

Khi ấy, các bí-sô đều có nghi, thỉnh vấn Thế Tôn: "Các nông phu kia trước tạo nghiệp gì, nay sanh trong đời này làm nông phu; lại được theo Thế Tôn mà xuất gia, đoạn trừ các phiền não, chứng quả A-la-hán? Các con bò kia trước tạo nghiệp gì nay sanh trong loài bò, được gặp Phật, rồi sanh thiên, thấy lý chơn đế?"

Phật bảo các bí-sô: "Trước tự tạo nghiệp, nay phải tự thọ." Nói đủ như chỗ khác, cho đến nói kệ:

> *Dù trải qua trăm kiếp,*
> *Nghiệp đã tạo không mất;*
> *Khi nhân duyên hội đủ,*
> *Quả báo mình tự thọ*

"Này các bí-sô, hãy lắng nghe, Ta nay sẽ nói.

"Vào thời xa xưa, trong thời Hiền kiếp này, khi loài người thọ hai vạn tuổi, có Phật xuất hiện, hiệu Ca-nhiếp-ba Như lai, Ứng cúng, Chánh đẳng giác, đầy đủ mười hiệu, trú tại Tiên nhơn đọa xứ, trong rừng Thi-lộc, nước Ba-la-ni-tư. Những nông phu này đều xuất gia trong giáo pháp của Phật ấy, nhưng không đọc tụng, cũng không tác ý, nhận thức ăn của tín thí, mà hay hí luận, giải đãi biếng nhác, không tinh tấn tu.

"Này các bí-sô, ý ông nghĩ sao? Năm trăm bí-sô kia đâu phải là ai khác, nay chính là năm trăm nông phu đây. Các thí chủ tạo **[53a01]** chùa thuở xưa, nay chính là năm trăm trưởng giả. Thuở xưa, các bí-sô nhận thức ăn của tín thí mà không đọc tụng, cũng không tác ý, biếng nhác, không tinh tấn tu, do nghiệp này nên trong năm trăm đời sanh làm nông phu trả nợ gấp đôi cho thí chủ. Do xuất gia trong giáo pháp của Ca-nhiếp-ba Như lai, tỏ ngộ các phạm hạnh nên nay theo Ta cũng được xuất gia, đoạn các phiền não, chứng quả A-la-hán. Còn các con bò kia cũng được xuất gia trong giáo pháp của đức Phật ấy, phạm các học xứ nhỏ. Do nghiệp này nên sanh trong loài bò, nay đối với Ta mà phát tâm thanh tịnh, được sanh lên trời. Do phạm hạnh xưa, nay thấy lý chơn đế. Cho nên Ta thường nói: nghiệp đen, trắng, tạp; nói đủ như chỗ khác, cho đến các ông nên học như vậy."

Bấy giờ, Thế Tôn bảo Cụ thọ A-nan-đà:

"Ông hãy cùng ta đến thành Đô-dị-ca."⁷⁹⁸

A-nan vâng lời, đi theo Phật đến thành đó. Trong thành, có một bà-la-môn đang cày cấy, trông thấy Thế Tôn ba mươi hai tướng đại trượng phu, *nói đủ như chỗ khác*, nghĩ rằng: 'Nếu ta đến đánh lễ Sa-môn Kiều-đáp-ma thì bỏ việc đây; nếu không đến lễ thì mất các phước lợi.' Để không bỏ việc, cũng được phước lợi, ông vừa đi cày vừa vọng nói: 'Kính lễ, kính lễ!'

Phật bảo Cụ thọ A-nan-đà:

"Bà-la-môn kia tự phạm sai lầm. Vì ở chỗ đây có toàn thân xá lợi của Ca-nhiếp-ba Như lai, nghiễm nhiên không hư hoại. Nếu đến chỗ Ta cung kính lễ bái, ông được lễ kính hai Phật Thế Tôn."

Khi ấy, A-nan-đà sửa lại y phục,⁷⁹⁹ chấp tay thưa:

"Cúi xin Thế Tôn ngồi lên đây, để cho đất này sẽ được thọ dụng bởi hai vị Phật."

Phật [sau khi ngồi trên chỗ ngồi đã soạn sẵn] nói với các bí-sô:

"Các ông có muốn thấy kim thân xá lợi của Ca-nhiếp-ba Như lai Ứng cúng Chánh đẳng giác?"

"Bạch thế Tôn! Nay thật đúng lúc. Bạch Thiện Thệ! Nay thật đúng lúc. Nếu chúng con thấy được, tâm thanh tịnh bội phần."

Khi ấy, Thế Tôn khởi tâm thế gian⁸⁰⁰. Thường pháp như vầy, nếu khi Phật khởi tâm thế gian, tất cả hàm linh⁸⁰¹ đều biết ý Phật. Lúc đó, loài rồng nghĩ: "Thế Tôn vì sao khởi tâm thế gian?" Tức liền quán sát thấy, Thế Tôn muốn thấy toàn thân xá lợi của Ca-nhiếp-ba Như lai.

---

⁷⁹⁸ 都異迦城. **Toyikā**. chu mangs. Đoạn sau, dịch là 施水處 "Thí thủy xứ", giải thích ngữ nguyên, **xem cht. 810**.

⁷⁹⁹ Hán dịch thiếu. Phạn & Tạng: A-nan vội vàng gấp tư y tăng-già-lê, và thỉnh Phật ngồi lên.

⁸⁰⁰ Skt. *laukikaṁ cittam*; Tib. *'jig rten pa'in thugs*, thế tục tâm = thế tục trí.

⁸⁰¹ 含靈 hàm linh, sinh linh, cho đến con kiến (Tib. *srog chags grog sbur rnams*).

Rồng liền bưng xá lợi của Phật ấy, đứng giữa hư không.

Phật bảo các bí-sô:

"Các ông nay hãy ghi nhận kỹ dấu hiệu ấy. Nó sắp biến mất."

Bấy giờ, vua Thắng Quang nghe Phật thị hiện toàn thân **[53b01]** xá lợi của Ca-nhiếp-ba Như lai, làm cho các bí-sô thấy được tướng ấy. Nghe rồi, vua cũng muốn thấy điều hy hữu, liền cùng phi hậu, cung nhơn thế nữ, vương tử, quần thần, nghiêm sức nghi trượng, đến đó để xem. Thái tử Tang Thiện,[802] trưởng giả Cấp Cô Độc, Tiên Thọ và Cố Cựu con của thợ xây[803], Vô Chi Lộc Tử Mẫu[804]… cùng vô lượng trăm ngàn hữu tình khởi tâm mong thấy điều hy hữu; họ đều đi theo sau xa giá của vua đến chỗ xá lợi. Do thiện căn đời trước của họ thúc dục họ đi đến đó. Khi ấy, xá-lợi đã biến mất. Mọi người nghe tin xá-lợi ẩn mất liền sanh lòng buồn rầu, nói với nhau: "Chúng ta đến đây bằng không, chẳng được cái gì."

Khi ấy, có ô-ba-sách-ca cũng đến chỗ xá lợi của Ca-nhiếp-ba Như lai, cung kính nhiễu phải, trong lòng nghĩ: "Ta nay đi nhiễu lễ bái chắc được phước lợi."

Thế Tôn biết tâm vị kia thường làm phước lợi, tín tâm thanh tịnh, nên nói kệ:

> *"Dù đem trăm ngàn vàng thiệm bộ[805],*
> *Gom lại thành đống thí tất cả;*
> *Không bằng người nhất tâm thanh tịnh,*
> *Siêng năng nhiễu quanh nơi tháp Phật."*

---

[802] 喪善太子. Skt *Virūḍhaka*, thường biết theo âm Tì-lưu-li, người mà sau này tàn sát dòng họ Thích. Tib *lus 'phags po*.

[803] 仙授故舊墀師之子. *Uṣidatta* (Hán và Tib đều đọc là *Ṛṣidatta*) & *Purāṇasthapati*. Tib *drang srong byin & so phag mkhan rnying pa*. Pali *Isidatta* và *Purāna*, thợ xây dựng: hai vị tướng của vua Ba-tư-nặc (Pali Proper Names Dictionary).

[804] 無枝鹿子母. Skt *Viśākhā mṛgāramātā*, bà Tì-xá-khư, mẹ của ông Lộc Tử. Tib *ri dgas (dwags) 'dzin gyi ma sa ga*.

[805] 贍部金. Skt *jambūnadā*, vàng từ sông *Jambu*. Tib *'dzam bu'i chu bo'i gser*.

Bấy giờ có một ô-ba-sách-ca mang bùn đến đặt nơi chỗ xá-lợi biến mất. Vì ông, Phật cũng nói kệ:

"Dù đem trăm ngàn vàng Thiệm bộ,
Thường hay bố thí cho tất cả;
Không bằng người nhất tâm thanh tịnh,
Mang bùn đến trang nghiêm tháp Phật."

Bấy giờ, có trăm ngàn người nghe rằng, bố thí bùn ở đây cũng được phước lợi. Họ đều đem bùn đến đặt nơi đó, hoặc có người đem các loại hương hoa vi diệu rải lên đó. Phật cũng vì họ mà nói kệ:

"Dù đem trăm ngàn vàng Thiệm bộ,
Thường hay bố thí cho tất cả;
Không bằng người nhất tâm thanh tịnh,
Cúng dường tháp Phật với hương hoa."

Có những người đem các loại đèn sáng, vòng hoa, cờ phướn, dù lọng,[806] cúng dường chỗ ấy bằng tâm thanh tịnh. Biết tâm của họ, Phật lại nói kệ:

"Nay Ta nói bố thí ruộng phước,
Công đức Như lai không hạn lượng;
Ruộng Chánh giác như lượng biển cả,
Đạo vô thượng là tối thắng nhất."

Khi ấy, mọi người đều nghĩ: "Thế Tôn đã nói phước do cúng dường Phật đã tịch diệt nhiều chừng nào, nếu cúng dường cho Phật hiện tại thì có phước lợi gì?"

Biết được tâm niệm của họ, Phật nói **[53c01]** kệ:

"Nếu người hay cúng dường
Phật đã diệt, đang thành,
Với tâm tư bình đẳng,
Phước lợi không có khác.

---

[806] Phạn & ⁂ Mỗi thứ cúng dường đều có một kệ tụng, nội dung gần như nhau, chỉ thay tên gọi phẩm vật.

Phật thì không thể lường,
Diệu pháp cũng khó lường;
Người thanh tịnh[807] *cũng vậy,*
Quả báo đồng là một.

Danh tướng cũng khó lường,
Chuyển pháp luân vô ngại;[808]
Bờ công đức Chánh giác,
Không thể kể tận cùng."

Bấy giờ, Thế Tôn nói pháp như vậy cho mọi người. Sau khi nghe pháp, vô lượng trăm ngàn hữu tình được phước lợi thù thắng lớn; hoặc có người phát tâm bồ-đề của Thanh văn, có người phát tâm bồ-đề của Độc Giác, có người phát tâm bồ-đề của Vô thượng Chánh đẳng giác, có người được noãn, đãnh; có người được sơ nhẫn,[809] có người chứng quả Dự lưu, có người chứng quả Nhất lai, người chứng quả Bất hoàn, có người đoạn các phiền não chứng quả A-la-hán; những người khác quy y Phật Pháp Tăng, tín kính Tam bảo, trồng các thiện căn. Khi ấy, có các bà-la-môn, trưởng giả, cư sĩ thiết đại thí hội tại chỗ ấy. Cho nên chỗ này gọi là Thí thủy xứ.[810]

---

[807] Skt. *prasanlnānām*; Tib. *dad rnams kyi*, của những người tịnh tín.

[808] 無不轉法輪. đọc theo Skt.: *apratihatadharmacakravartinām*, Tib. *rgyas chos kyi 'khor lo thogs pa med pa skor ba*.

[809] 初忍. Skt. *kaiścit satyānuloma kaiścit kṣāntayaḥ*, Tib. *'dul ba kha cig gis ni bden pa dan mthun pa'i bzod pa dag*, "có người đắc đế thuận thứ nhẫn pháp. Trong thuận quyết trạch phần, tu tập với nhẫn pháp, thuận thứ quán 16 hành tướng của bốn Thánh đế.

[810] 施水處; đoạn trên, phiên âm là Đô-dị-ca: *Toyikā* (**xem cht. 798**). Skt. *tasmin pradeśe mahaḥ sthāpitaḥ| toyikāmahas toyikāmaha iti saṃjñā saṃvṛttā*: tại chỗ ấy một lễ hội lớn được tổ chức, nhân đó mọi người khởi ý tưởng: "đại thí hội nhiều nước! Đại thí hội nhiều nước." Tib. *phyogs de nyid du dus ston btsugs pa dang | de nas chu mangs dus ston can chu mangs dus ston can zhes bya bar grags so*. Ngữ nguyên, *toyika*, do *toya*: nước.

3. Nhân duyên nữ bệnh[811]

Bấy giờ, Thế Tôn du hành nước Kiêu-tát-la, rồi đến Thất-la-phiệt, trú trong vườn Cấp Cô Độc, rừng Thệ-đa.

Trưởng giả Cấp Cô nghe Phật đã đến đây, liền đi đến chỗ Phật, đảnh lễ chân Phật, rồi lui ngồi một bên. Phật thuyết pháp cho ông, khai thị, chỉ giáo, khích lệ, khiến cho hoan hỷ, sau đó ngồi im lặng.

Khi ấy, trưởng giả rời chỗ ngồi đứng dậy, chỉnh y phục, chấp tay cung kính, quì gối chấm đất, bạch Phật:

"Cúi xin Đại đức Thế Tôn cùng Tăng-già Bí-sô ngày mai đến nhà con nhận bữa cúng dường của con."

Phật im lặng nhận lời.

Biết Phật đã nhận lời, *nói đủ như chỗ khác, cho đến* Sang hôm sau, ông sai người đến bạch Phật: "Cơm đã dọn xong, kính mong Đại Đức biết thời."

Trưởng giả lại ra lệnh cho người giữ cửa: "Chừng nào Phật và Tăng thọ thực chưa xong, chớ để cho các ngoại đạo vào trong nhà ta."[812] Người giữ cửa vâng lời chấp hành.

Khi ấy, Phật và Tăng-già khoác y mang bát đến nhà trưởng giả, *nói đủ như chỗ khác, cho đến* đại chúng đều được no đủ, rửa tay súc miệng xong, trưởng giả lấy ghế nhỏ ngồi đối diện Phật để nghe pháp.

Lúc bấy giờ, Cụ thọ đại Ca-nhiếp-ba, từ một chỗ a-luyện-nhã kia, râu tóc hơi dài, khoác y rách vá, đi đến rừng Thệ-đa. Thấy chùa không có ai, Cụ thọ hỏi người **[54a01]** giữ chùa:

"Tăng-già cùng với Thượng thủ là Thế Tôn nay đi đâu?"

"Trưởng giả Cấp Cô thỉnh đến nhà thọ thực."

Đại Ca-nhiếp-ba liền nghĩ: "Ta nay nên đến đó thọ thực để tỏ lòng chí kính Tăng-già Bí-sô cùng với Thượng thủ là Phật." Nghĩ vậy, ngài liền vội đi đến đó. Người giữ cửa cản lại, nói:

---

[811] ['Dul ba kha 162b5]
[812] Phạn. Ông còn nói thêm: "Sau đó ta sẽ bố thí cho các ngoại đạo."|

"Thánh giả! Chớ có vào trong."

Đại Ca-nhiếp-ba hỏi:

"Vì sao?"

Người giữ cửa đáp:

"Trưởng giả đã bảo, 'Chừng nào Phật và Tăng thọ thực chưa xong, chớ để cho các ngoại đạo vào nhà. Sau đó, sẽ cúng cho các ngoại đạo khác.'"

Ca-nhiếp-ba nghĩ: "Ta nay đã có được các phước lợi thù diệu tối thắng, ấy là bà-la-môn, trưởng giả, cư sĩ, những người có tịnh tín, đều không biết ta là sa-môn Thích tử. Ta nay đi, vì thương tưởng, cứu giúp cho những kẻ bần cùng cô khổ." Nghĩ vậy rồi, Tôn giả đi đến hoa viên. Sau đó lại nghĩ: "Nay ta nên thương xót những hạng người nào để cho họ được lợi ích thù thắng?"

Khi ấy, có một người nữ bệnh hủi ăn xin, xương cốt rã rời, vết thương lở loét, xin ăn nuôi sống. Đại Ca-nhiếp-ba liền đến chỗ người đó để xin vật thực. Khi ấy, người bệnh đó xin được ít cháo lỏng.[813] Từ xa cô trông thấy Đại Ca-nhiếp-ba hình dung đĩnh đạc, hoàn toàn tự chế ngự, oai nghi tịch tĩnh, bèn nghĩ: "Do ta chưa từng bố thí cho người như vậy, nên nay mang thân bệnh khổ bần cùng. Nếu được Thánh giả thương xót, ta sẽ đem cháo gạo đây dâng cúng."

Khi ấy, quán biết tâm niệm của người kia, Ca-nhiếp-ba liền đến gần trước mặt, đưa bát cho cô thấy, nói rằng:

"Này chị! Nếu cháo gạo ấy chị bỏ, nên bỏ vào trong bát này."

Cô liền cho cháo vào bát. Có một con ruồi[814] rơi vào trong bát cháo. Cô định lấy ngón tay nhặt nó ra, không ngờ ngón tay rơi luôn vào bát. Cô thầm nghĩ: "Vì chiếu cố đến tâm của ta mà Thánh giả này nhận cháo gạo đây, chứ nào ăn được?"

Biết được tâm niệm người kia, Ca-nhiếp-ba liền ngồi bên tường,

---

[813] 米泔: nước vo gạo. Skt *ācāma*; Tib *'bras khu*.
[814] để bản 繩, nghi chép nhầm của 蠅. Skt *makṣikā*: ruồi. Tib *sbrang ma*: con ong.

đối diện người nữ, ăn hết bát cháo. Nữ kia lại nghĩ: "Vì chiếu cố đến tâm của ta mà Thánh giả này ăn cháo gạo của ta, nhưng nhất định phải đi tìm thêm đồ ăn uống ngon khác."

Quán biết tâm niệm người kia, Ca-nhiếp-ba nói với người nữ bệnh hủi: "Này chị! Hãy vui vẻ lên. Từ nay cho đến giờ ăn ngày mai, tôi chỉ dùng cháo gạo của chị, qua một ngày một đêm."

Người nữ kia rất vui mừng, thầm nghĩ: "Ngày hôm nay, ta được lợi ích vi diệu thù thắng. Đại Ca-nhiếp-ba nhận vật thí hèn mọn của ta." Khi người nữ này sanh tâm thanh tịnh đối với Ca-nhiếp-ba, nhân đây mạng chung, sanh lên trời Đổ-sử-đa.

Lúc bấy giờ Thiên đế Thích thấy người nữ này bố thí **[54b01]** cháo lỏng với tâm thanh tịnh, nhân đây qua đời, song ông không thấy biết cô sanh ở cõi nào. Nhìn vào địa ngục cũng không thấy; trong loài người, quỉ giới, Tứ vương thiên Hộ thế, Tam thập tam thiên, cũng không thấy. Do thiên nhãn từ cõi dưới không thể nhìn thấy cõi trên.

Thiên đế Thích đi đến chỗ Phật, đảnh lễ chân Phật, cung kính chấp tay, thỉnh bằng kệ tụng:

> *"Ca-nhiếp đức nhân lớn,*
> *Nên tuần hành khất thực.*
> *Nữ thí cháo gạo kia,*
> *Nay sanh trong cõi nào?"*

Phật đáp bằng kệ:

> *"Trời tên Đổ-sử-đa,*
> *Theo niệm*[815] *hiện các dục;*
> *Nữ thí cháo gạo kia,*
> *Nay sanh ở cõi đó."*

Khi ấy, Thiên đế Thích nghĩ: "Nhưng những người đó không biết tu phước[816] mà lại hành huệ thí, làm các việc lợi. Ta nay đã biết tu

---

[815] 隨念有. Skt. *samṛddhayaḥ*: sung túc, phong phú; Tib. *'byor pa*. Hán đọc là *smṛtayaḥ*: các niệm?

[816] Skt. *puṇyānām apratyakṣadarśino*, loài người không chính mắt thấy rõ

phước, được lợi, sao không huệ thí, tu các phước nghiệp? Thánh giả Ca-nhiếp-ba tâm luôn thương xót kẻ bệnh bần cùng cô khổ. Ta nay nên bố thí cho Ngài một vắt cơm." Nghĩ vậy xong, Thiên đế Thích liền hoá thân đến xóm nghèo khổ, chỗ những người cô đơn khốn khổ, làm một nhà cỏ rách nát như cái hang, rồi tự biến thân uy nghi của mình thành một thợ dệt xấu xí, đầu tóc rối bù, mặc áo gai thô, tay nứt chân nẻ, làm công việc dệt. Còn phu nhân Xá-chi[817] làm vợ thợ dệt, ngồi xe chỉ sợi. Họ lấy thức ăn vi diệu của trời để sẵn một bên.

Ca-nhiếp-ba vì thương xót những người khốn cùng nên đi loanh quanh nơi làng nghèo để khất thực. Theo thứ lớp, đi dần đến nhà cỏ kia, thấy cảnh nhà nghèo, Ngài thương xót, đứng trước cửa đưa bát ra xin. Khi ấy, vị trời hoá hiện kia lấy thức ăn trời vi diệu bỏ đầy trong bát. Tự nhiên Ca-nhiếp-ba suy nghĩ:

"Xem ra, nhà này đời sống phi thường khốn khổ, do đâu có được thức ăn trời vi diệu này? Tất có chuyện khác." Tôn giả sinh nghi.

Thường pháp như vầy: A-la-hán nếu không khởi quán để dự biết thì không biết việc trước đó. Sau khi quán sát, liền thấy đó là Thiên đế Thích. Ca-nhiếp-ba nói:

"Kiều-thi-ca! Nhân giả vì sao gây cản trở cho những người nghèo? Thế Tôn thường nói: trong lâu dài, Nhân giả không có mũi tên độc của nghi hoặc, cùng với những hi tiểu khác, đã nhổ bỏ gốc rễ, gai góc, như Phật Thế Tôn, Ứng cúng, Chánh đẳng giác."[818]

Thiên đế Thích đáp:

"Thánh giả Đại Ca-nhiếp-ba! Nay vì sao con gây cản trở cho những người khốn khổ? Vì những người này không tự thấy phước, mà lại hành huệ thí, tu các thiện phước. Con nay tự mình thấy, sao không **[54c01]** huệ thí rộng tu phước đức? Thế Tôn há không nói lời

---

 phước báo.
[817] 舍支夫人. Skt *Śaci-devakanyā*, thiên nữ Xá-chi, vợ của Thiên đế. Tib *lha mo bde sogs*.
[818] Dịch sát bản Hán. Phạn: "Thế Tôn, là vị Chánh đẳng giác, đã nhổ sạch cho ông mũi tên nghi hoặc từ lâu đời, cùng với gốc rễ của nó..."

này sao?

> *"Thường nên tu tạo phước.*
> *Không phước nên thọ khổ.*
> *Người hoan hỷ tu phước,*
> *Đời này hưởng an lạc."*

Từ đó về sau, Đại Ca-nhiếp-ba quán sát xong rồi mới xin. Một thời, Thiên đế Thích ở trong hư không mang các thức ăn của trời đến đặt trong bát, Đại Ca-nhiếp-ba lật úp bát, thức ăn liền rơi xuống đất.

Các bí-sô đem việc này bạch Phật. Phật dạy: 'Bí-sô nên thọ trì nắp bát.'

4. Nhân duyên vua Thắng Quang

Khi mọi người nghe đồn, người nữ bệnh hủi thí cho Ca-nhiếp-ba nước cháo hôi thiu, mạng chung sanh lên trời Đổ-sử-đa. Đại vương Thắng Quang cũng nghe việc ấy, bèn đi đến chỗ Phật, đảnh lễ chân Phật, lui ngồi một bên. Phật liền nói cho vua nghe đầy đủ diệu pháp, khai thị, chỉ giáo, khuyến khích, khiến cho hoan hỷ, rồi ngồi im lặng. Vua đứng dậy sửa lại y phục chấp tay cung kính thưa:

"Vì Thánh giả Ca-nhiếp-ba, kính thỉnh Phật và Tăng-già Bí-sô nhận sự cúng dường của con trong bảy ngày."

Phật im lặng nhận lời. Biết Phật đã nhận lời, vua đảnh lễ chân Phật, tạ từ ra về.

Trong đêm ấy, vua lệnh cho các ngự thiện phải chuẩn bị đầy đủ các loại đồ ăn uống tinh diệu để cúng dường. Đến sáng ngày mai, trải bày chỗ ngồi, đặt nước trong sạch, tăm xỉa răng, rồi vua sai sứ đến bạch Phật: "Bữa ăn đã dọn, kính mong Phật biết thời." *Nói đủ như chỗ khác, cho đến Tăng ngồi ổn định, vua tự mình đi dâng thức ăn.*

Khi đó, có một người hành khất đến chỗ ấy, ngồi đối diện các bậc tôn túc, sanh lòng tịnh tín, hết mực cung kính, nghĩ rằng: "Do đời trước vua tu các phước nghiệp, nay ở chỗ tôn quí, lại hay bố thí cung dường Tam bảo."

Sau khi, đích thân đi dâng thức ăn cho Phật và Tăng, thảy đều ăn được no đủ xong, vua dâng nước sạch, tăm xỉa răng. Mọi người rửa tay, súc miệng xong, vua lấy một ghế nhỏ ngồi đối diện để nghe pháp.

Phật bảo Đại vương:

"Ta sẽ vì vua mà thuyết kệ bố thí? Hay vì người sẽ được phước lớn kia?"[819]

Vua nghĩ: "Hôm nay Thế Tôn nhận ta cúng dường, có người nào mà được phước nhiều?" Nghĩ rồi, vua bạch Phật:

"Cúi xin Thế Tôn thuyết thí nguyện cho người được nhiều phước nghiệp."

Khi ấy, Thế Tôn chú nguyện cho người ăn xin kia.[820] Thế Tôn chú nguyện cho người ăn xin kia trong năm, sáu ngày như vậy. Vua đứng chống tay vào gò má, buồn bã nghĩ: "Thế Tôn thọ nhận đồ cúng dường của ta, lại xưng danh người ăn mày mà thuyết thí nguyện."

Thấy vua chống má, [55a01] ưu sầu buồn bã, quần thần thưa:

"Đại vương, vì sao tư lự sầu ưu như vậy?"

"Ta không buồn sao được! Thế Tôn thọ nhận đồ cúng dường vi diệu của ta, lại xưng danh người ăn mày mà thuyết thí nguyện."

Lúc đó, có vị lão thần đứng trước vua thưa:

"Đại vương yên tâm. Ngày mai chúng thần sẽ đến thỉnh Thế Tôn xưng danh vua mà thuyết chú nguyện."

Khi ấy, lão thần gọi bảo các ngự thiện: "Ngày mai phải chuẩn bị các loại ẩm thực mỹ diệu nhiều gấp bội. Trong khi dọn thức ăn, một phần cho vào bát, một phần để rơi trên đất." Các ngự thiện vâng lời làm theo.

---

[819] Phạn: "Ta thuyết đạt-thẩn với tên của ai? Tên của vua, hay người sinh nhiều phước hơn vua?" Skt. *dakṣiṇām ādiśati, dakṣiṇādeśanā*, thuyết đạt thẩn 達嚫, hay thuyết tụng thí nguyện. Tăng sau khi thọ thực tụng bài bệ hối hướng nói về công đức bố thí, chú nguyện với tên của người bố thí. Tib. *yon bsngo ba*.

[820] Skt. *koṭṭamallakasya nāmnā dakṣiṇā ādiṣṭā*, chú nguyện với tên của người ăn xin.

Sau khi, Tăng già Bí-sô với Thượng thủ là Thế Tôn ngồi đã ổn định, những người bưng dọn thức ăn đem thức ăn cho vào bát một phần, và một phần để cho rơi xuống đất. Người ăn xin kia thấy thức ăn rơi xuống đất, vội chạy đến muốn vốc lấy. Người bưng dọn thức ăn không cho. Gã ăn mày nói:

"Tài sản của vua cực lớn. Các thứ ẩm thực nhiều không cùng. Kẻ khốn khổ như tôi, sao không cho nhặt lấy, mà để cho hư nát trên đất?"

Lúc đó, kẻ ăn mày tâm sanh tán loạn, không còn khởi ý thanh tịnh sùng kính.

Phật và Tăng-già thọ thực xong, vua ngồi đối Phật, nghĩ rằng: 'Hôm nay, Thế Tôn thuyết thí nguyện cho ta hay cho người khác?'

Phật liền thuyết thí nguyện cho vua:

"Nghiêm chỉnh quân voi, ngựa, xe, và quân bộ,
Tự tại thụ hưởng thành ấp này:
Vua nay không thấy duyên gì được?
Do lực thí bột nhão không muối."

Bấy giờ, Cụ thọ A-nan-đà bạch Phật:

"Đại đức Thế Tôn, đã nhiều lần thọ nhận vua Thắng Quang cúng dường, con chưa từng nghe nói bài tụng thí nguyện như vậy."

Phật bảo A-nan-đà:

"Nay ông có muốn nghe duyên nghiệp bố thí cháo chua không muối[821] thủa xưa của vua nước Kiều-tát-la là Thắng Quang?"

A-nan-đà đáp:

"Thế Tôn, nay thật đúng lúc! Bạch Thiện thệ, nay thật đúng lúc. Tăng-già Bí-sô sau khi nghe Phật nói nhân quả nghiệp duyên bố thí

---

[821] Skt *alavaṇikāṃ kulmāsapiṇḍikām*; Tib *thug lan tshwas ma btab pa*. 乾燥米膏: cao gạo/ bột gạo khô? Từ điển Monier-Williams: *kulmāṣa*: (a) cháo chua (trái cây hay cơm để lên men tự nhiên); (b) loại hạt xấu; lúa mạch non. *kulmāṣa-piṇḍika*, vắt/ nắm bột gạo chua (?). Tib *zan dron*, cơm nóng, bột hấp.

cháo chua không muối của vua Thắng Quang đây vào thuở xưa tất sẽ thọ trì."

Phật nói với các bí-sô:

"Vào thuở xa xưa, trong tụ lạc⁸²² kia có một trưởng giả, cưới vợ chưa bao lâu, liền có thai, đủ tháng sinh con. *Nói đủ như chỗ khác.* Khi đứa bé lớn khôn, người chồng nói với vợ: "Hiền thủ! Nay con đã thành người, tôi đi kinh doanh vừa để trả nợ cho người ta, vừa có y thực để dùng. Nay tôi mang ít vốn liếng đến phương khác để mua bán.'

"Vợ nói:

"'Lang quân, nên làm như vậy. Đây là việc tốt.'

"Trưởng giả liền ra đi, chưa đến nơi, ông đã qua đời. Nhà có ít vốn, thảy đều dốc cạn hết. Sau khi chồng đi, **[55b01]** bà lại sanh con nữa.⁸²³ Có một trưởng giả hàng xóm nói với người mẹ ấy:

"'Hay cho con chị làm việc cho tôi, tôi sẽ cung cấp y thực.'

"Người mẹ liền giao nó cho trưởng giả. Trưởng giả sai nó làm việc ở chỗ trồng lúa, và cấp phần ăn cho nó.

"Thời gian sau, gần đến ngày lễ hội, mẹ nó nghĩ: 'Ngày mai trong nhà trưởng giả đây bận rộn thiết lễ cúng dường cho sa-môn, bà-la-môn và thết đãi khách quí. Tất không còn ai;⁸²⁴ vậy ta nay nên đến đó nhận phần ăn mang cho con ta ăn để nó không bị đói.'

"Nghĩ rồi, bà liền đến gặp vợ trưởng giả, trình bày đầy đủ sự việc. Nghe xong, vợ trưởng giả nổi giận, bảo: 'Ta chưa cúng dường cho các

---

822 Skt *karvaṭake*, trong một hốc núi. Tib *ri 'or zhig na*.
823 夫去之後妻復生子 (?); có thể có vài chữ bị chép sót trong bản Hán. Skt *tasya gṛhe dhanajātaṃ parikṣīṇam | so 'sya putro duḥkhito jātaḥ |* của cải trong nhà của ông cạn kiệt hết, con trai của ông sinh trưởng khổ cực. Tib *de'i khyim gyi nor rnams zad pas de'i bu yang sdug bsngal bar gyur pa...|*
824 Skt *gṛhapatipatnī ... vyagrā bhaviṣyati*, vợ ông trưởng giả không rỗi (nên không ai mang phần ăn cho con của bà).

sa-môn, bà-la-môn và khách quí; người làm sao có thể ăn trước? Ngày nay nghỉ ăn; mai sẽ cho gấp đôi.'

"Người mẹ lại nghĩ: 'Hôm nay con ta chắc đói chết. Trong nhà còn có một vắt bột nhão nhạt không muối, nên đem cho con.'

"Bà liền mang đến cho con. *Việc như trên đã nói*. Bà lại nói với con:

"'Vì sợ con đói nên mẹ đem vắt bột nhão nhạt không muối này từ nhà đến cho con.'

"Người con nói:

"Mẹ ơi! Để đây, mẹ về nhà đi.'

"Thường pháp như vầy: khi thế gian không có Phật, tất có Độc giác vì bi mẫn làm lợi ích cho những người khốn khổ. Thế gian chỉ có ruộng phước này, vốn ưa ở chỗ vắng vẻ thanh tịnh.

"Lúc bấy giờ, có một vị Độc giác đi đến chỗ ấy. Từ xa trông thấy một người thân tâm tịch tĩnh, oai nghi được chế ngự, cậu bé suy nghĩ: 'Do ta xưa nay không cúng dường ruộng phước như vậy, nên đời này chịu sự khốn khổ này. Nếu ngài chịu nhận vắt bột nhão nhạt không muốn này, con xin dâng cúng.'

"Lúc đó, quán biết tâm niệm của cậu bé kia, đức Độc Giác đưa bát trước mặt nó, nói:

"'Hiền thủ! Con muốn bố thí, nên bỏ vào bát.'

"Cậu bé hết mực cung kính, với tâm trân trọng, bỏ vắt bột nhão vào trong bát."

Phật bảo các bí-sô:

"Ý ông nghĩ sao? Cậu bé nghèo thuở xưa đâu phải ai khác, nay chính là vua Thắng Quang. Do duyên thuở xưa dâng cúng đức Độc Giác vắt bột nhão không muối, nhân nghiệp báo này sáu lần thường làm Thiên chủ Tam thập tam thiên, sáu lần làm vua quán đảnh thành Thất-la-phiệt này. Do nghiệp báo dư tàn nay cũng làm vua quán đảnh ở đây. Phước báo ấy nay hết, cho nên Ta nói kệ tụng:

"Nghiêm chỉnh quân voi, ngựa, xe, và quân bộ,
Tự tại thụ hưởng thành ấp này:
Vua nay không thấy duyên gì được?
Do lực thí bột nhão không muối."

5. Nhân duyên nữ ăn mày cúng đèn

Bấy giờ, nhân dân cả nước đều nghe chuyện này. Vua nghe đồn chuyện Phật kể, liền đi đến chỗ Phật, đảnh lễ chân Phật, lui ngồi một bên. Phật nói pháp vi diệu, khai thị, chỉ giáo **[55c01]**, khuyến khích, khiến cho hoan hỷ. Sau khi nghe pháp, vua đứng dậy chấp tay cung kính, quì gối chấm đất, bạch Phật:

"Đại đức Thế Tôn! Xin thương xót con, nhận con cúng dường y phục, ẩm thực, thuốc thang, ngoạ cụ cho Thế Tôn và Tăng-già Bí-sô suốt ba tháng."

Phật im lặng nhận lời thỉnh cầu của vua.

Hàng ngày trong tháng, vua sắm sửa trăm ngàn món đồ ăn thơm ngon mỹ diệu dâng cúng. Mỗi bí-sô nhận được y phục trị giá trăm ngàn vàng. Vua lại tập trung nghìn ức các bình dầu để mở hội nhiên đăng trong đêm. Do việc thí y thực, điều này biểu hiện trân trọng, nên trong nước nổi lên sự xôn xao nháo nhiệt.[825]

Khi ấy có một người nữ nghèo khổ, tiều tuỵ, xin ăn để sống qua ngày. Nghe tiếng huyên náo này, bèn hỏi mọi người:

"Có việc gì mà náo nhiệt thế?"

"Đại vương Thắng Quang ba tháng cúng dường y thực, thuốc thang, ngoạ cụ cho Tăng-già Bí-sô với Thượng thủ là Thế Tôn; mỗi bí-sô nhận được y phục trị giá trăm ngàn vàng. Trong đêm nay, mở hội nhiên đăng, để thể hiện lòng trân trọng, cho nên có sự nháo nhiệt này."

Nghe việc ấy xong, người nữ ăn xin nghĩ như vầy: "Vua Thắng Quang đây tu phước không chán, ta có thể làm được gì? Vậy tùy theo,

---

[825] **Skt.** *tatra bhakte pūjāyāṃ ca nahākolahalo jātaḥ*; tại đây phát sinh sự náo nhiệt cực kỳ trong khi ngọ thực và trong sự cúng dường.

ở nơi nào đó, ta tìm xin một ngọn đèn để cúng dường Thế Tôn."

Nghĩ vậy rồi, người nữ hành khất cầm bát đi xin; xin được ít dầu ở nơi kia, bèn thắp đèn lên, rồi đem đến đặt chỗ Phật kinh hành, khom mình chắp tay phát nguyện: "Với thiện căn này, nguyện cho con như Phật Thích-ca thành Vô thượng giác khi [loài người thọ] một trăm tuổi; cũng như Ngài có Xá-lợi-phất, Đại Mục-kiền-liên, hai vị thiện hiền tương xứng[826] đứng hầu hai bên trước sau; có Bí-sô A-nan-đà làm thị giả; cha tên là Tịnh Phạn, mẹ hiệu Ma-da, thành tên Kiếp-tỉ-la, hiền tử La-hỗ-la, nguyện cho con tương lai cũng có đệ tử, cha mẹ, quốc thành, con hiền như vậy. Như Thế Tôn Thích-ca nhập bát Niết-bàn, từng bộ phận thân giới phân toái thành xá lợi, con cũng đồng như Thế Tôn đây, nhập Niết-bàn, phân thân xá lợi."

Khi ấy, các ngọn đèn đều tắt hết, chỉ có ngọn đèn của người nữ này sáng rực thường trụ như vậy.

Khi Phật chưa chỉ tịnh, thị giả cũng không ngủ. Cụ thọ A-nan-đà suy nghĩ: "Trong khi đèn còn sáng mà Phật nằm ngủ, điều này không thể có. Ta nay nên tắt ngọn đèn này." Nghĩ rồi, A-nan lấy tay dập mà nó không tắt; lấy y quạt cũng không tắt; lấy quạt mà quạt, nó cũng không tắt.

Bấy giờ, Phật hỏi Cụ thọ A-nan-đà:

"Ông làm gì đó?"

"Bạch Thế Tôn! Con nghĩ, Thế Tôn không nằm nghỉ trong khi đèn còn sáng, nên con muốn tắt nó. Con dùng **[56a01]** tay, y, quạt, thổi nó, cuối cùng nó cũng không tắt."

Phật nói:

"A-nan-đà! Chớ có làm cho mình mệt nhọc. Dù cho cơn gió lớn vô ngại[827] thổi, ngọn đèn này còn không tắt, huống nữa là ông dùng tay,

---

[826] 善賢相應. Skt *agrayugaṃ bhadrayugam*, cặp đôi song hiền đại đệ tử. Hán dịch thiện hiền tương ưng, do đọc *bhadrayugam* (song hiền) như là *bhadrayogam*.

[827] 無礙大風. Skt *vairaṃbhā*, gió lớn, lốc vũ trụ. Cf. *Tạp A-hàm* 17, T02n99,

y, quạt, thổi cho nó tắt! Ngọn đèn này do người nữ kia phát hành nguyện rộng lớn, bằng tâm ý vô hạn mà thắp sáng lên.

"Này A-nan! Trong đời tương lai, khi [tuổi thọ loài người] một trăm tuổi, người nữ này tất sẽ thành Chánh giác, hiệu Thích-ca Mâu-ni Như lai, Ứng cúng, Vô thượng chánh đẳng giác, đầy đủ mười hiệu, song hiền đệ tử đứng hầu hai bên, cũng tên là Xá-lợi-phất, Đại Mục-kiền-liên, thị giả tên A-nan-đà, cha tên Tịnh Phạn, mẹ tên Ma-da, thành tên Kiếp-tỉ-la, con tên La-hổ-la, sau khi nhập Niết-bàn chia các xá lợi."

Khi ấy, mọi người gần xa bốn phương đều nghe việc này, [rằng bần nữ kia] chỉ dâng một ngọn đèn sáng cúng dường Thế Tôn mà được Phật thọ ký tương lai thành Phật. Bà-la-môn, trưởng giả, cư sĩ nghe thế, đều nói: "Vã, bần nữ kia tương lai sẽ viên mãn tất cả công đức." Rồi họ tranh nhau cúng dường y phục, tài vật, đồ ăn thức uống cho người nữ này.

Vua Thắng Quang nghe chuyện này, phát sinh cảm tưởng kỳ diệu,[828] liền chuẩn bị một ngàn bình dầu thơm lớn, làm các đĩa đèn bằng bốn loại báu, đem đặt các ngọn đèn được thắp sáng chỗ Phật kinh hành.

Thắng Quang bạch Phật:

"Đại đức Thế Tôn! Con vì Thánh giả Đại Ca-nhiếp-ba, phụng thỉnh cúng dường Phật và Tăng-già Bí-sô bảy ngày. Con đội ơn Phật đã nói nhân quả nghiệp duyên của con thuở xưa dâng cúng bột nhão không muối. Do sự việc này, con lại phụng thỉnh cúng dường Thế Tôn và Tăng-già Bí-sô mỗi ngày suốt trong ba tháng. Mỗi bí-sô đều được dâng cúng y phục trị giá trăm ngàn vàng; lại tập trung một nghìn ức bình dầu thơm mở hội nhiên đăng. Thế nhưng, con không được Thế Tôn thọ ký cho tương lai thành Vô thượng Chánh đẳng giác. Con ước nguyện được Thế Tôn thọ ký cho thành Phật, đương lai sẽ là vị Đạo sư, tối tôn trong thế gian."

Phật nói:

---

tr.120b18: 鞞嵐婆; *Đại Tì-bà-sa, Câu-xá*, v.v...: 吠嵐婆.

[828] 生無比想. Skt *vismayajātaḥ*; NT đọc là *visamaya*: vô tỉ? Tib *ngo mtshar skyes te*.

"Đại vương! Vô thượng đẳng Chánh giác thật sâu thẳm khó lường, ánh sáng sâu thẳm khó soi thấy, khó giác tri, khó tỏ ngộ, vi diệu khó biết, chỉ được nhận biết bởi trí giả, không phải là điều mà phàm phu có thể liễu tri. Không phải do một thí mà dễ được. Không phải thí trăm, thí ngàn, thí trăm ngàn mà được.

"Đại vương! Nếu muốn cầu Vô thượng đẳng Chánh giác, hãy thực hành các huệ thí, tu các phước lợi, thân cận thiện tri thức, khiêm hạ cung kính, sẽ có lúc sẽ thành vị Đạo sư tối tôn trong thế gian."

III. BỒ-TÁT TU PHƯỚC NGHIỆP

Nghe Phật nói rồi, Đại vương sụt sùi rơi lệ, lấy y lau nước mắt, chấp tay bạch Phật:

"Đại đức Thế Tôn, khi xưa cầu Vô thượng đẳng Chánh giác, bố thí **[56b01]** những vật gì? tu phước nghiệp gì?"

Phật bảo:

"Đại vương, không nói đến kiếp khác, mà chỉ nói trong Hiền kiếp này, Ta đã bố thí những gì, tu các phước nghiệp gì, vì để cầu Vô thượng Chánh giác. Hãy lắng nghe, hãy suy nghiệm kỹ. Ta sẽ nói tóm tắt."

1. Nhân duyên Đảnh Sanh vương[829]

"Vào thuở xa xưa, khi con người thọ vô lượng tuổi, có vua tên là Trưởng Tịnh,[830] trên đỉnh đầu nổi lên một mụt nhọt, rất là mềm mại, giống như bông gòn. Khi mụt chín muồi, tự nhiên vỡ ra, sinh một vương tử, dung mạo đoan chánh, rất là khả ái, không trắng không đen, màu da như chơn kim, đầu tròn như lọng che, cánh tay thon dài, trán bằng cao rộng, mi liền như trăng, mũi cao ngay thẳng, đủ ba mươi hai tướng trượng phu. Vừa mới sinh, liền được đưa vào cung. Thế nữ trong cung có tám vạn bốn ngàn; vừa thấy vương tử từ xa,

---

[829] Bản Phạn và Tạng có nhiếp tụng tóm tắt truyện sẽ kể, từ *Māndhātṛ* (Đảnh Sanh vương) cho đến *Sandhāna* (Tán-đàn). ['Dul ba kha 170a7-233a1].

[830] 長淨. *Upoṣadha*. gso sbyong 'phags. Chuyện kể đoạn trên, **xem cht. 780**. Cf. Divy XVII 210.

sữa tự nhiên chảy ra. Cô nào cũng muốn: "Ta nuôi vương tử."[831] Do vậy vương tử có tên là Lạc Dưỡng;[832] do sanh từ trên đỉnh đầu nên gọi là Đảnh Sanh. Chi tiết đầy đủ như [trong *A-cấp-ma*, phẩm Tương ưng vương].[833]

"Trong thời gian vương tử Đảnh Sanh cùng các đồng tử dạo chơi[834], trải qua sáu lần Thiên đế Thích mạng chung. Rồi làm thái tử, lại trải qua sáu lầnThiên đế Thích mạng chung.[835]

"Rồi đăng vương vị, lại trải qua sáu lần Thiên đế Thích mạng chung, trong châu Thiệm bộ, bằng đạo lý giáo hóa đời,[836] nên nội cung mưa thiên y, ngoại cung mưa vàng ngọc.

"Bấy giờ, gần thành Bệ-xá-li[837] có vị Tiên nhơn ngũ thông, tên là Xú Diện.[838] Chỗ ông ở, thường có các loài chim kêu ồn. Tiên nhơn chịu không nổi, liền chú nguyện: "Hãy khiến cho cánh của những con chim này rơi hết!"

---

[831] Skt *mān dhaya*; Tib *nga las nu*. Như đoạn trên, xem cht. 792.
[832] Như đoạn trên, xem cht. 794.
[833] 中阿笈摩王法相應品, *Trung A-hàm 11*, kinh số 60 "Tứ châu", tr. 494b9. Skt *māndhātṛsūtram madhyamāgame rājasaṃyuktanipāte*. Đã dẫn trên, xem đoạn "Nhân duyên vua Đảnh Sanh." Từ đây trở xuống, chuyện kể vua Trưởng Tịnh băng hà và vương tử đăng quang, như đã kể trên, bản Phạn và Hán lược; bản Tạng dịch lặp lại đầy đủ. Xem trên, đoạn kế "Nhân duyên thành Tự tại." ['Dul ba kha 170a4-
[834] Skt *kumārakrīḍāyām*, trong thời gian nô đùa của tuổi thơ ấu.
[835] Từ đây trở xuống, chuyện kể vua Trưởng Tịnh băng hà và vương tử đăng quang, như đã kể trên, bản Phạn và Hán lược; bản Tạng dịch lặp lại đầy đủ. Xem trên, đoạn kế "Nhân duyên thành Tự tại." ['Dul ba kha 170a4-a7]
[836] Skt *jāmbūdvīpakān janapadān samanuśāsataḥ ṣaṭ*, giáo hóa nhân dân châu Thiệm-bộ (thêm) sáu lần (Thiên đế mạng chung).
[837] 廣嚴城. Skt *Vaiśālya*. Tib *yangs pa can*. Xem cht. 317.
[838] 五仙人，名曰醜面, Hán sót chữ "通 thông". Skt *durmukho nāma ṛṣiḥ paṃcābhijñāḥ*. Tib *drang srong mngon par shes pa lnga dang ldan pa lnga brgya bsam gtan byed do*, 500 ngũ thông Tiên nhân tu định (trong khu rừng này).

"Sau khi nghe chuyện này,[839] vua Mạn-đà-đa nghĩ: 'Những người này không có bi tâm, sao cho ở đây?' Nghĩ rồi, vua liền đuổi Tiên nhơn ra khỏi nước.

"Tiên nhơn nghĩ: 'Vua này là vua của bốn châu thiên hạ, nay ta ở chỗ nào?' Nghĩ vậy, ông liền đi đến núi Diệu cao[840], trú tại tầng dưới của núi.[841]

"Thời gian sau, vua đến trụ[842] châu Tây Câu-đà-ni, trải qua sáu lần Thiên đế mạng chung. Tại các châu Đông Phất-bà-đề, Bắc Câu-lô, mỗi nơi cũng lại như vậy. Ở những nơi này, vua cũng bằng đạo lý mà trị đời. Tại núi bảy lớp vàng,[843] cũng như vậy, mỗi trải qua sáu lần Thiên đế Thích qua đời.[844]

"Khi ấy, vua lên đỉnh núi Tu-di, vị tiên kia dùng chú thuật ngăn cấm quân của vua[845], họ không thể chuyển động. Lúc này, có dược xoa tên là Không Cư,[846] thường đi nhanh trước, thấy việc này, liền nói kệ:

---

[839] Tib chi tiết: những con chim bị chú gãy cánh nên đi bằng chân. Thấy chuyện này vua hỏi quần thần và biết rõ chuyện. Phạn và Hán lược bỏ chi tiết này.

[840] 妙高山. Tib *ri rab*; Skt *Sumeru*, núi Tu-di.

[841] 山下層. Skt *Sumeruparikhaṇḍa*; Tib *ri rab kyi bang rim*, tầng cấp núi Tu-di. Đoạn các Tiên nhân này, bản Tạng kể trong đoạn mô tả vua Đảnh Sanh đang cai trị châu Thiệm bộ.

[842] Skt *samanuśāsataḥ*, giáo hóa; chinh phục và cai trị.

[843] 七重金山. Bảy ngọn Kim sơn quanh Tu-di; cf. *Câu-xá quyển* 11. Bản Phạn kể tên bảy núi bằng bài tụng: *nimiṃdhara iti vinatakaḥ aśvakarṇagiris tathā |sudarśanaḥ khadirakaḥ īṣādhāro yugandharaḥ ||*

[844] Bản Tạng, [kha 171a5-175a5], mô tả chi tiết bốn châu và 7 kim sơn. Bản Phạn và Tạng co nhiếp tụng trung gian, chỉ kể tên bảy núi vàng bao quanh Tu-di, như được mô tả trong *Câu-xá*, phẩm Thế gian, tụng 47.

[845] Tạng ['Dul ba kha 175a7]: Tiên nhân *bZhin ngan* (Xú Diện) vốc một bụm nước rồi rải tung khiến đội quân bị ngăn lại.

[846] 空居藥叉. Skt *divaukasa-yakṣa*, dạ-xoa này có tốc lực đi rất nhanh, thường đi trước dẫn đường: *purojava* (tiền hành). Trên kia Hán dịch

"Xin tịnh tiên dứt tâm sân hận,
Sân hận, chẳng thành tựu việc gì.
Đây là Đại vương Mạn-đà-đa,
Chẳng đồng loài chim thành Bệ-xá-li.

"Khi ấy, vua hỏi: 'Ai ngăn cấm quân ta?'

"'Đại Tiên ngăn cấm.'

Vua lại **[56c01]** hỏi: 'Tiên này ưa thích vật gì?'

"'Thích búi tóc loài người.'[847]

"Vua liền chú nguyện: "Hãy khiến cho Tiên nhơn kia đầu không có búi tóc, và làm tên thị tùng[848] cho ta." Vừa chú nguyện xong, búi tóc của Tiên nhơn tự rụng, tay cầm cung và gậy chạy trước.

"Nữ bảo[849] của vua tâu:

"'Đại vương! Đây là Tiên nhơn, chớ có gây hoạ, xin vua thả ra.'

"Nghe lời Nữ bảo, vua liền thả Tiên nhơn. Trong lòng các Tiên nhơn rất tức tối, liền trì giới hạnh, không lâu đắc ngũ thông.[850]

"Khi ấy, Long vương Nan-đà và Ô-ba-nan-đà thấy Đại vương và quân chúng kia, trong lòng nghĩ: 'Đây là A-tu-la.' liền tập hợp bốn

---

là Tác Nhật. 作日. Bản Tạng: *blon po rin po che*, đại thần bảo tạng. Divy: *parinayakaratnam*..

[847] Búi tóc bện của Tiên nhân ấy.
[848] 侍從. Skt *purojava*, xem cht. 846 trên.
[849] 女寶. Skt *srīratna*, một trong bảy báu của Chuyển luân vương.
[850] Từ đây trở xuống, bản Hán [56c06-56c06] tường thuật tóm lược vua Mạn-đà-la chinh phục bốn châu thiên hạ cho đến Tam thập tam thiên, do tham vọng muốn chiếm luôn địa vị Thiên đế Thích. Bản Tạng ['Dul ba kha 175b4-180a1] tường thuật chi tiết chinh phục thiên giới Tam thập tam, lần lượt chiến thắng năm lớp phòng ngự, từ tuyến phòng ngự biển của Long vương, đến Trì man thiên, cuối cùng vượt qua Tứ vương thiên và vào cung điện Chánh pháp của Thiên đế Thích, và sau đó do tham vọng muốn chiếm luôn Tam thập tam thiên nên mất thần thông và rơi trở xuống Thiệm bộ, rồi bệnh chết trong đau khổ. ['Dul ba kha 180a1]

binh chúng lại. Thấy vua Mạn-đà-đa và binh chúng, họ đều rút chạy, bốn đại dược xoa kia thấy việc này cũng bỏ chạy. Họ đều chạy đến chỗ Tứ vương thiên, tâu:

"'Đại vương! Đang có bốn đại quân kéo đến, chúng tôi bị đánh, tháo chạy.'

"'Đây là vua Mạn-đà-đa, người có phước đức, muốn đến cung Thiên đế Thích, chúng ta không thể địch lại. Các ông cùng ta mang các hương hoa, bảo vật đến trước nghinh đón họ.'

"Sau khi chào hỏi xong, họ cùng nhau đến cung của Thiên đế Thích. Khi Thiên đế Thích trông thấy, liền nhường nửa toà, chia toà mà ngồi.

"Khi ấy chúng A-tu-la có bốn binh chúng, đồng đến cung Thiên đế Thích. Dược xoa lại đến tâu Thiên đế Thích:

"'A-tu-la đem bốn binh chúng từ dưới đất lên đây, đã phá vỡ năm chỗ, cần phải chuẩn bị đối phó. Thiên chủ biết cho, để chuẩn bị.'

"Khi ấy, Thiên đế Thích muốn xuất quân cự địch. Vua Mạn-đà-đa liền nói với Thiên đế Thích: 'Ngài hãy ở đây! Tôi đi cự địch.'

"'Cứ như vậy.'

"Vua liền thống lãnh mười tám vạn chúng tráng sĩ tinh nhuệ cưỡi mây mà đi, họ cùng nhau nói: 'Chúng ta là đại oai lực sĩ.' Âm thanh ấy phát ra vang rền. A-tu-la thấy giữa hư không có mười tám vạn lực sĩ tạo ra âm thanh như vậy, thảy đều bịt tai bỏ chạy.

"Khi ấy, vua Đảnh Sanh lại nghĩ: 'Ta nên trụ ở đây. Người châu Thiệm bộ sung túc, hưng thịnh, và ba châu kia cũng đều thuộc về ta. Nay phải lấy thêm ngôi vị Thiên đế để làm chúa tể của chư thiên và loài người.' Ý nghĩ vừa dứt, Đảnh Sanh mất thần thông, rơi xuống châu Thiệm bộ.

"Sau đó, nhiễm bệnh nặng, vua liền nói kệ:

> *"Tài sản có nhiều ức,*
> *Người tham muốn, không đủ;*
> *Vui ít mà khổ nhiều.*
> *Bậc trí khéo tránh xa.*

Dù thọ lạc thiên giới,
Ý vui cũng chưa đủ;
[57a01] Muốn ái lạc dứt,
Chỉ Phật, chúng Thanh văn.
Thí như đống núi vàng,
Cũng như Tuyết sơn vương,
Một người còn chưa đủ,
Người trí hiểu như vậy.
Duyên thấy gốc khổ này,
Các dục chẳng phải vui;
Ấm căn là tên độc,
Nên phải học giáo luật."[851]

Nói kệ tụng này xong, vua thí xả tất cả. Lại nói tụng khác:

"Ta biết thân thọ vắn,
Đời sau ắt cảm khổ.
Nay làm các công đức,
Để cảm vui đời sau.
Nếu người thích tu phước,
Xả thí tuỳ sức mình;
Người ưa tu phước nghiệp,
Nay vui, đời sau vui".[852]

---

[851] Bản Tạng ['Dul ba kha 180a1], bấy giờ các đại thần của vua Mạn-đà-la (nga las nu), các nhà chiêm tinh, cho đến những người đọc tụng chú văn, đến hỏi vua sau khi vua băng, nếu nhân dân hỏi vua nói gì trước khi chết thì phải trả lời thế nào? Vua đáp: nên trả lời: Vua Mạn-đà-la chết mà không thỏa mãn với ngũ dục, và mọi người trong thế gian cũng vậy.

[852] Bản Tạng kế tiếp: khi nhân dân trong nước hay tin vua sắp băng, họ kéo đến thăm. Vua nói với mọi người về tai hại của ngũ dục. Hằng trăm nghìn người sau khi nghe điều này, lìa bỏ gia đình, theo các tiên nhân tu tập bốn niệm trụ và được tái sinh lên Phạm thiên giới. Bấy giờ Phật kết luận: vua Mạn-đà-la kể từ khi là trẻ nhỏ vui chơi cho đến ngự trên Tam thập tam thiên, trải qua bốn trăm Thiên đế Thích

Bấy giờ, Phật bảo:

"Đại vương, ý vua nghĩ sao? Vua Mạn-đà-đa thời đó, chính là thân Ta đây. Khi ấy, Ta đối với lợi ích hữu tình, thí như vậy còn chẳng thể được Vô thượng Chánh giác, huống nữa là người thí chút ít mà được Vô thượng Giác. Đó chỉ là duyên, làm nhân cho sinh tử."[853]

2. Nhân duyên Đại Hỷ Kiến[854]

[57a24] Thế Tôn lại nói: "Đại vương, hãy lắng nghe!"

Vào thuở xa xưa, có Chuyển luân thánh vương tên là Đại Hỷ Kiến,[855] đầy đủ bảy báu, được bốn thần thông... *chi tiết như trong Trường A-cấp-ma phẩm sáu mươi ba.*[856]

Bấy giờ, vua Hỷ Kiến bội phần hâm mộ chánh pháp, vì cầu Vô thượng Chánh giác, lợi ích hữu tình, sau khi cúng dường bữa ăn cho năm trăm vị Độc Giác, sau đó, vua lại dâng cúng mỗi vị một tấm y thượng hạng, rồi nói kệ:

[57b01] "Đã chứng tâm quảng đại[857],
Nhân giả chớ phóng dật;
Thí cho người trì giới,
Nhất định được lợi ích.

Người thí đây hiểu rõ,
Tín tâm, được giải thoát;

---

nối nhau. Vị Thiên đế Thích vào thời mà vua Mạn-đà-la muốn ông này nhường cho phân nửa chỗ ngồi, nay là Tỳ-kheo Ca-diếp. Vị Thiên đế Thích mà vua Mạn-đà-la muốn chiếm đoạt ngôi vị sau đó thành Độc Giác Ca-diếp. Vua Mạn-đà-la bấy giờ chính là đức Thích Tôn hiện tại.

[853] Bản Hán, hết quyển 12. Phạn I. 61.16. Tib, 'Dul ba kha 182b3.
[854] Bản Hán 尾施縛多羅緣
[855] 大喜見. Skt. *Mahāsudarśana*. Tib. *legs mthong chen po*.
[856] Phạn I: *mahāsudarśanasūtre dīrghāgame ṣaṭsūtrikanipāte*. Trường A-hàm quyển 3-4, kinh số 3 "Du hành", tr. 21b15-24b15. Pāli, D.17. *Mahāsudassanasuttaṃ* (PTS.ii.73 ff). Tib. 182b4 ff. chi tiết như Kinh.
[857] Skt. *labdhvā hi vipulaṃ bhogaṃ*, khi đã sở đắc tài vật phong phú...

Do chứng tâm vô tội,
Đời sau được an lạc."

Bấy giờ, Phật nói:

"Đại vương, chớ nghĩ đó là người nào khác. Chuyển luân vương lúc đó, có đủ bảy báu, được bốn thần thông, chính là thân Ta đây. Ta lúc bấy giờ hành thí xả ấy, tuy không đạt được Vô thượng Chánh đẳng Chánh giác, nhưng do nhân duyên thiện căn được tích tập này, ngày nay được thành Chánh giác."

Phật lại bảo;

"Này Đại vương, Ta vì cầu Vô thượng Chánh giác mà hành công đức thí xả. Ông hãy lắng nghe."[858]

3. Thời Chí (Tì-la-ma)

"Thuở xưa có một bà-la-môn tên là Thời Chí,[859] gia tộc cao quí, thường hành pháp thí bố thí cho các bà-la-môn tám mươi bốn vạn con voi lớn, trang sức hoàn toàn bằng vàng, che bằng những cây phướn bằng vàng thanh tịnh, có lưới bằng vàng rủ xuống. Thời Chí bố thí những con voi này cho các bà-la-môn. *Chi tiết như trong "Kinh Tì-la-ma, Trung A-cấp-ma.*[860] Làm các công đức như vậy, rồi nói kệ:

"Thí rồi, mong kia vui,
Ta thí trụ vô uý.
Thí cúng dường thế gian,
Trời, người và mọi loài.

---

[858] Từ đây trở xuống, bản Tạng [lDul ba kha 181a5-b7], kể chuyện tiền thân đức Thích Tôn trong thời đức Tì-xá-phù (Tib. *thams cad zin gnon*; Skt. *Sarvābhibhū*), bấy giờ là con trai của một thương chủ cúng dường đức Tì-xá-phù và phát nguyện thành Phật. Bản Hán và Phạn khuyết.

[859] 時至, đoạn trên Hán dịch Ứng Thời, **xem cht. 771.** Skt. *Velāma*. Tib. *dus dpog*.

[860] Skt. *velāmasūtre madhyamāgame brāhmaṇanipāte*. Hán dịch, *Trung A-hàm*, quyển 39, kinh số 155 "Tu-đạt-đa"; *Tăng nhất* quyển 19, tr. 644c6. Pāli, A. IX 20. *Velāmasuttaṃ*, PTS. iv.351. Tib. chi tiết. ['Dul ba kha 186b3-188b5].

> *"Nếu cầu tất cả vui,*
> *Xả thí trụ vô uý;*
> *Cầu mong sẽ giải thoát,*
> *Đại phú, chúa loài người."*

Phật nói:

"Này Đại vương, bà-la-môn Thời Chí thuộc dòng tộc cao quí thời đó bố thí tám mươi bốn vạn con voi trang nghiêm bằng vàng chính là Ta đây. Ta bấy giờ thí xả như vậy còn chưa chứng Vô thượng Chánh giác; nhưng do nhân duyên bố thí đó, do duyên có chánh tín, cho nên ngày nay công đức viên mãn, mới chứng đắc Vô thượng Chánh đẳng Chánh giác.

4. Mao Thảo (Câu-xá)

"Lại nữa Đại vương! Vì cầu Vô thượng Chánh đẳng chánh giác, ta hành thí xả, tạo các phước lợi. Đại vương, hãy lắng nghe!

"Vào thuở xa xưa, có chuyển luân vương tên là Cát Thắng,[861] thống lãnh bốn châu, đầy đủ bảy báu, có bốn[862] thần thông, nhưng không có con trai, con gái cũng không. Vì muốn cầu con nên suy nghĩ làm trăm ngàn cách. Khi ấy, có người[863] đến tâu vua: "Có thuốc gọi là 'nhiều con'. Cho cung nữ uống rồi sẽ sanh con.'

"Nghe có loại thuốc nhiều con, vua liền đi hỏi tìm. Thời gian sau, vua tìm được thuốc, khéo mài nhuyễn nó cho cung nữ uống, tức liền có thai.[864] Vương phi **[57c01]** không biết việc này. Đủ tháng sanh con, hình mạo đoan nghiêm, mặt như sư tử, có thần lực na-la-diên.[865] Vua

---

[861] 吉勝. Śakuna. la nye can. Phạn I.62.23/ 'Dul ba kha 188b6: *lha rnams kyi dbang po brgya byin gyi snying du sdug pa'i grogs por gyur pa*, ông là bạn thân của Thiên đế Thích-ca. *śakrasya devendrasya suhṛd vayasyakaḥ*.

[862] Hán chép nhầm "có ba"; *catasṛbhiśca*.

[863] Thiên đế Thích, bạn của vua.

[864] Thiên đế Thích lên núi Hương tùy (*ri spos kyi ngad ldang ba*; *Gandhamādana*) lấy thuốc.

[865] Bản Hán lược nhiều chi tiết so với bản Phạn và Tạng. Vua cho nhiều

tập hợp quyến thuộc, mở hội sinh nhật, đặt tên con là Mao Thảo.[866]

"Bấy giờ, trước mặt vương tử tự nhiên xuất hiện loa ốc vi diệu và bánh xe.[867] Nếu khi vương tử thổi hay đánh tù và (loa ốc), ngoại quân nghe thấy đều bỏ chạy; hoặc có người nghe tai liền bị điếc. Nếu nghe tiếng bánh xe quay, mọi người đều chạy trốn, hoặc chạy nhanh vào nhà. Sau khi hàng phục các vua ngoài biên giới xong, vương tử đến gặp phụ vương, thưa rằng: 'Đại vương! Các vua ngoài biên cương, con đều đã hàng phục.'

"Nghe rồi, vua cha rất vui mừng, liền cưới vợ ở một nước kia cho thái tử. Vào ngày lành tháng tốt, vua tập hợp các quyến thuộc, làm lễ thành hôn. Vương nữ kia vừa thấy hình tướng của thái tử, liền hoảng sợ bỏ chạy.[868] Thái tử tay cầm loa ốc, bánh xe và đao đuổi theo sau. Dọc đường, thái tử thấy voi, ngựa của vương gia bị sư tử ăn thịt. Những người giữ voi ngựa đến thưa thái tử: "Nay những con voi, ngựa này bị sư tử ăn thịt, xin thái tử cứu giúp. Những con voi, ngựa riêng của chúng tôi, trong sáu phần cho thái tử một phần."[869]

---

phi tần uống thuốc *kuśa* trong khi Vương hậu ngủ. Sau đó Vương hậu tự uống và tất cả đều sinh con. Riêng vương tử con của Vương hậu dung mạo xấu xí, có đến 18 điểm *(agramahiṣyāḥ putro jāto 'ṣṭādaśabhir avalakṣaṇaiḥ samanvāgataḥ)*: khuôn mặt sư tử, thần lực na-la-diên. Vua vui khi nhìn thấy con khác; nhưng nổi giận khi thấy *Kuśa*.

[866] 茅草. 🔒 *Kuśa*, do uống dược thảo *kuśa*.

[867] Bản Hán lược nhiều chi tiết nên thiếu mạch lạc: các tiểu vương lân bang nổi dậy chống vua *Mahāśakuni*. Vua không cự nổi, Vương tử *Kuśa* xin phép vua xuất trận. Thiên đế Thích nhận biết đây là vị Bồ tát trong Hiền kiếp, nên hóa hiện vũ khí trợ giúp: một tù và (loa ốc: vỏ sò), một chiến xa, và một cây gậy.

[868] Phạn & Tạng: câu chuyện ly kỳ, bản Hán lược. Thoạt đầu, vua giả danh xin cưới cho một vương tử khác nhưng lại trao cô dâu cho *Kuśa*, và tìm mọi cách để cô không thể thấy được khuôn mặt của *Kuśa*. Về sau, cô nhân nhìn thấy mặt người xấu xí trong nước đang vui đùa với các người khác, hỏi và biết đó là phu quân của mình. ...

[869] Phạn: Thái tử chạy đến một vùng sơn cước *(karvaṭaka)*, dân chúng ở

"Khi ấy, thái tử liền thổi loa ốc, âm thanh phát ra làm cho sư tử hổ lang đều tháo chạy. Thái tử bảo mọi người: 'Phần voi, ngựa của ta để lại đây, đợi ta trở về.' Nói xong, thái tử chạy tìm vương nữ, quyến thuộc của thái tử đem binh sĩ đuổi theo sau trợ giúp, thái tử nói: 'Các ngươi về đi. Nếu quyết muốn đi thì thống lãnh binh chúng đến nhà vương phi kia. Ta nay đi một mình, không cần binh chúng.' Nói xong, binh chúng rút lui, thái tử một mình đi tiếp.

"Không bao lâu, thái tử đến nước của vương nữ kia, cha của vương phi kia thấy rồi, nói với thái tử: 'Đem người nữ này đi.'[870]

"Thái tử đem người nữ này về, đến chỗ điều voi, báo cho người điều voi biết: 'Trao lại một trong sáu phần cho ta.'

"Người điều voi nói: 'Voi bị gió thổi mất rồi.'[871]

"Thái tử liền nói kệ:

"Trẻ khoẻ, voi say điên,
Voi ấy bị gió thổi;
Huống nữa là bò dê.
Tâm tư nên tự biết."

"Bấy giờ, thái tử muốn tắm rửa, lấy thuốc hương thoa thân, lấy gương soi mặt, thấy khuôn mặt đáng sợ, bèn nghĩ: 'Mặt ta như thế này, mọi người thấy ta, sao ta dùng thân này được? Nên chết cho rồi.' Nghĩ vậy, thái tử liền vào trong rừng để **[58a01]** tự sát.

"Khi ấy, Thiên đế Thích quán thấy thái tử là Bồ-tát trong Hiền kiếp, nếu tự sát chắc chắn thọ khổ lớn. Thiên đế Thích nghĩ: 'Nếu ta biến hoá làm cho người này xinh đẹp, chắc sẽ không tự sát.' Nghĩ rồi, Thiên đế Thích cho bảo châu vào trong búi tóc của thái tử. Sau khi đội bảo châu, dung mạo thái tử đoan nghiêm như chư thiên, đầy đủ bảy báu.

đây vì nạn sư tử nên đóng cửa hết. Khi biết rõ, thái tử giao ước, nếu ông dẹp được hoạ sư tử, bốn chi quân lực phải chia đôi. Rồi thái tử thổi tù và, giết hết sư tử.

[870] Hán lược nhiều chi tiết, cho đến cuối cùng vua nhạc phụ bị vây, thái tử đến cứu viện, nên vua phải giao con gái cho.

[871] Phạn: bị nước như thác lũ cuốn đi mất.

"Thời gian sau cha mất, thái tử nối ngôi, thống lãnh bốn thiên hạ, trị đời như pháp, đầy đủ bảy báu, có đại oai lực như Chuyển luân vương.⁸⁷² Sáu mươi vạn thành đều dựng nhà nghĩa⁸⁷³, tế tự theo pháp thế tục, chuyên tu bố thí, trải qua nhiều năm. Trải qua hơn trăm ngàn năm, sau khi bố thí cho tất cả bà-la-môn, nói kệ:

Chư thiên, chí loài người,
"Chư thiên cho đến người
Khi có nhiều thọ dụng,
Không khởi tâm bố thí;
Của nhiều mà chẳng xả.

Người mê luôn chấp chặt,
Phật nói⁸⁷⁴, nên vội thí.
Gậy gộc chẳng là mạnh,
Tâm bố thí mới mạnh."

Phật bảo Đại vương: "Khi ấy Ta là Mao Thảo Chuyển luân vương, xây sáu mươi vạn nhà nghĩa, hành pháp tế tự, bố thí, tu các công đức. Đại vương! Chớ nghĩ người đó là ai khác, chính là thân Ta đây. Vào thời đó, Mao Thảo Chuyển luân vương trong sáu mươi vạn thành đều y theo pháp thế tục tạo nhà tế tự, bố thí cho tất cả, tu các phước nghiệp."

Phật bảo Đại vương: "Do duyên phần thí xả như vậy, Ta mới thành Vô thượng Chánh đẳng Chánh giác. Đại vương! Chớ có nghĩ, do Ta tu phước này mà chứng Vô thượng Chánh giác; còn vì những nhân

---

872 Tib. 'Dul ba kha 192a3: Thiên đế Thích chỉ cho biết 4 kho báu. Vua cho xây thành bằng bốn loại báu. Vì đây là thành mà vương tử *Kuśa* ở nên nó được gọi là thành *Kuśavatī*. Vua thành Chuyển luân vương hiệu *Kuśa*.

873 義堂, đoạn dưới dịch là 祭祠堂 tế từ đường. Skt. *yajñavāṭa*, một nơi có tường bao vây để làm chỗ tế tự (Monier-Williams). Tib. *mchod sbyin kyi gnas*.

874 Nguyên Hán: 佛生 Phật sanh, có thể chép nhầm của 佛言 Phật ngôn. Skt. *munayo vadanti*, các đấng Mâu-ni nói.

duyên khác, vì tín căn, tích tập thiện căn.[875]

5. Tam Loa-Ma-đăng-ca

"Lại nữa Đại vương! Vì cầu Vô thượng chánh giác, nên ta hành thí tu phước. Đại vương lắng nghe! Vào thuở xa xưa, có vua Ma-đằng-ca tên là Tam Loa,[876] có trăm ngàn quyến thuộc vây quanh. Vua ấy tâm hành từ bi, lợi lạc hữu tình. Nhân lúc đất nước mất mùa đói khổ, vua phát lời thệ nguyện chân thật, trời liền đổ mưa cho nên nước này thường được mùa màng sung túc. Về sau, vua ấy bỏ ngôi đi xuất gia, tu theo Tiên nhơn, đắc năm thần thông.

"Trong thời gian này, tại Ba-la-ni-tư có vua tên là Phạm Đức,[877] đang thời vua cai trị, nhân dân hưng thịnh, sung túc an lạc. Tướng sư chiêm đoán, mười hai năm sau, trời sẽ không mưa. Vua ấy đánh trống tuyên lệnh, bảo các thần dân: 'Nếu ai có thể làm việc tích luỹ lương thực trong mười hai năm, thì nên ở nước này. Nếu không làm được như vậy, nên đi đến các nơi khác.'

"Mọi người trong nước cùng nhau bàn tán: 'Nay **[58b01]** đã thiếu thốn, biết làm gì đây? Đến chỗ nào đây?'

"Trong đó có người nói: 'Tôi nghe biên giới nước Ma-đằng-ca Tiên nhơn, phát lời thệ nguyện chân thật, trời liền đổ mưa, thường được mùa màng, lương thực sung túc.' Khi ấy, những người lương thực ít ỏi đều kéo nhau đến nước Ma-đằng-ca. Vì Đại vương xuất gia nên thái tử kế thừa ngôi vị. Trong mười hai năm, những ai đến nước này cũng

---

[875] Phạn & Tạng [Dul ba kha 192b2 - 193b7]: Một đoạn, bản Hán khuyết, các bí-sô hỏi Phật về nghiệp quả quá khứ của vua *Kuśa*. Phật kể chuyện, do mắng nhiết đức Độc Giác là xấu xí và cũng do chí thành cung kính đức Độc Giác nên nhận hai quả báo vừa xấu xí vừa quyền lực.

[876] 三螺摩騰迦. Skt *Kaliṅgesu Triśaṅku Mataṃgarāja*, vua của người *Mātaṅga* (Ma-đăng-già), thuộc giai cấp Chiên-đà-la, nước *Kaliṅga* (Ca-lăng-già). Skt *Triśaṅku* (Tam Xoa: ba mũi giáo), NT đọc là *Triśaṅkha* (Tam Loa: ba tù và). Tib *yul ka-ling ga, gdol pa'i rgyal po phur bu gsum*. Phạn I.68.15. 'Dul ba kha 193a7.

[877] 梵德. Skt *Brahmadatta* (Phạm-ma-đạt); Tib *tshangs sbyin*.

đều được chu cấp lương thực đầy đủ.

"Vua Phạm Đức hỏi quần thần: 'Nhân dân trong nước ta nay đến chỗ nào?'

"Đại thần đáp: 'Trong nước Ma-đẳng-ca có Tiên nhơn...' *chi tiết như trên.*

"Vua ấy liền bảo quần thần: 'Nay lúc mất mùa như thời mạt kiếp,⁸⁷⁸ chúng ta làm cách gì để tránh khổ này?'

"'Vua Ma-đẳng-ca nay đã xuất gia, chứng Tiên đạo, nên đến thỉnh cầu.'

"Vua Phạm Đức liền đến chỗ Tiên nhơn Ma-đẳng-ca, khải thỉnh:

"'Trong nước tôi nay bị nạn đói giống như thời kiếp mạt. Cúi xin Đại Tiên thương xót đến nước tôi phát lời thệ chân thật.'

"Nhận lời thỉnh cầu, Tiên liền đến nước của vua Phạm Đức, phát lời thệ chân thật:

> *"Ta sanh trong dòng Chiên-đà-la,*
> *Không có ác tâm, ý tổn hại;*
> *Nói đến Tam Loa ai cũng biết,*
> *Chư thiên loài người đều thấy nghe.*
>
> *Lời chân thật của ta như vậy,*
> *Huân tu từ tâm, hành đã lâu;*
> *Rộng vì pháp giới chư chúng sanh,*
> *Xin rồng đổ mưa cứu người đói.*
>
> *Tu thiện từ khi sinh đến nay,*
> *Luôn tu từ tâm, thương mọi loài:*
> *Bằng vô lượng lời chân thật đây,*
> *Rồng hãy giáng mưa cứu chúng sanh.*

"Tiên nhơn vừa phát nguyện xong, trời liền đổ mưa lớn xuống Ba-la-ni-tư, nạn đói chấm dứt, trở thành sung túc. Nhân dân trong thành

---

⁸⁷⁸ 末劫. Skt *antarakalpa*, trung kiếp. Tib *bskal pa bar ma*.

trước đây đi sang nước Ma-đẳng-ca đều rủ nhau về bổn quốc, theo nghề nghiệp cũ của mình."

Phật nói:

"Này Đại vương, Vua Tam Loa nước Ma-đẳng-ca thời đó chính là Ta đây. Thuở xưa Ta hành từ mẫn, lợi ích hữu tình. Khi phát lời chân thật, trời liền đổ mưa, trừ hết nạn đói, nhân dân thường được sung túc. Đại vương! Khi xưa, vì chứng Vô thượng Bồ-đề, Ta không chỉ thí xả, mà còn tu vô lượng nhân duyên phước đức, tích tập thiện căn, khởi phát chánh tín, nay mới được Vô thượng Chánh đẳng Bồ-đề."

6. Đại Thiên

Phật lại nói:

"Đại vương, Ta vì cầu Vô thượng Bồ-đề, mà tu hành bố thí, làm các phước nghiệp. Đại vương lắng nghe!

"Vào thuở xa xưa, tại nước Di-địa-la[879] có **[58c01]** vua Chuyển luân tên là Đại Thiên.[880] *chi tiết như trong "Trung A-cấp-ma."*[881]

"Vua ấy tự thấy thân mình có đại thọ dụng, làm các pháp tế tự, rồi nói kệ:

> *"Nếu tâm cầu đại phú,*
> *Trên trời và nhơn gian;*
> *Nên hành thí theo sức,*
> *Vì sợ họa bần cùng.*
>
> *Trong đời cung kính thí,*
> *Sẽ được trời dâng cúng;*
> *Nhơn, phi nhơn qui y,*[882]
> *Cây trái nhiều như mưa."*

---

[879] 彌地羅國. Skt. Mithila.
[880] 大天. Skt. Mahādeva. Tib. lha chen po. Pāli. Makhadeva.
[881] Skt. mahādevasūtre madhyamāgame rājasaṃyuktakanipāte. Trung A-hàm, kinh 67 "Đại Thiên Nại lâm". cf. Pāli M. 83. Makhādevasutta. Tib. chi tiết, 'Dul ba kha 194b1-195b6| Bản Hán lược.
[882] Skt. śaraṇyaḥ sarvabhūtānāṃ pakṣiṇāṃ vā: quỷ thần, cho đến chim

Phật bảo:

"Này Đại vương, chớ có nghĩ khác! Vua Chuyển luân Đại Thiên thời đó, quyết hướng thiện đạo, thường tu phạm hạnh, trong tám vạn bốn ngàn đời, thường được làm vua Chuyển luân. Đại vương! Chớ có nghĩ ai khác, vua chuyển luân thời đó chính là thân Ta.

7. Nê-di-đa

"Lại nữa, Đại vương, vì để chứng Vô thượng Chánh giác, Ta đâu chỉ có tu bố thí này, mà còn tu vô lượng nhân duyên phước nghiệp, tích tập thiện căn, phát khởi chánh tín, mới được Vô thượng Chánh đẳng Chánh giác."

Phật bảo:

"Đại vương, thuở xưa Ta vì cầu Vô thượng Bồ-đề mà tu hành bố thí, làm các phước nghiệp. Đại vương lắng nghe!

"Vào thuở xa xưa, tại thành Di-địa-la[883] có vua Chuyển luân tên là Nê-di-đa.[884] *Chi tiết như trong kinh Trung A-cấp-ma.*[885]

"Vua ấy tự thấy thân mình có đại dụng, làm pháp tế tự thế gian, bố thí tất cả rồi nói kệ:

"Nếu thấy làm thiện pháp,
Theo họ làm thiện hơn;

---

chóc, thảy đều quy y.
[883] xem cht. 879.
[884] 泥彌多. Skt. *Nimi*. Tib *mu khyud*. Pāli *Nemi*.
[885] Pāli *Nemi*, vị Chuyển luân vương cuối cùng kể từ *Makhadeva*, xem trên, **cht. 881.** vistareṇa nimisūtre madhyamāgame rājasaṃyuktakanipāte. Tib *de rnams kyi tha ma shos rgyal po mu khyud ces bya ba*, chi tiết: |'Dul ba kha 196a3-197a7|

Người biếng nhác không làm,
Là hạng người thấp kém.

"Bấy giờ Thiên chủ Thiên đế Thích nói với vua Nê-di-đa:

"'Ông hãy đến cung của tôi, thọ năm dục thiên lạc, hoan hỷ vui chơi, mặc sức thọ lạc.'

Vua trả lời bằng bài kệ:

"Như mượn vật người khác,
Đến hạn rồi phải trả.
Thiên lạc cũng như vậy,
Giống như vật mượn tạm.

Ta về Di-địa-la,
Làm nhiều các phước nghiệp;
Đương lai trong cung kia,
Theo phước sanh thiên thượng.

"Bấy giờ, trở về thành của mình, vua tu hành bố thí, làm các phước nghiệp, rồi nói kệ:

[59a01] *"Thiện nhân khen hành thí,*
Tuỳ thời mà hành xả;
Sát-lợi, Phạm, Bệ-xá,
Chiên-trà, Thú-đạt-đà.

Hành thí khi thiếu đói,
Nên bố thí đầy đủ;
Sẽ lìa các cõi ác,
Nhất định được sanh thiên.

Người trí biết đức này,
Người thí hay xả thí;
Do thí được giải thoát,
Giàu sang và sanh thiên."

Phật bảo Đại vương: "Chớ có ý nghĩ khác! Vua Chuyển luân Nê-di-đa thời đó được Thiên đế Thích mời lên trời Tam thập tam, chia nửa toà cho ngồi, thọ năm dục lạc, vua còn không đi, ở lại thành Di-địa-la, mở các tế đường, theo pháp tế tự, tu hành bố thí, tạo các phước nghiệp. Vua ấy, ngày nay chính là thân Ta."

Phật bảo:

"Này Đại vương, không chỉ có hành phước nghiệp bố thí này mà chứng Vô thượng chánh giác. Đại vương, chớ có ý nghĩ khác. Do hành bố thí, do khởi chánh tín, do tích tụ thiện căn, nay ta mới được chánh giác.

8. Kính Diện vương

"Đại vương, Ta vì cầu Vô thượng Bồ-đề, mà hành bố thí, tu các phước nghiệp. Đại vương lắng nghe!

"Vào thuở xa xưa, có vua tên là A-nan-đà.[886] Vua có năm người con, đứa nhỏ nhất tên là Kính Diện.[887]

"Thời gian sau, Đại vương thân nhiễm bệnh nặng, ngự y xứ này dùng các loại dược liệu rễ, thân, cành, nhánh, lá để điều trị, cuối cùng bệnh không khỏi, ngày càng trầm trọng. Khi sắp lâm chung, vua triệu gấp quần thần lại nói:

"'Ta nay sắp qua đời, cần lập vua khác.'

"Quần thần hỏi:

"'Muốn lập vị nào?'

"'Ai có phước đức, có phần của trời: mang đôi hài báu, cung nhơn nghe lời; thấy sáu kho tàng: kho tàng trong, kho tàng ngoài, kho tàng trong ngoài, kho tàng trong (ngọn) cây, kho tàng trong núi, kho tàng trong nước, nên lập người này làm vua.'[888]

---

[886] 阿難陀. Skt *Ānanda*. Tib *kun dga' po*.

[887] 鏡面. Skt *Ādarśamukha*: Mặt Gương, gọi tên như vậy, vì có khuôn mặt sáng như gương (*tasyādarprakhyaṃ mukham*). Tib *me long gdong*. Pali *Ādāsamukha*, chuyện tiền thân thứ 257: *Gāmaṇi Caṇḍa Jataka*, J. ii. 297-310.

[888] Phạn & bản Tạng ['Dul ba kha 198a4]: Trước hết vua *Ānanda* nghĩ nếu chọn bốn vương tử kia chúng sẽ hại dân, nhưng nếu chọn vương

"Nói xong, vua băng hà.⁸⁸⁹ Quần thần kiểm nghiệm, xem vương tử nào có khả năng? Chỉ có vương tử Kính Diện có khả năng kế ngôi vị và có phần trời, đăng bảo vị: khiến mang hài báu;⁸⁹⁰ dẫn vào trong cung, các cung nhơn thấy vậy, đều cung kính. Nhận ra sáu kho tàng như trên đã nói,⁸⁹¹ *cho đến*,⁸⁹² kho tàng giữa cây⁸⁹³ nghĩa là vua đứng dưới (bóng) cây ấy, dưới cây có kho tàng. Hoặc tại trong núi và vườn hoa của vua,⁸⁹⁴ cũng lại như vậy. Kho tàng dưới nước là chỗ vua dạo chơi trên nước,⁸⁹⁵ tức chỗ ấy có kho tàng.

---

 tử út *Ādāsamukha* sẽ bị phê bình là thiên vị, do đó đặt ra thử thách. Ai mang vừa vặn đôi hài bằng ngọc ma-ni; ngồi trên tòa sư tử mà không dao động; đội mão thiên quan mà không lay động; khả năng cảnh tỉnh nội cung; đoán biết sáu thứ: kho tàng trong, kho tàng ngoài, kho tàng trong ngoài, kho tàng trên ngọn cây, kho tàng trên đỉnh núi, kho tàng trong nước. Ai hội đủ các điều kiện này, được lập làm vua.

⁸⁸⁹ Tạng ['Dul ba kha 198b2]: vua nói kệ trước khi băng: *bsags pa kun gyi mtha' zad cing*| Hán dịch 積聚皆消散，崇高必墮落, trong nhiều đoạn trên. Ở đây bản Hán lược.

⁸⁹⁰ Từ đây trở xuống, quần thần thử nghiệm vương tử út: cho mang đôi hài báu, vừa thích hợp, v.v...

⁸⁹¹ Hán dịch có vẻ tối. Hoặc ý nói, "sáu kho tàng cần tìm thấy như đã nói trên"; tức đã nói trong bản Phạn và Tạng chứ chưa được nói trong bản Hán, như sẽ nói trong đoạn kế tiếp. Sáu kho tàng được kể trong bản Phạn và Tạng: kho tàng trong, kho tàng ngoài, kho tàng vừa ngoài vừa trong, kho tàng trên ngọn cây, kho tàng trên đỉnh núi, kho tàng bên bờ nước.

⁸⁹² Tức 3 kho tàng đầu: "kho tàng trong, kho tàng ngoài, kho tàng vừa ngoài vừa trong, *cho đến* ...»

⁸⁹³ Phạn & Tạng: kho tàng trên ngọn cây.

⁸⁹⁴ Phạn & Tạng: kho tàng trên đỉnh núi, trong ao du hí của vua có tảng đá để tắm, dưới đó có kho tàng. Hán dịch thành hai chỗ: "trong núi và vườn hoa".

⁸⁹⁵ Phạn: *udakasyānte nidhiḥ iti*, kho tàng cuối nguồn nước. Tạng: *chu 'gram*, kho tàng bên bờ nước, là mương nước trong nhà mà cuối mương nước có kho báu.

"Quần thần thấy vương tử Kính Diện có phước báo này, tôn quí vượt bực, liền lập ngôi vua.⁸⁹⁶

"Đã lên ngôi rồi, **[59b01]** vua trị nước bằng pháp luật.⁸⁹⁷ Trong nước mất mùa, trong mười hai năm, tế tự theo pháp thế gian, bố thí cho tất cả mọi người, xin gì cho đó, biết mình an vui, rồi nói kệ tụng:

"Được tài vật đúng pháp,
Người trí không tích luỹ.
Thí cho người có giới,
Cho người đáng thọ thí.
Sa-môn, bà-la-môn,
Nghèo khổ, khiến no đủ;
Sau khi bỏ thân này,
Nhất định sanh thiên giới.

Bậc trí hiểu như vậy,
Chánh tín, tâm giải thoát;
Dũng mãnh hành bố thí,
Hành thí, không keo kiệt."

Phật nói:

"Này Đại vương, chớ có nghĩ ai khác; vua thời ấy chính là thân Ta. Bấy giờ Ta là vua Kính Diện, trong mười hai năm, vì mất mùa đói khổ, hành bố thí cho tất cả hữu tình, cần gì thì cho đó, tế tự theo tục pháp. Vua đó chính là thân Ta. Không phải chỉ có hành phước nghiệp bố thí mà chứng Vô thượng Bồ-đề. Đại vương, chớ có ý tưởng như

---

⁸⁹⁶ Hán lược đoạn về bà-la-môn *Daṇḍī* (Trượng Thủ) được kể trong Phạn, & Tạng ['Dul ba kha 199a1-201b5]: *dbyug pa can*. Chuyện kể bà-la-môn *Daṇḍī* (*dbyug pa can*) và một gia chủ tranh cãi nhau chuyện ai chịu trách nhiệm mất bò, dẫn nhau đến vua *Ādarśamukha* để phân xử. Dọc đường lại xảy ra nhiều chuyện dẫn đến hàng loạt tranh cãi với *Daṇḍī*, dẫn đến vua. Mẩu chuyện cốt mô tả trí thông minh phán xét của *Ādarśamukha*.

⁸⁹⁷ Phạn & Tạng: Vua cho lập nhà bố thí tại bốn cổng thành và đặt người quản lý việc bố thí. Bản Hán khuyết.

vậy. Kính Diện do hành bố thí, phát khởi chánh tín, tích tụ thiện căn, nên nay được Bồ-đề.

IV. NHÂN DUYÊN BỒ TÁT HIỀN KIẾP[898]

1. Tiểu long Diệu Sanh

"Lại nữa Đại vương! Vì cầu Vô thượng Bồ-đề, nên ta hành bố thí, tạo các phước nghiệp, phát khởi tinh tấn ba-la-mật. Đại vương lắng nghe!

"Vào thuở xa xưa,[899] nước Ban-già-la[900] có hai vua: một ở phía Bắc, một ở phía Nam. Vua phía Bắc tên là Tài,[901] thành tên là Long các.[902] Vua ấy đem đạo lý giáo hóa đời, đất nước thịnh vượng, nhân dân an lạc, không có nạn dối trá, trộm cướp hay bệnh dịch, bò dê lúa mía nơi đó sung mãn. Vua ấy trị nước bằng đạo lý. Bên cạnh thành có một ao lớn, các loài hoa ô-bát-la mọc đầy trong ao, lại có các loài chim ở đó. Trong ao có một rồng con tên là Diệu Sanh[903], thường nổi mây trút xuống những trận mưa lành, ruộng lúa tốt tươi, lương thực đầy đủ, mọi người đều hành bố thí.

"Vua ở phía Nam, tánh tình thô bạo hiểm ác, trị nước bằng phi pháp, thường đánh đập, gông cùm bách tánh. Trời hạn không mưa, nhơn dân đều sợ hãi, vội vã chạy qua phương Bắc, vào trong thành Long các, cầu xin cứu mạng. Hôm ấy, vua phương Nam ra ngoài thành

---

[898] Tạng ['Dul ba kha 202a5]. *Divyāvadāna.* XXX tr. 435-461.
[899] Bản Hán nhảy đoạn kể về Chuyển luân vương *Sudhana* (Thiện Tài), Tib. *nor bzangs* ['Dul ba kha 202a5-b6]. Nội dung chỉ nói vua hành bố thí, và hai bài kệ như trong chuyện Mao Thảo kể trên.
[900] 般遮羅. Skt. *Pañcala.* Tib. *lnga len pa.* Tạng, 'Dul ba kha 202b6. Cf. Divy 30, p. 434.
[901] 財. Skt. *Dhana.* Tib. *nor can.*
[902] 龍閣. Skt. *Hastināpura.* Hán dịch bất nhất: các đoạn sau hoặc phiên âm Na-bố-la thành, hoặc dịch nghĩa Long các, Tượng các. Tib. *glang po'i khyim.*
[903] 妙生. Skt. *Janmacitra,* rồng con, tiểu long (*nāgapota*). Tib. *klu'i bu skye ba sna tshogs pa.*

dạo chơi săn bắn, mới thấy thôn làng nhà cửa trống không, miếu thần hư hoại, bèn hỏi quần thần:

"Mọi người trong thôn nay đi đâu?

"Chính vì mất mùa, mọi người đói khổ nên đã đi hết về **[59c01]** vua phía Bắc. Đại vương không gia họa cho tôi, tôi sẽ trình bày đầy đủ sự việc."

"Vua nói: "Ta sẽ không gia họa."

"Phương Bắc có vua tên Tài, trị dân và nước bằng pháp, đất nước hưng thịnh, nhân dân an lạc, không có nạn dối trá, trộm cướp hay dịch bệnh, bò dê lúa mía ở đó sung mãn, thường thích bố thí cho sa-môn, bà-la-môn, đồ dùng thực phẩm dồi dào không thiếu. Còn Đại vương thì tánh tình thô ác, đánh đập gông cùm, bách tánh kinh sợ nên chạy qua phía Bắc, trong thành Long các."

"Nghe xong vua hỏi: 'Làm cách gì để cho những người kia trở về, ở lại thôn xóm của mình?'

"Nếu Đại vương như vua Tài kia, hành đạo từ mẫn, làm lợi ích chúng sanh, không lâu mọi người sẽ trở về thành ấp tụ lạc của mình."

"Quần thần lại bảo vua:

"Thành ấy còn có một việc vi diệu thù thắng. Bên cạnh thành có một cái ao, trong ao hoa sen mọc đầy, có các loài chim quí. Trong ao có rồng con tên là Diệu Sanh, đúng thời làm mưa khiến cho mùa màng tươi tốt, vì vậy nhân dân nước ấy sung sướng."

"Vua lại hỏi quần thần:

"Các khanh có cách gì làm cho rồng nhỏ kia về ở đây?"

"Nếu có người trì chú thì có thể đem rồng về."

"Vua liền sai quần thần đánh trống tuyên lệnh, nếu có người nào trì minh chú, khiến cho rồng con Diệu Sanh ở trong thành Long các phương Bắc về ở chỗ ta, thì sẽ được thưởng cho một giỏ vàng và nhiều vật khác.

"Khi ấy có một chú sư tên là Chú Xà⁹⁰⁴ đến chỗ quần thần thưa: 'Nếu quyết định cho tôi giỏ vàng này, tôi có thể dùng chú kêu rồng con Diệu Sanh về đây.'

"Các quần thần liền đem giỏ vàng trao cho chú sư. Chú sư nói:

"Đợi tôi gọi rồng đến đây, rồi sẽ nhận nó."

"Khi ấy chú sư liền đến trong thành Long các, ở bên ao, ông quan sát bốn mặt trong ao, biết chỗ ở của rồng, ông liền về nói với các quần thần:

"Vào ngày thứ bảy, rồng con nhất định sẽ về đây, các ông nên làm pháp tế tự."

"Khi ấy, rồng con biết chú sư đến đây, đến ngày thứ bảy sẽ đem ta đến nước kia. Nó nghĩ: 'Làm cách nào để tránh sự chia ly với cha mẹ, các người thân quyến? Nên đến nơi nào để tránh việc này?' Cách ao không xa, có chỗ ở của hai thợ săn: Một tên là Sa-lạc-ca, hai tên là Phả-la-ca.⁹⁰⁵ Vì mưu cầu sự sống, họ ở bên ao giăng lưới bắt các loài thuỷ lục. Không lâu, Bà-lạc-ca qua đời. Rồng con nghĩ: 'Thợ săn Phả-lạp-ca nay sống một mình, ta nên đến trọ nơi đó.'

[60a01] "Bấy giờ, rồng con biến thành hình người, đến chỗ thợ săn nói:

"Ông có biết thành ấy do ai mà đất nước được phồn thịnh, nhân dân an lạc, không có nạn dối trá, trộm cướp hay dịch bệnh, bò dê lúa mía ở đó đầy đủ?

"Thợ săn đáp:

"Tôi biết việc này, tất cả đều do Đại vương tâm hành từ mẫn, làm lợi ích cho tất cả, nuôi dưỡng bách tánh."

"Rồng con nói:

"Như lời ngươi nói, tất nhiên là do vua, nhưng còn yếu tố khác

---

⁹⁰⁴ 呪蛇. ⓈⓀ *āhituṇḍika*, người bắt rắn; danh từ chung, không phải riêng. Ⓣⓑ *sbrul khas sdigs pa*.

⁹⁰⁵ 婆囉迦&頗囉迦. ⓈⓀ *Sāraka & Phalaka*. Ⓣⓑ *sran can & spang leb can*.

ngươi có biết?"

"Có. Đó là trong ao ấy có một rồng nhỏ, theo thời tiết làm mưa, do vậy mà người dân ở đây được hưng thịnh, an lạc sung túc, thực phẩm dồi dào."

"Rồng con nói:

"Nếu rồng nhỏ đó bị người ta bắt đi, chia ly phụ mẫu quyến thuộc; gặp người đó, ông sẽ làm gì?"

"Ta sẽ hại nó."

"Rồng con đáp: 'Ông có biết rồng con Diệu Sanh?'

"Ta không biết."

"Tôi là rồng con Diệu sanh, nay bị ông thầy ở phương Nam nước Bàn-già-la Nam tên là Chú Xà đến bắt đem đi, sau khi làm pháp kiết giới tế tự, bảy ngày nữa họ sẽ đến đây, đóng đinh vào cọc gỗ kiệt-địa-la[906], giăng các loại chỉ màu bốn bên ao, tác pháp nhất định bắt tôi đi. Ông có thể ẩn núp chỗ gần đó, khi trông thấy họ khuấy nước ao, liền giương cung bắn vào điểm yếu[907] của chú sư, rồi chạy nhanh đến thu nhiếp chú, bằng không thì đến chặt cho rơi đầu, trước hết cần phải khiến cho hắn giải chú, sau đó giết.[908] Nếu không như vậy[909] thì tôi bị chú trói buộc cho đến chết không thể thoát được."

"Thợ săn nói:

"Vì lợi ích cho một mình ngươi, ta còn làm; huống nữa là làm cho dân chúng của vua được lợi ích, sao ta không làm! Ngươi chớ có lo."

"Khi ấy, rồng con đưa thợ săn đến ao, chỉ chỗ ẩn núp kín đáo. Đến ngày thứ bảy, thợ săn đến chỗ ẩn núp. Ông thầy Chú Xà đến lập đàn tràng, kiết giới tế tự, nhất tâm y chú ấn pháp, đóng đinh vào bốn cọc

---

[906] 竭地羅木. Skt *khadira*, một loại gỗ cứng. Tib *seng lden*.
[907] Skt bắn vào tử huyệt *marma*. Tib *gnad*.
[908] Dịch sát nguyên văn Hán. Tạng: 'Dul ba kha 205a5: sau đó, nhanh chóng chạy đến chỗ ấy và ra lệnh: "Hãy thâu lại thần chú. Nếu không, ta sẽ chặt đầu ngươi rồi liệng xuống đất."
[909] "Nếu chú sư chưa thâu hồi thần chú mà chết, ...".

gỗ, giăng các loại chỉ màu quanh ao. Thợ săn lập tức bắn tên, chạy vội đến trước chỗ chú sư khuấy nước,⁹¹⁰ rồi rút đao nói: "Rồng con Diệu Sanh ở trong nước ta, ngươi định bắt đi à. Nếu không giải chú pháp, ta sẽ chém đầu ngươi rơi xuống đất."

"Khi ấy, thầy Chú Xà thống khổ, run rẩy sợ chết, liền giải trừ chú. Chú Xà vừa giải xong, thợ săn đoạn mạng căn hắn. Rồng con được giải thoát, vọt lên khỏi ao, ôm lấy thợ săn, nói:

"Nhân giả là cha mẹ tôi, là người cứu giúp tôi, nay tôi tránh được cái khổ chia ly cha mẹ quyến thuộc. Ngài có thể cùng tôi về cung của tôi."

"Họ cùng nhau vào cung của [60b01] rồng con, thợ săn thưởng thức các loại đồ ăn thức uống ngon bổ đã được bày sẵn và được viên ngọc quí giá. Rồng con nói với cha mẹ:

"Đây là người bạn nhờ cậy của con. Nhờ người này mà nay con tránh được cái khổ ái biệt ly."

"Khi ấy cha mẹ của rồng con liền ban cho thợ săn vô lượng chân bảo tuỳ theo sở nguyện của thợ săn. Được của báu rồi, thợ săn ra khỏi ao.

"Cách ao không xa có một Tiên nhơn ở đó, cây trái sum sê, có nhiều loài chim phát ra âm thanh vi diệu, Tiên nhơn này vui hành từ mẫn, lợi ích hữu tình. Mỗi ngày ba thời, thợ săn đến chỗ Tiên nhơn thăm hỏi.

"Một hôm, thợ săn kể đầy đủ chuyện của rồng con. Tiên nhơn hỏi: 'Ngươi cầu xin chút ít chân bảo này làm gì? Trong long cung kia, rồng có sợi dây lòi tói hữu hiệu⁹¹¹, sao ngươi không lấy? Ngươi nên đến đó

---

⁹¹⁰ Có lẽ bản Hán dịch sai. Tạng, 'Dul ba kha 405a7-b1: Chú sư đóng cọc, giăng dây màu, và đọc thần chú, cho đến khi nước sôi lên. Bấy giờ thợ săn bắn vào tử huyệt của chú sư...

⁹¹¹ 不空羂索. Skt. *amogho nāma pāśas*, sợi xích có tên là «bất không»; một loại vũ khí cổ của Ấn-độ, thợ săn cũng dùng dây này để bắt thú. «Bất không quyển sách cũng là một bí pháp trong Mật tông.» Tib. *don yod pa'i gzhags pa*.

tìm lấy sợi dây này."

"Thợ săn nghe rồi tâm sanh tham ái, liền đến long cung, thấy sợi dây đó trước cửa cung, nghĩ thầm: 'Cái ta tìm cầu là sợi dây này.'

"Vào trong long cung, thợ săn thấy rồng con Diệu Sanh cùng đi với các rồng con khác. Thấy thợ săn, rồng con tâm rất vui mừng, ban cho trân bảo. Thợ săn nói: 'Trân bảo tôi có đủ, chỉ cần sợi dây này.'

"Anh cần sợi dây này làm gì? Chúng tôi rất cần nó. Vì sợ kim sí điểu nên giữ nó để phòng hộ thân."

"Thợ săn nói: 'Lâu lắm ngươi mới dùng đến nó một lần; còn đây là cái ta dùng hàng ngày. Nếu biết ân đức, ngươi nên cho ta sợi dây này.'

"Rồng con liền nghĩ: 'Ta mang ân đức sâu nặng với người này, ta nên hỏi ý cha mẹ để cho.' Hỏi cha mẹ xong, rồng liền cho sợi dây. Thợ săn được dây, trong lòng rất vui mừng, như được cả đại địa. Ra khỏi ao, thợ săn trở về nhà.

2. Vương tử Thiện Tài

"Bấy giờ, Đại vương thành ấy cùng phi nữ dạo chơi, đã lâu nhưng không có thai, không có con cái. Vua lấy tay chống má suy nghĩ: 'Ta có vô lượng kho báu, nay không con cái, đoạn dứt chủng tộc. Nếu mọi người biết ta không con sẽ kiến lập vua khác.'

"Khi vua tư lự, các quyến thuộc sa-môn, bà-la-môn của vua đều lấy làm lạ, Đại vương sao sầu não như vậy, bèn hỏi:

"Vua nghĩ việc gì?"

"Nghe vua nói rõ sự việc. Họ tâu:

"Nên cầu khẩn thiên thần, sẽ có con."

"Để được có con, vua liền đi cầu khẩn[912] thần rừng, thần vườn,

---

[912] Bản Hán nhảy các thần, Phạn: *śiva-varuṇa-kubera-śakra-brahmādīn*. Tib. zhi ba dang chu lha dang| lus ngan dang nor lha sogs pa.

thần ngã tư, thần nhận tế tự,⁹¹³ thần tuỳ sanh,⁹¹⁴ chư thiên thiện thần. cầu xin được có con."

Phật nói⁹¹⁵: "Nếu do việc này mà có con thì người người đều có ngàn con.'⁹¹⁶

"Thế nhưng, phải do ba sự hoà hợp mới có con. Những gì **[60c01]** là ba? Một cha, hai mẹ, ba tham ái hiện tiền sẽ mới có con.⁹¹⁷

"Do vua chí thành cầu con nên lúc đó Bồ-tát trụ Hiền Kiếp liền nhập thai trong bụng vương phi. Người nữ trí tuệ có năm điều nhận thức đặc biệt. Thế nào là năm? Một là biết đàn ông có dục tâm.... *chi tiết như trên*.⁹¹⁸ Biết mình đã có thai, phu nhân hoan hỷ tâu vua: "Thần thiếp nay mang thai, nó tựa bên hông trái,⁹¹⁹ chắc chắn là nam."

---

⁹¹³ 受祭祀神. Skt. *balipratigrāhika*, thần nhận phẩm vật tế tự rồi phân phát cho các thần khác. Tib. *gtor ma len pa'i lha*.

⁹¹⁴ 隨生神. Skt. *sahajāḥ sahadharmikā nityānubaddhā api devatā*, các thần luôn luôn đi theo như thần câu sinh (cùng sinh một lượt), thần như pháp. Tib. *lhan cig skyes pa dang chos mthun pa*.

⁹¹⁵ Ý bản Hán, tác giả câu chuyện dẫn lời Phật để bình phẩm sự việc. Skt. *asti caiṣa loke pravādo*, "trong thế gian có lời bình phẩm như vầy." Không nhất thiết lời Phật.

⁹¹⁶ Phạn & Tạng: "như Chuyển luân vương."

⁹¹⁷ Phạn: Ba yếu tố thụ thai: (a) *mātāpitarau raktau bhavataḥ sannipatitau*, tụ hội tinh huyết của cha và mẹ; (b) *mātā ca kalyā bhavati ritumatī*, mẹ phải đúng kỳ kinh nguyệt; (c) *gandharvaś ca pratyupasthito bavati*, thực hương (hương ấm) gá vào. Cf. *Trung A-hàm* quyển 37, kinh số 151 "Phạm-chí A-nhiếp-hòa", Pāli. M. 93. *Assalāyanasutta*; *Pháp uẩn túc luận* quyển 11, phẩm 12 "Duyên khởi".

⁹¹⁸ Trên, không thấy chi tiết này. Tạng ['Dul ba kha 206b6]: (1) Biết người nam có dục hay không dục. (2) Biết rõ thời kỳ có thể mang thai; thời kỳ kinh nguyệt để mang thai. (3) Biết rõ đã có thai. (4) Biết rõ từ ai mà có thai. (5) Biết rõ thai con trai hay con gái; nếu là con trai, thai tựa hông phải; nếu là con gái, thai tựa hông trái.

⁹¹⁹ 在左腋邊 hông trái: có lẽ Nghĩa Tịnh hiểu theo nhận thức phổ thông của người Hán. *Tì-nại-da* quyển 1 (T23n1442, tr. 0628c20): tựa hông phải là con trai, hông trái là con gái. Skt. *saced dārako bhavati*

"Đại vương nghe thế, vô cùng phấn khởi. Phu nhân thầm nghĩ: "Mười tháng tròn đủ ta sẽ sanh con. Con ta nối dõi dòng họ lâu dài, sau khi ta qua đời, con ta sẽ vì ta mà hành bố thí tùy phận, tu các phước nghiệp, cấp dưỡng những kẻ ăn xin. Khi ta còn sống, con thường theo sau ta."[920]

"Trước khi sắp sanh, phu nhân dạo chơi thưởng ngoạn, khi trời lạnh thì mặc đồ ấm, khi trời nóng thì có y phục mát; ăn uống đều hỏi phương y, cả sáu vị đều hài hòa; trang điểm thân thể bằng các loại anh lạc, giống như thiên nữ. Cũng như chư thiên dạo vườn Hoan hỷ,[921] thường đi bằng xe, kiệu, đến chỗ hoa thơm cảnh đẹp, nghe âm thanh thích thú.

"Đến kỳ mãn nguyệt, phu nhân sanh một hài nhi, dung mạo đoan chánh ai cũng muốn nhìn, nhân tướng đầy đủ. Khi ấy chư thiên đánh trống vui mừng. Vua cha nghe thế rất đỗi kinh ngạc. Cung nhơn tâu vua: "Vì vua có con nên chư thiên vui mừng đánh trống." Vua liền ban lệnh, quét dọn thành ấp sạch sẽ, đốt các hương thơm, treo phướn lọng báu, bố thí cho tất cả sa-môn, bà-la-môn, những người bần cùng cô khổ, lại xá tội cho các tù nhân, tổ chức các cuộc vui chơi. Vua lại vì thái tử mà tạo phước mừng ngày sinh, từ một tuần bảy ngày cho đến ba tuần bảy ngày. Quần thần cùng nhau luận bàn đặt tên cho thái tử. Mọi người đề nghị: "Vua tên là Tài, nay nên đặt tên vương tử là Thiện Tài[922]."

"Thái tử được tám nhũ mẫu nuôi dưỡng, *nói đủ như trên.*[923] Bấy

---

dakṣiṇaṃ kukṣim niśritya tiṣṭhati, nếu là con trai, thai tựa hông phải.

[920] Bản Tạng, đây là lời của vua ['Dul ba kha 207a1]: Vua nghe thế, rất vui, ưỡn thẳng ngực, đưa bàn tay phải lên và nói lời cảm hứng: «Ta sẽ thấy mặt con trai ta mà ta mong đợi từ lâu. Nó sinh ra sẽ là đứa con phù hợp với ta chứ không phải không phù hợp. Nó sẽ làm công việc ta làm. Nó sẽ nuôi ta như nó đã được nuôi. Nó sẽ kế thừa di sản, duy trì lâu dài dòng họ ta... «

[921] 歡喜園. Skt *nandavana*, khu vườn rừng trên Tam thập tam thiên. Tib *dga' ba'i tshal*.

[922] 善財. Skt *Sudhana*. Tib *nor bzangs*.

[923] Đoạn trên, nhân duyên Viên Mãn (Phú-lâu-na).

giờ, thái tử dần dần trưởng thành, như sen trong nước không bao lâu ra khỏi mặt nước. Đến tuổi nhập học, thái tử học các môn văn tự, bắn cung, vương pháp, toán số, phân biệt ngọc báu, người, voi, ngựa...các kỹ thuật công xảo, các loại kỹ nghệ, sáu mươi bốn kỹ năng[924], có khả năng hiểu, khả năng đọc,[925] thông minh, thấu suốt.

"Vua cha cho xây ba cung điện hợp với ba mùa: xuân, hạ, đông; ba loại vườn hoa đều theo ba mùa. Một mình Thiện Tài ở trong cung trên lầu, thổi sáo, đánh đàn, vui chơi.

3. Khẩn-na-la nữ Duyệt Ý

"Bấy giờ, thợ săn Phả-la-ca nhân săn cầm thú, lên một ngọn núi, thấy phía dưới núi có Tiên nhơn cư trú, hoa quả sum sê, nhiều loại chim đẹp và có ao lớn, các loại hoa sen vi diệu mọc đầy trong ao, các loài chim kia lượn chơi **[61a01]** quanh đó. Thợ săn đi đến chỗ tiên ở, thấy tóc và móng tay của Tiên nhơn kia đều dài, thân mặc vỏ cây. Do Tiên khổ hạnh, nên thân thể khô gầy, ở trong lều cỏ dưới một gốc cây. Thấy vậy, thợ săn chấp tay lễ chân, thưa:

"Đại tiên! Ngài tu khổ hạnh ở đây qua bao nhiêu năm rồi?"

"Tiên nhơn nói: "Ta ở đây tu khổ hạnh hơn bốn mươi năm."

"Trong thời gian ấy, ngài có thấy chuyện gì hy hữu không?"

"Khi ấy, Tiên nhơn từ từ dịu dàng trả lời:

"Hiền thủ! Ông có thấy ao này?"

"Tôi thấy."

"Ao đây tên là Phạm giai,[926] các loài hoa sen vi diệu mọc đầy trong đó, các loài chim đẹp sống ở quanh đó. Ao này nước trong xanh lạnh mát, như vị sữa hoà với hoa. Ngày mười lăm mỗi tháng, có con gái

---

[924] 六十四能, chưa rõ. Cf. *Tì-nại-da* quyển 2 (T23n1442, tr634b11): 我等婢女解六十四能，此出家人解六十五，不作言語得受欲樂. Không có chi tiết trong bản Phạn và Tạng.

[925] 解縛能讀, chưa rõ. Có lẽ nói đến 8 thứ giám định, phân biệt.

[926] 梵階. Skt. *Brahmasabhā* (Phạm thiên hội); Tib. *tshangs pa 'du ba*.

của vua Khẩn-na-la tên là Duyệt Ý,⁹²⁷ cùng năm trăm quyến thuộc vây quanh, đem các loại hương hoa đến ao này tắm rửa. Khi tắm, họ đánh các loại nhạc, các loài chim trong ao này nghe mỹ âm đây thảy đều lặng tiếng. Khi ta nghe âm thanh này, trong lòng ta vui vẻ, cho đến bảy ngày tâm còn rất vui. Hiền thủ! Ta chỉ thấy việc hy hữu này."

"Bấy giờ, thợ săn liền suy nghĩ: "Ở chỗ rồng, ta được sợi dây bất không. Nhân có sợi dây này, ta hãy bắt trói cô nàng Khẩn-na-la Duyệt Ý.' Nghĩ vậy rồi, đến ngày mười lăm, thợ săn ẩn núp bên gốc cây, tay cầm sợi dây của rồng con. Khi cô gái Khẩn-na-la đến ao, định vào trong ao tắm; thợ săn liền quăng dây trói lại. Thấy thân bị cột, cô cả kinh la lớn. Các cô gái đồng loại khác bỏ chạy bất kể đông tây. Duyệt Ý tìm cách chạy trốn.⁹²⁸

"Thợ săn thấy cô ta xinh đẹp, liền lấy tay nắm cô ta.

"Duyệt Ý nói: 'Ông chớ có bắt tôi. Ông không thể làm chồng tôi. Tôi chỉ có thể làm vợ của vua.'⁹²⁹

"Thợ săn nói: "Nếu không bắt vội, sợ cô chạy mất."

"Tôi không chạy. Nếu ông không tin thì hãy lấy viên ngọc trong búi tóc của tôi. Do ngọc này mà tôi tuỳ ý bay lên hư không."

"Làm sao có thể biết ngọc trong búi tóc?"

"Nếu ngọc ở bên người nào thì tôi sẽ theo người ấy."

"Thợ săn liền lấy ngọc ấy và nắm sợi dây trói cô gái, dẫn đi.

"Lúc bấy giờ, đồng tử Thiện Tài đang đi săn. Thợ săn thấy đồng tử Thiện Tài, tướng mạo xinh đẹp, ai thấy cũng thích. Thợ săn nghĩ: 'Cô gái này xinh đẹp, thái tử nếu thấy nhất định sẽ giải đoạt lấy cô nàng. Vậy ta nên dâng cho thái tử.' Nghĩ vậy rồi, thợ săn đến chỗ đồng tử, lễ chân thưa: 'Ngọc nữ này, thần dâng cho thái tử, xin ngài nhận cho.'

---

[927] 悦意. Skt *Manoharā*. Tib *yid 'phrog ma*.
[928] Bản Hán có thể nhảy sót chi tiết. Phạn: "Các cô gái khẩn-na-la tùy tùng nghe tiếng kêu vội chạy đông chạy tây tìm kiếm cô Duyệt Ý. Khi thấy cô này bị trói, các cô hoảng sợ cũng bỏ chạy.
[929] Bản Phạn & Tạng ['Dul ba kha 208b5]: Cô này nói bằng bài kệ.

[61b01] "Khi vừa thấy cô gái kia, hình dung xinh đẹp, ai thấy cũng thích. Thiện Tài quan sát kỹ tướng nữ ấy, thấy người nữ này có đủ mười tám tướng nữ trang nghiêm. *Nói đủ như chỗ khác*.[930] Thấy vậy, lòng dục Thiện Tài nổi lên bức bách, tâm sanh ái trước, như con thiêu thân lao vào lửa, cảnh của sắc y như lửa, cũng như sóng của nước không thể chận đứng, cũng như sau khi sanh bò (?),[931] cũng như kim sí điểu bay nhanh không thể chế, như gió lốc thổi vật không thể quay lui; như khỉ vin cây nhảy loạn khó ngăn. Vì ái lạc nơi vị ngọt của dục được huân tập với cảnh của phiền não đã thành tập khí thâm dục từ vô thỉ đến nay; vì các cảnh của dục làm ô nhiễm tâm, niệm tưởng hư vọng lấy đây làm cung, lấy tâm tư dục làm tên.[932]

Có bài kệ được nói:

> "Thiện Tài thấy nữ đẹp như trăng,
> Như ánh chớp trong trời mây mù;
> Tâm loạn như voi bị tên bắn,
> Đón nhận Duyệt Ý vội về thành.

"Khi ấy, vương tử Thiện Tài quay về thành Long các, ban cho thợ săn ruộng vườn nhà cửa, rồi đưa Duyệt Ý lên cung lâu các của mình cùng nhau hoan lạc. Duyệt Y xinh đẹp, với vô lượng tư thái cuốn hút thái tử Thiện Tài[933], khiến cho đắm đuối không rời.

"Vào thời gian sau, có hai bà-la-môn từ rừng Thệ-đa đến trong thành Long các. Một vị thường ở bên vua, được tôn làm môn sư[934],

---

[930] Chưa thấy nơi nào. Bản Phạn & Tạng mô tả chi tiết.
[931] 亦如生牛後.
[932] 所思作處以心為箭.
[933] 衛護善財太子: "... hộ vệ thái tử Thiện Tài." Việt dịch trên đây theo ý Phạn: *manoharayā rūpayauvanaguṇena sudhanaḥ kumāro 'nekaiś copacāraśatais tathāpahṛto yathā sudhanaḥ kumāro muhūrtam api tāṃ na jahāti*, Duyệt Ý, trẻ trung và sắc đẹp, bằng vô số trăm nghìn tư thái nắm chặt vương tử Thiện Tài, khiến cho vương tử không chút tạm lìa xa. 'Dul ba kha 209b6.
[934] 師; đoạn dưới, gọi là 門師 môn sư: vị tư tế sư đứng trước cửa, hiểu là

ban cho nhiều tài vật. Một vị thường ở bên thái tử Thiện Tài, được thái tử ban cho của cải. Vào một lúc, bà-la-môn ấy hỏi thái tử Thiện Tài:

"Nếu được Đại vương lập ngài làm vua; khi ngài được vương vị thì tôi như thế nào?"

"Thiện Tài đáp:

"Như Phụ vương ta lập người kia làm môn sư, tôn quí nhất trong các bà-la-môn; ta cũng như vậy, lập ông làm môn sư tôn quí."

"Môn sư của Đại vương nghe việc này, tâm sanh sân nhuế, liền nghĩ: 'Ta nay tìm cách làm cho thái tử không được vương vị, huống nữa là bà-la-môn kia được làm môn sư tôn quí.'

"Thời gian sau, có một nước khác[935] khởi nghịch, vua Long các phát binh đến chinh phạt, nhưng bị thua trận, tổn hại. Như vậy bảy lần, binh chúng đến đó đều bị thất trận trở về. Các thần tâu vua:

"Quân giặc hùng mạnh, nước ta suy yếu, cần phải tập hợp người dũng kiện."

"Khi ấy, môn sư của vua liền nghĩ:

"Nay đúng là lúc, khiến cho thái tử ra ngoài chinh phạt giặc quân, để chết ngoài đó."

"Nghĩ rồi, tâu vua: 'Quân kia hùng mạnh, không ai địch lại.'

"Đại vương nói: 'Nay để ta đi.'

"Bà-la-môn nói: 'Thái tử tuổi trẻ, mạnh khoẻ cho làm đại tướng, **[61c01]** đến đó đánh địch tất nhiên sẽ thắng.'

"Vua lệnh Thiện Tài đến, bảo:

"Ngươi làm đại tướng. Hãy đến trong nước Khoáng dã[936] dẹp đám

---

thân cận. ᴿ *rājñā purohitaḥ*, bà-la-môn chuyên trách việc tế tự của vua, phẩm trật như vị phụ tướng đại thần. Hán có nơi dịch là "tế phụ." ᵀⁱᵇ *mdun na 'don*.

[935] Đoạn dưới được nói là nước Khoáng dã (?) ˢᵏᵗ *anyatamaḥ kārvaṭiko viruddhaḥ*, một thủ lãnh sơn dã kia phản loạn.

[936] 曠野國. Xem cht. 935 trên.

giặc kia."

"Thiện Tài tâu vua cha: 'Tuân lệnh.'

"Rồi khi vào trong cung, thấy phu nhân Duyệt Ý, Thiện Tài quên lời phụ vương.

"Vua lại lệnh cho Thiện Tài:

"Ngươi sớm đến đó mà đánh địch."

"Thiện Tài nhận lệnh, rồi vào trong cung, vừa thấy Duyệt Ý, lại quên mất giáo lệnh của phụ vương.

"Khi ấy, môn sư của vua trở lại tâu vua:

"Thái tử Thiện Tài tham dục, ái nhiễm Duyệt Ý, mong Đại vương lệnh cho các binh chúng tập hợp lại đây, rồi lệnh cho thái tử đến đây để lên đường."

"Vua liền gọi Thiện Tài, lệnh cho bốn binh chúng đến đó hàng phục địch. Thiện Tài tâu vua: 'Để con chia tay Duyệt Ý rồi đi.'

"Vua nói: 'Đi ngay. Nay chẳng phải là lúc nhìn Duyệt Ý.'

"Con đi giã từ mẹ."

"Giã từ đi!"

"Thiện Tài liền đến chỗ phu nhân Duyệt Ý lấy viên ngọc búi tóc kia, rồi đi đến bên mẹ, quỳ gối thưa mẹ:

"Mẹ hãy giữ kỹ viên ngọc búi tóc này, chớ có cho Duyệt Ý. Nếu cô ta bị đau khổ bức bách gần chết, mới đưa cho."

"Mẹ đã nhận rồi, thái tử đi nhiễu quanh mẹ ba vòng, chơi các bản nhạc, rồi đi chinh phạt. Cách thành không xa, thái tử tạm nghỉ dưới gốc cây.

"Bấy giờ, Thiên vương Bệ-thất-la-mạt-noa[937] thống lãnh vô lượng

---

[937] 薜室羅末拏天王. Skt Vaiśravaṇa mahārāja, Tì-sa-môn Thiên vương, đứng đầu trong bốn Hộ thế Thiên vương; Hán thường dịch âm là Tì-sa-môn Thiên vương và dịch nghĩa Đa Văn Thiên vương. Tib. rgyal po chen po rnam thos.

các tùy tùng đi qua chỗ đây, liền không thể di chuyển, trong lòng rất lấy làm lạ: 'Ta từng đi qua khắp nơi, chưa có trường hợp như thế này.' Thiên vương bèn quán sát, trông thấy đồng tử Thiện Tài ở dưới gốc cây, là Bồ-tát Hiền Kiếp, đang chịu khổ nhọc, đến chỗ kia để dẹp địch. Thiên vương nghĩ: 'Ta nên trợ giúp thái tử đi chinh phục địch, chớ để cho tổn hại.' Nghĩ rồi, Thiên vương lệnh cho Dược-xoa thứ năm[938]:

"Các ngươi nhanh đến trong thành Khoáng dã, hàng phục tất cả địch kia cho Thiện Tài, chớ để cho tổn hại."

"Vâng lệnh Thiên vương, Dược xoa liền biến hóa bốn quân binh chủng, thân hình cao lớn như cây đa la, voi cao như núi lớn, ngựa lớn như voi, lại biến hóa ra các khí trượng, biến hiện với nhiều hình thức, thổi kèn đánh trống, khiến cho ai cũng kinh sợ. Hiện đại oai lực như vậy, đến chỗ thành địch kia. Thành ấy bốn bên tường vách bao quanh, bị oai lực của Dược xoa cùng lúc bao vây, nhơn dân đều kinh sợ, hỏi: 'Các ông từ đâu đến?'

"Thiên binh đáp:

"Các ngươi mau mở cửa thành, Thiện Tài đến đây, nên ra nghinh đón. Nếu chậm chễ, các ngươi sẽ chết hết, ta không chừa một ai."

"Người giữ thành đáp:

"Chúng tôi không nghịch với vua cũng không trái nghịch Thiện Tài. Chỉ vì bị vua bức bách đóng cửa."**[62a01]**

"Mọi người liền mở cửa thành, đem các hương hoa, âm nhạc ra rước Thiện Tài vào trong thành. Sau khi bình định xong, tạm giam các quan, sắp đặt công việc ổn định, Thiện Tài trở về nước.

"Đêm ấy, phụ vương mộng thấy diều hâu gấp ruột của mình bay xung quanh thành, rồi bỏ thân mình vào trong bảo thất. Tỉnh dậy, vua kinh hãi, toàn thân dựng tóc gáy, lấy tay chống má, suy nghĩ lo sợ: 'Ta nhất định bị đoạt vương vị, chắc chắn sẽ chết.'

"Sáng hôm sau, vua liền triệu tập các bà-la-môn, để đoán ý nghĩa

---

[938] 第五藥叉. Skt *Pāṃcikaṃ mahāyakṣasenāpatim*, Ngũ Kế Dược-xoa đại tướng quân. Tib *gnod sbyin gyi sde dpon chen po lnga len*.

của giấc mộng ấy. Môn sư của vua liền nghĩ: 'Thiện Tài quyết định chiến đấu đắc thắng, ngoại quốc qui hàng. Ta nên giải xấu giấc mộng.' Bà-la-môn đó liền tâu vua:

"Đây là ác mộng, chắc chắn mất ngôi, nhất định sẽ chết. Tất nhiên, trong chú pháp của bà-la-môn có phương pháp giải trừ tà ma, có thể tránh tai hoạ này."

"Vua lại hỏi: 'Có phương pháp gì?'

"Ở trong vườn của vua, nên đào một cái ao, trang trí cho đẹp bằng bùn nhuyễn trắng, giết các ác thú, lấy máu đổ cho đầy ao, mở bốn đường đi, đi vào hướng này, đi ra hướng kia, lệnh cho bốn bà-la-môn lớn thông hiểu bốn Vệ-đà dùng lưỡi liếm dưới chân vua, và xông hương bằng mỡ của khẩn-na-la. Nếu làm pháp trừ tà ma như vậy, chắc chắn vua sẽ trụ lâu trên ngôi vị, sống lâu, không bị tai hoạ."

"Khi ấy vua nói: 'Việc này có thể làm, nhưng mỡ khẩn-na-la làm sao có được?'

"Bà-la-môn nói: 'Duyệt Ý, con dâu Đại vương chính là nữ khẩn-na-la.'

"Vua liền nói: 'Chớ có nói vậy, nó cùng con ta, tuy hai mà một.'

"Đại vương! Có thể chưa nghe sách dạy:

Vì quyến thuộc, bỏ một,
Vì thôn, bỏ quyến thuộc;
Bỏ thôn, giữ thành ấp,
Vì thân, bỏ đại địa.
Vua nên tự bảo hộ,
Và hộ cho đồng tử;
Sau mới hộ người khác,
Cần hại Duyệt Ý kia.

"Đại vương, vì quí thân mạng, nên không việc gì không làm."

"Khi nghe lời nói ấy xong, Đại vương y theo phương pháp đó, cho đào ao sâu, trét bùn nhuyễn trắng, giết các ác thú, lấy máu đổ đầy ao.

"Các cung nhơn ở trong cung Thiện Tài nghe việc này đều rất vui mừng, nói với nhau: 'Ta còn tuổi xuân, đoan chính xinh đẹp, Thiện Tài nếu đến, **[62b01]** ta sẽ hầu hạ.'

"Khi ấy, thấy những người kia phấn khởi, Duyệt Ý thấy lạ mới hỏi cung nhơn: 'Có chuyện gì các ngươi vui mừng vậy?'

"Hỏi hết người này đến người kia, có một cung nhơn trình bày đầy đủ sự việc như trên. Nghe rồi, Duyệt Ý vô cùng khổ não, buồn rầu không vui, liền đến chỗ của mẹ Thiện Tài, khóc lóc trình bày sự việc như trên.

"Mẹ nói:

"Thôi con hãy đợi, để ta tìm hiểu, biết rõ thật hư."

"Sau đó Duyệt Ý lại đến thưa: 'Đây là sự thật.'

"Mẹ thái tử nói:

"Nay đúng là lúc con nên đi, nếu ta không đưa ngọc cho con thì trái với lòng mình."

"Bà liền đưa viên ngọc búi tóc và y phục các thứ cho Duyệt Ý.

"Bấy giờ, Đại vương vào ao tắm rồi, bà-la-môn dùng lưỡi liếm từ chân đến đầu, vua ra lệnh lấy mỡ của khẩn-na-la. Khi ấy thân Duyệt Ý bay lên hư không nói kệ:

"Vì ta nhiễm thân xúc,
Vui chơi ở nơi này;
Như voi được cởi trói,
Tự do thăng hư không.[939]

"Bấy giờ, Đại vương thấy người nữ kia đi như gió, tâm sanh kinh sợ, bảo bà-la-môn môn sư kia:

"Duyệt Ý đã chạy rồi, giờ nên làm gì?"

"Bà-la-môn đáp: 'Đại vương đã được thành tựu, tai hoạ đã trừ.'

"Khi ấy, Duyệt Ý ở giữa hư không suy nghĩ: 'Nay ta thọ các khổ não ở đây là do Tiên nhơn kia. Ta nên đến chỗ Tiên kia nói việc này. Thân ta nay gặp đại nạn là vì ngài.' Nghĩ rồi, liền đến chỗ tiên, đảnh lễ

---

[939] Bản Hán, hết quyển 13. Phạn I.87.22. 'Dul ba kha 212b3.

rồi thưa:

"Đại Tiên, vì ngài nói về tôi cho người khác nghe, cho nên tôi bị trói buộc, bị ái dục của con người làm cho mê loạn đến chết."

"Lại thưa tiếp:

"Nếu Thiện Tài tìm tôi, lấy vòng tay[940] của tôi đưa cho anh ấy. Nhờ ngài nói giúp: đường đến trú xứ của tôi rất hiểm trở, **[62c01]** mong anh trở về, không cần đến đó. Nếu anh ấy không chịu quay về, xin Tiên chỉ đường đi cho. Ở phía bắc của bờ cõi này có ba ngọn núi đen[941], vượt qua núi này lại có ba ngọn núi khác, vượt qua ba núi khác này còn có ba núi khác nữa. Vượt qua chín núi này, có Tuyết sơn vương. Phía Bắc núi này lại có Hắc sơn.[942] Dưới núi này nước chảy xiết, lại còn có các núi: Khư-đạt-la, Y-sa-đà-la, Kim cương tạng, Dục sắc sơn, Ô-câu-đắc-ca, Y-phạt-đắc-ca, A-tị-phược-na, Bỉ-mộc-sơn-na...[943] Vượt qua các núi này liền vào núi Khư-na-la[944], dưới núi có hang, vào trong

---

[940] Skt *aṅgulimudra*, chiếc nhẫn. Tib *sor gdub*.

[941] 黑山. Skt *kālaparvata*; Tib *ri nag po*. *Câu-xá* quyển 11 (T29n1558, tr. 0058a18): Từ Châu Thiệm-bộ đi về phía bắc có ba nơi mỗi nơi có ba ngọn Hắc sơn. Qua 9 ngọn Hắc sơn, có Tuyết sơn...

[942] Skt *tasyottareṇotkīlakaparvataḥ*, phía bắc Tuyết sơn có ngọn *Utkīlaka*. Tib *ri bo phur ba'i rtse*. Các tài liệu Hán không thấy tên núi này. *Câu-xá*, dẫn trên, phía bắc Đại Tuyết sơn có núi Hương túy (*Gandhamādana*).

[943] 佉達羅伊沙陀羅金剛藏欲色山烏俱得迦伊伐得迦阿鼻縛那彼木山那 (?). Bản Phạn: lần lượt vượt qua các ngọn núi *Khadiraka, Ekadhāraka, Vajraka, Kāmarūpī, Utkīlaka, Erāvataka, Adhunāna, Pramokṣaṇa*. Tib *seng lden can, rgyud gcig pa, rdo rje can, 'dod dgur sgyur ba'i gzugs can, phur ba'i dbyibs, sa srung bu'i dbyibs, mi g.yo ba, rab grol*. Cf. *Câu-xá 11*, tr. 15a20: ... Kiết-địa-lạc-ca..., không có danh sách tương đương.

[944] 佉那羅: *Khadira*, trên kia phiên âm 佉達羅 Khư-đạt-la. Skt *tatra Khadirake parvate guhāpraveśaḥ Ekadhārake ca Utkīlake*| tại đây, trong núi *Khadiraka, Ekadhāraka* và *Utkīlaka* đều có hang, đi vào trong hang ấy. Tạng [,Dul ba kha 213a3].

hang đây có trụ đá lớn.⁹⁴⁵ Leo lên trụ đá này rồi, mặc áo da nai⁹⁴⁶ ngồi chờ, sẽ có một điểu vương đến⁹⁴⁷ mang đi vượt qua các núi.⁹⁴⁸ Ra khỏi khu vực này rồi, có nhiều chướng vật hình thù khác nhau,⁹⁴⁹ có cái hình người, hình dê, hình dê đen.⁹⁵⁰ Lại đến một cái hang tên là Tân-già-la,⁹⁵¹ trong hang nước chảy như nước cháo, trong đó có đại mãng xà lao đến rất nhanh. Anh phải hết sức chú ý mà vượt qua⁹⁵².

"Giữa các chướng vật ấy, có ác điểu⁹⁵³ bay đến, cần phải bắn nó.⁹⁵⁴

"Lại có chướng vật như hai con bò⁹⁵⁵ đấu nhau, nên bẻ gãy sừng, rồi tiếp tục đi.

"Hoặc lại trên đường gặp chướng vật, người sắt⁹⁵⁶, tay cầm dao sắt, hình tướng đáng sợ, nên đánh phá nó⁹⁵⁷, rồi tiếp tục đi.

---

⁹⁴⁵ 大石柱. Skt *Utkīlaka*, tức ngọn núi mà trên kia phiên âm Ô-cu-đắc-ca (*Utkūtaka*?); bản Hán hiểu *utkīla* (cột trụ cao) là từ chung, thay vì tên núi như trong bản Phạn.

⁹⁴⁶ Skt *Ekadhāraka*, tên núi dẫn trên, bản Hán đọc là *etā*-(da hươu cái)-*dhāra* (giữ), do đó dịch là "khoác áo da hươu"?

⁹⁴⁷ Skt *vajrake tu parśirājena praveśaḥ*, tại núi *Vajra* (Kim cang), có điểu vương bay vào. Tib *rdo rje can la ni bya'i rgyal pos 'jugs ste*.

⁹⁴⁸ Phạn & Tạng: cần phải vượt quá bằng mọi cách.

⁹⁴⁹ Skt *yantrāṇi ca bhaṅktavyāni*, cần phải phá vỡ những cạm bẫy ma thuật.

⁹⁵⁰ 殺羊形. Skt *rākṣasarūpa*, hình quỷ la-sát.

⁹⁵¹ 窟名賓伽羅. Skt ... *piṅgalo [hantavyaḥ]*| Những thứ cần phải giết: người mặt dê, cừu, có hình dáng quỷ la-sát *Piṅgala*. Tib *lug lta bu dang| skye bu srin po ser skya'i gzugs can dag kyang gzhom par bgyi'o*| Bản Phạn sót từ *hantavyaḥ*: cần phải giết, biên tập y bản Tib (*gzhom par bgyi'o*) thêm vào. Bản Hán có lẽ y theo bản Phạn này nên đọc liền từ *piṅgala* xuống dưới với *guhāyām*: trong hang.

⁹⁵² Skt *sa te vikrameṇa hantavyaḥ*, phải dùng hết sức mà giết nó.

⁹⁵³ Skt *nāgam ... kirīṭakam*, rồng (rắn) có mào. Tib *sbrul ni nag po*.

⁹⁵⁴ Từ đây trở xuống, bản Phạn và Tạng theo thể thi tụng. Có nhiều điểm bản Hán không tương đồng với bản Phạn và Tạng.

⁹⁵⁵ 兩牛: có lẽ chữ 羊 dương chép nhầm. Skt *dvau meṣau*, hai con dê.

⁹⁵⁶ Skt *āyasau puruṣau*, hai người bằng sắt.

⁹⁵⁷ Skt *tayor ekaṃ tāḍayitvā*, sau khi đánh gục một trong hai người.

"Lại có chướng vật, hình thù như tướng dược xoa[958], miệng sắt, nếu thấy nó thì dùng đinh sắt đóng vào trán nó.

"Lại gặp một cái giếng lớn tên là Mãnh Chuyển,[959] anh nên cầm gậy để lội qua. Nếu gặp dược xoa có đầu và mắt màu vàng, nên cầm dao và gậy mà đi qua.

"Lại phải vượt qua nhiều con sông, trong đó có thuồng luồng; có sông tên là Năng già, Bà-đẳng-gia, Đa-ba-nễ, Ba-đăng-kì, Chỉ-đa-la, Ô-lô-đà-nễ, Ha-tát-nễ, A-thi-vĩ-sa, Tì-đà-nặc-ni-nễ[960]...

"Sông Năng-già có nữ dược xoa thường cư trú, tên là Câu-ba.[961]

"Sông Bà-đẳng-gia không có người ở.

"Sông Đa-ba-nễ có nhiều thuồng luồng.[962]

"Trong sông Chỉ-đa-la có nhiều sắc theo ý muốn[963].

"Sông Ô-lô-đà-nễ, tì nữ của Khẩn-na-la ở.

"Trong sông Ha-tát-nễ, tân phụ Khẩn-na-la[964] ở.

"Trong sông A-thi-vĩ-sa, có rắn đủ loại hình dáng.

"Nước sông Tì-đà rất là dơ bẩn.[965]

---

[958] Skt *rākṣasī*, nữ dạ-xoa.
[959] 猛轉. Phạn & Tạng: một cái giếng 60 khủy tay đang xoáy dữ dội.
[960] 能伽婆騰伽多波儞波登祇指多囉嗚嚧馱儞河阿薩儞阿施尾沙毘陀諾儞等河. Skt *Naṅgā, Pataṅgā, Tapanī, Citra, Rudanī, Hasanī, Āśīviṣā, Vetravatī*. Tạng [ʼDul ba kha 213b1]: *nang ga phye ma lab gdungs dang|sna tshogs ngud modgod pa dang| sbrul can ʼod ma can gyi klung|*
[961] 藥叉女俱波. Skt *rākṣasī-Kopā*. Bản Tạng: *nang ga na ni srin mo khro*, sông *Naṅgā* có dược-xoa nữ phẫn nộ.
[962] 蛟龍. Skt *grāhabahulatva*, nhiều cá sấu. Tib *ʼdzin khri mang*.
[963] 欲色.
[964] 新婦. Skt *kinnarīsnuṣā*: cô dâu của Khẩn-na-la. Tib *mi ʼam coʼi mnaʼ ma*.
[965] Skt *Vetranadyāṃ tu śālmaliḥ*, trong sông *Vetra* (*vatī*) có cây *śālmali*, cây có lá bằng gươm trong địa ngục. Hán đọc *samala* (bẩn) thay vì *śālmali*?

"Nếu khi vượt qua sông Năng-già, phải hết sức dũng cảm.

"Khi qua sông Bà-đằng-gia, phải quyết tâm vượt qua.

"Khi qua sông Đa-bà-na⁹⁶⁶, nên ngậm miệng lội qua.

"Khi qua sông Chỉ-đa-la, nên ca hát nhiều.

"Khi qua sông **[63a01]** Ô-lô-đà-na, tâm nên chánh định.⁹⁶⁷

"Khi qua sông Ha-tát-nhĩ, im lặng chớ nói.

"Khi qua sông A-thi-vĩ-sa, hãy đọc chú cấm độc xà rồi mới qua.

"Khi qua sông Na-đà-na⁹⁶⁸, tay cầm kiếm bén cắt dây mây để qua.⁹⁶⁹

"Vượt qua các con sông này rồi, có năm trăm dược-xoa giữ cửa sẽ mở, anh phải dũng cảm, không sợ hãi. Đây là vương thành của Khẩn-na-la."

"Nói những điều này xong, lễ chân Tiên nhơn, Duyệt Ý vọt lên hư không mà đi.

4. Cuộc phiêu lưu của thái tử

"Bấy giờ, đồng tử Thiện Tài bình định địch biên cảnh xong, liền trở về thành Na-bố-la.⁹⁷⁰ (Sau khi điều hòa hơi thở),⁹⁷¹ Thiện Tài bái lễ phụ vương, rồi ngồi đối diện. Đại vương liền hỏi thăm Thiện Tài, bằng ngôn từ thương yêu mà vỗ về, hỏi han. Thiện Tài đáp:

"Nhờ oai lực của Phụ vương, con được an ổn trở về, việc chinh phạt địch kia thảy đều bình định. Đặt bảo tử⁹⁷² vào vị trí giám quan; y

---

⁹⁶⁶ Skt *Tapanī* có nhiều cá sấu.
⁹⁶⁷ Phạn: *saumanasyene samuttāraḥ*, an toàn vượt qua một cách vui vẻ. Tib. *ngud mo can du yid bde bas*.
⁹⁶⁸ 那陀那, trên kia phiên âm 毘陀(諾儞) Tì-đà-(nặc-nễ). Skt *Vetra(vatī)*.
⁹⁶⁹ Skt *tīkṣṇaśāstrasampātayogena samuttāraḥ*, nắm chặt cây kiếm bén mà vượt qua an toàn.
⁹⁷⁰ 那布羅, trên kia dịch là thành Long các.
⁹⁷¹ 繳息定已. Skt *praṇāmaṃ kṛtvā*, sau khi cúi lạy; Hán đọc là *praṇāṃ kṛtvā* (?). Tib. *ngal sos*.
⁹⁷² 寶子. Skt *citraka = cintaka*, người chỉ huy, giám sát. Hán hiểu *citraka*

theo pháp mà thu thuế."

Phụ vương nói: "Con ta có công, việc làm đã xong."

Thiện Tài đồng tử cáo từ phụ vương:

"Con muốn về cung."

Phụ vương nói:

"Ở lại cùng ta dùng cơm."

"Đã lâu con không thấy Duyệt Ý, nay muốn đến thăm."

"Hôm nay ở đây! Mai rồi về thăm."

"Hôm nay con phải đến thăm Duyệt Ý."

"Phụ vương im lặng, không đáp. Khi ấy, đồng tử liền về bổn cung, thấy trong cung không thấy bóng dáng, không thấy Duyệt Ý, chạy kiếm khắp nơi, kêu lớn: "Duyệt Ý! Duyệt Ý! Khanh ở đâu?"

"Các cung nữ vây quanh, muốn gây loạn tâm Thiện Tài, nhưng thân tâm Thiện Tài như bị tên bắn, chỉ nghĩ Duyệt Ý, liên tiếp hỏi dồn: "Duyệt Ý ở đâu?" Lúc đó, một cung nhơn trình bầy đầy đủ sự việc như trên. Nghe xong, đồng tử Thiện Tài vô cùng sầu khổ. Cung nhơn thưa:

"Nay trong cung này còn có người đẹp hơn, may ra trừ được ưu não."

"Khi ấy, thiện Tài biết phụ vương làm việc vô ân, liền đến bên mẹ, lễ chân mẹ, quì xuống thưa:

"Thưa mẹ! Nay con không thấy Duyệt Ý. Duyệt Ý của con hình mạo đoan chánh, đủ các phước đức. Nay nếu không thấy, tâm con mê loạn nóng bức, nơi nào Duyệt Ý đến con cũng sẽ tìm đến. Nếu không có Duyệt Ý, chắc con buồn khổ chết quá."

"Mẹ nói:

"Gặp lúc Duyệt Ý bị khổ nạn mất mạng, nên mẹ đã để cho đi rồi."

"Việc này thế nào?"

---

theo nghĩa "họa phẩm" = bảo tử (?). sna bo.

"Người mẹ kể đầy đủ. Thiện Tài biết phụ vương vô ân. Lại hỏi mẹ: "Cô ta đi phương nào?"

"Duyệt Ý đi về núi này, chỗ Tiên nhơn pháp vương."⁹⁷³

"Khi ấy, vì lìa xa Duyệt Ý, Thiện Tài khóc lóc khổ não, **[63b01]** bất giác kêu: "Duyệt Ý!"

"Mẹ lại nói: "Trong cung của ta đây còn có người đẹp hơn, cớ gì mà ưu não?"

"Mẹ ơi! Cung nhơn đây, con không yêu."

"Thương con, mẹ an ủi con bằng những lời dịu ngọt khuyên giải, nhưng Thiện Tài phiền não càng thêm bốc cháy, vội vã chạy hỏi khắp nơi, bèn nhớ ra: "Hỏi chỗ này có thể được." Liền chạy đến chỗ thợ săn, hỏi: "Trước đây, ông có được Duyệt Ý ở chỗ nào?"

"Ở nơi núi kia, có Tiên nhơn trú. Chỗ ấy có cái ao, Duyệt Ý thường đến tắm trong ao. Tôi theo lời Tiên nhơn dạy, bắt được Duyệt Ý đem về."

"Thiện Tài liền về cung, suy nghĩ: "Nay nên đến chỗ Tiên nhân để lấy tin tức."

"Nghe đồng tử xa lìa Duyệt Ý, lòng rất buồn rầu, muốn đến chỗ Tiên nhơn trong núi, Phụ vương nói: "Thiện Tài! Sao mà mê loạn đến thế? Cha nay để dành cung nhơn tối thắng cho con."

"Nghe xong, Thiện Tài nói: "Không có Duyệt Ý, con không ở trong cung này."

"Bấy giờ, Đại vương liền ra lệnh nghiêm ngặt cho quân cất giữ chặt các yếu lộ tại các cổng thành dẫn đến các giao lộ, chớ để thái tử ra khỏi thành.

"Thiện Tài ban đêm tỉnh thức không ngủ, suy nghĩ: "Ta nghe trong sách nói có năm hạng người tỉnh ngủ trong đêm. Thế nào là năm? Một, người nam mơ tưởng người nữ, hay nữ mơ tưởng nam; hai, vợ bị chồng giận; ba là kẻ trộm; bốn là tướng quân; năm là khi bí-sô tinh

---

⁹⁷³ Phạn & Tạng: Trả lời bài thi tụng.

tấn khổ hành.⁹⁷⁴ Ta nay là một trong số đó."

"Rồi đồng tử lại nghĩ tiếp: "Nếu ta đi ra từ cửa, chắc chắn phụ mẫu bắt tội người giữ cửa." Nghĩ vậy rồi, liền lấy vòng hoa đặt trên cây phướn,⁹⁷⁵ nơi không có người giữ cửa, từ đây ra đi. Ra đến ngoài thành, khi mặt trăng vừa mọc, Thiện Tài nhìn mặt trăng khóc lóc, nhớ nghĩ Duyệt Ý, liền nói kệ:

"*Trăng tròn, chiếu sáng đêm,*
Vua trong các vì sao;
*Sao Tất*⁹⁷⁶ *như mắt thương,*
Như người dẫn đường tốt.

"Có ai thấy Duyệt Ý, mắt như sen xanh?"

"Nói lời này xong, Thiện tài bước lần đi, nhớ lại thuở xưa cùng Duyệt Ý dạo chơi. Khi gặp một con nai, Thiện Tài nói:

"Ngươi thường ăn cỏ uống nước, không bệnh, dạo chơi, không khổ như ta." Rồi hỏi: "Ngươi có thấy Duyệt Ý?"⁹⁷⁷

"Nói xong, lại đi tiếp, lần hồi đến một nơi, Thiện Tài thấy hoa quả sum sê, có những con ong mật ở trên hoa hút nhụy, Thiện Tài nói:

"Màu xanh không vấy bẩn, sắc **[63c01]** màu như vàng ròng, ở giữa

---

⁹⁷⁴ Phạn: (a) *puruṣāḥ striyam apekṣamāṇāḥ*, đàn ông đang mơ tưởng đến phụ nữ; (b) *pratibaddhacittaḥ strīpuruṣaḥ*, nam nữ mà tâm tư buộc chặt nhau; (c) *utkruśaprāṇī*, chúng sinh kêu gào; (d) *caurasenāpatiḥ*, thủ lãnh cường đạo (tướng quân giặc cướp); (e) *bhikṣuś cālabdhavīryaḥ*, bí-sô tinh tấn.

⁹⁷⁵ Phạn: "buộc tràng hoa bằng hoa sen xanh trên đầu, rồi buộc tràng hoa này vào một cây phướn, sau đó nhắm chỗ không người canh mà đi ra."

⁹⁷⁶ 畢星. Skt. *Rohiṇī*. Tib. *snar ma*.

⁹⁷⁷ Phạn: nguyên một bài thi tụng. Tạng, 'Dul ba kha 215a4.

rừng trúc đây, hai sắc thân vi diệu,⁹⁷⁸ có thấy Duyệt Ý?"⁹⁷⁹

"Nói rồi lại tiếp tục đi, gặp một con mãng xà, Thiện Tài nói:

"Ngươi là con rắn đen, lưỡi như lá cây, thè đến miệng và mắt, cùng bốc ngọn khói. Ta có lửa dục cũng lại như vậy, không có độc tâm.⁹⁸⁰ Ngươi có thấy Duyệt Ý của ta ở đâu?"⁹⁸¹

"Nói xong, tiếp bước đến một khu rừng, thấy con chim bách thiệt⁹⁸² đang hót với giọng ngọt ngào, Thiện Tài nói:

"Giữa cánh rừng này, trong các loài chim ngươi là loài cao quí, dạo chơi giữa các rừng cây. Có con gái vua Khẩn-na-la tên là Duyệt Ý, mắt tóc như sen xanh; ngươi có thấy không?"⁹⁸³

"Nói rồi lại đi tiếp đến [một nơi kia, thấy] cây vô sầu,⁹⁸⁴ trên cành hoa nở rộ, hoa có tên cát lợi;⁹⁸⁵ vua trong các cây. Thiện Tài nói:

"Khi nhớ Duyệt Ý, tâm ta sầu muộn. Ngươi tên vô sầu, ta nay chấp tay, mong được vô sầu."⁹⁸⁶

"Do tâm mê loạn, Thiện Tài nói năng khác thường. Đi dần đến chỗ Tiên nhơn, Thiện Tài khen Tiên nhơn:

> *"Thân khoác áo vỏ cây,*
> *Thường ăn rễ hạng nhất.*
> *Tôi nay đánh lễ đại tiên sư,*
> *Xin ngài nói cho chỗ Duyệt Ý ở.*

---

⁹⁷⁸ 兩色妙身, không rõ ý. [Skt] *varṇādhimātrasadṛśāyatakakeśahastā*, những lọn tóc dài màu (đen) mượt mà (như những con ong). [Tib] *skra yi tshogs ring kha dog bung ba ltar gnag pa|*

⁹⁷⁹ Phạn & Tạng, thi tụng.

⁹⁸⁰ Phạn: "không như lửa độc của rắn."

⁹⁸¹ Phạn & Tạng, thi tụng.

⁹⁸² 百舌鳥. [Skt] *kokila*, chim cúc cu. [Tib] *khu byug*.

⁹⁸³ Phạn & Tạng, thi tụng.

⁹⁸⁴ 無愁樹, tức cây vô ưu. [Skt] *aśokavṛkṣa*. [Tib] *shing mya ngan 'tshang*.

⁹⁸⁵ 吉利. [Skt] *maṅgalya*, cát tường. [Tib] *bkra shis*.

⁹⁸⁶ Phạn & Tạng, thi tụng.

"Khi ấy, Tiên nhơn dùng lời an ủi bảo Thiện tài:

"Hãy ngồi xuống đây, ta nói cái ta thấy,⁹⁸⁷ mặt như trăng tròn, mắt tợ sen xanh, mi mắt dài nhỏ giống như trăng khuyết, hình dáng dễ yêu, ai thấy cũng thích. Hãy ăn rễ, quả, sau sẽ hết buồn. Tìm kiếm không khó. Không có gì phải lo nghĩ."⁹⁸⁸

"Nói lời ấy xong,⁹⁸⁹ lại bảo Thiện tài:

"Nhưng khi Duyệt Ý ra đi, có gửi lời dặn dò và để lại chiếc nhẫn này. [Dặn rằng:]'Nếu Thiện Tài đến tìm tôi, hãy đưa chiếc nhẫn này.' Nói như vậy xong, lại nói đường đi hiểm trở, nên báo đồng tử Thiện Tài biết đường đi trải qua những nguy hiểm cực kỳ; hãy quay về. 'Nếu anh quyết định không về, Tiên hãy chỉ đường.'"

"Tiên nhơn lại bảo đồng tử:

"Nên biết Duyệt Ý dặn thế này: 'Ở phía Bắc bờ cõi này có ba ngọn Hắc sơn; vượt qua ba ngọn này còn có ba ngọn khác. Qua chín ngọn núi này rồi thì đến Tuyết sơn vương. Núi này có dược thảo,⁹⁹⁰ hái lấy rồi nấu với bơ trong mà uống, sẽ không còn đói khát, tăng nhiều khí lực, ổn định trí nhớ. Lại bắt một con vượn đi theo bên mình, dùng chú thuật giữ nó. Lại mang theo cung tên và bảo châu để soi sáng. Lại hòa hiệp thuốc hương a-già-đà để trị độc xà. Lại đem ba cây đinh sắt và cây đàn luýt.⁹⁹¹ Phía Bắc Tuyết sơn vương lại có Thanh sơn,⁹⁹² v.v... *như trên cho đến* báo cho Thiện Tài phải phát đại oai lực vượt qua các loài ác thú kia, giết chết tất cả. *Nói đầy đủ như trên*, y theo thứ lớp

---

⁹⁸⁷ Xem lại bản Hán ngắt câu Phạn: *tataḥ sa ṛṣiḥ sudhanaṃ kumāraṃ svāgatavacanāsanadānakriyādipuraḥsaraḥ pratisaṃmodyovāca|* "Bấy giờ, vị Tiên này trước tiên nói lời chào đón Vương tử Thiện Tài, chỉ chỗ ngồi đã dọn sẵn; sau khi thăm hỏi an ủi, ông nói..."

⁹⁸⁸ Phạn & Tạng, thi tụng.

⁹⁸⁹ Phạn & Tib còn thêm một thi tụng, Tiên nhân thuật lời nhắn gửi của *Manoharā*.

⁹⁹⁰ Phạn: thuốc có tên là *sudayā*, một thần dược theo truyền thuyết. Tib. *shin tu 'o ma 'dzag*: sữa nhỏ xuống (?).

⁹⁹¹ 箏. Skt. *vīnā*, một loại đàn cầm Ấn. Tib. *pi bang*.

⁹⁹² 青山. Skt. *Utkīlaka*; **xem cht. 942, 945**.

mà làm."

"Sau khi nghe Tiên nhơn nói xong, Thiện Tài nhất nhất theo chỉ bảo, làm theo thứ lớp, mang theo thần chú thuốc⁹⁹³, lễ chân Tiên nhơn, tạ từ lên đường.

"Những **[64a01]** việc gì cần đều đã làm xong, trừ con vượn là chưa có, Thiện tài liền đến chỗ Tiên. Tiên liền cho một con vượn, lại bảo Thiện Tài:

"Ngươi đi một mình đơn độc, không có ai làm bạn, sao phải khổ công đi tìm Duyệt Ý, nhất định bỏ mạng."

"Thiện Tài đáp:

"Tôi quyết phải tìm, trăng đi trong hư không, ai là bạn? Cũng như thú vương, dùng sức răng và vuốt, nào có bạn bè. Lửa bốc cháy rừng, ai là bạn? Dù tôi không bạn, có gì trở ngại? Biển lớn, không thể nhảy vào; hoặc bị độc xà, không thể cứu chữa. cũng xứng đáng thôi. Phàm là đại nhơn, tinh cần hành sự; nếu việc không thành, chẳng có lỗi gì."

"Bấy giờ, Thiện Tài y theo lời của Duyệt Ý, mang theo dược thảo, thần chú, vượt qua các núi sông hiểm nạn, đến thẳng thành vua Khẩn-na-la. Thiện Tài từ xa trông thấy thành đó, thắng diệu dị thường, tất cả vườn rừng tốt tươi xinh đẹp, đủ các loại hoa và các loại chim quý, hồ nước, kênh ngòi. Lại thấy vô lượng khẩn-na-la nữ, cùng đi đến lấy nước. Khi ấy, Thiện Tài hỏi các người nữ:

"Lấy nước để làm gì?"

"Vương nữ Duyệt Ý, khi ở trong loài người, thân nhiễm mùi loài người, dùng nước này tắm để trừ khử mùi loài người."

"Thiện Tài lại hỏi:

"Nước này xối tắm một lần, hay dội tắm trước sau theo thứ lớp?"

"Dội theo thứ lớp."

"Thiện Tài liền nghĩ:

---

⁹⁹³ Phạn: mang theo ba thứ: thuốc (*oṣadha*), thần chú (*mantra*), và thuốc trị độc a-già-đà (*agada*).

"Ta nay có được cơ hội, đem chiếc nhẫn cát tưởng này đặt trong vò nước, để tin thông cho Duyệt Ý." Nghĩ rồi, Thiện Tài lấy chiếc vòng, lặng lẽ bỏ trong một vò nước, rồi nói với nữ kia:

"Nên dùng nước này tắm cho vương nữ trước nhất."

"Khi ấy, cô gái khẩn-na-la liền nghĩ:

"Đây ắt có duyên cớ." Bèn đem nước này để tắm trước. Vương nữ dội nước từ trên đầu, bỗng nhiên chiếc nhẫn rơi trên mình. Khi ấy Duyệt Ý liền gọi nữ kia, hỏi:

"Khi ngươi đem nước về, còn có ai khác không?

"Tôi thấy có một người đàn ông."

"Cô gái mô tả đầy đủ tướng trạng. Khi ấy, Duyệt Ý biết là Thiện Tài, lệnh cho nữ kia hãy mau che dấu, tìm cách dẫn về, chớ để người nào thấy. Vâng mệnh, cô gái kia dẫn Thiện Tài về, dấu ở một chỗ. Duyệt Ý đến bên phụ vương, quỳ xuống thưa:

"Thưa cha! Nếu thấy Thiện Tài, cha sẽ làm gì?"

"Chặt nó làm trăm đoạn, chia làm bốn đống. Hạng người như thế, còn dùng được gì?"

"Duyệt Ý lại thưa:

"Nếu người ấy đến được nơi đây, cha sẽ thế nào?"

"Khi phụ vương nghe vậy, tâm sân hạ xuống, rồi nói: "**[64b01]** Nếu đồng tử đến đây, cha sẽ trang điểm cho con với tất cả đồ trang sức ưng ý nhất, cho một nghìn thị nữ khẩn-na-la theo hầu, rồi ban con cho làm vợ nó."

"Khi nghe lời này, Duyệt Ý vô cùng vui mừng, toàn thân hỷ lạc, liền báo cho Thiện Tài nghiêm sức y phục đến bái kiến Phụ vương.

"Bấy giờ, từ xa trông thấy Thiện Tài đầy đủ nhân tướng, hình dáng xinh đẹp, ai thấy cũng thích, vua Khẩn-na-la tâm rất kinh ngạc, liền muốn thử tài nghệ của đồng tử, sai đặt một trụ vàng lớn cao bảy cây đa-la, lại đặt bảy cái trống lớn[994] và bảy huyền cao (?)[995].

"Đồng tử Thiện Tài bản thân là Bồ-tát. Nếu là Bồ-tát, các kỹ nghệ công xảo đây, không có gì mà không biết; làm những việc gì cũng được chư thiên trợ giúp, không bị chướng ngại. Ở trước vua, đồng tử thiết đại cúng dường: thổi sáo, đánh đàn không hầu, đàn tì bà, chơi đủ loại âm nhạc, và các kỹ nghệ; ở trong hư không, chư thiên cũng đều trợ giúp.[996]

"Bấy giờ, vâng lệnh vua, Thiện Tài đồng tử tay cầm đại đao sáng loáng, màu như sen xanh, chém cây trụ đa-la, trước vương điện kia, chém nát vụn như chém cây chuối, như dầu mè[997], rồi dùng tên bắn xuyên qua tất cả bảy trụ vàng, bảy cái trống, bảy *huyền cao, mà thân như Tu-di không dao không động. Trong hư không, chư thiên và các khẩn-na-la đều reo hò cổ vũ.

"Bấy giờ, vua khẩn-na-la thấy nghe việc kỳ lạ như vậy, tâm rất kinh ngạc, lệnh cho một ngàn cô gái khẩn-na-la trang nghiêm tư chất diện mạo y hệt như Duyệt Ý, rồi bảo Thiện Tài:

"Ngươi hãy nhận diện ai là Duyệt Ý?"

Khi ấy, Thiện Tài nhận diện bằng kệ tụng:

Duyệt Ý, là Thọ nữ[998],
Tôi nay rất yêu kính;
Lời thật, hãy đến đây,
Bước nhanh về phía trước.

"Khi ấy, Duyệt Ý bất giác bước tới một bước, chúng khẩn-na-la tâu

---

[994] 菩鼓. Skt *bheri.* Tib *rngo bo che.*
[995] 玄高. Skt *śūkara*: con lợn (heo) Tib *phag pa.*
[996] Bản Phạn, tiếp theo có 2 thi tụng, không thấy trong Hán và Tạng.
[997] 如油麻. Skt *khaṇḍakhaṇḍaṁ chettum ārabdhaḥ | tatas tān tilaśo 'vakīrya,* nghiền nát thành mảnh vụn như hạt mè. Tib *de nas ti la gyi 'bru tsam du brlags so.*
[998] 樹女. Skt *drumasya duhitā*, con gái của Thọ vương. *Druma,* Hán dịch là 樹 thọ (cây), tên của vua Khẩn-na-la. Cf. Đại Thọ Khẩn-na-la vương kinh (T15n625, *Drumakinnararāja-paripṛcchā*). Tib *ljon pa'i bu.*

Đại vương:

"Thiện Tài đây là người có oai lực, dũng cảm phi thường, tướng mạo hoàn hảo, cùng Duyệt Ý tương xứng, nên gả Duyệt Ý cho, cần chi phải áp đặt khó khăn?"

Bấy giờ, chúng khẩn-na-la thứ lớp bạch vua: "Gả Duyệt Ý cho Thiện Tài."

"Vua liền ban lệnh, theo pháp Khẩn-na-la, tay trái vua cầm tay con gái, tay phải cầm bình vàng, nói:

"Này Vương tử! Đây là ái nữ của ta, cùng với một nghìn thị nữ khẩn-na-la, ta ban cho người làm vợ."

"Vua nói: "Loài người thì hay vô ân[999], tuy vậy ngươi không được ruồng bỏ Duyệt. Cũng không được đặt thêm người vợ nào[1000]."

"Nghe vua dạy bảo xong, Thiện Tài cùng Duyệt Ý về bổn cung, **[64c01]** du hí hoan lạc.

"Một thời gian sau, Thiện Tài nhớ gia quyến, ưu sầu khổ não vì biệt ly cha mẹ, bèn cùng Duyệt Ý bàn luận việc này: "Ý em thế nào?"

"Duyệt Ý đem việc này thưa vua cha biết. Vua nói:

"Con nên đi cùng Thiện Tài, chớ có đi nhầm đường. Loài người hay lừa dối."

"Sau khi chỉ dạy xong, vua ban cho vàng, bạc, trân châu, các loại tạp bảo, cho hai người lên đường.

"Khi ấy, bằng thần lực khẩn-na-la, Thiện Tài đi nhanh đến thành Na-bố-la. Khi vào trong thành, do các loại mùi thơm phát ra từ những khẩn-na-la,[1001] nên hương thơm toả khắp trong thành.

---

[999] 人當無恩. Skt *aparicitā mānuṣāḥ*, loài người thì hỉ nộ thất thường. Tib *mi rnams ni ngo rtag pa yin gyis*.

[1000] Skt *paraṃ tāteti*, "kính vâng, thưa cha!" Skt *param*, bất biến từ, hàm nghĩa xác nhận: "chắc chắn là như vậy." Bản Hán hiểu là danh từ: "kẻ khác". Tib *yab bka' bzhin 'tshal*.

[1001] *Kinnara* được kể chung với các *gandharva* (càn-thát-ba, hương thần)

"Nghe Thiện Tài trở về, vua cha ban lệnh đánh trống, quét dọn thành ấp, dẹp sạch các loại gạch ngói sỏi đá, trỗi các loại nhạc, treo tàn lọng, phướn lụa, đốt các hương thơm, rải hoa vi diệu. Thiện Tài cùng với trăm ngàn tùy tùng hộ tống vào trong thành Na-bố-la. Sau khi nghỉ ngơi, Thiện Tài đem các loại trân bảo đến chỗ phụ vương, lễ chân rồi ngồi trước mặt, kể cho phụ vương nghe việc mình đi đến thành Khẩn-na-la, *chi tiết như trên*.

"Bấy giờ, phụ vương biết oai lực phi thường siêu việt của thái tử, liền làm lễ quán đảnh, truyền ngôi vua cho thái tử.

"Thiện Tài bèn nghĩ:

"Ta cùng Duyệt Ý đã thành vợ chồng, nay lại được thọ quán đảnh vương vị, tự biết do nhân duyên quá khứ, nên được phước báo như vậy. Ta nay cần phải tu phước hơn khi xưa, thực hành bố thí, tạo các phước nghiệp." Nghĩ vậy rồi, Thiện Tài y theo tục pháp, suốt mười hai năm liên tục lập tế tự đường trong thành Tượng các[1002]."

Phật nói với vua:

"Này Đại vương, chớ có ý nghĩ gì khác, Thiện Tài đồng tử thuở ấy chính là thân Ta đây. Thời đó, Ta hành bồ tát đạo, làm vua danh hiệu Thiện Tài. Vì Duyệt Ý mà Ta tinh cần dũng mãnh, nghị lực phi thường. Có được Duyệt Ý rồi, trong mười hai năm liên tục, lập tế tự đường, theo pháp bố thí. Để chứng đắc Vô thượng Bồ-đề, Ta không chỉ tu phước nghiệp thí xả, mà còn tu các phước nghiệp khác, tích tập thiện căn, nhân duyên chánh tín mới chứng Vô thượng Chánh đẳng Bồ-đề."[1003]

---

nên được nói là tự thân phát ra mùi thơm.

[1002] 象閣城. Skt *Hastināpura-nagara*, trên kia dịch là Long các.

[1003] Cước chú Phạn I.97: "nhiều tờ trong thủ bản Gilgit tương đương bản dịch Tạng tờ 408-506 bị thiếu." Phạn bản biên tập bởi S. Bacchi khuyết các trang tương đương Hán từ quyển 14, tr. 64c26-76a25 (quyển 16). Bản Tạng, 'Dul ba kha 219a5-208b2.

V. NHÂN DUYÊN VĨ-THÍ-PHƯỢC-ĐA
(Thái tử Tu-đại-noa)

Phật nói:

"Lại nữa, này Đại vương, Ta vì cầu Vô thượng Bồ-đề mà tu hành bố thí, tạo các phước nghiệp. Đại vương lắng nghe!"

"Vào thuở xa xưa, tại thành Vĩ-thí-phược[1004] có vua tên là Vĩ-thí-bà-mật-đa[1005], chính thức kế ngôi vua, bằng đạo lý mà giáo hoá đời, nhân dân nước ấy phồn thịnh an lạc, không có nạn dối trá, trộm cướp, dịch bệnh; [65a01] bò, dê, lúa, mía, ở đó sung mãn. Vua ấy chánh tín, làm lợi mình, lợi người, thương yêu quốc dân, đối xử nhau bằng tâm từ.

"Một thời, vua cùng vương phi du hý, hoan lạc. Không lâu sau đó thì vương phi có thai. Mười tháng tròn đủ, một hài nhi chào đời, hình dáng xinh đẹp, đầy đủ các tướng, ai cũng thích nhìn. Rồi tổ chức yến hội ngày sanh, để đặt tên cho con. Mọi người bàn thảo: "Đây là vương tử của Vĩ-thí-phược-mật-đa, nên đặt con là Vĩ-thí-phược-đa-la[1006]." Sau đó, trao thái tử cho tám nhũ mẫu nuôi. *Nói đủ như chỗ khác.* Như sen trong nước, thái tử cũng lớn nhanh như vậy. Bấy giờ được cho học tập, các môn lịch số, toán kế, công xảo kỹ nghệ, các sự việc vương pháp, điều khiển mã, các loại tướng pháp, v.v... thảy đều thông thạo. *Nói đủ như chỗ khác.*

"Vương tử bản tính hiền thiện, tâm tịnh chân thật, tự lợi lợi tha, tâm thường từ mẫn, thương yêu người đời, hay hành bố thí cho tất cả, không từ chối một ai.

"Nghe đồn thái tử bố thí tâm không ngăn ngại, những người nghèo túng bất kể xa gần đều đến cầu xin. Những ai đến xin đều được thí cho đầy đủ.

[1004] 尾施縛. Tib *thams cad*. Skt *Viśva*. Các từ Skt phỏng đoán theo bản Tạng ('Dul ba kha 219a6).

[1005] 尾施婆蜜多. Tib *thams cad kyi bshes gnyen*, Skt *Viśvamitra*.

[1006] 尾施縛多羅. Tib *thams cad sgrol*. Skt *Viśvaṃtara*; Pali *Vesantara*; đồng nhất với *Vessantara Jataka*, Bản sanh truyện 547.

"Vào một lúc nọ, Bồ-tát lại muốn xuất thành, dạo chơi vườn rừng, trang nghiêm đầy đủ bằng bảy báu anh lạc, thân mặc áo da hưu, đi xe kéo, trổi nhạc trống lớn, ruổi nhanh đi vào hoa viên. Khi ấy, có một bà-la-môn khen vương tử: "Vương tử dòng sát-lợi, oai lực đại thắng", rồi nói kệ:

> *"Vô lượng người tập hợp,*
> *Ngài có đại thanh danh;*
> *Hãy bố thí xe này,*
> *Thí cho người đáng nhận.*

"Khi ấy, Vương tử tâm rất hoan hỷ, vội vàng xuống xe, đem xe báu thí cho bà-la-môn; rồi nói kệ:

> *"Ta vốn xả xe này,*
> *Hoan hỷ hành bố thí;*
> *Mong ta xả ba cõi,*
> *Sớm chứng diệu Bồ-đề.*

"Vào lúc khác, Vương tử ra thành dạo chơi hoa viên, bằng ngọc báu trang nghiêm bạch tượng, trắng như hoa sen trắng; cũng như voi Tuyết sơn, có những đặc điểm của giống voi tối thượng, cũng như voi Thiên đế Thích, trang nghiêm mình bằng những đặc điểm riêng biệt, phẩm chất hiển hiện. Voi kia ngày ngày tăng trưởng, là voi tối thắng trong các loài voi. Thái tử cùng với các thân hữu quyến tùy tùng, cũng như các vì sao vây quanh trăng tròn sáng. Đến tiết ba tháng mùa xuân, trăm hoa đua nở, rừng xanh nước trong, hoa và chim đua nhau khoe sắc, khổng tước, **[65b01]** anh vũ, nga, nhạn, uyên ương, các loài hợp lại kêu tiếng thanh thót.

"Khi ấy, vua nước lân cận nước thái tử, biết khi vương tử dạo chơi cùng các thể nữ ở hoa viên, đến đâu cũng chu toàn, hoan hỷ vui chơi, ưa hành bố thí. Vua lệnh cho một người bà-la-môn đến đó xin con voi. Bà-la-môn kia đến chỗ Vương tử, nói kệ bằng những ngôn từ mỹ diệu:

> *"Trời người nghe ưa thí,*
> *Tiếng tăm khắp mười phương;*
> *Thí cho tôi voi này,*
> *Nay thật là đúng lúc.*

"Nghe lời cầu xin như thế, Vương tử vui vẻ bước xuống voi, đem voi dâng thí, rồi nói kệ phát nguyện:

> "Nguyện ta xả voi này,
> Vui thí bà-la-môn;
> Xả ba cõi cũng vậy,
> Sớm chứng diệu Bồ-đề.

"Bấy giờ, quần thần đến tâu vua:

"Nước địch lân cận sai bà-la-môn đến xin Vương tử con voi tối thắng; Vương tử đã thí cho họ rồi."

"Nghe xong, Đại vương vô cùng phẫn nộ, liền kêu Vương tử, trách mắng đủ cách, đuổi ra khỏi thành. Nghe lời trách mắng của vua cha, vương tử suy nghĩ rồi nói kệ:

> "Ta hành Bồ-tát đạo,
> Giúp đời khổ bằng từ.
> Đã mặc giáp kiên cố,
> Xả voi tối thắng này.
>
> Tất cả vật trong nhà,
> Tuỳ sức hành bố thí.
> Tu tâm rừng khổ hạnh[1007],
> Quyết định này nên làm.
>
> Bỏ nhà, tu khổ hạnh,
> Phải đến rừng khổ hạnh.
> Không nói lời như vậy,
> Há có thí cho người.

"Nói kệ rồi, Bồ-tát đến nói với vợ[1008]:

"Hiền thủ! Tài vật mình có đều nên bố thí, rồi vào núi rừng, tu khổ hạnh."

[1007] 練行林 luyện hành lâm, phổ thông nói là "khổ hạnh lâm"; Skt. *tapovana*; Tib. *dka' thub kyi nags*.

[1008] Tib. *rgyags sbyin ma*; Skt. *Mādrī*. Hán khuyết.

Nói đủ như trên. Nghe thế, người vợ sợ thái tử có ưu buồn biệt ly, nên chấp tay nói:

"Hiền thủ! Tôi và hai con nguyện cùng anh vào rừng núi ở để tu đạo. Tôi cũng không thể xa anh dù trong một niệm."

"Rồi nói kệ vi diệu:

> *"Như tuyết không có trăng,*[1009]
> *Đại địa không ruộng lúa;*
> *[65c01] Như rừng khô không nước,*[1010]
> *Vợ không chồng cũng vậy.*

"Bồ-tát nói:

"Chúng ta ắt cũng phải có chia ly; tất cả thế gian chắc chắn có biệt ly; huống nữa em là con gái, thân thể nhu nhược, ăn uống đồ dùng đều cần tinh tế đẹp đẽ. Ở trong rừng khổ hạnh, chỉ toàn cỏ đất, thường ăn quả củ, che thân bằng lá cỏ."

"Vợ đáp:

"Hiền tử! Dù khổ thế nào, tâm cũng không thối."

"Thệ nguyện hãy luôn ghi nhớ, chớ quên."

"Bấy giờ, Vương tử đến chỗ phụ vương, đãnh lễ, chấp tay nói kệ:

> *"Xin cha tha thứ lỗi cho con,*
> *Đã thí voi cho bà-la-môn;*
> *Do vậy, phạt con vào rừng núi.*
> *Xin nguyện kho tàng thường tăng trưởng.*

"Khi ấy, nghe lời nói nầy rồi, Đại vương nghẹn ngào nói không ra lời, không chịu nổi khổ ly biệt, ôm cổ Vương tử, nói lời thương yêu:

"Xin hãy ở lại. Chớ có bố thí rộng rãi nữa."

"Bồ-tát đáp bằng kệ:

[1009] Tib. *nam mkha' zla bas stongs par rgyur pa dang*| "Như bầu trời không có trăng,"

[1010] Tib. *pad ma chu yis stongs par gyur pa dag*| "Như hoa sen không có nước."

> *"Nếu con ở lại đây,*
> *Thí đại địa, núi non,*
> *Thân, vợ và nô tì,*
> *Tâm đây quyết không đổi.*

"Vương tử nói kệ này rồi, quì tạ từ phụ vương, rồi cùng các thê tử quyến thuộc trước sau vây quanh; và người trong thành, đều rất ưu buồn, tiễn thái tử ra ngoài thành. Trăm ngàn quyến thuộc đều kéo xe theo thái tử, tiễn thái tử ra thành đến rừng khổ hạnh.

"Khi ấy, có một người nghe mọi người trong thành cùng lúc than khóc. Thấy lạ, người đó hỏi:

"Tiếng khóc gì vậy?"

"Mọi người đáp:

"Anh không biết à! Vương tử thành này, Tô-đạt-na[1011], bị trục xuất ra khỏi thành. Chỉ vì Vương tử bản tánh cố hữu ưa thích bố thí. Đại vương khiển trách, nay Vương tử sắp vào trong núi. Do vậy, nhân dân trong thành đây than khóc."

"Bấy giờ, thái tử theo pháp nói lời chia tay với mọi người bằng kệ:

> *"Tất cả ân ái chung sống lâu,*
> *Đến thời mạng tận phải biệt ly;*
> *Qua đêm dưới cây bên đường rồi lại bay,*
> *Vợ con quyến thuộc đều như vậy.*
>
> *Các người nên biết pháp như vậy,*
> *Thế gian đều có khổ biệt ly.*
> *Nên phải chuyên hướng việc cần làm,*
> *An trụ bất động như tu di.*

"Bấy giờ, vương tử đã đi cách thành hơn ba mươi dặm, có một bà-la-môn đến nói với Vương tử:

"Kìa, Vương tử sát-đế-lợi! Tôi từ thành ra đi đã hơn ba mươi

[1011] 蘇達那. Skt. *Sudānta*. 須大拏 Tu-đại-noa. Tib. *mche ba bzang*: "Thiện Nha", hiểu *dānta* là "răng". Theo âm Hán, Skt. có thể là *Sudāna*: "Thiện Thí".

[66a01] dặm." Rồi nói với vương tử bằng kệ:

> *"Nghe danh hay thí nên tôi đến.*
> *Con đường này đi rất mệt nhọc.*
> *Để cho bốn nguyện thí thành tựu,*
> *Mong ông sớm chứng diệu Bồ-đề.*

"Nghe lời nói ấy, vợ Vương tử liền thốt ra lời bất nhẫn bằng kệ:

> *"Ngươi là bà-la-môn cực ác.*
> *Bị đuổi vào rừng, vẫn không tha.*
> *Không chút từ tâm với chúng tôi,*
> *Vương tử mất ngôi đều do ông.*

"Khi ấy, Bồ-tát nói với vợ:

"Hiền thủ, chớ có nói lời thô ác với bà-la-môn."

"Rồi nói kệ:

> *"Nếu không có người cầu tài vật,*
> *Làm sao có thể chứng Bồ-đề?*
> *Sáu ba-la-mật thí tối thắng,*
> *Từ sáu hành này chứng Bồ-đề.*

"Bấy giờ, Bồ-tát tâm rất hoan hỷ đem xe và ngựa thí cho bà-la-môn, rồi nói kệ:

> *"Phá ngã, dòng tham, sân,*
> *Thí xe bà-la-môn;*
> *Giống như Đại tiên chuyển,*
> *Đắc thành pháp vô lậu.*

"Bố thí xe xong, vương tử rất vui mừng, ẵm hai con tiếp tục lên đường, lần hồi đi đến rừng khổ hạnh. Sau khi đến rừng, Bồ-tát rất vui, tinh cần tu khổ hạnh.

"Bấy giờ, vào thời gian khác, sau khi phu nhơn vào trong hóc núi tìm hái hoa quả, Thiên đế Thích quán sát thấy Bồ-tát ở trong rừng khổ hành, vì muốn thử thách Bồ-tát, nên hoá làm một bà-la-môn,[1012]

[1012] Theo chuyện kể đoạn sau, đây là một bà-la-môn bình thường chứ

đến chỗ Vương tử tán thán: "Vương tử sát-đế-lợi tối thắng, xin nghe tôi nói." Rồi bằng kệ tụng, khen ngợi:

> *"Tộc tánh tử đoan nghiêm,*
> *Ở trong rừng một mình.*
> *Hai con yêu của ngươi,*
> *Hãy đem thí cho tôi.*

"Khi bà-la-môn nói lời này rồi, vì thương yêu con, Vương tử đứng lại suy nghĩ trong giây lát. Bà-la-môn kia lại nói:

"Kìa, Vương tử sát-đế-lợi! Tôi nghe danh ngài hay thí tất cả, ai xin gì thì được cái đó. Hãy cho tôi hai đứa nhỏ này. Ngài còn đợi suy nghĩ gì nữa?" Rồi nói kệ:

> *"Trên đất và hư không,*
> *Đều nghe hảo hành thí;*
> *Ngài nay nên cho nhanh,*
> *Tôi cần hai đứa nhỏ.*

[66b01] "Bấy giờ, Bồ-tát đáp:

"Dù xả thân mình, ta còn không tiếc, huống xả hai con. Nay ta tư duy, có suy nghĩ riêng." Liền đem con gái thí cho bà-la-môn, rồi nói kệ:

> *"Ta nay xả con này,*
> *Vốn vui sống núi rừng,*
> *Mà không bàn mẹ nó,*
> *Tất oán hận, buồn khổ.*
> *Chớ để người có lời,*
> *Vương tử tâm kiên cố;*
> *Xả con không xả thân,*
> *E người sanh phỉ báng.*

"Bà-la-môn nói:

"Vương tử sát-đế-lợi! Như vậy không đúng. Ngài sanh nơi vương tộc. Khắp nơi ai cũng nghe, thương xót chúng sanh, ngài thường hành

---

không phải Thiên đế Thích biến hóa. *bram ze zhig*, "một người bà-la-môn nọ."

từ bi bố thí; còn đem hương tượng thí cho sa-môn, bà-la-môn, thường hay cứu giúp những người cùng khổ nghèo hèn. Ai đến xin đều thỏa mãn, không về tay không. Tôi từ xa đến, chớ để tôi không có gì. Hãy sớm chế ngự con ngựa tâm, không có thối chuyển mà khởi tâm khác, khiến cho điều tôi cầu, không để về không."

"Bấy giờ, nghe bà-la-môn nói xong, Bồ-tát lại nghĩ, vì yêu con nên mê loạn tâm mình, mà nói kệ:

"Ta nay đem con yêu,
Thí cho bà-la-môn;
Chúng nó sẽ khổ não,
Đều do ái biệt ly.
Nay ta nếu không cho,
Khổ hạnh không thể thành,
Thà chịu khổ biệt ly,
Cho người xin thỏa mãn.

"Bấy giờ, Bồ-tát chuyên niệm nhất tâm, quyết định thí xả, liền nói kệ:

"Cõi người, biển khổ lớn,
Hữu tình đều bị chìm;
Vượt qua thật là khó,
Ta nguyện làm thuyền đò.

"Nói xong, Bồ-tát vui vẻ, hai tay dẫn hai đứa trao cho bà-la-môn.

"Bấy giờ, hai đứa nhỏ trào nước mắt, oà khóc nức nở. Bồ-tát thí xong, lại phát thệ:

"Nguyện thí hai con này,
Đến thẳng đường Bồ-đề.
Thệ cứu các chúng sanh,
Sớm vượt biển sanh tử.

"Bấy giờ, khi Bồ-tát thí hai con và nói kệ này xong, đại địa chấn động sáu cách. Vì đất rung động nên những người tu tịch tĩnh trong rừng núi **[66c01]** đều sanh tâm kinh ngạc, nói với nhau: "Nay đại địa chấn động có nhân duyên gì?"

"Khi ấy, có Tiên nhơn là chủng tộc Bà-tất-tra[1013], khéo biết xem các điềm[1014], nói với chư tiên:

> *"Trong rừng, hài nhi ăn quả, nước,*
> *Mọi người thấy thảy đều hoan hỷ;*
> *Ở trong biển khổ cầu xuất ly,*
> *Bồ-tát thí xả con, đại địa động.*

"Bấy giờ, hai đứa nhỏ biết cha bố thí mình cho bà-la-môn rồi, khóc lóc thảm thiết, lễ dưới chân cha, chấp tay bạch:

> *"Chúng con không thấy mẹ,*
> *Nay đem thí cho người;*
> *Xin tạm biệt từ mẫu,*
> *Tuỳ cha thí cho người.*

"Bấy giờ, Bồ-tát vì niệm ái nên lệ trào đầy mắt, ôm cổ hai con, nói kệ:

> *"Lòng ta rất thương yêu hai con,*
> *Không phải không từ tâm kiên cố;*
> *Nhưng vì lợi ích cho trời người,*
> *Xả thí hai con, được an vui.*
> *Ta vì đạo Vô thượng Bồ-đề,*
> *Cầu chứng Niết-bàn, chỗ an ổn;*
> *Vì vớt các hữu tình khổ hải,*
> *Nguyện cho cứu hết khổ luân hồi.*

"Bấy giờ, hai đứa bé biết cha đã quyết định thí rồi, nghẹn ngào chấp tay thưa:

"Nay cha quyết định thí xả chúng con cho người ta. Khi mẹ về đến, chỉ xin thưa rằng: Chúng con cầu xin sự tha thứ nơi cha mẹ. Chúng con nhỏ dại, ngu si, không hiểu biết, gây nhiều lầm lỗi, hoặc có khi nói những lời không thuận cung kính, những tội lỗi này xin cha mẹ tha thứ."

[1013] Tib *gnas 'jog*, Skt *Vāsiṣṭha*.
[1014] Tib *ltas shes*, Skt *naimittika*, tướng sĩ, chiêm tinh gia.

"Nói xong, hai đứa nhỏ lễ chân cha, nhiễu phải ba vòng, đi theo người kia. Nhớ lời cha nói, chúng nó ngoái đầu nhìn lại. Khi ấy, Bồ-tát nhớ thương hai con, nói lời từ ái, quay vào thảo thất, liền phát đại nguyện Vô thượng Bồ-đề.

"Lại nữa, khi hai trẻ ra đi, ba ngàn đại thiên thế giới chấn động sáu cách, trong hư không, chư thiên đều nói kệ vang rền:

"Đại sỹ quyết tâm thí,
Để thành đạo Vô thượng;
Thí con trai, con gái,
Kiên tâm không thối lui.

"Bấy giờ, chư thiên nói lời này rồi, là lúc mẹ của hai đứa nhỏ đem củ quả trở về, lại thấy động đất nên vội về gấp. Khi ấy có một vị trời biến làm sư tử mẹ, ngồi chắn ngay giữa đường không cho bà đi qua, vì sợ gây chướng ngại công việc lợi ích của Bồ-tát vì tất cả **[67a01]** hữu tình mà hành bố thí. Bà nói với sư tử mẹ:

"Ngươi là vợ thú vương,
Vì sao ngồi giữ đường?
Với chồng, ta trinh tiết,
Xin ngươi sớm mở đường.
Ngươi là vợ vua thú,
Ta là vợ vua người,
Theo pháp làm chị em,
Ngươi hãy mau mở đường.

"Khi ấy, vị trời hiện nguyên hình của mình, tránh qua một bên. Bà thấy điềm chẳng lành này, nhất niệm tư duy: 'Như cảnh chư thiên, quỉ thần và âm thanh trong rừng đây, nhất định chỗ ở của ta có việc tai hoạ không tốt.' rồi nói kệ:

"Nay con mắt ta giựt,
Chim lạ kêu kinh dị;
Ắt có khổ biệt ly,
Con ta còn hay mất.
Lại thấy đại địa động,
Thân tâm thêm bất an;

*Nhất định mất hai con,
Ưu tâm như lửa đốt.*

"Chứng kiến các cảnh tượng xấu như vậy, bà về đến ngay trú xứ, nhìn quanh quất khắp nơi, không thấy hai con, tâm liền mê loạn, chạy kiếm đủ chỗ. Bà lại nghĩ: "Có lẽ chúng nô đùa với các loài chim ở chỗ khác, hay là ngủ trong nhà." Vào trong nhà, chỉ thấy thái tử, bà chấp tay thưa Bồ-tát: "Các con nhỏ tôi nay ở đâu?"

"Bồ-tát đáp:

"Có một bà-la-môn đến xin tôi hai con nhỏ. Tôi đã cho người đó mang đi rồi. Mong bà tuỳ hỷ."

"Nghe xong lời ấy, bà như con thú bị trúng tên độc, ngất xỉu, té ngả xuống đất; như cá lìa nước, vùng vẫy sanh khổ; cũng như bò mẹ mất con, thương khóc, bi ai tuyệt vọng, mà nói kệ:

*"Con tôi mặt như hoa,
Tay mềm như lá sen;
Chưa từng nếm việc khổ,
Con yêu nay ở đâu?*

*Cùng thú con vui chơi,
Tính hiền như hươu nai;
Con tôi nay ở đâu?
Ai bắt nó phục dịch?*

*Nuốt lệ đi theo người,
Khóc lóc thân chịu khổ;
Khi đi không thấy nó,
Ai biết sanh biệt ly?*

*Ở trong núi rừng này,
Thường ăn hoa củ quả;
Chịu đói lạnh đủ chuyện,
Nay gặp khổ ách này.*

*[67b01] Bỏ cha mẹ thân yêu,
Cũng lìa xa quyến thuộc;
Đều do kẻ ác kia,
Làm con ta bất hạnh.*

*Con sanh sát-đế-lợi,
Nay gặp phải việc gì?
Ngày đêm bị xua đuổi,
Các khổ luôn buộc ràng.*

*Do quá khứ tạo nghiệp tội ác,
Khiến hữu tình thương phải chia ly;
Ta nếu thường hành lời chân thật,
Bình đẳng với tất cả chúng sanh.
Với lời phát thệ chân thật này,
Đời đời thường không sanh biệt ly;
Mong hai con thoát thân thấp kém,
Sớm chứng quả Niết-bàn an lạc.*

"Bấy giờ, người mẹ hiền thấy gốc cây mà con đã trồng, liền nhớ con sầu não, ôm cây khóc lóc, nói:

"*Hoa thuốc cùng với lùm rừng này,
Đều do con ta thân chăm sóc;
Hoa thuốc, lùm rừng riêng tốt tươi,
Chỉ ta và con đều khô héo.*

"Lại tiếp tục bước lần, thấy các con thú nhỏ, bà cũng khóc than:

"*Ngươi cùng con ta chơi,
Đùa vui tình không cách;
Nay con đi chỗ nào?
Khổ não mẹ tìm con.*

"Đi đến chỗ nào, phu nhân của thái tử cũng ngóng nhìn bốn phương tìm kiếm con mình, nơi vách núi cheo leo, đường đi bặt bóng người, bà còn than khóc hơn bằng kệ:

"*Lùa thú bằng roi, gậy,
Qua vách núi hiểm trở;*

Bức bách khiến đi tới,
Bà-la-môn thiếu từ.

Khóc nghẹn rách cổ họng,
Kêu gào ngực thổ huyết;
Giống như thú sợ chạy,
Chân nhủn, làm sao đi?

"Bấy giờ, thấy vợ sầu khổ than khóc bất tuyệt, Bồ-tát an ủi bằng nhiều cách:

"Tâm ta không hận thù,
Đem thí hai con mình;
Vì lợi ích hữu tình,
Khó xả mà đem xả.

Con ta, quyến thuộc ta,
Khó xả nay đã xả;
Sẽ cảm quả Đại nhân,
Vô thượng diệu Bồ-đề.

Nay ta thề xả con,
Vì mong cầu giải thoát;
Bỏ xe và vợ con,
Cho tất cả mọi người.

[67c01] "Nghe Bồ-tát nói xong, người vợ tâm trụ kiên cố, chấp tay thưa:

"Tôi không ý chướng ngại,
Chớ sanh tâm nghĩ khác.
Nếu muốn đem tôi thí,
Tuỳ ý chớ sanh nghi.

Cắt ái, xả thân quyến,
Chí nguyện cầu Bồ-đề;
Mong sở cầu viên mãn,
Để tế độ quần mê.

"Bấy giờ, Thiên đế Thích cảm thấy kỳ dị. Song vì muốn hỗ trợ bồ-tát chuyên cần tu hành sớm thành tựu tịch tĩnh, nên đêm ấy Thiên đế Thích với vô lượng chư thiên tùy tùng trước sau, đến chỗ ở của Bồ-tát, trụ giữa hư không, chiếu sáng toàn vùng sơn lâm, nói với Bồ-tát:

"Người đời ngu si, cuồng mê tự loạn."

"Nói lời này xong, Thiên đế Thích nghĩ thầm: "Nhưng Bồ-tát chỉ còn có một người vợ để cung cấp hầu hạ, nếu không có người này thì thật là khó nhọc cho Bồ-tát. Nhưng ta cũng tìm cách xin luôn người này."

"Nghĩ vậy rồi, Thiên đế Thích hoá làm một bà-la-môn đến bên Bồ-tát thưa:

"Vợ ngài đẹp mọi đường,
Trinh tiết lòng không đổi;
Dẫn cô em cao quí,
Tặng cho bà-la-môn.

"Bấy giờ, vợ Bồ-tát đáp:

"Tham lam, không xấu hổ,
Bà-la-môn thấp hèn;
Thói quen hành phi pháp,
Hoại tâm trinh tiết ta.

"Khi ấy, Bồ-tát với tâm từ nhìn vợ, dò xét. Vợ Bồ-tát đáp ngay:

"Tôi không tiếc thân này;
Cũng không cầu vui riêng.
Nếu tôi đi theo người,
Ai đây phụng sự ngài?

"Bồ-tát đáp lại:

"Ta rất thương tiếc nàng, nhưng vì cầu pháp vô thượng, nên ta tuỳ hỷ cho ngươi. Dù cho người này rồi, thân ta có thể sẽ chết, nhưng cũng phải phát thệ hành thí."

"Nói xong, hoan hỷ tư duy: "Đây là lần thí xả vợ cuối cùng, tâm không còn ràng buộc." Liền cầm tay vợ trao cho bà-la-môn, rồi nói kệ:

> *"Đây người tôn quí chu cấp ta,*
> *Tâm nàng thuần trực, thân tự chế.*
> *Ta yêu vợ ta hơn trân bảo,*
> *Xin bà-la-môn hãy thọ nhận.*

"Khi Vương tử vì cầu Bồ-đề, thí xả vợ, đại địa chấn động sáu cách. Người vợ nghẹn ngào đi theo bà-la-môn. Đã mất hai con, lại lìa chồng hiền, **[68a01]** khổ lại thêm khổ, ưu sầu như độc tố quấn chặt trong lòng, bà nói kệ:

> *"Ta trước tạo nghiệp này,*
> *Vô thỉ hằng tiếp nối.*
> *Như bò mất con, khổ,*
> *Ta khổ còn hơn đây!"*

"Khi vợ của vương tử vừa nói xong lời này, Thiên đế Thích tức thì hiện lại nguyên hình, nói với bà:

"Tôi chẳng phải là người, cũng chẳng phải bà-la-môn. Tôi là Thiên đế Thích hay hàng phục a-tu-la, vì muốn cho Bồ-tát thành tựu đại nguyện Vô thượng Bồ-đề, thương xót hữu tình."

"Vợ của Bồ-tát nghe Thiên đế Thích nói rồi, vô cùng vui mừng, chấp tay thưa:

> *"Thiên đế, cho con tôi*
> *Thoát khỏi thân nô tì;*
> *Vì nhân duyên hành thiện,*
> *Cho về với vua ông*[1015].

"Khi bà nói kệ này rồi, Thiên đế Thích đến chỗ Bồ-tát, tay trái cầm tay bà, thưa với Bồ-tát:

> *"Vợ đây trả lại ngài,*
> *Tùy ý cho hầu hạ.*
> *Mong chớ cho người khác.*
> *Người nhận, khiến hèn mọn.*

[1015] 父王. Tib. *mes po*; ông nội của hai người con của Bồ-tát.

"Khi bà-la-môn đem hai đứa nhỏ đi, Thiên đế Thích làm cho mê hoặc, khiến nhắm hướng đi vào trong nước phụ vương của Bồ-tát. Thông thường, bà-la-môn tránh nước này, nhưng do Thiên đế Thích nên bất giác đến trong thành kia để bán cháu của vua. Quần thần trong thành thấy cháu của vua rồi, tâu vua biết:

> *"Chúng tôi thấy cháu vua,*
> *Một nam và một nữ;*[1016]
> *Đi theo bà-la-môn,*
> *Bị bán trong thành này.*

"Vừa nghe xong, vua ngất xỉu, hồi lâu tỉnh lại. Vua liền ra lệnh cho quần thần:

"Các khanh hãy mau đem cháu ta về gặp ta."

"Vâng lời Đại vương, các quan liền đến đó dẫn hai cháu nhỏ về. Khi ấy, có một vị quan bồng cháu trai đến gặp trực tiếp Đại vương. Vừa trông thấy cháu gầy còm dơ bẩn khác thường, áo quần rách rưới, vua ngất ngã xuống đất. Các quan đỡ vua lên toà. Vua bảo quần thần:

> *"Đã ở trong rừng núi,*
> *Còn ưa thích bố thí.*
> *Các khanh hãy gọi về,*
> *Con ta và dâu ta.*

"Bấy giờ, sau khi lễ Bồ-tát rồi, Thiên đế Thích lui về bổn cung.

"Tất cả nhân dân trong nước đều đến thỉnh Bồ-tát trở về bổn quốc, tôn làm **[68b01]** vua,[1017] để cai trị bổn quốc.

"Bấy giờ, Bồ-tát có đủ tất cả vật thí; những sa-môn, bà-la-môn, người bần cùng cô độc, thân hữu nào đến xin cũng đều được cho đầy đủ, tu vô lượng phước nghiệp, rồi nói kệ:

[1016] Tib. *nag po dang| dra ba can*; Skt. *Kṛṣṇa & Jālinī*.
[1017] Hán có thể nhảy sót chi tiết. Tib. "Một thời gian sau, vua *Thams cad bshes gnyen* (*Viśvamitra*) chết, nhân dân trong nước, gồm các sa-môn, bà-la-môn, v.v… vào rừng khổ hạnh đón Bồ-tát về làm vua."

"Bồ-tát vì cầu đạo,
Nên rộng thí tất cả;
Sát-lợi, bà-la-môn,
Các tì-xá, thủ đà...
Vàng bạc vật quí báu,
Và tất cả anh lạc;
Nô tì và đầy tớ,
Thí cho người trì giới.
Tất cả con và vợ,
Phụng thí bà-la-môn;
Người ấy được phước báo,
Đời này và đời sau.

Bấy giờ, Phật nói:

"Đại vương, vua Vĩ-thí-phược-đa-la[1018] thời đó hay bố thí cho tất cả sa-môn, bà-la-môn, người nghèo khổ bần cùng, thân hữu quyến thuộc, hay thí cho đủ loại, tu vô lượng phước nghiệp. Đại vương! Chớ có ý nghĩ ai khác, mà người đó chính là thân Ta. Thời đó Ta hành bố thí, tu vô lượng phước nghiệp, phát nguyện vô thượng Bồ-đề.

"Đại vương, không chỉ do phước lực bố thí mà chứng đắc Bồ-đề; do Ta chính tín, tích tập thiện căn, nhân duyên công đức, tu vô lượng phước mới chứng được Bồ-đề."[1019]

VI. TRƯỞNG GIẢ TÁN ĐÀN

"Lại nữa, Đại vương, Ta vì cầu Vô thượng Bồ-đề mà hành bố thí, tu các phước nghiệp. Đại vương hãy lắng nghe!

"Vào thuở xa xưa, tại đại thành Bà-la-nặc-tư (Ba-la-nại) có vua tên Phạm Đức[1020], chính thức kế thừa vương vị, giáo hoá đời bằng pháp

---

[1018] 尾施縛多羅王 (Skt Viśvamitra), bản Hán có thể chép nhầm, vì đây là vua cha đã chết; thái tử lên ngôi kế vị. Tib rgyal po thams cad sgrol (Viśvantara).

[1019] Bản Tạng, 'Dul ba kha 227b3-232b7, lặp lại nguyên truyện bản sanh trên.

[1020] 梵德 Tib tshangs sbyin. Skt Brahmadatta (Phạm-ma-đạt).

luật, đất nước thanh bình, nhân dân phồn thịnh, không có các nạn dối trá, trộm cướp, dịch bệnh; bò, dê, lúa, mía ở đó sung mãn.

"Một thời, tướng sư chiêm đoán thời tiết cho biết, trong quốc cảnh này trời sẽ nắng hạn suốt mười hai năm. Phạm Đức liền đánh trống tuyên lệnh: 'Bố cáo cho hết thảy nhân dân trong nước ta biết rõ, tướng sư chiêm đoán thời tiết cho biết, trong mười hai năm, trời sẽ nắng hạn, không mưa. Các người ai có thể chứa lương thực trong mười hai năm thì nên ở lại; ai không thể thì nên đến chỗ có lương thực đầy đủ để ở tạm, sau khi trong nước phồn thịnh, nên trở về.'

"Bấy giờ, trong thành có một trưởng giả tên là Tán Đàn[1021], rất giàu có, nhiều của tiền, các đồ dùng và trân bảo, bò, dê, lúa, mía, dồi dào sung mãn như Tì-sa-môn Thiên vương. Sau khi nghe lệnh vua ban, trưởng giả bảo người coi kho: 'Này, ông xem biết trong kho của ta, [68c01] lương thực đủ dùng cho mười hai năm?'

"Có đủ."

"Nghe vậy, trưởng giả cùng quyến thuộc yên tâm ở lại. Những người khác không có đủ lương thực, họ kéo nhau đến nước được mùa thịnh vượng.

"Thường pháp, nếu không có Phật xuất thế, bấy giờ có đức Độc Giác xuất hiện thế gian, thương xót loài hữu tình khốn khổ. Khi ấy, các vị Độc Giác ở trong rừng khoáng dã, được mọi người đến cúng. Một thời gian sau, tại địa phương của vua Bà-la-nặc-tư ở, có năm trăm vị Độc Giác cư trú, phương khác của xứ này cũng có năm trăm vị Độc Giác khác trú ngụ.

"Đến giờ khất thực, năm trăm vị Độc Giác cầm bát đến nhà trưởng giả Tán Đàn khất thực. Các vị Độc giác hỏi trưởng giả:

"Trong mười hai năm, ông có thể cúng dường cơm nước cho năm trăm người xuất gia?"

"Trưởng giả đáp:

"Các ngài đợi tôi hỏi người thủ kho xem sao?"

[1021] 散彈 Tib: 'dum byed. Skt: Sandhāna. Divya 36, p. 540.

"Trưởng giả liền hỏi người thủ kho:

" Này, ông xem lương thực có đủ để cung cấp cho quyến thuộc ta và năm trăm người xuất gia dùng trong mười hai năm?"

"Có đủ."

"Khi ấy, trưởng giả liền thỉnh các vị Độc giác, cúng dường cơm nước trong mười hai năm.

"Sau khi các vị này ăn xong ra về, lại có năm trăm vị Độc Giác khác đến nhà trưởng giả hỏi:

"Ông có thể bố thí cơm nước cho năm trăm người xuất gia chúng tôi, trong mười hai năm?"

"Trưởng giả thưa: "Thánh giả! Tôi đã thỉnh rồi, nhọc gì phải hỏi lại?"

"Các vị Độc Giác nói: 'Các vị đến trước kia là khác, chúng tôi mới đến.'

"Thánh giả! Đợi tôi hỏi người thủ kho đã?"

"Trưởng giả liền hỏi người thủ kho: 'Này, thủ kho, có thể cung cấp lương thực đầy đủ cho tất cả quyến thuộc ta và người xuất gia trong mười hai năm?"

"Có đủ."

"Trưởng giả liền thỉnh năm trăm vị Độc Giác và năm trăm vị trước, cúng dường cơm nước trong mười hai năm.

"Trưởng giả lại hỏi: 'Thánh giả! Hằng ngày ăn vào giờ nào?'

"Độc Giác đáp: 'Chúng tôi thường ăn vào giờ ngọ mỗi ngày.'

"Khi ấy, trưởng giả cho dựng một trú xứ, mỗi ngày y theo thời gian, thỉnh một ngàn vị Độc Giác đến chùa[1022] thọ thực. Xong, trưởng giả hỏi vị Độc Giác: 'Thánh giả! Lúc này mất mùa đói kém, làm sao để có mưa?'

[1022] 寺. [TIB] *sbyin pa'i khang*, bố thí đường; ngôi nhà được trưởng giả cho dựng để làm nơi bố thí cúng dường; không phải chùa, chỗ tăng ở.

"Nay trời có thể mưa."

"Trưởng giả lại thưa: 'Nay tôi có thể gieo giống được?'

"Tuỳ ý."

"Trưởng giả được lời chỉ bảo chân thật, tất cả sở hữu đều đem ra gieo trồng.

"Lúc bấy giờ, Thiên đế Thích quán sát thấy việc ấy, liền nghĩ: 'Người này cúng dường cho một ngàn vị Độc Giác, trong những sự bố thí, đây là bố thí tối tôn; trong những người bố thí, trưởng giả Tán Đàn là người không ai hơn. Ta nên hỗ trợ công đức cho trưởng giả đó.' Nghĩ rồi, Thiên đế Thích làm trời đổ mưa **[69a01]** đúng thời, các hạt giống kia liền biến thành bầu[1023]. Người làm ruộng kia đến hỏi Độc Giác:

"Thánh giả! hạt giống của con nẩy mầm đều thành bầu cả. Chẳng rõ vì sao?"

"Ông chỉ việc tưới nước."

"Nghe rồi, người kia ra về tưới nước theo thời gian, trổ hoa và quả, mỗi mỗi hoa quả lớn như quả bầu, hoặc như cái lu to. Người làm ruộng kia liền đem việc này đến thưa hỏi. Các Thánh giả nói:

"Các ông chớ làm tổn hại. Đến thời, chúng sẽ tự nẩy nở."

"Về sau, đến thời chín, quả tự tách ra. Tuỳ theo loại hạt giống kia, cho quả đầy đủ, nạn đói qua đi, phồn thịnh lại đến. Người vật khắp nơi đều kéo đến chỗ vua Bà-la-nặc-tư. Những người trước đây đi xa vì tránh nạn đói, nay trở về thành cũ.

"Khi ấy, trưởng giả thường cúng dường ẩm thực thơm ngon cho một ngàn vị Độc Giác, rồi nói kệ:

> "Tâm chứng ngộ, sáng suốt;
> Thân, ngữ cũng tịch tĩnh;
> Thường thí những vị này,
> Bậc vô lậu ứng cúng.

[1023] 瓠蘆. Tib. *ku ba*.

*Thần thông, khéo biến hoá,
Đoan nghiêm tiếng vang lừng;
Cúng dường bậc vô uý,
Thân và quyến thuộc vui.*

*Thí cho vị Ứng cúng,
Trì tịnh giới đầy đủ;
Gieo hành nghiệp an lạc,
Đời này và đời sau."*[1024]

Bấy giờ đức Phật nói với vua:

"Vào lúc đó, trưởng giả Tán Đàn, suốt mười hai năm hạn hán đói kém, cúng dường một ngàn vị thánh Độc Giác. Khi ấy, Đế Thích muốn hỗ trợ làm công đức nên cho tuôn xuống mưa lớn. Đại vương, chớ có ý nghĩ gì khác, trưởng giả Tán Đàn đó chính là Ta. Thuở ấy, không phải chỉ do sự bố thí này mà chứng Bồ-đề, mà còn do chánh tín, tích chứa thiện căn, do nhân duyên công đức của thiện căn này, lại còn tu tập vô lượng phước nghiệp mà Ta chứng Vô thượng Bồ-đề."

[1024] Hán, hết quyển 14. Tib, 'Dul ba kha 234a7.

CHƯƠNG X. VÂN MÃ VƯƠNG[1025]

Nhiếp tụng:

Mã vương, Tiên là chứng,
Rắn, chim mạng, ơn vua,
Anh vũ, Vĩ-đề-ha,
Rùa, Tô, hai lái buôn.[1026]

1. Vân mã vương

"Lại nữa, này Đại vương, Ta vì muốn cầu Vô thượng Bồ-đề mà làm những việc lợi ích cho hữu tình. Đại vương, hãy lắng nghe." [Chi tiết như được nói trong Kinh Dược-xoa Ma-tăng-ki-đắc phần, *Trung A-cấp-ma*[1027]] "Ta lúc bấy giờ làm một Mã vương tên gọi Bà-la-ha[1028] mà làm lợi ích cho các hữu tình được hóa độ.

2. Tiên nhân làm chứng[1029]

"Lại nữa, Đại vương, Ta vì cầu Vô thượng Bồ-đề mà làm những việc ích lợi cho hữu tình. Đại vương, hãy lắng nghe.

"Vào thuở xa xưa, cách thành Bà-la-nỉ-tư không xa có một Tiên nhân trú ở đó, tâm hành từ mẫn, thương tưởng hữu tình. Gần đó không xa có hai người nông phu cùng cày bừa trồng trọt, tranh cãi với nhau, rồi giận nhau, rồi đánh nhau. Cả hai cùng đến Tiên nhân,

---

[1025] Chương này không được đề cập trong tụng tổng tiêu, nhưng các bản Hán và Tạng đều có Nhiếp tụng nên đây đặt thành một chương.
[1026] Nhiếp tụng trong bản Hán.
[1027] *Trung* 34, kinh 136 "Thương nhân cầu tài"; Cf. *Jātaka* 196 *Valāhassa*. Bản Hán lược. Bản Tib chi tiết, 'Dul ba kha 234b4-239b3.
[1028] 馬王婆羅訶. Tib *rta'i rgyal po sprin gyi shugs can*. Skt *Valāha-aśvarāja*.
[1029] 'Dul ba kha 239b5.

cùng yêu cầu làm chứng.

"Sau đó một người đến chỗ nhà vua trình tâu sự việc. Vua hỏi:

"Các ngươi tranh cãi nhau, có ai chứng kiến?"

"Tâu vua:

"Đại vương, chúng tôi hai người tranh cãi nhau, có Tiên nhân làm chứng."

"Vua hỏi Tiên nhân:

"Hai người này cãi nhau là do lỗi của ai trước?"

"Tiên nhân nói:

"Nếu y theo pháp của Chuyển luân vương, tôi sẽ làm chứng. Nếu hành theo pháp khác, tôi sẽ không làm chứng."

"Vua nói:

"Đúng như vậy."

"Tiên nhân đáp:

"Người này giận người kia; người kia giận trả người này. Người kia đánh người này, người này đánh trả lại."

"Nhà vua bèn nói:

"Nếu đã như thế, cả hai đều bị phạt."

"Tiên nhân nói:

"Tôi đã nói trước, nếu y theo pháp của Chuyển luân vương mà đoán sự thì tôi làm chứng. Nếu không y theo pháp đó, tôi không làm chứng."

"Vua liền hỏi:

"Đại tiên, đoán sự y theo pháp của Chuyển luân vương là thế nào?"

"Tiên nhân đáp:

"Đại vương, pháp của Chuyển vương là tránh làm tổn hại, chỉ làm việc có ích."

"Nghe xong nhà vua ra lệnh hai nông phu:

"Các ngươi hãy về đi. Chớ làm như thế nữa."

Phật nói với nhà vua:

"Đại vương, chớ có ý nghĩ gì khác. Vị Tiên nhân y pháp mà làm chứng khi đó chính là thân ta. Trong quá khứ, tuy Ta có chứng kiến, nhưng chỉ y theo pháp mà làm chứng, làm chứng chân thật. Do nhân duyên này, Ta tích tập thiện căn, chánh tín, mà chứng Vô thượng Bồ-đề.

3. Rắn, sư tử, voi

"Lại nữa này Đại vương, cũng vì cầu Vô thượng Bồ-đề, làm lợi ích cho hữu tình, Bồ-tát bấy giờ trụ trong bất định tụ[1030] mà tự xả thân mạng để làm lợi ích hết thảy hữu tình.

"Đại vương, về thuở xa xưa, có một con sư tử chúa sống trong khu rừng rậm. Lại có năm trăm người đi buôn đi ngang qua một con đường nguy hiểm. Do tiếng nói của họ, làm kinh động giấc ngủ của một con mãng xà. Năm trăm người buôn này liền bị con mãng xà bao vây, khiến cho họ sợ hãi tột độ, cùng nhau kêu gào, cầu khẩn các thiên thần. Sư tử chúa nghe tiếng kêu, lần đi đến chỗ đó, thấy con mãng xà đang vây các người buôn kia. Gần đó, có một con voi con. Sư tử đi đến nói với con voi:

"Các người buôn kia đang bị mãng xà[1031] bao vây muốn ăn thịt; ngươi có thể xả bỏ thân mạng này để cứu họ không?"

"Con voi hỏi:

"Bảo tôi phải làm thế nào?"

[1030] 不定聚. Tib *ma nges pa'i phung po*. Skt *aniyatarāśi*; trong ba tụ: chánh định tụ, tà định tụ và bất định tụ (*samyaktvaniyato rāśiḥ, mithyātvaniyato rāśiḥ, aniyato rāśiriti*), Câu-xá, phẩm iii Thế gian, tụng 44, thích luận: Bất định tụ. Ngoài chánh và tà định gọi là bất định tính. Những người này tùy theo duyên hoặc có hai phần, hoặc không có cả hai phần.

[1031] Tib Con rắn có tên là *zhags pa lta bu*, "như sợi dây thừng."

"Sư tử nói:

"Ta sẽ leo lên đầu ngươi. Hai chân sau giữ chặt đầu. Ta sẽ dùng cặp vuốt này để đánh vỡ sọ con mãng xà kia. Hai chân sau của ta lút vào đầu ngươi; ngươi chắc sẽ chết. Khi ta đánh vào đầu con mãng xà kia, nó chắc phải chết, nhưng do khí độc của nó ta cũng chết."

"Con voi nói:

"Cứ như vì lợi ích cứu giúp nhiều người, há lại luyến tiếc thân mạng này."

"Nghe thế, sư tử chúa liền nhảy lên đầu voi, gieo mình đánh mãng xà. Sư tử bám chân, con voi liền mất mạng. Con mãng xà bị đánh, cũng chết. Do khí độc của mãng xà, sư tử cũng mạng vong. Trong một lúc chết liền ba mạng, nhưng đám người buôn kia đều được toàn mạng.

"Đám thương nhân chuẩn bị xuất phát, liền nghe trên không trung có tiếng chư thiên bảo:

"Sư tử chúa đó là Bồ-tát trong Hiền kiếp, nay xả bỏ thân mạng để cứu các ông, các ông nên cúng dường Bồ-tát rồi hãy đi."

"Các người buôn nghe thế liền mang đủ mọi vật cúng dường thân sư tử chúa, nhiễu vòng quanh xong rồi mới lên đường."

Phật bảo nhà vua:

"Đại vương, chớ nghĩ gì khác, sư tử chúa lúc đó chính là thân Ta. Ta khi ấy, tuy trong loài cầm thú, xả bỏ thân mạng, trừ khử rắn độc để cứu năm trăm người buôn. Vì lòng bi mẫn cứu hộ hữu tình, do nhân duyên công đức, tích chứa thiện căn, lực chánh tín, mà Ta chứng Vô thượng Bồ-đề.

4. Chim cộng mạng

"Lại nữa này Đại vương, vào thuở xa xưa, ở một nơi nọ, trong khu rừng rậm, Bồ-tát bấy giờ trụ trong bất định tụ, sinh vào loài bàng sinh làm chim cộng mạng[1032], một thân mà có hai đầu, một đầu tên Đạt-

---

[1032] 共命鳥. Tib *bya mgo gnyis*: chim hai đầu. Skt *jīvaṃjīva*, một loại chim thần thoại, nổi tiếng vì tiếng hót. Hán âm: *thì-bà-thì-bà*; dịch nghĩa

ma, đầu kia tên A-đạt-ma.¹⁰³³ Khi Đạt-ma ăn, thì ăn quả ngon ngọt. Thời gian sau, A-đạt-ma bèn ăn quả có độc, khiến cho cả hai đều bị trúng độc, bèn tranh cãi nhau. Cái đầu thứ nhất phát tà nguyện rằng, 'Ước nguyện ta sinh vào nơi nào cũng đều làm bạn ác của ngươi, gây tổn hại cho ngươi.' Cái đầu thứ hai lại phát nguyện, 'Ước nguyện, ta sinh vào bất cứ chỗ nào, cũng hành từ tâm làm lợi ích cho ngươi.'"

Phật bảo:

"Đại vương, ý ông nghĩ sao? Thuở đó, cái đầu có tên Đạt-ma chính là thân của Ta; đầu có tên A-đạt-ma là Đề-bà-đạt-đa đây. Ta vì tâm từ bi, do nhân duyên kia, tích chứa các thiện căn mà chứng Vô thượng Bồ-đề.

5. Chim chúa đàn cò nước

"Lại nữa này Đại vương, vào thuở xa xưa, ở một nơi nọ có một cái ao nước, Bồ-tát khi ấy trụ trong bất định tụ, làm thân chim, là chim chúa trong đàn năm trăm con¹⁰³⁴.

"Trong đàn, có một con chim già không thể bay xa tìm kiếm thức ăn nước uống nên thường ăn chim nhỏ và trứng, chầm chậm mà đi. Ăn no rồi, nó đứng bằng một chân.

"Lúc bấy giờ, các chim nhỏ thường bị ăn như vậy, lòng rất sầu khổ¹⁰³⁵, cùng đến chỗ chim chúa thưa rằng:

"Đại vương, *nói chi tiết như trên.*¹⁰³⁶

"Với lòng bi thương sầu khổ, chim chúa liền đi tìm hiểu sự việc, xem ai là kẻ đã ăn thịt bầy chim nhỏ kia. Bồ-tát tuy ở trong đường ác thú nhưng tâm luôn bình đẳng không hai khi phán xét mọi việc, thấy con chim già kia giả vờ chân đau, đi đứng chậm chạp, đang co chân

---

cộng mạng hoặc mạng mạng.

[1033] 達摩/阿達摩. Tib. *chos can/ chos min*. Skt. *dharma/ adharma*.
[1034] Tib. *chu sreg*, cò nước (partridge). Skt. *ṭīṭībha*.
[1035] Dịch sát Hán. Theo ngữ cảnh, nên hiểu: "Đàn chim mất con, lòng rất sầu khổ."
[1036] Không thấy truyện kể tương tự trong các đoạn trên. Bản Tạng, chi tiết 'Dul ba kha 241b3-241b7.

đứng bên bờ sông. Bồ-tát chim chúa biết đây là kẻ đã gây ra tổn hại chim con liền nói kệ rằng:

"Ăn trứng của loài chim,
Và ăn các chim nhỏ,
Co giò đứng một chân,
Giống như người trì giới.
Chân từ từ rút lại,
Lời dối trá tinh vi,
Cong cổ giả dạng thế,
Chính kẻ nhiều dối gian.

"Khi ấy con chim già kia liền nghĩ, 'Giờ chim chúa đã biết rõ ta. Ta tìm chỗ nương tựa.'

"Chim chúa nói:

"Bác hãy liệu kế đi, chớ để các chim biết việc gây oán này.

"Con chim già nghe vậy liền bay đi trốn nơi xa và đàn chim an ổn, không còn lo buồn gì nữa."

Phật nói:

"Đại vương, chim chúa khi ấy, chớ nghĩ ai khác, mà đó chính thân Ta. Ta khi làm thân chim chúa, bằng từ tâm mà cứu hộ các hữu tình, do nhân duyên ấy, tích chứa thiện căn, lực chính kiến nên Ta chứng đắc Vô thượng Chánh đẳng Bồ-đề.

6. Chim anh vũ

"Lại nữa, này Đại vương, vào thuở xa xưa, trong một khu rừng, khi ấy Bồ-tát trụ trong bất định tụ làm chim anh vũ[1037], hiểu được tiếng người. Vào lúc nọ, vua nước Bà-la-nỉ-tư tên Phạm Đức[1038] nối nghiệp vương vị, bằng chánh pháp mà giáo hóa nhân dân.[1039]

"Có một con chim muốn hại chim anh vũ.[1040] Chim anh vũ bay đậu

---

[1037] Tib. *ne tso*. Skt. *śuka*.
[1038] 梵德. Tib. *tshangs sbyin*. Skt. *Brahmadatta*.
[1039] Tạng, trị dân bằng phi pháp.
[1040] Tạng, không thấy chi tiết này. Thay vào đó ['Dul ba kha 242a3], chuyện

trên tay vua, nói:

"Vua chớ trị dân bằng phi pháp.

"Vua thấy anh vũ đậu trên tay mình sinh lòng cảm mến, bèn từ chim anh vũ mà lãnh thọ năm giới, bằng chánh pháp mà trị dân và sắc lệnh cho quần thần:

"Kể từ hôm nay, hãy cho tất cả chim muông sự an toàn."

Phật nói:

"Đại vương, chớ có nghĩ gì khác, chim anh vũ hiểu được tiếng người khi ấy do thấy rõ thiện căn mà chứng Vô thượng Bồ-đề.¹⁰⁴¹

7. Vua Vĩ-đề-ha

"Lại nữa, này Đại vương, vào thuở xa xưa, tại Bà-la-ni-tư có vua tên Phạm Đức nối nghiệp vương vị¹⁰⁴².

"Cách nước này không xa có nước Vĩ-đề-ha¹⁰⁴³ khởi nghịch; Vua Phạm Đức thường muốn chinh phạt vì nước không chịu thần phục. Vua Phạm Đức có binh chủng hùng mạnh. Tuy binh mã nước Vĩ-đề-ha mạnh hơn, nhưng lòng vua nước này luôn hành từ tâm đối với vua Phạm Đức. Vua Phạm Đức tham ái nước kia nên dấy khởi bốn binh chủng tiến đánh nước Vĩ-đề-ha.

"Nghe tin vua Phạm Đức cùng bốn binh chủng đang tiến đến, vua nước Vĩ-đề-ha ra lệnh quét dọn thành ấp sạch sẽ, không có gạch đá, treo phan hoa bằng lụa, bày biện đồ ăn thức uống, lại ra lệnh quần thần cho nhân dân trong thành đi ra cách thành hai mươi lăm dặm mang hương hoa nghênh đón, lại bằng trăm thứ ngôn từ ca tụng phẩm đức của nhà vua. Vua Phạm Đức nghe sự thể như vậy, tâm sân

---

kể, hằng ngày chim anh vũ đến núp trên gác mái cung vua, phát lời: "Đại vương, chớ trị bằng phi pháp." Do vậy, vua hành theo pháp và bảo đảm sự an toàn cho các loài chim, thú.

1041 Tạng, 'Dul ba kha 242a7, thêm chi tiết: "Ta vì cầu Vô thượng Chánh đẳng giác mà phát khởi tâm từ đối với kẻ muốn hại Ta."

1042 Tib. nước *Kāshi*.

1043 Tib. *lus 'phags*; Skt. *Videha*.

hận vụt tắt, bèn nghĩ, 'Ta đã làm trái với lời nói tốt đẹp, không nên chống đối nhau như vậy, ta phải rút quân.'

"Bấy giờ, quần thần và dân chúng nước Vĩ-đề-ha khen ngợi và nói với vua Phạm Đức:

"Mong Đại vương, cùng quân lính, đi qua nước chúng tôi, cùng nhau mở hội."

"Vua nước Vĩ-đề-ha nói bằng kệ:

"Xin ngài tha lỗi này,
Tôi sẽ vâng làm theo;
Mọi việc tùy Đại vương,
Vui thay làm bạn lành.

"Bấy giờ vua Phạm đức cũng dùng kệ trả lời:

"Do nhẫn được giải thoát,
Tâm sân lắng không khởi,
Làm được tất cả ấy,
Thắng tất cả mọi người.

"Nói xong hai vị vua cùng nhau hòa hợp. Vua Phạm Đức quay trở về nước mình, hết thảy nhân dân nước Vĩ-đề-ha không còn lo sợ gì nữa."

Phật nói:

"Đại vương, vua Vĩ-đề-ha khi ấy, không phải ai khác, đó chính là thân Ta. Do Ta luôn hàng phục tâm, tích chứa thiện căn, chính tín, mà chứng đắc đạo quả Vô thượng Bồ-đề.

8. Rùa chúa

"Lại nữa, này Đại vương, vào thuở xa xưa, Bồ-tát trụ trong bất định tự làm rùa chúa trong biển lớn.

"Bấy giờ có năm trăm người buôn dong thuyền vào biển nhưng bị thủy quái[1044] phá vỡ thuyền, rùa chúa vớt họ để trên lưng mình mà vượt qua biển. Bấy giờ, đoàn người buôn đều được an ổn, bảo toàn được tính mạng."

[1044] 海獸. Tib chu srin, cá sấu.

Phật nói:

"Đại vương, rùa chúa to lớn lúc bấy giờ, không phải ai khác, mà chính là thân Ta, do lòng từ giáo hóa hữu tình, chánh tín, tích chứa thiện căn mà chứng Vô thượng Bồ-đề.

9. Tô-tư-na

"Lại nữa, này Đại vương, vào thuở xa xưa, tại nước Tỳ-đề-ha[1045] có năm trăm quần thần, trong đó có hai anh em làm quan đại thần cao nhất, người anh tên Tô-tư-na, người em tên Tư-na[1046]. Tư-na lại thường hay soi mói lỗi người khác[1047], không có tâm lợi ích cho ai. Tô-tư-na thì luôn luôn làm lợi lạc cho mọi người. Do vì Tô-tư-na thường làm lợi lạc, Tư-na đã không những không làm được lợi ích mà còn hay quấy nhiễu nhân dân, mọi người trong thành kéo đến tâu với vua, Tư-na làm những việc không ích lợi gì. Vua liền đuổi Tư-na ra khỏi nước. Tư-na đến thành Bà-la-nỉ-tư thờ vua Phạm Đức.

"Thời gian sau, Tô-tư-na nghe em mình bị đuổi khỏi nước, hiện giờ đang làm thần tá cho vua Phạm Đức[1048], liền tâu vua Tỳ-đề-ha, muốn sang nước Bà-la-nỉ-tư đó để xem người em của mình làm việc hòa thuận thế nào.[1049]

"Người dân trong thành lấy làm quái lạ, bởi người em ấy thường gây những việc không ích lợi cho anh. Khi em bị đuổi khỏi nước, người anh vẫn làm lợi ích cho em, và cùng hòa thuận với nhau."[1050]

Phật Nói:

[1045] 毘提訶. Tib. *Lus 'phags*; Skt 毘提訶 trên kia âm là Vĩ-đề-ha.
[1046] 蘇斯那/斯那. Tib. người anh: *phu bo sde can*, Skt *Sena* (tư-na), người em: *nu bo sde bzangs*. Skt *Susena*. Tên anh em, bản Hán và Tạng nghịch nhau.
[1047] Tib. *Sena* (*sde can*, người anh) hay tìm lỗi của *Susena* (*sde bzangs*, người em).
[1048] Tib. "Một thời gian sau, người em (*sde bzangs*) hay tin anh mình (*phu bo sde can*) bị mù (*long bar gyur to*)."
[1049] Tib. *song nas mig phye ba*, "đến đó để chữa mắt (cho anh)."
[1050] Tib. "Mọi người hay rằng *sde bzangs* (người em) bằng sức mạnh của tâm từ đã chữa sáng mắt cho người anh bị mù."

"Đại vương, chớ nghĩ gì khác, vị đại thần Tô-tư-na lúc đó chính là thân Ta, thường làm lợi ích hữu tình, do nhân duyên đó, chánh tín tích chứa căn lành mà chứng Vô thượng Bồ-đề.

10. Hai thương chủ

"Lại nữa này Đại vương, vào thuở xa xưa, tại một địa phương kia, trong một thành lớn, có hai người lái buôn đang trú ngụ. Hai người này chở đầy hàng hóa quý trong năm trăm cỗ xe đi qua con đường hoang dã nguy hiểm. Chi tiết như được nói trong *A-cấp-ma*.[1051] Một người buôn đã bị dược xoa ăn thịt, người buôn thứ hai bình an và ra khỏi được con đường hoang dã nguy hiểm kia. Đại vương, chớ có ý nghĩ khác, thương chủ thứ hai đã ra khỏi hoang dã nguy hiểm kia chính là thân Ta, từ bi cứu hộ hữu tình, do nhân duyên này, chánh tín tích chứa căn lành, mà chứng Vô thượng Bồ-đề.

[1051] *Trung 16*, kính 71 "Bệ-tứ", tr. 529c24. Tạng, chi tiết, 'Dul ba kha 243a1-245a2.

CHƯƠNG XI. LỤC NHA BẠCH TƯỢNG

Nhiếp tụng:

Voi sáu ngà, và thỏ,
Cha, mẹ, và thủy tộc,
Tiếng rừng, voi, và rồng,
Đê-đầu-lại-tra, v.v...[1052]

I. VOI CHÚA SÁU NGÀ

"Lại nữa, này Đại vương, vào thuở xa xưa, trong khu rừng già tại một địa phương kia, có nhiều sông suối, hoa trái tốt tươi. Bấy giờ, Bồ-tát trụ trong bất định tụ làm voi chúa sáu ngà trong khu rừng đó. Vợ của voi chúa tên Bạt-đà[1053], tôn quý nhất trong các voi mẹ.

"Một lúc nọ, voi chúa ra khỏi đàn, đến một chỗ hẻo lánh. Có một con voi cái, xinh đẹp, dễ ưa, đi đến chỗ voi chúa cùng lén tư tình. Khi đã thành vợ chồng, lại càng thêm yêu thương, đi đứng cùng nhau, ý không xa nhau, tâm tư ràng buộc nhau.

"Bấy giờ voi cái Bạt-đà sinh lòng ghen ghét, thầm nghĩ, 'Phải có kế nào để ta có thể giết chết voi chúa sáu ngà cùng với con voi cái kia.' Càng suy nghĩ, càng thêm ghen tức, mà lại không có kế sách gì, bèn thề rằng, 'Ước nguyện ta sinh vào bất cứ nơi nào cũng đều giết được hai kẻ kia.' Thề xong, Bạt-đà đi lên đỉnh núi, gieo mình xuống, tức thì mạng chung, thác sinh vào thai của đại phu nhân nước Tỳ-đề (-ha). Hoài thai mười tháng tròn, sinh ra một bé gái, đầy đủ các vẻ đẹp. Dần dần trưởng thành, được gả cho vua nước láng giềng là Đại vương

---

[1052] Nhiếp tụng trong bản Tạng; Hán không có.
[1053] 拔陀. Tib *bzang mo*. Skt *Bhadrā*.

Phạm Đức[1054], làm đệ nhất phu nhân. Do vì nghiệp đời trước có thù hận với voi chúa sáu ngà. Nhưng nhiên lại có túc mạng trí, phu nhân tâu với Đại vương Phạm Đức:

"Đại vương, ở nơi kia có một con voi sáu ngà to lớn, thiếp muốn lấy ngà của nó, xin Đại vương ra lệnh bắt nó.

"Vua ra sắc lệnh cho các thành, kêu gọi tập họp tất cả thợ săn, khiến đi bắt voi sáu ngà. Sau khi các thợ săn đã tập họp, vua ra lệnh:

"Các ngươi hãy đi lấy ngà voi đem về đây."

"Các thợ săn thú sau khi nghe lệnh vua, liền vâng mệnh ra đi. Đại tướng thợ săn[1055] nói với các thợ săn:

"Các ông hãy giải tán, ai nấy về theo nghề cũ của mình. Một mình tôi đi lấy ngà voi ấy."

"Bấy giờ đại tướng thợ săn mang theo phẩm vật tế tự, cùng các thứ áo giáp, tên độc, đi đến chỗ kia. Thấy voi chúa và voi cái đang sống riêng một nơi vắng vẻ, sống biệt lập với đàn. Từ xa thấy vậy rồi, thợ săn khoác lên mình áo ca-sa[1056], để che dấu cung tên và áo giáp, núp trong đám cỏ chờ thời cơ đến giết. Khi ấy, voi cái nhìn thấy người thợ săn đằng xa liền nói với voi chúa:

"Hãy mau chạy về hướng khác, hiện giờ có người đến đây muốn giết chúng ta."

"Voi chúa hỏi:

"Người đó hình dáng thế nào?"

"Voi cái đáp:

"Người đó khoác trên mình áo ca-sa, bên ngoài hiện tướng từ bi."

"Voi chúa nói:

"Nếu quả thật như vậy thì chúng ta không phải sợ. Trong lớp áo

---

[1054] Vua nước *Kāśi*.
[1055] 獵師大將. lạp sư đại tướng; Tib *rngon pa de rnams kyi sde dpon*, thủ lãnh của nhóm thợ săn.
[1056] 忍服. Tib *gos ngur smrig bgos*.

ca sa, không có việc bất thiện. Người khoác lên mình hình tướng này tâm an trú từ bi. Vậy không phải sợ hãi, chớ sinh lòng nghi ngờ. Như mặt trăng thì không nóng. Người đó cũng như thế."

"Bấy giờ voi cái và voi chúa đều không nghi ngờ gì, rảo bước tự tại. Khi ấy thợ săn thấy cơ hội thuận tiện, liền bắn một mũi tên độc trúng ngay điểm yếu của voi chúa. Voi cái nói:

"Sao lại bảo người khoác ca-sa không có tâm giết hại?"

"Khi ấy, voi chúa đáp lại bằng kệ:

"Tâm chẳng sinh tội lỗi
Cũng không do chiếc áo.
Lỗi này do phiền não,
Do tâm xa lòng từ.
Như vàng bọc tấm đồng,
Lửa nung, chất đồng lộ.
Người dối tuy không rõ,
Bậc trí hiểu ngọn ngành.
Cung tên, người đều độc,
Đều do kia làm ác.
Ca-sa vốn tịch tĩnh,
Cũng đều từ tâm sinh.

"Bấy giờ voi cái trong lòng tức giận, nói với chồng:

"Tôi không chống lời ông,
Như điều ông đã nói.
Tôi muốn chà kẻ kia
Cho tay chân nhừ nát.

"Nghe lời đó, voi chúa suy nghĩ, bằng y liệu nào để chữa trị độc tố phiền não này. Nếu đã là thê tử của Bồ-tát thì không nên khởi tâm oán hận như vậy. Voi chúa bèn nói kệ tụng:

"Như tâm bị nhiều ma quỷ ám,
Thấy thuốc quay đi không chịu uống.
Thầy thuốc thấy vậy thường không giận.
Hãy sinh hoan hỷ như lương y.

"Khi voi cái nghe Bồ-tát voi chúa nói vậy, bèn đứng im. Voi chúa thầm nghĩ, 'Chớ để voi cái hại thợ săn.'

"Lúc đó, đàn voi cũng chạy đến chỗ voi chúa. Bồ-tát tuy ở trong loài bàng sinh nhưng thường thực hành hạnh Bồ-tát nên ngăn không cho voi hậu tổn lại đến người săn thú. Voi chúa đi đến chỗ của thợi săn, dùng ngôn ngữ loài người nói:

"Ngươi chớ sợ hãi."

"E rằng thợ săn bị hại, voi chúa dùng vòi quấn quanh người thợ săn, ôm vào trong lòng, bảo voi cái đi ra chỗ khác và nói:

"Này người kia, voi cái đã đi rồi. Ngươi muốn lấy vật gì trên người của ta thì cứ lấy."

"Trong lòng người thợ săn bấy giờ cực kỳ kinh ngạc, nghĩ rằng, 'Đây mới chính là con người. Tôi không phải là con người. Tôi là voi trong loài người. Ngài là con người trong loài voi. Ngài sinh trong loài thú mà lại có tình có trí. Tôi sống giữa loài người, trái lại chẳng có trí.' Rồi buồn khóc rơi lệ.

"Bồ-tát hỏi:

"Vì sao lại khóc?"

"Thợ săn nói:

"Ngài đã làm tổn thương tôi."

"Voi chúa nghe vậy liền nghĩ, 'Ta đã hiện tướng cứu, không hề gây tổn hại.' Lại nhĩ, 'Há không phải voi cái đã gây tổn hại?'

"Voi chúa lại hỏi:

"Ai đã làm ông bị thương? "

"Thợ săn đáp:

"Voi chúa! Thân ngài có vô lượng công đức, không tội tình gì mà bị gia hại. Như thế chính tôi tự tổn thương. Thân ngài tuy bị trúng tên độc nhưng còn chữa trị được. Tâm tôi bị trúng tên độc ngu si vô trí, có thể cứu chữa."

"Thế rồi nói kệ tụng:

"Nay tôi quan sát hạnh voi chúa
Công đức rộng sâu như biển cả,
Khiến kẻ muốn hại sinh lòng từ
Tâm bồ-tát này khó có được.
Cho rằng tôi nay có thân người,
Mà không chơn trí giác như vậy,
Chỉ có độc tố sân thế thôi.
Thân rỗng, chẳng có chút công đức.
Trang nghiêm dung mạo tựa loài người,
Chẳng bằng sinh trong loài cầm thú.
Ngài sinh loài thú, mà có trí,
Voi chúa tối tôn trong loài voi.
Không xét hình dáng, đó là người.
Không vì bàng sinh, không phải người.
Bởi đức từ tâm của loài người
Đây mới chính là con người.

"Voi chúa lại bảo:

"Đừng có tốn sức nói nhiều. Không cần phải dùng quá nhiều từ ngữ hoa mỹ như thế đâu. Mà tại sao ông lại muốn bắn ta, hãy mau kể lại sự tình cho ta biết."

"Thợ săn nói:

"Tôi vâng lệnh của nhà vua đi lấy ngà của ngài. Do duyên cớ này mà tôi bắn tên."

"Voi chúa nói:

"Cái mà ông bạn cần, kịp thời mà sớm lấy. Bản hoài của Bồ-tát, không có gì mà không xả. Mặc tình ông bứt ngà, nếu nó có ích."

"Voi chúa nói kệ:

"Lợi ích cho hết thảy hữu tình,
Chóng rời trôi nổi biển sinh tử.
Mong chứng trí Vô thượng Bồ-đề,
Nguyện sớm vào thành trì Niết bàn.

"Thợ săn nghe rồi sanh lòng xấu hổ, nói với voi chúa:

"Tôi cần ngà của ngài."

Voi chúa bảo:

"Tùy ý mà bẻ lấy."

"Thợ săn nói:

"Tôi không thể bẻ. Mong ngài an trú từ tâm tôi mới có thể bẻ. Nếu ngài không trụ tâm từ, ngay khi tôi bẻ, tay tôi sẽ bị rụng."

"Voi chúa bảo:

"Nếu ngươi không thể bẻ, thì ta tự bẻ cho."

[0072a01] "Bởi vì rễ ngà voi cắm sâu, cho nên khi bẻ, máu chảy thành dòng. Nhổ ngà xong, đưa cho thợ săn. Sắc thân của voi chúa trở nên trắng tinh như hoa ưu-đàm-bát, máu đẫm toàn thân như tuyết phủ ngọn núi, cũng như nếp gấp (?).[1057]

"Bấy giờ voi chúa bằng tự tâm thấy thân tướng mình như vậy, e có thối chuyển, muốn cho tâm kiên cố không để bị nhiễu loạn. Do bởi Bồ-tát ấy đã tu tập tính nhiều mà hành bố thí, há lại thối thất, dù có đến chỗ chết, duy chỉ quy Phật-đà.

"Ngay vào lúc ấy, xuất hiện rất nhiều hiện tượng kỳ lạ, khiến cho tâm chư thiên trong hư không cảm thấy thỏa mãn, phát sinh hoan hỷ, vui thích, liền biến hiện hiện tượng chưa từng có. Nhưng do vì voi chúa hành khổ như vậy, trong hư không có vị thiên nói kệ tụng:

"Chư thiên chúng tôi thấy
Voi chúa hành khổ hạnh
Khi tự rút ngà mình
Chịu bao nhiêu đớn đau
Nhưng lòng lại vui vẻ
Không thối tâm Bồ-đề.

"Có một vị thiên hỏi vị thiên kia:

[1057] 如襇文, như nếp gấp? Tạng: (như đỉnh núi tuyết phủ) phóng ra tia sáng. Hán lược bỏ mô tả hình tướng kỳ diệu của Bồ-tát sau khi bẻ ngà voi. Bản Tạng dịch đủ chi tiết.

> *"Rút ngà như thế thân thọ khổ,*
> *Làm sao phát tâm hướng Bồ-đề?*
> *Như người thọ khổ địa ngục*
> *Không thể phát khởi tâm từ bi.*

"Sau khi tự rút ngà của mình, voi chúa đứng im. Thợ săn nghĩ thầm, 'Sao tự rút ngà rồi cầm đó mà đứng im, có sinh hối tiếc mà không cho ta chăng?'

"Voi chúa quán sát biết được ý niệm kia, bèn lấy sáu chiếc ngà có sắc trắng như hoa ưu-đàm-bát, dùng chân trước đùa sáu chiếc ngà, muốn thí xả cho và nói:

"Hãy đợi một lát. Hãy đợi một lát. Ta đang rất đau đớn."

"Voi chúa lại nghĩ, người thọ nhận đang trước mặt, sao bắt phải đợi lâu? Sao ta không thí xả? Vì những chiếc ngà mà muốn giết ta. Nay không còn ngà, còn lo ngại gì nữa?" Và nói với thợ săn:

"Ngươi nên nghe cho kỹ đây.

"Voi chúa dùng kệ nói:

> *"Bạn hiền, ông nên bỏ việc ác*
> *Kiếm bén, cung tên, cầm trong tay,*
> *Khoác y ca-sa nhân giả ấy,*
> *Ta thấy vật ấy lòng vui mừng.*
> *Hoặc người thí tịnh, người nhận tịnh,*
> *Hoặc người thí tịnh, nhận không tịnh;*
> *Nay ta thấy ông lòng thanh tịnh,*
> *Người thí, người nhận đều thanh tịnh.*

"Voi chúa khi ấy thấy người kia khoác chiếc y ly dục, trong lòng hoan hỷ, liền đem sáu chiếc ngà mà cho. Nói rằng:

> [0072b01] *"Thân ta thật bị tên độc bắn*
> *Mà không sinh chút tâm sân hận:*
> *Bằng sự thật này, nguyện chóng chứng Bồ-đề*
> *Sẽ cứu chúng sinh thoát sinh tử."*

Phật nói với vua:

"Đại vương nghĩ sao, voi chúa sáu ngà thuở ấy há là ai khác? Chính là thân Ta. Ta bằng từ bi mà hành khổ, bố thí, mà vẫn chưa chứng Bồ-đề nhưng do nhân duyên này, chánh kiến, tích chứa thiện căn, mà chứng Vô thượng Bồ-đề.

II. LƯỢC TRUYỆN BẢN SANH[1058]

"Lại nữa, Đại vương, Ta đã từng làm thỏ, xả thân cúng dường thịt cho Tiên nhân. *Chi tiết, nên biết.*[1059]

"Lại nữa, Đại vương, vào thuở xa xưa, cha mẹ đều bị mù, Ta thường phải cõng trên vai để phụng dưỡng, trải qua vô lượng thời gian mà còn chưa chứng ngộ. *Chi tiết nên biết.*[1060]

"Lại nữa, Đại vương, Ta đã từng vì lợi ích cho hữu tình. Đại vương, hãy lắng nghe.

"Thế gian tà kiến, y theo pháp thế tục, khi cha mẹ già, hoặc để cho chết đói, hoặc nhận chìm dưới nước, hoặc cho vào lửa thiêu. Làm những việc như vậy mà nói là đã được sanh thiên. Ta thiết lập mọi phương tiện và ngăn cấm các việc phi chánh pháp này. *Chi tiết nên biết.*[1061]

"Lại nữa, Đại vương, lại có vô lượng nhân duyên, đều như được nói chi tiết trong kinh "*Na-ca dược-xoa*".

"Đại vương, Bồ-tát trụ trong bất định tụ làm khỉ chúa, tôn quý nhất trong đàn 500 con. Khi bị vua Phạm Đức nước Bà-la-nỉ-tư làm cho sợ hãi, khỉ chúa phải xả thân mạng để cứu đàn khỉ 500 con. *Chi tiết nên biết.*[1062]

[1058] Những mẫu truyện bản sanh chỉ lược dẫn trong bản Hán. Bản Tạng chi tiết, 'Dul ba kha 248b6-273a3.

[1059] 'Dul ba kha 248b6-250a4. Cf. Pāli *Jataka* 316.

[1060] 'Dul ba kha 252a5. Cf. Pāli *Jataka* 540.

[1061] 'Dul ba kha 250a4-252a6.

[1062] Truyện bản sanh này và Na-ca-dược xoa nói trên không được kể trong bản Tạng. Thay vào đó, bản Tạng, 'Dul ba kha 252b1-257b5, kể chuyện tiền thân là vương tử *Chu skyes* (Thủy Sanh) xả bỏ vương vị

"Lại nữa này Đại vương, Bồ-tát trụ trong bất định tụ sanh trong loài voi. Như loài voi trong kinh Bổn sanh nói rõ.[1063]

"Lại nữa này Đại vương, Bồ-tát trụ trong bất định tụ sanh trong loài rồng tên Chúc-ba Long tử[1064]. Như loài rồng trong kinh Bổn sanh nói rõ.

"Lại nữa này Đại vương, Bồ-tát trụ trong bất định tụ làm thân ngỗng chúa.[1065] Như loài ngỗng trong kinh Bổn sanh nói rõ."[1066]

---

xuất gia tu đạo vì lợi ích chúng sanh. Truyện bản sanh tương đương Pāli Jataka 538 Mūgapakkhajātakaṃ.

[1063] 象本生經. Bản Hán không xác định nội dung. Bản Tạng, chi tiết, 'Dul ba **kha** 258b1-259b1.

[1064] 矚波龍子. Tib klu gzhon nu tsam pa skyes. Skt Cāmpeya. Truyện kể tương đồng Pāli Jataka 506. Campeys-Jataka. Bản Hán lược. Bản Tạng, 'Dul ba kha 259b1-b5.

[1065] Tib nang pa rnamss kyi sde dpon yul 'khor skyong. Skt Dṛṣṭarāṣṭra.

[1066] Hán lược. Tạng, chi tiết, 'Dul ba kha 259b6-261a6. Pāli tương đương, Jataka 502 Haṃsa-Jataka. Từ đây trở xuống, bản Hán nhảy khuyết các mẩu chuyện tiền thân được kể trong bản Tạng: (1) bston pa Mig mdzes, Skt Sunetra (Pāli Sunetta), Đại sư Thiện Nhãn, như được kể trong Trung A-hàm 2 kinh 8 «Thất nhật» (T01n0026_p0429b12). Pāli, A. VII. 66 Sattasūriyasuttaṃ, PTS iv. 103. Tạng, 'Dul ba kha 262a1. (2) Truyện tiền thân vị tôn sư ngoại đạo đắc thần thông 'Kug 'phye (câm-què), Skt Mūkapaṅga, biệt danh của vương tử Chu skyes (Thủy Sanh), do giả què và câm, như được kể chi tiết trong bản Tạng, 'Dul ba kha 252b1-257b5, tương đương truyện bản sanh Pāli Jataka 538 Mūgapakkhajātakaṃ. Truyện kể ở đây, 'Dul ba kha 264a3-b2, là phần sau của truyện kể trên, Mūkapaṅga xuất gia. (3) Truyện Araṇemi, Tib rtsibs kyi khyud ['Dul ba kha 263b4-265b3], cũng được thấy trong Trung A-hàm 40 kinh số 160 «A-lan-na», T01n0026_p0682c08. (4) Truyện bà-la-môn Govinda, Tib gnag lhas skyes, 'Dul ba kha 265b4-273a1. Truyện cũng được thấy trong Trường A-hàm kinh số 3 «Điển tôn»; Pāli, D. 19. Mahāgovinda suttanta.

III. BỒ TÁT PHÁT TÂM

1. Tối sơ phát tâm

Khi ấy, vua Thắng Quang[1067] bạch Phật:

"Bạch Đại đức Thế tôn, Thế Tôn tối sơ phát nguyện Vô thượng Bồ-đề **[0072c01]** vào lúc nào?"

Phật nói:

"Vào thuở xa xưa, vô lượng kiếp về trước có vị vua tên Quang Minh.[1068] Vua Quang Minh đó có một con voi quý, thân thể trắng toát như hoa ưu-bát, bảy chi đầy đặn, hình tướng xinh đẹp, ai thấy cũng đều hoan hỷ.

"Vua ra lệnh cho người quản tượng:

"Hãy huấn luyện con voi đó. Khi nào cưỡi được, dẫn đến cho ta thấy."

"Người quản tượng vâng lệnh, dẫn con voi đi huyến luyện. Sau khi luyện thành, dẫn voi về lại chỗ nhà vua. Vua ngồi phía sau, cùng người quản tượng cưỡi voi ra khỏi thành vui chơi săn bắt các loài thú. Khi voi chúa đó ngửi được mùi của voi cái, liền lần theo mùi mà chạy tới. Vua thấy voi chạy nhanh như gió, liền hỏi người quản tượng:

> *"Ta thấy hư không chuyển,*
> *Bốn phương trên dưới xoay,*
> *Núi non như bàn xoay (thợ gốm),*
> *Cây cũng bay lên không.*
> *Chân voi không hề dời,*
> *Mà như bay trong không.*
> *Nhìn núi trước chạy đến,*
> *Núi sau chuyển không dừng.*
> *Hãy kéo voi đứng lại.*
> *Đánh mạnh cho nó sợ.*

[1067] 勝光大王. Dịch nghĩa ^{Skt} *Prasenajit* (^{Tib} *gsal rgyal*), Hán âm: Ba-tư-nặc, vua nước Kiều-tát-la (*Kosala*).

[1068] 光明. ^{Tib} *rgyal po 'od ldan*. ^{Skt} *Prabhāsa*.

Voi chúa chưa thuần phục,
Sống chết lúc này đây.

"Quản tượng tâu vua:

"Thần tụng thần chú đại tiên dạy,
Và lấy móc sắt đánh rất mạnh.
Tụng chú, móc đánh, tuy liên tục,
Mọi cách đều vô ích.
Không dây không móc nào chế nổi.
Vua biết, không vật gì ngăn nổi.
Tham dục nhập tâm, khó chế ngự.
Dục vào trong tâm như đinh đóng.
Dục ấy khi phát thật rộng lớn;
Không ai có thể ngăn cản được.

"Người quản tượng dùng mọi biện pháp mà không thể chặn đứng, khiến cho voi quay lại, bèn tâu vua:

"Con voi đã chạy mệt rồi. Đại vương hãy vươn tay nắm lấy nhánh cây."

"Để con voi chạy tùy ý, tức thì gặp một nhánh cây, vua và tượng sư vin cành mà đứng lại, như vừa chết đi sống lại.

"Vua nói với quản tượng:

"Ngươi huấn luyện con voi này chưa thuần, mà lại dẫn nó đến cho ta cưỡi.

"Quản tượng tâu:

"Thần huấn luyện thành rồi. Nhưng do con voi này ngửi thấy mùi voi cái, ham muốn làm nó say, không nghe lời thần sai bảo.

"Con voi tuy đã đi, nhưng vẫn nhớ chỗ cũ, đến ngày thứ bảy thì nó quay trở về. Vì sao? Bởi thấy voi cái, cùng hành dục xong, bấy giờ nó mới nhớ chuồng voi nên đến ngày thứ bảy thì về lại.

[0073a01] "Bấy giờ quản tượng vội đến trình vua. Vua bảo:

"Ngươi dạy con voi đó chưa được tốt."

"Tượng sư đáp:

"Hạ thần huấn luyện nó thuần thục rồi."

"Vua khiển trách:

"Thuần thục như thế nào?"

"Tâu:

"Xin Đại vương thử nghiệm, sẽ biết rõ thực hư."

"Quản tượng khi ấy đốt nóng một viên sắt lớn, màu đỏ như lửa, khiến voi nhận lấy mà ăn. Voi liền bước tới muốn lấy viên sắt mà nuốt.

"Quản tượng tâu vua:

"Nếu để voi nuốt, chắc chắn nó không sống."

"Vua nói:

"Cách huấn luyện như vậy, đương thời làm mê loạn ta."

"Tâu:

"Tôi chỉ huấn luyện được thân chứ không huấn luyện được tâm."

"Vua hỏi:

"Ngươi thấy ai có thể huấn luyện tâm?"

"Quản tượng tâu:

"Có. Duy chỉ Phật Thế tôn mới có thể huấn luyện cả thân lẫn tâm. Tất cả hữu tình muốn chế ngự tâm mà vẫn không thể, thảy đều thối lui. Có những ngoại đạo tu hành khổ hạnh, rừng tham dục ở trong tâm không thể nhổ sạch. Cũng có người xả bỏ ngoại cảnh, lìa bỏ chốn tham, nhưng không thể kiên trì, rồi cũng bị thối thất. A-tố-lạc, cho đến trời, người, sư tử, các loài cầm thú rồng, rắn, chim muông, cho đến các loài bay như thiên nga, tất cả các loài hàm thức đều bị dục trói buộc, từ vô thủy đến nay, như bánh xe quay tròn. Từ thiếu niên cho đến người già muốn chế ngự tâm, hành các khổ hạnh, hoặc Tiên nhân, hớp gió ăn quả, cũng không thể chế ngự tâm. Tâm tuy không hình tướng nhưng có vị trời hay người nào mà được tự tại. Tuy nói rằng các bậc Đại vương có sức mạnh oai lực lớn, có khả năng thắng tất cả chiến trận nhưng cũng không điều phục được tâm. Riêng Phật Thế Tôn không còn tham dục, tâm được tự tại."

"Nhà vua khi nghe Phật Thế Tôn có tinh tấn lực, thường hành tuệ thí, tu các phước nghiệp, liền phát nguyện Vô thượng Bồ-đề, nói kệ:

> "Tu vô lượng phước, cầu quả Phật,
> Đắc thành Thiện Thệ, đấng Tự tại.
> Những ai chưa được qua bờ giác,
> Ta nguyện đưa họ đến bờ kia.
> Nghe Phật lìa dục, phát Bồ-đề
> Thường hành tuệ thí, dạy chánh pháp:
> Ta nguyện đời sau sẽ thành Phật
> Lợi lạc hữu tình, diệt tham dục."

Phật nói với vua:

"Ý Đại vương thế nào? Vua Quang Minh lúc đó là ai khác chăng? Chính là thân Ta. Khi ấy, Ta tối sơ phát tâm Vô thượng Bồ-đề."

2. Tối sơ cúng dường

Vua Thắng Quang lại bạch:

"Thế Tôn tối sơ cúng dường cho vị nào mà đắc quả Vô thượng Bồ-đề?"

Phật dạy:

"Vào thuở xa xưa, vô lượng kiếp về trước, [73b01] có thành tên Tì-ha-bỉ-địa[1069], trong thành đó có người thợ gốm[1070]. Thủa ấy có

[1069] 毘訶彼地. ᵀⁱᵇ *yangs pa*. ˢᵏᵗ *Bṛhāvatī*.

[1070] *Yaśomitra, Kośavyākhyā* iv. (ed. Wogihara, tr. 432): Thế Tôn sơ phát tâm, tiền thân là con của một người thợ gốm tên *Prabhāsa*. *Tì-bà-sa 177* T27n1545, tr. 891c07: [trong quá khứ, khi tuổi thọ con người trung bình 100 tuổi, có Phật xuất thế hiệu Thích-ca Mâu-ni như đức Thích Tôn hiện tại] bấy giờ có người thợ gốm tên Quảng Xí; theo đây nguyên ˢᵏᵗ có thể là *Bṛhaddyuti*. ᵀⁱᵇ thợ gốm tên *yangs pa'i od*, nguyên ˢᵏᵗ nghĩa *Tì-bà-sa*: *Bṛhaddyuti*.

Phật xuất hiện ở đời hiệu Thích-ca Mâu-ni,[1071] chứng Vô thượng Chánh chơn Đẳng chánh giác, mười hiệu đầy đủ, có đệ tử thanh văn là Xá-lợi phất, Đại Mục-kiền-liên và thị giả A-nan-đà. Phật Thích-ca Mâu-ni Chánh chơn Đẳng chánh giác cùng với chúng bí-sô du hóa nhân gian, đến thành kia, hốt nhiên đức Phật bị bệnh thể phong, bèn bảo A-nan-đà:

"Ông hãy đến nhà thợ gốm kia xin bơ, dầu, nước mật mía."

"A-nan-đà vâng lời Phật dạy, đi đến nhà thợ gốm, đứng bên ngoài cửa, nói với cư sĩ:

"Thế Tôn bệnh phong, khá nặng, cần bơ, dầu, nước mật mía."

"Thợ gốm nghe Cụ thọ A-nan-đà nói vậy liền lấy bơ, dầu, nước mật mía các thứ cùng với con trai đi đến chỗ Phật, dùng bơ, dầu các thứ thoa khắp thân Phật, sau đó lấy nước ấm tắm, rồi dâng nước đường cát lên Thế Tôn. Do được chữa trị, bệnh thuyên giảm. Người thợ gốm quỳ xuống phát nguyện bằng kệ tụng:

"Con dùng bơ, mật cúng Như lai,
Nguyện được lợi ích công đức lớn,
Chủng tộc, danh hiệu, chúng Thanh văn,
Đều như Thích-Ca Tôn hôm nay,
Khéo hay giáo hóa chúng hữu tình,
Xa lìa các khổ, chứng Niết bàn."

"Con trai của thợ gốm cũng phát nguyện:

"Con nguyện đời sau làm thị giả cho Phật."

Phật bảo vua:

"Ta lúc bấy giờ tối sơ cúng dường đức Thích-ca Như Lai, nay chứng quả vị Vô thượng Bồ-đề. Người con kia chính là A-nan-đà đây."

3. Cúng dường Chư Phật

Vua lại hỏi:

[1071] Tib *Śākya Thub pa* (Skt *Śākya-Muni*). Cf. *Tì-bà-sa 177* T27n1545, tr. 891b29.

"Bạch Thế Tôn, từ tối sơ cho đến lúc thành Phật, Thế Tôn đã cúng dường bao nhiêu chư Phật mà chứng Vô thượng Bồ-đề?"

Phật dạy:

"Này Đại vương, Ta kể từ đức Thích-ca Như Lai là a-tăng-kỳ[1072] tối sơ, cho đến Phật Hộ Thế[1073], bằng tâm thanh tịnh như vậy cúng dường 75 ngàn vị Phật. Trong khoảng thời gian đó, tâm cúng dường không hề mệt mỏi, duy chỉ cầu đạt Vô thượng Chánh đẳng Bồ-đề.

"Này Đại vương, trong a-tăng-kỳ thứ hai, Ta tối sơ cúng dường Phật Nhiên Đăng[1074], cho đến Phật Bảo Kế[1075], bằng tâm thanh tịnh, cúng dường như vậy 76 ngàn vị Phật. Ta tuy trải qua nhiều đời, tâm vẫn không đổi khác, thường cúng dường chư Phật với tâm tịnh tín.

"Đại vương, trong a-tăng-kỳ kiếp thứ ba, Ta tối sơ cúng dường Phật Bảo Kế cho đến Phật An Ẩn[1076], bằng tâm thanh tịnh, cúng dường 77 ngàn vị Phật, như thế cho đến Phật Ca-nhiếp-ba[1077], tâm vẫn không hề đổi khác, thường với tịnh tín cúng dường chư Phật. **[73c01]** Khi còn là Bồ-tát, cúng dường như vậy, đều mong chư Phật thọ ký cho Ta sẽ chứng Vô thượng Chánh đẳng Bồ-đề mới mãn sở nguyện, tư duy cầu Chánh giác kiên cố thọ trì, bằng tâm từ cứu hộ hết thảy hữu tình."[1078]

Vua Thắng Quang sau khi nghe Phật nói, trong lòng vô cùng hoan hỷ, đảnh lễ sát chân Phật, cung kính từ biệt lui về.

[1072] 阿僧企耶. Skt *asaṃkhya*. Tib *grangs med pa*.

[1073] 護世佛. Tib *'dren pa yul 'khor skyong*. Skt *Dhṛtarāṣṭra-nāyaka*.

[1074] 燃燈佛. *sangs rgyas mar me mdzad*. Skt *Dīpaṃkara-buddha*.

[1075] 寶髻佛, *Kośa* iv. k. 110: *Ratnaśikhi* (Tib *rin chen gtsug tor*). [*'Dul ba kha 275b3*]. *sangs rgyas dbang po rgyal mtshan*. Skt *Indradhvaja*: 帝幢 Đế Tràng Phật.

[1076] 安隱佛. *sangs rgyas legs mdzad*.

[1077] 迦攝波. *'od srung*; Skt *Kaśyapa*.

[1078] *Câu-xá* phẩm iv "phân biệt Nghiệp", Skt *vipaśyī dīpakṛd ratnaśikhī śākyamuniḥ purā*||110|| Tib *rnam gzigs mar me rin chen gtsug / grangs med gsum gyi tha mar byung/dang po shā kya thub pa yin*//110/ Hán: 逆次逢勝觀 然燈寶髻佛 初釋迦牟尼|113.

4. Nhân duyên phát tâm

Bấy giờ Cụ thọ A-nan-đà thỉnh vấn Phật bằng kệ tụng[1079]:

"Đấng Tôn Quý thế gian,
Xin nói rõ cho con:
Sơ phát tâm chỗ nào
Vì cầu đại Bồ-đề?

Nguyện đấng Vô thượng sĩ,
Nói rõ nhân duyên đó:
Cúng dường bao nhiêu Phật
Và trải qua bao lâu?"

Đức Thế Tôn đáp lại bằng kệ tụng:

"Đấng Lưỡng Túc vô thượng
Thương xót các hữu tình,
Nguyện phát tâm bồ-đề,
Nguyện thoát biển tam hữu.

Nghe Phật tâm ly dục,
Nói rõ chuyện voi say,
Nhàm chán thói tham dục
Nên phát tâm Bồ-đề.

Phát thệ nguyện kiên cố,
Hành thí như Hằng sa.
Vào thời vua Quang Minh[1080]
Cần cầu Đẳng chánh giác.

Trước gặp Phật Thích-Ca,
Ta làm người thợ gốm
Bơ, dầu, và nước đường,
Tối sơ cúng dường Phật.

[1079] Tib, 'Dul ba kha 275b7.
[1080] Xem chuyện vua Quang Minh và con voi say đoạn trên.

Từng là nữ thương chủ[1081],
Chánh tín ngôi Tam bảo,
Ta gặp Phật Kiều-trần[1082]
Đem dầu thắp cúng dường.

Thuở thời Phật Vô thắng,[1083]
Ta từng Tam tạng sư,
Tranh cãi với đại chúng,
Mắng chưởi "Tăng là nữ".
Do khẩu nghiệp ác đó,
Biến ta thành thân nữ.
Sau khi hồi tâm tịnh,
Chuyển trở lại thân nam.

Trong quá khứ xa xưa,
Khi Ta là vương tử
Anh em Phật Bảo Kế[1084],
Ta dâng đèn cúng dường.

Phật Thế Tôn An Ẩn[1085],
Liên tục ba tháng trường.
Sau khi Phật diệt độ.
Xây tháp thờ xá lợi.

[74a01] *Từng làm người giàu có,*
Cúng dường Phật ba tháng;

[1081] 上女, Hán có thể là 商女 *thương nữ* do phát âm nhầm. Tib *tshong dpon bu mo*: con gái của một thương chủ. Có thể đồng nhất với Pāli *Yasodharā*, con gái của một thương chủ ở *Sunandagāma*, cúng dường Phật *Kondañña* một bữa cơm trộn với sữa. BuA. *Dictionary of Pāli Proper Names*.
[1082] 憍陳佛. Skt *Kauṇḍinya*: Kiều-trần-như.
[1083] 無勝佛. Tib *gzhan gyis mi thul ba*; Skt *Aparājita*.
[1084] 寶髻佛兄弟. Tib *rin chen gtsug tor* (Skt *Ratnaśikhin*), Bảo Kế.
[1085] 安隱佛. Tib *bde mzdad*. Skt *Kṣemaṃkara*.

Phật Thế Tôn diệt độ
Xây tháp chín mươi khủyu.

Khi gặp Phật Hữu Thắng[1086]*,*
Ta Phạm chí bậc nhất,
Cung kính chấp tay lại
Cúng dường Nhân Trung Tôn.

Một thời là phạm chí,
Thông hiểu các thư luận
May gặp Phật Lợi Ích[1087]*,*
Dâng Như Lai chỗ ngồi.

Xưa khi tu khổ hành,
Trụ trong pháp Tiên nhân,
Gặp Thế tôn Kiều-trần,
Gieo mình xuống sườn núi.

Thuở từng là Tiên nhân,
Ta gặp Phật Nhạo Kiến,[1088]
Mang rễ cây và trái,
Đến chỗ Phật cúng dường.

Thuở Ta là Tiên nhân
Gặp Thế Tôn Thiện Nhãn[1089]*,*
Đem áo bằng vỏ cây
Cúng dường Phật che thân.

Xưa Ta từng là vua,
Cúng dường Phật Lặc-xoa;[1090]

[1086] 有勝佛. Tib. *dpal 'byung*; Skt. *Śrīsambhava*.
[1087] 利益佛. Tib. *phan par bzhed mdzad pa*. Skt. *Hiteṣin*.
[1088] 樂見佛. Tib. *blta na sdug pa*. Skt. *Darśanīya*.
[1089] 善眼世尊. Tib. *'jig rten 'dren spyan mdzes*. Skt. *Sunetra*.
[1090] 勒叉佛 (Skt. *Lakṣaṇa*?); Tib. *yul 'khor skyong*; Skt. *Dhṛtaraṣṭra*: Phật Hộ Quốc (?).

Xả bỏ bốn binh chủng,
Cầu Vô thượng Bồ-đề.

Tối sơ Phật Thích-ca,
Cho đến Phật Hộ Thế,
Bảy lăm ngàn vị Phật,
Ta cúng dường hết thảy.

Đây là một tăng-kỳ,
Hành cúng dường như thế,
Nhất tâm, không biến đổi,
Hằng phát nguyện Bồ-đề.

Thứ đến gặp Nhiên Đăng
Đa văn, rất khả ái,
Mang bảy đóa sen xanh
Làm phạm chí[1091] *cúng dường.*

Ta từng là Quốc vương,
Thấy Phật hiệu Hữu Tướng[1092],
Nơi chỗ Phật tu hành,
Cúng dường Như Lai ấy.

Một thời làm quốc vương,
Có Phật hiệu Trụ Tu,[1093]
Đem trân bảo diệu sắc
Và âm thanh cúng dường.

[1091] Tib. *bram ze khye'u*, ma-nạp, niên thiếu bà-la-môn. Tức bà-la-môn *Sumati* (Thiện Huệ), hoặc *Megha* (Di-già), đồng nhất với Pāli *Sumedha*.

[1092] 有相. Tạng ['Dul ba kha 276b4]: *nga ni rgyal por gyur pa na| dka' thub spyod ces bya ba yi| sangs rgyas mtshan mnga' mthong nas ni|*: Ta bấy giờ là Quốc vương hiệu Khổ Hành Giả (*dka' thub mdzad*), đã thấy Phật hiệu Hữu tướng (*mtshan mnga*).

[1093] Tib. *mun 'joms pa.* Skt. *Tamonuda.*

Xưa từng làm quốc vương,
Phật hiệu Siêu Sư Tử,[1094]
Đem tàn lọng quý báu,
Dâng cúng lên Như Lai.

Xưa từng làm quốc vương,
Có Phật An Ẩn Nhật;[1095]
Vua có một ngàn thành,[1096]
Thảy đều đem cúng dường.

Xưa từng làm quốc vương
Có Phật hiệu Phạm Chí[1097]
[74b01] *Nhà tắm nóng, nước thơm,*
Đúng thời, dâng tắm Phật.

Xưa lúc làm quốc vương
Dâng cúng tại trong thành[1098]
Ba ngàn[1099] *Phật Phạm chí*[1100]
Cùng với Phật Thi-khí.[1101]

Ta từng làm trưởng giả,
Trong thành Tài tăng[1102],

[1094] 超師子. Tib. *seng ge seng ge'i rtsal mnga'* (Phật hiệu Sư Tử, có uy lực sư tử). Skt. *Siṃha* (TSD Negi).

[1095] 安隱日. Tib. *bde mdzad*. Skt. *Kṣemakara*.

[1096] Tib. *stong phrag drug bcu*: 7.000.000.

[1097] Tib. *'jig rten 'dren pa mi dbang la ...bram zer gyur tshe zhabs*: Ta là Đạo sư của thế gian (Phật), hiệu Nhân Chủ (Skt. *Narenda*)... bấy giờ Ta là Bà-la-môn.

[1098] Tib. *rgyal srid 'phel ba*; Skt. *Rājyavardhana*.

[1099] Tib. *sum bcu*: 30.

[1100] 梵志佛. *bram ze'i sangs rgyas* (Phạm chí/ Bà-la-môn Phật). *Brahmabuddha*.

[1101] 尸棄佛. Tib. *gtsug tor can*. Skt. *Śikhin*.

[1102] 財增城. Tib. *grong khyer 'bras 'phel dag*: thành Tăng mễ; Skt. *Dānyavardhana*.

CHƯƠNG XI. LỤC NHA BẠCH TƯỢNG

Dâng cúng hai lăm Phật,
Tu hành trong phạm hạnh.

Ta từng là trưởng giả[1103]
Ở trong thành lớn kia[1104]*,*
Cúng dường Phật Thi-khí,
Xây chùa, tinh xá, tháp.

Chùa ấy cúng bảy Phật[1105]*,*
Dâng cúng vật trân bảo
Cùng với các nô tỳ
Nhà cửa, rừng, hoa viên.

Ta từng làm quốc vương,
Kính tín Phật Thi-khí,[1106]
Cũng ở trong thành đó,
Nguyện thành chánh đẳng giác.

Một thời làm phạm chí,
Có Phật hiệu Hoan Hỷ[1107]*,*
Ta dâng quả cúng dường,
Vì cầu đạo Bồ-đề.

Khi xưa làm trưởng giả[1108]*,*
Có Phật hiệu Thiện Nhãn;[1109]
Ngọc ma ni quý báu,
Cúng dường đức Như lai.

[1103] 長者. ⓣ *tshong dpon,* thương chủ. ⓢ *vaṇik.*
[1104] 大城. ⓣ *grong khyer dga' ba,* Hoan hỷ thành. ⓢ *Nandanagara.*
[1105] ⓣ *rgyal ba drug,* sáu đấng Tối Thắng.
[1106] ⓣ *gtsug tor can la skras bregs so,* ta cạo tóc ở trước đức Thi-khí.
[1107] 歡喜. *kun dga',* hô khởi từ, đây Phật gọi A-nan chứ không phải danh hiệu Phật. ⓣ *thub chen ma 'gags* (Đại Mâu-ni hiệu Vô Diệt). ⓢ *Aniruddha.*
[1108] ⓣ *tshong dpon,* thương chủ.
[1109] 善眼. ⓣ *spyan mdzes.* ⓢ *Sunetra.*

Cũng từng là thương chủ,
Có Phật hiệu Thiện Sinh[1110]
Ngồi dưới cội Bồ-đề;
Dâng bánh cúng dường trước.

Trong một ngàn thương nhân
Ta từng là thương chủ.
Thấy ngồi gốc Bồ-đề,
Phật hiệu là Thiện Ý;[1111]
Bột thơm thoa lên Phật,
Dùng quạt quạt cho mát.
Ngồi một bên nghe pháp
Nghe xong tâm khai mở.

Xưa làm một thương chủ,
Có Phật hiệu Thích-Ca;[1112]
Ta dùng các hoa báu,
Tung lên Phật cúng dường.

Ta từng là thương chủ,
Có Phật hiệu Cao Đăng;[1113]
Dùng phướn hoa âm nhạc,
Cúng dường Phật như vậy.

Xưa từng làm quốc vương,
Có Phật hiệu Tối Thượng[1114]

[1110] 善生. Tib. legs 'khrungs. Skt. Sujāta.

[1111] 善意佛. Tib. blo bzang. Skt. Sumati.

[1112] Tib. shā kya thub, đức Thích-ca Mâu-ni. Skt. Śākya-muni. Bản Hán có thể bỏ sót ba vị Phật: Tib. tsan dan (Skt. Candana); Tib. tshangs sbyin (Skt. Brahmadatta); Tib. 'od zer can, Dương Diệm (Skt. Marīcī); Tib. don dam gzigs pa, Thắng Nghĩa Kiến (Skt. Paramārthadarśin).

[1113] 高登. Tib. mthor 'phags pa. Skt. Atyuccagāmin.

[1114] 最上. Tib. sangs rgyas dam pa. Skt. Uttara.

*Vượt thoát các biển hữu,
Dâng xe cộ cúng dường.*

*Khi xưa làm quốc vương,
Có Phật hiệu Tối Tôn;*[1115]
*Trong trăm dặm Phật đi.
Tung rải nhiều hoa quý.*

Ta trong đời quá khứ,
[0074c1] *Nghe Phật sắp đi đến*[1116],
*Từ xa treo cao phướn,
Với bốn binh vây quanh.*

*Hoặc Phật muốn qua sông,
Ta làm người chèo thuyền;
Thấy Phật, tâm hoan hỷ,
Đưa Phật qua bờ kia.*

*Xưa từng là thương chủ,
Có Phật hiệu Hiền Xa;*[1117]
*Ta bắc cầu qua sông
Để Phật qua an ổn.*

*Khi ta làm quốc vương,
Có Phật hiệu Đại Phạm;*[1118]
*Dựng chùa, hương ngưu đầu,
Cúng dường đấng Tôn Quý.*

[1115] 最尊. Tib gso bo. Skt Śreṣṭhin (?)

[1116] 佛欲來過. Tib sangs rgyas dgra zhi mdzad pa. Phật hiệu Dập Tắt Oán Địch? Skt Śamitāri (Mahāvyutpatti).

[1117] Tib shing rta skal ldan chen po; Skt Mahābhgīratha. Tib shing rta yan lag. Skt Aṅgaratha.

[1118] 大梵. Tib tshangs, Skt Brahmā.

Dâng y tăng-già-chi,
Để khoác lên Như Lai.[1119]
Trời hạn, hương tắm Phật:
Trời mưa, người quy y.

Có lúc làm quốc vương,
Có Phật hiệu Tịnh Nguyệt[1120].
Trong nước có dịch bệnh,
Dâng thuốc Phật chữa trị.

Xưa khi ta làm vua,
Có Phật hiệu Điều Đế.[1121]
Thỉnh Phật giảng diệu pháp,
Vì cầu đạo Bồ-đề.[1122]

Khi xưa lúc làm vua
Có Phật hiệu Phạm Tôn[1123]
Cúng Phật Tăng-già-chi
Để ngài đắp lên mình.
Gặp lúc thời đói kém,
Dâng nước ấm chiên đàn,

[1119] Hán, không rõ hiệu Phật. Có thể hiểu là đồng nhất với Phật Đại phạm nói trên. Tib. *rgyal por ggyur tshe sangs rgyas ni| bcom ldan 'das tshangs tshe mchod cing| snam sbyor rgyal mtshan bsgreng nas ni| ngas ni yams kyi nad zhi byas|* Khi Ta là quốc vương, Ta dựng y tăng-già-lê làm phướn cúng dường Phật Thế Tôn hiệu *tshangs pa'i tshe*, diệt trừ bệnh ôn dịch. Tib. *tshangs pa'i tshe*, Skt. Phật hiệu *Brahmāyus* (?), Hán có thể hiểu là «Vào thời Phật hiệu *Brahman*? đồng nhất với Phật Đại Phạm như trên.

[1120] 淨月. Tib. *bcom ldan zla ba* (?); Hán và Tib, có nhiều điểm không đồng nhất. **Xem cht. 1123 dưới.**

[1121] 調帝. Tib. *dbang po 'dul ba*. Skt. *Indradamana*.

[1122] Từ đây [Kha 277b6] cho đến đoạn Phật Tất-đạt [Kha 277b7], Hán và Tạng bất đồng. Bản Tạng, sau Phật *dbang po 'dul ba*, có Phật, Tib. *rin chen ri bo*; Skt. *Ratnaśaila* (Bảo Sơn?).

[1123] 梵尊. Tib. *bcom ldan tshangs pa*. Giống như đoạn trên. **Xem cht. 1119 trên.**

*Cho Như lai tắm rửa.
Được mùa, người quy y.*

*Xưa khi Ta làm vua,
Có Phật hiệu Đế Thích.
Trong nước có tai họa,
Vua tu từ, họa dứt.*[1124]

*Khi xưa lúc làm vua.
Cúng dường Phật Điều Đế.*[1125]
*Dùng trăm vạn vật báu
Sắm thức ăn cúng Phật.*

*Xưa Ta tín phạm chí,
Gặp Phật hiệu Tất-đạt.*[1126]
*Đọc trăm ngàn tụng tán
Cúng dường Thiên Nhân Sư.*

*Khi Ta làm phạm chí,
Phật hiệu Đế Thích Tràng.*[1127]
*Chánh tín, chắp tay nguyện
Đương lai sẽ như Phật.*

*Kể từ Phật Nhiên Đăng,
Đến Phật Đế Thích Tràng,
Bảy vạn sáu ngàn Phật,
Đều tận tâm cúng dường.
Đủ hai tăng-kỳ kiếp,
Cúng dường các đức Phật,*

[1124] *So sánh đoạn trên,* **xem cht. 1121.**

[1125] **Xem cht. 1121.**

[1126] 悉達. don kun sgrub pa. Sarvasiddhārtha (Nhất Thiết Nghĩa Thành).

[1127] 帝釋幢. dbang po rgyal mtshan; Indradhvaja.

[0075a] *Tâm chưa hề đổi khác,*
Chí nguyện đạt Bồ-đề.

A-tăng-kỳ thứ ba,
Cũng làm vua cúng dường
Phật hiệu An Ẩn Nhật;[1128]
Xây tháp lúc diệt độ.

Ta xưa làm quốc vương,
Cúng dường Phật mọi thứ[1129],
Thảy đầy đủ tùy ý,
Dựng tháp, gọi Pháp Vương.

Một thời, đại thương chủ,
Gặp Phật hiệu Tất Cúng[1130].
Đem nhiều hoa bằng vàng.
Tung rải cúng dường Phật.

Xưa lúc làm nhà buôn,
Gặp Phật hiệu Bảo Kế;[1131]
Đan tấm lưới bằng vàng
Che phía trên Đại sư.

Xưa khi là thương nhân,
Phật hiệu Thượng Liên Hoa.[1132]
Làm hoa bạc cúng dường,
Tung rải lên Như lai.

Xưa, khi làm thương nhân,
Gặp Phật hiệu Thượng Xưng.[1133]

[1128] 安隱日. ⓣ *sangs rgyas bde mdzad dam pa*; ⓢ *Kṣemaṃkara*.

[1129] Hán nhảy sót Phật hiệu, ⓣ *gang po re skong*; ⓢ *Pūrṇamanoratha*.

[1130] ⓣ *thams cad zil gnon*; ⓢ *Sarvābhibhū* (Nhất Thiết Thắng).

[1131] 寶髻. ⓣ *rin chen gtsug tor can*; ⓢ *Ratnacūḍa*.

[1132] 上蓮花. ⓣ *pad ma dam pa*. ⓢ *Padmottara*.

[1133] 上稱. ⓣ *brags mchog*. ⓢ *Yśottara*.

Bằng diệu bảo tối thượng,
Ta cúng dường Như lai.

Xưa Ta vua nước lớn,
Phật hiệu gọi Thắng Luận.[1134]
Ngày chứng quả Bồ-đề,
Ta đem bốn binh hộ.

Xưa, Ta là thương nhân,
Gặp Phật hiệu Vô Cấu.[1135]
Xây tháp và nhà tắm,
Thắp đèn đuốc sáng rực.

Xưa khi Ta làm vua,
Gặp Phật hiệu Hiệp Giác,[1136]
Ngồi trên đá nhập định,
Đem âm nhạc cúng dường.

Xưa Ta là thương nhân,[1137]
Gặp Phật hiệu Tu Hành[1138]
Hàng phục oán, độ người;
Quét đường, để Phật đi.

Xưa ta làm thương nhân,
Nghe Phật hiệu Tịnh Trụ[1139]
Sắp đến; bèn dựng chùa,
Vườn hoa, với tinh xá.

[1134] 勝論. Tib. legs gsung. Skt. Suvādin
[1135] 無垢. Tib. dri med. Skt. Vimala.
[1136] 合覺. Tib. sad mdzad. Skt. Prabodhana.
[1137] Tib. Bấy giờ là thương chủ hiệu dgra thul; Skt. Jitaśatru.
[1138] 修行. Tib. spyod pas gshegs pa.
[1139] 淨住. Tib. gnas 'jogs gshegs pa. Skt. Vāsiṣṭha.

Xưa làm vua nước lớn,
Có Phật hiệu Tướng Sư;[1140]
Cúng dường ngọc ma ni,
Ta hành bồ-tát nguyện.

Xưa làm vua nước lớn,
Có Phật hiệu Hệ-đô;[1141]
Ta dựng tháp Pháp vương,
Cúng dường bằng phướn lụa.[1142]

Xưa làm vua nước lớn,
Có Phật hiệu Xả Trọng;[1143]
Ta cúng dường gậy, bình,
Xây tháp và thiết hội.

[0075b] *Xưa khi làm thương nhân,*
Có Phật hiệu Kiến Nghĩa;[1144]
Đem vàng, chân châu quý,
Các loại hương cúng dường.

Xưa làm vua nước lớn,
Phật hiệu Chư Binh Nghĩa,[1145]
Du hóa trong nhân gian;
Ta đem bốn binh đón.

Xưa làm vua nước lớn;
Phật hiệu Tha Lợi Kiến[1146],

[1140] 相師. Tib *skar 'od*. Skt *Jyotiṣprabha* (Hỏa Quang).

[1141] 繫都. Tib *tog*. Skt *Ketu*.

[1142] Tib *choskyi rgyal srid bsgrags pa na» ngas ni rgyal myshan kho na btsugs||* Bấy giời ta dựng tràng phan gọi tên là Quốc thành của Pháp.

[1143] Tib *bha ra dva dza*. Skt *Bhārdvāja*.

[1144] 見義. Tib *don gzigs*.

[1145] 諸兵義.(?) Tib *don kun sgrub pa*. Skt *Sarvārthasiddha* (Nhất Thiết Nghĩa Thành).

[1146] 他利見 (Skt *Parātthdarśin?*). Tib *don dam gzigs pa*. Skt *Paramārtha*

Muốn đi vào trong thành;
Ta cúng nhạc, hương, hoa.

Xưa Ta làm thương chủ;
Có Phật hiệu Để-sa.[1147]
Dùng cỏ, cây, rễ thơm,
Tung lên cúng dường Phật.

Ta xưa từng làm đại Tiên nhân,
Gặp Phật Thần Tú[1148] *trong bảo khám;*[1149]
Bằng một bài kệ tán thán Phật,
Vượt qua chín kiếp tu khổ hạnh.

Xưa làm phạm chí tên[1150] *Tối Thượng,*
Gặp Phật hiệu là Tỳ-bà-thi;[1151]
Hai tay cầm đuốc[1152] *phát Bồ-đề,*
Hoan hỷ tung rải cúng Như lai.

Thuở xưa Bồ-tát làm thương chủ,
Gặp Phật Thế tôn hiệu Thi Khí;[1153]
Cúng Phật, cùng với Chúng Thanh văn,
Y, thực ba tháng dâng đầy đủ.

Xưa làm thương nhân chánh tín sâu,
Đến chỗ đức Phật Tỳ-bà-thi[1154]*,*

---

darśarśin.

[1147] 底沙. **Tib.** *skar rgyal*. **Skt.** *Tiṣya*.

[1148] 晨宿. **Tib.** *skar rgyal*. **Skt.** *tiṣya*, sao Quỷ. Như trên, **cht. 1147**.

[1149] **Tib.** *rin chen bkra ba'i phug*: hang động cẩn châu báu.

[1150] 梵志名最上, **Tib.** *'bru 'tshong du gyur pa na*|| bấy giờ là một người buôn lúa gạo; không rõ tên.

[1151] 毘婆尸. **Tib.** *rnam gzigs*. **Skt.** *Vipaśyin*.

[1152] Trong bản 苣=炬. **Tib.** *mud ga spar gang phul bas mchod*: cúng dường một nắm đậu *mdga* (đậu xanh).

[1153] 尸棄. **Tib.** *gtsug tor can*. **Skt.** *Śikhin*.

[1154] 毘婆尸佛所, có lẽ chép nhầm, thay vì Phật Tì-xá-phù. **Tib.** *thams cad*

Cúng Phật, cùng với Chúng Thanh văn,
Y, thực ba tháng dâng đầy đủ.

Xưa làm thương nhân chánh tín sâu;
Có Phật hiệu Ca-lưu-thôn-đà;[1155]
Thỉnh Phật, gia tư bố thí hết,
Theo Phật xuất gia trì phạm hạnh.

Xưa làm người buôn chánh tín sâu,
Gặp Phật Ca-na-ca-mâu-ni;[1156]
Trước xây tinh xá, sinh cung kính,
Sau mới theo Phật đi xuất gia.

Xưa làm phạm chí tên Tối Thắng[1157]
Trước Phật Ca-diếp[1158] *lưỡng túc tôn,*
Nghe Phật thuyết pháp lòng vui sướng.[1159]
Sau được xuất gia tu tịnh ý.

Khi xưa Bồ-tát làm quốc vương
Tu hành, hầu cận Tiên Di lặc.[1160]
Nhập định thấy Ta sẽ thành Phật,
Tiên nhân trở lại cúng dường Ta.

Từ Phật An Ẩn đến Thích-ca,[1161]
Cúng dường bảy vạn bảy ngàn Phật,

---

skyob pa. Skt *Viśvabhū.*

[1155] 迦留村陀佛. Tib *'khor ba 'jig.* Skt *Krakucchanda.*

[1156] 迦耶(那 chép nhầm) 迦牟尼: Câu-na-hàm-mâu-ni. Tib *gser thub.* Skt *Kanakamuni.*

[1157] 最勝, Tib *bla ma.* Skt *Uttara.*

[1158] Tib *'od srung.* Skt *Kāśypa.*

[1159] Tib *dga' skyong gi ni tshig thos nas,* sau khi những lời của dGa' skyong (Skt *Nandīpāla*).

[1160] Tib *byams pa drang srong.* Skt *Maiytreyarṣi.*

[1161] Tib Từ Phật *bde mdzad* (An Ẩn) đến Phật *'od srung* (Ca-diếp), trải qua 77.000 Phật.

Phụng sự hết thảy đức Như lai,
Suốt ba tăng kỳ không thiếu sót.

Phụng sự cúng dường tâm hoan hỷ
Tâm chưa từng chút biến đổi;
Luôn phát Vô thượng Bồ-đề nguyện,
Khi làm Bồ-tát cúng dường Phật.

Tất cả thị hiện đều thọ ký,
Trước chúng đều nói "Sẽ thành Phật".
[75c1] *Nguyện Ta trước đây, đều viên mãn.*
Những gì đã nguyện nay nhớ lại.

Nguyện này giờ đây được viên mãn.
Chư Đại đức Thế Tôn kia,
Thọ ký Ta Vô thượng Bồ-đề.
Ta xưa từng làm vua tên Thi-tỳ.[1162]

Lại khi vì tất cả thí chủ,
Cùng với thân Đại vương Vĩ-lạm.[1163]
Xả thân, xả của, hành bố thí.

Xưa làm nhà buôn vào biển lớn,
Trì giới chuyên cầu đến bờ giác.
Thà hại thân mình để người vui,
Khiến cho hết thảy vượt biển khổ.

Xưa kia Ta từng làm Tiên nhân,
Luôn hành nhẫn nhục ba-la-mật;
Thân thể, tay chân, bị đứt lìa,
Vẫn hành nhẫn nhục, tâm không thối.

[1162] 尸毘王. **Tib** *shi bi'i rgyal po*. **Skt** *Śivi*, được nói trong phần Y sự (*Cīvaravastu*).

[1163] 尾濫. **Tib** *dus dpog*. **Skt** *Velāma*.

Như Bổn sanh Khẩn-na-la[1164] *kể:*
Ta từng muốn làm khô biển lớn,
Để tròn tinh tấn ba-la-mật.
Đều do khẩu nghiệp nói chân thật.

Xưa có tên Dược Vật đại thần,[1165]
Cùng Phạm chí Ngưu Xuất[1166] *luận nghị,*
Viên mãn bát-nhã ba-la-mật,
Chư thiên đánh trống, trợ hoan hỷ.

Xưa làm phạm chí tên Sinh Nhiên[1167]*,*
Chuyên tu thắng thiền ba-la-mật.
Trên đầu chim ở, đẻ trứng, ấp;
Trụ định không xuất, sợ chim bay.

Tu hành đủ sáu ba-la-mật;
Luôn luôn tư niệm trụ tâm từ,
Quảng đại tâm, cầu tôn trọng nguyện;
Phát nguyện nguyện cầu đều viên mãn.

Chư Đại Đức, hết thảy chư Phật,
Cúng dường tất cả Thiên Nhân Sư.
Chúng sinh trong biển khổ ba hữu,
Tất cả quay về nẻo Niết bàn.

Lúc là Bồ-tát tu cúng dường,
Thân từ sau vua Quang Minh kia,
Cho đến Phật Thế Tôn Đế Tràng[1168]*,*
Độ được chúng sinh một nghìn ức.

[1164] 緊那羅本生. ⓣ *mi ma yin mo'i skyes rabs.* ⓢ *Kiṃnarī-jātaka, Mahāvastu* ii. 115.5

[1165] 藥物大臣. ⓣ *sman chen blon po.* ⓢ *Mahauṣadhi.*

[1166] 牛出. ⓣ *gnag lhas.* ⓢ *Govinda.*

[1167] 生然. ⓣ *bram ze rab 'ba.* ⓢ *Jājvalin.*

[1168] Tạng [Kha 279b1]: *rgyal po 'od ldan dbang po nas| thub pa dbang po'i*

Huống chi thành Phật độ vô số,
Đạo sư Tôn quý của thế gian,
Đã độ, chưa độ, chúng trời người,
Phương tiện thiết lập cầu, thuyền bè,
Kiên trì độ hết các hữu tình.

Nếu như sau khi Ta diệt độ,
Vẫn còn độ thoát vô lượng người.
Những ai siêng tu các phước đức
Đương lai sẽ vào thành Niết-bàn.

Nếu như sau khi Ta diệt độ,
Những ai tu tập trong việc Phật,
Cúng dường chút ít trước hình tượng,
Sẽ được sinh thiên, lạc không cùng.

Nếu như sau khi Ta diệt độ,
Lưu truyền Pháp bảo vị cam lộ;
Hoặc có hữu tình nghe pháp này,
Thảy đều tu học để giải thoát.

[0076a1] Trên đây là các danh hiệu chư Phật.[1169] *

III. NỮ NGOẠI ĐẠO VU KHỐNG

Đức Thế Tôn là bậc ruộng phước vô thượng, đáng cung kính tôn sùng; quốc vương, quần thần, bà-la-môn, cư sĩ, thương nhân, thương chủ, trời, rồng, dược xoa, a-tố-la, ca-lâu-la, kiền-đạt-bà, khẩn-na-lạc, mạc-hô-lạc-già cho đến bàng-tô[1170], tất-xá-già[1171]... đều đem y phục,

---

rgyal mtsan bar: từ Quốc vương Quang Minh hùng mạnh cho đến Đức Mâu-ni Đế Tràng.

[1169] Bản Tạng, 'Dul na [kha] 279b5-280a3, liệt kê danh hiệu Chư Phật, từ đức 'Od ldan (Quang Minh, cho đến đức Thích-ca-mâu-ni, có tất cả 90 vị. * Bản Hán hết quyển 15. 'Dul ba [kha] 279b5.

[1170] 傍蘇?

[1171] 畢舍遮, piśāca, tì-xá-xà, quỷ ăn thịt người.

ngọa cụ, thuốc men, dược liệu trị bệnh, cúng dường Thế Tôn và Bí-sô Tăng.[1172]

Bấy giờ, Phật trú trong vườn Cấp-cô-độc, thành Thất-la-phiệt. Các ngoại đạo[1173] khi ấy cùng tụ tập nơi giảng đường, nói với nhau rằng:

"Các nhân giả có biết không? Chúng ta từ trước được các quốc vương, quần thần, cư sĩ, bà-la-môn tôn trọng, chu cấp y phục, ngọa cụ, thuốc men, vật dụng các thứ nhưng nay có Sa-môn Kiều-đáp-ma xuất hiện trong nhân gian, được sự tôn trọng, cúng dường cung cấp thuốc men, y phục, ngọa cụ các thứ. Nay Sa-môn Kiều-đáp-ma xuất hiện trong nhân gian, những gì mà chúng ta có, được tôn trọng, cung kinh cúng dường; tất cả bây giờ đều được dâng cho ông ấy, nay những thứ ấy bị cắt đứt, không còn chút lợi dưỡng gì. Nay chúng ta làm thế nào để đối phó?"

Trong nhóm đó có người lên tiếng:

"Các vị nên biết, làm cho người trì phạm hạnh mà hành phi phạm hạnh."

Các ngoại đạo đáp:

"Đúng vậy,"

Một ngoại đạo khác hỏi:

"Nhưng bằng cách nào?"

Đáp:

"Trong pháp chúng ta đây có một người nữ, hình dáng xinh đẹp, ai cũng muốn nhìn. Hãy bảo cô ta nói rằng, cô cùng Sa-môn Kiều-đáp-ma tư thông."

[1172] Bản Tạng không có đoạn tương đương; thay vào đó, danh hiệu Chư Phật trong 3 a-tăng-kì kiếp tu hành của Đức Thích-ca, từ Phật *Prabhāsa* (Quang Minh) cho đến Phật *Kāśyapa* (Ca-diếp). Cuối cùng, Đức Thích-ca Mâu-ni và Di-lặc.

[1173] Tib. *mu stegs can kun tu rgyu*, nhóm dị học phổ hành giả, những du sĩ lang thang; Hán dịch thường gọi là xuất gia ngoại đạo hay dị học.

Mọi người đều hỏi:

"Người xinh đẹp kia là ai?"

Đáp:

"Ấy là nữ ngoại đạo Chiên-giá[1174]."

Mọi người tức thì cho gọi cô ấy đến,[1175] bảo rằng:

"Cô em nên biết, những lợi dưỡng mà chúng ta có trước đây nay thảy đều bị cắt đứt. Bây giờ những lợi dưỡng như y phục, thuốc men, ngọa cụ các thứ tất cả đều được cung kính tôn trọng cúng dường cho Sa-môn Kiều-đáp-ma. Cô không giúp chúng tôi sao? Cô bỏ rơi chúng tôi sao?"

Người nữ hỏi:

"Các vị muốn tôi làm theo kế sách nào?"

Đáp:

"Cô là em gái trong gia đình quyến thuộc của chúng tôi. [0076b01] Cô có thể phao lời này: 'Tôi cùng với Sa-môn Kiều-đáp-ma lén lút hành phi phạm hạnh.' Nếu làm được như vậy thì mới gọi là ngăn chận địch. Người đời tức khắc sẽ quay trở lại cung kính tôn trọng, cúng dường chúng ta như trước kia."

Người nữ nói:

"Tôi không thể vu khống Sa-môn Kiều-đáp-ma. Ông ấy là thầy của trời, người; được vua quan kính trọng, oai đức vô cùng. Ai mà tin tôi."

Bấy giờ các ngoại đạo đối lại:

"Này cô em, nếu cô không chịu vu khống Sa-môn Kiều-đáp-ma, không nghe theo lời chúng tôi nói, thì đại chúng chúng tôi sẽ không trao đổi, nói chuyện với cô, không cho cô vào trong nhà chúng tôi; tất

---

[1174] 甄遮外道女. **Tib** *bram ze'i bu mo rtswa mi*. **Skt** *māṇavikā Caṃcā*, thiếu nữ bà-la-môn *Caṃcā*. Đoạn sau, dịch là Chủy Đoan; xem cht. 1202. **Pali** *Ciñcā māṇavikā*.

[1175] Bản Phạn, Phạn I. 97.3. nối lại từ đây. Bản Tib, 'Dul ba kha 280b1. Bản Hán, quyển 16, tr. 76a15. **xem cht. 859.**

cả đều tẩn xuất cô, bỏ mặc cô; cho đến sau khi chết đọa địa ngục."

Bản tính người nữ trí tuệ kém cỏi, nghe vậy liền hỏi:

"Các vị muốn tôi làm việc gì?"

Các ngoại nói:

"Mỗi ngày cô cứ lui tới rừng Thệ-đa."

Người nữ đó y theo lời, mỗi ngày thường lui tới rừng Thệ đa. Cho đến một ngày nọ, cô ta giấu một cái bát làm cho bụng to lên rồi đi đến chỗ của Như lai.

Khi ấy, Thế Tôn đang nói pháp vi diệu cho vô lượng trăm ngàn đại chúng đang vây quanh, người nữ này vẫn thản nhiên đi vào giữa hội chúng. Thế Tôn thấy nữ ngoại đạo đi tới, ngài suy nghĩ:

"Nghiệp báo này mà xưa kia đã từng làm, được tích lũy cho đến này thành kết quả, như dòng thác đổ."

Ma nữ[1176] ngoại đạo đến đứng trước mặt đức Phật, rồi nói kệ:

"Âm hưởng làm người thích,
Lời hay lại xảo ngữ,
Làm cho tôi mang thai,
Nay lại còn nói pháp."

Thế Tôn trả lời bằng kệ tụng:

"Ai nói điều vọng ngữ
Sẽ đọa vào địa ngục."

Nữ ngoại đạo đáp:

"Làm lại bảo không làm,
Đó sẽ đọa địa ngục."

Thế Tôn:

"Hai người đều sẽ đọa địa ngục
Đọa hay không đọa tự mình biết.

[1176] 魔女 có thể chép nhầm của 摩女, âm và nghĩa của từ Skt *māṇavikā*, thiếu nữ bà-la-môn, chỉ chung các thiếu nữ học đạo.

Kẻ phỉ báng Pháp đời sau khổ.
(thiếu câu, không thấy trong bản gốc)"[1177]

Khi ấy, Thiên đế Thích suy nghĩ:

"Nữ ngoại đạo kia đang bôi xấu đức Đại Thánh và Bí-sô Tăng."

Nghĩ xong, Thiên đế dùng thần lực làm chiếc bát đứt dây, rơi xuống đất. Ma nữ ngoại đạo vô cùng xấu hổ, bỏ về tức khắc.

[1177] Phụ chú trong bản Hán. Theo nội dung trong bản Phạn và Tạng, Hán dịch đủ nghĩa. Có lẽ bản thảo, định dịch thành 4 câu, nhưng đã đủ nghĩa, Nghĩa Tịnh chưa có dịp để chỉnh lại. Cf. Phạn I.97.27: *hīno hi dharmair ubhayatra loke| tulyāṃ avasthāṃ samupaiti martyaḥ|* Tib, 'Dul ba [kha] 281a5: dman *pa'i chos can mi ni gnyig| pha rol tu 'dra bar 'gor bar gyur|* người hành pháp hạ liệt, cả hai đọa như nhau.

CHƯƠNG XII.
XÁ-LỢI-PHẤT - MỤC-KIỀN-LIÊN BẢN SỰ[1178]

1. Thi triển thần thông

Bấy giờ các Bí-sô Thượng tọa bạch Phật:

"Bạch Thế Tôn, vì sao Phật nói pháp cho Đại vương Thắng Quân nghe rằng, ngay lúc tối sơ phát khi ấy tức thì được thọ ký thành chánh chơn đẳng chánh giác? **[0076c01]** Nay chúng con lại muốn đến bên bờ ao Vô nhiệt[1179], trước mặt Như Lai, mỗi người tự nói về bản sự của mình."

Phật im lặng nhận lời cầu thỉnh.

Theo thường pháp của chư Phật khi xuất hiện ở đời, trước khi nhập Niết bàn, có mười việc tất yếu cần làm để giáo hóa hữu tình. Mười việc đó là gì?

1. Thọ ký quán đảnh Pháp vương Thái tử đã trồng thiện căn từ lâu.[1180]

2. Hữu tình nào chưa phát tâm[1181] thì khiến cho phát khởi tâm vô thượng Bồ-đề.

[1178] Tiêu đề theo bản Phạn ghi ở phần cuối chuyện kể: *śāriputra-maudgalyāna-vargaḥ*; và 🅣 |shā ri'i bu dang maud gal gyi bu'i le'u 'o||

[1179] 無熱池. Skt. *Anavatapta-mahāsara* (A-nậu-đạt trì). 🅣 *mtsho chen po ma dros pa*.

[1180] Phạn: Chư Phật chưa nhập Niết-bàn thì chưa thọ ký cho ai sẽ thành Phật.

[1181] Phạn: Chưa phát tâm bất thối (*avaivartyam cittam*) cầu Vô thượng Chánh đẳng Bồ-đề.

3. Giáo hóa những ai cần được giáo hóa.[1182]

4. Kiến lập Tam bảo.[1183]

5. Kết giới.[1184]

6. Xả một phần trong năm phần thọ hành.[1185]

7. Hiện đại thần thông trong thành Thất-la-phiệt.

8. Tại tụ lạc Bình lâm[1186], thị hiện từ trên trời đi xuống.

9. Làm cho cha mẹ thấy chơn đế.

10. Tại ao Vô nhiệt, cùng các bí-sô, Phật nói về nhân duyên nghiệp báo.[1187]

Do vì nghĩa này, Thế Tôn cùng với các bí-sô nói nghiệp báo đời trước của mình bên bờ ao Vô nhiệt.

Phật bảo các bí-sô:

"Hãy đến bên bờ ao Vô nhiệt, mỗi người tự thuật nghiệp báo đời trước của mình."

Các bí-sô thảy đều vâng mệnh theo lời Phật dạy.

Phật cùng với chúng Bí-sô 499 vị ẩn mất trong thành Thất-la-phiệt, xuất hiện bên ao Vô nhiệt, đi đến chỗ du hành của dược xoa Dã Mãnh[1188]. Nơi ấy hoa trái rất vừa ý, từ ao này xuất phát bốn con sông

---

[1182] Bản Hán nhảy sót mục này. Đây theo bản Phạn và Tạng thêm vào.

[1183] Phạn: lập một đôi thượng túc đệ tử (Skt. *śravakayugaḥ agratāyām*; Tib. *nyan thos kyi mchog zung gcig tu bstan pa*).

[1184] Quy định giới cọng trú của Tăng, đồng nhất thuyết giới. Cụ thể, đây muốn nói quy định ranh giới giữa biên địa và trung thổ.

[1185] Phạn: xả một phần ba thọ hành (*tribhāga āyuṣaḥ utsṛṣṭo bhavati*). Tib. như Hán: *sku tshe'i lnga cha btang ba*.

[1186] 平林聚落. Skt. *Sāṃkāśya-nagara*. Tib. *grong kheyr gsal ba*.

[1187] Bản Tạng kết luận: "... chừng nào chưa làm xong [những việc trên đây] Chư Phật Thế Tôn chưa nhập Niết-bàn." (... *ma mdzad pa de srid du sangs rgyas bcom ldan 'das rnams yong su mya ngan las mi 'da'o*).

[1188] Skt. *caṇḍayakṣa-rākṣasa-niṣevita*, chỗ thường lai vãng của các dạ-xoa,

chảy vào biển: 1. Cương già (Hằng hà); 12. Tân độ (Tín-độ); 3. Phược xoa; 4. Hê-đa.[1189] Nơi ấy núi non hiểm trở, người không có thần thông khó mà đến được. Phật và đại chúng đều đã đến nơi đó.[1190]

Thế Tôn khởi thế tục tâm. Khi khởi tâm này, cho đến loài trùng, kiến cũng biết ý của Phật. Long vương Nan-đà và Ô-ba-nan-đà biết ý của Như Lai, tự hỏi vì sao Thế Tôn khởi thế tục tâm. Bèn thấy rằng Phật muốn vào trong ao Vô nhiệt cùng với các bí-sô để nói về nhân duyên nghiệp báo đời trước của từng vị, tức thời biến hóa ra trong ao đóa sen một ngàn cánh lớn như bánh xe, màu như vàng ròng cõi trời, cọng bằng châu báu, nhụy được làm bằng kim cương; có vô lượng nghìn hoa khác vây xung quanh. Thế tôn ngồi lên hoa đó. Các bí-sô mỗi vị ngồi lên một đóa sen xung quanh.[1191]

Lúc đó Cụ thọ Xá-lợi-phất ở trên núi Kỳ-lợi-bạt-cũ[1192], thành Vương xá, đang khâu y tăng-già-lê.

Phật dạy Đại Mục-kiền-liên:

"Hãy đến đó gọi bạn Xá-lợi-phất của ông đến đây."

"Kính vâng."

Cụ thọ Đại Mục-kiền-liên ẩn mất ở ao Vô nhiệt, xuất hiện tại núi Kỳ-lợi-bạt-cũ, đến trước Xá-lợi-phất nói:

[0077a01] Cụ thọ Xá-lợi-phất, hôm nay Thế tôn cùng 499[1193] Bí-sô Tăng đang ở tại ao Vô nhiệt. Tôi vâng lời Phật dạy đến đây gọi. Chúng ta cùng đi đến đó.

Đáp:

---

la-sát hung dữ.

[1189] Bốn sông lớn, Skt *Gaṅgā, Sindu, Vakṣu* và *Sītā*.
[1190] Hai bài kệ tụng trong bản Tạng.
[1191] Phạn: các Bí-sô ngồi trên các cánh sen.
[1192] 祇利跋窶山. Skt *Gṛdhrakuṭa-parvata*, núi Kỳ-xà-quật, Thứu sơn. Tib *bya rgod kyi phung po'i ri*.
[1193] Trong bản Hán, 九百九十九, chép nhầm. Bản Tạng: 500 vị A-la-hán; thiếu một vị.

"Cụ thọ Đại Mục-kiền-liên, hãy đợi tôi khâu xong tăng-già-lê rồi chúng ta cùng đi."

"Tôi cùng khâu giúp cho."[1194]

Mục-liên nói xong dùng thần thông hóa năm ngón tay thành năm mũi kim phụ khâu. Xá-lợi-phất bảo Mục-liên:

"Thầy đi trước đi, tôi sẽ đến sau."

Đại Mục-kiền-liên bảo:

"Nếu thầy không đi, tôi dùng sức mạnh dẫn đi."

Cụ thọ Xá-lợi-phất duỗi tay đưa móc cửa[1195] ra, bảo Mục-liên:

"Thần thông của thầy bậc nhất[1196], hãy thử lấy cái móc cửa này, rồi hãy dẫn tôi đi."

Đại Mục-kiền-liên liền kéo móc cửa. Nhưng Xá-lợi-phất lại nghĩ: "Mục-liên có đại oai đức, nếu kéo móc cửa thì cũng kéo ta đi luôn." Bèn dùng thần thông buộc mình vào vào núi Kỳ-xà-quật. Núi tức thì lay động, mặt đất Thiệm-bộ châu đồng thời cũng lay động theo.

Long vương Nan đà và Ô-ba-nan-đà, và các Đại đức[1197] trong ao lớn Vô nhiệt tất cả đều bị chấn động.

Các bí-sô bạch Phật:

"Có phải Long vương Nan đà và Ô-ba-nan-đà làm cho mặt đất rung động?"

Phật dạy các bí-sô:

"Chấn động này không phải do Long vương Nan đà và Ô-ba-nan-đà làm mà do Đại Thanh văn hiện thần thông."

Xá-lợi-phất lại suy nghĩ:

"Nếu ta buộc mình vào núi Tu-di, Mục-liên cũng sẽ mang đi được.

[1194] Bản Hán có thể chép dư 3 chữ 不任意.
[1195] 戶鉤. Skt *kāñcī*, giây đai, giải buộc y. Tib *ske rags*.
[1196] Phạn: "Thế Tôn tuyên bố, Mục-kiền-liên thần thông đệ nhất."
[1197] Phạn: các bí-sô ngồi trên các cánh sen.

Vậy ta hãy buộc tâm vào đóa sen lớn trong ao Vô nhiệt mà Như lai đang ngồi trên đó."

Tức thì đóa sen không lay động.

Đại Mục-kiền-liên nói với Xá-lợi-phất:

"Cụ thọ, đã so thần thông rồi, giờ hãy đi đến chỗ Thế tôn."

Xá-lợi-phất nói:

"Thầy hãy đi trước đi, tôi sẽ đến sau."

Đại Mục-kiền-liên vừa đi chưa đến chỗ Phật thì Xá-lợi-phất đã đến trước, đảnh lễ dưới chân Phật, ngồi lên đóa sen,[1198] bấy giờ Mục-liên mới đến nơi.

Xá-lợi-phất hỏi:

"Thầy đi trước, sao đến chậm quá vậy?"

2. Nhân duyên quá khứ

2.1. Khi ấy các bí-sô thảy đều nghi ngờ, duy chỉ có Phật mới dứt nghi này được; bèn bạch Phật:

"Bạch Thế tôn, chúng con đã biết đại Mục-kiền-liên thần thông bậc nhất, nhưng nay so ra không phải như vậy."

Phật bảo các bí-sô:

"Các ông hãy lắng nghe. Không phải chỉ có hiện tại, mà vào thời xa xưa, tại một nước ở trung thổ có một họa sư, nhân có công việc nên đi qua nước khác, đến dừng chân trước nhà một họa sư.[1199] Chủ nhân làm một người nữ bằng gỗ chuyển động được, sắc thái xinh đẹp, khiến phục vụ hầu hạ. Người gỗ nữ đi đến trước mặt rồi đứng lại. Khách bảo:

"Hãy đến đây! Nằm ngủ chỗ này[1200]."

[1198] Phạn: ngồi trên một cánh sen.
[1199] Skt *yantrācārya*, công sư xảo thuật. Tib *'khrul 'khor gyi sgyu rtsal gyi slob dpon*.
[1200] Skt *gamanasamaye*: «Đi đi!», có lẽ Hán đọc là *gamanasānaye*. Cô người

"Tượng gỗ nữ đó vẫn đứng yên lặng, người khách nghĩ: "Há chẳng phải **[0077b01]** người chủ sai cô này hầu hạ ta?" Nghĩ thế rồi, khách bèn nắm tay nó mà kéo tới, dây bị đứt, thân hình và tay tượng gỗ nữ bị rời ra. Người khách xấu hổ, nghĩ:

"Ta bị làm nhục trong chỗ riêng tư, ta phải sỉ nhục lại trước công chúng."

"Khách bèn vẽ hình của mình ngay trên vách tường trước cửa như đang tự treo cổ, rồi vào ẩn mình núp sau cánh cửa.

"Chủ nhân lấy làm lạ, mặt trời lên cao rồi mà khách chưa dậy, liền đến để xem. Vừa mở cửa ra thấy người kia tự treo cổ mà chết, tức thì suy nghĩ: "Người kia hà cớ gì tự siết cổ?" Lại thấy người gỗ được gom lại nằm trên đất. Lại nghĩ, "Do ta thắng nó nên mới xảy ra như vậy." Theo luật pháp nhà nước lập ra, khi có người chết phải báo cho nhà vua trước rồi sau mới chôn cất. Người chủ báo cho vua:

"Trong một nước ở trung bộ Thiên trúc[1201] có một họa sư đến ở tại nhà tôi. Tôi có làm một hình nhân nữ bằng gỗ chuyển động được để hầu hạ, nhưng bị người họa sư đó lấy tay kéo làm đứt dây, hình nhân rã. Người đó xấu hổ nên tự treo cổ mà chết. Mong Đại vương khám nghiệm, rồi tôi sẽ chôn cất."

"Nhà vua sai người đến khám nghiệm. Người khám nghiệm nói:

"Ông hãy cắt sợi dây cho đứt đi, rồi tôi mới khám nghiệm để biết y tự mình treo cổ mà chết, hay do chủ bức cho chết."

"Chủ dùng búa chặt dây, nhưng chỉ thấy chém vào vách tường. [Bấy giờ] người khách [núp sau tường mới bước ra] hỏi:

"Chết hay sống? Thưa chủ nhân, ông đã làm tôi xấu hổ chỉ một

---

máy rửa hai chân cho họa sư. Rồi đứng im. Ông bảo cô: «Rồi, Cô hãy đi đi.»

[1201] Skt. *yavanaviṣaye*, trong địa phương Yavana, cũng gọi la *Yoṇa*. Trong A-lịch-sơn Đại (Alexandr the Great, k. 334 TCN), đây là khu vực của người Hy lạp ở tây bắc Ấn. Khoảng sau thế kỷ II Tl., địa phương này là nơi lưu trú của người ngoại quốc, Bản Tạng: *yul la dbus*, trung ương quốc cảnh.

mình. Nay tôi khiến ông phải xấu hổ trước mặt vua và quan."¹²⁰²

Phật bảo các bí-sô:

"Các ông nghĩ thế nào? Họa sư lúc đó chính là Xá-lợi-phất đây. Công sư làm người nữ bằng gỗ chuyển động là Đại Mục-kiền-liên. Vào lúc đó, do công xảo mà thắng, nay lại bằng thần thông mà thắng."

2.2. "Lại nữa, này bí-sô, các ông hãy lắng nghe. Vào xa xưa, trong tụ lạc ở một phương nọ có hai họa sư cùng tranh nhau kỹ năng của mình, ai cũng cho mình giỏi, hiểu rõ kỹ thuật. Cả hai đều đến chỗ vua trình bày. Người thứ nhất tâu:

"Tôi chứng tỏ vẽ khéo hơn."

"Người thứ hai cũng tâu:

"Tôi sẽ chứng tỏ vẽ khéo hơn."

"Vua ra lệnh mỗi người vẽ một bức họa lên một mặt vách tường và nói:

"Vẽ ra mới rõ ai khéo. Chỉ nói thì ta không tin."

"Họa sư thứ nhất vẽ lên mặt tường sáu tháng mới xong một bức họa. Người thứ hai chỉ chà đẹp mặt tường.¹²⁰³

"Vẽ xong họa sư thứ nhất tâu:

"Tôi vẽ lên tường đã xong."

"Vua cùng quần thần đến xem bức họa, cùng khen:

"Rất đẹp."

"Họa sư thứ hai tâu:

"Hãy xem bức họa tôi vẽ. Do bóng bên ngoài hiện lên bức họa, nên lấy tấm vải mỏng che lại."

[1202] Đoạn văn Hán dịch có vẻ thiếu chi tiết nên rất tối nghĩa. Nay theo ý bản Tạng dịch thêm chi tiết.

[1203] Hán: 但唯摩飾壁面. Bản Phạn: họa sư thứ nhất, sau khi tấm màn được gỡ xuống, thực hiện vẽ. Họa sư thứ hai, sau sáu tháng vẽ xong bức họa trên mặt tường. Theo bản Tạng, cả hai đều vẽ trong sáu tháng.

"Thấy việc như vậy nhà vua rất lấy làm lạ nên bảo rằng "Hơn người kia."[1204]

"Họa sư thứ hai lễ vua, tâu:

"Bức tranh này không phải do tôi vẽ mà do bức họa kia hiện bóng lên bức tường này.[1205] Đại vương, phải chăng bức họa khéo, hay chỗ này khéo.[1206]

[0077c01] "Nhà vua nói:

"Như cách ngươi vẽ, thật quá khéo."

Phật bảo các bí-sô:

"Các ông nghĩ sao? Họa sư sáu tháng trời mài tường thành bức họa chính là Xá-lợi-phất. Họa sư vẽ bức họa trong sáu tháng là Đại Mục-kiền-liên. Vào lúc ấy, do có kỹ thuật mà thắng; nay cũng do thần thông mà thắng."

2.3. "Lại nữa, này các bí-sô, các ông hãy lắng nghe. Không phải chỉ nay mới thắng bằng thần thông. Vào xa xưa, cách thành Ba-la-nỉ-tư không xa có hai vị tiên nhân, một vị tên Thắng-khư, vị kia tên Lị-khí-đa.[1207]

"Vào ngày nọ, trời mưa rất lớn, mặt đất có nhiều bùn, Thắng-khư đi trên bùn bị trượt ngã làm vỡ chiếc bình, nguyền trong mười hai năm làm cho trời không mưa. Vua Phạm Thọ và người dân nước Ba-la-nỉ-tư nghe lời nguyền khiến cho mười hai năm trời sẽ không có hạt mưa nào, họ liền đến chỗ của của vị tiên nhân đó thưa:

"Đại tiên, xin đừng làm như thế."

"Tiên nhân nói:

[1204] Bản Phạn: khi tấm màn được kéo ra, trên mặt tường hiện ra bóng phản chiếu. Thấy thế, vua kinh ngạc, cho rằng "bức vẽ này đẹp hơn."
[1205] Theo ý bản Phạn, bóng phản chiếu ngoại cảnh, chứ không phải từ bức họa kia.
[1206] Bản Tạng: Họa sư này sau khi kéo màn che lại, tâu vua: "Đây không phải là bức họa, mà chỉ là bóng phản chiếu lên mặt tường."
[1207] 勝佉-利棄多. Skt. *Saṃkha – Likhita*. Tib. *dung – bris pa*.

"Ta không nhịn được. Ta sẽ khiến cho mười hai năm không mưa."

"Vua Phạm Thọ và dân chúng đến chỗ của tiên nhân Lị-khí-đa trình bày sự việc. Vị tiên nhân này nói lời chân thật:

"Đúng thời trời sẽ có mưa to."

Phật bảo các Bí-sô:

"Vị tiên nhân tên Thắng-khư khi đó là Đại Mục-kiền-liên. Tiên nhân Lị-khí-đa chính là Xá-lợi-phất đây." Nói chi tiết như trên.

"Lại nữa, này Bí-sô, hai tiên nhân đó có chút phiền lòng nhau.[1208] Tiên nhân Lị-khí-đa đến xin lỗi Thắng-khư nhưng bị Thắng-khư lấy chân đạp lên búi tóc trên đầu. Khi bị đạp, Lị-khí-đa liền phát lời nguyền: "Mong ngày mai khi mặt trời mọc, đầu của ông sẽ vỡ nát." Thắng-khư phát lời nguyền lại: "Mong mặt trời sẽ không mọc." Khi mặt trời không mọc, thế gian tối tăm, các bà-la-môn, nhân dân trong thành đều cùng nhau kéo đến thưa tiên nhân Thắng-khư:

"Xin ngài đừng làm việc này."

"Thắng-khư trả lời:

"Nếu để cho mặt trời mọc, đầu của ta chắc chắn bị vỡ."

"Khi ấy, Lị-khí-đa bảo Thắng-khư:

"Ông hãy làm một cái đầu bằng đất."

"Tiên nhân đó làm một cái đầu đất, rồi đội nó lên đầu. Mặt trời vừa mọc, cái đầu đất đó lập tức vỡ ra.

Phật bảo các bí-sô:

"Chớ có ý tưởng gì khác. Tiên nhân Thắng-khư là Đại Mục-kiền-liên; tiên nhân Lị-khí-đa chính là Bí-sô Xá-lợi-phất. Trước kia đã thắng Đại Mục-kiền-liên, nay cũng thắng."

2.4. [0078a01] Phật bảo các bí-sô:

"Các ông hãy lắng nghe. Ta sẽ kể cho các ông biết."

[1208] Phạn và Tạng: *Likhita* có chút việc cần nên đến đảnh lễ *Śaṃkha*.

"Ngày xưa, tại trung bộ Thiên trúc[1209], có một tay thợ khéo[1210], thành thạo trong việc chế tác ngà voi. Ông lấy ngà voi, khắc thành một đấu gạo[1211], làm lương thực đi đường, đi đến một một nước nọ. Tại nước đó, ông đến nhà một người thợ[1212] muốn nhờ tạm trú, nhưng người đó đi vắng, chỉ có vợ ở nhà. Thấy người vợ, ông bảo:

"Mang đấu gạo trắng đi nấu cơm hộ tôi."

"Vợ người thợ nói:

"Ông để gạo lại đó, rồi đi đâu đó."

"Người đó để gạo lại, rồi đi.

"Người vợ nấu đến hết củi mà cơm vẫn không chín. Người chồng về đến nhà, hỏi vợ:

"Hiền thủ, đang làm gì đó?"

"Người vợ kể lại sự việc. Ông chồng bèn quan sát gạo, biết là ngà voi làm thành gạo. Ông bèn nói gạt vợ:

"Trong nước có tro, gạo không chín được. Bà phải dùng nước ngọt sạch mà nấu, gạo mới chín."

"Lát sau, người thợ để lại gạo quay trở lại. Bà vợ bảo ông:

"Ông đi lấy nước ngọt trong đem về đây."

"Người ấy đem cái hủ sành đi lấy nước. Dự[1213] trước đến chỗ đó thật nhanh rồi vẽ hình một ao nước, giữa ao vẽ một con chó bị chết đang phình trương. Người đi lấy nước đến cái ao đó thấy con chó đó, một tay bịt mũi, một tay đưa bình xuống. Vì mắt đang nhìn chó bèn

---

[1209] Skt *madhyadeśād*. Tib *yul dbus su*.
[1210] 巧人. Skt *dantakalācarya*: Thợ ngà (tượng nha sư). Tib *ba so mkhan gyi slop dpon*.
[1211] Skt *dantataṇḍulānāṁ prastham*; một *prastha* những hạt gạo bằng ngà voi. *prastha*, đơn vị trọng lượng; 1 *prastha* nặng khoảng 400 gram. Tib *ba so 'bras tsam bre'u chung*.
[1212] 巧師. Skt *citrakarācarya*: họa sư. Tib *ri mo mkhan gyi slop dpon*.
[1213] 預? Theo ngữ cảnh, đây được hiểu là đây được hiểu là người họa sĩ.

làm vỡ bình. Thấy bình vỡ, ông xấu hổ."¹²¹⁴

Phật bảo:

"Này các bí-sô, chớ có ý tưởng gì khác. Người thợ khắc ngà voi thành hạt gạo là Đại Mục-kiền-liên. Người vẽ ao nước nay là Xá-lợi-phất.

"Này các bí-sô, định mà Như Lai sở đắc, các Thánh Độc Giác ngay cả tên cũng không biết. Định mà các Độc Giác sở đắc, Xá-lợi-phất và Đại Mục-kiền-liên cũng không biết được tên. Định mà Xá-lợi Tử sở đắc, các Thanh văn khác không biết được tên. Bí-sô Xá lợi Tử có đủ đại oai đức, vượt hơn cả Mục-kiền-liên; nhưng do Mục-kiền-liên hiện nhiều thần thông nên Ta mật ý nói Đại Mục-kiền-liên thần thông đệ nhất."¹²¹⁵

[1214] Đoạn văn trên dịch sát theo bản Hán, hơi thiếu chi tiết mạch lạc. Tham chiếu bản Phạn: Ông chồng nói với vợ: "Nơi kia có một ao nước, bảo ông ấy đến đó lấy nước." Nói với vợ rồi, ông họa sư vội đi đến đó vẽ thành một cáo ao, trong đó có một con chó chết đang sình trương. Ông thợ ngà cầm ghè nước đi đến đó, thì thấy con chó chết sình trương; bèn một tay bịt mũi để nhìn. Ghè nước bị vỡ, ông xấu hổ.

[1215] Phạn I. 102.19: *Śāriputramaudgalyānavargaḥ*|| 'Dul ba kha 285b2: *shā ri bu'i dang maud gal gyi bu le'u 'o*||

CHƯƠNG XIII.
TRƯỞNG LÃO KỆ (I)[1216]

1. Ma-ha Ca-diếp[1217]

[Phật bảo] Kế đến, Đại Ca-diếp tự nói về túc nghiệp của mình, bằng kệ tụng:[1218]

"Ca-diếp bước đến trước đại chúng,
Nói rõ đời trước pháp tu hành.
Các công đức xả thí phần nhỏ,
Đạt được vô lượng thắng phước điền.

Như sư tử vương trong thế gian,
Dạo khắp núi rừng, không khiếp sợ.
Nay đại Ca-diếp cũng như vậy
Diễn thuyết tích xưa[1219] tâm không ngại.

Tôi xưa từng dâng một thăng kê,[1220]
Cúng dường đức Độc Giác vô lậu,
[0078b01] Trụ định tam muội tối vô cấu.
Nay tôi tín thọ cũng như vậy.

[1216] Đề theo bản Phạn (ed. Bagchi), Phạn I.103.1: *Sthaviragathā*|| Tương đương Pāli *Theragāthā, Khuddakanikāya*. Hán và Tạng không có tiêu đề. Tham chiếu, *Phật thuyết ngũ bách đệ tử tự thuyết bản khởi kinh I*, T04n0199_p0190a14 - T04n0199_p0190b22.

[1217] Pāli, thiên 40 kệ (*cattālīsanipato*). Những kệ tụng về tiền thân, không thấy trong Pāli.

[1218] Các thủ bản Phạn biên tập bởi Dutt và Bagchi đều khuyết nhiều chữ.

[1219] 昔法. ⓉⒷ *sngon gyi gnas*. Ⓢ *pūrve-nivāsa*.

[1220] Hán: 秕食. Tạng: *khre rgod*, một loại kê.

Trong giáo pháp Phật phát nguyện lớn,
Thường nghe pháp tối thắng như vậy.
Do nhân duyên này được kết quả
Ngàn lần sinh tại Bắc Uất-đan.
Cõi đó sống lâu không ta người.
Thọ hưởng cao sang không thiếu sót.

Chỉ một nghiệp ấy[1221] *đạt kết quả,*
Ngàn lần sinh vào trời Đao-lợi.
Cõi trời hương quý và anh lạc,
Sắc tướng tuyệt diệu trang nghiêm thân.

Thọ mạng cõi đó khi đã hết
Cũng lại sinh thiên đầy an lạc.
Đều do một nghiệp phát nguyện lớn,
Rất nhiều tài bảo chẳng tham nhiễm.[1222]

Không mong ngũ dục nhiều quyến rũ,
Xả bỏ xuất gia học Phật đạo.
Tôi trước chưa gặp Đức Đạo Sư[1223]*,*
Cũng không từng gặp chúng Thanh văn.

Thấy người khoác ca sa hoại sắc,
Lập tức đảnh lễ xin xuất gia.[1224]

[1221] Nghiệp cúng một thăng kê.

[1222] Tib. chỉ do một nghiệp này mà sinh vào chủng tộc đại bà-la-môn, đại phú quý.

[1223] Hán: 大明師, chỉ đức Phật.

[1224] Sát theo nguyên văn. Hán dịch bài kệ này, ý nghĩa không được rõ. Bản Phạn (Dutt): + + + + + + *mayā kadācin naivāpaśyaṃ hy apratimanyaśrāvakān* (câu này không có trong bản Bagcchi)*kṛtvā paṭaplotikakanthikām ahaṃ loke 'rhadbhyaḥ praṇipatya prāvrajam* Bản Tạng: *bdag gis ston pa lan 'ga' ma mthong zhing| mtshungs med nyan thos bdag gí ma mthons nas| bdag gi seng ras tshem gyon 'jig rten na| dgra bcom rnams la phyag 'tshal rab tu byung|* "Tôi trước đây chưa một lần gặp đức Tôn Sư, cũng chưa từng thấy các vị Thanh

Tôi thấy như vậy, khi xuất gia,
Ở trước đức Phật, ngồi trong chúng.

Rời chúng, đứng dậy đảnh lễ Phật,
Nói: "Phật, Thân giáo sư của con."[1225]

Thế tôn khi ấy nói như sau:
«Ông là đệ tử. Ta là thầy.
Nếu muốn xa lìa các khổ nạn,
Nay nên lắng nghe pháp tịnh diệu.»

Thế tôn dạy tôi pháp vi diệu,
Khởi đại từ bi đối với tôi.
Bốn thiền, mười lực và sáu căn,
Tám chi Thánh đạo khiến tu học.

Nay tôi đạt được các pháp ấy,
Khiến cho lậu sạch, tái sinh dứt.
Thân tôi bây giờ là tối hậu.
Cùng với hiền Thánh làm bạn bè.

---

văn vô tỉ; tự mình khoác áo vải thô, kính lễ các đấng A-la-hán trong thế gian mà xuất gia." Đại Ca-diếp tự xuất gia trước khi gặp Phật.

[1225] Dịch sát theo văn Hán. Có thể do văn đảo cú nên Hán dịch không chính xác. Phạn: *so 'haṃ tathā pravrajito hy apaśyaṃ jinaṃ niṣaṇṇaṃ bahuputracaitye /*
praṇamya pādau ca muner avocaṃ śāstā me bhagavāṃ śrāvakas te 'ham. "Tôi khi đã xuất gia như vậy, thấy đấng Tối Thắng ngồi trong tháp Đa Tử; đảnh lễ dưới chân đức Mâu-ni, tuyên bố: 'Thế Tôn, Thầy của con. Con là đệ tử.' Theo các Luật tạng do tuyên bố này Đại Ca-diếp tự nhiên đắc giới cụ túc, thành thể tính Bí-sô, trường hợp đặc biệt, 1 trong 7 trường hợp đắc giới cụ túc. Tib. *bdag ni de ltar rab tu byung ba dang| rgyal ba bu mangs mchod rten bzhugs mthong|thub zhabs phyag ,tshal bcom ldan bdag gi ston|bdag ni khyod kyi nyan thos gyur ces gsol||*

> *Như Lai thường nói pháp chân thật.*
> *Người giữ tịnh giới nguyện tùy tâm.*
> *Nguyện xưa của tôi nay đã đạt,*
> *Đây hữu tối hậu, không tái sanh.*
>
> *Tái sinh, tham luyến nay đã dứt;*
> *Cắt đứt hữu kết, hết trói buộc.*
> *Tôi làm trưởng tử ở trong Pháp,*
> *Do lực Pháp vương, thoát các khổ.*
>
> *Phật thọ ký tôi là đệ nhất,*
> *Trên hết những vị hành đầu-đà.*
> *Thấy được thật đế chứng chơn pháp*
> *Nay tôi lậu tận, đạt bất động.*
>
> *Trước đấng Thánh Tôn, thuật nghiệp xưa,*
> *Ở trong ao lớn tên A-nậu.*
> *Đại Thánh từ tôn gia bị tôi,*
> *Ngồi trên hoa sen nói việc này.*[1226]

2. Xá-lợi-phất[1227]

Bấy giờ các kỳ túc Thanh văn đại Bí-sô hỏi Cụ thọ Xá-lợi Tử:

"Ngày xưa ngài đã tạo nghiệp như thế nào mà do nghiệp đó ngài có được trí tuệ, biện tài vô **[0078c01]** ngại?"

Xá-lợi Tử đáp ứng bằng kệ tụng:

> *"Xưa tôi thấy người ẩn tu*[1228] *trong rừng,*
> *Là vị Độc Giác tâm vắng lặng,*
> *Nương chỗ vắng vẻ tu tịnh hạnh.*
> *Ca-sa rách xấu che thân tạm.*

[1226] 'Dul ba Kha 27616.
[1227] Pāli, *Theragāthā*, thiên 30 kệ. Cf. *Ngũ bách đệ tử tự thuyết III*, dẫn trên, T04n0199_p0190b23-p0190c15.
[1228] 隱人. Skt *ṛṣi*, tiên nhân. Tib *drang srong*.

Khi tôi thấy ngài, tâm hoan hỷ,
Liền đem ca-sa giặt và nhuộm;
Rồi dùng kim chỉ khâu vá tốt.
Ân cần đảnh lễ, tỏ cung kính.

Ngài liền khởi tâm thương tưởng tôi,
Vọt lên trụ tại giữa hư không;
Hiển hiện vô số các thần biến:
Đi trong hư không như gió thổi.

Tôi thấy thần thông như thế rồi,
Chắp tay khởi tâm phát nguyện lớn:
Nguyện tôi đời đời có trí tuệ,
Có oai lực lớn, nhiều của cải;

Sinh trong gia tộc cao sang kia,
Thường được xuất gia, xả năm dục.
Do sức nguyện ấy được xuất gia.
Trong năm trăm đời xa lưới tục.

Đây là thân cuối cùng
Sinh vào trong loài người
Gần gũi Đại Đạo Sư
Vô thượng Đẳng chánh giác.

Nay tôi được xuất gia
Trong pháp Thích Sư Tử.
Có được pháp an ổn,
Trừ nóng, được mát mẻ.[1229]

Tôi trong lúc nửa tháng
Đọc tụng qua bờ kia.[1230]

[1229] 得清涼. Skt *prāptaṃ śītibhūto*, chỉ trạng thái quả A-la-hán. Tib *bsil gyur par*.

[1230] Bản Phạn (Dutt): *ardhamāsād bhadantāhaṃ gatipāramitāṃ gataḥ* (bản Bagchi không có câu này): «Sau nửa tháng xuất gia, tôi đạt tới

*Đức Đại sư Thân giáo
Tuyên bố trước Tăng chúng,
Và thọ ký cho tôi:
Người trí tuệ bậc nhất.
Tùy thuận chuyển pháp luân;
Khiến chúng sanh liễu ngộ.*

*Trí tuệ Xá-lợi Tử
Ngay trong đại chúng Tăng
Tự thuật túc nghiệp báo
Ở trong ao Vô nhiệt.*

3. Đại Mục-kiền-liên[1231]

Các kỳ túc Thanh văn đại Bí-sô nói với Cụ thọ Đại Mục-kiền-liên:

"Xá-lợi Tử đã nói xong túc nghiệp của mình, kế đến xin hãy nói về nghiệp báo nhân duyên của nhân giả đi."

Nghe lời ấy rồi, Đại Mục-kiền-liên đáp ứng bằng kệ tụng với các vị kỳ túc:

*"Xưa tôi là ẩn sĩ[1232]
Trong khu rừng rậm.
Khi ấy có một người
Đến xin tôi xuất gia.*

*Tôi cho cạo râu tóc,
Và tắm gội, nhuộm y,
Rồi trao cho khoác vào.*

---

bờ bên kia (chứng đắc Niết-bàn).» Điều này phù hợp với sớ giải Pāli, *Sāriputtattheragāthāvaṇṇanā*, ThagA. PTS. iii.95: Tôn giả Xá-lợi-phất đắc quả A-la-hán sau nửa tháng xuất gia, trong khi đang cùng Thế Tôn trú trong động *Sūkarakhatalena*, bên sườn núi Kì-xà-quật. **Tib** *btsun pa bdag gis zla phyed gyis| 'gro ba'i pha rol phyin pa thob|*

[1231] Pāli, *Theragāthā*, thiên 60 kệ. Cf. *Ngũ bách đệ tử tự thuyết* IV, dẫn trên, T04n0199_p0190c15-191b22.

[1232] 隱士. **Skt** *ṛṣi*, tiên nhân. **Tib** *drang srong*. **Như cht. 1228.**

[...]¹²³³

Người đó đến chỗ vắng,
[0079a01] *Ngồi kiết già ngay thẳng;*
Chứng đắc quả Duyên Giác.
Bay vụt lên hư không.

Khi ấy tôi vui mừng,
Cung kính chấp tay lại;
Do đây phát nguyện lớn,
Nay có đại thần thông:

Nguyện có thần thông đó
Như vị Đại tiên này.
Do lực căn lành đó,
Sinh đâu cũng được phước.

Thân này là cuối cùng,
Sinh vào giữa loài người,
Thân cận Đại Đạo Sư,
Vô thượng Đẳng chánh giác.

Trong pháp Thích Sư Tử
Mà tôi được xuất gia,
Chứng được A-la-hán;
Trừ nóng, được mát mẻ.

Phật thọ ký riêng tôi:
Có thần thông đệ nhất.
Duyên bởi thí một ít,
Nay được quả báo lớn.

Nghiệp ác xưa tàn dư,
Thuật lại các ngài nghe.

[1233] Hán có thể nhảy một câu tụng. ᴿᵏᵗ *so 'bhūd āttamanāḥ tadā*: người ấy rất hoan hỷ. ᵀⁱᵇ *de yid dga' gyur de yi tshe|*

Xưa trong một nước lớn,[1234]
Sinh vào nhà quyền quý.[1235]

Vào lúc còn nhỏ tuổi
Ra khỏi nhà vui chơi;
Trở về để ăn uống.
Thấy cha mẹ giao hội.

Bị thấy, sinh xấu hổ,
Bèn lấy gậy đánh tôi.
Do vậy ôm oán hận,
Thề nguyền, khi tôi lớn,
Dập họ như cọng lau.

Lúc phát nguyện ác này,
Liền đọa ngục Hắc thằng.[1236]
Sau khi thọ cực khổ,
Được sinh vào cõi người.

Đây là thân cuối cùng,
Nhưng do túc tàn nghiệp,
Nên gặp nạn ngoại đạo,
Mạng căn gần như đứt.

Tội báo sau cùng hết,
Không còn tàn dư nào.
Do vậy phát tịnh tín,
Đối với cha mẹ hiền.

Hết thảy mọi quần sinh
Mà đọa trong đường ác

[1234] Skt *purottame rājagṛhe*, trong thành Vương xá, đô thị bậc nhất. Tib. *grong mchog rgyal po'i khyab tu*.

[1235] Skt *śreṣṭhidārakaḥ*: con của một vị trưởng giả. Tib. *tshong dpon khe'u gyur*: con của một thương chủ.

[1236] Skt *kālasūtranaraka*. Tib. *dmyal ba chen thig nag*.

Bởi lòng ôm việc ác
Thường gặp khổ không vui.

Mục-liên trước kỳ đức
Tự thuật túc nghiệp này
Trong ao lớn A-nậu
An tọa trên đài hoa.

4. Thiện Diệu[1237]

Các kỳ túc thanh văn đại Bí-sô nói với Cụ thọ Thiện Diệu **[0079b01]**:

"Cụ thọ Mục-liên đã nói xong túc nghiệp của mình rồi, kế đến xin nhân giả hãy nói nhân duyên nghiệp báo xưa của mình."

Nghe lời đó xong, Cụ thọ Thiện diệu dùng kệ nói tụng:

"Xưa tôi vào trong chùa,
Thấy đất nhiều bụi bặm,
Bèn lấy chổi ra quét,
Dọn dẹp phân, bùn cát.

Nhân phát tâm thanh tín,
Quét tước cho sạch sẽ.[1238]

Do vì căn lành này,
Sinh ra thân đẹp đẽ.
Cha mẹ đặt tên cho
Gọi tên là Diệu Thiện.

[1237] 善妙. Skt *Śobhita*. Tib *mdzes ldan*. Pāli *Sobhita*, được tuyên bố là vị nhớ túc mạng nhiều nhất; có thể đồng nhất với Quả Y Tì-kheo 菓衣比丘 trong *Tạp A-hàm* (quyển 3, phẩm đệ tử). *Theragāthā*, thiên 2 kệ. Cf. *Ngũ bách đệ tử tự thuyết* IV, dẫn trên, phẩm Luân-đề-đà, T04n0199_p0191a17-191b22. 輪提陀品第四.

[1238] Dịch sát theo Hán. Bản Tạng: khi thấy sân chùa sạch sẽ này, tôi phát nguyện, mong diệt tận phiền não sạch như sân chùa. Tụng 4 câu, Hán dịch thành 2 câu.

Trong bà con quyến thuộc,
Nổi danh xinh đẹp nhất,
Mọi người thường ưa nhìn,
Nhìn rồi sinh hoan hỷ.

Hầu cận Đại Đạo Sư
Vô thượng Đẳng chánh giác
Chứng đắc A-la-hán
Trừ nóng, được mát mẻ.

Xưa tôi có lời nguyện,
Não tận thành vô lậu;
Ở Thiệm-bộ, các châu,
Dùng dải lụa[1239] *quét đất.*

Những ai hay quét sạch
Chỗ Ly dục[1240] *kinh hành,*
Người đó cũng quét sạch
Đất này và đất khác.[1241]
Những ai hay quét sạch
Trú xứ Tăng bốn phương,
Nhúm đất vừa lòng tay,
Hay lớn bằng giá bát;[1242]

Phước người ấy tăng trưởng,
Và tự thân giác ngộ.
Vậy, chư tôn nên biết,
Ứng chánh đẳng diệu giác
Nơi chứa công đức lớn,

[1239] Skt. Tib. lụa *kāśi*.
[1240] Tiên nhân ly dục.
[1241] Tạng: "quét sạch một chỗ kinh hành của tiên nhân ly dục, và quét sạch chỗ kinh hành của tiên nhân trong tất cả Thiệm-bộ."
[1242] 安鉢, khoảng đất trống trong Tăng hay giá sàn để đặt bát. Bản Tạng: những ai quét sạch chỉ chừng nhúm cỏ trong tăng-già-lam bốn phương, cũng quét sạch tăng-già-lam trong châu Thiệm-bộ...

Nên siêng cúng dường tháp.

Thu được quả lớn này.
Do vì vào thuở trước
Thường tu các thiện nghiệp,
Nay được an lạc này.

Vì vậy, hãy chí tâm
Cúng dường nơi tháp Phật.
Bằng tịnh tâm, bố thí
Đấng ruộng phước vô thượng,

Hoặc nơi Phật Chánh giác,
Hoặc chỗ đệ tử Phật.
Cúng ít được phước nhiều,
Do giữ giới thanh tịnh.

Thiện Diệu trước đại chúng
Tự nói nghiệp báo xưa,
Trụ trong ao Vô nhiệt,
Ngồi trên đài sen quý."

5. Diệu Ý[1243]

[0079c01] Khi ấy các kỳ túc Thanh văn đại Bí-sô nói với Cụ thọ Diệu Ý:

"Cụ thọ Thiện Diệu đã nói xong quả báo nghiệp của mình rồi, kế đến xin nhân giả hãy nói nghiệp xưa của mình."

Cụ thọ bèn Diệu Ý đọc bài kệ tụng:

[1243] 妙意. Sumana, tên hoa, dịch âm: tu-mạn-na, tô-mạt-na, dịch nghĩa: hảo ý hoa hay duyệt ý hoa, tên chỉ chung một số loại hoa; một loại cúc hai lài Ấn-độ: nhục quan hoa (Wogiharra), hoa có mào đỏ như thịt. sna ma'i me tog. Sumana, *Theragāthā*, thiên 6 kệ. Cf. *Ngũ bách đệ tử tự thuyết* V, dẫn trên, phẩm Tu-man, 04n0199_p0191b23-191c22. 須蔓品第五.

*"Xưa khi còn niên thiếu,
Cùng các bạn đồng lứa,
Tai đeo tô-mạt-na*[1244]
Đồng dạo chơi vườn hoa.

*Thấy một ngôi tháp lớn
Thờ Phật Tì-bát-thi*[1245]
*Chư thiên, cùng mọi người
Thiết lễ cúng dường lớn.*

*Thảy với tâm tịnh tín,
Tràng hoa trên tóc, tai,*[1246]
*Gỡ treo trên tháp cao.
Thảy đều thệ nguyện ấy.*

*Tôi thấy người cúng hoa,
Bèn đến trước mọi người
Gỡ hoa đeo ở tai
Treo lên tháp thờ Phật.*

*Do sức thiện căn ấy,
Sinh vào sáu trời Dục,
Thường được quả báo lớn.*

*Chỉ xả một cành hoa.
Trải qua trăm ức năm
Hưởng diệu lạc cõi trời.
Thân cuối chứng vô sinh.*

*Các đại đức nên biết,
Chánh giác tròn phước đức,*

[1244] 蘇秣那. Skt. *Sumana*, **xem cht. trên.**
[1245] 毘鉢尸. Skt. *Vipaśyī*. Sớ giải Pāli (TheraA, PTS.ii.182): *Sumana*, A-la-hán, tiền thân thợ làm hoa, cúng dường Phật *Sikkhi* (Thi-khí) những đóa hoa *sumana*.
[1246] Hoa tai và tràng hoa của mình và các bạn.

Nên siêng tu cúng dường,
Tối tôn trong thế gian.

Nên cung kính tháp Phật,
Đại sư và đệ tử.
Tâm tịnh cúng phần nhỏ,
Được phước báo không cùng.

Tôi nhớ đời quá khứ,
Làm thiện nghiệp nhỏ ấy;
Do bởi phước nghiệp này,
Thường hưởng lạc chư thiên.

Thân cận Thiên Tôn Sư,
Vô thượng Đẳng chánh giác;
Đắc quả A-la-hán,
Trừ nóng, được mát mẻ.
Đây là thân cuối cùng,
Không còn đời nào nữa.

Do bởi nhân duyên này,
Tên là Tô-mạt-na.
Giải thoát các khổ uẩn,
Đã vượt qua biển hữu.

Bí-sô Tô-ma-na,
Tự thuật trước đại chúng,
Nhân nghiệp báo thuở xưa,
Trong ao lớn Vô nhiệt,
Ngồi ở trên đài hoa."

6. Câu-chi[1247]

[0080a01] Các kỳ túc Thanh văn nói với Bí-sô Câu-chi:

[1247] 俱胝. Skt *Koṭiviṃśa*; "Nhị Thập Ức Nhĩ", *Tạp A-hàm* 3, phẩm đệ tử, Nhị Thập Ức Nhĩ, kiên trì khổ hành bậc nhất; *Tạp A-hàm* 13, phẩm Địa chủ, kinh số 3, tu khổ hành. Tib *bye ba nyi shu pa*. Pali *Soṇakoivisa*,

"Cụ thọ Tô-mạt-na đã tự thuật nghiệp báo rồi, kế đến xin nhân giả hãy kể thuở trước đã làm những nghiệp gì mà do nghiệp đó đức Phật thọ ký cho ông là người tinh tấn đệ nhất."

Cụ thọ Câu-chi đáp ứng bằng kệ tụng:

> "Xưa tại thành Thân tuệ[1248],
> Tôi dựng một tinh xá
> Rồi cúng Tăng bốn phương
> Để tịnh tâm tu tập.
>
> Bên trong Tăng viện này,
> Trải đất bằng tơ lụa.
> Lòng hoan hỷ vui sướng
> Phát nguyện lớn như vầy:
>
> Thường gần Phật tu tập,
> Đạt được quả vô thượng,
> Chứng Niết-bàn đệ nhất,
> Vĩnh viễn trừ phiền não.
>
> Do nhân duyên phước này,
> Trải qua chín mươi kiếp
> Thường thọ thân trời người,
> An vui, không tai họa.
>
> Do còn nghiệp tàn dư,
> Thọ thân cuối cùng này.
> Sinh vào nhà cao quý,[1249]
> Tôi là người con một.

Theragāthā, thiên 13 kệ. Cf. *Ngũ bách đệ tử tự thuyết VI*, phẩm Luân luận, T04n0199_p0191c23-192b04. 輪論品第六.

[1248] 親慧城. *Bandhumatī*, đô thành, nơi Phật Tì-bà-thi (*Vipaśyin*) giáng sinh. *bshes ldan*.

[1249] Phạn & Tạng: sinh trong đại quốc *Campā*.

Mười tháng, nghe đản sinh;
Tâm cha rất hoan hỷ,
Liền ban cho tài vật
Số đến hai trăm vạn.[1250]

Lông vàng dưới chân tôi
Mọc dài đến bốn tấc;
Mịn màng và mềm mại,
Như tơ gòn đâu-la.
Trải qua chín mươi kiếp,
Chân chưa từng chạm đất.

Do nhân duyên phước này,
Thân gần Đại Tôn Sư,
Vô thượng Đẳng chánh giác,
Được hưởng vui trời người,
Chứng đắc A-la-hán,
Trừ nóng, được mát mẻ.

Được Thế Tôn thọ ký
Hàng tinh tấn đệ nhất.
Các lậu đều dứt sạch,
Đạt đến nơi vô cấu.[1251]

Câu-chi, hai mươi ức
Đối trước các kỳ túc
Tự thuật nghiệp báo xưa
Trong ao lớn Vô nhiệt."

[1250] Phạn: *aham kumārasya koṭīdravyasya viṃśatim...*, «ta cho đồng tử này 20 ức tài vật.» Do đó có tên «*Koṭiviṃśa*: 20 ức.»

[1251] Phạn: *prāpto ... acalam*, đạt đến cảnh giới bất động; đấy chỉ hạng A-la-hán bất động, cao nhất trong sáu hạng A-la-hán, theo Hữu bộ. [Tib] *mi g.yo ... thob.*

7. Diệu Âm[1252]

Khi ấy các kỳ túc Thanh văn đại Bí-sô nói với Cụ thọ Diệu Âm:

"Cụ thọ Câu Chi Hai Mươi đã nói xong nghiệp của mình rồi, kế đến nhân giả là người nói tiếp."

Cụ thọ Diệu Âm đáp ứng bằng kệ tụng:

[0080b01] *"Trước tôi trồng nghiệp lành,*
Trải qua chín mươi kiếp,
Không đọa ba đường ác,
Chỉ thọ thân trời người.

Lúc chưa biết Tam bảo,
Mà chỉ thấy tháp thờ,
Đức Phật Tỳ-bát-thi,
Bèn khởi tâm cúng dường.

Và dùng ba đồng vàng[1253]
Mua các loại hương bột
Bôi lên tháp thờ Phật,
Một lòng không lui sụt.[1254]

Do sức phước báo đó,
Thường hưởng vui trời người.
Nay chứng A-la-hán,
Trừ nóng, được mát mẻ.

Tôi đứng trước tháp Phật,
Phát rộng nguyện vi diệu,

[1252] 妙音. Skt. *Vāgīśa* (Bàng-kì-xá). Tib. *ngag dbang*. Pali. *Vaṅgīsa, Theragāthā*, thiên „Đại tập" (*Mahānipato*). Cf. Ngũ bách đệ tử tự thuyết VII, dẫn trên, phẩm Phàm-kì. T04n0199_p0192a17-192b04. T04n0199_p0192a17-192b04. 凡耆品第七.

[1253] 三金錢. Tib. *'gron bu drug cu*, 60 đồng tiền vỏ sò.

[1254] Tib. *bdag ni log par ltung ma gyur*, không đọa lạc ác đạo.

Bằng chút cúng dường này,
Nhận phước báo vô lượng.

Xin đại chúng nên biết,
Đấng Đẳng giác phước lớn,
Trước tháp chỉ cúng ít
Nhưng được phước vô lượng.
Được Thế tôn thọ ký,
Hàng đa văn đệ nhất.

Nay trước đại chúng đây,
Cùng với các kỳ túc,
Tự thuật các nghiệp xưa
Trong ao lớn Vô nhiệt."

8. Tân-đầu-lô[1255]

Các kỳ túc Thanh văn đại Bí-sô nói với Cụ thọ Tân-đầu-lô phả-la-đọa-xà:

"Cụ thọ Diệu Âm đã nói xong nghiệp của mình rồi, người nói kế tiếp là nhân giả."

Cụ thọ Tân đầu lô đáp ứng bằng kệ tụng:

"Xưa sanh nhà sang cả,
Tự tại bên cha mẹ.[1256]
Cha sai giữ kho tàng,
Hầu hạ bên cha mẹ.[1257]

[1255] 賓頭盧頗羅墮闍. Skt. *Piṇḍolo-bharadvāja.* Tib. *bha ra dva dza bsod snyoms len.* Pāli, *Piṇḍolabhāradvāja, Theragāthā,* thiên 2 kệ. Cf, *Ngũ bách đệ tử tự thuyết VIII,* dẫn trên, phẩm Tân-đầu-lô, T04n0199_p0192b05-192b27. 賓頭盧品第八.

[1256] Skt. *abhūvaṁ śreṣṭhiputro ahaṁ īśvaraḥ praitrike gṛhe,* quá khứ là con của một thương chủ, tôi làm chủ trong nhà của cha. Tib. *bdag ni tshong dpon bur gyur nas|pha yi khyim na dbang byed tshe|*

[1257] Skt. *mithyā mātary avarttiṣam.* Tib. *ma la log pa mi mthun,* không thuận đối với mẹ.

Nhưng lòng rất keo kiệt,
Với anh chị hay em,
Cho đến cả nô tì,
Không chu cấp y thực.¹²⁵⁸

Mẹ tôi hỏi đến ăn,
Lại bủn xỉn không cho.
Miệng tuôn lời độc địa:
«Hãy ăn gạch và đá.»

Do lực ác nghiệp này,
Đọa vào đại địa ngục
Đại nhiệt và Hắc thằng¹²⁵⁹
Lãnh thọ mọi thứ khổ.

Hết thọ khổ địa ngục,
Được sinh vào cõi người
[0080c01] Do lực ác nghiệp kia,
Tôi thường ăn gạch đá,

Hoặc lúc được ăn uống,
Lại thường không đủ no
Đói khát luôn bức bách,
Do vậy khổ thường trực.

Đây là thân cuối cùng
Sinh làm người, xuất gia,
Thân cận Đại Tôn Sư,
Vô thượng Đẳng chánh giác.

Tôi đã được xuất gia
Trong pháp Thích Sư Tử,

---

¹²⁵⁸ Phạn & Tạng: thỏa mãn cơm và nước cho cha, anh chị em, nhưng la mắng mẹ.

¹²⁵⁹ 大熱黑繩. 2 trong đại ngục; xem *Câu-xá* phẩm 3 tụng 58. Skt *pratapana, kālasūtra*. Tib *rab tu tsha, thig nag*.

> Đắc quả A-la-hán,
> Trừ nóng, được mát mẻ.
>
> Đấng Thế Tôn thọ ký,
> Phiền não lậu đã trừ,
> Trong hàng sư tử hống,
> Được mệnh danh bậc nhất.
>
> Nay đã đắc thần thông,
> Nhưng vẫn ăn gạch, đá.
> Dù trải qua trăm kiếp,
> Nghiệp đã tạo không tiêu.
>
> Các kỳ túc nên biết
> Tôi nhớ ác nghiệp xưa
> Đã thọ các loại khổ
> Nay dư nghiệp phải dứt.
>
> Tôi tên Tân-đầu-lô
> Đối trước đại chúng đây,
> Tự thuật báo túc nghiệp,
> Trong ao lớn Vô nhiệt."

9. Thiện Lai[1260]

Các kỳ túc Thanh văn đại Bí-sô nói với Cụ thọ Thiện Lai:

"Cụ thọ Tân-đầu-lô đã nói về túc nghiệp của mình rồi, kế đến xin nhân giả hãy kể đã làm những nghiệp báo gì."

Cụ thọ Thiện Lai đáp ứng bằng kệ tụng:

> "Tôi nhớ đời quá khứ,
> Trong thành lớn Thân ý[1261]

[1260] 善來. Skt. *Svāgata*. Tib. *legs ongs*. Tham chiếu, *Phật thuyết ngũ bách đệ tử tự thuyết* IX, dẫn trên, T04n0199_p0192b28 - p0193a13. Skt.

[1261] 親意. Skt. *Bandhumati*, trên kia Hán dịch là Thân Tuệ, **xem cht. 1248.** Tib. *bshes ldan*. Pāli, có thể đồng nhất với *Sāgata*, nhưng không có kệ tụng trong *Theragāthā*. Cf. *Ngũ bách đệ tử tự thuyết* IX, dẫn trên,

*Sinh trong gia tộc giàu,
Có rất nhiều kho lẫm.*

Gọi «vua», tùy chúng ý,[1262]
*Các quan cũng như thế.
Xinh đẹp, người ưa nhìn,
Sắc tướng dung nghi khỏe.*[1263]

*Lúc tôi cưỡi xe lớn,
Mọi người đều cung kính,
Cùng đến rừng thù thắng,
Thụ hưởng năm dục lạc.*

*Thấy rừng cỏ bên kia
Sa-môn phòng hộ căn,
Mình khoác áo thô bẩn,
Tịch nhiên ngồi tĩnh tọa.*

*Tôi thấy vị ấy rồi,
Tâm sinh không*[1264] *hoan hỷ.
Tuy thấy áo thô bản,
Mà tâm không nhàm chán.*[1265]

T04n0199_p0192b28-93a12. 貨竭品第九.

[1262] 王名隨眾意, câu này tối nghĩa. Bản Phạn: *ahaṃ janakāyasya saṃmataḥ| +++satkṛto*, mất một từ nên khó đoán nghĩa chính xác. Tuy vậy, theo đây, bản Hán có thể hiểu: «được gọi là vua, thuận theo ý mọi người.» Theo bản Tạng, *skye bo'i tshogs kyis bskur ba dang| rgyal po dang ni grong mi dang|* được mọi người kính trọng, cũng vậy, vua và cư dân thành...

[1263] Stk. *rūpayauvanamūchitaḥ*, «sắc, tuổi trẻ thịnh tráng.»

[1264] Hán: 大 đại, có lẽ chép nhầm từ 不 bất. Bản Phạn khuyết một từ. Bản Tib. *dge sbyong de mthong bdag gis ni| yid mi bde ba skyes gyur te|* Tôi thấy sa-môn ấy, phát sinh ý không vui.

[1265] 不生厭, có lẽ 大 chép nhầm thành 不. Phạn: "ngôn ngữ, tâm ý, người không lỗi, nhưng tôi nhiếc mắng vì ghê tởm" (*nirdoṣakaṃ vāṅmanas taṃ jugupsann avase*).

[0081a01] *Mắng vị xuất gia này*
Tướng xấu, không ưa nhìn:
«Thân mắc bệnh cùi hủi.
Lúc ăn hay bị ói.»[1266]

Do vì nghiệp báo đó,
Miệng nói ra lời ác;
Mạng chung, hết đời người,
Rơi vào trong địa ngục.

Bị đói khát bức bách,
Luôn thọ mọi thứ khổ.
Có tên là Viễn Lai,
Cũng gọi là Chúng khí.[1267]
Thân hình vô cùng xấu.

Chịu khổ địa ngục xong,
Sinh trong cõi nhân gian,
Thân mắc bệnh cùi hủi;
Khi ăn thường bị ói.

Trong tay ôm sọ người;
Lá tre làm y phục;
Lấy cỏ làm vách che,[1268]
Thường ở nhà như thế.

Vào xóm làng xin ăn,
Bị người ta xua đuổi;

[1266] Trên đây là những lời mắng rủa vị sa-môn kia, Phạn: "người xuất gia này là ai? mà có sắc da xấu, hình tướng trông dễ sợ; tứ chi cùi hủi đầy thương tích, gầy gò, gân nổi."

[1267] 遠來. Skt *durāgata*: «ác lai», xấu xa đến. (bản Hán đọc là *dūrāgata*); Tib *nyes 'ongs pa*. 眾棄. Skt *amanāpa*, Tib *kun gyi yid du mi 'ong ba*, kẻ không ai ưa; đây là lời mô tả chứ không phải tên người.

[1268] Phạn: *saṃkārakūṭaśayano*, nằm ngủ trên đống phân.

Hoặc bị đánh bằng gậy,
Hoặc không cho vào nhà.

Thường bị người khinh rẻ,
Năm trăm đời như vậy.
Không thuận với lòng người;
Người, trời, thần xa lánh.

Hôm nay tôi thấy Phật,
Chúng Tăng đang vi nhiễu.
Muốn vào giữa chúng này,
Chí thành xin sám hối.

Từ xa thấy đại chúng,
Bèn chạy đến thật nhanh;
Nói lên lời thế này:

«Nguyện ăn uống thường đủ.»
Tôi cùng với đại chúng,
Ngồi nghe Phật nói pháp;
Không ai cho thức ăn.

Thất vọng muốn bỏ đi.
Đại Tôn Sư Mâu-ni,
Từ xa ở trong chúng,
Từ bi nói với tôi:

«Hãy ngồi xuống, Thiện Lai!»[1269]
Tôi nghe lòng vui sướng;
Cúi mình chắp tay lại,
Lễ dưới hai chân Phật;
Lui bước ngồi một bên.

Thế Tôn đại từ bi,
Bởi vì thương tưởng tôi,

[1269] Skt *sv-āgata*, đối lại với *dur-āgata*. **Xem cht. 1260.**

*Nói diệu pháp cho tôi.
Nghe pháp thấy chơn đế,
Tuôn rơi hai hàng lệ,
Mà xin được xuất gia.*

*Thế Tôn liền cho phép,
Tên tôi là Thiện Lai.
Thân cận Đại Tôn Sư,
[0081b01] Được Thế tôn thọ ký:
Đệ nhất trong xứ, giới.*[1270]

*Nay tôi trước đại chúng
Tự nói về túc nghiệp
An tọa trên đóa sen
Trong ao lớn Vô nhiệt."*

10. Hữu Hỷ[1271]

Các kỳ túc Thanh văn đại Bí-sô nói với Cụ thọ Hữu Hỷ:

"Cụ thọ Thiện Lai đã nói về nghiệp của mình rồi, kế đến xin nhân giả hãy kể xưa đã làm những nghiệp gì."

Cụ thọ Hữu Hỷ đáp ứng bằng kệ tụng:

*"Xưa tại thành Vương xá,
Sinh trong nhà giàu sang.
Gặp phải lúc khô hạn,
Tôi cấp dưỡng Tiên nhân.*

[1270] 處界. Skt *tejodhātusamāpattyāṃ agryaṃ*, đệ nhất trong hỏa giới định. Tib *me yi khams la snyoms 'jug pa*. Pāli, A.I (PTS.i.26): *tejodhātukusalānaṃ yad idaṃ sāgato*, đệ nhất thiện xảo về hỏa giới. *Tạp A-hàm* 3, tr. 558b11: 入火三昧普照十方所謂善來比丘是. Tôn giả này bằng hỏa quang tam-muội hàng phục con độc long. *Tứ phần luật* 16, về Sa-già-đà (*Sāgata/Svāgata*, Thiện Lai), liên hệ giới cấm rượu.

[1271] 有喜. Skt *Nandika*. Tib *dga' yod*. Có thể đồng nhất với Pali *Nandiya*, *Theragāthā*, thiên 1 kệ. Cf. *Ngũ bách đệ tử tự thuyết* X, phẩm Nan-đà, T04n0199_ p0193a14 - p0193b08. 難陀品第十.

*Sau, một Tiên nhân đến,
Dung nghi rất đoan chánh.
Đây là vị Duyên Giác,
Lậu hết, tâm tự tại.*

*Do lòng tôi bỏn xẻn,
Bèn khởi lên ác niệm:
«Ai mà cho người này
Thức ăn suốt bảy năm?»*

*Tôi nấu cơm tiểu ngựa,
Cho tiên nhân kia ăn.
Vị ấy khi ăn xong
Do vậy mà mất mạng.*

*Vì tạo ác nghiệp ấy
Ở địa ngục rất lâu
Chúng hợp và Đại khiếu,
Diệm nhiệt cùng Đại nhiệt.*[1272]

*Chịu khổ địa ngục xong,
Mới được làm thân người;
Nhiều bệnh, không tự tại;
Lúc chết nhiều đau đớn.*

*Xoay vần năm trăm đời;
Đời nào cũng chịu khổ;
Bệnh nặng luôn theo sau;
Không khỏi khổ bức bách.*

*Thân này là sau cùng;
Được sinh vào cõi người;*

[1272] 眾合, 大叫, 焰熱, 大熱, Skt Saṅghāta, (Mahā)raurava, Tāpana, Pratāpana; 4 trong 8 ngục nóng, Câu-xá phẩm III «Thế gian» tụng 58. Tib bsdus gzhom, ngu 'bod, tsha ba, rab tsha ba.

Hầu cận Đại Tôn Sư,
Vô thượng Đẳng chánh giác.

Tôi đã được xuất gia
Trong pháp Thích Sư tử.
Chứng đắc A-la-hán,
Trừ nóng, được mát mẻ;
Dự vào hàng kỳ túc;
Đắc thần thông vô lậu;
Tùy thuận các người bệnh,
Khiến cho bệnh dứt trừ.

Tôi, Bí-sô Hữu Hỷ,
Trước các bậc kỳ túc,
Tự nói nghiệp báo xưa
Trong ao lớn Vô nhiệt."[1273]

[1273] Bản Phạn, thủ bản Dutt, và Tạng, kết thúc phần I bằng một tụng tổng nhiếp, tóm tắt 10 vị đã tự thuật. Bản Phạn Bagchi không có tụng này.

CHƯƠNG XIV. TRƯỞNG LÃO KỆ (II)

11. Danh Xưng[1274]

Các kỳ túc đại Thanh văn Bí-sô nói với Cụ thọ Danh Xưng:

«Cụ [0081c01] thọ Bí-sô Hữu Hỷ đã nói về nghiệp của mình rồi, kế đến xin nhân giả hãy nói.»

Giữa đại chúng, Bí-sô Danh Xưng nói kệ tụng:

"Xưa là ẩn sĩ[1275] chốn lan-nhã,
Đi vào làng xóm để khất thực.
Thấy người nữ chết ở bên đường,
Phồng xanh, mủ chảy cùng phẩn, tiểu.

Tôi bèn như lý quán sát kỹ;
Kiết già đối diện, chánh ức niệm;
Bấy giờ tôi quán hành bất tịnh,
Nhất tâm chuyên niệm không tán loạn.

Quán sát không lâu hiện cảnh này;
Rồi bụng thây chết nứt vỡ ra,
Bèn thấy chỗ nứt máu mủ tuôn,
Phẩn, tiểu hôi thối bao trùm khắp;
Toàn thân mủ chảy, thịt tan rã;
Vô số ruồi, giòi đua nhau đục.

[1274] 名稱. Skt *Yaśas* (Da-xá). Tib *'grags pa*. Pali *Yasa, Theragāthā*, thiên 1 kệ.
[1275] Skt *muni*: mâu-ni, tịch mặc. Tib *drang srong*: tiên nhân. *Ngũ bách đệ tử*, dẫn trên, T04n0199_p0193b09-194a03: phẩm XI Dạ-da. 夜耶品第十一.

*Khi đó tôi xuất định,
Đi đến nơi trống vắng;
Và không đi khất thực,
Không nghĩ việc uống ăn.*

*Nếu có vào xóm làng,
Chút việc, không vì ăn.
Thiếu nữ có xinh mấy,
Nhìn thấy, ăn không nổi.*

*Tất cả thân hữu tình,
Do bốn đại nhóm họp.
Bên trong đầy phân, tiểu,
Hôi thối, máu mủ chảy.*

*Quán kỹ như thế xong,
Liền đắc tưởng ly dục,
Trú trong bốn phạm hành,*[1276]
Vô lượng[1277], *khéo quán sát.*

*Sau khi chết nơi đây,
Sinh vào trời Đại Phạm*[1278]
*Phạm thiên dứt tuổi thọ,
Sinh Ba-la-nế-tư;
Dòng dõi giàu sang nhất;
Làm con nhà trưởng giả.*

*Tất cả đều đầy đủ,
Đêm ngày thường hưởng lạc.
Lúc giữa đêm đang ngủ,
Giật mình thấy kinh hãi:*

[1276] 住於四梵行, tức bốn phạm trụ, cũng là bốn vô lượng.

[1277] 住於四梵行無量, tức bốn phạm trụ, cũng là bốn vô lượng. Skt. *brahmān vihārāṃś catvāra apramāṇāḥi.* Tib. *tshang pa'i gnas pa tshad med pa bzhi po.*

[1278] Skt. *brahmaloka*, Phạm thế.

Các mỹ nữ yêu kiều,
Cởi xiêm y, anh lạc,
Thân hình thảy lộ liễu,
Nằm dựa nhau mà ngủ.

Do oai lực nghiệp xưa,
Thấy đó Rừng lạnh xưa.[1279]
Niệm tưởng nữ bất tịnh,
Tâm nhàm tởm, lìa dục
Thốt lên lời «khổ thay!»[1280]
Kêu khắp, không người đáp.

Từ lầu cao đi xuống,
Thiên chúng liền mở cửa,
Ra khỏi thành lớn đó.
Đến bờ sông phía nam,
[0082a01] *Thấy Phật*[1281] *bên bờ bắc;*
Lớn tiếng kêu gọi Phật:
«Con đang bị khốn khổ;
Thánh giả thương cứu con!»

Đại Sư nghe tiếng tôi,
Ngôn từ dịu ngọt đáp:
«Qua đây! Không tai họa!»
Tôi nghe, vội qua sông;

[1279] 寒林, Hàn lâm, Skt *śītavana*, khu rừng chỗ người ta vất bỏ xác người chết; đồng nghĩa với Skt *śmaśāna*, bãi tha ma. Tib *dur khrod*.

[1280] Skt *upadruto 'smi mārṣa upasṛṣṭaḥ*, "Bạn ơi, bị khốn tôi bị hại!" Pāli, *Vinaya* I (PTS.i.15): *Yasa* kêu lên: *uapaddutaṃ vata bho, upassaṭṭhaṃ vata bho*.

[1281] Da-xá chưa biết đó là Phật. Phạn: "thấy một sa-môn, bèn kêu lên: "Sa-môn ơi, tôi khốn khổ! Bạn ơi, tôi bị hại!" (*upadruto 'smi śramaṇa upasṛṣṭo 'smi mārṣa*). Theo bản Dutt, đồng nhất bản Tib *dge sbyong bdag ni gtses gyur te| grogs pa bdga la 'tshe bas reg*. Bản Bagchi không có câu văn này.

Mất một chiếc giày quý.

Đến chỗ đức Đại bi,
Chánh giác Vô thượng sĩ.
Thế Tôn biết tôi khát,
Nên nói các diệu pháp.

Nghe xong, tâm tỏ ngộ,
Cạo tóc mà xuất gia;
Thấy được lý chơn đế.
Thế Tôn gia hộ tôi,
Tinh tấn không phóng dật.

Cuối đêm, sao mai mọc,
Lậu tận, đạt thanh lương.
Đối trước các kỳ túc
Danh Xưng thuật túc nghiệp,
An tọa trên đóa sen
Trong ao lớn Vô nhiệt."

12. Tài Ích[1282]

Các kỳ túc đại Thanh văn Bí-sô nói với Cụ thọ Tài Ích:

"Cụ thọ Bí-sô Danh Xưng đã nói về nghiệp của mình rồi, kế đến xin nhân giả hãy nói."

Cụ thọ Tài Ích nói nghiệp báo của mình bằng kệ tụng:

"Xưa tại thành Ba-la-nể-tư,
Quốc vương có tên Cát-la-cơ(ki).[1283]
Thế Tôn Ca-diếp vừa diệt độ,
Xây tốt-đổ-ba thờ phụng Phật.

[1282] 財益. Skt *Śaivala*. Tib *dpal skyed*. Có thể đồng nhất Pāli *Sīvalī*, *Theragāthā*, thiên 1 kệ. Ngũ bách đệ tử T04n0199_p0194a04-194b15。Phẩm XII Thi-lị-la. 尸利羅品第十二.

[1283] 吉基羅. có thể chép nhầm của 吉羅基 Cát-la-ki. Skt *Kṛkin*. Tib phiên âm: *kri kī*. Đồng nhất với Pāli *Kikī*.

Tôi là trưởng tử quốc vương kia,
Tên vua danh vang khắp mọi phương.
Tôi đến bảo tháp, người đầu tiên,
Làm một lọng che đẹp rực rỡ.

Do tạo nghiệp thiện thù thắng này
Phước luôn vượt trội trong trời, người.
Sinh vào nơi nào cũng giàu sang.
Làm đại thí chủ, nhiều kho lẫm.

Ở trong năm trăm đời
Bố thí vô số kể
Những ai đến cầu xin,
Sa môn, bà-la-môn,
Không trái ý một ai,
Thảy khiến cho đầy đủ.

Lại có các Duyên Giác,
Vị ly dục, vô lậu,
Đến những năm trăm vị;
Tâm thanh tịnh cúng dường.

Do lực thiện căn đó,
Được thân cuối cùng này;
Sinh vào nhà tôn quý.[1284]
Vừa sinh nói được liền.

Rằng:»Các kho lẫm trong nhà tôi,
«Nay tôi xả thí cho người nghèo.
[0082b01]»Bố thí người nghèo không hề nản,
Đồ ăn thức uống với đồ dùng.
Các vị hiền thiện, nay nên biết,
Hãy chóng trả lời: có hay không.»

Mọi người nghe tôi nói lời đó

[1284] Bản Phạn: *śākyakule*, sinh trong gia tộc Thích-ca giàu có.

Ai nấy kinh hãi bỏ chạy trốn:[1285]
«Con chính là con người?
«Hay trời, vật, dược xoa?
«Hãy nói cho mẹ rõ.
«Trả lời nhanh điều này.»[1286]
«Mẹ, hãy nghe lời này:
«Con là con của mẹ,
«Phi dược xoa, quỷ thần.
«Chỉ do túc mạng trí.[1287]
«Sinh làm trưởng giả, hằng bố thí.»

Mẹ nghe lời này, rất hoan hỷ.
Mẹ hiền của tôi liền nói rằng:
«Con yêu, bố thí, chớ e sợ.»
Người mẹ nói xong rồi;
Thân quyến nuôi dưỡng tôi.

Mọi người luôn yêu mến.
Ai thấy cũng vui vẻ.
Từ lúc được sinh ra,
Kho đụn ngày càng đầy;
Tiền bạc và người hầu.

Do vừa sinh đã nói,
Mọi người đặt tên tôi.
Tôi sinh, tài sản thêm,
Gọi tên tôi Tài Ích.

Khi đó thường tài thí
Cho kẻ xin đầy đủ.
Nay hầu Đẳng chánh giác

[1285] Bản Tạng: "Trừ mẹ tôi, mọi người chạy tán loạn."
[1286] Lời người mẹ hỏi con.
[1287] 宿命智, có lẽ 宿命智施 chép nhầm. Tạng: *tshe rabs dran pa na| rtag tu sbyin gtong pa spro|*. "nhớ lại đời trước thường bố thí."

> *Bỏ nhà mà học đạo*
> *Không phải vì tránh khó*[1288]
> *Mà muốn cầu xuất gia.*
>
> *Nay đắc sáu thần thông*
> *Thanh tịnh cầu xuất ly.*
> *Các vua hay cúng dường,*
> *Quan quân, nhà sang quý.*
>
> *Y thực được sung mãn.*
> *Tôi Bí-sô Tài Ích*
> *Đối trước các kỳ túc*
> *Nói các nghiệp báo xưa.*"[1289]

13. Bạc-câu-la

Bấy giờ, các đại Thanh văn Bí-sô kỳ túc nói với Cụ thọ Bạc-câu-la:[1290]

"Cụ thọ Tài Ích đã nói nghiệp quá khứ của mình, đến lượt nhân giả nói nhân duyên nghiệp quá khứ của mình."

Bí-sô Bạc-câu-la nói kệ:

> "*Xưa ở thành Thân huệ,*[1291]
> *Làm một người bán thuốc*[1292],

[1288] Phạn: không phải trốn nợ, cũng không phải sợ mưu sinh.
[1289] Bản Hán, hết quyển 16. Phạn I. 115.24. 'Dul ba kha 293a7.
[1290] Bạc-câu-la 薄俱羅: Skt *Vakula* (Bacchi), *Bakkula, Bakula, Vakkula, Vatkula* (Edgerton). Pali *Bakkula, Bākula, Vakkula* (Pali Proper Names). Cf. M.124 *Bākulasuttaṃ* (iii.125), *Theragāthā* thiên 3 kệ. Hán, *Trung* 8, kinh 34 "Bạc-câu-la" Ngũ bách đệ tử, dẫn trên, T04n0199_p0194b16-194c11. Phẩm XIII, Bạc-câu-lô. 薄拘盧品第十三.
[1291] Thân tuệ thành 親惠城: Pali *Bandhumatī*. Tib *rgyal po'i pho brang bshes ldan*.
[1292] Skt *gandhika*, người bán hương liệu. Tib *spos 'tshong*.

Tỳ-bát-thi[1293] trụ thế,
Cúng Phật Bí-sô Tăng.

Thí dược liệu trị bệnh.
Ai cần đến đều cho,
Thuốc: rễ, cành, hoa, lá,
Tất cả cho chúng Tăng.

Ba tháng hạ an cư,
Mỗi bữa ăn cung cấp.
Cho các chúng Bí-sô,
Mỗi người một ha-lê.[1294]

Trong chín mươi mốt kiếp,
Không đọa ba đường ác.
Do bố thí thuốc đó,
Được quả thù thắng lớn.

Tuy thí một ít thuốc,
Thọ lạc chuyển vô cùng.
Thí một ha-lê-lặc,
Sinh thiên, thọ tiên lạc.

Chút tàn dư nghiệp báo,
Lại được sinh làm người.
Sinh trong nhà hữu học[1295],
Không thọ ăn tín tâm.[1296]

[1293] Tỳ-bát-thi 毘鉢尸: Skt *Vipaśyī.* Tib *rNama par gzigs.*
[1294] 訶梨. quả ha-lê-lặc. Skt *harītakī.* Tib *a ru ra.* Bản Tạng: «Tôi thỉnh cúng Tăng trong mùa an cư, nhưng không ai hỏi điều gì, chỉ một tì-kheo xin một quả ha-lê-lặc.»
[1295] 有學家. Skt *śaikṣa,* Tib *sob pa*: hữu học, chỉ các Thanh văn chưa đắc quả A-la-hán.
[1296] 信心食; Skt *rāṣṭrapiṇḍaka;* Tib *yul 'khor bsod snyoms*: khất thực trong quốc thổ. Phạn (i.117.20): *nābhijānāmi śaikṣehi gṛhītaṃ rāṣṭrapiṇḍakam,* "Tôi biết các vị hữu học không nhận thức ăn quốc

Trong vòng ba ngày đêm,
Rõ giáo nghĩa tam tạng.[1297]

Mặc y phục dơ xấu,
Chỉ cầu y phấn tảo,
Vui thích ở nhàn tĩnh,
Không thích rừng nhiễm ồn.[1298]

Tôi, trăm sáu mươi năm,
Thân chưa từng có bệnh.[1299]
Tôi nhớ cúng một ít,
Nhiều thọ lạc trời, người.

Bạc-câu-la trước chúng,
Tự thuật nghiệp báo xưa;
An tọa trong hoa sen,
Trong hồ lớn Vô nhiệt."

---

thổ." Tib *yul 'khor bsod snyoms len pa dag, slob pa na yang ma myong ngo*, "Những gì khất thực được trong quốc thổ, vị hữu học không thọ dụng." Cf. *Bākulasuttaṃ*, dẫn trên: *sattāhameva kho ahaṃ, āvuso, saraṇo raṭṭhapiṇḍaṃ bhuñjiṃ; atha aṭṭhamiyaṃ aññā udapādi.*
– Trong thời gian bảy ngày, tôi còn tham ái, thọ nhận thức ăn của quốc thổ (cúng dường), đến ngày thứ tám chánh trí khởi lên.

[1297] Hán 於三日夜中解了三藏教. Skt *trirātreṇaiva tisro'pi vidyāḥ sākṣātkṛtā mayā*, "Sau ba ngày tôi chứng đắc tam minh." *Trung A-hàm* 8, dẫn trên: "Trong vòng ba ngày đêm, tôi chứng đắc ba minh" Tib *nub gsum kho na rig pa ni| gsum po bdag gis mngon sum byas|*

[1298] 不愛俗喧林. Tib *khyim pa'm rab tu byung pa dang|| bdag ni 'dres par mi gnas te||* "Tục gia hay xuất gia, tôi không sống lẫn lộn." *Bākulasuttaṃ*, dẫn trên: *nābhijānāmi gamantassenāsane vassaṃ upagantā*, "(Bakkula) trong tám mươi năm không từng hạ an cư tại trú xứ gần làng."

[1299] *Trung A-hàm* 8: Tám mươi năm chưa hề có bệnh.

14. Bí-sô Tôn Giả[1300]

Bấy giờ, các đại Thanh văn Bí-sô kỳ túc nói với Cụ thọ Bí-sô Tôn Giả: **[83a01]**

"Cụ thọ Bạc-câu-la đã nói nghiệp báo xa xưa của mình, giờ đến lượt Cụ thọ nói về mình."

Cụ thọ Tôn Giả tự thuật bằng kệ tụng:

> *"Xưa là thợ thuộc da[1301]*
> *Nhớ lại việc đời trước;*
> *Có năm gặp đói kém,*
> *Phải nấu da mà ăn.*
> *Nhờ đó giữ mạng sống.*
> *Sau có vị sa-môn,*
> *Từ xa đến khất thực,*
> *Tôi phát khởi tín tâm,*
> *Món da cho sa-môn.*
>
> *Vị Độc Giác ăn xong,*
> *Đứng trước mặt bay lên.*
> *Tôi phát tâm thanh tịnh,*
> *Chắp tay duỗi cung kính.*
>
> *Thấy Độc Giác thần biến,*
> *Liền khởi tâm thành khẩn:*
> *«Nguyện tôi sinh nơi đâu,*
> *Đều gặp Thánh[1302] như vậy.*

[1300] 尊者苾芻. Sthaviraṃ sthaviranāmānaṃ, Thượng tọa Thượng Tọa danh, vị Thượng tọa có tên là Thượng Tọa. Tạng: *gnas brtan gnas brtan zhes bya ba*. Theranāma, không có kệ trong *Tharahātha*, nhưng được biết trong S. 21.10 (PTS.ii.282): *Theranāmasuttaṃ*. Ngũ bách đệ tử, dẫn trên, T04n0199_p0194c195-12a07: phẩm XIV, Ma-ha-tồ. 摩訶酼品第十四, phụ chú trong bản Hán: 大長 ?

[1301] 治皮人. carmakāra. *lham mkhan*, thợ da thuộc, cũng hiểu là thợ làm giày.

[1302] Phạn: *sthavirair īdṛśair eva bhaven mama samāgamaḥ*, "Mong tôi

Và đắc quả thù thắng,
Như vị Thánh hôm nay.»

Vật thí không màu sắc,
Cũng không mùi thơm ngon,
Người thấy, tâm thanh tịnh,
Thí thức ăn như vậy.

Tuy nhân thí chỉ ít,
Mà quả được vô lượng,
Dẫn đến lạc sinh thiên,
Lại được thân người đẹp.

Đây là thân cuối cùng,
Lại sinh vào cõi người,
Gần gũi hầu Thế Tôn,
Vô thượng Chánh đẳng giác.

Trước đây tôi phát nguyện,
Nguyện chứng quả vô thượng,
Đắc quả A-la-hán,
Trừ nhiệt, được mát dịu.

Tôi tên Đại Tôn Giả,
Nay đứng trước Thánh chúng,
Tự thuật nghiệp báo xưa,
Trong hồ lớn Vô nhiệt."

15. Ưu-lâu-tần-loa Ca-diếp[1303]

Bấy giờ, các đại Thanh văn Bí-sô kỳ túc nói với Cụ thọ Bí-sô Ưu-lâu-tần-loa Ca-diếp, Nan-đề Ca-diếp, Già-da Ca-diếp[1304]...:

được bằng như vị Thượng tọa này"; do vậy nay có tên *Sthavira*: Thượng Tọa.

[1303] Ba anh em, **xem cht. dưới**.

[1304] 優樓頻螺迦葉: Skt *Uruvilvā-Kāśyapa*. Tib *steng rgyas 'od srung*. 那提迦葉: Skt *Nadī-Kāśyapa*, Tib *chu klung 'od srung*. 伽耶迦葉: Skt *Gayā-*

"Cụ thọ Tôn Giả đã nói nghiệp báo xa xưa của mình, đến lượt các vị nói về mình."

Ba vị thuật chuyện bằng kệ tụng:

*"Xưa chúng tôi là ba thương chủ,
Cùng các huynh đệ đồng đi chơi,
Thấy tháp Phật Ca-diếp diệt độ,
Phá hoại đổ nát không còn nhiều.*

*Chúng tôi khuyến khích các thương nhân,
Cùng xây dựng tháp này mới lại,* [83b01]
*Trên tháp Phật này, ba chúng tôi:
Mỗi người tôn kính dựng lọng báu.*

*Do đó được thiện nghiệp thù thắng,
Được sinh lên cõi trời thọ lạc,
Khi hết phước trời, sinh làm người,
Sinh vào nhà giàu hưởng an lạc.*

*Nay gặp Thế Tôn Đẳng Chánh giác,
Sống xuất gia trong pháp của Phật.*[1305]
Khi Thế Tôn bên sông Ni-liên,[1306]
Hiện đại thần biến, vận thần thông.

*Chúng tôi đều được thấy Chánh pháp,
Được vào cung Vô thượng Niết-bàn.
Do bởi kính trọng pháp Đại Sư;*[1307]

Kāśyapa, ^{Tib} ga yā 'od srung. Ngũ bách đệ tử, dẫn trên, T04n0199_p0195a25-195b26, phẩm XV: Ưu-vi Ca-diếp. 優為迦葉品第十五.

[1305] Phạn: *apaśyantaś ca sambuddhaṃ pravrajāmo 'nyatīrthikāḥ*, do không gặp Phật, chúng tôi xuất gia theo dị giáo. ^{Tib} *rdzogs pa'i sangs rgyas ma mthong nas| mu stegs gzhan las rab tu byung|*

[1306] 尼連: 尼連禪 Ni-liên-thiền, ^{Skt} *Nairañjanāṃ*. ^{Tib} phiên âm: *nai ranydza na (nai ran dza na).*

[1307] Chỉ thời gian Phật trú trong hang đá và hàng phục động long chỗ của Ưu-lâu-tần-loa.

Lại đã treo lọng đẹp tháp Phật.
Nhờ nhiều thiện căn sai biệt này,
Trừ nhiệt phiền não, được mát mẻ.

Ưu-lâu-tần-loa, các Ca-diếp,
Đối trước các Tôn giả Kỳ túc,
Tự nói nhân duyên nghiệp quá khứ,
Trên tòa sen trong hồ Vô nhiệt."

16. Da-xá[1308]

Bấy giờ, các đại Thanh văn Bí-sô kỳ túc nói với Cụ thọ Danh Xưng:

"Ưu-lâu-tần-loa Ca-diếp, Nan-đề Ca-diếp, Già-da Ca-diếp, các vị đã nói nghiệp quá khứ của mình, đến lượt Cụ thọ nói về mình."

Cụ thọ Danh Xưng thuật chuyện bằng kệ tụng:

"Thuở trước tôi là người bán hương[1309],
Khéo phân biệt các loại dược tính.
Khi có phụ nữ dẫn con gái
Tìm đến chỗ tôi mua thuốc, hương.

Người thiếu nữ kia dung nhan đẹp.
Thấy cô ấy tôi khởi dục nhiễm.
Sau khi nhìn dung nghi cô ấy,
Bất giác tâm phát sinh luyến ái;
Nắm tay cô ấy cùng du hý.[1310]
Do ác nghiệp đó sinh đường ác.
Sau được thân người, tay thường khô,
Trải qua năm trăm đời thọ khổ.

[1308] 具壽名稱. Skt *Yaśa* (âm: Da-xá). Tib *grags pa*. Khác với Da-xá thuật trên. Không thấy đồng nhất trong Pāli. *Ngũ bách đệ tử*, dẫn trên, T04n0199_p0195a25-195b26 phẩm XVI: Ca-da. 迦耶品第十六; phụ chú trong bản Hán: 捉取, *tróc thủ?*

[1309] Skt *gaandhika*; Tib *dri 'thsong*, người buôn hương liệu.

[1310] Phạn: *pāṇisaṃsparśaṃ parastrīṣv aparīkṣakaḥ*, "lấy tay xúc chạm, mà không cần biết là nữ (vợ hay con gái) của những người khác."

Nay tôi thờ kính Phật Thế Tôn,
Theo Phật xuất gia mà học đạo,
Giờ đã chứng quả A-la-hán,
Trừ lửa phiền não được mát mẻ.

Đại đức, tôi nhớ nghiệp ác trước,
Trải qua trăm kiếp không hề mất.

Nay đã đắc thần thông,
Do quả báo tàn dư,
Cánh tay trái của tôi,
Không như cánh tay phải.

Nếu nam, hoặc người nữ,
Chiếm vợ hoặc đoạt chồng,
Thường đọa trong địa ngục,
Luôn thọ nhiều đau khổ.

Vui xa lánh vợ người,
Như nhảy tránh lửa dữ,
Như những người có trí,
Hạnh phúc với vợ mình. [83c01]
Mọi người phải quán thấy,
Tham nhiễm thê thiếp người,
Thường thọ khổ địa ngục,
Ngày đêm không dừng nghỉ.

Do tôi tạo tội vậy,
Sinh thân bất cứ đâu,
Đã thọ báo như vậy,
Sinh trong nại-lạc-ca.[1311]

Nay thân cuối cùng này,
Đắc vào ngôi Vô thượng,

[1311] Nại-lạc-ca 捺落迦: SKT naraka, địa ngục.

Giải thoát tất cả khổ,
Trừ nhiệt được mát mẻ.

Muốn cầu chỗ an lạc,
Không được dâm vợ người.
Giải thoát các phiền não,
Được hạnh phúc vi diệu.

Tôi Bí-sô Danh Xưng,
Nay đối trước Tôn túc,
Tự thuật nghiệp báo xưa,
Trong hồ lớn Vô nhiệt."

17. Hỏa Sanh[1312]

Bấy giờ, các đại Thanh văn Bí-sô kỳ túc nói với Cụ thọ Hỏa Sinh:

"Cụ thọ Danh Xưng đã nói nghiệp quá khứ của mình, đến lượt tôn giả nói về mình."

Cụ thọ Hỏa Sinh thuật chuyện bằng kệ tụng:

"Xưa tôi từng ở thành Thân huệ,[1313]
Có Phật Chánh giác hiệu Tỳ-bát,[1314]
Khi ấy, tôi tên Vô Sở Trước.[1315]
Là hàng tôn quý trong mọi người.[1316]

Phật có sáu mươi hai vạn chúng,
Đệ tử Thanh văn đều vây quanh.

[1312] 告具壽火: Skt *Jyotiṣka*. Tib *me skyes*. Có thể đồng nhất với *Jotika* Pāli. *Ngũ bách đệ tử*, dẫn trên, T04n0199_p0195b27-196a29, phẩm 17 Đề-thọ-cù. 樹提衢品第十七.
[1313] Thành Thân huệ: **Xem cht. trước.**
[1314] 毘鉢:毘鉢尸 Tỳ-bát-thi.
[1315] Skt khuyết. Tib *nyon mongs med*. Có thể đồng nhất với Pāli *Aparājita* (Vô Năng Thắng), vị đại thí chủ của Phật Tì-bà-thi.
[1316] Tib *tshong dpon nor mang zhig tu gyur*, "Là một thương chủ giàu có."

Tôi cúi xin Phật Tỳ-bát-thi,
Và thỉnh chúng đệ tử ba tháng.

Khi ấy, quốc vương thành Thân huệ,
Cũng thỉnh Thế Tôn và đệ tử.
Lúc đó tôi để vua thành kia,
Cách ngày dâng cúng ít thức ăn.

Đến tôi, cúng dường nhiều gấp bội,
Cho Phật, chúng Thanh văn Bí-sô.
Việc cúng dường ba tháng đã xong,
Tôi cùng quốc vương đồng cúng dường.

Ngày cuối cùng thiết hội cúng dường,
Vương cung thành Thân huệ bày biện,
Hàng trăm món ăn nhiều mỹ vị,
Y phục, ngọa cụ, nhiều món quý.

Chuẩn bị những thứ ngon như vậy,
Lại trong vườn vua trải tòa cao,
Tòa ấy giá trị trăm ngàn vàng,
Thức ăn, y phục đồng lượng đó.

Mỗi vị Bí-sô nhận vật thí,
Số đó tính đếm không thể biết.
Tất cả voi, ngựa đều trang sức
Tơ vàng, lưới lụa trên thân chúng.

Trước Tăng mỗi vị có lọng che,
Ngồi tòa thứ tự vây xung quanh.
Thể nữ trong cung được trang sức,
Bằng hương chiên-đàn bôi thoa thân; [84a01]
Mỗi cầm bình vàng đầy nước đức,
Được sai phục vụ Tăng Bí-sô.
Trong buổi cúng dường cuối cùng ấy,
Vua đích thân cúng Phật, Tăng-già.

Khi thấy vua cúng dường như vậy,
Tôi nhất tâm chánh niệm tư duy:
«Ẩm thực mỹ vị dễ bày biện,
Tòa báu trang hoàng thật khó làm,
Chỉ chưng được những thượng diệu khác,
Chí như voi, ngựa không sao được.»

Sau khi tôi suy nghĩ như vậy,
Thiên đế chủ Thích liền đi đến.
Thiên đế Thích nói với tôi rằng:
«Lành thay, giúp ông thiết cúng dường.»
Thiên đế sau khi nói như vậy,
Liền hóa vườn rừng to lớn đẹp.
Vườn hoa thơm phức thật siêu tuyệt.
Bảo tòa thiên giới trang nghiêm khắp,
Và đem y thiên giới thượng diệu,
Phụng cúng Phật và Tăng Bí-sô.

Trước thỉnh Phật Tỳ-bát-thi,
Cùng các đệ tử Chúng Thanh văn.
Bấy giờ Thiên đế và chư thiên,
Dẫn voi báu đệ nhất đến đón,
Mỗi vị cầm lọng báu cõi trời,
Đứng trên không trung che đầu Tăng.

Mang dâng thức ăn trời,
Cúng dường chân Thánh chúng;
Lại lấy thiên y che.
Được thọ lạc trời, người.
Trong chín mươi mốt kiếp,
Không đọa ba đường ác.
Do đời trước làm thiện,
Cảm được thân mềm mại.
Dâng cúng vị Đại Tiên,
Đại đức Tỳ-bát-thi.

*Nay thân cuối cùng này,
Sinh tại thành Vương xá.
Trong cung vua Ảnh Thắng,
Nhà hào tộc tôn quý.*

*Vua và đại phu nhân,
Kính yêu, ân dưỡng dục,
Các quan cũng mến tôi,
Kể cả người trong nước.*

*Thường được sinh lên trời,
Năm dục lạc chư thiên.
Sau sinh làm thân người,
Vẫn thọ lạc chư thiên.*

*Vô thượng Đại Đạo Sư,
Chánh giác Mâu-ni chủ,
Điều phục trời và người,
Đi đến thành Vương xá.*

*Tôi nghe Phật đến thành,
Đại sư Vi diệu giác,
Nghe thế, rất hoan hỷ,
Liền đến chỗ Như Lai.*

*Thấy Ngọn đèn thế gian,
Đấng cầm đuốc soi sáng,* [84b01]
*Tôi liền bước xuống xe,
Đi bộ đến trước Phật.
Đảnh lễ hai chân Phật,
Trong lòng thật vui mừng.
Tôi lùi lại ngồi bên,
Chiêm ngưỡng Đại Từ Tôn,
Vô lượng chúng trời, người,
Cung kính mà vây quanh.*

Thế Tôn nói như vầy:
«Ngươi, đoạn trừ triền phược.
Vô thượng Thiên Tôn sư,
Từ bi nên đến đây.»

Phật thuyết pháp Tứ đế,
Nghe rồi được tỏ ngộ.
Tôi nghe và thưa rằng:
«Kính Thế Tôn Chánh giác,
Nguyện cho con xuất gia;
Cận trụ thành viên cụ.»

Vô thượng Đại Từ Phụ,
Không có ai sánh bằng,
Ai mẫn gọi:»Thiện lai!»
Gọi xong thành viên cụ.

Tinh tấn không phóng dật,
Khổ hạnh mà tu tập,
Liền chứng quả Vô sinh,
Được vào cung Niết-bàn.

Thân hầu Đại Đạo Sư,
Vô thượng đẳng Chánh giác,
Chứng đắc A-la-hán,
Trừ nhiệt, được mát mẻ,
Thoát khỏi biển ba cõi,
Trôi nổi sông sinh tử,
Tất cả ưu bi khổ,
Nhờ đây mãi đoạn trừ."

Vị Bí-sô Hỏa Sinh,
Đối trước chơn Thánh chúng,
Tự nói nghiệp xa xưa,
Trong hồ lớn Vô nhiệt,
An tọa trên đài sen.

18. Lại-tra-hòa-la[1317]

Bấy giờ, các đại Thanh văn Bí-sô kỳ túc nói với Cụ thọ Hộ Quốc:

"Cụ thọ Hỏa Sinh đã nói nghiệp trước của mình, đến lượt tôn giả nói về mình."

Bí-sô Hộ Quốc nói kệ tụng:

"Xưa có vua tên Cát-cơ-lợi,[1318]
Quốc chủ Ca-thi[1319]*, hay giúp người;*
Tôi là người con út của vua,
Dựng tốt-đổ-ba cúng dường Phật.

Vua cha sai khiến người con út,
Tự thân mang lọng cúng Như Lai.
Tôi nghe vua sai, tâm vui mừng,
Đặt lọng báu trên tốt-đổ-ba.

Tôi đặt lọng rồi liền phát nguyện:
«Bằng vào nhân duyên thiện nghiệp này,
Lên trời, làm người, đều khoái lạc,
Thường có ánh sáng lớn tối thắng.»[84c01]

Nay sinh làm người thân tối hậu,
Giáng hạ trong đại thành Thương khố;[1320]
Sinh trong nhà hào tộc tối thắng,
Thế gian tôn quý là đệ nhất;

[1317] Cụ thọ Hộ Quốc 具壽護國: **Skt** *Rāṣṭrapāla* (Lại-tra-hòa-la). **Tib** *yul 'khor skyong*. **Xem cht. 595 trên**. **Pāli** *Raṭṭhapāla, Theragāthā*, thiên 20 kệ. *Ngũ bách đệ tử*, dẫn trên, T04n0199_p0196b01-196c24: phẩm XVIII Lại-tra-hòa-la. 賴吒恝羅品第十八.

[1318] Cát-cơ-lợi 吉基利: trên kia âm Cát-cơ-la, đề nghị đọc lại là Cát-lị-(la)-ki; **xem cht. 1283**. **Skt** *Kṛki*.

[1319] Ca-thi 迦尸: **Skt** *Kāśi*.

[1320] 倉庫. **Skt** *Sthulakoṣṭhaka*. **Tib** *bang mdzod stug po can*.

Ai thấy, đều hoan hỷ cung kính,
Tất cả nhân dân đều yêu mến.
Quả báo thù thắng tùy thân hiện,
Sắc tướng xinh đẹp, tâm an tĩnh,

Nhân gian thọ dụng tất đầy đủ,
Tất cả đáp ứng không để thiếu.[1321]
Bí-sô Hộ Quốc trước Tôn túc,
Tự thuật nhân duyên nghiệp báo trước."

19. Sa-để[1322]

Bấy giờ, các đại Thanh văn Bí-sô kỳ túc nói với Cụ thọ Sa-để:

"Cụ thọ Hộ Quốc đã nói nghiệp báo của mình, đến lượt tôn giả nói về mình."

Cụ thọ Sa-để nói kệ tụng:

"Xưa ở thành Vương xá,
Vương thần đại tôn quý.[1323]
Năm trăm Tiên nhân đến,
Đều khiến cúng dường cả.

Khi ấy, tôi bố cáo,
Mọi người chuẩn bị sẵn,
Mỗi nhà sắm thức ăn,
Cúng cho năm trăm Tiên.[1324]

[1321] Bản Hán khuyết mất đoạn dài, từ chỗ Lại-tra-hòa-la gặp Phật, xin cha mẹ xuất gia, bị từ chối, v.v… chi tiết cho đến được xuất gia, đắc quả, v.v…, như tường thuật trong kinh dẫn trên. Bản Phạn (Bagchi) từ tụng đánh số 389-402, nhưng trong đó nhiều từ và câu bị khuyết. Bản Tạng [kha] 297a3-b6.

[1322] Cụ thọ Sa-để 具壽娑底. Skt. *Svāti*. Tib. *sa ga*. Ngũ bách đệ tử, dẫn trên, T04n0199_p0196c25-197b21, phẩm XIX Hóa-đề. 貨提品第十九.

[1323] Skt. ahaṃ rājagṛhe 'bhūvaṃ agryaḥ śreṣṭhī mahādhanaḥ, "Xưa tôi, trong thành Vương xá, là người đại hào phú, đệ nhất, trưởng thượng."

[1324] Tib. 500 thương nhân tụ hội, phân công mỗi người cúng một vị cho 500

Thứ lớp, phân cho tôi,
Vì tôi người đứng đầu,
Nên cúng Tiên đứng đầu.

Nhà tôi thường sắm sửa,
Làm cơm hơn trăm thìa;[1325]
Tôi đem thức ăn này
Cho người xuất gia kia.[1326]

Bố thí cơm xong rồi,
Tham tiếc, tôi thầm nghĩ:
«Anh, chị, em của tôi,
Vợ con và thân tộc,
Tôi còn chưa cho thế.
Tiên này ngồi ba tháng,
Thọ dụng tốn quá nhiều,
Huống gì số năm trăm."

Tôi cầu sa-môn kia,
Khiến vị ấy mạng chung.
Nếu người kia chết rồi,
Không còn lo tốn nữa.

Giết người vô tội kia,
Và khởi tâm tội xong,
Liền sắc nước tiểu ngựa,
Hòa cơm cho Tiên ăn.

Tiên nhân. Thức ăn làm cho mình như thế nào thì cung cấp thức ăn cho Tiên nhân cũng như vậy.

[1325] Tib: "500 món ăn đựng trong bát."

[1326] Tạng: Trong số 500 vị kia, có một tiên nhân già được gán lưng tôi; cũng như tôi là trưởng bối thương đoàn, ông ấy xứng đáng là trưởng thượng trong các ẩn sĩ. Tôi thường một bát đựng đầy thức ăn đủ cung cấp 500 phần ăn, phần ăn ấy tôi thí cho vị tỳ-kheo ấy. Khi ấy tôi sinh tâm cực kỳ keo kiệt: phần ăn này của ta không cho thê tử ..."

*Vị tiên ăn cơm xong,
Sau đó phát bệnh nặng,
Trong ruột ói mửa ra,
Tiên ấy người đắc đạo.*

*Bấy giờ, thiên, long thảy,
Tất cả đều nói lớn:
"Đại tội thương nhân này,
Giết oan Tiên vô tội,* [85a01]
*Vị Độc Giác tự tại,
Đã tịch tĩnh vô lậu.»*

*Người thân đều giận tôi,
Tất cả đều thấy rõ,
Vì giết vị tiên kia,
Sẽ sinh nhiều nghiệp tội.*

*Nghe người thân nói thế,
Tôi khởi tâm sầu bi,
Thỉnh những vị Tiên khác,
Cực sinh hối lỗi kia.*

*Trước chư Phật sám hối,
Tâm lỗi nay đã hối,
Cơm cúng năm trăm Tiên,
Trân trọng khiến no đủ.*

*Sám hối tội nghiệp kia,
Sám lỗi với các tiên.
Tôi cúng dường cơm xong,
Mới khởi tâm phát nguyện:*

*'Tương lai nguyện như vầy:
Cúng dường Đại đức này,
Như giải thoát ngài chứng,
Tôi nguyện cũng giải thoát.*

Đời đời xa nhà nghèo,
Chớ sinh chỗ bần cùng.'

Xan tham chợt khởi lên,
Khiến tâm nghĩ ý ác,
Tổn hại Độc Giác kia,
Tạo nghiệp liền ưu sầu.

Khi chết đọa địa ngục,
Ở đó cả ngàn năm,
Thường thọ nhiều thống khổ.
Sau đó sinh làm người.

Thọ quả báo đoản mạng,
Tuy có nhiều của cải,
Bố thí cho nhiều người,
Nhưng bệnh ruột ói mửa,
Nhân đó dẫn đến chết.

Đời nay gặp Đại Thánh,
Thân mới được xuất gia,
Y giáo mà thành trụ,
Tất cả tham đều dứt.
Tòa sen hồ Vô nhiệt,
Nói nhân duyên nghiệp trước."

20. Ca-diếp Tất[1327]

Bấy giờ, các đại Thanh văn Bí-sô kỳ túc nói với Cụ thọ Ca-nhiếp-ba Tất Đa:

Bấy giờ, các đại Thanh văn Bí-sô kỳ túc nói với Cụ thọ Ca-nhiếp-ba Tất: "Cụ thọ Sa-để đã nói nghiệp báo của mình, đến lượt Cụ thọ nói

---

[1327] Tất Đa Ca-nhiếp-ba 膝多迦攝波, nghi chép dư chữ 多 đa. *Jaṅghā-Kāśyapa*: Ca-diếp Đầu Gối. *'od srung byin pa can*. Ngũ bách đệ tử, dẫn trên, T04n0199_p0197b22-197c15: phẩm XX Thiền thừa-Ca-diếp. 禪承迦葉品第二十.

về mình."

Ca-nhiếp-ba Tất nói kệ tụng:

"Chúng bí-sô được thỉnh,
Trong bảy năm không khuyết,
Ở trong thôn làng kia,
Khi vào buổi đói kém.

Phần chia mà tôi được,
Có vị Độc Giác tôn,
Tâm điều phục tịch tĩnh,
Bậc vô lậu, thanh lương. [85b01]

Trước đây tôi có thề:
Người xin là không cho,
Dù con cái, người thân,
Không làm là không giúp.

Với ý nghĩ như vậy,
Liền khởi nghiệp tội ác:
Bí-sô kia không làm,
Cớ sao lại cho ăn?

Bèn dẫn Bí-sô đó,
Đi quanh khắp đồng ruộng,
Sau đó dẫn vào nhà,
Tôi mới cho ăn uống.

Do ác nghiệp chín mùi,
Đọa vào cõi địa ngục,
Chúng hoạt[1328] và Viêm nhiệt,[1329]
Thọ nhận nhiều khổ sở.

[1328] Chúng hoạt 眾活: saṃghātaḥ, hay gọi địa ngục Chúng họp 眾合, Chúng khái 眾磕. Chúng sinh bị nghiền nát giữa hai hòn núi có hình dáng con dê. bsdus gzhom ('joms).

[1329] Viêm nhiệt 炎熱: tapanaḥ, hay gọi địa ngục Thiêu nhiên 燒然,

Nghiệp báo địa ngục hết,
Lưu chuyển sinh đường khác,
Đời thấp hèn, ưu khổ,
Lương thực rất khó kiếm.

Đây thân tôi cuối cùng,
Sinh ra được làm người,
May gặp đấng Điều Ngự,
Chánh giác Vô thượng tôn.

Chánh tín mà xuất gia,
Diệt trừ các hữu lậu,
Chứng đắc sáu thần thông,
Đắc được quả La-hán.

Các Đại đức biết tôi,
Tuy chứng đắc thần thông,
Đi khất thực rất khổ,
Mới có được bữa ăn.

Đi xa thật cực xa,
Có được cũng rất ít,
Mạng gần như muốn tuyệt,
Khi ấy mới có ăn.
Nên tên Ca-nhiếp Tất,[1330]
Gọi tôi Nhĩ đại oai[1331],
Ngồi tòa sen Vô nhiệt.
Nói nghiệp duyên đời trước."[1332]

---

chúng sinh ở đây bị lửa thiêu đốt. Tib. *tsha ba*.

[1330] Tất 膝, Skt. *Jaṅghā* (đầu gối) là tên, Ca-nhiếp-ba 迦攝波 *Kāśyapa*, họ.

[1331] 名為耳大威, không rõ nghĩa. Skt. *jaṅghā...karmanāmā maharddhikaḥ*, «Đầu gối», tên này do nghiệp, có uy lực lớn. Có lẽ bản Hán đọc ... *karṇanāma*: tên là «lỗ tai»?

[1332] Bản Tib, tụng tổng nhiếp, liệt kê 10 tự thuật đã được kể. Bản Phạn, khuyết. Hán, không có.

CHƯƠNG XV. TRƯỞNG LÃO KỆ (III)

21. Châu-lợi-bàn-đà-già[1333]

Bấy giờ, các đại Thanh văn Bí-sô kỳ túc nói với Cụ thọ Châu-ly Bàn-đà-ca:

"Cụ thọ Ca-nhiếp-ba Tất đã nói nghiệp báo, đến lượt Cụ thọ nói về mình."

Bàn-đà-ca nói kệ tụng:

"Tôi ở trong đời trước,
Làm người chăn nuôi heo,
Buộc miệng bọn heo lại,
Để lội qua bờ sông.

Khi lội đến giữa dòng,
Muốn sang bờ bên kia,
Bọn heo thảy ngộp thở,
Nhân đó đều chết hết.

Tôi trôi theo dòng nước,
Hoang mê, không gượng nổi.
Bên sông có Tiên sống,
Thương tình cứu vớt tôi, [85c01]

Khỏi ưu khổ chết đuối,
Rồi cho tôi xuất gia.

[1333] Châu-ly (lợi) Bàn-đà-ca 周離槃陀迦: Skt. *Cūḍa-Panthaka*, Tib. *lam phran bstan*. Pali *Cūla-Panthaka*, *Theragāthā*, thiên 10 kệ. *Ngũ bách đệ tử*, dẫn trên, T04n0199_p0197c16-198a03, phẩm XXI Châu-lợi-bàn-đặc. 朱利般特品第二十一.

Dạy dỗ tôi thuần thục,
Bằng Vô tướng tam-muội.[1334]

Nơi đây, sau khi diệt,
Tái sinh lên thiên giới.
Từ thiên giới xả mạng,
Hạ sinh trong loài người.

Cung kính Chánh đẳng giác,
Bỏ thế tục xuất gia.
Nhưng cực kỳ ngu tối,
Dạy bảo mà không nhớ.

Trong thời gian ba tháng,
Mới thuộc một câu kệ.
Khi hiểu một câu kệ,
Phiền não liền đoạn trừ.

Trước đây tôi tạo nghiệp,
Tư duy nhớ lại thế,
Trải qua vô lượng thời,
Luân hồi biển sinh tử.

Gặp Người Cha thế gian,[1335]
Ở hồ Vô nhiệt này,
Tôi Châu-lợi Bàn-đà,
Nói về nghiệp trắng, đen."

22. Xà Bộc[1336]

Bấy giờ, các đại Thanh văn Bí-sô kỳ túc nói với Cụ thọ Xà Bộc:

[1334] Tib. bdag gis gdams ngag med par ni|| 'dus shes med la snyoms par gzugs| "Tôi bằng vô ngôn giáo mà nhập vô tưởng định." Phạn khuyết.

[1335] Thế gian phụ 世間父: Skt. lokanātha, Thế giới Chủ, đấng cứu hộ thế gian. Tib. 'jig rten mgon.

[1336] Cụ thọ Xà Bộc 具壽蛇僕: Skt. Sarpadāsa. Tib. sbrul khol. Skt. Bhagchi đọc là Bahuśruta (Đa Văn). Pali. Sappadāsa, Therragāthā, thiên 10. Ngũ

"Cụ thọ Châu-lợi Bàn-đà-ca đã nói nghiệp báo, đến lượt Cụ thọ nói về mình."

Cụ thọ Xà Bộc nói kệ tụng:

> "Phật Ca-nhiếp diệt độ,
> Tôi đệ tử cuối cùng,
> Đa văn, thông tam tạng;
> Nhưng rất keo kiết pháp.
>
> Không đọc tụng, giải thuyết,
> Cho các bí-sô nghe.
> Sợ các bí-sô khác,
> Có kẻ vượt trội mình.
>
> Bí-sô đến chỗ tôi,
> Muốn hỏi ít nghĩa lý;
> Tôi vì mang sắc ác,
> Trách mắng, không giảng lý.
>
> Rồi các bí-sô đến,
> Can gián sở kiến tôi:
> "Sao không giảng pháp,
> Lại làm điều phi lý?"
>
> Đến lúc tôi sắp mất,
> Lòng cực kỳ hối hận:
> Thông hiểu chân diệu pháp,
> Mà không chỉ dạy người.
>
> Mạng chỉ còn bảy ngày,
> Thời gian trụ không lâu,
> Tập họp đồng xuất gia,
> Sám hối các lỗi lầm.

bách đệ tử, dẫn trên, T04n0199_p0198a04-198c01, phẩm XXII Đề hồ thí. 醍醐施品第二十二.

Sau khi tôi hối tội,
Cũng hết keo kiết pháp.
Liền ở trong đại chúng,
Bảy ngày thường thuyết pháp. [86a01]

Đã nghe pháp khéo thuyết,
Theo tôi mà lãnh hội,
Rồi cùng nhau giải thích,
Tất cả cùng đàm luận.

Đến lúc tôi lâm chung,
Qua bảy ngày thuyết pháp,
Nhờ đó được sinh thiên,
Các dục đều đầy đủ.

Cõi trời xả báo tận,
Hạ sinh làm thân người,
Sinh ở Kiếp-tỷ-la,
Trong vương tộc Thích-ca.

Tài bảo đại phú quý,
Dung nghi trông rất đẹp,
Mọi người đều yêu quý,
Tài sản không thiếu gì.

Chủng tộc, các nam, nữ.
Tôi bị dục trói buộc,
Mà không có ý thích
Xả tục để xuất gia.

Đức Đại Sỹ Vô tỷ,
Lân mẫn đoái hoài đến,
Nhiều lần đến chỗ tôi,
Khuyên bảo nên xuất gia.

Tôi đánh lễ Điều Ngự,
Vô thượng Chánh đẳng giác,

*Xin nguyện trong bảy năm,
Thương tưởng nhận bố thí.*

*Nếu được nhận thí đó,
Sau bảy năm qua đi,
Sẽ đến chỗ Đại Tuệ,
Mới có thể xuất gia.*

*Phật dạy: mạng nguy hiểm,
Thoáng chốc, há bảy năm?
Nên phải mau xả thí,
Hơi thở không giữ lâu.*

*Lời Phật rất tôn trọng,
Sao dám mà bỏ qua,
Thưa rằng, nội bảy ngày,
Ai mẫn cho xuất gia.*

*Tức thì trong bảy ngày,
Tùy ý đều bố thí,
Ở trong thành, ngoài thành,
Người thân đều ủng hộ.*

*Tối thượng đại quang minh,
Chiếu sáng khắp thành quách,
Mọi người không nghĩ bàn,
Được xuất ra ngoài thành.*

*Tôi trong giáo pháp Phật,
Tịnh tín mà xuất gia,
Sống hai mươi lăm năm,
Mà tâm không giác ngộ.*

*Lúc ấy tâm tội khởi,
Không muốn ở đó nữa,
Huống gì nói cam lộ,
Nên thoái chí hoàn tục.*

Lại sinh ra khiếp sợ,
Lòng cứ quá xấu hổ, [86b01]
Người thân và gia quyến,
Chắc chắn chê cười tôi.

Suy nghĩ chẳng phù hợp,
Xét biết việc bất thiện,
Nên lấy dao tự vẫn,
Ích gì mà sống thừa?

Liền cầm dao cực bén,
Xếp bằng ngồi ngay thẳng,
Đưa dao để lên đầu,
Tức thì tâm giải thoát.

Tâm quyên trừ gột sạch,
Miệng nói lời xưng tán:
Lạ thay, Phật, Pháp, Tăng,
Có pháp thắng thiện này.

Trước tôi khởi ý tưởng,
Phàm phu, dứt tuổi thọ,
Không cần tính mạng này,
Lại chứng Vô thượng tịch.

Trước tôi ở trong chúng,
Biếng nhác, keo kiết pháp,
Do thế bị quả báo,
Gian nan mới giải thoát.

Lại lúc tôi lâm chung,
Vì thuyết pháp tịnh diệu,
Nhờ nghiệp này thành thục,
Siêu trừ các tài, dục.

Căn pháp Thích-ca tử,
Đại oai đức Xà Bộc,[1337]
Ở hồ Vô nhiệt này,
Thuyết nghiệp báo đời trước."

23. A-na-luật[1338]

Bấy giờ, các đại Thanh văn Bí-sô kỳ túc nói với Cụ thọ A-nê-lô-đà:

"Cụ thọ Xà Bộc đã nói nghiệp báo, đến lượt Cụ thọ."

Cụ thọ A-nê-lô-đà liền nói kệ tụng:

"Xưa tên Vô Nhiếp Lục[1339],
Bần cùng gánh cỏ sống,
Quy thuận bậc danh tiếng,
Phụng kính Đại sa-môn. [1340]

Nay sinh dòng Thích-ca,
Tên A-nê-lô-đà,
Thiện nghệ ca múa hát,
Tấu các khúc nhạc hay.

[1337] Hán: 蛇奴, xà nô. Skt sarpadāso. Văn trước Xà Bộc.
[1338] A-nê-lô-đà 阿泥盧馱: A-na-luật, A-ni-luật-đà. Skt Aniruddha, Pāli Anuruddha. Tib ma 'grags pa (Vô Diệt). Pāli Anuruddha (Aniruddha), Theragāthā, thiên 20 kệ. Bản Phạn (Bagchi) khuyết từ A-na-luật, Phạn I 129.9. 'Dul ba kha 301a2-316a1; Bản Hán, từ 86b16-94a14. – Ngũ bách đệ tử, dẫn trên, T04n0199_p0198c01-198c19, phẩm 23 A-na-luật. 阿那律品第二十三.
[1339] 無攝錄 (?)
[1340] Tib sngon ni phrag khru khyer pa yi| rtswa thun dbul por gyur pa na|; như Pāli, Theragāthā 910: 'annabhāro pure āsiṃ, "xưa, là người nghèo cắt cỏ, gánh cỏ trên vai." Theragāthā 910: annabhāro pure āsiṃ, daliddo ghāsahārako; samaṇaṃ paṭipādesiṃ, upariṭṭhaṃ yasassinaṃ. Đời trước tôi đã sống, tên *Annabharā*, bần cùng phải làm lụng, lo nuôi sống tự thân, rồi tôi đến cúng dường bậc sa-môn danh tiếng, Sa-môn với danh xưng, Ngài *Upariṭṭha*.

May gặp Đại Đạo Sư,
Chánh đẳng giác Vô úy.
Thấy rồi tâm thanh tịnh,
Xả tục mà xuất gia.

Được nghe lời giảng dạy,
Vui sống bên Đại sư,
Không một chút phóng dật,
Dũng mãnh tự tinh tấn.

Tam minh đã viên mãn,
Làm xong điều Phật dạy.
Quán biết rõ đời trước,
Những sự việc đã làm.

Bảy lần sinh trở lại
Cõi trời Tam thập tam; [86c01]
Loài người cũng bảy lần,
Thảy đều là Nhân chủ (vua),

Quán đỉnh Sát-đế-lợi,
Độc cai trị Thiệm-bộ.[1341]
Đây, kia đều bảy lần,
Luân hồi mười bốn lần.

Những nơi từng thọ dụng,
Đều rõ biết chỗ ấy.[1342]
Các quả báo loại này,

[1341] Ibid., 914. "sattakkhattuṃ manussindo, ahaṃ rajjamakārayiṃ; cāturanto vijitāvī, jambusaṇḍassa issaro; adaṇḍena asatthena, dhammena anusāsayiṃ." - Bảy lần làm Nhân chủ, ta trị vì quốc độ, ta chinh phục bốn phương, làm chúa châu Diêm phù, không dùng gậy dùng gươm, trị vì bằng Chánh pháp.

[1342] Ibid., 915. "ito satta tato satta, saṃsārāni catuddasa; nivāsamabhijānissaṃ, devaloke ṭhitā tadā." - Từ đây bảy bảy lần, mười bốn lần luân hồi, ta biết được đời sống, khi ta trú thiên giới.

Không gì mà không rõ.

Những nơi tôi thọ sinh,
Tâm cực kỳ hoan hỷ.
Quán biết các hữu tình,
Hướng sinh tử luân hồi.

Chết đây, sinh chỗ kia,
Nhất tâm buộc ý niệm.
Việc năm đường luân hồi,
Thiên nhãn đều thấy rõ.

Đã được đạo an tường,
Thiên nhãn rất minh tịnh.
Thế gian Vô thượng sư,
Biết tâm niệm của tôi.

Phật thân ý thần thông,
Mà đến chỗ của tôi,
Theo suy nghĩ của tôi,
Mà thuyết pháp tăng thượng.[1343]

Đại sư không có lỗi,
Lời dạy cũng không sai.[1344]
Tôi nghe lời dạy ấy,
Y giáo mà tịnh trụ.

[1343] A. 5, 3. *gahapativaggo, anuruddhamahāvitakkasuttaṃ*: Khi Thế Tôn trú ở giữa dân chúng *Bhagga*, tại núi *Suṃsumāra*, rừng *Bhesakaḷā*, vườn Lộc Uyển. Lúc bấy giờ, Tôn giả *Anuruddha* sống giữa dân chúng *Ceti*, tại *Pācīnavaṃsadāya*, độc cư thiền tịnh, tâm tư khởi lên: "Pháp này để cho người ít dục, pháp này không phải để cho người nhiều dục… Tôn giả *Anuruddha* nghĩ đến bảy niệm của bậc Đại nhân. Thế Tôn biết rõ tâm tư của Tôn giả, hiện đến trước mặt, dạy tám tư niệm của bậc Đại nhân."

[1344] 大師無過咎 所說亦無非 A. 5, *nippapañcarato buddho, nippapañcaṃ adesayi*. - Phật không ưa hý luận, Ngài thuyết không hý luận.

Tâm nỗ lực tinh tấn,
Thường tu không phóng dật,
Tam minh đã thông đạt,
Những gì làm đã xong.

Đối với sinh không vui,
Đối với chết không buồn,
Chỉ biết đợi đến thời,
Chánh niệm trụ oai nghi.

Thôn Trúc lâm,[1345] *Bệ-xá-li,*[1346]
Mạng sẽ qua bên kia,
Dưới bóng Trúc lâm này,
Mà muốn giữ quy hóa.[1347]

Trước đây tôi thí thực,
Được quả thù diệu này,
Cung kính Đại đạo sư,
Vô tỷ Chánh đẳng giác;
Chứng đắc A-la-hán,
Nơi tịch tĩnh thanh lương,
Những gì thấy tôi nhớ,
Trong đại phước là nhất.

Tôi A-nê-lô-đà,
Trước Phật, Tăng Bí-sô,
Ở trong hồ Vô nhiệt,
Nói nghiệp báo đời trước."

[1345] Trúc lâm thôn 竹林村: Pali *veḷuvagāme*.
[1346] Bệ-xá-li 廣嚴: Skt *Vaiśālī*, Pali *Vesāli*, Tỳ-da-ly 毘耶離.
[1347] 廣嚴竹林村，命當於彼過，於其竹林下，而欲取歸化. Kh. 3, 919. "*vajjīnaṃ veḷuvagāme, ahaṃ jīvitasaṅkhayā; heṭṭhato veḷugumbasmiṃ, nibbāyissaṃ anāsavo"ti.* - Tại thôn *Veḷuva*, giữa bộ tộc *Vajjī*; ta đi đến đoạn diệt, chấm dứt dòng sinh tử, dưới bóng của khóm trúc, ta sẽ nhập Niết-bàn, không còn có lậu hoặc.

24. Ca-la[1348]

Bấy giờ, các đại Thanh văn Bí-sô kỳ túc nói với Cụ thọ Bí-sô Sư tử vương Ca-la:

"Cụ thọ A-nê-lô-đà đã nói nghiệp báo, đến lượt Cụ thọ nói về mình."

[87a01] Cụ thọ Ca-la nói kệ tụng:

"Xưa kia, tôi ép mía,
Đi đến nhà nấu đường,
Khi ấy, Độc Giác bệnh,
Đi dần đến chỗ tôi.

Ngài ở đó bảy ngày,
Tôi thường cúng dầu, đường,
Sau bảy ngày trôi qua,
Phật Độc Giác bay đi.

Tôi có việc, vắng nhà;
Nô tỳ báo tôi biết:
Phước điền thù thắng ấy,
Từng thọ cúng nhà này.

Tôi nghe nói như thế,
Lòng tịnh tín thâm sâu.
Liền đến chỗ bay đó,[1349]
Tâm vô cùng kính ngưỡng.

Nhân trước phát tịnh tâm,
Lại duyên thí dầu, đường,
Tái sinh giữa trời, người,
Đủ phước, tâm trong sáng.

[1348] Sư tử vương Ca-la 師子王迦羅: Siṃharāja kāla (?). ri dags 'dzin gyi bu nag po. Kāḷo Mṛgāputra. - Ngũ bách đệ tử, dẫn trên, T04n0199_p0198c20-199a19, phẩm XXIV Di-ca-phất. 彌迦弗品第二十四.

[1349] Thăng không xứ 昇空處: Chỗ vị Độc giác bay đi.

*Nay là đời cuối cùng,
Cũng được làm thân người,
Cung kính Đại đạo sư,
Vô tỷ Chánh đẳng giác.*

*May được là xuất gia,
Trong pháp Đại Thích-ca;
Chứng đắc A-la-hán,
Nơi tịch tĩnh thanh lương.*

*Nay tôi được an lạc,
Lợi dưỡng rất là nhiều,
Y, thực, và ngọa cụ,
Thuốc thang, không thiếu gì.*

*Tôi có chút duyên sự,
Muốn cần bốn viên đường,
Để cho người khâu y,
Đem đường đi cúng dường.*[1350]

*Chư thiên biết ý tôi,
Liền báo vua Ảnh Thắng:
Mau thí cho Ca-la,
Đường, nước trái cây mát.*

*Do thí nước trái cây,
Vua được thắng lợi lớn,
Nên sai Thị-phược-ca,*[1351]
Chở am-la và đường.[1352]

[1350] Tạng: bdag ni chos gos 'drub pa na| bu ram btung ba blung pa'i phyir| bdag la bu ram snod bzhi zhig| khi tôi khâu ca-sa, tôi cần bốn bát đường để làm thức uống.

[1351] 侍縛迦: xem cht. 138.

[1352] Am-la 菴羅: Skt. āmra, trái xoài. Tib. tsho byed a-mra'i tshal du ni| ri dags bu la bu ram skyol| Jīvaka, hãy mang đường đến cho Kala trong

Điều khiển bốn voi lớn,
Mang chở các mỹ vị,
Vua Ảnh Thắng đại phước,
Lệnh đem đến chỗ tôi.

Nhà vua sai sứ cho,
Tôi được món đường ngọt,
Cung cấp ngàn hai trăm,
Năm mươi Bí-sô Tăng.

A-la-hán Ca-la,
Đủ sáu đại thần thông,
Ở trong hồ Vô nhiệt,
Nói nghiệp báo đời trước."

25. La-hỗ-la[1353]

[87b01] Bấy giờ, các đại Thanh văn Bí-sô kỳ túc nói với Cụ thọ La-hỗ-la:

"Cụ thọ Ca-la đã nói nghiệp báo, đến lượt Cụ thọ."

Cụ thọ La-hỗ-la nói kệ tụng:

"Trước tôi là quốc vương,
Sống đô thành Quảng nghiêm,[1354]
Cầm quyền trị chánh pháp,
Khiến nhân dân an lạc.

Khi ấy có vị tiên,
Oai đức rất dũng mãnh,[1355]

---

vườn xoài.
[1353] La-hỗ-la 羅怙羅: Skt=Pali *Rāhula*. Tib *sgra can zin ('dzin)*. Pali *Rāhula, Theragāthā*, thiên 4 kệ. – Ngũ bách đệ tử, dẫn trên, T04n0199_p0199a20-199b11, phẩm XXV La-vân. 羅雲品第二十五.
[1354] 廣嚴都, Skt *Vaiśālī*. Tib *bdag sngon lus 'phags mi thi la'i| bdag po rgyal por gyur ba na|* Xưa, tôi vua *Videha*, đô thành *Mithila*.
[1355] Tib *drang srong dka' thub chen*: Tiên nhân đại khổ hành.

Đi đến chỗ của tôi,
Phát ngôn nói thế này:

«Tôi nay là tên trộm,
Nước không cho, mà uống.
Xin vua trị pháp trộm,
Y giáo xử tội tôi.»

Tôi bảo với tiên rằng:
«Tiên như pháp, đủ đức,
Nước sông, giếng, suối, hồ,
Cho phép tùy ý uống.»

«Trong lòng tôi (vị tiên) nghi hoặc,
Không thể dứt trừ hết,
Xin được vua phạt tội,
Tôi mới hết ưu tư.»

Tôi bảo vị tiên kia:
"Vậy vào trong hoa viên,
Sáu ngày không được ăn,
Sau đó tùy ý đi."

Tôi đã tạo nghiệp này,
Thật không có ác ý,
Trong Hắc thằng,[1356] *Viêm nhiệt,*[1357]
Sáu mươi năm thọ khổ.

Nghiệp báo hết, thân cuối,
Sáu năm trong thai mẹ,
Thật đây tâm không tạo,
Cũng chẳng nghiệp thân, khẩu.

[1356] Hắc thằng 黑繩: Skt. *kālasūtraḥ*, chúng sinh bị buộc vào những sợi dây đen, rồi bị siết chặt cho đến đứt đôi.

[1357] Viêm nhiệt: **Xem cht.1329 trước.**

> *Do nhân duyên như thế,*
> *Mà thọ các quả khổ,*
> *Trước các bậc Kỳ túc,*
> *Nên biết nghiệp không mất.*
>
> *Tôi là La-hỗ-la,*
> *Trước các vị Tôn giả,*
> *Trong hồ Vô nhiệt não,*
> *Nói nghiệp ác đời trước."*

26. Nan-đà[1358]

Bấy giờ, các đại Thanh văn Bí-sô kỳ túc nói với Cụ thọ Nan-đà:

"Cụ thọ La-hỗ-la đã nói nghiệp báo, đến lượt Cụ thọ."

Nan-đà nói kệ tụng:

> *"Thời Phật Tỳ-bát-thi;*
> *Khi tôi dâng nước hương,*
> *Cho Bí-sô Tăng tắm,*
> *Mới phát nguyện thế này:*
>
> *"Tôi nguyện đời tương lai,*
> *Sẽ được như Chúng đây,* [87c01]
> *Thanh tịnh, không vết bẩn,*
> *Lậu phiền não đều trừ.*
> *Dung nghi được xinh đẹp,*
> *Nhan sắc hơn hoa sen."*
>
> *Khi mạng sống đã hết,*
> *Được sinh lên thiên giới,*
> *Tuyệt nhất trong thiên giới.*
> *Làm người cũng thù diệu.*

[1358] Nan-đà 難陀: Skt. *Nanda.* Tib. *dga' bo.* Pāli *Nanda, Theragāthā,* thiên 2 kệ. – *Ngũ bách đệ tử,* dẫn trên, T04n0199_p0199b12-199c11, phẩm XXVI Nan-đề. 難提品第二十六.

Tái sinh bất cứ đâu,
Thường an vui, phú quý.
Sau giữ thân Độc Giác,
Xây tháp thờ sạch sẽ,
Trang hoàng, trét hương thơm,
Phủ lên lớp hoàng kim,
Quỳ gối chắp tay nguyện:
"Nguyện các căn đầy đủ,
Thân tướng sắc vàng ròng,
Khéo giữ mà không đổi."

Do gieo thiện căn này,
Sinh Ba-la-nê-tư,
Làm người con thứ hai
Cho quốc vương Ca-đà.[1359]

Lại thấy tháp Ca-nhiếp,
Ý thanh tịnh cung kính.
Trong tháp Phật Ca-nhiếp,
Treo thêm một cái lọng.

Trước do tắm chúng Tăng,
Lại xây tháp sắc vàng,
Thí tháp, và cúng lọng,
Nên được nhiều hạnh phúc.

Do phước nghiệp khác kia,
Mà thân cuối cùng này,
Sinh vương tộc Thích-ca,
Là em của Như Lai.

Thân của tôi hiện nay,
Đủ tướng đại trượng phu,

[1359] 迦陀國王. con thứ của vua *Krīkī*, nước *Kaśī*, đô thành *Vārānasī*.

Ba mươi tướng thù diệu,
Hoàn thiện không khiếm khuyết.

Trong pháp Thích Sư Tử,
Mà tôi được xuất gia,
Chứng A-la-hán cao,
Trừ nhiệt, được thanh lương.

Được Phật thọ ký tôi,
Đoan nghiêm rất khả ái.
Sự sinh, tôi đã dứt,
Đến chỗ vô thượng xứ.

Thiện giả này Nan-đà,
Trước Phật, chúng Bí-sô,
Ở hồ Vô nhiệt não,
Nói nghiệp báo đời trước."

27. Thật Lực Tử[1360]

Bấy giờ, các đại Thanh văn Bí-sô kỳ túc nói với Cụ thọ Thật Lực Tử: "Cụ thọ Nan-đà đã nói nghiệp báo, đến lượt Cụ thọ."

Thật Lực Tử nói kệ tụng:

"Tiền thân tôi thủa xưa,
Là thương lữ đánh cá.
Nhân trên đường đi buôn,
Có Tiên nhân cùng đi, [88a01]
Là chân đại Độc Giác,
Lậu tận, tâm vô ngại.
Trong khoảng cùng gặp gỡ,
Tôi thường thỉnh thọ thực.

[1360] Thật Lực Tử 實力子: Skt. *Dravya-Mallaputra*, Tib. *gyad bu nor*. Pāli *Dabba Mallaputta*, *Theragāthā*, thiên 1 kệ. - *Ngũ bách đệ tử*, dẫn trên, không có tương đương.

Bất cứ tá túc ở nơi đâu,
Tôi trải ngọa cụ cho,
Rửa chân, dâng dầu thoa,
Và cũng thắp đèn sáng.

Như vậy, suốt đường đi,
Tâm thành thường hầu hạ,
Đi dần về phía trước,
Đến được bên bờ biển.

Khi đã đến bờ biển,
Quỳ trước tiên, tôi thưa:
«Đại đức có duyên gì,
Mà đi đến nơi này?

Chúng con bị dục trói,
Không từ các khổ não,
Đi vào chỗ hiểm nạn,
Khối biển lớn không bờ."

Tiên nói; "Ta dứt khổ.
Nguyện ngươi thường an lạc,
Đời đời đủ đại phước,
Nhiều tài bảo không thiếu."

Tôi liền lấy thượng y,
Cầm lên dâng cúng thí;
Đầu mặt kính lễ chân,
Tâm thành đi nhiễu phải.

Tiên nhân thương tưởng tôi,
Nhận y tôi phụng cúng.
Các thương lữ chiêm ngưỡng,
Tiên nhân thăng hư không.

Thương lữ thấy thần thông,
Riêng tôi lại thấy buồn,

*Kiền thành vọng chắp tay,
Phát nguyện lời như vầy:*

*"Đại Tôn đức như vậy,
Tôi nguyện thường gặp nhau.
Diệu pháp Ngài sở đắc,
Tôi nguyện cũng chứng ngộ.*

*Tương lai được gặp Phật,
Tôi sẽ được xuất gia,
Phụng sự chúng Tăng-già,
Phát khởi đại thần thông."*

*Do trồng thiện căn này,
Thiên giới thường hoan lạc;
Nhân gian cũng như thế,
Thọ hưởng nhiều an lạc.*

*Những nơi tôi sinh đến,
Thường nhiều của, giàu sang.
Thiên giới và nhân gian,
Phước đức hằng trong sáng.*

*Từ đầu thọ quả báo,
Với thân cuối cùng này,
Ở thành Câu-thi-na,
Được làm con Tráng sĩ.*[1361]

*Xinh đẹp, cực khả ái,
Dung mạo không ai bằng,* [88b01]

[1361] Tib. *ku shi zhes bu'i gyad rnams kyi| gyad kyi bur ni bdag skyes te*: sinh làm con trai của dòng họ Lực sĩ (*Malla*) ở *Kuśinagarī*. Căn bản 13, T23, no. 1442, p. 691, c13: Lại là con của đại vương Tráng Lực, nên đặt là Thật Lực Tử. Ngày Thật Lực Tử chào đời có năm trăm tráng sĩ sinh con trai, cũng tùy gia tộc mà đặt tên.

Mọi người đều kính yêu,
Đại phú quý vượt bực.

Phước gặp Thích Sư tử,
Vô thượng Chánh đẳng giác,
Thấy rồi, tâm thanh tịnh,
Xả tục mà xuất gia.

Sống trong khu rừng Trúc,
Và trú xứ giữa núi.
Chúng Thanh văn vân tập,
Bí-sô Tăng náo loạn.

Vì phân chia ngọa cụ,
Bí-sô buộc tội nhau,
Hoặc gây rối, cơ hiềm,
Thường xuyên chỉ trách nhau.[1362]

Với những phạm hạnh này,
Tôi liền khởi bi tâm,
Khi tôi "Sinh đã dứt,
Sẽ làm thị giả Tăng."[1363]

[1362] *Căn bản* 13, p. 695, b14: Bấy giờ, trong thành Vương xá, các chúng bí-sô không theo nhóm để phân chia ngọa cụ, chẳng hạn như kinh sư với luật sư, kinh sư với luận sư,… khiến các bí-sô cùng một sở học không hộ vệ nhau, mất sở học chuyên môn của mình, thiện phẩm của mỗi vị không được tăng trưởng, như bông sen không có nước, ngày càng suy tổn.

[1363] 時有我生盡, 當為供侍者: Khi đời sống tôi tận, làm thị giả cung cấp; hai câu này, Thật Lực Tử phát nguyện lúc tiền kiếp. Đến đời sống hiện tại, phát nguyện làm người phân phối ngọa cụ cho Tăng, đủ năm đức: không ái, không giận, không si, không sợ, biết phân chia hay không phân chia. Cf. *Tứ phần* 3, T22, no. 1428, p. 587, a25; *Căn bản* 13, p. 695c.

Thường tự mình sách tấn,
Siêng tu trong giáo pháp,
Chứng đắc A-la-hán,
Đầy đủ sáu thần thông.

Tôi đi đến Đại Sư,
Cúi đầu mặt đảnh lễ,
Trước Phật, chắp tay kính,
Khẩn nguyện đức Vô Thượng:
"Nguyện hứa khả cho con,
Phục vụ Tăng Bí-sô,
Không tùy ái, sân, si;
Từ tâm, đều bình đẳng.»

Đại Sư biết ý tôi,
Mặc nhiên nhận lời thỉnh,
Liền dạy, trong tinh xá,
Đối với Tăng Bí-sô,
Thân nghiệp hành từ ái,
Khẩu, ý cũng như vậy,
Phục vụ chúng bí-sô,
Khiêm hạ, thường kính trọng.

Các bí-sô đến, đi,
Và các vị đi đường,
Tôi đón tiếp hoan hỷ,
An ủi mà hỏi thăm.

Năm ngón tay phóng quang,
Sáng lên như đuốc lớn,
Phân chia các ngọa cụ,
Hiển hiện đại thần thông.[1364]

[1364] *Tứ phần 3*: Có một trưởng lão tỳ-kheo, xẩm chiều, lên núi Kỳ-xà-quật. Tôn giả Đạp-bà-ma-la Tử từ nơi tay phát ra ánh sáng để phân phối ngọa cụ.

Các bí-sô muốn thấy,
Thần biến mà tôi có,
Đợi đến trời cực tối,
Mới đến chỗ của tôi.[1365]

Lần lượt tiếp tục đến,
Tâm từ luôn kính trọng,
Phân chia, phát ngọa cụ,
Tâm niệm không sân giận.

Trước tôi có điều ước,
"Mong những gì tôi nguyện,
Tất thành tựu thanh tịnh."
Nay đều được viên mãn. [88c01]

Đây Thật Lực Thánh tử,
Lậu tận tâm tự tại,
Ở hồ Vô nhiệt não,
Nói nghiệp báo đời trước."

28. Cận Tướng[1366]

Bấy giờ, các đại Thanh văn Bí-sô kỳ túc nói với Cụ thọ Cận Tướng: "Cụ thọ Thật Lực Tử đã nói nghiệp báo, đến lượt Cụ thọ nói."

Cụ thọ Cận Tướng nói kệ tụng:

[1365] *Căn bản 13*, p. 695c14: Nếu các vị bí-sô đến lúc nửa canh, Thật Lực Tử dùng một ngón phóng ánh sáng soi, phân chia ngọa cụ; có vị cố ý muốn thấy thần thông, đợi canh một đến, Thật Lực Tử dùng hai ngón. Nếu nửa đêm đến thì dùng năm ngón.

[1366] 近將. Tib. *nye sde.* Skt. *Upasena* (Ưu-ba-tiên-na). Có thể đồng nhất với Pali *Upasena Vaṅgataputta*, em trai ngài Xá-lợi-phất, về sau chết trong hang núi vì rắn độc (cf. S. 35.69 *Upasena-āsīvisasuttaṃ*, iv. 41); nhưng có nhiều chi tiết trong tiểu sử có vẻ không đồng nhất. *Theragāthā*, thiên 10 kệ. – *Ngũ bách đệ tử*, dẫn trên, không có tương đương.

*"Tôi, vào thời xa xưa,
Làm thợ săn trong rừng,
Vì tìm giết mang, nai,
Cầm cung và tên độc.*

*Lên núi cao hiểm trở,
Ngày đêm không mỏi mệt.
Nếu khi gặp cầm thú,
Tâm sát hại khởi lên,
Kéo cung phóng tên độc,
Phát bắn dứt mạng chúng.*

*Một hôm cầm cung tên,
Lang thang trong cụm rừng,
Thấy một đại Độc Giác,
An trụ dưới gốc cây.
Tôi thấy sa-môn đó,
Lòng khởi lên phẫn nộ,
Bèn bắn mũi tên độc
Sa-môn hiền lành kia.*

*Bị trúng tên độc này,
Thọ khổ, nhiều đau đớn,
Liền ngay dưới gốc cây,
Xả thân về tịch diệt.*

*Tôi do ác nghiệp này,
Mạng chung đọa địa ngục,
Qua vô lượng ngàn năm,
Nhận đủ loại khổ đau.*

*Mạng địa ngục đã hết,
Tái sinh vào bàng sinh,
Trong núi bị hại, chết,
Trở lại đọa địa ngục.*

Đời đời luôn sợ hãi.
Mỗi bước mỗi kinh sợ,
Ngày đêm đói khốn khổ,
Gầy gò và tiều tụy.

Lại thường gặp thợ săn,
Ý sát hại mãnh liệt;
Bèn dùng mũi tên độc,
Bắn tôi, ngã tức thì.

Thấy tôi ngã xuống đất,
Còn sống, thân run rẩy,
Bèn lấy dao bén cắt,
Phân xẻ thịt, mang đi.

Như vậy năm trăm đời,
Thọ nhận nhiều khổ não.
Lại ở phương xứ nọ,
Đi tìm những thức ăn,
Ở dưới một chân núi,
Thấy rất nhiều đại Tiên, [89a01]
Thảy đều tu khổ hạnh,
Có đại thần oai đức.

Tôi thấy chúng tiên ấy,
Lòng khởi lên niệm từ.
Dần dần tâm an ổn,
Quán nhìn chúng đại tiên,
Do đó tâm thanh tịnh,
Được thác sinh làm người.

Gặp được Đại Độc Giác,
Ngài đi đến khất thực.
Tôi thường hay phụng thỉnh,
Về nhà tôi cúng dường.
Cúng dường Độc giác xong,

Tôi chắp tay phát nguyện:

"Con nguyện đời tương lai,
Gặp bậc Tôn Sư này,
Thấy Phật sinh tôn kính,
Để con được xuất gia,
Đạt được vô sở úy,
Đoạn trừ các hữu lậu.»

Do trồng thiện căn này,
Được sinh lên cõi trời,
Sau lại sinh làm người,
Giàu có nhiều tiền của.

Phụng kính Đại Sư đây,
Vô tỷ Chánh đẳng giác.
Gặp đức Đại Mâu-ni,
Xả tục mà xuất gia.

Xuất gia tâm thanh tịnh,
Vui trong pháp Đại Sư,
Tôi chứng A-la-hán,
Đủ sáu đại thần thông.
Đại Đức đã vì tôi,
Đoạn trừ các kết phược.

Khi sắp sửa mạng chung,
Tôi sẽ vào hang núi,
Sẽ có con rắn độc,
Rơi xuống trên thân tôi.
Lúc đó tôi quy tịch,
Là chứng nhập Niết-bàn.

Các Đại đức, tôi nghĩ,
Thân trước tôi tạo nghiệp,
Thọ quả báo vô lượng,
Nghiệp tạo đó không mất.

Tôi Bí-sô Cận Tướng,
Trước đại chúng Tăng-già,
Ở hồ Vô nhiệt não,
Nói nghiệp báo đời trước."

29. Hiền Tử[1367]

Bấy giờ, các đại Thanh văn Bí-sô kỳ túc nói với Cụ thọ Hiền Tử:

"Cụ thọ Cận Tướng đã nói nghiệp báo, đến lượt Cụ thọ nói."

Cụ thọ Hiền Tử nói kệ tụng:

"*Thuở xưa, thời đói kém,*
Đầy kinh sợ, u ám.
Khi ấy năm trăm người,
Khất cầu để nuôi sống.

Tôi đứng đầu trong bọn,
Cũng là người dẫn dắt. [89b01]
Khi xin được thức ăn rồi,
Đều đem đến dâng tôi.

Thức ăn ngon, hoặc dở,
Thường giúp, cung phụng tôi,
Không hề có ác ý,
Vâng lời tôi chỉ bảo.

Khi có người ở chợ,
Mang bánh chiên đi bán,
Tôi liền cướp đoạt bánh,
Chạy nhanh ra khỏi chợ.

[1367] Cụ thọ Hiền Tử 具壽賢子: Skt *Bhadrika-śākyarāja* (Thích-ca vương). Tib *shā-kya'i rgyal po bzang ldan*. Đồng nhất với Pāli *Baddiya*, thuộc vương tộc họ Thích, *Theragāthā*, thiên 20 kệ. Hán, *Trung A-hàm* 8, tr. 472a1, a18. 跋提釋迦王 Bạt-đề Thích-ca vương. *Ngũ bách đệ tử*, dẫn trên, 04n0199_p0199c12-200a21, phẩm XXVII Bạt-đề. 颰提品第二十七.

Xô đẩy nhắm trước chạy,
Chủ bánh rượt đuổi sau,
Tôi chạy hết sức nhanh,
Không thể bắt được tôi.

Vội bơi qua sông lớn,
Bình an qua bờ kia,
Nhìn quanh khắp bốn phía,
Không thấy ai đi lại.

Muốn ăn cái bánh chiên,
Nhiều chất béo, rất ngon.
Lúc đó tôi suy nghĩ:
'Hôm nay thật no đủ.'

Bấy giờ có Đại Tiên,
Đi nhanh đến chỗ tôi,
Là vị đại Độc Giác,
Các căn đều tịch tĩnh.

Tôi suy nghĩ thế này:
"Nghèo nàn, thật khổ sở,
Do trước không tu phước,
Nay quả đói khổ, nghèo.

Vậy ta lấy bánh ngon,
Phụng cúng sa-môn này,
Thà ta để đói chết,
Hơn nghèo mà sống khổ.»

Phát chí nguyện tâm thành,
Ý thanh tịnh thâm sâu,
Liền lấy cái bánh chiên,
Cúng phước điền tối thắng.

Đại sư nhận tôi thí,
Trước mặt tôi, thọ dùng,

Muốn thương tưởng đến tôi,
Liền bay lên hư không.

Tôi chắp tay đảnh lễ:
«Con nguyện sau không nghèo,
Sinh trong tộc giàu có,
Nhan sắc được xinh đẹp.

Giống như Đại đức vậy,
Nguyện thường được tương ngộ,
Pháp mà ngài chứng đắc,
Nguyện con cũng được ngộ."

Do trồng thiện căn này,
Nhận được nhiều hạnh phúc,
Trên cõi trời, cõi người,
Xinh đẹp, thật tươi sáng.

Cõi trời và nhân gian,
Thọ quả làm Đại vương.
Do tạo nghiệp bố thí,
Chưa từng sinh đường ác. [89c01]

Lại do nghiệp báo dư,
Nay sinh thân cuối cùng,
Sinh trong tộc hào phú,
Đô thành, họ Thích-ca.[1368]

Trong đời tối hậu này,
Được sinh làm thân người,
Phụng thờ Thích Sư Tử,
Vô thượng Chánh đẳng giác.

Đại đức Phật Thế Tôn,
Khi về thăm thân tộc,

[1368] 望城. Đây chỉ thành Ca-tì-la-vệ của dòng họ Thích.

Tôi cùng các quyến thuộc,
Xả tục mà xuất gia.

Nguyện của tôi trước đây,
Nay đều được viên mãn.
Chứng đắc A-la-hán,
Nơi tịch tĩnh thanh lương.

Dòng vua mà xuất gia,
Là chủng tộc với Phật,
Trong hồ Vô nhiệt não,
Nói nghiệp báo đời trước."

30. Hiền Diêm[1369]

Bấy giờ, các đại Thanh văn Bí-sô kỳ túc nói với Cụ thọ Hiền Diêm:

"Cụ thọ Hiền Tử đã nói nghiệp báo, đến lượt Cụ thọ nói."

Cụ thọ Hiền Diêm nói kệ tụng:

"Thời Phật Câu-lưu-tôn[1370]
Có người dựng tháp Phật.
Tôi là người làm thuê[1371],
Làm thuê cho ông ấy.

Khi làm ngôi tháp này,
Tôi hay nói ác ngữ:
"Sao xây tháp to này,
Há có ngày xây xong?

Tháp nên làm nhỏ lại,
Khỏi phải tốn phí nhiều.

[1369] 賢鹽. Tib *mdzes bzang.* Skt *Lavaṇabhadrika.* – Ngũ bách đệ tử, dẫn trên, 04n0199_p0200a22-200b21, phẩm XXVIII La-bàn-bạt-đề. 羅槃颱提品第二十八.

[1370] Câu-lưu-tôn Phật 拘留孫佛: Skt *Krakucchanda-buddha.* Tib *log pa dad sel.*

[1371] Tib *mkhar lan pa*: thợ xây dựng.

Bớt công, không ưu phiền,
Mà lại chóng thành tựu."

Do khẩu nghiệp như vậy,
Nói ra lời thô ác,
Lâm chung mạng chấm dứt,
Đọa ở trong địa ngục.

Hết nghiệp báo địa ngục,
Tái sinh vào nơi nào,
Nhan sắc đều xấu xí,
Mọi người đều khinh miệt.

Thời Phật Ca-nhiếp-ba,
Làm chim câu-la đực[1372]*,*
Sống giữa đường Ba-la-nại[1373]*,*
Và rừng rậm, tôi sống.
Ngọn đèn thế gian ấy,
Chúng bí-sô vây quanh.
Tôi hót tiếng hòa nhã,
Bay quanh nhiễu bên phải.

Khi thấy Phật và Tăng,
Trong lúc hành khất thực,
Khi đi và khi về,
Tôi thường bay vòng phải.

Nhờ hạt giống thiện này,
Mà được sinh làm người, [90a01]
Phụng cúng đắc Điều Ngự,
Vô thượng Chánh đẳng giác.

Nương pháp Thích Sư Tử,
Được làm người xuất gia,

[1372] 拘羅. Skt *kokila*; Tib *khu byug*: chim đỗ quyên (cu gáy).
[1373] 波羅疪斯, Ba-la-nê-tư = Ba-la-nại.

Chứng ngộ A-la-hán,
Đến chốn tĩnh, thanh lương.

Trong giáo pháp vi diệu.
Phật thọ ký tôi nhất,
Hàng đa văn trì pháp,
Diễn thuyết, âm vi diệu.

Tứ chúng đến chỗ tôi,
Lắng nghe tôi thuyết pháp,
Trời và các hữu tình,
Không ai mà không kính.

Trước tạo ít thiện nghiệp,
Làm ác lại sâu nặng,
Nay được quả báo này,
Phải biết nghiệp không mất.

Tôi Bí-sô Hiền Diêm,
Trước chúng đại Tăng-già,
Ở hồ Vô nhiệt não,
Thuật nghiệp báo đời trước."[1374]

[1374] Bản Tib, tụng tổng nhiếp, liệt kê 10 tự thuật vừa kể.

CHƯƠNG XVI. TRƯỞNG LÃO KỆ (IV)

31. Mật Tánh[1375]

Bấy giờ, các đại Thanh văn Bí-sô kỳ túc nói với Cụ thọ Mật Tánh: "Cụ thọ Hiền Diêm đã nói nghiệp báo, đến lượt Cụ thọ nói."

Cụ thọ Mật Tánh nói kệ tụng:

"Xưa bên thành Bệ-xá-li,
Tôi làm chủ bầy khỉ,
Thấy nhiều bát tại đó.
Tôi cầm bát của Phật.
Các bí-sô thấy, la,
Thế Tôn liền bảo rằng:
'Này các thầy bí-sô,
Chớ la, bát không sao.'
Tôi cầm bát Đại sư,
Trèo nhanh lên cây lớn,
Lấy đầy bát mật sạch,
Từ từ leo xuống cây.
Tôi cầm bát mật sạch,
Phụng cúng Đại Đạo Sư,
Trong bát có con sâu,
Đại sư không thọ nhận.
Tôi lấy (bát) đến một bên,
Nhìn thấy có con sâu,

[1375] 蜜性: Tib gNas 'jog sBrang rtsi can; Skt Vasiṣṭha-Mṛdhuka; tương đương nhưng có vẻ không đồng nhất với Pali *Madhuvāseṭṭha*, không phải trưởng lão, mà là bà-la-môn thân phụ của A-la-hán *Mahānāga*, sớ giải *Theragāthā*, kệ số 387.

Cẩn thận nhặt sâu ra,
Lại dâng lên Đại sư.
Tuy đến chỗ Như Lai,
Thế Tôn cũng không nhận,
Do chưa làm tác tịnh,
Thiện Thệ không nạp thọ.
Tôi liền lấy nước sạch,
Điểm tịnh lên trên mật,
Tỏ bày mực thành tâm,
Phụng thí Chánh đẳng giác.
Phật duỗi tay trăm phước,
Không tay nào sánh được,
Nhận bát mật tôi cúng,
Cho chúng Thanh văn uống.[1376] **[90b01]**
Lòng tràn ngập vui mừng,
Cúi người chắp tay lại,
Đứng trước mặt Pháp vương,
Nhảy múa, lễ rồi đi.
Tôi nguyện, sau khi mất,
Được sinh làm con người,
Thường gặp Đại Đạo Sư,
Hằng giữ pháp chân thật.
Do trồng thiện căn này,
Sau đắc được thân người,
Phụng thờ đức Điều Ngự,
Vô thượng Chánh đẳng giác.
Trong giáo pháp Thích-ca,
Cho phép được xuất gia,
Chứng đắc A-la-hán,
Đạt đến tịnh thanh lương.
Đầy đủ sáu thần thông.

[1376] *Trung A-hàm* 8, tr. 471a16, phẩm Pháp vị tằng hữu. Nội dung hoàn toàn nhất trí. Nhưng trong *Trung A-hàm*, đây là chuyện khỉ cúng dường Thế Tôn Thích-ca hiện tại.

Các vị bí-sô đây,
Gọi tôi là Mật Tánh,
Tiếng đồn phước lan xa,
Thường nhận được tôn kính,
Hay đến cúng dường tôi.
Cùng các chúng bí-sô,
Du hành trong nhân gian,
Đến chỗ xứ hoang vắng,
Đại chúng đều khát nước,
Tôi liền khởi tâm niệm,
Nguyện cho được mật sạch.
Loài phi nhân bốn phương,
Biết rõ tâm nguyện tôi,
Mỗi người cầm bát lớn,
Đầy mật, đến cúng tôi.
Tôi thấy liền thọ nhận,
Cho đến tùy ý đủ,
Đủ cho chúng bí-sô,
Đều phát tâm thắng thượng.
Tôi trong đời làm khỉ,
Là vua cúng dường vậy,
Mới xả kiếp làm thú,
Đến được cõi cam lộ.
Trước đây tôi có nghĩ,
Và từng phát nguyện sâu,
Tâm thành phụng Đại sư,
Tất cả đều thành tựu.
Đó là tâm nguyện tôi,
Trước nhờ nhân nghiệp thiện,
Nay nhận quả báo này,
Hạnh phúc cực vi diệu.
Tôi Bí-sô Mật Tánh,
Trước đại chúng Tăng-già,

*Trong hồ Vô nhiệt não,
Nói nghiệp báo đời trước.*"[1377]

32. Nhân Duyên[1378]

Bấy giờ, các kỳ túc Bí-sô bảo Cụ thọ Nhân Duyên: "Cụ thọ Mật Tánh đã nói nghiệp báo của mình rồi, giờ đến Cụ thọ nói."

Khi ấy, Nhân Duyên liền nói tụng:

*"Chín mươi mốt kiếp trước,
Tôi ở thành Thân tuệ,
Gặp Phật Tì-bát-thi
Muốn vào thành đô lớn.*

*Tôi thấy đấng Đại bi
Được tung lên diệu hoa
Cây hoa nở đứng thẳng,
Thành dù che đảnh Phật.*

*Tịnh tâm, dưới chân Phật,
Đầu mặt cung kính lễ,
Mười ngón tay chấp lại,
Kính trọng đi nhiễu phải.*

*Không nghe pháp Phật ấy,
Cũng không thọ tam quy,
Chỉ phát tâm thanh tịnh
Đi theo đấng Thiện Thệ.*

*Ở chỗ Tì-bát-thi,
Tôi tạo thiện nghiệp ấy,
Trải qua chín mốt kiếp,
Không sanh vào cõi ác.*

[1377] Bản Hán hết quyển 17. Tib, 'Dul ba kha 258a4.
[1378] 具壽因緣. Tib *rGyu can*.

Thường thọ thân đại thiên,
Hưởng thiên lạc thù thắng.
Nhiều lần sanh cõi người
Giàu sang nhiều tài bảo.

Nay sanh làm thân người,
Đây là thân cuối cùng.
Sanh tịnh hạnh tộc lớn,[1379]
Đại phú, nhiều của cải.

Theo học bí điển kia,
Văn nghĩa và xem tướng,
Chương cú, đều thông đạt
Cả tướng tốt đại nhân.[1380]

Tôi dạy năm trăm người,
Trong rừng tịnh hạnh kia;
Bà-la-môn vây quanh,
Ra thành, đi vào rừng.

Khi tôi thấy Thế Tôn,
Chúng bí-sô vây quanh,
Tinh tấn rất dũng mãnh,
Vào thành Ma-kiệt-đà.

[91a01] *Thấy được đấng Đại Bi,*
Tâm liền sanh tịnh tín;
Do bởi nhân duyên xưa,
Biết được thắng tướng Phật.

[1379] 大淨行族. Tib *bram ze rnams kyi rigs*, chủng tánh bà-la-môn.

[1380] 文義占相章句大人相好. Các môn học, Tib *sgra nges par sbyor ba*, Skt *nighaṇḍu*: từ vựng; Tib *shes gsal*, Skt *kaiṭabha*, nghi quỹ; Tib *skye bu chen po mtshan*, Skt *mahāpuruṣa-lakṣaṇa*, đại nhân tướng; Tib *gsang tshig*, Skt *mantra*, mật ngôn, bí điển.

Thế Phụ[1381] *đã xuất hiện,*
Đầy đủ các diệu tướng:
Ba mươi hai tướng tốt,
Tám mươi vẻ đoan nghiêm.

Thấy tướng đoan nghiêm ấy,
Kiền thành đảnh lễ chân,
Đứng chấp tay cung kính
Tán thán Đại Đạo Sư:

"Theo Sách Tướng mà nói,
Duy Tôn Giả đầy đủ tướng,
Nhất định là Đại Sư,
Thế gian không ai bằng.
Vượt Phạm, hơn Đế Thích;
Càng không ai sánh đôi;
Vượt địa thần, mặt trời,
Mười phương không thể sánh.
Chưa thấy ai hơn Phật,
Sao có thể so sánh.
Thiên thượng và thế gian,
Là tướng đánh bại ma;
Chỗ tựa cho kẻ không tựa,
Dẫn lối cho người lạc lối.
Tôi nguyện làm Thanh văn,
Mong qui y phụng giáo."

Bằng tay vàng rực sáng,
Trăm phước tướng trang nghiêm,
Thế Phụ duỗi nhẹ xuống,
Xoa trên đảnh đầu tôi.
Và dạy: "Tâm ngươi tịnh,
Được nhiều lợi thù thắng.
Bố thí bằng tâm tịnh,

[1381] 世父. Tib. 'jig rten mgon po; Skt. lokanātha, Cứu thế chủ.

Phước ấy không hạn lượng.
Sanh ý diệu, thanh tịnh,
Nơi phước điền vô thượng,
Ruộng tốt, gieo giống xuống,
Ma-nạp-bà đã làm.
Đã dứt nẻo bất hạnh,
Không còn sợ đường dữ,
Mở được cửa cam lồ,
Thành tựu điều ái mộ.
Nếu vui thích xuất gia
Tuỳ ý đến đây làm,
Hãy rủ bỏ râu tóc
Gác bỏ bà-la-môn."

Đã nghe pháp âm Phật,
Tôi báo khắp môn đồ.
Môn đồ thưa với tôi:
"Làm sa-môn trọc ư?
Vì sao bỏ bạch tịnh,
Nhận lấy chỗ tối đen;
Bỏ chủng tộc thắng diệu
Tập theo loại ti tiện?
Chủng loại bà-la-môn
Siêu việt nhất thế gian
[91b01] Từ ngực, miệng Phạm vương
Hoá sanh bà-la-môn."

"Các ngươi không tỏ rõ.
Các ngươi không biết gì.
Điều ta dạy ngươi học
Chỉ ta khéo ca vịnh.
Như chỗ ta hiểu rõ
Văn nghĩa nói không cùng.
Ta làm theo chỗ hiểu,
Các ngươi tuỳ duyên tan.
Nếu không cần chi nữa,

Mỗi người tuỳ ý thích,
Ta không còn làm thầy,
Cũng không chỉ dạy nữa."

Khi ấy các môn đồ,
Hướng về tôi, rơi lệ,
Đều ưu não, khóc thương,
Mỗi người đi mỗi ngả.
Đấng Đại bi tịch tĩnh
Khéo an ủi tôi rằng:
"Hãy đến đây, Bí-sô!"
Tôi liền đủ cận viên.

Phát chánh tâm thanh tịnh,
Xả tục mà xuất gia;
Đủ các đại thần thông
Làm xong việc cần làm.

Tôi xét nghiệp quá khứ,
Bằng thiên nhãn minh tịnh,
Biết tướng sanh và tử
Chỗ đã từng thọ thân.

Người chứng thần thông rồi
Người sạch cạn hữu lậu,
Nói tiền nghiệp của mình
Tại ao Vô nhiệt não."

33. Kiều-trần-như[1382]

Bấy giờ, các kỳ túc Bí-sô nói với Tôn giả Kiều-trần-như: "Cụ thọ Nhân Duyên đã nói xong nghiệp báo của mình, thứ đến Tôn giả nói."

Khi ấy, Kiều-trần-như liền nói tụng:

[1382] 憍陳如. Tib=Skt Kauṇḍinya. Pāli (Aññā-)Koṇḍañña, Theragāthā, thiên 16 kệ.

*"Đời quá khứ lâu xa
Sau Phật Ca-nhiếp diệt.*[1383]
*Thấy các chúng Thanh văn
Cùng hợp bàn như vầy:*

*"Đại bi Ca-nhiếp-ba,
Sau khi nhập Niết-bàn,
Người xuất gia quá ít,
Chánh pháp không xương minh.
Pháp mà chúng ta nghe,
Nên chỉ dạy cho nhau.
Tinh tấn không phóng dật,
Siêng tu lời Phật dạy.
Cùng lên trên núi cao
Trải cỏ làm chỗ ngồi
Khi nào lậu chưa đoạn,
Sẽ không rời chỗ ngồi."*

*Do thường luôn tinh tấn,
Không tiếc thân mạng mình,
[91c01] Sáu người chứng thần thông,
Liền nhập Bát-niết-bàn.*

*Tôi thứ bảy, căn yếu,
Không thể đoạn các lậu,
Tâm tương ưng pháp hữu,
Mạng chung còn phàm phu.*

*Do trụ tương ưng pháp,
Không xả niệm tinh tấn,
Liền được sanh lên trời,
Trong cung Đỗ-sử-đa.*

*Bèn thấy Thích Sư Tử,
Đại Bồ-tát Mâu-ni,*

[1383] 彼: "Khi Chánh pháp của Phật Ca-diếp diệt tận."

Thuyết pháp cho chư thiên,
Khiến tôi được tỉnh ngộ.

Tôi nghe pháp vị ấy,
Nhất tâm nghe, thọ trì,
Rất yêu chánh pháp ấy,
Luôn nhớ, không tạm quên.

Phước trên trời đã hết,
Hạ sanh Kiếp-tỉ-la,
Mang họ Kiều-trần-như,
Trong tộc quí, tịnh hạnh.

Con Đại vương Tịnh Phạn
Đủ Danh Xưng Bồ-tát
Tín tâm, rời quốc thành,
Khổ hạnh trong rừng sâu.

Vua cha Đại Tịnh Phạn
Lệnh cho tôi thế này:
"Ngươi hãy đi xuất gia
Phụng sự cho thái tử."

Bằng thân tâm thanh tịnh,
Tôi phụng sự Bồ-tát,
Rốt cùng chẳng chứng đạo
Chán nản, tôi bỏ đi.

Thích-ca Đại Mâu-ni,
Đúng thời chuyển pháp luân;
Tôi chứng ngộ đầu tiên
Các pháp vi diệu này.
.
Trong pháp Ca-nhiếp-ba,
Xuất gia tu phạm hạnh;

Nay được gặp Chánh giác,
Chứng đắc thành vô lậu.

Bí-sô Kiều-trần-như
Trước đại chúng Tăng già
Nói tiền nghiệp của mình
Nơi ao Vô nhiệt não."

34. Ô-ba-li[1384]

Bấy giờ, các kỳ túc Bí-sô lại nói với Cụ thọ Ô-ba-li: "Tôn giả Kiều-trần-như đã nói xong nghiệp báo của mình, thứ đến Cụ thọ nói."

Khi ấy, Ô-ba-li liền nói tụng:

"Vào thời xa xưa kia,
Tại Ba-la-nê-tư,
Có vua tên Phạm Thọ,[1385]
Thường được tôi phụng sự.
Làm sạch râu tóc vua,
Cho đẹp đẽ mọi đường.
[92a01] Y phục đều cùng loại,
Xông hương, mà phụng trì.

Trong tâm luôn thương kính,
Phụng sự cho Đại vương.
Thầm vui, ở chỗ vua
Nói tụng chưa từng nghe:

"Dục, vị ngọt rất ít,
Là gốc rễ của tội.
Khổ, ưu đều duyên đây;
Không do đây được lạc.
Nếu xuất gia, xả dục,
Nghe điều chưa từng nghe

[1384] 鄔波離. Nye ba 'khor. Upali. Upali, Theragāthā, thiên 3 kệ.
[1385] 梵授. Tshangs sbyin. Bramadatta.

Nay thần rất mến mộ,
Xin vua cho xả tục."

Vua liền bảo tôi rằng:
"Khanh nếu quyết định rằng
Sau xuất gia, gặp ta.
Ta cho khanh xả tục."

Tôi khải bạch Đại vương:
"Vua rõ ý quyết định,
Xin vua hiểu lòng thần:
Sau xuất gia, sẽ gặp."

Đã được vua cho phép,
Liền vào trong rừng sâu;
Tâm ngay thẳng, không dối
Xả tục mà xuất gia.

Theo lực xuất gia ấy,
Đạt đến chỗ ly dục,
Tu tập bốn tĩnh lự,[1386]
Chuyên niệm, không phóng dật.

Vào thời của vua đó,
Tôi tên Căng-ba-la.[1387]
Đủ đức tôn quí lớn,
Mọi người đều cung kính.

Lại với tâm chánh trực
Đến chỗ Thầy đảnh lễ,
Rồi hồ quì một bên,
Chấp tay thưa như vầy:
"Thân giáo sư biết cho,
Con có điều chưa nói.

[1386] 四靜慮. **Tib** *tshangs pa'i gnas pa bzhi*: bốn Phạm trụ.
[1387] 殃波羅. **Tib** *Gang gā skyong*; **Skt** *Gaṅgpāla*.

*Xin về chỗ Phạm Thọ,
Để làm điều đã hứa."*

*Sư bảo tôi: "Cho phép,
Về Ba-la-nê-tư,
Hãy giữ tín quyết định,
Chớ để thành hư dối.
Ta nay cho phép ông,
Nên làm theo lời Ta,
Khiến cho vị vua ấy
Phát tâm thật thanh tịnh."*

*Được Thầy cho phép rồi,
Tôi liền nhiễu quanh phải
Tạ từ, đi lần về
Thành Ba-la-nê-tư.*

*Phạm Thọ nghe tôi về,
Đích thân đến chỗ tôi.
Do oai đức của vua
Chư thiên cũng theo đến.*

*[092b01] Vua từ xe bước xuống,
Kính tâm đảnh lễ tôi,
Rất chí thành tôn trọng
Chấp tay ngồi một bên.*

*Tôi nói pháp cho vua,
Khiến vua đoạn các dục.
Vua nghe rất kính trọng,
Bỏ ngay các dục sự.
Liền phát tâm dũng mãnh
Nói lên như thế này:
"Tôi nay cầu xuất gia
Không ham các dục sự."*

Tôi bảo vua hãy đi,
Đến rừng sâu thanh tịnh,
Thân cận chỗ đại tiên,
Xin cho được xuất gia.

Vua nhường cho con trưởng,
Tiếp nối ngôi vị vua.
Vua đại tối thắng này,
Bỏ nước mà xuất gia.
Vua cùng các cung phi,
Quần thần và thân tộc,
Mọi người đều vây quanh
Đến chỗ xin xuất gia.

Vua đem tâm chánh trực
Đảnh lễ chân chư tiên
Chấp tay cầu thỉnh khắp
Xin cho được xuất gia.
Cho vua cạo râu tóc
Thân mặc áo ca-sa
Vô lượng trăm ngàn chúng
Đều xả tục xuất gia.

Tôi đem tâm chánh trực
Diễn nói pháp diệu, tịnh
Khiến cho mọi người nghe
Đều sanh bốn tĩnh lự.[1388]

Do với tâm từ niệm
Tôi cung kính Đại vương
Nên khi xả thân mạng
Sanh Vô biên quang thiên.[1389]

[1388] Tib. bốn Phạm trụ.
[1389] 無邊光天. Tib. 'Od gsal, Skt. Ābhāsvara: Cực quang thiên, tầng thứ ba trong nhị thiền thiên.

Nơi trời kia xả báo,
Sanh lại nơi chốn này,
Chỗ nào tôi sanh đến,
Cũng giàu sang phú quí.

Thiên thượng và nhân gian
Thường thọ lạc thắng diệu
Đây là thời cuối cùng
Tôi thọ thân tối hậu.

Sanh thành Kiếp-tỉ-la,
Trong hào tộc Thích Ca,
Thường biết chỗ tiến thú,
Thường phục vụ Thích tộc.[1390]

Tôi làm người thừa sự
Thích tử, đệ tử Phật.
Do oai đức Đại vương,
Nên tôi được xuất gia.

Cạo râu tóc cho họ
Tôi thưa như thế này:
[92c01] *"Thánh giả không giúp tôi*
Tôi sẽ sống thế nào?"

Họ đem các anh lạc
Cùng diệu phục trên thân
Nói rằng: "Nay cho ông
Đủ dùng để sinh sống."

Tôi thấy nhiều trân bảo
Tâm vô cùng hối trách:
"Đúng ra, ta bỏ hết
Vui cầu xin xuất gia.

[1390] Tib. shā kyaa rnams kyi 'dreg mkhan gyur: làm người hớt tóc cho dòng họ Thích.

*Ta nay nghèo khốn khổ,
Mang nhiều trân bảo này
Nếu có người hay biết
Ắt đến hại mạng ta."*

*Trù tính để lại hết
Treo các trân bảo này
Ngay trên các cành cây
Tôi cũng cầu xuất gia.*

*Các vương tử Thích Ca
Nghe tôi nói như vậy
Cho tôi xuất gia trước
Họ đều lễ chân tôi.*

*Đức Phật thương xót tôi
Gọi «Thiện lai Bí-sô».
Cho tôi xuất gia trước,
Sau mới độ vương tộc.*

*Chúng kia lễ chân tôi,
Tức thì dứt ngã mạn,
Sau khi được xuất gia,
Chứng đắc sáu thần thông.
A-la-hán lục thông,
Vượt tận đến bờ kia
Được Phật thọ ký tôi,
Người đệ nhất trì luật.*

*Bí-sô Ô-ba-li
Đối trước chúng Tăng già
Nói tiền nghiệp của mình,
Tại ao Vô nhiệt não."*

35. Vi Quang[1391]

Khi ấy, Đại Đạo Sư
Bảo tôn giả Vi Quang:
"Ông hãy nói đời trước
Nghiệp thiện ác đã làm."

Kia nghe tiếng Phật nói,
Liền nhớ việc tiền nghiệp
Đối trước Phật, bạch rằng:
Nay nói các quả báo.

Thời Phật Liên Hoa Thượng,[1392]
Tối Thắng Tôn cứu thế,
Có tháp trong rừng sâu,
Xung quanh nhiều ác thú.
Không ai dám đến đó,
Cung kính hay cúng dường.
Những người ở gần đó,
Không biết tội phước báo.

Con đến chỗ tháp đó,
Dọn sạch các cỏ cây,
Tưới nước, quét dọn khắp,
Quanh tháp đều sạch đẹp.

[93a01] Cung kính lễ tám phương,
Lễ bái xong, con về.
Do lực thiện căn đây,
Được sanh lên thiên thượng.
Trong trời Tam thập tam,
Thọ dục lạc thù thắng.
Và được làm vua trời

[1391] 為光 (Vi Quang = Quang Tác) Tib *'Od byed*. Skt *Prabhākara*. Có thể đồng nhất với *Pabhaṅkara* trong Pāli, *Apadāna* i. 269.

[1392] 蓮花上. Tib *Pad ma bla ma*; Skt *Padmottara*; Pāli *Padumuttara*.

Trải qua ba sáu lần.
Tại thiên cung con ở,
Làm bằng vàng rực rỡ,
Rộng có ba mươi sáu
Dài sáu mươi thiện-na.[1393]

Con lại có hiếm có,
Do nghiêm tịnh tháp Phật;
Hạ sanh nơi cõi người,
Bảy lần làm nhơn chủ.

Con lại có hy hữu,
Do nghiêm tịnh tháp Phật;
Nơi nào con thọ sanh,
Thân cũng toả sáng vàng.

Con lại có hy hữu,
Do nghiêm tịnh tháp Phật;
Luôn sanh trong hào tộc,
Bà-la-môn, sát-lợi.

Con lại có hy hữu,
Do nghiêm tịnh tháp Phật;
Tuỳ ý đi xe, kiệu...
Chẳng đi bộ bao giờ.

Con lại có hy hữu,
Do nghiêm tịnh tháp Phật;
Nếu giẫm vào rừng gai
Tự nhiên gai sạch hết.

Con lại có hiếm có,
Do nghiêm tịnh tháp Phật;

[1393] 繕那: du-thiện na, Tib. *dpag tshad*, Skt. *yojana*: do-tuần.

Chưa bao giờ bệnh hoạn,
Cũng chẳng có não phiền.

Con lại có hiếm có,
Do nghiêm tịnh tháp Phật;
Những chỗ con đi qua
Đều hiện tướng kiết tường.

Con lại có hy hữu,
Do nghiêm tịnh tháp Phật;
Thường được người tôn quí
Kính trọng như đại thiên.

Con lại có hy hữu,
Do nghiêm tịnh tháp Phật;
Thân không từng thọ khổ
Và các phiền não nhỏ.

Phật pháp không cấu uế,
Bất tư nghị như vậy,
Tâm tịnh được quả lớn,
Cũng lại bất tư nghì.

Nếu cầu lạc thắng diệu,
Trừ sạch hết tử sanh,
Nên kính tháp Như Lai
Phụng sự Vô thượng tôn.

Bạch Đại đức, con nhớ
Đời trước làm thiện nghiệp
[93b01] Được thọ quả báo đây
Thật vô cùng vui thích.

Bí-sô Vi Quang đây
Đối trước đại Tăng-già
Nói tiền nghiệp của mình
Tại ao Vô nhiệt não. ||Z.624.2||

36. Khuê Tú[1394]

Bấy giờ, các kỳ túc Bí-sô bảo Cụ thọ Khuê Tú: "Cụ thọ Vi Quang đã nói nghiệp báo của mình xong, thứ đến cụ nói."

Khi ấy, Khuê Tú liền nói tụng:

*"Đại đức, tôi tư niệm,
Nhiều ức kiếp quá khứ,
Thời Phật Nhất Thiết Siêu,[1395]
Tôi tạo nghiệp thiện phẩm.*

*Khi Phật Vô Thượng Tôn[1396],
Vô biên trăm ngàn ức
Chúng Thanh văn vây quanh,
Muốn vào Đại vương đô.*

*Tôi từ thôn xóm khác,
Có việc đến chỗ ấy
Bèn thấy Đẳng Chánh giác
Đủ ba mươi hai tướng.
Như ánh sáng nhựt, nguyệt.
Ánh sáng lửa, điện chớp,
Ánh sáng Phật rực rỡ
Phủ khắp mọi ánh sáng.*

*Tôi chưa từng thấy đâu
Khối lửa lớn như thế.
Lại thấy trước đức Phật,
Có một bà-la-môn.
Tôi liền đến hỏi ông.
Ông đáp, «Phật Đạo Sư,*

[1394] 奎宿. ⓣ *Nam gru*; ⓢ *Revata*. ⓟ đồng; em út của Xá-lợi-phất; cũng gọi là *Khadiravaniya-Revata*, *Theragāthā*, thiên 14 kệ.
[1395] 一切超佛. ⓣ *Kun zil*; ⓢ *Sarvābhibhū*.
[1396] 佛無上尊. ⓣ *skyes bu dam pa*, ⓢ *satpuruṣa*, mỹ từ tôn xưng Phật *Sarvābhibhū*.

*Trời người không sánh bằng,
Vô đẳng Đẳng Chánh giác.»*

*Vừa nghe nói tiếng "Phật",
Tâm sanh lạc thanh tịnh,
Yêu kính dung nghi Phật,
Toàn thân sung mãn lạc.*

*Lại nghe tiếng nhạc trời,
Tiếng phi nhơn tán tụng;
Trời mưa bột hương hoa,
Mưa trên đại thành này.*

*Có vị rải sen xanh,
Hoặc tuôn mưa chiêm-bạc[1397],
Hoặc mưa bột chiên đàn.
Có vị chỉ chấp tay.[1398]*

*Chư thiên ở trên không,
Cung kính đi nhiễu quanh.
Tôi ngưỡng mộ, yêu kính,
Toàn thân hỷ tràn đầy.*

*Muốn có tràng hoa thơm,
Tôi chạy đi tìm khắp.
Vào thời điểm bấy giờ
Không chỗ nào có hoa.*

*Cách tôi không bao xa
Thấy có người bán lọng;
[93c01] Tay cầm lọng trắng đẹp,
Trắng tinh như vỏ sò.*

[1397] 瞻博迦. Skt *campaka*, hoa chăm pa.
[1398] Tib. "Tôi (Khuê Tú) chắp tay."

Vội đến, tay nâng lọng,
Hỏi xin dâng cúng Phật.
Được lọng, mang đến Phật,
Thành tâm đứng cầm che.

Lọng rời tay bay đi,
Tự bay trên đảnh Phật.
Đại Sư đi, lọng đi;
Đại Sư đứng, lọng đứng.
Không rời thân Phật tịnh.
Tự nhiên ở trong không.

Tôi và các đại chúng,
Thấy đại thần biến này,
Đều cung kính chấp tay,
Đều thành tâm đảnh lễ.

Thấy tướng Đẳng Chánh giác,
Oai nghi chúng Thanh văn;
Tôi về nhà làm việc,
Tâm thường luôn nghĩ nhớ.

"Phúc thay, được thiện quả!"
Nhớ mãi cảnh thấy Phật.
Do tôi cúng lọng Phật
Chốn ruộng phước vô thượng.

Do phước thiện căn này
Nên thường đủ bảy báu.
Sau khi tôi mạng chung,
Sanh trời Ba mươi ba.

Được làm vua cõi trời
Chư thiên đều kính trọng.
Sau lại sanh cõi người.

Làm vua tên Tự Lực,[1399]
Đại phú, nhiều nỗ lực,
Các vua đều phụng sự.
Do làm phước thiện nầy,
Lưu chuyển ở chỗ nào,
Thiện căn cũng không mất,
Tiếp tục nhân vi diệu.

Nơi ruộng phước thù thắng,
Tâm tịnh dâng cúng lọng;
Do nhân thiện nghiệp này,
Không đoạ vào nẻo dữ.

Đây là thân tối hậu,
Sanh ở trong cõi người,
Cung kính đấng Điều Ngự,
Đẳng Chánh giác vô thượng.

Trong pháp Thích Sư tử,
Được làm người xuất gia,
Chứng đắc A-la-hán,
Chỗ tịch diệt thanh lương.

Ma biến thân như núi
Cao một du-thiện-na
Làm thân hình khủng bố
Như mây đen giữa trời.

Tôi hỏi: "Đây vật gì
Dám đến não loạn ta?"
Biết rõ là ma kia
Cố đến để bức não.
[94a01] *Đáp rằng: "Ma Ba-tuần*[1400]

[1399] 自力王. Tib stobs kyis sgyur ba'i rgyal = stobs kyi 'khor los bsgyur ba'i rgyal, Skt balacakravartirāja, Lực Chuyển luân vương.

[1400] 魔波旬. Tib sdig can; Skt Pāpiman, Ác ma.

Tuỳ ý mà hiện thân[1401]
Đầu lớn như Tu-di,[1402]
Mới đến chỗ của ta."

Đã chứng A-la-hán,
Thanh văn đủ ba minh;
Pháp mà Phật chỉ dạy,
Chứng đắc, trụ an lạc.

Nhận ăn một nắm cơm,
Trụ trong định bảy ngày.
Ngộ, giải thoát ý lạc,
Là chỗ tôi tu tập.

Đại đức! Con tư niệm,
Đời trước hành thiện nghiệp,
Thọ nhiều quả báo ấy.
Rất tinh diệu, an lạc.

Bí-sô Khuê Tú đây
Đối trước đại Tăng-già
Nói tiền nghiệp của mình
Tại ao Vô nhiệt não."

[1401] Tib *khor yug*, Skt *cakravāḍa*, (thân như) núi Thiết vi.
[1402] 須彌. Tib *Lhun po*, Skt *Sumeru*.

CHƯƠNG XVII.
PHẬT TỰ THUYẾT TÚC NGHIỆP

1. Ngón chân bị đá lăn

Sau khi các kỳ túc Bí-sô mỗi người tự nói nghiệp đời trước của mình rồi, bạch Thế Tôn:

"Chúng con đã nói nghiệp báo đời trước của mình, cúi xin Thế Tôn khai diễn tiền nghiệp của mình. Bạch Đại đức Thế Tôn! Trước đây Thế Tôn tạo nghiệp gì, sau khi thành Chánh giác, bị đá núi vỡ, lăn xuống làm tổn thương ngón chân Phật?"

Phật nói với các bí-sô: "Như Lai trong những đời quá khứ trước đây tự tạo nghiệp ấy, tất phải tự thọ. Nghiệp tích lũy cho đến khi chín muồi, duyên biến hiện tiền, như bóng theo hình, nhất định cảm báo, không ai nhận thay. Này các bí-sô! Nghiệp thiện ác mà những ai đã tạo không dẫn đến cảm thọ quả báo nơi địa giới, thuỷ giới, hoả giới, phong giới bên ngoài, mà thảy đều chiêu cảm dị thục nơi uẩn-xứ-giới của tự thân của chính nó."

Rồi Thế Tôn nói tụng:

"Dù trải trăm ngàn kiếp,
Nghiệp đã tạo không mất.
Khi nhân duyên hội ngộ,
Quả báo ấy mình nhận."

Lại bảo các bí-sô:

"Vào thuở xa xưa, ở tụ lạc kia có một trưởng giả cưới vợ chưa lâu sanh được một đứa con trai. Theo năm tháng, đứa bé trưởng thành, mẹ nó qua đời. Cha nó lại có vợ sau, không lâu bà có thai, lại sanh một hài nhi.

"Trưởng giả cho con lớn cưới vợ; anh sanh nhiều con trai và gái.

"Thời gian sau, mẹ kế qua đời, người em đến ở chỗ anh. Chị dâu hỏi chồng: 'Đây là con của ai?'

"Chồng đáp: 'Em tôi.'

"Vợ nói: 'Thánh tử! Có chia gia tài cho em ấy không?'

"Chồng đáp: 'Hợp cả lại rồi chia đều.'

"Vợ nói: 'Thánh tử! Người kia một thân, chúng ta nhiều người, vì sao chia đều?'

"Chồng đáp: 'Hiền thủ! Pháp thế gian như vậy.'

"Vợ nói: 'Thánh tử! **[94b01]** Vậy nên giết nó.'

"Chồng nói: 'Hiền thủ! Lẽ nào vì tài sản mà giết hại em mình sao?'

"Vợ nói đi nói lại nhiều lần. Người mà tâm đã nhiễm dục, không có điều ác nào mà không làm. Người chồng đi đến quyết định, suy nghĩ: 'Nếu giết nó ở trong thôn xóm, mọi người đều biết. Nên dẫn đến chỗ vắng vẻ không người.' Nghĩ rồi, kêu em lại nói:

"'Chú đem đồ đựng cùng anh vào rừng để hái hoa.'

"Em thưa: 'Dạ vâng.'

"Sau đó, hai người cùng đi đến một vực núi, người anh xô em xuống vực, lăn đá giết chết.

"Này các Bí-sô! Các ngươi nghĩ sao, con lớn của trưởng giả mà giết em thời đó, là người xa lạ nào chăng? Chính là thân Ta đây. Thuở xưa, do vì tài lợi, nên dẫn em khác mẹ vào rừng vắng, xô xuống vực núi, lăn đá giết chết. Do nghiệp báo ấy, nên trải qua nhiều năm, nhiều trăm năm, nhiều ngàn năm, nhiều trăm ngàn năm, đoạ nơi địa ngục, thọ các thống khổ. Do nghiệp lực còn sót lại, thành Chánh giác rồi, bị đá núi lăn xuống, làm tổn thương ngón chân."

2. Tử đàn đâm chân

Khi ấy, các bí-sô lại bạch Phật:

"Bạch Đại đức Thế Tôn! Trước đây Thế Tôn làm nghiệp gì, sau khi thành Chánh giác, bị dằm gỗ tử đàn¹⁴⁰³ đâm tổn thương chân Phật?"

Phật nói với các bí-sô: "Thuở xưa, Như Lai tự tạo nghiệp ấy, nay phải tự thọ... *nói rộng như trên, cho đến* nói tụng:

> *"Dù trải trăm ngàn kiếp*
> *Nghiệp đã tạo không mất*
> *Khi nhân duyên hội ngộ*
> *Quả báo ấy mình nhận."*

Lại bảo các bí-sô:

"Vào thuở xa xưa, tại một thành lớn có hai thương chủ giỏi kinh doanh. Vì cầu tài bảo, nên cả hai đều đóng thuyền buồm, rồi dong thuyền ra biển. Nhờ thuận theo sức gió, thuyền đến đảo châu báu kia. Một người trù tính sức chở châu báu của thuyền. Người kia, do tâm tham nên chở đầy thuyền. Sau khi ra biển khơi, thuyền của người không trù tính gần chìm, liền nói với thương chủ bạn: 'Xin anh cứu giúp cho tôi lên thuyền.'

"Sau khi tính toán sức trở châu báu an toàn trên thuyền, người kia kéo tay bạn đưa lên thuyền.

"Người thuyền chìm kia nghĩ như vầy: 'Ta cùng với y đến đảo châu báu. Thuyền và châu báu của ta lấy đều tan mất. Lẽ nào để cho người kia đem châu báu về nhà. Ta phải chọc thủng thuyền để cho châu báu chìm mất.' Nghĩ vậy rồi, bèn lén ở một chỗ, cầm gậy chọc cho thủng thuyền.

"Thương chủ kia thấy, nói: 'Này bạn, chớ làm việc ấy, chẳng những tài bảo tan mất, mà chúng ta cũng chết.'

"Tâm tật đố trong lòng người kia phừng phừng, không tiếp nhận lời can ngăn, chỉ muốn đâm thủng như trước. Thương chủ bạn thấy **[94c01]** can ngăn không được, bèn cầm thương bén đâm người ấy chết.

"Này các bí-sô! Các ngươi nghĩ sao, thương chủ giết người kia chết thời đó, là người xa lạ nào chăng? Chính là thân Ta đây. Do nghiệp

---

¹⁴⁰³ 紫檀. Bib *seng ldeng*; SKT *khadira*: gỗ giáng hương.

ấy nên trải qua nhiều năm, trăm năm, ngàn năm, đoạ trong địa ngục, chịu các khổ đau. Do nghiệp báo tàn, nên sau khi thành Chánh giác bị dằm gỗ tử đàn đâm tổn thương chân."

3. Sa-la tụ lạc

Khi ấy, các bí-sô lại bạch Phật: "Bạch Đại đức Thế Tôn! Trước đây Thế Tôn làm nghiệp gì, sau khi thành Chánh giác, vào tụ lạc Sa-la, khất thực không được, mang bát không trở về."

Phật nói với các bí-sô: "Thuở xưa, Như Lai tự tạo nghiệp ấy,... *nói rộng như trên, cho đến* nói tụng:

...quả báo ấy tự nhận."

Lại bảo các bí-sô:

"Vào thuở xa xưa, có một ma-nạp-bà sống trong đại thành Ba-la-nê-tư. Thời không có Phật tại thế, chỉ có Độc giác ở chỗ nhàn tĩnh, thương xót người bần cùng. Thế gian chỉ có một ruộng phước đây.

"Thời ấy, có một vị Độc giác hiệu Lạc Tịch[1404], xuất hiện thế gian, trú tại Tiên nhơn đọa xứ, trong rừng thi lộc, thành Ba-la-nê-tư. Sáng sớm, Ngài khoác y, mang bát vào thành khất thực. Ma-nạp-bà cũng khất thực trong thành đến nhà trưởng giả, nhưng không được gì. Khi ấy, Độc Giác Lạc Tịch cũng đến khất thực nhà trưởng giả này. Ma-nạp-bà nghĩ: 'Ta hãy rình xem, người xuất gia kia xin được cái gì?' Nghĩ vậy, liền đi theo sau, đứng nép bên cửa.

"Khi thấy thân tâm Độc giác đoan nghiêm tịch tĩnh, vợ của trưởng giả sanh tâm tịnh tín, liền mang nhiều thứ thức ăn uống mỹ diệu cho vào bát dâng cúng cho vị Độc Giác. Nhận thức ăn rồi, Độc Giác rời khỏi cửa. Ma-nạp-bà kia kêu nói: 'Này ông xuất gia, cho tôi xem thức ăn của ông.' Thường pháp của Độc Giác như vầy, nếu không quan sát thì không biết được ý người. Ngài đưa bát thức ăn cho ma-nạp xem. Do mang tâm tật đố, tâm ganh ghét đố kị phát khởi, ma-nạp-bà lấy tay đập bát, bát rơi xuống đất, thức ăn đổ ra ngoài, lại dùng chân chà đạp.

[1404] 樂寂. Tib *Nyon mongs 'joms*: Phá phiền não (Skt *Bhinnakleśa*?).

"Vị Độc Giác hỏi: 'Này bạn, ý gì mà đánh đổ ăn này? Nếu bạn cần nó, tôi sẽ biếu cho.'

"Ma-nạp-bà đứng một bên, phát ra đủ loại ngôn từ thô ác. Khi ấy, vị Đại nhân ấy tự tâm điều thuận, về lại rừng nai mà không gì ăn.

"Này các Bí-sô, các ngươi nghĩ sao, ma-nạp-bà thời đó là người nào khác lạ chăng? Chính là thân Ta đây. Do Ta ôm lòng đố kị, làm cho vị Độc Giác kia không được thức ăn. Do **[95a01]** nghiệp báo ấy, trải qua nhiều năm, trăm năm, ngàn năm, trăm ngàn năm, thường sanh trong địa ngục, thọ các thống khổ. Tuy lực nghiệp báo tàn, nhưng sau khi thành Chánh giác, vào thôn Sa-la khất thực, lại mang bát không trở về."

4. Mỹ nữ vu khống

Bấy giờ, các bí-sô lại bạch Phật: "Trước đây Thế Tôn tạo nghiệp gì, mà nay bị dâm nữ xinh đẹp[1405] nghe lời xúi giục của các ngoại đạo phạm chí, đến vu khống Thế Tôn?"

Phật nói với các bí-sô: "Thuở xưa, Như Lai tự tạo nghiệp ấy,.. *nói rộng như trên, cho đến nói tụng:*

"*...Quả báo ấy tự nhận.*"

Lại bảo các bí-sô:

"Vào thuở xa xưa, khi loài người thọ tám vạn tuổi, có Phật Thế Tôn hiệu Tì-bát-thi, Như Lai, Ứng, Chánh đẳng giác xuất hiện ở đời. Phật ấy có hai đệ tử: Một vị tên là Bà-tư-sắt-trá[1406], vị kia tên là Bạc-la-đà-bà-xà[1407]. Bà-tư-sắt-trá y theo giáo huấn của Phật chuyên cần tu tập, không phóng dật, chứng quả A-la-hán. Còn Bạc-la-đà-bà-xà thọ trì tam tạng, đọc tụng thông suốt, làm đại pháp sư.[1408]

[1405] 婬女媚容. Tib *kun tu rgyu mo mdzes ma*, mỹ nữ phổ hành giả; nữ xuất gia ngoại đạo xinh đẹp.
[1406] 播私瑟吒. Tib *gNas 'jog*; Skt *Vasiṣṭha*.
[1407] 跋羅陀播闍. Tib (âm) = Skt *Bharadvaja*.
[1408] Từ đây trở xuống, Phạn I (Bagchi) 129.9. Tib, 'Dul ba kha 316a1. Hán, tr. 95a12.

"Thời gian sau, có một trưởng giả rất mực tịnh tín pháp sư, dựng một tinh xá cho pháp sư, sắm sửa đầy đủ những vật cần dùng. Pháp sư thỉnh mời A-la-hán Bà-tư-sắt-trá đến sống chung. Được mời, vị ấy liền đến. Khi thấy Bà-tư-sắt-trá thân tâm tịch nhiên, nghi dung tĩnh tại, trưởng giả tăng thêm tịnh tín bội phần, nên làm đủ loại thức ăn ngon thơm và đem y thượng diệu đến dâng cúng. Thấy vậy, sư đệ sanh tâm tật đố, nghĩ như vầy: 'Ta là môn sư của trưởng giả đã lâu, qua lại thường xuyên, vậy mà chưa từng thí cho ta thượng y như thế. Mới thấy huynh của ta, đã hiến cúng y phục.' Nghĩ vậy rồi, ngay chỗ huynh mình ở, vị ấy liền tìm kiếm lỗi lầm nơi ấy. Sư huynh cảm biết sự đổi khác của tâm sư đệ, nên buộc niệm quan sát, biết sư đệ tật đố, liền đem thượng y cho sư đệ. Tuy được y ấy, nhưng vị ấy vẫn tìm khuyết điểm chỗ huynh mình ở.

"Thời gian sau, trưởng giả sai nữ nhơn làm công việc ở chùa. Pháp sư nói với người nữ: 'Hiền thủ! Cô làm cho ta việc này?'

"Người nữ đáp: 'Thánh giả! Ngài muốn con làm việc gì?'

"Pháp sư đáp: 'Cô hãy mặc y này, về nhà làm việc. Nếu trưởng giả hỏi: 'Được y từ ai?', cô hãy đáp: 'Từ thánh giả Bà-tư-sắt-trá.' Nếu lại hỏi: 'Nhân việc gì mà cho', nên đáp: 'Nam có ý với nữ, nên cho'."

"Nữ nhơn mặc y về nhà, mọi người hỏi, đáp đều giống như trên. Nghe việc này, trưởng giả không còn sanh tịnh tâm nơi A-la-hán.

"Pháp của đại nhân, nơi nào nghi ngại, khinh mạn, [95b01] nhân đó bỏ đi.

"Này các bí-sô, các ngươi nghĩ sao, pháp sư thời đó là người nào khác lạ chăng? Chính là thân Ta đây. Do lòng tật đố ganh ghét, phát lời khinh chê phỉ báng. Do nghiệp ấy, nên trải qua nhiều năm, trăm năm, ngàn năm, trăm ngàn năm, thường sanh trong địa ngục, thọ các thống khổ. Do nghiệp lực tàn, sau khi thành Chánh giác, bị ngoại đạo phạm chí sai dâm nữ xinh đẹp phỉ báng."

5. Chủy Đoan

Các bí-sô lại bạch Phật: "Bạch Đại đức Thế Tôn! Trước đây Thế Tôn làm nghiệp gì, sau khi thành Chánh giác, bị nữ ma-nạp-bà Chuỷ Đoan[1409] phỉ báng?"

Phật bảo các bí-sô: "Thuở xưa, Như Lai tự tạo nghiệp ấy, …. *nói rộng như trên.*"

"Vào thuở xa xưa, trong thành lớn Ba-la-nê-tư có một bà-la-môn học thông Minh điển, là thầy của năm trăm thiếu niên, dân chúng gần thành ấy đều tôn trọng, cung kính cúng dường, xem như A-la-hán chơn thật.

"Thời ấy, có Tiên ngũ thông, du hành nhân gian, đến Bà-la-nê-tư. Dân chúng trong thành thấy Tiên nhơn ấy thân tâm tịch nhiên, dung nhan điều thuận, đều sanh tịnh tín, đến chỗ tiên ở, làm các phước nghiệp, cung kính cúng dường.

"Bà-la-môn kia, không ai kính ngưỡng, lợi dưỡng cạn mất, nên sanh tâm đố kị Tiên nhơn, khởi tư niệm ác, nói với các học trò: 'Ông Tiên nhơn đó lòng đầy tham dục.' Các học trò cũng đều nói theo như thầy nói: 'Tiên nhơn lòng đầy tham dục.'

"Các đồng học này đến chỗ nào cũng đều nói với người thân và bà-la-môn, trưởng giả khác…rằng: 'Ông Tiên nhơn kia lòng đầy tham dục.'

"Mọi người nghe rồi, tâm sanh dị niệm với Tiên kia.

"Theo pháp của Hiền Tiên, nơi nào nghi ngại, khinh mạn, liền bỏ đó mà đi.

"Này các bí-sô, bà-la-môn thời đó là người nào khác lạ chăng? Chính là thân Ta đây. Năm trăm đồng nhi chính là năm trăm bí-sô đây. Do tâm đố kị, nói Tiên nhơn là người tham dục. Do nghiệp ấy nên trải qua vô lượng trăm ngàn năm, đoạ trong địa ngục thọ các khổ não. Lực nghiệp báo tàn, sau thành Chánh giác, cùng năm trăm bí-sô, bị nữ ma-nạp-bà Chuỷ-đoan đến phỉ báng."

[1409] 嘴端納婆女. Tib *rtswa mi*. Skt *Cañcā*. Đoạn trên, phiên âm Chiên-giá; xem cht. 1174. Pali *Ciñcā-māṇavikā*. |

6. Hiền Thủ

Phật lại bảo các bí-sô:

"Vào thuở xa xưa, trong thành lớn Ba-la-nê-tư có vua tên là Phạm Thọ, trị đời bằng pháp, dân chúng an ổn, giàu có phồn thịnh. Trong thành ấy, có một dâm nữ tên là Hiền Thủ[1410], bán sắc nuôi thân.

"Thời ấy, có một người đàn ông tên là Vi Ngẫu[1411], tính khí hung bạo. Người ấy đem **[95c01]** y phục, anh lạc tặng cho dâm nữ kia, ý muốn giao hoan.

"Hiền Thủ trang điểm, sửa soạn đi đến chỗ Ngẫu. Ra đến cửa, cô gặp một người đàn ông khác, đem năm trăm tiền vàng, yêu cầu: 'Cô em, hãy đến đây chung vui.'

"Cô gái nghĩ: 'Nay nếu ta đi, làm sao có được năm trăm tiền vàng này? Đã mang tiền tới thì không nên bỏ, nên trở về nhà cùng chung vui.'

"Nghĩ rồi, liền sai hầu gái đến nói với Ngẫu: 'Xin ông đợi chút, cho chủ tôi tắm rửa, chải chuốt, trang điểm thân thể.'

"Hầu gái đến báo. Người đem tiền đến kia bận rộn công việc làm ăn, nên tạm vui với cô ấy, rồi bỏ đi.

"Cô ấy lại nghĩ: 'Để Ngẫu đợi hơi quá, nếu ta đến đó, có xứng ý không?' Nghĩ rồi lại sai hầu gái: 'Con nên đến lại chỗ Vi Ngẫu báo rằng: 'Thánh tử! chủ tôi trang điểm đã xong. Nên cùng vui ở vườn hoa nào?'

"Hầu gái đến báo xong, Ngẫu liền hỏi: 'Khi thì nói chưa trang điểm, khi thì nói đã xong. Vậy lời nào đúng?'

"Hầu gái chạy qua chạy lại, lòng sanh bực tức, liền thuật hết những điều đã giấu giếm: 'Cô ấy trang điểm y phục và anh lạc của ông, rồi giao hoan với đàn ông khác, cho nên sai tôi nói như vậy.'

"Người kia nghe rồi, dục tình tắt lịm, khởi tâm giết hại, phát tâm

---

[1410] 賢首. Skt *Bhadraśuddha*. Tib *bzang da*.
[1411] 為偶, viết đúng là 藕 (ngó sen) Skt *Mṛṇāla*. Tib *Pad ma'i rtsa lag*.

phẫn nộ, nói như vầy: 'Hãy đến trong vườn hoa kia.'

"Hầu gái về báo, dâm nữ liền đến, Vi Ngẫu hỏi: 'Vì sao cô mặc y phục, anh lạc của tôi, lại giao hội với người khác?'

"Dâm nữ đáp: 'Thánh tử! Đây là lỗi của em, chẳng phải lỗi của anh. Hạng nữ nhơn sanh nhiều lỗi lầm, mong anh dung thứ.'

"Vi Ngẫu tức tối, bằng tâm độc hại, rút dao chém đầu dâm nữ. Thấy vậy, hầu gái la lớn: 'Tai hoạ! Giết đại gia tôi! Giết đại gia tôi!'

"Nghe tiếng kêu la, mọi người chạy vội đến. Khi ấy, có vị Độc Giác hiệu Cực Lạc[1412], đang nhập định dưới gốc cây trong vườn rừng này. Ngẫu hoảng sợ vội đến để dao máu trước mặt vị Độc Giác, rồi nhanh chân lẻn vào trong đám người. Mọi người đến thấy dao lem luốc máu ở trước vị Độc Giác, thảy đều nói: 'Kẻ sát nhơn nhất định là người này.' Họ bao quanh với tâm giận dữ, quát mắng: 'Ôi chao! Kẻ xuất gia mặc pháp phục đại tiên, che tướng làm nghiệp ác.'

"Độc Giác nói: 'Tôi làm việc gì?'

"Mọi người nói: 'Ông cùng dâm nữ Hiền Thủ giao hoan, rồi dùng dao giết cô ta.'

"Độc Giác nói: 'Tâm tôi hằng tịch tĩnh, lẽ nào làm ác.'

"Tuy Độc Giác trình bày sự thật, nhưng mọi người đều không tin nhận, dùng dây trói lại đem đến chỗ vua, giải bày việc trên. Vua không điều tra, liền ra lệnh: 'Đã gây hoạ ấy, **[96a01]** nên phải giết sớm, cột cổ bằng dây đỏ.'

"Đao phủ mặc áo xanh, tay cầm đao bén, oai trượng nghiêm vệ, loan báo khắp trong thành và ngã tư đường: 'Người xuất gia này vì giết Hiền Thủ, vua lệnh nghiêm pháp.' Tức đem Độc Giác đến vườn hoa kia để giết.

"Vi Ngẫu thấy vậy, nghĩ: 'Khổ thay cho người xuất gia! Trì giới đức hạnh, không may bị oan, đây là lỗi của ta; dối trá khiến cho người khác đến chỗ chết, việc ta làm chẳng đúng.' Nghĩ vậy rồi, chạy vội đến chỗ vua, thưa: 'Người xuất gia kia không may bị oan. Theo pháp

---

[1412] 極樂. Skt *Suruci*. Tib *Legs smon*.

phụng mạng, đây là lỗi của tôi, xin vua giám tri, việc trên rõ ràng như vậy, mong ân dung thứ.'

"Này các bí-sô, các ngươi nghĩ sao, Vi Ngẫu thời đó là người nào khác lạ chăng? Chính là thân Ta đây. Do nghiệp ấy nên trải qua trăm ngàn năm, thường ở trong địa ngục chịu các khổ não. Nghiệp báo dư tàn, sau thành Chánh giác, bị nữ ma-nạp-bà Chuỷ-đoan đến phỉ báng."

7. Ăn lúa ngựa

Các bí-sô lại bạch Phật: "Đại đức thế Tôn! Trước đây Thế Tôn làm nghiệp gì, sau thành Chánh giác, cùng với bốn trăm chín mươi tám bí-sô ăn lúa ngựa nơi thành Biên giới;[1413] Xá-lợi-tử và Đại Mục-kiền-liên nhận sự cúng dường của trời ?"

Phật bảo các bí-sô: "Thuở xưa Như Lai tự tạo nghiệp ấy,... *cho đến tự nhận quả báo ấy. Các ông hãy lắng nghe*'.

"Vào thuở xa xưa, khi loài người thọ tám vạn tuổi, có Phật Thế Tôn tên là Tì-bát-thi Như Lai Đẳng Chánh giác, đầy đủ mười hiệu xuất hiện ở đời, cùng với tám vạn bí-sô trước sau vây quanh đến vương đô Thân tuệ[1414]. Khi ấy, trong thành có một bà-la-môn, dạy pháp cho năm trăm đồng nhi bà-la-môn, mọi người đều tôn trọng, cung kính cúng dường, phụng sự như La-hán.

"Khi Phật và Tăng-già đến vương đô rồi, không ai còn kính trọng, cúng dường, cung cấp vật dụng cho bà-la-môn ấy. Bà-la-môn ấy sanh tâm ganh ghét Phật và Tăng.

"Thời ấy, vào mỗi sáng, các bí-sô hữu học và vô học khoác y mang bát vào thành khất thực, được đồ ăn thức uống thượng vị tinh diệu đầy bát, rồi trở về. Bà-la-môn thấy vậy, hỏi: 'Này này bí-sô! Được thức ăn gì, cho tôi xem.'

"Bí-sô thật tình ngay thẳng, chỉ thức ăn ấy. Bà-la-môn kia càng thêm ganh ghét, bảo các đệ tử: 'Các con nên biết! Không nên cúng dường đồ thịnh soạn như vậy cho sa-môn trọc này, chỉ nên thí cho đại

---

[1413] 邊界城. Skt *Vairambhya*. Tib *Yul dgra mtha'*.
[1414] 親慧. Skt *Bandhumatī*. Tib *Gnyen ldan*.

mạch thô.'

"Các đệ tử kia nghe lời của thầy như vậy, cũng đều nói theo: 'Đúng như lời Thầy nói; đáng cho ăn lúa mạch.' Trong chúng ấy có hai ma-nạp-bà, trong lòng kính tín nói như vầy: **[96b01]** Thân giáo sư, chớ nói lời ấy. Nên cúng dường cho các bí-sô ấy các món ăn thiên giới, chứ không chỉ thức ăn của loài người. Sao lại nói 'Đáng cho ăn lúa mạch'?"

"Này các bí-sô, các thầy nghĩ sao, bà-la-môn thời đó là người nào khác lạ chăng? Chính là thân Ta đây. Do ganh ghét Phật và đệ tử Thanh văn, phát ra lời thô ác, nên trải qua vô lượng trăm ngàn năm, thường bị ăn lúa thô. Do nghiệp báo dư tàn, sau khi thành Chánh giác, cùng bốn trăm chín mươi tám bí-sô đây, còn bị ăn lúa ngựa. Hai ma-nạp-bà kia chính là Xá-lợi-phất và Mục-kiền-liên."

8. Sáu năm khổ hạnh

Các bí-sô lại bạch Phật: "Đại đức Thế Tôn! trước đây Thế Tôn làm nghiệp gì, bị sáu năm khổ hạnh?"

Phật bảo các bí-sô: "Khi xưa, Như Lai tự tạo nghiệp ấy,... *nói rộng như trên.*" *cho đến* nói tụng:

"Dù trải trăm ngàn kiếp
Nghiệp đã tạo không mất
Khi nhân duyên hội ngộ
Quả báo ấy mình nhận.
Các ông hãy lắng nghe!"

"Vào thuở xa xưa, tại tụ lạc Vô tỉ[1415] có một thợ gốm tên là Hỷ Hộ[1416]... chi tiết như trong [Trung A-cấp-ma, phẩm tương ưng Vương pháp].[1417]

"Này các bí-sô, các ngươi nghĩ sao, ma-nạp-bà Vô Thượng[1418] thời

---

[1415] 無比. Skt. *Vaibhiḍiṅgī*. Tib. Phiên âm là '*Bai bhi Ting gi*'.

[1416] 喜護. Skt. *Nandīpāla*. Tib. *Dga' skyong*. Trung A-hàm 12, Nan-đề-bà-la; **xem cht. 1210 dưới.**

[1417] Trung A-hàm 12, kinh số 63, "Bệ-bà-lăng-kì." Pāli, M. 81 (PTS. ii.45): *Ghaṭikāráuttaṃ*. Bản Phạn lược, bản Tib, chi tiết như *Trung A-hàm*.

[1418] 無上摩納婆. Skt. *Uttara-māṇava*. Tib. *Dam pa-Ma na ba; Bla ma-Ma na ba*.

đó là người nào khác lạ chăng? Chính là thân Ta đây. Do khi xưa, Ta nói với Phật Ca-nhiếp-ba rằng: 'Khổ hạnh chưa chứng cụ trí.' Do nghiệp lực ấy, sáu năm khổ hạnh mà Ta không thể chứng thành Vô thượng Đẳng giác. Nếu lúc đó ở chỗ Phật Ca-nhiếp-ba, ta không hối trách, nguyện cầu đương lai thành Đẳng Chánh giác, thì dù có tu các thiện phẩm trải qua hơn ba vô số đại kiếp, cũng còn chưa thành Phật."

9. Thân hiện bệnh tật

Các bí-sô lại bạch Phật: "Đại đức Thế Tôn! Trước đây Thế Tôn làm nghiệp gì, sau thành Chánh giác, thân hiện bệnh đau[1419]?'

Phật bảo các bí-sô: "Khi xưa, trong một đời sống kia, tự tạo nghiệp ấy,…" *nói rộng như trên.*

"Vào thuở xa xưa, có một ông thầy thuốc trong một tụ lạc kia. Lúc bấy giờ, có con trai của một trưởng giả bị bệnh, nên mời thầy thuốc đến điều trị. Thầy cho thuốc, bệnh được lành. Trưởng giả đem ít tài vật đến biếu.

"Thời gian sau, trưởng giả ba lần thân bệnh nặng, thầy thuốc cũng đến chữa lành, song trưởng giả không tặng vật chi để báo ân. Lòng thầy thuốc oán hận, nghĩ rằng: 'Người kia ba lần bị bệnh cực khổ, ta đều trừ hết, nhưng không thù ân. Nếu bị bệnh lại, ta sẽ cho thuốc đó, làm cho nội tạng của **[96c01]** người ngu kia tan vỡ.'

"Thời gian sau, bệnh cũ của con trai trưởng giả lại phát, cũng mời thầy thuốc kia. Với tâm ác, thầy cho thuốc không thích hợp, làm cho ruột người bệnh đứt từng khúc.[1420]

"Này các bí-sô, các ngươi nghĩ sao, ông thầy thuốc giỏi thời đó là người khác lạ nào chăng? Chính là thân Ta đây. Do Ta với ác tâm làm cho trưởng giả uống thuốc độc ấy. Do nghiệp ấy nên trải qua vô lượng trăm ngàn năm, ta đọa trong địa ngục thọ các khổ não. Nghiệp báo dư

Trung A-hàm 12: Uất-đa-la ma-nạp-bà.
[1419] Skt. mandāgni; Tib. ,khru ba'i snyun, bệnh kiết lị.
[1420] Trở xuống, bản Phạn (Phạn I. 133.14) lại khuyết. Bản Tib 'Dul ba [ga] 10b3-15a3. Hán, 96c3.

tàn, sau thành Chánh giác, thân bị đau lưng."[1421]

10. Tàn sát họ Thích

Các bí-sô lại bạch Phật: "Đại đức Thế Tôn! Trước đây Thế Tôn làm nghiệp gì, sau thành Chánh giác, khi người kia giết họ Thích, Thế Tôn đau đầu?"

Phật bảo các bí-sô: "Khi xưa, Như Lai tự tạo nghiệp ấy, nhận lại báo ấy..." *nói rộng như trên.*

"Vào thuở xa xưa, bên sông Lưu Huệ[1422] có năm trăm người làm nghề bắt cá. Khi ấy, trong biển cả có hai con cá lớn trôi dạt vào sông kia, mọi người bắt được, cùng nhau nghị bàn: 'Nếu giết cá chết, không ai đến đổi chác ngay, thịt sẽ rã ươn. Chi bằng buộc nó vào lưới, khi nào có người đến mua, cắt tiếp cân bán, được nhiều thịt tươi.'

"Bàn vậy rồi, họ dùng lưới buộc chặt. Khi có người đến mua, cắt tiếp từng miếng bán cho. Khi đang cắt, cá bị đau đớn, vùng vẫy máu chảy, hòa đỏ dòng sông. Lúc đó, có đứa bé thấy sông màu máu, trong lòng cười vui khoái chí.

"Này các bí-sô, các ngươi nghĩ sao, đứa bé của làng bắt cá kia là người khác lạ nào chăng? Chính là thân Ta đây. Do thuở xưa, khi người ta đang giết cá, tâm Ta khoái thích. Do nghiệp ấy, nên trải qua vô lượng trăm ngàn năm, mang bệnh đau đầu. Nghiệp báo dư tàn, sau thành Chánh giác, khi dòng họ Thích bị giết, đầu ta đau nhức."

11. Phong bệnh đau lưng

Các bí-sô lại bạch Phật: "Đại đức Thế Tôn! Trước đây Thế Tôn làm nghiệp gì, sau thành Chánh giác, thường bị bệnh phong đau lưng?"

Phật bảo các bí-sô: "Khi xưa, Như Lai sanh vào loài khác, tự tạo nghiệp ấy, nay nhận lại báo ấy..." *nói rộng như trên.*

"Vào thuở xa xưa, có một tráng sĩ du lịch qua nhiều nước, đến tại một vương đô. Vua nước ấy lại có một đại tráng sĩ dũng mãnh, không

---

[1421] Theo bản Tây Tạng: Vì quả báo ấy kiếp này đức Thế Tôn bị bệnh kiết lị.
[1422] 流惠河. TIB *Gnyen ldan.* SKT *Bandhumatī.*

có đối thủ. Hai sĩ biết nhau, vì muốn tranh nhau để được y phục[1423], nên hai bên giao đấu. Thường pháp của tráng sĩ, cầm tay nhau tức biết người kia mạnh hay yếu. Sau khi cầm tay tráng sĩ của vua rồi, tráng sĩ ngoài đến biết ngay lực sỹ kia không thể hơn mình. Tráng sĩ vương đô nói với người kia: '[97a01] Anh nay nên biết, gia tộc tôi ở vương đô này đã lâu, nhiều đời nổi tiếng. Tôi biết anh có lực, chớ đánh ngã tôi, để gia tộc tôi không mất tiếng. Tôi có con gái đẹp, sẽ gả cho anh.'

"Nghe lời nói ấy, người kia im lặng, tự giữ lấy phần yếu. Ba lần như vậy, xong không thấy gả con gái, lòng sanh bất nhẫn. Đến lần thứ tư, khi giao đấu, với sức bực tức, tráng sĩ ngoài đến khéo léo nâng cao, quăng tráng sĩ của vua ngả nằm trên đất, bẻ gãy xương sống, chết ngay.

"Này các bí-sô, các ngươi nghĩ sao, tráng sĩ ngoài đến thời đó bẻ gãy xương sống tráng sĩ của vua, làm cho chết ngay, là người nào khác lạ chăng? Chính là thân Ta đây. Do nghiệp ác ấy, trải qua vô lượng trăm ngàn năm, đoạ trong địa ngục thọ các khổ báo. Nay nghiệp báo tàn dư, sau thành Chánh giác, còn bị đau lưng.

"Vì nghĩa này nên Như Lai thường tuyên thuyết: nghiệp đen cho quả báo đen, nghiệp trắng cho quả báo trắng, nghiệp tạp cho quả báo tạp. Các ông nên bỏ nghiệp đen, tạp; thường tu nghiệp trắng. Các ông nên học như vậy."[1424]

[1423] Hán: 為欲賭當衣服故. Tib: *rgyal mtshan gyi phyir*, vì muốn đoạt cờ chiến thắng.
[1424] Phần tiếp theo theo bản Tây Tạng, 'Dul ba [ga] 11b7-14a3 (*Degé Kangyur* vol 3, F.12.a) là kệ tụng tán thán Phật. Bản Hán khuyết.

CHƯƠNG XVIII. ĐÀN-NI-CA

Bấy giờ, Thế Tôn và năm trăm A-la-hán nói về tiền nghiệp của mình tại ao Vô nhiệt não xong, liền ẩn mất, hiện đến vườn Lộc Tử Mẫu¹⁴²⁵, phía Đông thành Thất-la-phiệt.

Nghe Phật đến, bà liền đến chỗ Phật, đảnh lễ chân Phật. Phật nói pháp vi diệu, chỉ dạy làm cho bà hoan hỷ, lợi ích, rồi ngồi im lặng.

Khi ấy, Lộc Tử Mẫu từ chỗ ngồi đứng dậy, trịch áo bày vai phải, chấp tay hướng về Phật, thưa:

"Thế Tôn! Cúi xin Thế Tôn từ bi cùng chúng Thánh năm trăm vị, sáng ngày mai đến nhà con, nhận sự cúng dường chút ít của con."

Phật liền im lặng. Biết Phật đã nhận, bà phụng mạng về nhà, làm đủ loại đồ ăn thơm ngon thượng diệu, rồi sai người đến bạch Phật. *Nói rộng cho đến*, biết Chúng đã ăn no đủ, thu bát rửa tay đã xong; vì muốn nghe pháp, bà lấy một ghế nhỏ ngồi trước Phật. Phật nói pháp vi diệu, chỉ dạy làm cho bà hoan hỷ, lợi ích; rồi từ toà đứng dậy trở về trú xứ.

Ngồi trên toà rồi, Phật nói với các bí-sô: "Lộc Tử Mẫu kia thỉnh Phật và Tăng-già về nhà cúng dường, nhưng bà quên thỉnh Thế Tôn thuyết kệ tụng bố thí."¹⁴²⁶

---

¹⁴²⁵ 鹿子母. Tib *Ri dags 'dzin gyi ma sa ga*; Skt *Visakhā Mṛgāramātā*.

¹⁴²⁶ Bản Hán từ đây cho đến hết hoàn toàn khuyết. Bản Tib, 'Dul ba [ga] 14b2-50a7: Phần cuối của câu trên không rõ nghĩa: *'on kyang dge 'dun gyi ched du yon ma phul lo*. Từ *yon* được hiểu là bất kỳ phẩm vật cúng nào, có thể dịch là *mchod yon*: phẩm vật chào đón khách quý, chứ không hàm nghĩa thuyết kệ tụng bố thí.

Bấy giờ Thế Tôn du hành nhân gian ở Câu-tát-la, rồi đến thị trấn Tế Vũ[1427], trú trong rừng Thắng-nhiếp-ba phía bắc thị trấn. Các bà-la-môn và cư sĩ trong thành Tế Vũ nghe tin Đức Thế Tôn từ Câu-tát-la đi đến ngụ trong rừng Thắng-nhiếp-ba, nói như nhiều đoạn trước. Hay tin như vậy, họ tụ họp từng đoàn lũ lượt đi về phía bắc thị trấn Tế Vũ, đến chỗ Thế Tôn. Sau khi đánh lễ dưới chân Thế Tôn, nghe Thế Tôn thuyết pháp, khiến cho hoan hỷ. Rồi Thế Tôn ngồi im lặng. chi tiết như nhiều đoạn trước.

Các bà-la-môn, cư sĩ, người thị trấn Tế Vũ, rời chỗ ngồi đứng dậy, quỳ gối chắp tay hướng về Thế Tôn, bạch rằng:

"Kính thỉnh Thế Tôn cùng Bí-sô Tăng ngày mai đến nhà chúng con thọ nhận ngọ thực."

Thế Tôn im lặng nhận lời. Các bà-la-môn, cư sĩ, người thị trấn Tế Vũ biết Thế Tôn đã im lặng nhận lời, bèn cúi lạy dưới chân Phật, rồi cáo biệt.

Lúc ấy, có năm trăm ngạ quỷ mà bộ xương buộc dính lại với nhau bằng tóc của chúng, bụng lớn bằng núi Tu-di, miệng bằng lỗ kim, toàn thân bốc lửa, biến thành một ngọn lửa, đi đến Thế Tôn, vây quanh Thế Tôn, rồi nói:

"Thế Tôn, các bà-la-môn và cư sĩ trong thành Tế Vũ này đều là thân quyến của chúng con. Lành thay, cúi xin Thế Tôn từ mẫn nói tên chúng con khi đọc kệ đạt-thẩn."[1428]

Thế Tôn đáp:[1429]

"Ta hứa khả. Nếu ngươi hiện thân mà đến khi đọc kệ đạt-thẩn, Ta sẽ nói tên ngươi."

Họ nói:

"Thế Tôn, chúng con xấu hổ, làm sao đến?"

[1427] 细雨, mưa hạt nhỏ. Tib *Thigs pa can*; Skt *Nagarabindu*.
[1428] Tib *yon rabs*, Skt *dakṣiṇādeśanā*, thuyết kệ hồi hướng phước báo cho thí chủ sau khi Tăng thọ thực.
[1429] Bản Phạn nối lại từ đây.

Lúc bấy giờ Thế Tôn nói kệ tụng:

"Chỗ không thẹn mà thẹn,
Chỗ thẹn mà không thẹn.
Chỗ không sợ mà sợ,
Chỗ sợ mà không sợ.
Do khởi kiến điên đảo,
Chúng sanh đọa ác thú.

Chỗ đáng thẹn thì thẹn,
Chỗ không thẹn, không thẹn.
Chỗ đáng sợ thì sợ;
Chỗ không sợ, không sợ.
Do khởi kiến chân chánh,
Chúng sanh sanh thiện thú."

Bọn quỷ nói:

"Nếu thế, chúng con sẽ làm như thế."

Bấy giờ các bà-la-môn và gia chủ thành Tế Vũ, sau khi đêm đã tàn, trời tảng sáng, chuẩn bị các thức ăn thức uống mỹ diệu, chi tiết, v.v..., cho đến, dọn chỗ ngồi thấp hơn ngồi trước Thế Tôn để nghe pháp, như các đoạn trước.

Năm trăm con quỷ ấy đi đến. Khi ấy, các bà-la-môn và cư sĩ thành Tế Vũ thấy bọn quỷ liền bỏ chạy. Thế Tôn gọi họ:

"Các ngươi vì sao bỏ chạy?"

Họ đáp:

"Thế Tôn, có bọn quỷ đến."

Thế Tôn nói:

"Hãy đến đến đây. Chúng là thân quyến của các ngươi. Nếu các ngươi đồng ý, Ta sẽ đọc tên chúng trong kệ đạt-thẩn."

Họ đáp:

"Bạch Thế Tôn, đó là điều thích hợp."

Bấy giờ Thế Tôn bằng âm thanh năm chi công đức xướng tên chúng trong kệ đạt-thẩn:

"Tất cả phước báo bố thí này,
Hãy đi đến với chúng ngạ quỷ.
Chúng quỷ thế gian này,
Chóng xuất ly thế giới cùng khổ.
Tất cả y phục và ẩm thực,
Cùng với giường, chăn chiếu, các thứ,
Hồi hướng đến các chúng ngạ quỷ,
Mọi thời có đủ không cạn kiệt."

Sau đó, Thế Tôn thuyết pháp vi diệu cho các bà-la-môn và cư sĩ thành Tế Vũ, khai thị, chỉ giáo, khuyến khích, làm cho hoan hỷ, rồi từ chỗ ngồi đứng dậy ra về.

Bấy giờ các bà-la-môn và cư sĩ thành Tế Vũ cùng nhóm họp trên lầu thượng, câu chuyện sau đây được bàn luận giữa họ:

"Này, Sa-môn Cù-đàm nhiều ham muốn; các đệ tử của ông ấy cũng nhiều ham muốn."

Có một người nói:

"Này các bạn, Sa-môn Cù-đàm kia ít ham muốn; các đệ tử của ông cũng ít ham muốn. Những người dị học thì không như vậy." **[30.7]**

Lúc bấy giờ trong chúng bà-la-môn có một người tên là Tì-la-đà Sư Tử[1430] nói với các bà-la-môn và cư sĩ thành Tế Vũ:

"Các tôn giả, tôi sẽ chứng minh Sa-môn Cù-đàm là người thiểu dục hay đại dục; các đệ tử của ông ấy là thiểu dục hay đại dục."

Thế rồi Bà-la-môn Tì-la-đà đi đến chỗ Thế Tôn, và nói với Thế Tôn rằng:

"Tôi muốn cúng dường Tôn giả Cù-đàm và Bí-sô Tăng một ít đường. Mong Tôn giả chấp nhận.»

Thế Tôn chấp nhận bằng sự im lặng. Bà-la-môn Tì-la-đà biết Thế

[1430] Skt *Vairaṭṭasiṃha*. Tib *Smra 'dod gyi seng ge*.

Tôn đã im lặng nhận lời bèn cáo từ.

Bấy giờ Thế Tôn nói với các bí-sô:

"Bà-la-môn Tì-la-đà Sư Tử muốn tìm khuyết điểm của các bí-sô, đã thỉnh nguyện cúng dường đường. Các người chừng nào thì nhận chừng ấy."

Bà-la-môn Tì-la-đà Sư Tử có năm trăm nhà bán đường. Ông lấy từ mỗi nhà bán đường một bát đường, rồi đem năm trăm bát đường đi đến chỗ Thế Tôn. Ông nói với Thế Tôn:

"Đường đã dọn. Mời Tôn giả Cù-đàm và Bí-sô Tăng ngồi xuống thọ dụng."

Thế Tôn tay ôm bát ngồi trên chỗ ngồi dọn sẵn trước Bí-sô Tăng. Khi ấy Bà-la-môn Tì-la-đà mang một bát đường ra phân phối. Bát đường được phân phối đến chúng Bí-sô thế nào thì nó cũng được Thế Tôn thọ nhận như thế. Dùng đã no đủ mà đường còn dư. Thấy vậy, Bà-la-môn Tì-la-đà bắt đầu có niềm tin. Với tín tâm hoàn toàn phát khởi, ông nói lên lời quả quyết: "Tôn giả Cù-đàm là vị thiểu dục. Các đệ tử của Ngài cũng thiểu dục."

Sau đó ông mời các vị dị học thọ dụng đường. Có người nhận đường quá mức. Có người nhận đầy bát, rồi sau đó mang đi bỏ. Thấy vậy, Bà-la-môn Tì-la-đà nói:

"Chính các vị là những người đa dục, đại dục. Sa-môn Cù-đàm mới là vị thiểu dục; các đệ tử của ông ấy cũng thiểu dục."

Sau khi nói như vậy, ông lại càng có tín tâm, bèn đi đến chỗ Thế Tôn. Sau khi nói lời chào hỏi thân thiện, ông ngồi xuống một bên. Rồi ông chắp tay, bạch Thế Tôn:

"Thế Tôn cho con được xuất gia trong pháp và luật thiện thuyết, được thọ cận viên thành bí-sô tánh, theo Thế Tôn tu phạm hạnh."

Thế Tôn đáp ứng:

"Thiện lai, Bí-sô." chi tiết như các đoạn trước.

Bấy giờ Thế Tôn nói với bí-sô:

"Từ nay, Ta hứa khả, thời hay phi thời, bệnh hay không bệnh, đều được phép thọ dụng đường, chớ có nghi ngại."

Cụ thọ Tì-la-đà Sư Tử do bởi mùi hôi tử thi nên không thể định tâm chuyên nhất cảnh. Đức Thế Tôn thầm nghĩ: "Bí-sô Tì-la-đà đây là tối hậu hữu vì sao không thấy chân đế?" Rồi Thế Tôn thấy rằng do sống với mùi hôi tử thi. *Như trước, cho đến,*[1431] rồi Thế Tôn gọi Cụ thọ A-nan-đa:

"A-nan, hãy đến tinh xá Bí-sô Tì-la-đà, rải các loại hương, tràng hoa, hương khói, hương bột, và xông khói hương các tọa ngọa cụ, chưng các loại hoa thơm."

Cụ thọ A-nan vâng lời của Thế Tôn. Cho đến sau khi khất thực về, đi đến tinh xá ấy, làm theo những điều Thế Tôn đã dạy.

Lúc bấy giờ, Cụ thọ Tì-la-đà sau khi đi khất thực, trở về tinh xá, thấy quang cảnh vi diệu, thọ thực với tâm ý đầy hỷ lạc. Sau khi thọ thực xong, đi ra ngoài rửa chân, rồi trở vào phòng, ngồi kiết già, thân hình ngay thẳng, buộc niệm trước mặt. Sau khi ngửi mùi hương, phát khởi tâm bình đẳng, do đó đoạn trừ tất cả phiền não, chứng đắc A-la-hán. Chi tiết nói như các đoạn trước (về trạng thái chứng đắc A-la-hán).

Nhân đây, Thế Tôn nói với các bí-sô:

"Trong các bí-sô đệ tử của Ta, đệ nhất tịnh giải thoát[1432] là Bí-sô Tì-la-đà Sư Tử.»

Các bí-sô nghi hoặc, thỉnh cầu Thế Tôn dứt trừ sự nghi hoặc này:

"Bạch Thế Tôn, cho chúng con thấy, các bí-sô khác do quán bất tịnh[1433] mà giải thoát, nhưng Cụ thọ Tì-là-đà Sư Tử do tịnh tướng mà giải thoát.»

Thế Tôn nói:

"Này các bí-sô, bí-sô này trong 500 đời liên tục sinh giữa chư thiên

---

[1431] Theo bản Skt không thấy trong bản Tib.
[1432] Skt śubhādhimukta, Tib sdug pas rnam par grol pa.
[1433] Bản Skt śubhayādhimuktāḥ, do tịnh tướng mà giải thoát. Bản Tib *mi sdug pas rnam rnam par grol*, do bất tịnh mà giải thoát.

Tam thập tam, sau khi chết ở đó cũng lại tái sinh về đó. Nay trong tối hậu hữu này tái sinh trong loài người, khi ngửi phải mùi tử thi thì không định tâm chuyên nhất cảnh được; nhưng khi ngửi được mùi thơm, liền đạt được tâm bình đẳng tánh mà chứng đắc tịnh giải thoát. Nếu đã không thực hiện phương tiện như vậy, bí-sô ấy đã không thể phát khởi noãn pháp[1434]. Do vậy, nay Ta hứa khả, bí-sô nào mà cũng đắc tịnh giải thoát như vậy thì cũng nên thực hành thuận thứ như vậy. Chớ có nghi hối."

Bấy giờ Thế Tôn du hành nhân gian giữa những người Bạt-kỳ[1435], lần hồi đi đến Quảng nghiêm thành,[1436] trú trong ngôi nhà lầu bên bờ hồ Di hầu.[1437] Những người bà-la-môn và cư sĩ thành Quảng nghiêm hay tin Thế Tôn du hành nhân gian giữa những người Bạt-kỳ, lần hồi đến thành Quảng nghiêm, trú trong ngôi nhà lầu bên bờ ao Di hầu. Hay tin như vậy, họ tụ hội tại một chỗ bàn luận:

"Này các tôn giả, nghe nói Thế Tôn du hành nhân gian giữa những người Bạt-kỳ, lần hồi đến thành Quảng nghiêm, trú trong ngôi nhà lầu bên bờ ao Di hầu. Nếu chúng ta từng người thỉnh Thế Tôn thọ thực, Thế Tôn sẽ đi riêng từng người, và những người khác sẽ không có cơ hội. Vậy thì chúng ta quy định như thế này. Chúng ta họp nhau lại thỉnh Thế Tôn thọ thực chứ không riêng từng người.»

Mọi người đồng thỏa thuận quy định như vậy.

Vào lúc bấy giờ, trong thành Quảng nghiêm có bốn người đại phúc cư ngụ: Đàn-nị-ca, vợ Đàn-nị-ca, con trai Đàn-nị-ca, con dâu Đàn-nị-ca [1438]. Trong nhà của họ xuất hiện điềm cát tường cõi trời và cõi người; họ không nghe quy định ấy.

Cư sĩ Đàn-nị-ca hay tin Thế Tôn du hành nhân gian giữa những

[1434] Tib *dro bar gyur pa*. Skt *uṣmagata*; thứ nhất trong 4 thiện căn gia hành trong thuận quyết trạch phần. *Câu-xá*, phẩm vi tụng 17.

[1435] Tib *Bri dzi na*. Skt *Vṛji*, Bạt-kỳ; trên kia phiên âm Bệ-lệ-chi, Phật-lật-thị.

[1436] Tib *Yangs pa can*. Skt *Vaiśālī*, các phiên âm Tì-da-li, Phệ-xá-li.

[1437] Skt *Markaṭahradatīra*. Tib *spre'u rdzing*.

[1438] Skt *Dhanika, Dhanikapatnī, Dhanikaputra, Dhanikasnuṣā*. Tib *Nor can, Nor can gyi chung ma, Nor can gyi bu, Nor can gyi mna' ma*.

người Bạt-kỳ, lần hồi đến thành Quảng nghiêm, trú trong ngôi nhà lầu bên bờ ao Di hầu, bèn ra khỏi thành Quảng nghiêm, đi đến chỗ Thế Tôn. Sau khi chào hỏi, v.v…, *chi tiết như các nơi khác, cho đến*, khiến cho hoan hỷ, rồi Thế Tôn ngồi im lặng. Bấy giờ Cư sĩ Đàn-nị-ca, rời chỗ ngồi đứng dậy, kéo áo choàng qua một bên vai, rồi chắp tay hướng về Thế Tôn, thưa:

"Bạch Thế Tôn, kính thỉnh Thế Tôn cùng với Chúng Bí-sô ngày mai đến nhà con thọ thực."

Thế Tôn im lặng nhận lời. Cư sĩ Đàn-nị-ca sau khi biết Thế Tôn đã im lặng nhận lời, bèn đảnh lễ dưới chân Thế Tôn rồi cáo lui.

Rồi sau đó, các bà-la-môn và cư sĩ thành Quảng nghiêm cùng đi đến chỗ Thế Tôn, v.v… *chi tiết như các nơi khác, cho đến*, "… kính thỉnh Thế Tôn cùng Chúng Bí-sô ngày mai đến nhà chúng con thọ thực." Thế Tôn nói:

"Này các hiền giả, Ta đã nhận lời thỉnh của gia chủ Đàn-nị-ca trước đó rồi.»

Họ nói:

"Tôn giả Đàn-nị-ca đã vi phạm quy định của đại chúng."

Những người khác hỏi:

"Vì sao ông ấy vi phạm? "Chắc chắn ông ấy đã không nghe quy định. Vậy thì hãy để cho quý nhân ấy thỉnh thọ thực vào ngày mai. Chúng ta sẽ thỉnh vào ngày khác."

Bấy giờ Cụ thọ A-nan-đa vào lúc sáng sớm, cầm y bát đi đến nhà Cư sĩ Đàn-nị-ca, vào cửa đông thành phố. Đến nơi, không thấy dọn trải chỗ ngồi, cũng không thấy chuẩn bị thức ăn. Thấy thế, bèn hỏi Cư sĩ Đàn-nị-ca:

"Cư sĩ, ông đã thỉnh Phật và Chúng Bí-sô, mà lại im lìm không sốt sắng, không thấy dọn trải chỗ ngồi cũng không bày biện thức ăn?"

"Đàn-ni-ca nói:

"Thưa Thánh giả A-nan-đa, ngài đi vào bằng cửa nào?"

"Tôi vào qua cửa đông."

"Thánh giả, ngài hãy đi vào bằng cửa nam. Vào bằng cửa nam ngài sẽ thấy sàng tọa như thiên giới đã được dọn trải và thức ăn từ thiên giới cũng được bày biện. Thấy vậy rồi, lại còn cảm nhận điều kỳ lạ khác nữa."

Rồi thì, Cư sĩ Đàn-ni-ca sai người đến báo giờ cho Thế Tôn:

"Bạch Đại Đức, đã đến thời, thức ăn đã bày biện. Kính mong Đại Đức biết thời."... chi tiết, đây cũng nói như trước, cho đến, ... (cư sĩ) biết Thế Tôn đã ăn xong, đã rửa tay, cất bát, bèn dọn một chỗ ngồi thấp trước Thế Tôn để nghe pháp, v.v... như trước.

Sau đó, vợ Đàn-ni-ca rời chỗ ngồi đứng dậy, quỳ gối chắp tay hướng về Thế Tôn thưa:

"Con thỉnh Thế Tôn cùng với Bí-sô Tăng ngày mai thọ thực."

Thế Tôn im lặng nhận lời. Sau khi nhận lời thỉnh và thuyết pháp cho Cư sĩ Đàn-ni-ca, Thế Tôn đứng dậy ra về.

Vợ Đàn-ni-ca cũng bày biện sửa soạn thức ăn. Rồi tôn giả A-nan-đa vào lúc sáng sớm cầm y bát đi đến nhà Cư sĩ Đàn-ni-ca. Đến nơi, tôn giả từ cửa nam đi vào, không thấy dọn trải chỗ ngồi, cũng không thấy sửa soạn thức ăn, bèn hỏi:

"Nữ cư sĩ đã thỉnh Phật cùng với Bí-sô Tăng, vì sao không sốt sắng mấy? Không dọn trải chỗ ngồi cũng không bày biện thức ăn."

"Bạch Thánh giả, ngài đi vào cửa nào?"

"Cửa nam."

"Ngài hãy đi vào từ cửa đông. Vào cửa đông, ngài sẽ thấy sàng tọa mỹ miều được dọn trải, thực phẩm vi diệu được bày biện. Thấy vậy rồi, lại còn cảm nhận điều kỳ lạ khác nữa."

Rồi thi, vợ Đàn-ni-ca sai người đến báo giờ cho Thế Tôn:

"Bạch Đại Đức, đã đến thời, thức ăn đã bày biện. Kính mong Đại Đức biết thời." ... chi tiết, đây cũng nói như trước, cho đến, biết Thế Tôn đã ăn xong, đã rửa tay, cất bát, bèn dọn một chỗ ngồi thấp trước

Thế Tôn để nghe pháp, v.v... như trước.

Sau đó, con trai Đàn-ni-ca rời chỗ ngồi đứng dậy, trích áo choàng qua một bên, chắp tay hướng về Thế Tôn thưa:

"Con thỉnh Thế Tôn cùng với Bí-sô Tăng ngày mai thọ thực."

Thế Tôn im lặng nhận lời. Sau khi nhận lời thỉnh và thuyết pháp cho vợ Đàn-ni-ca, Thế Tôn đứng dậy ra về.

Con trai Đàn-ni-ca cũng sửa soạn thức ăn và thức uống tinh sạch mỹ diệu. Rồi tôn giả A-nan-đa vào lúc sáng sớm cầm y bát đi đến nhà Cư sĩ Đàn-ni-ca. Đến nơi, tôn giả từ cửa nam đi vào, không thấy dọn trải chỗ ngồi, cũng không thấy sửa soạn thức ăn, bèn hỏi:

"Thiếu gia đã thỉnh Phật cùng với Bí-sô Tăng, vì sao không sốt sắng mấy?"

"Thánh giả nói gì?"

"Tôi không thấy dọn trải chỗ ngồi, cũng không thấy bày biện thức ăn."

"Thánh giả đi vào từ cửa nào?"

"Cửa nam."

"Ngài hãy đi vào từ cửa tây. Vào cửa tây, ngài sẽ thấy sàng tọa mỹ miều được dọn trải, thực phẩm vi diệu được bày biện. Thấy vậy rồi, lại còn cảm nhận điều kỳ lạ khác nữa."

Rồi thì, con trai Đàn-ni-ca sai người đến báo giờ cho Thế Tôn:

"Bạch Đại Đức, đã đến thời, thức ăn đã bày biện. Kính mong Đại Đức biết thời," ...chi tiết, đây cũng nói như trước, cho đến, biết Thế Tôn đã ăn xong, đã rửa tay, cất bát, bèn dọn một chỗ ngồi thấp trước Thế Tôn để nghe pháp, v.v... như trước.

Sau đó, con dâu Đàn-ni-ca rời chỗ ngồi đứng dậy, quỳ gối chắp tay hướng về Thế Tôn thưa:

"Con thỉnh Thế Tôn cùng với Bí-sô Tăng ngày mai thọ thực."

Thế Tôn im lặng nhận lời. Sau khi nhận lời thỉnh và thuyết pháp cho con trai Đàn-ni-ca, Thế Tôn đứng dậy ra về.

Bấy giờ các bà-la-môn và cư sĩ thành Quảng nghiêm cùng đi đến chỗ Thế Tôn. Sau khi đảnh lễ dưới chân Thế Tôn, rồi ngồi xuống một bên. Thế Tôn thuyết pháp cho các bà-la-môn và cư sĩ thành Quảng nghiêm, chi tiết như thường thấy.

Sau đó, các bà-la-môn và gia chủ thành Quảng nghiêm rời chỗ ngồi đứng dậy, trịch thượng y sang một bên, quỳ gối chắp tay hướng về Thế Tôn thưa rằng:

"Cúi xin Thế Tôn nhận lời thỉnh cầu của chúng con, ngày mai Thế Tôn cùng Bí-sô Tăng đến nhà chúng con thọ thực.

Thế Tôn nói:

"Này các hiền giả, Ta đã được con dâu của Đàn-ni-ca thỉnh trước rồi."

Các bà-la-môn và gia chủ thành Quảng nghiêm khi ấy bị kích động, bèn nói:

"Này các hiền huynh, sao chỉ một mình Đàn-ni-ca có của, để mỗi ngày thỉnh Phật và Bí-sô Tăng thọ thực; còn chúng ta không có cơ hội? Làm sao giải thích điều này?»

Một số người khác nói:

"Khi nào Phật và Chúng Bí-sô ăn xong rồi ra về, khi ấy chúng ta một người một viên đá bao vây nhà ông ấy."

Bấy giờ tôn giả A-nan-đa vào lúc sáng sớm cầm y bát đi đến nhà Cư sĩ Đàn-ni-ca. Đến nơi, tôn giả từ cửa tây đi vào, không thấy dọn trải chỗ ngồi, cũng không thấy sửa soạn thức ăn, bèn hỏi con dâu Đàn-ni-ca:

"Cô đã thỉnh Phật cùng với Bí-sô Tăng, vì sao không sốt sắng mấy?"

Cô ấy nói:

"Thánh giả chớ nói rằng không thấy dọn trải chỗ ngồi, cũng không thấy sửa soạn thức ăn. Thánh giả đi vào cửa nào?"

"Cửa tây."

"Ngài hãy đi vào từ cửa bắc. Vào cửa bắc, ngài sẽ thấy sàng tọa thiên giới được dọn trải, thực phẩm thiên giới được bày biện. Thấy vậy rồi, lại còn cảm nhận điều kỳ lạ khác nữa."

Rồi thì, con dâu Đàn-ni-ca sai người đến báo giờ cho Thế Tôn:

"Bạch Đại Đức, đã đến thời, thức ăn đã bày biện. Kính mong Đại Đức biết thời." ...chi tiết, đây cũng nói như trước, cho đến, biết Thế Tôn đã ăn xong, đã rửa tay, cất bát, bèn dọn một chỗ ngồi thấp trước Thế Tôn để nghe pháp, v.v… như trước.

Lúc bấy giờ các bà-la-môn và cư sĩ thành Quảng nghiêm tất cả tụ tập đứng trước cửa nhà Đàn-ni-ca. Đức Phật[1439] bảo Đàn-ni-ca rằng:

"Cư sĩ, đại chúng thành Quảng nghiêm bị kích động đang đứng trước cửa. Họ bị tổn thất bởi các ngươi. Hãy ra tạ lỗi với họ. Nói rằng, xin các ngài chớ làm điều vô nghĩa."

Ông đi ra ngoài, nói lời tạ lỗi.

Những người này nói:

"Cư sĩ, há chỉ một mình ông có của, mỗi ngày thỉnh Phật và Chúng Bí-sô cúng dường, còn chúng tôi không có cơ hội?"

"Thưa các hiền giả, tôi đã không nghe có quy định của đại chúng. Nay tôi xin đại chúng lượng thứ."

Những người khác nói:

"Này các hiền giả, đây là con người chân thật. Các vị nên tạ lỗi với ông ấy."

Những người ấy bèn xin tạ lỗi. Ông nói:

"Nếu vậy, xin mời các vị vào trong."

Họ vào trong nhà, thấy sàng tọa mỹ diệu được dọn trải, thức ăn vi diệu được bày biện; thấy vậy, họ lại còn cảm nhận được điều kỳ lạ nữa, bèn nói:

"Cư sĩ, ông là người duy nhất xứng đáng cúng dường Phật và

[1439] Bản Phạn thiếu chi tiết này.

Chúng Bí-sô chứ không phải chúng tôi."

Đàn-ni-ca tặng họ các vật quý nhưng họ không nhận. Đức Thế Tôn nói:

"Các ngươi nên nhận các vật quý hiếm có này."

Họ vâng lời, tiếp nhận. Ai nhận được vật quý như thế nào thì vật ấy tỏa sáng màu sắc như chính người ấy.

Bấy giờ con dâu Đàn-ni-ca sau khi biết Thế Tôn và Chúng Bí-sô đã an tọa bèn dâng lên các thức ăn mỹ diệu, ... *chi tiết như thường biết,... cho đến*: rửa tay, thu bát; dọn một chỗ ngồi thấp trước Thế Tôn để nghe pháp.

Thế Tôn đã biết rõ tùy miên, ý lạc, giới loại, bản tánh của Đàn-ni-ca, vợ Đàn-ni-ca, con trai Đàn-ni-ca, con dâu Đàn-ni-ca, bèn diễn thuyết pháp về bốn Thánh đế. Sau khi nghe pháp yếu, cả bốn người bằng trí kim cang phá sập 20 ngọn núi hữu thân kiến, thân chứng quả Dự lưu. Sau khi chứng ngộ Thánh đế, họ ba lần tự nói lời tán thán, ... *như thường thấy các đoạn trước ... cho đến:* Thế Tôn, chúng con đã được độ thoát, chúng con nay quy y Phật, quy y Pháp, quy y Bí-sô Tăng, cúi xin ghi nhận chúng con là những đệ tử cận sự; từ đây cho đến trọn đời quy y. Rồi Thế Tôn thuyết pháp cho Đàn-ni-ca cùng với vợ, con và dâu, khai thị, chỉ giáo, khuyến khích, khiến cho hoan hỷ; sau rời tòa đứng dậy ra về.

Các bí-sô nghi hoặc, thỉnh cầu Thế Tôn dứt trừ nghi hoặc:

"Bạch Đại Đức Thế Tôn, Đàn-ni-ca cùng với vợ, con và dâu, do đã tạo nghiệp gì mà do bởi dị thục của nghiệp ấy nay sinh trong gia đình đại phú, đại quý, cảm thọ phước khí thiên thượng nhân gian? Rồi đối trước Thế Tôn mà chứng ngộ Thánh đế?"

Thế Tôn nói:

"Những nghiệp mà đã tạo, được tích lũy, dẫn đến các tư lương, chuyển biến thành các duyên, như dòng thác nước tất yếu tràn đến vị lai, ... *chi tiết như thường thấy, cho đến*: kết quả đến với tự thân.

"Nầy các bí-sô, thuở xưa có một người thợ làm tràng hoa trú tại thành Ba-la-nại. Ông cưới một người vợ cùng chủng tộc, cùng du hý, cùng hoan lạc; sau đó sinh một người con trai. Người con này về sau cũng cưới một người vợ cùng chủng tộc. Một thời gian sau, gia đình trở nên túng thiếu, cực kỳ túng thiếu; ông cùng với vợ, con trai và con dâu, mỗi người hết sức cố gắng dệt thành một tấm vải. Người thợ làm tràng hoa sau khi khoác tấm vải ấy rồi mang hoa đến cho vua. Vợ ông cũng khoác tấm vải của mình rồi mang hoa đến cho vương hậu. Con trai của ông cũng vậy, mang hoa đến cho các vương tử. Con dâu của ông, mang hoa đến cho các con dâu của vua.

"Nếu trong thời đại không có chư Phật xuất thế, bấy giờ có các vị Độc Giác xuất hiện trong đời, vì thương cảm những người cùng khốn, an trú ở biên cảnh, là những ruộng phước duy nhất của thế gian.

"Một thời, có một vị Độc Giác du hành nhân gian cho đến lúc mặt trời lặn thì đi đến Ba-la-nại, đến nhà của người thợ làm tràng hoa tại cổng thành, nghỉ đêm trong sân nhà của ông, ngài nhập hỏa giới định. Người thợ làm tràng hoa thấy ánh sáng rực rỡ như một khối lửa; thấy thế, ông phát sinh tín tâm, và nói với vợ; vợ ông cũng sinh tín tâm. Ông nói với con trai, con dâu, cũng vậy, con trai, con dâu đều sinh tín tâm. Họ bàn luận với nhau: "Thôi, ngày mai chúng ta không ăn, thỉnh vị xuất gia tâm tịch tĩnh này thọ thực."

"Bấy giờ, vào lúc tảng sáng, họ dâng cơm cho vị Độc Giác. Rồi người thợ làm tràng hoa nói với vợ:

"Hiền thê, phần vải này của tôi, tôi cúng cho vị xuất gia ấy."

"Bà vợ nói:

"Thưa ông, tôi cũng cúng của tôi."

"Con trai ông, và con dâu ông, cũng nói như vậy. Thế rồi họ cùng nhau quảng tấm vải vào vị Độc Giác. Các vị Đại Thánh này thuyết pháp bằng thân chứ không bằng lời. Vì vậy, vị Đại Thánh này, do bởi thương tưởng những người ấy, cất mình bay lên như chim, thị hiện các thần biến, toàn thân bốc lửa, tuôn mưa, điện chớp. Phàm phu bị thu hút bởi sự thần biến này, tức thì vội sụp xuống như gốc cây bị đốn ngã, và phát nguyện:

"Bằng công đức mà chúng con đã làm nơi đấng phước điền tối

thượng này, nguyện được sinh vào gia đình giàu có, nhiều của cải, nhiều thọ dụng, cát tường thiên giới nhân gian xuất hiện trong nhà chúng con; nguyện chúng sở đắc tài như vậy và pháp cũng như vậy. Do vậy, nguyện cho chúng con được thân cận cúng dường, chứ không phải không thân cận cúng dường, vị Đại Sư Tối Thắng."

"Đức Độc Giác, do thương tưởng những người này, sau khi thị hiện thần biến, ngài đến trụ trên cung vua. Bóng đang đi của ngài ngả lên mình vua. Nhà vua ngửa mặt lên nhìn, trông thấy vị Đại Thánh, nghĩ thầm: "Vị Đại Thánh này đã cắt đứt gốc rễ nghèo hèn của ai đây?" Lúc ấy đã quá giờ mà người thợ làm tràng hoa đang đi đến hiến hoa cho vua. Vua cũng đang đứng đợi các đóa hoa. Các quan của vua bèn gọi người thợ làm tràng hoa bảo rằng:

"Vì sao hôm nay ngươi mang hoa đến trễ?"

"Người thợ như sự thực thuật lại chi tiết.

"Lúc bấy giờ bóng phủ lên mình vương hậu cũng như vậy, khi vợ người thợ làm tràng hoa mang hoa đến nội cung.

"Con của ông với các vương tử; dâu của ông với các con dâu của vua, cũng vậy.

"Tài sản của ông ấy trong đời này được thành tựu từ những đóa hoa, hết còn nghèo thiếu.

"Này các Bí-sô, các ông nghĩ sao? Người thợ làm tràng hoa thuở ấy chính là Đàn-ni-ca đây. Vợ của người thợ thuở ấy cũng chính là vợ của Đàn-ni-ca bây giờ. Con trai và con dâu cũng vậy.

"Những người này do tạo công đức nơi vị Độc Giác và phát nguyện, do bởi dị thục của nghiệp thiện ấy mà trong đời này họ sinh vào gia đình giàu có, nhiều tiền của, nhiều thọ dụng, cát tường thiên giới nhân gian xuất hiện trong nhà của họ và nay đối trước Ta mà chứng ngộ Thánh đế."

"Và Ta, Đạo Sư Tối Thắng, đã được thân cận, chứ không phải không thân cận, với trăm nghìn ức vị Độc Giác. Cho nên, này các bí-sô, những nghiệp thuần đen, v.v... *chi tiết, cho đến*: Bí-sô các ngươi hãy học như vậy."

Lúc bấy giờ các bà-la-môn và cư sĩ thành Quảng nghiêm càng tăng trưởng tín tâm, bèn rời chỗ ngồi đứng dậy, chắp tay hướng về Thế Tôn thưa rằng:

"Cúi xin Thế Tôn nhận sự cúng dường của chúng con trong ba tháng các thứ y phục, ẩm thực, tọa ngọa cụ, thuốc thang trị bệnh đến Thế Tôn cùng với Bí-sô Tăng."

Thế Tôn im lặng nhận lời. Các bà-la-môn, cư sĩ thành Quảng nghiêm sau khi biết Thế Tôn đã im lặng nhận lời, đồng đảnh lễ dưới chân Thế Tôn, rồi đứng dậy ra về.

Tối hôm ấy, các bà-la-môn, cư sĩ thành Quảng nghiêm sửa soạn thức ăn tinh sạch vi diệu các thứ loại cứng loại mềm, *chi tiết, v.v… như thường thấy, cho đến*: rửa tay, thu bát; họ dọn chỗ ngồi thấp hơn trước Thế Tôn để nghe pháp. Thế Tôn thuyết pháp … *cho đến*: khiến cho hoan hỷ, rồi đứng dậy ra về.

Hai, ba tháng như vậy trôi qua, quần chúng bà-la-môn, cư sĩ thành Quảng nghiêm đông đúc thêm, và nạn khan hiếm diễn ra. Các thân quyến của họ, sau khi ăn xong, mỗi ngày đi đến chỗ họ. Trong khi bị thúc bách, họ đến nói với các bí-sô:

"Thưa các Thánh giả, bấy giờ đang thời khan hiếm, thân quyến của chúng con trong khi khốn đốn đi đến chúng con yêu cầu giúp đỡ. Chúng con như cái lọng che duy nhất[1440] của họ, không thể vừa chu toàn cho họ vừa cho chư tôn. Lành thay, khi chúng con cung cấp các nhu yếu, kính thỉnh chư tôn cất giữ[1441]."

Các bí-sô nói:

[1440] Bản Tạng: *nyi gdugs gcig bzhin du*. Dutt: *pratyaham*, có thể phục hồi Skt hiểu theo Tib *gdugs re*, mỗi ngày.

[1441] Skt *pratijāgarti*. Tib *bskyang ba*. Thập tụng 56, tr. 413a5: Phật tại Tì-da-li, gặp lúc đói kém, các đàn-việt làm thức ăn cho Tăng, nghĩ, "Nếu ta nấu ăn ở nhà, thân nhân đến tất phải chia phần. Nếu Phật cho phép nấu trong Tăng phường …" Phật nói: "Từ nay, gặp thời đói kém như vậy, tịnh địa được kết hay chưa kết, Ta cho phép các tì-kheo được phép tự nấu ăn."

"Chúng tôi phải bạch lại Thế Tôn."

Các bí-sô đem duyên sự bạch lên Thế Tôn. Thế Tôn bảo các bí-sô:

"Nếu vậy, Ta cho phép các bí-sô cất giữ.»

Thế Tôn đã cho phép, các bí-sô bắt đầu cất giữ thực phẩm. Cho đến một hôm, cất chứa cháo ở chỗ trống không có gì che, gặp lúc trời mưa, cháo hỏng. Các bí-sô đem duyên sự bạch lên Thế Tôn. Thế Tôn nói:

"Không nên cất chứa ở chỗ trống."

Họ cất trong chòi cổng, trong hành lang. Thế Tôn nói:

"Không được cất trong chòi cổng, hay trong hành lang. Vì vậy, này các bí-sô, có mười chỗ hợp pháp mà không thành hợp pháp, ở đó không được cất chứa thực phẩm. Những gì là mười?

"Chỗ trống không được che, chòi cổng, hành lang, am thất, nhà tắm, cung vua, miếu thần, chỗ ngoại đạo, chỗ cư sĩ, phòng bí-sô-ni. Trong mười địa điểm này không được cất giữ thức ăn. Ai làm trái, phạm vượt tì-ni." **[47.1]**

CHƯƠNG XIX. BÍ-SÔ BỆNH

Nhân duyên tại Thất-la-phiệt, nói rằng:

Lúc bấy giờ có một bí-sô kia bệnh, đi đến thầy thuốc, nói rằng:

"Hiền thủ, tôi bệnh, xin chỉ phương thuốc trị."

Thầy thuốc hỏi nhân duyên bệnh, rồi bảo:

"Thánh giả, uống nước cháo, bệnh sẽ khỏi."

Bí-sô nói:

"Hiền thủ, Thế Tôn chưa hứa khả."

Thầy thuốc bảo:

"Thánh giả, Đại sư của ngài có từ tâm, trong trường hợp này, tất sẽ hứa khả."

Các bí-sô đem nhân duyên này bạch lên Thế Tôn. Thế Tôn nói:

"Nếu thầy thuốc bảo thế, thì có thể uống nước cháo. Trường hợp này, chớ nghi ngại."

Thế Tôn nói:

"Theo chỉ dẫn của thầy thuốc, có thể cho uống nước cháo", người nuôi bệnh bèn cho nước cháo nguội. Bí-sô lại đi đến thầy thuốc. Thầy thuốc hỏi:

"Thánh giả khỏi bệnh chưa?"

Bí-sô đáp:

"Hiền thủ, chưa khỏi."

"Thánh giả không uống nước cháo phải không?"

"Tôi có uống."

"Uống thế nào?"

"Uống nước cháo nguội."

"Thánh giả làm như vậy không đúng. Cháo nguội phải hâm nóng lên, rồi buổi sáng, để nóng như vậy mà uống.»

Bấy giờ, người nuôi bệnh mang bát gạo ra bên ngoài tinh xá, đến nấu dưới một gốc cây. Nhưng vì chỗ đó có phân quạ, không nấu được. Không có chỗ, bèn nói duyên sự cho các bí-sô. Các bí-sô trình lên Phật. Thế Tôn nói:

"Nếu vậy, các bí-sô hãy kết tịnh địa."[1442]

Bí-sô không biết tịnh địa như thế nào. Phật nói:

"Có năm loại tịnh địa. 1. Hạn định khi khởi công; 2. đồng tâm ấn định; 3. như bò nằm; 4. trú xứ hoang phế; 5. tác pháp.[1443]

1. Trong đây, hạn định khởi công là thế nào? Bí-sô danh sự bắt đầu khởi công, ở một chỗ nào đó định làm tịnh địa của Tăng, rồi nói rằng, "Đây là tịnh địa." Như thế gọi là tịnh địa được hạn định khi khởi công.

2. Đồng tâm ấn định là thế nào? Bí-sô danh sự khi khởi công, ở một chỗ nào đó đặt nền đá, rồi nói với các bí-sô đồng trú xứ rằng:

"Chư Trưởng lão, chúng ta hãy đồng ý đây là tịnh địa của Tăng." Đây gọi là đồng tâm ấn định.

3. Như vũng bò nằm là thế nào? Chỗ cắt ra tận cùng như bò nằm,

---

[1442] Skt *kalpikaśālā sammantavyā*, trú xứ của Tăng, trong phạm vi đã kết giới, nay chọn một khoảng thích hợp rồi giải giới, chỗ đó bây giờ được xem không thuộc trú xứ Tăng, gọi là tịnh địa thích hợp để nấu nướng. Luật cấm bí-sô không được đun nấu trong phạm vi trú xứ Tăng đã được kết giới. Tib *rung ba'i gnas bsko bar bya*.

[1443] Skt *ārambhyamāṇāntikā ucchrīyamāṇāntikā goniṣādikā udbhūtavastukā sammatikā ca*. Tib *rtsom pa'i mtha' can dang| sems gtod pa'i mtha' can dang| ba nyal ba lta bu dang| stong pa'i gnas dang| bskos pa'o|* Nghĩa Tịnh, Nam hải ký quy, 54n2125, tr. 0216c23: 有五種淨地：一起心作、二共印持、三如牛臥、四故廢處、五秉法作。

đó là tịnh địa.[1444]

4. Trú xứ hoang phế là thế nào? Đó là trú xứ đã bị bỏ hoang.

5. Tác pháp là thế nào? Tác pháp bạch nhị yết ma.

Bí-sô không biết tác pháp như thế nào, Thế Tôn dạy:

Chỗ nào đã được gia trì làm nội giới, ngoài phạm vi đó một tầm, Tăng chọn một chỗ rồi tác pháp. Nghi thức tác pháp như vầy: sau khi đã dọn trải chỗ ngồi, đánh kiền chùy, kêu gọi các bí-sô tập họp. Sau khi toàn thể Tăng đã an tọa, một bí-sô sau khi tác bạch rồi, tác yết-ma. Văn tác bạch:

> **Đại đức Tăng, xin lắng nghe. Đây là đường ranh nội giới, mà tất cả giới tướng đã được xác định, phạm vi phụ cận bên ngoài đó một tầm, chỗ này được kết làm tịnh địa của Tăng. Nếu thời gian thích hợp đối với Tăng, Tăng nay tác pháp kết tịnh địa. Đây là tác bạch.**

Tác bạch rồi tác yết-ma như vầy:

> **Đại đức Tăng, xin lắng nghe. Chỗ này, phạm vi phụ cận bên ngoài một tầm đường ranh nội giới mà tất cả giới tướng đã được xác định, chỗ này được kết làm tịnh địa của Tăng. Chư Tăng nào đồng ý Tăng chấp thuận chỗ này là tịnh địa thì im lặng. Ai không chấp thuận hãy nói.**
>
> **Tăng đã chấp thuận, vì im lặng. Việc này tôi ghi nhận như vậy.**

Phật trú tại Quảng nghiêm thành, bên bờ hồ Di hầu. Tướng quan Sư Tử trú trong thành Quảng nghiêm. Ông ăn thịt được làm cho ông mà những người thân cận mang đến. Từ khi đối trước Thế Tôn chứng ngộ Thánh đế, ông không ăn nữa, mà mang đến cúng cho các bí-sô. Các bí-sô ăn thịt ấy. Những người dị học bèn loan truyền, khinh miệt, biếm nhẽ:

[1444] Nghĩa Tịnh, dẫn trên, giải thích: "phòng xá trong tinh xá như con bò nằm, không có chỗ nào là cửa nhất định, dù không tác pháp, chỗ ấy cũng thành tịnh địa."

«Này các hiền giả, người ta mang thịt được làm cho tướng quân Sư Tử; ông mang thịt ấy cho các sa-môn Thích tử. Các sa-môn Thích tử ăn thịt được làm cho họ.»

Các bí-sô tường thuật duyên sự lên đức Thế Tôn. Thế Tôn nói:

«Ta nói, có ba loại thịt không thích nghi[1445] không được ăn. Ba loại ấy là gì? Hiện tiền chính mắt thấy được làm cho mình, Ta nói, đó là thịt không thích nghi, không được ăn. Nghe nói được làm cho mình, Ta nói, đó là thịt không thích nghi không được ăn. Chính mình quan sát các dấu hiệu mà khởi lên nghi ngờ rằng thịt này được làm cho mình, Ta nói, đó là thịt không thích nghi, không được ăn.

«Này các bí-sô, Ta nói có ba loại thịt thích nghi[1446] được phép ăn. Ba loại ấy là gì? Hiện tiền chính mắt không thấy được làm cho mình, Ta nói, đó là loại thịt thích nghi được phép ăn. Không nghe nói được làm cho mình, Ta nói, đó là loại thịt thích nghi được phép ăn. Không nghi ngờ, *như nói trên*, Ta nói, đó là loại thịt thích nghi được phép ăn.»

Nhân duyên tại Thất-la-phiệt. Bấy giờ gặp lúc đói kém. Các bí-sô vì đói nên ngồi tựa hông. Bà-la-môn, cư sĩ, thấy thế bèn nói:

«Các tôn giả thường ngồi chuyên nhất tinh cần, sao giờ lại ngồi tựa hông, không tĩnh giác tu tập các thiện phẩm?»

Các vị ấy đáp:

«Thời buổi đói kém, khất thực không đủ no, chúng tôi đói, thành ra yếu sức. Vì vậy mà ngồi tựa hông.»

Những người kia nói:

«Sao không ăn đồ cất chứa[1447]?»

«Thế Tôn chưa cho phép.»

[1445] Ba thứ bất tịnh nhục. ᴸᵏᵗ *trīṇi cākalpikāni māṃsā na paribhoktavyam.* ᵀⁱᵇ *gnas gsum gyis rung ba ma yin pa'i sha bza' par mi bya'o|*

[1446] Ba thứ tịnh nhục.

[1447] Bản Phạn (hiệu đính): *pratijāgarti*: cất chứa; **xem cht. 1441**. ᵀⁱᵇ *zhal tshus*: bữa ăn sáng (theo 84000); nhưng trong nhân duyên ở đây, nên hiểu như bản Phạn.

«Đại Sư của chư tôn tâm từ, trong trường hợp tất sẽ cho phép.»

Các bí-sô tường thuật duyên sự lên Thế Tôn. Thế Tôn nói:

«Nếu vậy, các bí-sô, Ta hứa khả. Tương tự như vậy, lúc đói kém, khan khan hiếm, các bí-sô được phép cất chứa thức ăn. Chớ có nghi ngại.»

Nhân duyên Thất-la-phiệt.

Bấy giờ gặp thời đói kém, các bà-la-môn, cư sĩ có tin tâm nói rằng:

«Các Thánh giả hay nấu ăn ngay ở chỗ này.»

Các vị ấy sau khi làm thức ăn và nhận những thứ đã khất thực được trước đó mang về tinh xá, nghĩ rằng, «trong thời đói kém, chúng ta sẽ ăn», nhưng nghi ngờ không dám ăn. Họ đem duyên sự này bạch lên Thế Tôn. Thế Tôn nói:

«Nếu vậy, Ta cho phép. Gặp lúc đói khan hiếm kém như vậy, nếu muốn ăn, thức ăn đã nhận được từ trước, nghĩ rằng đã được nhận trước từ trước,[1448] có thể ăn, chớ nên nghi ngại.»

Nhân duyên tại Thất-la-phiệt.

Gặp thời đói kém, các bà-la-môn và cư sĩ có tín tâm thỉnh các bí-sô thọ thực bên trong nhà. Các thức ăn chính đã ăn xong mà còn dư. Các bà-la-môn, cư sĩ nói:

«Chư Thánh giả, các thức ăn được làm cho chư tôn mà còn dư; chư tôn nên mang về.»

Các vị nhận và mang về; nhưng rồi nghi ngờ không dám ăn. «Họ đem duyên sự bạch lên Thế Tôn. Thế Tôn nói:

«Nếu vậy, Ta cho phép. Gặp thời đói kém khan hiếm như vậy, nhận được sự cúng dường như vậy, có thể được phép ăn. Chớ có nghi ngại.»[1449]

[1448] Skt *prāggṛhita*. Tib *sngar blangs zin*.
[1449] Thập tụng 56, tr. 413a28, Phật nói: "Từ nay, gặp thời đói kém như vậy, thức ăn từ đó mang về, Ta cho phép ăn." Tì-kheo đã ăn tại nhà đàn-việt, còn mang thức ăn từ đó về tinh xá, gọi là "từ đó mang về.".

Nhân duyên tại Thất-la-phiệt.

Gặp thời đói kém. Các bà-la-môn, cư sĩ, có tín tâm, thỉnh các bí-sô thọ thực. Các vị ấy ăn xong, còn dư một ít. Họ ra về. Các bà-la-môn, cư sĩ nói:

«Chư tôn, khoan đi. Thức ăn chính còn dư. Những thứ này khó kiếm. Các ngài nên nhận và mang về.»

Họ nhận mang về. Các bí-sô cũng muốn ăn, nhưng nghi ngờ không dám ăn. Các bí-sô đem duyên sự này bạch Thế Tôn. Thế Tôn nói:

«Nếu vậy, Ta cho phép. Gặp lúc đói kém khan hiếm như vậy, thức ăn được cúng dường từ trước, có thể ăn. Chớ có nghi ngại.»

Nhân duyên tại Thất-la-phiệt.

Các bà-la-môn, cư sĩ, có tín tâm, nhận được trái cây thổ sản rừng phương bắc. Họ nghĩ «Những thứ khó kiếm được này cúng dường các Thánh giả.»

Bí-sô ăn xong, họ mang đến cúng dường. Các bí-sô nhận rồi, nhưng nghi ngại không dám thọ dụng. Các bà-la-môn, cư sĩ có tín tâm nói:

«Bạch Thánh giả, khi không có Thế Tôn xuất hiện trong thế gian, các hàng dị học là phước điền. Nay Thế Tôn xuất hiện thế gian, chư tôn giả là phước điền. Nếu chư tôn không thọ nhận, tư lương thiện đạo của chúng con bị dứt lìa, đời này và đời sau. Vì vậy, xin thương tưởng chúng con mà thọ nhận.»

Duyên sự được bẩm bạch Thế Tôn. Thế Tôn nói:

«Nếu vậy, Ta cho phép. Những thứ khó kiếm, được phép thọ dụng, chớ có nghi ngại.»

Trong đây, những loại trái cây lâm sản: dâu, lựu, quả thị, v.v...[1450] Đấy là những loại trái cây lâm sản.

[1450] Một số quả được kể trong bản Tib, bản Phạn khuyết.

Nhân duyên Thất-la-phiệt.

Sau khi các bí-sô ăn xong, các bà-la-môn, cư sĩ có tín tâm dâng cúng các sản vật sinh từ nước. Các bí-sô muốn ăn, nhưng nghi ngại không dám thọ dụng. Duyên sự bạch Thế Tôn. Thế Tôn nói:

"Với ý nghĩ, đây là những thứ khó kiếm, có thể thọ dụng, không có gì nghi ngại."

Trong đây, những loại sinh từ nước: rễ sen xanh, rễ sen hồng, hạt câu-vật-đầu, hạt sen hồng.

Nhân duyên Thất-la-phiệt.

Cụ thọ Xá-lợi-phất do giới không điều hòa.[1451] Cụ thọ Đại Mục-kiền-liên nghĩ thầm: «Ta tự mình nuôi bệnh Cụ thọ Xá-lợi-phất đã nhiều lần, nhưng chưa lần nào hỏi y sĩ. Giờ ta nên đi hỏi y sĩ.»

Cụ thọ đi đến y sĩ, hỏi:

«Hiền thủ, Cụ thọ Xá-lợi-phất bệnh, máu và đàm rối loạn,[1452] xin chỉ cho một phương thuốc.»

Thầy thuốc đáp:

«Thánh giả, dùng ngó sen[1453], sẽ khỏi.»

Cụ thọ Đại Mục-kiền-liên nghĩ thầm: «Ta không nên phục vụ Cụ thọ Xá-lợi-phất như mình bằng loại sữa tầm thường.» Nghĩ như vậy rồi, bèn nhập định, biến mất khỏi Thất-la-phiệt, rồi xuất hiện bên bờ hồ sen Mạn-đà-ki-ni[1454], trước cung Long vương. Long vương Thiện Trụ[1455] trông thấy bèn hỏi:

«Thánh giả đến đây có việc gì?»

[1451] Skt *dhātuvaiṣamya*. Tib *khams ma snyoms pa*.
[1452] Tib *khrag dang bad kan 'khrugs pa*. Skt *dhātuḥ kupitaḥ*: giới rối loạn.
[1453] Skt *padmabīja* (*padmabisakṣīra?*) Tib *pad ma'i rtsa ba'i 'o ma*: sữa ngó sen (nước trong cọng sen).
[1454] Skt *Mandākinī*. Tib *Dal gyis 'bab*.
[1455] Skt *Supratiṣṭhita*. Tib *Rab brtan*.

«Cụ thọ Xá-lợi-phất bệnh, máu và đàm rối loạn, thầy thuốc bảo dùng sữa rễ sen.»

Long vương Thiện Trụ nói:

"Thế thì xin đợi một lát."

Long vương xuống hồ sen Mạn-đà-ki-ni nhổ lên nhiều đóa sen lớn cỡ con người, rồi lấy lá sen bọc ngó sen lại, bỏ vào đầy bát Cụ thọ Đại Mục-kiền-liên. Trong khi Cụ thọ bứt ra những ngó sen rồi quan sát, Thiện Trụ Long vương thấy thế liền nói:

"Thánh giả, phải chăng ngài muốn thọ dụng ngó sen?"

Cụ thọ im lặng. Long vương nói:

"Thánh giả, xin tự tiện. Kính chúc cát tường!"

Lúc bấy giờ Cụ thọ Đại Mục-kiền-liên cho các ngó sen vào đầy bát, rồi biến mất khỏi ao sen Mạn-đà-ki-ni, hiện thân trong vườn Cấp Cô Độc rừng Thệ-đa. Cụ thọ Xá-lợi-phất theo chỉ định của y sĩ uống sữa ngó sen. Bệnh liền khỏi.[1456]

Long vương Thiện Trụ hiện hình một con voi đen to lớn chở một kiện ngó sen đi đến rừng Thệ-đa, rồi bỏ xuống trước sân tinh xá. Rồi nhanh như cơn gió mạnh, Long vương sau khi đi đến tinh xá Thệ-đa thành Thất-la-phiệt, bỏ lại ngó sen trước sân tinh xá, quay trở về, giữa đường gặp một con voi cái.

Vào lúc khác, con voi cái có voi con đi theo sau. Ngay lúc ấy, có tiếng rống sư tử. Voi cái nghe, quá hoảng sợ, vãi tiểu, bỏ voi con mà chạy trốn.

Lúc ấy có một người thợ mộc ở thành Vương xá đang đi vào rừng kiếm gỗ, trông thấy voi con, liền khởi lên ý tưởng bắt về nhà nuôi. Vì nó được nuôi bằng tài sản nên nó được gọi là Hộ Tài[1457]. Một thời, vua

---

[1456] Từ đây xuống bản Phạn khuyết. Tib ,Dul ba [ga] 27b6-28a5.
[1457] Tib *Nor skyong*. Skt *Dhanapālaka*, con voi mà Đề-bà-đạt-đa cho thả ra để hại Phật.

Ba-tư-nặc tặng Hộ Tài cho vua Tần-bà-sa-la, vì nó được người thành Thất-la-phiệt nuôi bằng tài sản nên nó được gọi là Hộ Tài.

Cụ thọ Đại Mục-kiền-liên ăn một ít ngó sen. Cụ thọ Xá-lợi-phất ăn một ít. Một số phân phối cho Tăng, nhưng vẫn còn dư. Vì vậy, sau khi đã được bỏ nhưng các bí-sô muốn ăn, nghĩ rằng, cái này đã bỏ rồi, không ăn được. Duyên sự được bạch Thế Tôn. Thế Tôn nói:

"Này các bí-sô, loài người khó có được ngó sen này của chư thiên, Ta cho phép thọ dụng. Được phép ăn với ý tưởng đây là ngó sen hiếm có. Chớ có nghi ngại.»

Nhân duyên Thất-la-phiệt.[1458]

Lúc bấy giờ có sáu người đại phước sống tại thành Bạt-đà-la-ca-la[1459]: cư sĩ Mẫn-đa-ca[1460], vợ Mẫn-đa-ca, con trai Mẫn-đa-ca, con dâu Mẫn-đa-ca, nô tì và nữ tì của Mẫn-đa-ca.

Vì sao gọi là Mẫn-đa-ca đại phước? Nếu khi ông nhìn vào kho lẫm trống không tức thì kho lẫm thành đầy. Cư sĩ Mẫn-đa-ca có đại phước là như vậy.

Vợ của Mẫn-đa-ca thì sao? Khi bà nấu một nồi thức ăn, thì trăm nghìn thức ăn hiện lên. Bà có đại phước là như vậy.

Con trai của ông thì sao? Năm trăm bao tiền được buộc vào giải thắt lưng, khi cậu tiêu hết một trăm nghìn, khi ấy bao đầy trở lại không bao giờ cạn kiệt.

Con dâu của ông? Khi nào cô áp hương cho một người, tức thì hương cũng áp lên trăm nghìn người.

Nô tì của ông? Khi nào nó cày một đầu cày, cùng lúc một trăm đầu cày cũng được cày theo. Nô tì có đại phước là như vậy.

Nữ tì của ông có đại phước như thế nào? Khi nào chỉ xúc một cối

---

[1458] Bản Phạn nối lại từ đây.
[1459] Skt. *Bhadraṃkara*. Tib. *Bzang byed*.
[1460] Skt. *Miṇḍhaka*. Tib. *Lug*.

gạo, tức thì bảy cối cùng đầy. Cô có đại phước là như vậy

Lúc bấy giờ Thế Tôn biết rằng cư sĩ Mẫn-đa-ca đã đến thời được hóa độ, Thế Tôn bảo Cụ thọ A-nan:

"A-nan, hãy đi nói với các bí-sô rằng, Như Lai du hành nhân gian đến thành Bạt-đà-ca-la. Trong các bí-sô, ai muốn cùng đi với Như Lai du hành nhân gian đến thành Bạt-đà-ca-la thì hãy chuẩn bị y áo."

Cụ thọ A-nan vâng lời Thế Tôn, nói với các bí-sô:

"Thưa các Cụ thọ, Thế Tôn du hành nhân gian đến Thành Bạt-đà-ca-la. Trong số các Cụ thọ, ai muốn theo Như Lai du hành nhân gian đến thành Bạt-đà-ca-la thì hãy chuẩn bị áo."

Các bí-sô đáp ứng Cụ thọ A-nan:

"Cụ thọ A-nan, hãy như thế."

Bấy giờ, Thế Tôn đấng điều phục cùng với đại chúng điều phục, tịch tĩnh cùng với đại chúng tịch tĩnh, A-la-hán cùng với đại chúng A-la-hán, du hành nhân gian đến thành Bạt-đà-ca-la.

Một thời, khi Thế Tôn thị hiện đại thần biến tại thành Thất-la-phiệt, các ngoại đạo bỏ đi ra biên cảnh, khi ấy một số đi đến trú tại thành Bạt-đà-ca-la. Những người này nghe nói Sa-môn Cù-đàm, cảm thấy bị thúc bách, nghĩ rằng, chúng ta trước đây đã bị Sa-môn Cù-đàm đuổi ra khỏi miền trung bộ, nay nếu ông ấy lại đến đây, chắc chắn chúng ta lại bị đuổi. Vậy phải có kế sách gì.

Thế rồi họ đi đến các gia đình chủng tánh vốn là những người gia chủ hộ trì, nói rằng:

"Đắc pháp! Đắc pháp!"

Họ hỏi:

"Thánh giả, có chuyện gì thế?"

"Này các tôn huynh, chúng tôi đến để quan sát."

"Vì lý do gì?"

"Chúng tôi thấy sự sung mãn của các người cho đến khi nào chưa thấy sự bất hạnh."

"Các Thánh giả, chúng con sẽ gặp những bất hạnh gì?"

"Này chư tôn huynh, Sa-môn Cù-đàm sẽ khiến cho vô số người không con, không chồng."

"Các Thánh giả, nếu khi nào xảy ra sự tình như vậy chúng con sẽ bỏ đi."

"Hãy ở lại, chớ đi."

Họ hỏi:

"Chúng con ở lại như thế nào, chư tôn sao không nói cho chúng con nghe? Chư tôn hãy nói. Chúng con nghe."

Các ngoại đạo nói:

"Này chư tôn huynh, hãy đuổi tất cả đám cư dân vùng phụ cận thành Bạt-đà-ca-la ra khỏi trú xứ, rồi các người đi vào thành Bạt-đà-ca-la, cào hết đám cỏ xanh đi, dẹp hết chỗ bình địa, đốn ngã hết những cây hoa cây trái, làm ô nhiễm các nguồn nước bằng các chất độc."

Các cư sĩ nói:

"Các Thánh giả hãy ở lại, tất cả sẽ ở lại."

Họ trụ lại.

Rồi thì, họ đuổi tất cả đám cư dân vùng phụ cận thành Bạt-đà-ca-la ra khỏi trú xứ, rồi đi vào thành Bạt-đà-ca-la, cào hết đám cỏ xanh đi, dẹp hết chỗ bình địa, đốn ngã hết những cây hoa cây trái, làm ô nhiễm các nguồn nước bằng các chất độc.

Thấy thế, Thiên chủ Thích suy nghĩ, "Đây không phải là mẫu mực của ta nếu ta bỏ qua điều bất kính này đối với Thế Tôn. Thế Tôn như thế đã trải qua vô số kiếp bằng trăm nghìn khổ hành mà viên mãn sáu ba-la-mật, chứng đắc Vô thượng trí. Thế Tôn là đấng Tối Thắng đặc thù trong tất cả thế gian, đã chiến thắng tất mọi luận thuyết, sẽ du hành vào chốn trống không hoang vu này. Vậy ta hãy nỗ lực vì sự an lạc cho Thế Tôn cùng với Chúng Thanh văn." Nghĩ rồi Thiên chủ ra lệnh cho các thiên tử vân lôi phong: «Hãy đi làm khô cạn các nguồn nước nhiễm độc.» Ra lệnh cho chư thiên vân lôi vũ: "Hãy mưa đầy nước tám công đức." Rồi bảo chư thiên Tứ vương thiên: "Các ngươi hãy khiến cho vùng phụ cận thành Bạt-đà-ca-la có người ở."

Bấy giờ chư thiên vân lôi phong làm cho các nguồn nước nhiễm độc khô cạn. Chư thiên vân lôi vũ làm cho các ao hồ giếng nước đầy nước tám công đức. Chư thiên Tứ vương thiên làm cho tất cả vùng phụ cận thành Bạt-đà-ca-la có người ở, cư dân tụ hội đông đảo. Những người ngoại đạo tập họp cư dân trú trong thành lại, rồi sai gia nhân của họ, «Hãy đi xem dân chúng ấy là ai?»

Chúng đi quan sát, thấy dân chúng tụ hội đông đảo một cách kỳ lạ, liền trở về thuật lại:

"Thưa các tôn giả, trước đây chưa bao giờ chúng tôi thấy dân chúng tụ hội đông đảo như vậy.»

Các ngoại đạo nói:

"Các bạn hãy đi xem, cái gì cho đến mức làm cho những vật vô tâm thay đổi, mà nó sẽ không làm cho các người thay đổi. Cái này do đâu? Các người hãy quan sát tất cả mọi phương diện. Quan sát sau cùng, chúng ta đi."

Những người ấy nói:

"Các tôn giả hãy ở lại. Sa-môn Cù-đàm làm gì các tôn giả? Ông ấy là người xuất gia, các tôn giả cũng là những người xuất gia. Kẻ sống bằng khất thực ấy sao lại ngăn cản các tôn giả khất thực?"

Các ngoại đạo nói:

"Chúng tôi ở lại với điều kiện, nếu các người lập giao ước không ai đến đây để thấy Sa-môn Cù-đàm. Nếu ai đến, bị phạt 60 tiền."

Họ đặt giao ước và quy định như vậy.

Bấy giờ, Thế Tôn lần hồi đi đến thành Bạt-đà-ca-la, trú tại một địa điểm phía nam thành. Trong thời gian này, một người gái bà-la-môn thành Ca-tì-la-vệ được cưới làm vợ trong thành Bạt-đà-ca-la. Trong khi đang đứng trên đầu tường, thấy Thế Tôn đứng trong bóng tối, cô nghĩ thầm: "Đức Thế Tôn là nguồn hỷ lạc của dòng họ Thích đã từ vương vị chủng tộc Thích-ca mà xuất gia. Nếu ở đây có một cái thang, mình có thể bưng đèn đi xuống." Thế Tôn biết tâm niệm của cô, liền biến hóa một cái thang. Cô hết sức thích ý vui mừng, bèn bưng đèn đi xuống, đến chỗ Thế Tôn. Cô để cây đèn trước mặt Thế Tôn, cúi đầu đảnh lễ dưới chân Phật, rồi ngồi xuống một bên để nghe pháp. Thế Tôn quán sát biết tùy miên, ý lạc, giới loại, tự tính của cô, tùy thuận thuyết pháp dẫn đến chứng ngộ bốn Thánh đế, *chi tiết như thường thấy, cho đến*: tín tâm quy y. Rồi Thế Tôn nói với cô gái:

"Này cô, hãy đi đến nhà cư sĩ Mẫn-đa-ca. Đến đó nói, Ta có lời thăm hỏi an ổn không bệnh, rồi nói như vầy: ‹Này Cư sĩ, chính vì ông mà Ta đến đây. Ông sau khi tháo đóng (*khép*)[1461] cửa, rồi ngồi yên đó, giống như đang chuẩn bị đón khách.› Nếu ông ấy nói, ‹Tôi đã có giao ước với chúng hội.› Cô hãy nói, ‹Năm trăm túi tiền của con ông vẫn buộc nơi thắt lưng. Nếu cậu ấy tiêu trăm hay nghìn tiền, nó vẫn đầy, không bao giờ cạn kiệt. Ông há không thể nộp 60 tiền rồi đến đây?›"

Cô gái đáp ứng lời dạy của Thế Tôn: "Kính vâng." Rồi đi.

Làm như một người không hay biết gì, cô đi đến nhà Cư sĩ Mẫn-đa-ca. Đến nơi, cô nói:

"Gia chủ, Thế Tôn có lời thăm hỏi ông."

Ông đáp:

"Này cô, tôi kinh lễ Phật Thế Tôn."

"Thưa gia chủ, đức Thế Tôn dạy tôi nói như vầy: ‹Ta có lời thăm hỏi an ổn không bệnh, rồi nói như vầy: ‹Này Cư sĩ, chính vì ông mà Ta đến đây. Ông sau khi đóng cửa, rồi ngồi yên đó, giống như đang chuẩn bị đón khách.› Nếu ông ấy nói, ‹Tôi đã có giao ước với chúng hội.› Cô hãy nói, ‹Năm trăm túi tiền của con ông vẫn buộc nơi thắt lưng. Nếu cậu ấy tiêu trăm hay nghìn tiền, nó vẫn đầy, không bao giờ cạn kiệt. Ông há không thể nộp 60 tiền rồi đến đây?›

[1461] Skt *baddhvā*. Tib. *'gag pa*.

Cư sĩ suy nghĩ:

"Không ai biết được chuyện này, trừ phi Thế Tôn ấy là vị nhất thiết trí." Nghĩ vậy, rồi nói:

"Tôi đi vậy."

Ông đặt 60 tiền vàng bên cửa, rồi theo hướng dẫn của cô gái bà-la-môn, đi xuống thang, đến chỗ Thế Tôn. Đến nơi, ông đảnh lễ dưới chân Phật, rồi ngồi xuống trước mặt. Thế Tôn quán sát biết tùy miên, ý lạc, giới loại, tự tính của Mẫn-đa-ca, tùy thuận thuyết pháp, chỉ cho tỏ ngộ bốn Thánh đệ. Mẫn-đa-ca sau khi nghe pháp, *chi tiết như thường thấy, cho đến*: chứng đắc quả Dự lưu.

Mẫn-đa-ca đã thấy Thánh đế, thưa rằng:

"Bạch Thế Tôn, cư dân trú tại thành Bạt-đà-ca-la này có chứng đắc các pháp như vậy hay không?"

"Này Cư sĩ, ông sau khi đắc pháp, hơn thế nữa tất cả cư dân ở đây cũng đắc pháp."

Nghe xong, Cư sĩ Mẫn-đa-ca đảnh lễ dưới chân Thế Tôn rồi ra về. Về đến nhà, ông gom đồng tiền vàng lại, rồi nói bài kệ tụng:

"Ai muốn thấy đấng Tối thắng,
đã chiến thắng tham sân,
không tranh luận, không ai sánh,
sáng chói như vàng ròng;
bằng quyết định, không dao động,
hãy nhanh chóng bố thí,
Tài sản này của ta.

Mọi người nói:

«Gia chủ, tốt đẹp thay, gặp được Sa-môn Cù-đàm.»

Ông đáp:

«Tốt đẹp thay!»

Họ nói:

«Nếu vậy, đại chúng đã đặt giao ước, chính đại chúng nên xóa bỏ nó. Trong đây, ai phản đối?»

Họ đi đến quyết định xóa bỏ giao ước. Thế rồi mọi người xung đột lẫn nhau nên không thể đi đến quyết định. Khi ấy Dược-xoa Kim cang thủ vì thương cảm những người cần được hóa độ bèn liệng chày kim cang ra. Nó rơi xuống chỗ tường nứt. Vô số trăm nghìn chúng sanh hiện ra. Có những chúng sanh sanh tâm hy hữu. Có những chúng sanh khai phát thiện căn đời trước. Thế rồi, sau khi đại chúng tập hội, Thế Tôn cách đó một do-tuần đến ngồi trong chúng hội tập hội. Thế Tôn sau khi tỏa ánh sáng trùm lên chúng, ngồi trên chỗ ngồi soạn sẵn trước Chúng Bí-sô, thuyết pháp cho vô số chúng sanh đã gieo trồng thiện căn từ trước. Sau khi nghe pháp, một số chứng quả Dự lưu; một số quy y, thọ trì học xứ, v.v... *chi tiết như thường.*

Thế Tôn do thuyết pháp quá lâu nên đã qua giờ thọ thực. Gia chủ Mẫn-đa-ca thưa:

"Thỉnh Thế Tôn thọ thực."

Thế Tôn nói:

"Cư sĩ, đã quá giờ thọ thực rồi."

Cư sĩ hỏi:

"Thế Tôn, dùng gì thích nghi phi thời?"

"Bơ lỏng, đường, mật mía, các thức uống."

Gia chủ Mẫn-đa-ca bèn cho gọi các công nghệ gia đến bảo:

"Các người hãy nhanh chóng chế biến các thức ăn phi thời cho Thế Tôn."

Các thức ăn phi thời được chế biến. Cư sĩ Mẫn-đa-ca dâng các thức ăn phi thời đến Thế Tôn và Chúng Bí-sô dùng no đủ.

Bấy giờ, Thế Tôn ngồi giữa đại chúng an lập cùng với thân thuộc của ông trong Thánh đế và cũng hóa độ theo căn cơ thích hợp cho cư dân trú trong vùng sơn cước.

Rồi gia chủ Mẫn-đa-ca bạch Thế Tôn:

"Thế Tôn, con mong những đồng tiền vàng này được thọ nhận là tư lương cho những vị lữ hành.»

Thế Tôn nói: "Nên nhận."

Thế Tôn đã cho phép nhận, nhưng các bí-sô không biết ai nhận. Thế Tôn nói:

"Tịnh nhân[1462]."

Không có tịnh nhân, sa-di nhận.

Cụ thọ Ưu-ba-li hỏi Thế Tôn:

«Bạch Đại Đức, Thế Tôn đã nói, học xứ thứ mười của sa-di là nắm giữ vàng bạc các thứ, sao đây Thế Tôn nói sa-di nhận?»

Thế Tôn nói:

«Này Ưu-ba-li, nên hiểu Ta nói bằng mật ý. Cho nên, Sa-di được phép nhận nhưng không phải nhận làm của riêng cho mình.»

Gia chủ Mẫn-đa-ca thưa:

"Thế Tôn, con mong đường được thọ nhận.»

Thế Tôn nói:

"Nên nhận."

Bí-sô không biết ai nhận, và nhận như thế nao. Thế Tôn nói:

"Nếu không có cư sĩ hay sa-di, bí-sô nên nhận, và thọ trì[1463], rồi cất giữ cho mình dùng trong bảy ngày."

Bí-sô không biết thọ trì như thế nào. Thế Tôn nói:

"Rửa hai tay sạch rồi cầm và để trong bàn tay trái, tay phải che lại,

---

[1462] Skt *kalpikāra*; Tib *rung ba byed pa*. Cư sĩ trong Tăng viện, cất giữ cho Tăng những vật mà bí-sô không được phép cất giữ, đặc biệt là tiền, và làm những việc mà bí-sô không được phép làm, như đào cuốc đất đai các thứ.

[1463] Skt *adhiṣṭhāya*, Tib *tshong khang*: gia trì, thọ nhận và lưu trữ.

đối trước một bí-sô mà nói rằng: 'Cụ thọ, kính mong Cụ thọ biết cho, tôi Bí-sô danh hiệu..., đây là thuốc bảy ngày, tôi nay thọ trì, vì ích lợi cho tôi và cho các đồng phạm hạnh này.' Nói như vậy ba lần."

Cụ thọ Ưu-ba-li hỏi Phật:

"Bạch Đại Đức, Thế Tôn nói, đường nên thọ trì trong bảy ngày. Ai nên thọ dụng?"

Thế Tôn nói:

"Này Ưu-ba-li, có năm hạng người: người đi đường, người nhịn ăn, người bệnh, người nuôi bệnh, và danh sự bí-sô."

Các bí-sô khởi sự du hành nhân gian, bỏ đường vào trong gạo và bột. Trong khi đi đường, muốn ăn, nhưng nghi ngại không dám ăn. Các bí-sô đem duyên sự bạch Phật. Thế Tôn nói:

"Không thể làm thành thức ăn với thức ăn ấy. Bỏ thứ gì đó vào trong gạo, cho đến khi cái đó nở ra rồi dùng. Nếu bỏ vào trong bột, thì hòa với nước rồi dùng."

Có vị hòa với nước nhưng nó không nở. Thế Tôn nói:

"Nghiền nát bằng một thanh tre, rồi rửa nước."

Làm vậy nhưng cũng thành thức ăn. Thế Tôn nói:

"Rửa cho thật sạch, rồi hòa với nước mà uống."

Các bí-sô có điều hoài nghi, thỉnh Thế Tôn dứt trừ hoài nghi, bạch rằng:

"Bạch Đại Đức, Mẫn-đa-ca cùng với vợ, con trai, con dâu, nô tì và nữ tì do đã tạo nghiệp gì mà có sáu đại phước thần thông như vậy? Rồi lại ở bên Thế Tôn mà chứng nghiệm Thánh đế, Thế Tôn hoan hỷ với họ, chứ không phải không hoan hỷ?"

Thế Tôn nói:

"Này các bí-sô, những nghiệp mà họ đã tạo tác tích thành dị thục tư lương, *chi tiết như thường*, *cho đến*: kết quả tự thân.

"Này các bí-sô, trong thời quá khứ xa xưa, có vua của thành Ba-la-nại tên là Phạm-ma-đạt (Phạm Thọ), *chi tiết như thường*, bằng như pháp mà cai trị. Lúc bấy giờ trong thành Ba-la-nại có những dấu hiệu dự báo là 12 năm trời không mưa, sẽ xảy ra nạn đói thẻ tre. Có ba loại nạn đói: đói hòm, đói xương trắng, và đói sống bằng thẻ tre. Trong đây, đói hòm[1464] là, người ta bỏ hạt giống vào trong một cái hòm nhỏ rồi để yên đó đợi chúng sanh thời vị lai, nghĩ rằng, ‹Sau khi chúng ta chết, với những hạt giống này loài người sẽ làm thành kết quả.› Ở đây vì liên hệ đến hòm nhỏ nên gọi là nạn đói hòm.

"Đói xương trắng[1465] là thế nào? Trong thời này, xương người được thu lượm rồi luộc cho đến khi trở thành xương trắng. Ở đây do liên hệ đến xương trắng nên gọi là đói xương trắng.

"Thế nào là đói sống bằng thẻ tre[1466]? Trong thời gian này, người ta dùng thẻ tre gắp những hạt thóc từ những lỗ trong sân đập lúa, bỏ vào nồi luộc với nhiều nước, rồi uống. Ở đây vì liên hệ đến thẻ tre nên gọi là đói sống bằng thẻ tre.

"Vua Phạm-ma-đạt bấy giờ gióng kẻng hiệu triệu trong thành Ba-la-nại:

"Các người hãy nghe đây. Có dấu hiệu dự báo 12 năm trời không mưa, sẽ xảy ra nạn đói sống bằng thẻ tre, nạn đói hòm và nạn đói xương trắng. Những ai có đủ thực phẩm trong 12 năm thì trụ lại. Những ai không có đủ, nên đi. Cho đến khi nào hết nạn đói, sung túc rồi, sẽ trở về."

"Trong lúc này, trong thành Ba-la-nại có một gia chủ rất giàu có, nhiều tiền của, nhiều thụ hưởng, tùy tùng thuộc hạ đông đảo. Ông gọi người quản khố đến hỏi:

"Sẽ có đủ thực phẩm cho ta cùng với thân thuộc trong 12 năm

[1464] Skt. *cañca*. Tib. *za ma tog*.
[1465] Skt. *Śvetāsthi*. Tib. *rus gong dkar po*.
[1466] Skt. *śalākāvṛtti*. Tib. *thur mas 'tsho ba*.

không?"

"Quản khố đáp:

"Thưa chủ nhân, sẽ có đủ."

"Vì vậy, ông trụ lại. Nhưng vì nạn đói liên tục kéo dài, kho lẫm của ông cũng cạn kiệt, gia nhân chết hết, chỉ còn lại sáu người. Bấy giờ gia chủ quét dọn kho lúa, góp lại được một ít gạo; vợ ông bỏ vào nồi nấu.

"Vào thời không có Phật xuất thế thì các vị Độc Giác xuất hiện trong đời, thương tưởng những hạng cùng khổ, sống ăn và ngủ ven rừng, là phước điền bậc nhất của thế gian. Cho đến, một thời, có một vị Độc Giác du hành nhân gian, đến thành Ba-la-nại. Vào buổi sáng sớm, ngài khoác y, cầm y bát vào thành Ba-la-nại khất thực. Khi ấy gia chủ sửa soạn ngồi xuống để ăn. Vị Độc Giác kia tuần tự đi từng nhà khất thực, rồi đến trước nhà ông. Ông trông thấy ngài thân hình tươi sáng, tâm tư tịch tĩnh, bèn nghĩ thầm: 'Dù cho ta ăn đây rồi thì chắc chắn ta cũng sẽ dứt hết hơi thở. Vậy ta bố thí phần này cho vị xuất gia kia.' Nghĩ thế rồi, ông bảo vợ:

"Này hiền nội, phần nào là của tôi thì tôi cúng cho vị xuất gia.»

"Vợ ông suy nghĩ: 'Chủ nhân của mình không ăn, sao mình lại ăn?' Nghĩ thế rồi, bà nói:

"Thánh tử, tôi cũng cúng phần của tôi."

"Cũng vậy, con trai, con dâu, nô tì, nữ tì, thảy đều bỏ phần riêng của mình ra, cùng chung lại cúng dường vị Độc Giác. Các vị Đại Thánh này không thuyết pháp bằng lời, mà thuyết bằng thân. Như thiên nga chúa sải cánh, ngài cất mình lên hư không, thị hiện các thần biến, tự thân phát lửa, tuôn mưa, điện chớp. Phàm phu nhanh chóng bị khuất phục bởi sự thần biến, như gốc cây bị đốn gốc, sụp xuống đảnh lễ dưới chân, rồi phát nguyện. Gia chủ phát nguyện:

"Bằng thiện căn mà con đã làm nơi Chân nhân như vậy, nguyên khi con nhìn kho lẫm trong nhà, bằng cái nhìn của con mà thành tràn đầy. Cũng bằng các công đức này, nguyện con chứng đắc các Thánh pháp như chân nhân, và được chư Đạo Sư tối thắng hoan hỷ chứ không hiềm trách."

"Vợ ông phát nguyện:

"Bằng thiện căn mà con đã gieo nơi Chân nhân như vậy, nguyện khi con nấu thức ăn cho một người, thì với trăm hoặc nghìn người thọ dụng cũng không hết sạch, thức ăn mà con làm không hề vơi bớt. Nguyện con cũng chứng đắc các Thánh pháp như Chân nhân, được chư Đạo Sư tối thắng hoan hỷ chứ không hiềm trách."

"Con trai ông phát nguyện:

«Bằng thiện căn mà con đã gieo trồng nơi Chân nhân như vậy như vậy, năm trăm túi tiền thường buộc chặt nơi dải thắt lưng của con, mà mỗi khi con tiêu phí trăm hay nghìn vẫn còn đầy không hề cạn kiệt. Và con cũng sẽ chứng đắc các Thánh pháp như Chân nhân, chứ không hề hiềm trách.»

"Con dâu của ông phát nguyện:

«Bằng các công đức thiện căn mà con đã gieo trồng nơi Chân nhân như vậy, nguyện khi con áp hương thơm cho một người, thì hương thơm ấy cũng áp lên cho trăm nghìn người không bao giờ cạn hết, hương mà con áp không hề phai nhạt. Con nguyện cũng chứng đắc các Thánh pháp như Chân nhân, và cũng được các Đạo Sư Tối thắng hoan hỷ chứ không hiềm trách.»

"Nô tì phát nguyện:

«Bằng các công đức thiện căn mà con đã gieo trồng nơi Chân nhân như vậy, nguyện khi con kéo một đầu cày, thì trăm nghìn đầu cày cũng được kéo. Con nguyện cũng chứng đắc các Thánh pháp như Chân nhân, và cũng được các Đạo Sư Tối thắng hoan hỷ chứ không hiềm trách.»

"Nữ tì pháp nguyện:

«Bằng các công đức thiện căn mà con đã gieo trồng nơi Chân nhân như vậy, nguyện khi con chỉ xúc một cối gạo, thì bảy cối gạo cùng lúc đầy. Con nguyện cũng chứng đắc các Thánh pháp như Chân nhân, và cũng được các Đạo Sư Tối thắng hoan hỷ chứ không hiềm trách."

"Đại Thánh Độc Giác do thương tưởng những người ấy mà thị hiện thần thông, rồi bay đi.

"Cho đến, khi vua Phạm-ma-đạt lên đứng trên lầu cao. Vị Độc Giác vận thần thông bay đi, bóng của ngài đổ lên vua Phạm-ma-đạt. Vua ngước mặt lên nhìn, trông thấy vị Độc Giác ấy, trong lòng thầm nghĩ: 'Vị Đại Thánh này đã dùng lưỡi cày thần thông mà cày đứt gốc rễ nghèo khổ cho người nào đây?'

"Lúc bấy giờ gia chủ đi vào xem xét kho thóc, ông thấy nó đầy, bèn gọi vợ bảo:

"Nguyện tôi vừa phát mà nay đã như nguyện. Bây giờ chúng ta xem nguyện của các người."

"Rồi cô nữ tì chuẩn bị một cối gạo, tức thì bảy cối gạo cùng đầy. Bà vợ nấu một nồi thức ăn cho một người, thì tất cả mọi người ăn mà vẫn còn nguyên. Nhiều người lân cận, và hằng trăm nghìn chúng sanh ăn mà vẫn còn nguyên. Nguyện của con trai và con dâu cũng được thành tựu.

"Khi ấy, gia chủ gióng chiên kêu gọi: 'Đồng bào ai cần thức ăn thì đến đây.' Âm thanh to lớn vang khắp thành Ba-la-nại. Vua nghe, liền hỏi:

"Này các khanh, âm thanh kêu vang to lớn kia là gì vậy?"

"Các quan bẩm báo:

"Tâu Đại vương, có một gia chủ kia đang mở các kho lẫm."

"Vua nói:

"Cho đến khi mọi người đang chết mà khi ấy gia chủ kia lại mở các kho lẫm. Các khanh gọi người ấy đến đây."

"Họ vâng lệnh gọi gia chủ đến. Vua nói:

"Này gia chủ, cho đến khi mọi người đang chết mà khi ấy ông mở các kho lẫm?"

"Tâu Đại vương, các kho lẫm nào của ai được mở? Nhưng đó là hạt mà tôi gieo trồng này có kết quả."

"Câu chuyện như thế nào?"

"Gia chủ thuật lại chi tiết duyên sự. Nghe vậy, vua hỏi:

"Gia chủ, ông đã cúng dường vị Đại Thánh kia?"

"Tâu Đại vương, tôi đã cúng dường."

"Rồi ông đọc bài kệ tụng:

> *"Này ai gieo hạt giống*
> *Trong ruộng phước công đức*
> *Đã dứt sạch tham sân,*
> *Ngày ngày cho kết quả."*

"Này các bí-sô, các ngươi nghĩ sao, gia chủ kia, cùng với vợ, con trai, con dâu, nô tì và nữ tì, là những ai? Đó chính là gia chủ Mẫn-đa-ca, cùng với vợ, con trai, con dâu, nô tì và nữ tì hiện nay của ông ấy vậy. Do công đức mà họ đã tạo nơi vị Độc Giác và phát nguyện, nghiệp ấy thành dị thục phát sinh sáu đại phước và ở bên Ta mà thấy được Thánh đế. Và Ta cũng được các Đạo Sư tối thắng trong thế gian hoan hỷ không hề hiềm trách. Cho nên, này các bí-sô, nghiệp thuần đen cho dị thục thuần đen; nghiệp thuần trắng cho dị thục thuần trắng. Nghiệp hỗn tạp thì dị thục cũng hỗn tạp. Vì vậy, này các bí-sô, hãy tránh xa nghiệp thuần đen, nghiệp hỗn tạp, mà hướng đến nghiệp thuần trắng. Này các bí-sô, hãy học như vậy.»

CHƯƠNG XX. TIÊN NHÂN KẾ-NỊ-DA

Thế Tôn ngụ trong một trú xứ tại A-đu-ma. Lúc bấy giờ Tiên nhân Kế-nị-da[1467] có một trú xứ tại A-đu-ma[1468], và nghỉ trưa bên bờ hồ Mạn thủy[1469]. Thế Tôn suy nghĩ: "Ở đâu Ta thuyết pháp cho bốn Hộ thế? Đó là nơi mà Ta đã hóa độ Tiên nhân Kế-nị-da không khó khăn. Vậy Ta hãy thuyết pháp bên bờ hồ Mạn thủy."

Theo pháp tánh tự nhiên, khi mà Chư Phật Thế Tôn khởi thế tục tâm, khi ấy chư thiên, Thiên đế Thích, Phạm thiên, thảy đều biết được ý nghĩ của Phật. Tì-sa-môn Thiên vương nghĩ thầm: "Nhân duyên gì mà Thế Tôn khởi thế tục tâm?" Quán sát, liền biết, "Thế Tôn muốn thuyết pháp cho bốn Hộ Thế thiên vương chúng ta." Sau khi nhận biết như thế, liền ra lệnh cho năm vị dược xoa đại tướng: "Nay năm vị Đại tướng, các người hãy đi đến bờ hồ Mạn thủy dọn tòa ngồi cho Thế Tôn. Đặt một thủ hộ cho Tiên nhân Kế-nị-da. Đại chúng sẽ vân tập, chớ có để sức mạnh nào động đến."

Sau khi đặt thủ hộ cho Tiên nhân Kế-nị-da bên bờ hồ Mạn thủy, rồi dọn tòa ngồi. Trong đó, có tiếng huyên náo của đám đông. Tiên nhân Kế-nị-da bị đánh thức bởi tiếng huyên náo, bèn hỏi thủ hộ:

"'Tiếng huyên náo này là gì thế?"

Thủ hộ đáp:

"Người ta dọn trải chỗ ngồi."

"Cho ta phải không?"

[1467] Skt. *Kaineya*, đồng nhất với Pāli *Keniya*, Tib. *Ke na'i bu*, M. ii. 245.
[1468] Skt. *Āḍumā*, Tib. *Yul a du ma*.
[1469] Skt. *Mandākinī*, Tib. *Mtsho dal gyis 'bab*: một nhánh của sông Hằng, tại đây nước chảy rất chậm nên có tên như vậy.

"Không phải cho ngài, mà cho Phật Thế Tôn."

"Ngươi đứng đây làm gì?"

"Chỉ để thủ hộ ngài."

"Vì sao?"

"Đại chúng sẽ vân tập ở đây, không để sức mạnh nào động đến."

"Vậy ai thủ hộ Sa-môn Cù-đàm?"

"Ai thủ hộ Thế Tôn? Chính Thế Tôn thủ hộ thế gian này bao gồm cả chư thiên."

Tiên nhân Kế-nị-da nghe nói thế, ngồi im lặng.

Lúc bấy giờ, vào sáng sớm, Thế Tôn khoác y, cầm bát vào thành A-đu-ma khất thực. Sau khi khất thực, ăn xong, trở về bổn xứ. Rồi Thế Tôn nhập định như thế, và với tâm nhập định như thế, biến mất khỏi A-đu-ma, hiện thân bên bờ Mạn thuỷ cùng với Chúng Bí-sô. Thế Tôn ngồi trước Chúng Bí-sô trên chỗ ngồi dọn sẵn.

Khi ấy, Đê-đầu-lại-tra[1470] Thiên vương với tùy tùng vô số càn-thát-bà, vô số trăm, vô số nghìn, vô số trăm nghìn càn-thát-bà tuỳ tùng chất đầy tà áo thiên bảo châu ma-ni, rồi đi đến chỗ Thế Tôn. Đến nơi, tung rải thiên bảo châu ma-ni lên Thế Tôn, rồi đảnh lễ dưới chân Thế Tôn, sau đó vòng qua phía đông mà ngồi quanh Thế Tôn và Chúng bí-sô.

Tì-lâu-lạc-xoa[1471] Thiên vương với tùy tùng vô số cưu-bàn-trà[1472], vô số trăm, vô số nghìn, vô số trăm nghìn cưu-bàn-trà, chất đầy tà áo thiên trân châu (ngọc trai trời) rồi đi đến chỗ Thế Tôn. Đến nơi, tung rải thiên trân châu lên Thế Tôn, rồi đảnh lễ dưới chân Thế Tôn, sau đó đi qua phía nam ngồi quanh Thế Tôn và Chúng Bí-sô.

Tì-lâu-bác-xoa Thiên vương[1473] với tùy tùng vô số rồng, vô số trăm,

---

[1470] Skt *Dhṛtarāṣṭra*, Tib *Gnas srung po*: Trì Quốc thiên vương.
[1471] Skt *Virūḍhaka*, Tib *'phags skyes po*: Tăng Trưởng thiên vương.
[1472] Skt *Kumbhāṇḍa*. Tib *grul bum*.
[1473] Skt *Virūpākṣa*, Tib *mig mi bzang*: Quảng Mục thiên vương.

vô số nghìn, vô số trăm nghìn rồng, chất đầy tà áo các loại thiên hoa: sen xanh, sen hồng, sen trắng, bông súng, rồi đi đến chỗ Thế Tôn. Đến nơi, tung rải các loại hoa trời lên Thế Tôn, rồi đảnh lễ dưới chân Thế Tôn, sau đó đi qua phía tây ngồi quanh Thế Tôn và Chúng Bí-sô.

Tì-sa-môn Thiên vương với tùy tùng vô số dược xoa, vô số trăm, vô số nghìn, vô số trăm nghìn dược xoa, chất đầy tà áo hoàng kim thiên giới, đi đến chỗ Thế Tôn. Đến nơi, trải vàng ra, rồi đảnh lễ dưới chân Thế Tôn, sau đó đi qua phía bắc, ngồi quanh Thế Tôn và Chúng Bí-sô.

Trong đó hai Thiên vương thống lãnh bộ chúng trung ương[1474] là Đê-đầu-lại-tra và Tì-lâu-lạc-xoa, thuộc Thánh chủng. Hai Thiên vương thống lãnh bộ chúng ngoại biên[1475] là Tì-lâu-bác-xoa và Tì-sa-môn.

Bấy giờ, Thế Tôn suy nghĩ: "Nếu Ta nói pháp bằng ngôn ngữ trung bộ[1476], thì có hai bộ hiểu và hai bộ không hiểu. Nếu Ta thuyết pháp bằng ngôn ngữ biên cảnh[1477], như vậy có hai bộ hiểu và hai bộ không hiểu. Vậy Ta sẽ thuyết pháp bằng ngôn ngữ trung bộ cho hai bộ, và ngôn ngữ biên cảnh cho hai bộ.

Thế rồi Thế Tôn nói với Đê-đầu-lại-tra Thiên vương:

"Này Đại vương, khi thân này rã, cảm thọ nguội lạnh, tưởng diệt, hành tịch tĩnh, thức tiêu tán, đây là sự tận diệt của khổ."

Trong khi pháp yếu này được thuyết, Đê-đầu-lại-tra Thiên vương và vô số trăm nghìn càn-thát-bà cùng với đồng loại, có được con mắt đã dứt hết bụi, gột sạch cáu bẩn, để thấy pháp.

[1474] Skt. *Āryajātīya*, Tib. *dbus pa'i rigs*: chủng tộc Thánh, chỉ giai cấp quý tộc, ba giai cấp trên trong bốn giai cấp; không chỉ cho Thánh giả chứng pháp vô lậu.

[1475] Skt. *Dasyujātīya*, Tib. *mtha' khob pa'i rigs*: chủng tộc hạ đẳng, giai cấp thứ tư và các bộ tộc biên cảnh, cũng chỉ các hung thần đối nghịch thiện thần.

[1476] Skt. *Āryaya vācā*, Tib. *dbus pa'i tshig gis*: Thánh ngôn, đây chỉ ngôn ngữ của nhóm người sống các vùng trung bộ.

[1477] Skt. *Dasyuvāca*, Tib. *mtha› ‹khob pa›i tshig gis*.

Rồi Thế Tôn lại nói với Tì-lâu-lặc-xoa Thiên vương:

"Này Đại vương, cái mà các ngươi thấy chỉ là cái được thấy; cái mà các ngươi nghe, cảm, biết, chỉ là cái được nghe, được cảm, được biết."

Trong khi pháp yếu này được thuyết, Tì-lâu-lặc-xoa Thiên vương và vô số trăm nghìn cưu-bàn-trà cùng với đồng loại, có được con mắt đã dứt hết bụi, gột sạch cáu bẩn, để thấy pháp.

Rồi Thế Tôn nói với Tì-lâu-bác-xoa Thiên vương:

"Này Đại vương, *ine mene dapphe daḍapphe*[1478]. Đây là sự tận diệt của khổ.»

Trong khi pháp yếu này được thuyết, Tì-lâu-lặc-xoa Thiên vương và vô số trăm nghìn rồng cùng với đồng loại, có được con mắt đã dứt hết bụi, gột sạch cáu bẩn, để thấy pháp.

Rồi Thế Tôn nói với Tì-sa-môn Thiên vương:

"*māśā tuṣā saṃśāmā sarvatra virāḍi.*[1479] Đây là sự tận diệt của khổ.»

Trong khi pháp yếu này được thuyết, Tì-lâu-lặc-xoa Thiên vương và vô số trăm nghìn dược-xoa cùng với đồng loại, có được con mắt đã dứt hết bụi, gột sạch cáu bẩn, để thấy pháp.

Thế Tôn lại suy nghĩ: "Thời nhập Niết-bàn của Ta đã gần kề, Ta phó chúc giáo pháp cho ai rồi sẽ nhập Niết-bàn? Nếu phó chúc chư thiên, thì chư thiên vốn phóng túng, đa cầu lạc thú, giáo pháp sẽ không tồn tại lâu dài. Phó chúc cho loài người, nhưng loài người tuổi thọ vắn, giáo pháp cũng sẽ không tồn tại lâu dài. Vậy Ta phó chúc cho cả chư thiên, nhân loại và Bí-sô Ca-diếp, rồi nhập Niết-bàn."

Suy nghĩ như vậy rồi, Thế Tôn gọi Đê-đầu-lại-tra Thiên vương, nói rằng:

[1478] Có lẽ một loại thổ ngữ biên cảnh, bản Tib phiên âm, không dịch nghĩa.
[1479] Như trên, bản Tib chỉ phiên âm, không dịch nghĩa.

"Đại vương, sau khi Ta nhập niết-bàn, ông cần phải hộ trì giáo pháp ở phương đông."

Thế Tôn gọi Tì-lâu-lạc-xoa Thiên vương, nói rằng:

"Đại vương, ông cũng vậy, hộ trì giáo pháp ở phương nam."

Thế Tôn gọi Tì-lâu-bác-xoa Thiên vương, nói rằng:

"Đại vương, ông cũng vậy, hộ trì giáo pháp ở phương tây."

Thế Tôn gọi Tì-sa-môn Thiên vương, nói rằng:

"Đại vương, ông cũng vậy, hộ trì giáo pháp ở phương bắc."

Bốn vị Thiên vương khi ấy tâm từ phấn khởi, bạch Thế Tôn rằng:

"Thế Tôn chúng con sẽ phụng hành như Thế Tôn chỉ giáo. Chúng con sẽ hộ trì giáo pháp."

Bấy giờ, đối trước Thế Tôn, bốn vị Thiên vương chứng đắc Thánh đế, họ đảnh lễ dưới chân Thế Tôn, rồi cáo lui.

Thế Tôn phó chúc toàn bộ giáo pháp cho Cụ thọ Đại Ca-diếp, và bảo A-nan-đa:

"A-nan-đa, ông cũng vậy, cần phải nỗ lực làm phận sự đối với giáo pháp."

Bấy giờ các bí-sô có chỗ nghi hoặc, thỉnh Thế Tôn đoạn trừ nghi hoặc:

"Bạch Đại Đức, bốn vị Đại vương ấy đã tạo nghiệp gì mà do dị thục của nghiệp ấy nay thành bốn Đại thiên vương? Và đối trước Thế Tôn mà chứng đắc Thánh đế?"

Thế Tôn nói:

"Này các bí-sô, trong nhiều đời khác trước đây, họ đã tạo tác những nghiệp được tích lũy này thành tư lương, *như trước*, cho kết quả tự thân.

"Này các bí-sô, quá khứ xa xưa trong thời Hiền kiếp khi tuổi thọ loài người đến hai vạn tuổi có vị Đại Sư hiệu Ca-diếp xuất hiện thế gian, *chi tiết như thường, cho đến*: Thiên nhân sư, Phật Thế Tôn. Thời bấy giờ có hai con rồng sống trong biển lớn tên là Thấp-phược-sa và Đại Thấp-phược-sa.[1480] Lại trên ngọn cây câu-lị-thiểm-bà-la[1481] cũng có hai con chim cánh vàng[1482] tên là A-tra-thấp-phược-la và Chu-la-thấp-phược-la. Mỗi khi Thấp-phược-sa và Đại Thấp-phược-sa bị hai con chim cánh vàng tập kích, liền chạy vào hang sâu. Sau đó, Thấp-phược-sa và Đại Thấp-phược-sa đối trước Phật Ca-diếp phát nguyện quy y và thọ trì học xứ, hai con chim cánh vàng tập kích mà không thể, chúng như hai sức mạnh của gió và sóng bị đẩy lùi như bởi núi Tu-di, phải quay trở lại; chúng bèn nói:

"Này hai tôn huynh, trước kia, mỗi khi các ngươi bị chúng ta tập kích thì chạy trốn vào hang, nay do nguyên nhân gì mà chúng ta như hai sức mạnh của gió và sóng bị đẩy lùi như bởi núi Tu-di, không đến được hai ngươi, mà phải quay trở lại?"

"Thấp-phược-sa và Đại Thấp-phược-sa đáp:

"Chúng tôi đã đối trước Phật Ca-diếp quy y và thọ trì học xứ."

"Hai con chim nói:

"Vậy chúng tôi cũng phát nguyện thọ trì."

"Rồi cả hai cùng đến trước Phật Ca-diếp. Lúc ấy có bốn vị hộ thế sau khi nghe Phật Ca-diếp thuyết pháp rồi cáo lui. Hai con chim thấy họ, liền hỏi hai con rồng:

"Những người đang đi kia là ai?"[1483]

"Hai con rồng thuật lại chi tiết. Hai chim cánh vàng nói:

[1480] Skt. *Śvāsa, Mahāśvāsa*. Tib. *dbugs 'byin; dbugs cher 'byin*.
[1481] Skt. *Kūṭaśālmalī*, một loại cây gòn huyền thoại trong Diêm-ma giới, rất cao, có gai rất nhọn để chích tội nhân. *Trường A-hàm*, kinh Thế ký, T01n0001, tr. 115c03 câu-lợi(lị)-thiểm-bà-la 俱利睒婆羅.
[1482] Kim súy điểu. Skt. *garuḍas: Aṭṭeśvara & Cūḍeśvara*.
[1483] Bản Phạn (Bagchi): *ka ete icchanti?* Những người kia muốn gì?

"Nếu vậy, chúng tôi cũng phát nguyện quy y và thọ trì học xứ từ Phật Ca-diếp."

"Như vậy chúng thọ trì quy giới từ Phật Ca-diếp. Hai con rồng đã thọ trì trước đó. Rồi cả bốn đồng quỳ dưới chân Phật Ca-diếp mà phát nguyện:

"Như bốn vị hộ thế kia sau khi nghe Phật Ca-diếp thuyết pháp và tự mình chứng đắc Thánh đế rồi đi về thiên cung của mình, cũng vậy, chúng con bằng công đức thiện căn mà chúng con có, nguyện sẽ là bốn hộ thế. Vị ma-nạp Uất-da-la[1484] mà Phật Thế Tôn đã thọ ký rằng khi tuổi thọ loài người đến một trăm sẽ thành Phật hiệu Thích-ca Mâu-ni; chúng con cũng nguyện sẽ được nghe pháp từ đức Thế Tôn ấy bên bờ hồ Mạn thủy; sau khi chứng đắc Thánh đế, cũng vậy, chúng con đi về cung điện của mình."

"Này các Bí-sô, các ngươi nghĩ sao? Hai rồng và hai chim kia nay chính là bốn vị Hộ thế. Thấp-phược-la lúc ấy nay chính là Đê-đầu-lại-tra. Ma-ha Thấp-phược-la lúc ấy nay chính là Tì-lâu-lạc-xoa. A-tra-thấp-phược-la nay là Tì-lâu-bác-xoa. Chu-la-thấp-phược-la nay là Tì-sa-môn. Những vị ấy đã phát nguyện thọ trì quy y và học nơi Phật Ca-diếp, do dị thục của nghiệp ấy mà nay làm bốn vị Hộ thế, đối trước Ta mà chứng đắc Thánh đế, rồi đi về thiên cung của mình.»

Sau khi nghe pháp được thuyết, Tiên Kế-nị-da hết sức kinh ngạc và sinh tâm tịnh tín nơi Thế Tôn. Thế Tôn quán biết tùy miên, ý lạc, giới loại, bản tánh của ông, thuyết pháp liên hệ bốn Thánh đế. Tiên Kế-nị-da sau khi nghe pháp, cùng lúc sau hiện quán Thánh đế, chứng đắc quả Bất hoàn. Thành tựu bất hoại tín, ông mang tám loại thức uống đến Thế Tôn: nước chiêu-giản, nước mao-giả, nước cô-lạc-ca, nước quả a-thuyết-tha, nước ô-đàm-bạt-la, nước bát-lỗ-sái, nước miệt-lật-trụy, nước khát-thọ-la.[1485] Ông thưa:

"Đại Đức, đây là tám thức uống được các Tiên nhân cổ đại tán thán,

---

[1484] Skt. *Uttaradatta*. Tib. *bla mas bon pa*.
[1485] **Xem đoạn trên cht 7**, mục 1. Các loại thuốc.

kính mong Thế Tôn thương tưởng thọ nhận."

Thế Tôn vì thương tưởng thọ nhận thức uống từ Tiên Kế-nị-da, rồi bảo các bí-sô:

"Này các bí-sô, (1) tám thức uống này thọ nhận trong thời[1486], phi thời nghiền nát[1487], chắt lọc trong thời[1488], thọ trì trong thời[1489], thọ dụng trong thời[1490], phi thời không được thọ dụng. Đêm, qua canh một không được thọ dụng. (2) Tám thức uống này, thọ nhận trong thời[1491], phi thời nghiền nát, phi thới chắt lọc, phi thọ trì, không được thọ dụng. (3) Tám thức uống này, thọ nhận trong thời, nghiền nát trong thời[1492], phi thời chắt lọc, phi thọ trì, không được thọ dụng. (4) Tám thức uống này, phi thời thọ nhận, phi thời nghiền nát, phi thời chắt lọc, sau bữa ăn không được thọ dụng. Đêm, quá canh một, không được thọ dụng.[1493]

Bấy giờ Tiên Kế-nị-da rời chỗ ngồi đứng dậy, trật thượng y qua một bên, chắp tay hướng về Thế Tôn, thưa rằng:

"Kính thỉnh Thế Tôn cùng với Bí-sô Tăng ngày mai thọ thực tại nhà con."

[1486] Khoảng thời gian sau mặt trời mọc cho đến trước giữa trưa.
[1487] Khoảng thời gian sau giữa trưa cho đến mặt trời mọc sáng hôm sau.
[1488] Khoảng thời gian sau mặt trời mọc cho đến trước giữa trưa.
[1489] Khoảng thời gian sau mặt trời mọc cho đến trước giữa trưa.
[1490] Khoảng thời gian sau mặt trời mọc cho đến trước giữa trưa.
[1491] Khoảng thời gian sau mặt trời mọc cho đến trước giữa trưa.
[1492] Khoảng thời gian sau mặt trời mọc cho đến trước giữa trưa.
[1493] Trên đây dịch theo bản Tib. Bản Phạn (Bagchi) như sau: (1) Tám thức uống này trong thời thọ nhận, phi thời nghiền nát, phi thời chắt lọc, phi thời thọ trì, sau bữa ăn, được thọ dụng. (2) Tám thức uống này trong thời thọ nhận, trong thời nghiền nát, trong thời chắt lọc, phi thời thọ trì, không được thọ dụng. (3) Tám thức uống này trong thời thọ nhận, trong thời nghiền nát, trong thời chắt lọc, phi thời thọ trì, không được thọ dụng. (4) Tám thức uống này phi thời nghiền nát, phi thời chắt lọc, sau bữa ăn được thọ dụng.

Thế Tôn im lặng nhận lời thỉnh của Tiên Kế-nị-da. Kế-nị-da sau khi biết Thế Tôn đã im lặng nhận lời, bèn đứng dậy cáo từ. Thế Tôn cùng với Chúng Bí-sô biến mất khỏi bờ hồ Mạn thủy, xuất hiện tại thành A-đô-ma.

Tiên Kế-nị-da khi đêm vừa tàn, kêu gọi mọi người thức dậy, bảo:

"Các người hãy thức dậy. Người thì đi chẻ củi, người thì bày biện thức ăn, quét dọn nhà ăn."

Lúc bấy giờ, có Tiên nhân tên là Sai-la[1494], con trai của cô em gái của Tiên Kế-nị-da, tối hôm ấy đi đến chỗ nghỉ đêm của ông. Sai-la nghe Tiên Kế-nị-da khi đêm vừa tàn thức dậy gọi mọi người dậy, bèn nói với Kế-nị-da:

"Sao, Cậu mời thết đãi các Tiên đồng tu phải không? Hay là mời Tần-bà-sa-la vua nước Ma-kiệt-đà? Hay là cư dân trong vương quốc này? Hay là viên mãn pháp tiên nhân sở cầu?»

Kế-nị-da đáp:

«Này Sai-la, không phải ta mời các Tiên đồng tu, cũng không phải mời Tần-bà-sa-la vua nước Ma-kiệt-đà, hay cư dân trong vương quốc này, hay là viên mãn pháp tiên nhân sở cầu. Nhưng ta mời Phật và Bí-sô Tăng-già thọ thực.»

Sai-la chưa từng nghe đến từ «Phật» này, nên vừa nghe tức thì lông tóc dựng đứng, liền hỏi một cách cung kính:

«Vị Tiên tên là Phật này là ai?»

«Này *Śaila*, có Sa-môn Cù-đàm, thuộc dòng họ Thích-ca, từ bỏ gia tộc họ Thích, cạo bỏ râu tóc, khoác áo ca-sa, chánh tín xuất gia, lìa bỏ gia đình sống không gia đình. Vị ấy đã giác ngộ Vô thượng Chánh đẳng giác, được gọi là Phật.»

Sai-la lại hỏi?:

«Ấy là Tăng-già nào của các Tiên?»

«Này Sai-la, cũng có những thiện gia nam tử thuộc chủng tánh sát-

---

[1494] Skt *Śaila*. Tib *Ri bo*.

đế-lị, từ bỏ chủng tánh sát-đế-lị, cảo bỏ râu tóc, khoác áo ca-sa, chánh tín xuất gia, lìa bỏ gia đình sống không gia định. Lại cũng có những thiện gia nam tử thuộc chủng tánh bà-la-môn, chủng tánh phệ-xá, từ bỏ chủng tánh bà-la-môn, phệ-xá, cạo bỏ râu tóc, khoác áo ca-sa, chánh tín, lìa bỏ gia đình sống không gia định, xuất gia theo Thế Tôn, Như Lai, là vị A-la-hán, Chánh đẳng giác. Ấy được gọi là Tăng-già của các Tiên. Này Sai-la, đây là Tăng-già và Phật được nói trước. Ta thỉnh thọ thực Tăng-già này, mà thượng thủ là Phật."

Tiên Sai-la khi ấy ức niệm Phật như là sở duyên, trời vừa tảng sáng, cùng với tùy tùng năm trăm người, đi đến chỗ Thế Tôn. Đến nơi, sau khi đảnh lễ dưới chân Thế Tôn, rồi ngồi xuống một bên, thưa với Thế Tôn rằng:

"Bạch Đại Đức, xin cho con được nhận xuất gia trong pháp và luật thiện thuyết này, được thọ cận viên thành Bí-sô tánh. Con theo Thế Tôn tu phạm hạnh."

Sai-la cùng với tùy tùng năm trăm được nhận xuất gia, thọ cận viên thành Bí-sô tánh trong pháp và luật thiện thuyết.

Bấy giờ Tiên Kế-nị-da tự tay dâng các thức ăn loại cứng, loại mềm tinh khiết, mỹ diệu, *chi tiết như thường... cho đến*: khiến cho no đủ. Rồi ông thấy Sai-la đã xuất gia đang ăn cùng với Phật và Chúng Bí-sô, bèn hỏi:

«Sai-la, cháu đã xuất gia. Xuất gia, lành thay việc cháu đã làm! Ta cũng sẽ xuất gia khi Phật và Chúng Bí-sô thọ thực xong.»

Tiên Kế-nị-da, sau khi chiêu đãi Phật và Chúng Bí-sô các thức ăn loại cứng, loại mềm tinh khiết, mỹ diệu, khiến cho thảy đều no đủ. Sau khi biết Thế Tôn đã ăn xong, rửa tay và thu bát, ông dọn một chỗ ngồi thấp hơn trước Thế Tôn để nghe pháp. Thế Tôn sau khi đọc kệ tụng hồi hướng, và thuyết pháp xong, trở về bốn xứ.

Tiên Kế-nị-da bằng pháp chứng đắc mà trừ diệt hết thảy nghiệp dư tàn, sau đó cùng với năm trăm tùy tùng đi đến chỗ Thế Tôn. Đến nơi, lễ dưới chân Thế Tôn, rồi đứng sang một bên thưa rằng:

«Bạch Đại Đức, xin nhận cho con được xuất gia trong pháp và luật thiện thuyết này, thọ cận viên thành Bí-sô tánh. Con theo Thế Tôn tu hành phạm hạnh.»

Tiên Kế-nị-đa cùng với năm trăm tùy tùng được xuất gia, thọ cận viên thành Bí-sô tánh.

Bấy giờ Thế Tôn cùng với 1000 bí-sô vừa mới xuất gia và thọ cận viên đi đến bờ sông Thắng mỹ[1495], trú trong vườn xoài Tán cái[1496] (chuẩn bị an cư mùa hạ tại đây).[1497] Tại đây, Thế Tôn trao năm trăm bí-sô cho Cụ thọ Kiếp-tân-na;[1498] 250 cho Cụ thọ Đại Mục-kiền-liên; 250 cho Cụ thọ Xá-lợi-phất. Các bí-sô được Cụ thọ Kiếp-tân-na giáo giới tất cả đều diệt tận phiền não chứng đắc A-la-hán. Những vị được Cụ thọ Đại Mục-kiền-liên giáo giới chứng quả Bất hoàn. Những vị được Cụ thọ Xá-lợi-phất giáo giới chứng quả Dự-lưu.

Các bí-sô nghi hoặc; thỉnh cầu Thế Tôn đoạn trừ nghi hoặc này:

«Bạch Đại Đức, hãy xem, Cụ thọ Xá-lợi-phất được Thế Tôn thọ ký là đệ nhất trong các vị có đại trí tuệ; Cụ thọ Đại Mục-kiền-liên đệ nhất trong những vị có đại thần thông đại oai lực. Nhưng vì sao những vị được Cụ thọ Kiếp-tân-na giáo giới tất cả đều diệt tận phiền não chứng đắc A-la-hán, những vị được Cụ thọ Đại Mục-kiền-liên giáo giới chứng quả Bất hoàn, những vị được Cụ thọ Xá-lợi-phất giáo giới chứng quả Dự-lưu?»

Thế Tôn nói:

«Này các bí-sô, không phải bây giờ, mà trong quá khứ Kiếp-tân-na đã khiến những bí-sô ấy đạt đến Vô sắc giới; Mục kiền-liên dẫn đắc đến Sắc giới; Xá-lợi-phất dẫn đắc năm thần thông. Các ngươi hãy

---

[1495] Skt. *Prabhadrikā*. Tib. *Rab tu bzang ldan*.
[1496] Skt. *Chatra*. Tib. *gdugs lta bu*.
[1497] Theo bản Tib.
[1498] Skt. *Brāhmaṇakapphiṇa*. Tib. *Bram ze ka pi na*.

nghe đây.

«Trong quá khứ xa xưa, có hai vị Tiên nhân trú tại một a-lan-nhã nọ. Mỗi Tiên có năm trăm tùy tùng. Cho đến một lúc, một trong hai Tiên mạng chung. Các thiếu niên đệ tử của Tiên này vì mất thầy nên đau khổ, sầu ưu, cùng nhau đi lang thang, rồi đi đến vị Tiên thứ hai kia. Ông thấy họ đầm đìa nước mắt, bèn hỏi:

«Này các ma-nạp, bổn sư các con ở đâu?»

«Chết rồi.»

«Ông nghĩ thầm: 'Hỡi ôi, nếu ta qua đời, các ma-nạp của ta cũng trong tình cảnh như vậy. Thôi, ta hãy thâu nhận chúng.' Ông thâu nhận chúng. Cho đến một thời gian, ông lâm bệnh. Ông có ba người đồ đệ thượng túc; trao cho người thứ nhất 500 ma-nạp; người thứ hai, và thứ ba, mỗi người 250. Thế rồi ông thuận theo quy luật: tất cả đều phải chết. Sau đó, người thứ nhất giáo giới 500 ma-nạp khiến họ an trụ trong Vô sắc giới. Người thứ hai giáo giới 250 ma-nạp an trụ trong Sắc giới. Người thứ ba giáo giới khiến chứng đắc năm thần thông.

«Các bí-sô, các người nghĩ sao? Tiên nhân giáo giới 500 đệ tử an trụ Vô sắc giới xưa kia, nay chính là Bí-sô Kiếp-tân-na. Vị giáo giới 250 đệ tử an trụ Sắc giới kia, nay chính là Đại Mục-kiền-liên. Giáo giới chứng đắc năm thần thông, nay chính là Xá-lợi-phất.

«Lại nữa, này các bí-sô, những người được Kiếp-tân-na giáo giới thuộc hạng lợi căn. Được Đại Mục-kiền-liên giáo giới, thuộc hạng trung căn. Được Xá-lợi-phất giáo giới thuộc hạng độn căn. Nếu họ không được Xá-lợi-phất giáo giới, họ đã không chứng được noãn pháp.»

Tất cả hãy tập hợp,
Với tâm tư trừng tịnh,
Nghe Thế Tôn tán thán
Bện tóc Kế-nị-da.
Một thời, Thế Tôn đến
Trú xứ Kế-nị-da;
Ông thỉnh đấng Đại Hùng
Cùng Thanh văn thọ thực.

Bà-la-môn Sai-la
Thấy nhà Kế-nị-da
Thiết tòa ngồi đệ nhất.
Ông hỏi Kế-nị-da:
„Phải chăng có hôn lễ,
Hay chiêu đãi vua, quan?
Hỡi vị đại trí tuệ,
Xin trả lời tôi hỏi."
„Không phải có hôn lễ,
Cũng không thết vua, quan.
Tôi thỉnh Phật thọ thực,
Đấng Tối thượng thế gian.»
Nghe nói đến từ "Phật",
Sai-la rung động mạnh,
Liền hỏi Kế-nị-da:
«Xin hỏi, Phật là ai?»
Sinh trong dòng họ Thích,
Đấng Đạo Sư vô đẳng,
Giác ngộ hết thảy pháp,
Thế nên gọi là Phật.
«Phật thấy pháp quá khứ,
Pháp vị lai, hiện tại,
Tất cả hành vô thường,
Thảy đều quy hoại diệt.
Những gì được thắng tri,
Đều thắng tri như thực.
Thấy và biết tất cả,
Thế nên gọi là Phật.
Biết pháp cần phải biết;
Tu pháp cần phải tu;
Đoạn pháp cần phải đoạn,
Thế nên gọi là Phật.»

Tôi chắp tay kính lễ
Đấng khi vừa giáng sinh,
Núi, đại dương, đại địa,

Tất cả đều rung động.

*Tôi chắp tay kính lễ
Đấng chiến thắng Ma-la,
Ma quân và quyến thuộc,
Bằng đại lực Như Lai.*

*Tôi chắp tay kính lễ
Đấng chuyển Chánh pháp luân
Với mười hai hành tướng
Tại thành Ba-la-nại.*

*Tôi chắp tay kính lễ
Đấng đã bứt dây trói,
Đoạn trừ tham sân kết,
Giải thoát mọi chúng sanh.*

*Phật Thế Tôn Đạo Sư
Ở cách đây bao xa
Nay tôi đến nương tựa
Thích Tôn, vầng Thái dương.*

*Hãy đi, Bà-la-môn,
Rừng sâu này an vui,
Như Càn-thát-bà vương
Tham lễ Vô thượng Giác.*

*Y hoại sắc sáng chói
Như mặt trời vàng rực,
Màu vàng ròng tinh khiết
Phản ánh sắc huỳnh kim.*

*Cây sa-la trổ hoa
Như hoa ca-ni-ca;*[1499]

[1499] Skt. *karṇikāra*, một loại hoa, tên khoa học Pterospermum acerifolium. Bản Tib: phiên âm, không dịch nghĩa.

*Như trụ phướn trân bảo
Phủ vô số bảo châu.*

*Tia sáng tỏa một tầm
Tòa sáng khắp chu vi
Trùm khắp cao và rộng
Như thân ni-câu-loại.*

*Đoạn tận tham và hỷ,
Xả vương vị vinh quang,
Xuất gia, lìa thân thuộc,
Mâu-ni vui u tịch.* [83.6]

*Kinh như sư tử rống
Trong rừng, Hương túy sơn,*[1500]
*Như sư tử, chớ sợ:
Bà-la-môn, tham kiến Phật!*

*Phạm âm, thanh dịu ngọt,
Nhuyễn ngữ, mặt như hoa,
Tiếng vang như tiếng trống:
Bà-la-môn, tham kiến Phật!*

*Trăng trong giữa hư không,
Tinh khiết, sao vây quanh,
Sáng như vầng nguyệt luân:
Bà-la-môn, tham kiến Phật!*

*Ánh dương phóng tia sáng,
Mặt trời giữa hư không,
Tối thắng xóa tan tối:
Bà-la-môn, tham kiến Phật.*

Tối thắng như ngưu vương,

[1500] **Skt.** *Gandhamādana parvata*, núi phía bắc Tuyết sơn; *Câu-xá* iii tụng 57. **Tib.** *Ri spos kyi ngad ldang.*

Bất động như đỉnh núi,
Đấng Nhân Ngưu thập lực:
Bà-la-môn, tham kiến Phật!

Sâu thẳm như đại dương,
Mênh mông như đại hải,
Thiền tối thượng nan tư:
Tham lễ Vô thượng Giác!

Như thái dương giữa trời
Thoát ra khỏi phần tối,
Như thổi tan khối lửa:
Tham lễ Phật Cù-đàm!

Như vị Chuyển luân vương,
Tùy tùng bởi thuộc hạ,
Chánh đẳng giác sáng chói
Chúng La-hán vây quanh.

Như Đại Phạm, Tự Tại,
Tự tại trong các dục;
Mâu-ni tự tại chuyển
Ba nghìn đại thiên giới.

Khai thị các Thánh đế
Như mật từ tổ ong,
Ai nghe, tâm tịch tĩnh,
Siêu nhập đại Niết-bàn.

Khổ vô lượng hình thái,
Và khổ tất yếu đương lai;
Thuyết Thánh đạo tám chi
Con đường diệt tận khổ.

Cho của người không của,
Khám bệnh cho người bệnh,
Kẻ cùng không nương nhờ,

Quần sanh giải thoát khổ.

Khai thị chánh trực đạo
Cho chúng sanh ngu muội
Lạc đường trong u tối
An ổn đến Niết-bàn.

Như mây lớn tuôn mưa,
Đại Mâu-ni dập tắt
Ngọn lửa tham, sân, si
Đang thiêu đốt chúng sanh.

Thành tựu sắc và lực,
Thế gian không ai bằng;
Thân lực na-la-diên,
Vững chắc như núi đá.

Đắc, thất, khổ và lạc,
Chỉ trích và tán dương,
Vinh danh và sỉ nhục,
Như hoa sen trong bùn.

Tránh xa mọi giết hại,
Vui vẻ hành bố thí,
Chân thật, không tà hành,
Không nói lời ly gián,
Không nói lời ác khẩu,
Nói dịu dàng hợp thời.
Không tham đắm các dục,
Từ tâm với mọi loài.

Thành tựu kiến Thánh đế,
Sở hành lực chánh định,
Sáu thông, đại thiền giả
Bước đi trong hư không.

Nghe suốt mọi thứ tiếng

Chư thiên và loài người;
Biết rõ tâm người khác
Ô nhiễm hay thanh tịnh.

Biết vô số đời trước
Sinh đây hay sinh kia;
Biết chúng sanh sống chết,
Đâu đến và đi đâu.

Lậu tận, dứt kết phược,
Tịch tĩnh, diệu Niết-bàn,
Căn tĩnh, tâm tịch tĩnh,
Tâm viên mãn tĩnh lự.

Này bà-la-môn!
Như voi trong ao sen,
Voi lớn sáu mươi tuổi,
Ngắm nhìn, ý vui thích,
Ngươi sẽ đắc hỷ lạc.

Thế Tôn như núi đá,
Thân tướng đại trượng phu,
Tròn đủ ba mươi hai,
Như khối lửa di chuyển.

Dù ai trải trăm năm,
Tán thán đấng Cứu hộ,
Cũng không thể tận cùng,
Vô lượng chư Như Lai.
[85.5]
Bà-la-môn, ai thấy
Vô thượng chứng đắc này;
Thấy rồi, đến quy y,
Quy y sở đắc ấy.

Bà-la-môn Sai-la,
Nghe tán thán Mâu-ni,

Tâm lắng đọng, tư duy,
Nói với Kế-nị-da:

„Tôi chưa từng được nghe
Tán thán người như vậy,
Đấng Tối thượng thế gian,
Như lời Kế-nị nói."

"Này Bà-la-môn!
Như thương nhân cầu tài,
Muốn nghe, hãy cung kính,
Dẹp bỏ phướn kiêu mạn;
Ngươi sẽ đắc hỷ lạc."

Bà-la-môn Sai-la,
Cùng năm trăm ma-nạp
Chúng đệ tử tùy tùng
Đi đến tịnh thất Phật. [86.1]

Trú xứ bà-la-môn,
U tịch, không tiếng ồn,
Sung mãn nhiều cây hoa,
Như vườn Nan-đà chư thiên[1501].

Nơi trú xứ Thích tử
Chim chóc về trú ẩn;
Đây trú xứ Pháp vương,
Bà-la-môn bước vào.

Thăm Vô thượng Điều ngự,
Độ người chưa hóa độ;
Sai-la ân cần hỏi:
«Tôn giả, ngài kiện khương?»

[1501] Skt *Nandanavana*, vườn hoa của chư thiên Tam thập tam. Tib. *dga' ba'i tshal*.

Bằng ngôn từ dịu ngọt
Như ca-lăng-tần-già,
Phật đáp ứng Sai-la:
«*Ta an khang vô bệnh,*
«*Không có gì, không thiếu,*
Vô thủ, đoạn trừ nghi
Giải thoát, không tương ưng,
Ta nhất thiết vô lậu.
"*Ta đi trong thế gian,*
Tịnh, vô nhiễm, an khang.
Thế nên, Bà-la-môn,
Ta thanh tịnh, vô úy.
«*Ngươi cũng vậy, Sai-la,*
Đến đây, ngồi xuống đây,
Thân ngươi chớ mệt mỏi,
Bà-la-môn, an lạc.
Ngươi nay gặp Mâu-ni,
Ta Đại hùng an lạc,
Trang nghiêm bằng tri túc,
Hằng tự tín hoan hỷ.»
"*Xin nói theo tuần tự.*
Đây tuần tự thế nào?"
"*Tàm quý, ý khiêm hạ,*
Bà-la-môn ngồi đây.»

Đọc tụng, trì mật ngôn,
Ba minh, thông Vệ-đà,
Bà-la-môn Sai-la,
Ngồi ngắm tướng Mâu-ni.

Đã thấy Thế giới Tôn,
Ba mươi tướng hảo thân,
Còn nghi hai tướng hảo,
Tướng lưỡi, mã âm tàng.

Hoài nghi và do dự

Tướng hảo Đại Mâu-ni,
Nay hỏi Chánh đẳng giác,
Hậu duệ Ương-kỳ-la[1502]*:*

«Nghe nói Đại Mâu-ni,
Ba mươi hai tướng hảo,
Cù-đàm, tôi không thấy
Hai thân tướng của Ngài:

«Một là tướng mã âm,
Ẩn tàng đây không thấy.
Và nếm vị bậc nhất,
Một tướng lưỡi không ngắn.

«Đại Mâu-ni, xin tỏ
Tướng hảo lưỡi rộng dài;
Trương dài khúc cong lưỡi,
Giải trừ nghi hoặc tôi.

«Khi nào có Đạo Sư
Xuất hiện trong thế gian,
Là khi ưu-đàm nở.
Đại Mâu-ni khó gặp.

«Hè nóng muốn có nước;
Hoặc đói mong có ăn;
Hoặc bệnh mong có thuốc;
Chúng con cầu Tôn Sư."

Bằng ngôn từ dịu ngọt
Như ca-lăng-tần-già,

[1502] Skt. *Aṅgiras*, Tib. *nyi ma'i rigs*; vị Tiên nhân cổ đại, được xem là một trong 10 Tiên nhân truyền tụng 10 chi phần *Rig-Veda*. Dòng họ Thích được xem là hậu duệ của Tiên nhân này.

*Phật đáp ứng Sai-la,
Dứt trừ hết nghi hoặc.*

*Lưỡi tướng che phủ cả,
Hai mắt và hai tai;
Tướng hảo lưỡi rộng dài,
Trùm kín cả khuôn mặt.*

*Bằng thần thông thị hiện,
Thiện xảo các thần biến,
Bà-la-môn Sai-la,
Thấy Mâu-ni âm tàng.*

*Từ nghi hoặc nhức nhối,
Thấy tướng hảo Mâu-ni,
Tâm hoan hỷ tư duy,
Sai-la cất tiếng thưa:*

*«Ba mươi hai tướng hảo,
Con học từ Thánh điển,
Nay tất cả không thiếu
Nơi thân tướng Thế Tôn.*

*«Thiện ngôn và thiện hành,
Thiện sanh, sắc vị diệu,
Như mặt trời sáng chói
Giữa đại chúng sa-môn.*

*«Hành theo pháp sa-môn,
Sao ngài được xưng tán,
Như Ngưu vương trong đời
Xứng đáng Chuyển luân vương,
Đủ bốn chi quân lực,
Và thành tựu bảy báu,
Chuyển luân khắp mặt đất,
Ngài Chủ nhân đại địa.»*

«Sai-la, Ta là vua,
Vua Chánh pháp vô thượng,
Ta vận bánh xe Pháp,
Chuyển khắp cõi đất này.

«Ứng thời Ta hạ sanh,
Thắng sanh sát-đế-lị,
Chiến thắng toàn Ma quân,
Chứng Vô thượng Bồ-đề.»

«Bà-la-môn, Ta có
Xe niệm, tướng quân huệ.
Ngựa tinh tấn ruổi nhanh,
Lẹ làng vận chuyển nặng.

«Chánh định đại bảo châu,
Soi sáng chỗ tối tăm;
Có xả là voi chúa,
Lực vận chuyển nhanh chóng.

«Nữ cho người ái lạc,
Nữ bảo Ta định hỷ.
Khinh an đại thần bảo,
Giữ tài sản của ta.

«Bảy báu bảy giác chi,
Chinh phục toàn thế gian;
Bảy báu, Ta thức tỉnh
Đời ngủ say tăm tối.

Ta chinh phục mọi phương,
Không có ai đối nghịch.
Bốn chúng đệ tử Ta,
Chính là bốn quân lực.

Thành mà Ta lưu trú,
Trú xứ Phật quá khứ,

Đầy đủ lạc thần biến,
Và bốn biến hóa đạo.

Lưu truyền Kinh, Bản sanh,
Thân cận các đại nhân,
Và ba giải thoát môn.
Hộ trì niệm bất hộ[1503]. **[88.4]**

Có tàm có quý đủ,
Ta, Như Lai, là vua
Ta kích trống pháp lớn,
Khởi cuộc chiến chánh pháp.

Chiến thắng toàn quân Ma,
Ta đăng quang chánh giác.
Huân tu vô lượng tâm,
Ta tự trang nghiêm thân.

Sở đắc bốn Phạm trụ,
Đối trị các phiền não.
Khuất phục các dị luận,
Hàng phục những tao loạn.

Chánh tánh, ta soi sáng
Chúng sanh trong đời này.
Gươm trí diệt tà kiến,
Tuệ biện, Ta vô địch.

An trụ bằng thần túc,
Nhiếp thủ xa-ma-tha,
Xe giới, thanh hòa nhã,
Ta ruổi xe tì-bát-(xa-na).

[1503] Skt. smṛtyārakṣābhigopitam. Tib. /nga yi lhag mthong kha lo sgyur/ /bzod dang des pa'i go bgos nas/ /lam bsgoms pas na gyul ngor ni/ /gang gis sgrib pa 'joms pa yi/

Khôi giáp nhẫn, nhu hòa,
Ứng chiến bằng tu đạo;
Thúc liễm năm căn môn,
Đoạn trừ năm chướng cái.
Tinh tấn bốn chánh đoạn,
Diệt tận các phiền não.

Khua vang đại pháp cổ,
Ta chiến đấu dũng mãnh,
Toàn quân Ma kinh sợ,
Ta đăng quang Chánh giác.

Bằng minh diệt vô minh,
Các uẩn khởi rồi diệt. [89.2]
Vượt bãi chiến, Ta Phật,
Dẫn sanh đến bờ Giác.
Ba giặc trong thế gian
Bức hại chúng sanh này:
Tham, sân và si mê,
Ta diệt trừ tất cả.

Ta Ứng cúng, phước điền,
Vận khởi lực sáu thông,
Nhận phẩm vật hiến cúng,
Cần hành trong ruộng phước.

Bằng tối thắng tinh tấn,
Ta diệt tận lậu hoặc;
Vượt qua dòng thác lũ,
An trụ bờ bên kia.

"Như sinh vật trong rừng,
Sư tử bằng lực nanh,
Tấn công chúng như nhau,
Dù mạnh, trung hay yếu.

"Cũng vậy, Phật trong đời,
Đạo Sư, Nhân sư tử,
Khai thị pháp bình đẳng,
Cho căn thượng, trung, hạ.
"Tôi nay khao khát nghe,
Cù-đàm, xin trừ nghi.
Đệ nhất vị mắt sáng,
Tôn giả nhổ tên độc."

«Bà-la-môn, điều phục,
Bình đẳng, giải thoát nghi;
Pháp chư Phật uy nghi,
Khó hiểu và khó thấy.

«Bà-la-môn, trong đời
Vị khó gặp xuất hiện,
Ta thành Chánh đẳng giác,
Pháp vương vô thượng tôn.»

Sai-la hỏi Như Lai:
«Ngài nói: «Ta Chánh Giác?'
Ngài chuyển tối thượng luân,
Cù-đàm, như Ngài nói.

«Ai, tướng quân của Ngài,
Thanh văn, đại trí tuệ,
Trưởng tử của Đại sư,
Tùy thuận chuyển pháp luân?»

«Bà-la-môn, con Ta
Thanh văn đại trí tuệ,
Hiệu Ưu-bà-đế-xá,
Xá-lợi-phất đa văn,

«Ly hệ mọi triền phược,
Tịch tĩnh, lậu hoặc tận,
Có đủ tuệ quảng bác,

Trợ Ta chuyển pháp luân.»

"Hy hữu thay, Chánh giác!
Hy hữu, hàng Thanh văn!
Hy hữu thay, thế gian
Xuất hiện ngôi Tam bảo.

"Tôi nói, đệ tử ngài,
Thanh văn tánh hiền thiện.
Hy hữu thay, vị pháp,
Được nếm, tối tịnh lạc."

Thế rồi, bà-la-môn
Tâm cự hỷ tư lự,
Tâm xa vắng, tư lự,
Nói với chúng hội này:

"Chư tôn, nghe tôi nói,
Như người mắt sáng nói:
Y sư, đại thiền giả,
Như sư tử rống trong rừng.

"Ai muốn, hãy đến đây,
Không muốn, hãy tránh xa.
Nay tôi sẽ xuất gia
Trong pháp vô thượng trí.

«Khéo tu trong Thánh đạo,
Khéo hành phạm hạnh này,
Sống đời không phóng dật,
Xuất gia thành kết quả.»

«Nếu muốn, hãy xuất gia,
Trong pháp Tối thắng tôn.
Bà-la-môn, hãy cắt
Bện tóc rồi xuất gia.."

Tâm cực hỷ, tư duy,
Chắp lại mười ngón tay,
Bà-la-môn Sai-la,
Trùm một vai, nói:

«Năm trăm ma-nạp này,
Đứng chắp tay kính nguyện,
Lành thay Đức Mâu-ni,
Cho xuất gia, thọ cụ."

Tôn Sư Đại Tiên nhân,
Tâm đại bi thương tưởng,
Gọi: Thiện lai, Bí-sô!
Tất cả thành cụ túc.

Bà-la-môn, hãy theo
Xá-lợi-phất đại trí,
Mục-liên đại thần thông,
Kiếp-tân-na đại biện.

Bên bờ Tôn-đà-lị[1504]*,*
Trong rừng rậm Ý hỷ,
Chư Trưởng lão giáo giới
Thiện xảo trong biện tài.

Trong đây họ hiểu pháp,
Nghị luận theo thứ tự
Không lâu, thấy ly hệ,
An lập cứu cánh đạo.

Đắc kiến, đắc an lạc,
Hiện pháp chứng Niết-bàn.
Cực hỷ, nay được gặp

[1504] Skt. *Prabhadrikā*; Tib. *rab tu bzang ldan*; được tin tưởng là tắm trong sông này sẽ rửa sạch tội lỗi.

Chánh giác cứu thế gian.

Chánh pháp và Thánh tài,
Học xứ Phật tán thán,
Phụng hành không buông lung,
Và thiền định phân tán.

Vì vậy, tự bản tâm,
Muốn thành đại oai đức,
Hãy xuất gia cung kính
Quy y Phật-Pháp-Tăng.

Bởi người thấy trong đời
Quy này được tán thán,
Vượt qua mọi bức khổ,
Dẫn đến hết thảy lạc.

Đấng Chánh giác Nhật thân[1505]
Phật pháp tối đệ nhất,
Chánh giáo của Pháp vương,
Dẫn cứu cánh giải thoát.

[1505] Skt. ādityabuddha = ādityabandhu, dòng họ Thích-ca được cho là bà con của thần Thái dương.

CHƯƠNG XXI. TAM BẢO PHƯỚC ĐIỀN

Bấy giờ, Thế Tôn du hành nhân gian giữa những người Ca-thi, đi đến một thôn của người Ca-thi. Tại thôn Ca-thi có hai cha con xuất gia trước kia là thợ hớt tóc. Người con nói:

"Thế Tôn cùng Chúng Thanh văn du hành nhân gian giữa những người Ca-thi, nay đang đến đây. Chúng ta nên thỉnh cúng dường Thế Tôn và Chúng Thanh văn cháo mạch. Vậy cha đi khất cầu cháo, hay đi thỉnh Chúng Bí-sô?"

Người cha đáp:

"Con đi thỉnh Chúng Bí-sô, còn cha đi khất cầu cháo."

Rồi người con đi thỉnh Chúng Bí-sô. Y cầm một tấm gương đi theo đường làng, gặp một ông trưởng giả râu tóc thật dài, bèn đưa tấm gương cho ông ấy soi. Ông nói:

"Thánh giả có cái này khéo thật."

Đáp:

"Có vậy."

"Nếu tiện, hớt cho."

Ông bí-sô con hớt tóc cho ông gia chủ đến quá giữa trưa, đang hớt, ông thức giấc, hỏi:

"Thánh giả, hớt xong chưa?"

"Gia chủ, hớt xong rồi."

Gia chủ rất hài lòng, nói:

"Thánh giả, tôi cực kỳ hài lòng. Thánh giả hãy nói muốn tôi cho cái gì quý nhất?"

"Tôi thỉnh Phật và Chúng Bí-sô cúng dường cháo mạch. Ông có thể cho tôi cháo mạch."

"Thánh giả, không chỉ với cháo mạch, tôi biếu cho ngài thức ăn loại cứng loại mềm tuyệt diệu. Ngài hãy đi thỉnh đi. Chúc ngài vô bệnh."

Nói xong, ông cáo từ.

Sau đó, gia chủ kia soạn thức ăn loại cứng loại mềm, *chi tiết như thường*, ông bưng thức ăn loại cứng, loại mềm dâng cho Chúng Bí-sô ngồi trên chỗ ngồi soạn sẵn. Các Bí-sô nghĩ: "Chúng ta được thỉnh cúng thường thôi, sao đây thức ăn lại tuyệt diệu như vầy? Sao chúng ta có thể nhận." Nghĩ thế rồi, các vị không thọ nhận. Các bí-sô đem duyên sự bẩm bạch Thế Tôn. Thế Tôn nói:

"Nếu được thỉnh cúng bình thường, nhưng lại được thứ tuyệt diệu, có thể thọ nhận. Điều này không có gì phải nghi hối."

Thế Tôn suy nghĩ: "Điều tai hại cho các bí-sô là cất giữ khí vật loại tợ (dao, kéo sắc bén). Vậy bí-sô không nên tỏ cho người ta thấy công xảo của mình. Không được cất giữ khí vật loại tợ như vậy như vậy. Bí-sô cất giữ, phạm luật. Ngoại trừ túi dụng cụ giải phẫu của người trước kia là y sĩ, khí mãnh[1506] của người chép sách trước đó, ống đựng kim của người xuất gia trước kia là thợ may.

Thế Tôn du hành nhân gian giữa những người Mạt-la, đi đến thành Ba-bà.[1507] Tại Ba-bà, Thế Tôn trú trong rừng rậm Gia-lâu-ca.[1508] Trú tại Ba-bà có một đại thần người Mạt-la tên Hữu Quang[1509], cậu của Cụ thọ A-nan-đa. Ông cực kỳ không có tín tâm, nghe tin Thế Tôn du hành nhân gian giữa những người Mạt-la, đi đến thành Ba-bà trú trong rừng rậm Gia-lâu-ca. Nghe vậy, ông cùng mọi người thảo luận:

[1506] Bản Tib: lọ mực.
[1507] Skt. *Pāpā*. Tib *sdig can*; tại đây Phật dừng chân lần cuối trên đường đến *Kushinagar* để nhập Niết-bàn. Theo bản Tib: khuyết cụm từ những người Mạt-la ở thành Ba-bà.
[1508] Skt. *Jalūkā*, rừng con đỉa. Tib. *Srin bu pad pa*.
[1509] Skt. *Roca*. Tib. *'od ldan*.

"Này các tôn huynh, nghe nói Thế Tôn du hành nhân gian giữa những người Mạt-la, đi đến thành Ba-bà trú trong rừng rậm Gia-lâu-ca. Nếu chúng ta mỗi người riêng thỉnh Phật và Chúng Bí-sô thọ thực thì người khác không cơ hội. Vậy tất cả cùng lập giao ước: trong chúng ta không có ai riêng thỉnh Phật và Chúng Bí-sô thọ trai. Chúng ta chung nhau thỉnh. Trong số các vị ai riêng thỉnh người đó bị chúng hội phạt 60 tiền vàng."

Thế rồi tất cả những người Mạt-la tại Ba-bà họp nhau cùng đi đến Thế Tôn. Đến nơi, đảnh lễ Thế Tôn rồi ngồi xuống một bên. Thế Tôn thuyết pháp cho người Mạt-la, khai thị, chỉ giáo, khuyến khích, khiến cho hoan hỷ, *chi tiết như thường thấy.*

Những người Mạt-la rời chỗ ngồi đứng dậy, trật áo choàng qua một bên, chắp tay hướng về Thế Tôn, thưa rằng:

"Cung thỉnh Thế Tôn cùng Chúng Bí-sô ngày mai đến nhà chúng con thọ thực."

Thế Tôn im lặng nhận lời. Những người Mạt-la biết Thế Tôn đã im lặng nhận lời, hoan hỷ phấn khởi, đồng đảnh lễ dưới chân Thế Tôn rồi đứng dậy cáo lui. Riêng đại thần Mạt-la Hữu Quang ở lại. Cụ thọ A-nan-đa nói với ông:

"Cậu Hữu Quang, cậu có tín tâm sao?"

Ông đáp:

"Tôi tuy không có tín tâm, nhưng đã cùng chúng hội lập giao ước, *chi tiết như trên.*"

"Ông chính vì sợ bị phạt nên đến diện kiến Thế Tôn?"

"Đúng vậy, Đại đức A-nan-đa."

Cụ thọ A-nan-da dẫn đại thần Mạt-la Hữu Quang đến chỗ Thế Tôn, bạch rằng:

"Bạch Đại Đức Thế Tôn, vị đại thần Mạt-la Hữu Quang này không tin Phật, không tin Pháp, không tin Tăng. Lành thay, Thế Tôn thuyết pháp như thế nào để ông ấy có tịnh tín nơi Phật, Pháp, Tăng.»

Thế Tôn im lặng nhận lời thỉnh cầu của Cụ thọ A-nan. Rồi Thế Tôn thuyết pháp như vậy cho đại thần Hữu Quang, khiến ông nghe xong phát khởi tịnh tín nơi Phật, Pháp, Tăng. Đại thần Hữu Quang rời chỗ ngồi dứng dậy, chắp tay hướng về Thế Tôn thưa rằng:

"Cúi mong Thế Tôn cùng với Chúng Bí-sô nhận lời thỉnh cầu ngày mai đến nhà con thọ trai."

"Ta trước đã nhận lời thỉnh của những người Mạt-la thành Ba-bà rồi."

"Cúi xin Thế Tôn nhận lời. Con sẽ làm cho những người Mạt-la thành Ba-bà đồng ý."

"Này Hữu Quang, nếu những người Ba-bà đồng ý, thì Ta nhận lời."

Đại thần Mạt-la Hữu Quang khi ấy đảnh lễ dưới chân Phật rồi cáo lui. Ông đi đến những người Mạt-la thành Ba-bà, nói với họ rằng:

"Mong các tôn huynh đồng ý để tôi thỉnh Phật và Chúng Bí-sô thọ thực trước, sau đó đến lượt các tôn huynh sẽ không có điều gì khó khăn để thỉnh Phật và Chúng Bí-sô.»

Họ đáp:

"Chúng tôi không đồng ý để ngài thỉnh Phật và Chúng Bí-sô trước."

Hữu Quang nói:

"Nếu các tôn huynh không đồng ý, thế thì tôi cúng dường một thứ thức ăn loại cứng và thức uống."

Trong đây, những người không có tín tâm nói:

"Không đồng ý."

Những người có tín tâm thì nói:

"Các tôn huynh, ông này không có tín tâm, chúng ta nên đồng ý để ông ấy được Tăng hồi hướng phước thí.»

Họ đồng ý.

Bấy giờ Hữu Quang gọi các đầu bếp khéo đến, nói với họ:

"Này các bạn, các ông hãy làm một món ăn, sao cho chỉ một món mà no đủ. Ta sẽ cung cấp mọi thứ cần thiết."

Rồi ông cung cấp các thứ cần thiết, bao gồm các phẩm vật có nhiều hương vị khác nhau. Các đầu bếp chế biến thức ăn gồm đủ các thứ hương vị thơm ngon, chỉ ăn mỗi một món mà đủ no.

Trong khi ấy những người Mạt-la thành Ba-bà đêm hôm đó sửa soạn các thức ăn loại cứng loại mềm tinh khiết, ngon ngọt, *chi tiết như thường, cho đến*: Chúng bí-sô ngồi trên chỗ ngồi soạn sẵn. Đại thần Mạt-la Hữu Quang bưng dọn một thức ăn loại cứng và thức uống. Các bí-sô nghi ngại không thọ nhận. Thế Tôn nói:

"Cần phải nhìn đến thí chủ.»

Họ nhìn đến những người Mạt-la thành Ba-bà. Những người này nói:

"Các Thánh giả, chúng con gồm cả đại thần Mạt-la là Hữu Quang. Thỉnh các ngài thọ nhận."

Các bí-sô ăn cho đến no đủ. Thế Tôn đọc kệ hồi hướng phước thí, rồi trở về bổn xứ. Các thức ăn của những người Mạt-la không được thọ dụng.

Ngày hôm sau, các bí-sô vào thành khất thực. Các bà-la-môn và gia chủ nói:

«Cung thỉnh Phật, cung thỉnh Pháp, cung thỉnh Tăng. Xin thọ nhận cái này.»

Các bí-sô ngại không dám nhận. Thế Tôn nói:

«Các người cần phải hỏi, cái này cúng cho tôi, hay cho Thế Tôn đấng Lưỡng túc tôn? Nếu họ nói, cúng dường Thế Tôn đấng Lưỡng túc tôn, các người không được nhận cho mình. Nếu họ nói, chính ngài là Phật của chúng con, thế thì nhận. Trong đây, không có gì phải nghi hối. Cũng vậy, đối với Pháp, cần phải hỏi, phải chăng là cúng dường Pháp tối thượng trong các pháp ly dục? Đối với Tăng, cần phải hỏi, phải chăng là cúng dường Tăng tối thượng trong các chúng hội? Chi tiết, cần biết thích hợp.»

Nhân duyên Thất-la-phiệt. [96.3]

Có một gia chủ kia thỉnh Phật và Chúng bí-sô thọ thực tại nhà bếp.

Lúc bấy giờ Cụ thọ Sa-đế[1510], khách mới đến, còn trẻ, xuất gia chưa lâu, thọ cận viên chưa lâu, đến trong pháp luật này chưa lâu. Cụ thọ suy nghĩ: «Thế Tôn có nói, những ai bố thí ít, những ai bố thí nhiều, những ai bố thí thứ vi diệu, những ai chấp tác với tất cả tâm ý, những ai tùy hỷ với tâm hoan hỷ, những người ấy đều có phần phước. Vậy ta nên chấp tác.» Cụ thọ chấp tác việc chẻ củi. Cho đến một hôm, một con rắn độc bò ra từ lỗ hổng của một cây gỗ mục từ trong đống gỗ cắn vào ngón cái bàn chân phải. Bị ngộ nọc độc, Cụ thọ té xuống đất bất tỉnh, chảy nước dãi, miệng méo, mắt trợn tròn. Các bà-la-môn và gia chủ thấy Cụ thọ khốn khổ như vậy, họ hỏi nhau:

"Con của gia chủ nào trong đây vậy?"

Một số nói:

"Con của người kia."

Họ nói:

"Đây là người xuất gia trong số những Sa-môn Thích tử vô chủ. Nếu không xuất gia thì thân nhân đã cứu chữa cho rồi."

Các bí-sô đem duyên sự bẩm bạch Thế Tôn. Thế Tôn nói:

"Cần phải hỏi y sỹ cứu chữa."

Họ hỏi y sĩ. Y sĩ nói:

Các Thánh giả, cho ăn đồ biến chất.»

Bí-sô không biết thứ gì biến chất, hỏi y sĩ. Y sĩ nói:

«Thánh giả, Đại sư của các ngài là vị biết tất cả, thấy tất cả, tất biết đó là thứ gì.»

Các bí-sô bẩm bạch Thế Tôn. Thế Tôn nói:

«Đó là phân bò, nước tiểu, tro và bùn. Trong đó, nước tiểu và phân của bê con mới sinh chưa lâu. Tro của năm loại cây: canh-cha-na-

---

[1510] Skt. *Svāti*. Tib. *Sa ga.*

da¹⁵¹¹, ca-mi-ba-la,¹⁵¹² a-thuyết-tha,¹⁵¹³ ưu-đàm-bà-la (bát-la),¹⁵¹⁴ và ni-câu-loại.¹⁵¹⁵ Bùn, moi dưới đất sâu bốn lóng tay. Đó là thức ăn biến chất.»

Các bí-sô cho cụ thọ Sa-để ăn thức ăn biến chất, nhưng vẫn không bình phục. Duyên sự được bẩm bạch Thế Tôn. Thế Tôn nói:

«Này A-nan-đa, ông có thể bảo vệ Bí-sô Sa-để bằng cách trì minh chú «Đại Khổng tước» mà Ta dạy, có thể cứu hộ, hộ trì, khử độc, thoát khỏi hình phạt, diệt trừ độc hại, kết giới, kết đà-la-ni.

«Thế Tôn dạy, con nghe.»

Lúc bấy giờ, Thế Tôn tức thì thuyết «Đại Khổng tước minh chú» rằng:

Nam-mô Phật-đà-da,
Nam-mô Đạt-ma-da,
Nam-mô Tăng-già-da.

Tức thuyết chú rằng:

„Vô cấu, ly cấu, diệt cấu, vàng, thai tạng vàng, hiền, thiện hiền, phổ biến hiền, cát tường hiền, tất cả mục đích thành tựu, thành tựu đệ nhất nghĩa, thành tựu nhất thiết cát tường, tư duy, ý, ý lớn, bất tử, hy kỳ, cự hy kỳ giải thoát, giải, giải thoát, không trần, ly trần, vô tử, bất diệt, phạm, phạm âm, viên mãn, viên mãn như ý, sống, hộ vệ, Sa-để thoát khỏi tất cả khốn khổ, tai họa, tật bệnh, sa-bà-ha."

[...]

---

¹⁵¹¹ Skt *Kāñcana*, Tib cũng chỉ phiên âm, không rõ cây gì. Từ điển Monier-Williams nói là những loại thảo mộc ăn được và liệt kê các tên khoa học: Mesua ferrea, Michelia Champaca, Ficus glomerata, Bauhinia variegata, Datura fastuosa, Rottleria tinctoria.

¹⁵¹² Skt *Kapītaka*. Từ điển Monier-Williams: tên khoa học là Berberis Asiatica (hoàng liên râu).

¹⁵¹³ Skt *aśvattha*, cây bồ-đề, vì Phật ngồi nơi cây này mà thành đạo.

¹⁵¹⁴ Skt *udumbara*, một loại cây sung, Ficus Glomerata.

¹⁵¹⁵ Skt *nyagrodha*, cây đa hay sung Ấn độ.

Nguyên văn phiên âm Skt.:

> *Namo buddhāya namo dharmāya namaḥ saṃghāya |*
> *amale vimale nirmale maṃgale hiraṇye hiraṇyagarbhe*
> *bhadre subhadre samantabhadre śrībhadre sarvārthasādhani*
> *paramārthasādhani sarvānarthapraśamani |*
> *sarvamaṅgalasādhani | manase | mānase | mahāmānase*
> *| acyute adbhute atyadbhutemukte mocani mokṣaṇi araje*
> *viraje | amṛte | amare amaraṇi brahme brahmasvare*
> *pūrṇe pūrṇamanorathe mukte jīvati rakṣā* **svātiṃ**
> *sarvopadravabhayarogebhyaḥ svāhā |*

Cụ thọ A-nan-đa học thuộc minh chú Đại khổng tước từ Thế Tôn, sau khi trì tụng, Sa-để phục hồi, an lành, trừ diệt hết độc, bình phục như trước.

Các bí-sô nghi hoặc, thỉnh vấn Thế Tôn để giải trừ nghi hoặc:

„Hy hữu thay, Thế Tôn, minh chú Đại khổng tước có nhiều tác dụng, có nhiều lợi ích."

„Này các bí-sô, không phải cho đến bây giờ, mà trong quá khứ những khi Ta gặp điều bất hạnh, lâm nạn, Đại khổng tước minh chú này cũng đã có nhiều tác dụng, có nhiều lợi ích. Các người hãy nghe đây."

„Vào thời xa xưa, trên sườn phía nam Tuyết sơn vương có một con công chúa tên là Kim Quang Minh[1516]. Nó buổi sáng an lành trì minh chú Đại khổng tước này, ban ngày an trú trừ tai họa; buổi tối an lành trì minh chú, buổi tối an trú trừ tai họa. Một thời gian sau nó cực kỳ bị nhiễm dục trong các dục, tham ái, đắm đuối, si mê, kiêu mạn, phóng dật, cùng với nhiều chim công rừng, lang thang từ công viên này sang công khác, từ lạc viên này sang lạc viên khác, rồi từ một cung điện chúng đi vào một hốc núi. Ở đó trong một thời gian dài rồi nó bị sa bẫy công bởi những kẻ đối địch, thù nghịch, những kẻ mưu hại, trù hại; trong lúc mê sảng vô vọng, nó nhớ lại minh chú Đại khổng tước này, và tác ý trì tụng:

[1516] Skt *Suvarṇāvabhāsa.* Tib *gser du snang ba.*

> *Amale vimale nirmale maṃgale hiraṇye hiraṇyagarbhe
> bhadre subhadre samantabhadre śrībhadre sarvārthasādhani
> paramārthasādhani sarvānarthapraśamani |
> sarvamaṅgalasādhani | manase | mānase | mahāmānase
> | acyute adbhute atyadbhutemukte mocani mokṣaṇi araje
> viraje | amṛte | amare amaraṇi brahme brahmasvare
> pūrṇe pūrṇamanorathe mukte jīvati rakṣā **mām**
> sarvopadravabhayarogebhyaḥ svāhā |*[1517]

Bẫy bắt công bị bứt, nó chạy thoát.

„Này các bí-sô, các ngươi nghĩ sao? Con chim công tên Kim Quang Minh lúc ấy chính là Ta. Khi ấy minh chú Đại Khổng tước cũng đã làm nhiều lợi ích cho Ta; bây giờ minh chú Đại khổng tước cũng có nhiều tác dụng và nhiều lợi ích đối với Ta."

„Bạch Thế Tôn, phải chăng Thế Tôn đã trừ tai họa cho Bí-sô Sa-đế bằng minh chú?"

„Này các bí-sô, không phải bây giờ, mà trong quá khứ cũng vậy. Các ngươi hãy lắng nghe.

„Này các bí-sô, quá khứ xa xưa có một chú sư bắt rắn trú trong thành Ba-la-nại. Bấy giờ một thiếu niên gia tộc sát-đế-lị kia bị rắn độc cắn chết. Chú sư bắt rắn bèn dùng minh chú cứu nó sống lại. Các ngươi nghĩ sao?

„Chú sư bắt rắn kia chính là Ta. Thiếu niên kia chính là Bí-sô Sa-đế ngày nay vậy."

(Hòn Cộ Ghe, mùa An cư 2562)

[1517] Nội dung đồng nhất như trên, chỉ thay nhân vật cứu hộ "*Svāti*" bằng "*mām*" (tôi).

SÁCH DẪN

A

A-thuyết-tha tử tương 阿說他子漿 Skt aśvattha 47

A-đế-da, 阿帝耶, Skt Atreya, Tib rgyun shes kyi bu. 79, 80, 84, 85

Ám Lâm, 僧伽毘訶羅暗林, Skt saṅgha-vihāra, Tib ta ma sa'i tshal . . . 276

An-thiện-na, 安膳那, Skt añjana, Tib mig sman 59

Ăn tín tâm, 信心食; Skt rāṣṭrapiṇḍaka; Tib yul 'khor bsod snyoms . . . 526

Ao Vô nhiệt, Skt Anantapta, Tib ma dros pa 337, 482, 483, 485, 498, 503, 584, 587, 592, 595, 600, 615

Ao Vô nhiệt, 無熱池, Skt Anavatapta-mahāsara, Tib mtsho chen po ma dros pa. 481

A-xà-thế Vi-đề-hy Tử. 155

B

Bát-lỗ-sái tương 鉢嚕灑漿 Skt paruṣa 48

Bồn Chẩm Viên Mãn, 盆枕圓滿 123, 124, 125

Bốn phạm hành, 住於四梵行 520

Bốn tĩnh lự, 四靜慮. Tib tshangs pa'i gnas pa bzhi 588, 590

Bạch phụ tử, 白附子. Skt ativiṣā. bong nga dkar po. 49

Bảo tử, 寶子. Skt citraka = cintaka, Tib sna bo. 401, 402

Bất định tụ, 不定聚, Skt aniyatarāśi, ma nges pa'i phung po 435

Ba túc duyên, (ba ức niệm) 153

C

Canh dược, 麨餅麥豆餅肉飯. Skt maṇḍa 47

câu-lị-thiểm-bà-la, cây 660

Câu sách, 鉤索. Tib zhags pas bdab pa . 181

Cây a-nguỵ, 阿魏, 興渠, Skt hiṅgu, Tib shing kun 51

Chánh ý, 正意, Skt samprajana. Tib shes bzhin. 203

Chim bách thiệt, 百舌鳥. Skt kokila, Tib khu byug. 405

Chim câu-la, 拘羅. Skt kokila; Tib khu byug 574

Chim cộng mạng, 共命鳥, Skt jīvaṃjīva, Tib bya mgo gnyis. 436

Chơn Ứng cúng, Skt arhat sammataḥ . . 322, 323

Chúng ác, Tib chos bzhin ma yin pa dang chos kyi 'khor 231

Chúng khí, 眾棄, Skt amanāpa, Tib kun gyi yid du mi 'ong ba 513

Chúng ngoại biên, Skt Dasyujātīya, Tib mtha' 'khob pa'i rigs. 657

Chúng trung ương, Skt Āryajātīya,

dbus pa'i rigs................657
Chương-trụ-la, 章住羅. Skt Cāṇūra .222
Cổng Kiều-đáp-ma, 喬答摩門, Pli Gotamadvāra Tib gau ta ma'i sgo. 171
Củ tương, 華茇 51
Câu-chi,
    Câu-chi, 俱胝. Skt koṭi 186
    Câu-chi, 俱胝. Skt Koṭiviṃśa 505
chánh ức niệm....................519
Chiêu giả tương 招者漿
    Skt coca 47
Chi-phạt-la 支伐羅 Skt cīvara 161
Cô-lạc-ca tương 孤落迦漿
    Skt kurakā 47

D

Đại Thế Chủ, 大世主, Mahāprajāpati, Tib skye dgu'i bdag mo chen mo 303
Đại tôn thắng, Skt mahātmana, Tib bdag nyid chen po................323
Đảnh Sanh, 頂生, Skt Mūrdhāta, Tib spyi bo skyes.... 340, 341, 342, 362, 363, 364, 366
Đàn luýt, 箏. Skt vīṇā, Tib pi bang ...406
Đạo tràng đoan nghiêm, 端嚴道場. Skt (Divy.59.16): maṇḍalavāṭa, lha'i 'khor gyi khyams.......182
Đỗ-đa, 杜多, đầu-đà. Tib sbyangs pa'i yon tan.....................186
Dòng dõi Ma-đăng-già, 摩登伽種. gdol pa'i rigs pa 243
Diêm-phù cây............................53
Duy-da-ly 維耶離
    Skt Vaiśāli, P. Vesāli 554

G

Giá bát, 安鉢....................502

Già-tha của Tiên Phật, 先佛伽他. Skt ārṣā gāthā................301
Giới không điều hòa, Skt dhātuvaiṣamya. Tib khams ma snyoms pa 639
Gió lớn vô ngại, 無礙大風, Skt vairambhā 360

H

Hàm linh, 含靈, Tib srog chags grog sbur rnams 346
Hành tùy thuận, 相隨計縛, Skt 'jigs pas 'gro ba ste................231
Hảo tâm bố thí, 巡行告乞, Skt chandakabhikṣaṇa, Tib dad pa las bslangs nas.............334
Hiện chứng, 見前, Skt Sākśātkaroti, mngon sum du bya pa.......237
Hiền kiếp, 賢劫 Skt bhadrakalpa , bskal pa bzang po 139, 208, 215, 247, 330, 334, 345, 362, 371, 372, 436, 660
Hoàng khương, 黃薑 Skt haridrā (Curcuma longa), Tib yung....49
Hoa nhâm-bà, Skt Nimba 50
Hương phụ tử, 香附子 Skt musta (Cyperus rotundus). Tib gla sgang 49
Hương tượng, Skt Gandhahastin, Tib spos kyi glang..........222, 419
Huyền cao, 玄高. Skt Śūkara, Tib phag pa 409
hỏa giới định 279, 515, 628

K

Kệ đạt-thẩn, Skt dakṣiṇādeśanā, Tib yon rabs..............616, 617, 618
Kết tịnh địa, Skt kalpikaśālā saṃmantavyā Tib rung ba'i gnas bsko bar bya 634, 635

Không lui sụt, ⓣ bdag ni log par ltung ma gyur 508
Kiết Li-phật-đa, 少求故, ⓢ kāṃkṣā 65, 66, 67
Kinh Hữu túc, 有足經. ⓢ catuṣpadika dharmaparyaya, ⓣ tshig bzhi pa'i chos kyi rnam grangs ... 283
Khát-thọ-la tương 渴樹羅漿 ⓢ kharjūra 48
khí vật loại tợ................. 686
khối lớn thuần cực khổ 194
khởi thế tục tâm 188, 483, 655
kho tàng giữa cây 380

L

Lạc Dưỡng, 樂養. ⓢ Māndhātā, ⓣ nga las nu 341, 363
Lạc Tịch, 樂寂, (ⓢ Bhinnakleśa.), ⓣ Nyon mongs 'joms 604
Lật-cô-tỳ, 栗姑毘. ⓢ Licchavi 161, 171, 176, 177, 195, 203, 204, 205, 207, 208
Lực giải thoát, 解脫力, ⓢ adhimukti-bala, ⓣ mos pa'i stobs 221, 223, 224
Lực thiền định, 禪定力, ⓢ ṛddhibala, ⓣ rdzu 'phrul gyi stobs 221, 224
Luyện mộc, 楝木, ⓢ naḍerapicumanda, ⓣ shing nim pa 52, 306
Lực phước đức 223, 224
lực trí tuệ 204, 223, 224
Lực vô thường 219, 224
ly hệ 682
Ly hệ 680

M

Ma-nạp-bạc-ca, 摩納薄迦, ⓢ māṇavaka, ⓣ bram ze'i khye'u 74
Ma-nạp-bà, 摩納婆. ⓢ māṇava, ⓣ bram ze'i khye'u . 185, 206, 241, 244, 245, 583, 604, 605
Mãnh Chuyển, 猛轉 400
Mạt kiếp, 末劫. ⓢ antarakalpa, ⓣ bskal pa bar ma 375
Mạt-lật-giả 末栗者, ⓢ marica. ⓣ na le sham ⓢ marica 51
Móc cửa, 戶鈎, ⓢ kāñcī, ⓣ ske rags .. 484
Mỡ của hữu tình, 有情脂. ⓢ vasām sevara 54
Môn sư, 門師, ⓢ rājñā purohitaḥ .. 392
mỡ
  sáu loại 55
Mạng căn 500
Mao giả tương 毛者漿 ⓢ moca 47
mạt-lật-giả 51
Miệt-lật-trụy tương 蔑栗墜漿 ⓢ mṛdvikā 48
Môn sư 393, 396
muối
  năm loại 52

N

Nại-lạc-ca, 捺落迦: ⓢ Naraka 532
Na-la-diên, 那羅延. ⓢ sred med kyi bu. ⓢ Nārāyaṇa ..222, 295, 671
Ngày bao-sái-đà, 褒灑陀. ⓢ poṣadha; ⓣ gso sbyong 235
Ngôn ngữ biên cảnh, ⓢ Dasyuvāca. ⓣ mtha' ‹khob pa›i tshig gis .. 657
Ngôn ngữ trung bộ, ⓢ Āryaya vācā, ⓣ dbus pa'i tshig gis 657
Ngựa chúa Càn-thát-bà, 乾闥伽馬王, ⓢ Kanthaka-aśvarājā , ⓣ rta'i rgyal po bsngags ldan 219

Nhà hữu học, 有學家, [Skt] śaikṣa, [Tib] sob pa 526

Nhà nghĩa, 義堂/ 祭祠堂 , [Skt] yajñavāṭa, [Tib] mchod sbyin kyi gnas 373

Noãn pháp, [Skt] uṣmagata , [Tib] dro bar gyur pa 621, 666

Nơi vô cấu, [Skt] prāpto ... acalaṃ, [Tib] mi gyo ... thob 507

Núi Kỳ-lợi-bạt-cū, 祇利跋窶山. [Skt] Gṛdhrakūṭa-parvata, [Tib] bya rgod kyi phung po'i ri 483

Núi Tôn Túc, 尊足山. Gurupādaka/ Kukkuṭapādagiri, [Tib] ri bya gag rkang 186

Nước bát-lỗ-sái, 鉢噜灑漿, [Skt] parūṣapāna, [Tib] pa-ru-sha-ka'i btung ba 48, 661

Nước Địch miêu, 荻苗國. [Skt] Kaśī 69, 70

Nước Phật-lật-thị, 佛栗氏國, [Skt] Vṛji, [Tib] yul spong byed 191, 192, 195

ngày hội tế tự Tinh tú 296

Nghiệp tạp 75, 141, 614

núi Kỳ-xà-quật 565

O

Ô-đàm-bạt-la tương 烏曇跋羅漿 [Skt] udumbara 47

P

Phạm tội vượt pháp, 得越法罪. [Skt] sātisāro bhavati; [Tib] 'gal tshabs can du 'gyur ro ... 56, 59, 61, 63, 68, 73, 76, 78, 84, 90

phi thời dược 非時藥 47

Phu nhân Am-một-la-ba-lợi, 羅波利夫人, [Skt] Āmrapālī, [Tib] a-mra skyong ma 195

Q

Quả a-thuyết-tha, 阿說他果. [Skt] Aśvatthapāna 47, 661

Quân-trì, 君持. [Skt] kuṇḍī, [Tib] ril ba spyi blugs 261

R

Rừng Am-la, 菴羅林, [Skt] Āmrapālīvana, [Tib] a mra'i tshal .. 197, 202, 203, 204

Rừng nhiễm ồn, 不愛俗喧林. [Tib] khyim pa'm rab tu byung pa dang|| bdag ni 'dres par mi gnas te .527

S

Sơ canh, 初更分, [Skt] yāmā 53

Sơ nhẫn, 初忍, [Skt] kaiścit satyānuloma kaiścit kṣāntayaḥ, [Tib] 'dul ba kha cig gis ni bden pa daṅ mthun pa'i bzod pa dag 349

T

Tác tịnh bằng lửa, 以火作淨, [Skt] Agnikalpa, [Tib] mes brtag pa .274

Tân phụ Khẩn-na-la, 新婦, [Skt] kinnarīsnuṣā, [Tib] mi 'am co'i mna' ma 400

Tận thọ dược, 盡壽藥. [Skt] yāvajjīvika, [Tib] 'tsho ba'i bar du bcang ba ... 46, 49, 53

Tất-bạt-lợi 蓽茇利
tất-bạt-loại 蓽茇類, [Skt] pippalī 51

Thái tử Tang Thiện, 喪善太子. [Skt] Virūḍhaka, [Tib] lus 'phags po .347

Thành Phạm-bà, 梵婆城, [Skt] Pāpā (Pāvā-puri), [Tib] sdig can 225

Thành Phệ-lam, 受盡城, [Skt]. vairambhye, [Tib] yul dgra mtha' na 322

Thành Thiên Chỉ, 天指城, [Skt]

Devadaha, ᵀⁱᵇ lhas bltas 230
Thần tuỳ sanh, 隨生神. ˢᵏᵗ sahajāḥ sahadharmikā nityānubaddhā api devatā, ᵀⁱᵇ lhan cig skyes pa dang chos mthun pa........ 388
Thảo mã, 草馬, rta rgod ma 169
Theo niệm, 隨念有, ˢᵏᵗ samṛddhayaḥ, ᵀⁱᵇ 'byor pa 352
Thế Phụ, 世父. 'jig rten mgon po; ˢᵏᵗ Lokanātha 582
Thiện căn thuận giải thoát phần, 解脫善根分, ˢᵏᵗ mokṣabhāgīyā kuśalamūlāni, ᵀⁱᵇ thar pa'i cha dan mthun pa'i dge ba'i rtsa ba 134
Thiện hiền tương xứng, 善賢相應, ˢᵏᵗ agrayugaṃ bhadrayugam ... 360
Thiện phẩm, ˢᵏᵗ pañcakalyāṇaś cāyam 318, 564, 596
Thọ nữ, 樹女, ˢᵏᵗ drumasya duhitā, ljon pa'i bu................ 409
Thuốc nhựa cây, 膠藥, ˢᵏᵗ jatu. ᵀⁱᵇ trang chu 49
Thuốc sáp, 澁藥, ˢᵏᵗ kaṣāya, ᵀⁱᵇ bska ba 52
Thủ trì tận thọ, 盡壽守持, yāvajjīvikam adhiṣṭhāya 53
Thủ trì, 守持. ˢᵏᵗ adhiṣṭheyam (adhiṣṭhā) 53
Tì-bát-xá-na, ˢᵏᵗ Vipaśyanā........ 281
Tịnh giải thoát, ˢᵏᵗ śubhādhimukta, ᵀⁱᵇ sdug pas rnam par grol pa...620
Tốt-đổ-ba, 窣堵波, ˢᵏᵗ Stupa, ᵀⁱᵇ mchod rten 208
Tốt-thố-la-đế-dã, 窣吐羅底也, sthūlātyaya 73
Trái anh túc, 罌粟子 48
Tro râu lúa, 穬麥芒灰. yavaśūkakṣāra 51
Túc mạng trí, 宿命智, 宿命智施, ᵀⁱᵇ tshe rabs dran pa na| rtag tu sbyin gtong pa spro 444, 524
Tử khoáng, 紫礦, ˢᵏᵗ Taka........... 51
Tỳ-da-ly 毘耶離 554
Tỳ-xá-ly 毘舍離 ˢᵏᵗ Vaiśāli, Pāli. Vesāli........... 161
tận thọ dược................... 68
Tất-lăng-già-bà-ta 畢陵伽婆蹉 Pāli. Pilindavaccha........... 63
thân tối hậu 538, 591, 599
Thảo mã 169
thất nhật dược 68
Thâu-lan-giá 偷蘭遮 73
thọ hành 482
thuốc kuśa 371
tốt-thố-la-đế-dã 73
túc tàn nghiệp 500
tưởng nhập từ tâm định 278
tương ưng kết 230
Tỳ-xá-ly 毘舍離 161

V

Vị Sinh Oán, 未生怨, ˢᵏᵗ Ajātaśatru (P. Ajātasattu).. 155, 156, 157, 158, 159, 160, 161, 162, 163, 164, 165, 166, 171, 176, 177
Vô biên quang thiên, 無邊光天, ˢᵏᵗ Ābhāsvara, ᵀⁱᵇ 'Od gsal 590
Vô căn tín, 無根信. ᵀⁱᵇ med pa'i dad pa 156
Vô Chi Lộc Tử Mẫu, 無枝鹿子母. ˢᵏᵗ Viśākhā mṛgāramātā, ᵀⁱᵇ ri dgas (dwags) 'dzin gyi ma sa ga...347
Vua Ảnh Thắng, 影勝, ˢᵏᵗ Śreṇyo Bimbisāra, ᵀⁱᵇ bzo sbyangs gzugs can snying po.78, 79, 147, 536, 556, 557
Vua Đại Tam-mạt-đa, 大三末多王, P. Mahāsammato rājā........ 84
Vườn Hoan hỷ, 歡喜園.

Skt. Nandavana 207
Vaiśāli
    Vesāli, Duy-da-ly 554

X
Xa-ma-tha, 奢摩他. Skt. Śamatha.......
    ....276, 290
Xảo thuật, 馳逞巧能, Skt. vibhavaṃ
    darśayati...................321
Xiển-đà-ca, 闡陀迦, Skt. Chandaka,
    'dun pa 219
Xương bồ, 菖蒲. Skt. vaca (Acorus
    calamus). Tib. shu dag.........49

Y
Y ca-thi-ca, 迦施迦衣 218
Y chánh đế lý, 得依正諦理.........213
Y vương Thị-phược-ca, 侍縛迦醫王,
    Skt. Jīvaka, Tib. sman pa'i rgyal po
    'tsho byed................ 78, 79

GIÁO HỘI PHẬT GIÁO VIỆT NAM THỐNG NHẤT
HỘI ĐỒNG HOẰNG PHÁP*

CHỨNG MINH:
Trưởng lão HT Thích Huyền Tôn   (Úc châu),
HT Thích Bảo Lạc   (Úc châu)

CỐ VẤN:
HT Thích Minh Đạt   (Hoa Kỳ)

CHÁNH THƯ KÝ:
HT Thích Như Điển   (Đức)

PHÓ THƯ KÝ:
HT Thích Nguyên Siêu   (Hoa Kỳ),
HT Thích Bổn Đạt   (Canada)

THÀNH VIÊN:
Âu châu: HT Thích Quảng Hiền (Thụy Sĩ), HT Thích Minh Giác (Hòa Lan), HT Thích Thông Trí (Pháp), TT Thích Nguyên Lộc (Pháp).
Úc châu: HT Thích Minh Hiếu, HT Thích Tâm Minh
Hoa Kỳ: HT Thích Nhật Huệ, HT Thích Từ Lực

---

* Cập nhật ngày 15/09/2024.

BAN PHIÊN DỊCH & TRƯỚC TÁC:

Cố Vấn: HT Thích Minh Đạt (Hoa Kỳ)
Trưởng Ban: *(bổ sung sau)*
Phó Ban: HT Thích Thiện Quang (Canada)
Phụ Tá: TT Thích Như Tú (Thụy Sĩ)
Thư Ký: TT Thích Hạnh Giới (Đức)
Ban Viên: ĐĐ Thích Thanh An (Tích Lan), NT Thích Nữ Giới Châu (Hoa Kỳ), NS Thích Nữ Quảng Trạm (Pháp), SC Thích Nữ Giác Anh (Úc), CS Hạnh Cơ (Canada).

BAN TRUYỀN BÁ GIÁO LÝ:

Trưởng Ban: HT Thích Nguyên Siêu (Hoa Kỳ)
Phó Ban: HT Thích Bổn Đạt (Canada)
Phó Ban: HT Thích Trường Sanh (Úc châu)
Phó Ban: HT Thích Tâm Huệ (Âu châu)
Thư Ký: TT Thích Hạnh Tấn (Đức)
Ban Viên: HT Thích Nhựt Huệ (Hoa Kỳ), HT Thích Thiện Long (Hoa Kỳ), TT Thích Hoằng Khai (Na Uy), TT Thích Giác Tín (Úc Châu), TT Thích Thiện Trí (Hoa Kỳ), TT Thích Đạo Tỉnh (Hoa Kỳ), TT Thích Chúc Đại (Hoa Kỳ), SC Thích Thông Niệm (Canada), SC Thích Tịnh Nghiêm (Hoa Kỳ), v.v...

BAN BÁO CHÍ & XUẤT BẢN:

Trưởng Ban: TT Thích Nguyên Tạng (Úc)
Phó Ban: TT Thích Hạnh Tuệ, CS Tâm Quang Vĩnh Hảo (Hoa Kỳ)
Thư Ký: CS Tâm Thường Định Bạch Xuân Phẻ (Hoa Kỳ)
Ban Viên: CS Tâm Huy Huỳnh Kim Quang (Hoa Kỳ), CS Quảng Tường Lưu Tường Quang (Úc), CS Nguyên Đạo Văn Công Tuấn (Đức), CS Quảng Trà Nguyễn Thanh Huy (Hoa Kỳ), CS Quảng Anh Lê Ngọc Hân (Úc), CS Thanh Phi Nguyễn Ngọc Yến (Úc).

BAN BẢO TRỢ:

Cố Vấn: HT Thích Trường Phước (Canada)
Trưởng Ban: HT Thích Tâm Hòa (Canada)
Phó Ban Úc Châu: HT Thích Tâm Phương (Úc)
Phó Ban Âu Châu: TT Thích Quảng Đạo (Pháp),
NT Thích Nữ Diệu Phước (Đức),
NS Thích Nữ Huệ Châu (Đức)
Phó Ban Châu Mỹ: NS Thích Nữ Diệu Tánh (Hoa Kỳ),
TT Thích Thường Tịnh (Hoa Kỳ)
Phụ Tá: ĐĐ Thích Thông Giới (Canada),
SC Thích Nữ Thông Tịnh (Canada)
Thủ Quỹ: NS Thích Nữ Bảo Quang (Canada)
Thư Ký: NS Thích Nữ Đức Nghiêm (Canada)

HỘI ẤN HÀNH ĐẠI TẠNG KINH VIỆT NAM*
VIETNAM TRIPITAKA FOUNDATION

(trực thuộc Hội Đồng Hoằng Pháp)

Hội trưởng: HT Thích Nguyên Siêu
Thư ký: TT Thích Hạnh Tuệ
Thủ quỹ: CS Tâm Quang Vĩnh Hảo

Ban Ấn hành:

Trưởng Ban: HT Thích Nguyên Siêu
Phó Ban: CS Nguyên Đạo Văn Công Tuấn
- Đặc trách Ấn loát: CS Tâm Thường Định Bạch Xuân Phẻ,
                                 CS Nhuận Pháp Trần Nguyên Nhị Lâm
- Đặc trách Kỹ thuật: CS Quảng Pháp Trần Minh Triết,
                                 CS Quảng Hạnh Tuệ Nguyễn Lê Trung Hiếu

---

Ghi chú các chữ viết tắt: HT: Hòa thượng; TT: Thượng tọa; ĐĐ: Đại đức; NT: Ni trưởng; NS: Ni sư; SC: Sư cô; CS: Cư sĩ.

---

* Cập nhật ngày 19/10/2024.

Liên lạc HỘI ĐỒNG HOẰNG PHÁP

Hòa thượng Thích Như Điển, Chánh Thư Ký, HĐHP
Chùa Viên Giác, Karlsruher Str. 6, 30519 Hannover, Germany
Website: www.hoangphap.org; Email: hdhp.ctk@gmail.com;
Tel: + 49 511 879 630

Thượng tọa Thích Nguyên Tạng, Trưởng ban Báo Chí & Xuất Bản, HĐHP
Tu Viện Quảng Đức, 105 Lynch Road, Fawkner, Vic.3060 Australia
Website: www.hoangphap.org; Email: hdhp.bbc@gmail.com;
Tel: +61 481 169 631

Hòa thượng Thích Tâm Hòa, Trưởng ban Bảo Trợ, HĐHP
Trung Tâm Văn Hóa Phật Giáo Pháp Vân, Ontario, Canada
420 Traders Blvd E, Mississauga, ON L4Z 1W7, Canada
Website: www.phapvan.ca; Email: thichtamhoa@gmail.com
Tel: +1 905-712-8809

www.ingramcontent.com/pod-product-compliance
Lightning Source LLC
Chambersburg PA
CBHW060412010526
44107CB00006B/660